ಛಂದ ಪುಸ್ತಕ

ಓದಿ ಓದಿ ನ

ನನ್ನ ತಂಗಿ ಈಡಾ

ಜರ್ಮನ್ ಕಾದಂಬರಿ

ಕಾರೋಲೀನ ವಾಲ್

ನೇರ ಜರ್ಮನ್‌ನಿಂದ ಕನ್ನಡಕ್ಕೆ

ಹರ್ಷ ರಘುರಾಮ್

GOETHE INSTITUT
MAX MUELLER BHAVAN

Nanna tangi Ida

- A novel in German by Caroline Wahl
Translated to Kannada by Harsha Raghuram
ISBN: 978-81-967248-7-0

Published by:
Chanda Pustaka
I-004, Mantri Paradise
Bannerghatta Road
Bangalore - 560076
M. 98444 22782

Original German title: “22 Bahnen“

The publication was supported by a grant from the Goethe-Institut / Max Mueller Bhavan Bangalore

ಪ್ರಥಮ ಮುದ್ರಣ: 2024
ಮುಖಪುಟ: ಶ್ವೇತಾ ಆಡುಕಳ
ಕರಡು ತಿದ್ದುವಿಕೆ: ರವೀಂದ್ರ ಮಾವಖಂಡ
ಪುಟ ಜೋಡಣೆ: ಅರುಣ್ ಅಂಚೆ

ಪುಟಗಳು: 214 ಬೆಲೆ: ₹ 260
ಕಾಗದ: ಸ್ಟೋರಾ 70 ಜಿಎಸ್ಎಂ, 1/8 ಡೆಮಿ

ಪ್ರತಿಗಳಿಗಾಗಿ ಸಂಪರ್ಕಿಸಿ:
ಛಂದ ಪುಸ್ತಕ
ಐ-004, ಮಂತ್ರಿ ಪ್ಯಾರಡೈಸ್
ಬನ್ನೇರುಘಟ್ಟ ರಸ್ತೆ
ಬೆಂಗಳೂರು-560 076
ಸೆಲ್: 98444 22782
me@vasudhendra.com

ಮುದ್ರಣ:
ಟ್ರಿನಿಟಿ ಅಕಾಡೆಮಿ, ಕುಡ್ಲು ಗೇಟ್, ಹೊಸೂರು ರಸ್ತೆ, ಬೆಂಗಳೂರು

ಕಾರೊಲೀನ ವಾಲ್

1995ರಲ್ಲಿ ಜರ್ಮನಿಯ ಮೈನ್ಜ್ ನಗರದಲ್ಲಿ ಜನಿಸಿದ ಕಾರೊಲೀನ ವಾಲ್, ಜರ್ಮನ್ ಭಾಷೆ ಹಾಗೂ ಸಾಹಿತ್ಯದ ಪದವೀಧರೆ. ಡುಮಾಂಟ್ ಪ್ರಕಾಶನ ಏಪ್ರಿಲ್ 2023ರಲ್ಲಿ ಪ್ರಕಟಿಸಿದ '22 Bahnen' (22 ಬಾನೆನ್) ಇವರ ಮೊಟ್ಟಮೊದಲ ಕಾದಂಬರಿ. ಈ ಪುಸ್ತಕಕ್ಕೆ 2023ರಲ್ಲಿ ಫ್ರಾಂಕ್ಫರ್ಟ್ ಪುಸ್ತಕ ಮೇಳದ 'ಜರ್ಮನಿಯ ಸಣ್ಣ ಪುಸ್ತಕದಂಗಡಿಗಳ ಅಚ್ಚುಮೆಚ್ಚಿನ ಪುಸ್ತಕ' ಹಾಗೂ '2024ರ ಸ್ವಿಟ್ಜರ್ಲ್ಯಾಂಡ್‌ನ ಜರ್ಮನ್ ಭಾಷಿಕ ಪುಸ್ತಕದಂಗಡಿಗಳ ಅಚ್ಚುಮೆಚ್ಚಿನ ಪುಸ್ತಕ' ಎಂಬ ಹೆಗ್ಗಳಿಕೆಗಳ ಜೊತೆಗೆ 'ರಾವೆನ್ಸ್‌ಬುರ್ಗರ್ ದತ್ತಿ ಪ್ರಕಾಶನದ ಕೌಟುಂಬಿಕ ಕಾದಂಬರಿ ಪ್ರಶಸ್ತಿ' ಮೊದಲಾಗಿ ಬಹಳಷ್ಟು ಪ್ರತಿಷ್ಠಿತ ಪ್ರಶಸ್ತಿಗಳು ದೊರೆತಿವೆ. ಕಾರೊಲೀನ ವಾಲ್ ಉತ್ತರ ಜರ್ಮನಿಯ ರಾಸ್ಟಾಕ್ ನಗರದಲ್ಲಿ ನೆಲೆಸಿದ್ದಾರೆ.

ಹರ್ಷ ರಘುರಾಮ್

1991ರಲ್ಲಿ ಬೆಂಗಳೂರಿನಲ್ಲಿ ಜನನ. ಬೆಂಗಳೂರಿನ ಬಿಐಟಿ ಕಾಲೇಜಿನಿಂದ ಮೆಕ್ಯಾನಿಕಲ್ ಇಂಜಿನಿಯರಿಂಗ್ ಹಾಗೂ ಜರ್ಮನಿಯ ಕೈಸರ್ಸ್‌ಲಾಟರ್ನ್ ವಿಶ್ವವಿದ್ಯಾಲಯದಿಂದ ಮೆಟೀರಿಯಲ್ಸ್ ಸೈನ್ಸ್ ಪದವಿಗಳನ್ನು ಗಳಿಸಿ ಪ್ರಸ್ತುತ ಆಸ್ಟ್ರಿಯಾದ ವಿಯೆನ್ನಾ ತಾಂತ್ರಿಕ ವಿಶ್ವವಿದ್ಯಾಲಯದಲ್ಲಿ ಪ್ಲಾಸ್ಟಿಕ್ ರಿಸೈಕ್ಲಿಂಗ್ ವಿಷಯವಾಗಿ ಡಾಕ್ಟರೇಟ್ ಸಂಶೋಧನೆ ನಡೆಸುತ್ತಿದ್ದಾರೆ. ಬಾಲ್ಯದಿಂದಲೇ ಸಾಹಿತ್ಯಾಸಕ್ತಿಯನ್ನು ಮೈಗೂಡಿಸಿಕೊಂಡ ಇವರು ನುರಿತ ಕರ್ನಾಟಕ ಸಂಗೀತಗಾರರೂ ಹೌದು. ಹಲವಾರು ಭಾರತೀಯ ಮತ್ತು ಐರೋಪ್ಯ ಭಾಷೆಗಳನ್ನು ಬಲ್ಲ ಹರ್ಷ ಭಾಷಾಕಲಿಕೆ, ಪದಪರಂಪರೆ ಮತ್ತು ಭಾಷಾಶಾಸ್ತ್ರಗಳಲ್ಲಿ ಆಸಕ್ತಿ ಹೊಂದಿದ್ದಾರೆ. 'ನನ್ನ ತಂಗಿ ಈಡಾ' ಇವರ ಮೊಟ್ಟಮೊದಲ ಅನುವಾದಿತ ಕೃತಿ.

harsha.baraha@gmail.com | @tapanguchi (ಇನ್ಸ್ಟಾಗ್ರಾಮ್)

ಕಾರೊಲೀನ ವಾಲ್

1995ರಲ್ಲಿ ಜರ್ಮನಿಯ ಮೈನ್ಝ್ ನಗರದಲ್ಲಿ ಜನಿಸಿದ ಕಾರೊಲೀನ ವಾಲ್, ಜರ್ಮನ್ ಭಾಷೆ ಹಾಗೂ ಸಾಹಿತ್ಯದ ಪದವೀಧರೆ. ಡುಮಾಂಟ್ ಪ್ರಕಾಶನ ಏಪ್ರಿಲ್ 2023ರಲ್ಲಿ ಪ್ರಕಟಿಸಿದ '22 Bahnen' (22 ಬಾನೆನ್) ಇವರ ಮೊಟ್ಟಮೊದಲ ಕಾದಂಬರಿ. ಈ ಪುಸ್ತಕಕ್ಕೆ 2023ರಲ್ಲಿ ಫ್ರಾಂಕ್ಫರ್ಟ್ ಪುಸ್ತಕ ಮೇಳದ 'ಜರ್ಮನಿಯ ಸಣ್ಣ ಪುಸ್ತಕದಂಗಡಿಗಳ ಅಚ್ಚುಮೆಚ್ಚಿನ ಪುಸ್ತಕ' ಹಾಗೂ '2024ರ ಸ್ವಿಟ್ಜರ್ಲ್ಯಾಂಡ್‌ನ ಜರ್ಮನ್ ಭಾಷಿಕ ಪುಸ್ತಕದಂಗಡಿಗಳ ಅಚ್ಚುಮೆಚ್ಚಿನ ಪುಸ್ತಕ' ಎಂಬ ಹೆಗ್ಗಳಿಕೆಗಳ ಜೊತೆಗೆ 'ರಾವೆನ್ಸ್‌ಬುರ್ಗರ್ ದತ್ತಿ ಪ್ರಕಾಶನದ ಕೌಟುಂಬಿಕ ಕಾದಂಬರಿ ಪ್ರಶಸ್ತಿ' ಮೊದಲಾಗಿ ಬಹಳಷ್ಟು ಪ್ರತಿಷ್ಠಿತ ಪ್ರಶಸ್ತಿಗಳು ದೊರೆತಿವೆ. ಕಾರೊಲೀನ ವಾಲ್ ಉತ್ತರ ಜರ್ಮನಿಯ ರಾಸ್ಟಾಕ್ ನಗರದಲ್ಲಿ ನೆಲೆಸಿದ್ದಾರೆ.

ಹರ್ಷ ರಘುರಾಮ್

1991ರಲ್ಲಿ ಬೆಂಗಳೂರಿನಲ್ಲಿ ಜನನ. ಬೆಂಗಳೂರಿನ ಬಿಐಟಿ ಕಾಲೇಜಿನಿಂದ ಮೆಕ್ಯಾನಿಕಲ್ ಇಂಜಿನಿಯರಿಂಗ್ ಹಾಗೂ ಜರ್ಮನಿಯ ಕೈಸರ್ಸ್‌ಲಾಟರ್ನ್ ವಿಶ್ವವಿದ್ಯಾಲಯದಿಂದ ಮೆಟೀರಿಯಲ್ಸ್ ಸೈನ್ಸ್ ಪದವಿಗಳನ್ನು ಗಳಿಸಿ ಪ್ರಸ್ತುತ ಆಸ್ಟ್ರಿಯಾದ ವಿಯೆನ್ನಾ ತಾಂತ್ರಿಕ ವಿಶ್ವವಿದ್ಯಾಲಯದಲ್ಲಿ ಪ್ಲಾಸ್ಟಿಕ್ ರಿಸೈಕ್ಲಿಂಗ್ ವಿಷಯವಾಗಿ ಡಾಕ್ಟರೇಟ್ ಸಂಶೋಧನೆ ನಡೆಸುತ್ತಿದ್ದಾರೆ. ಬಾಲ್ಯದಿಂದಲೇ ಸಾಹಿತ್ಯಾಸಕ್ತಿಯನ್ನು ಮೈಗೂಡಿಸಿಕೊಂಡ ಇವರು ನುರಿತ ಕರ್ನಾಟಕ ಸಂಗೀತಗಾರರೂ ಹೌದು. ಹಲವಾರು ಭಾರತೀಯ ಮತ್ತು ಐರೋಪ್ಯ ಭಾಷೆಗಳನ್ನು ಬಲ್ಲ ಹರ್ಷ ಭಾಷಾಕಲಿಕೆ, ಪದಪರಂಪರೆ ಮತ್ತು ಭಾಷಾಶಾಸ್ತ್ರಗಳಲ್ಲಿ ಆಸಕ್ತಿ ಹೊಂದಿದ್ದಾರೆ. 'ನನ್ನ ತಂಗಿ ಈಡಾ' ಇವರ ಮೊಟ್ಟಮೊದಲ ಅನುವಾದಿತ ಕೃತಿ.

harsha.baraha@gmail.com | @tapanguchi (ಇನ್ಸ್ಟಾಗ್ರಾಮ್)

ಎಂದಿಗೂ ಜೊತೆಗಿರುವ ನನ್ನ 'ಮಾಮಾ'ಳಿಗೆ

ಕನ್ನಡ ಕಲಿಸಿದ ಅಮ್ಮನಿಗೆ

ಅನುವಾದಕನ ಮಾತು

'ನನ್ನ ತಂಗಿ ಈಡಾ' (ಮೂಲ ಶೀರ್ಷಿಕೆ: 22 Bahnen) ಯುವ ಜರ್ಮನ್ ಲೇಖಕಿ ಕಾರೊಲೀನ ವಾಲ್‌ರ ಮೊದಲ ಕಾದಂಬರಿ. ಜರ್ಮನಿಯ ಸಣ್ಣ ಊರಿನ ರೀತಿನೀತಿಗಳು, ಸಂಬಂಧಗಳು, ಅಕ್ಕ-ತಂಗಿಯರ ಬಾಂಧವ್ಯಗಳೆಲ್ಲವೂ ಈ ಕೃತಿಯಲ್ಲಿ ಹದವಾಗಿ ಮೂಡಿಬಂದಿವೆ. ಇದು ನಾನು ಜರ್ಮನ್ ಭಾಷೆಯಿಂದ ಕನ್ನಡಕ್ಕೆ ಅನುವಾದಿಸುತ್ತಿರುವ ಮೊದಲ ಕಾದಂಬರಿಯೂ ಹೌದು.

ಜರ್ಮನ್ ಭಾಷಿಕರಾದ ಕಿಟ್ಟೆಲ್ ಮತ್ತು ಮೊಗ್ಲಿಂಗ್‌ರಂತಹವರು ಕನ್ನಡಕ್ಕೆ ನೀಡಿರುವ ಕೊಡುಗೆ ಬೆಲೆ ಕಟ್ಟಲಾಗದಷ್ಟಿದೆ. ಅವರ ನಂತರ ಈ ಎರಡು ಭಾಷೆಗಳು ಇಂಗ್ಲೀಷಿನ ಮಧ್ಯಸ್ತಿಕೆ ಇಲ್ಲದೆ ನೇರವಾಗಿ ಕೊಡುಕೊಳ್ಳುವಿಕೆಯನ್ನು ನಡೆಸಿರುವ ಉದಾಹರಣೆಗಳು ಬೆರಳೆಣಿಕೆಯಷ್ಟು ಇರಬಹುದು. ಎರಡು ಭಾಷೆಗಳಿಗೆ ಹೊಸದಾಗಿ ಕೊಂಡಿ ಬೆಸೆಯುವ ಕಾರ್ಯವನ್ನು ಕೈಗೆತ್ತಿಕೊಂಡಾಗ ಹಲವಾರು ಸವಾಲುಗಳು ಎದುರಾಗುತ್ತವೆ. ಈ ಕೃತಿಯ ಮಟ್ಟಿಗೆ ನನಗನ್ನಿಸಿದ ಮುಖ್ಯವಾದ ಸವಾಲುಗಳೆಂದರೆ- ಸಮಕಾಲೀನ ಜರ್ಮನಿಯ ಸಣ್ಣ ಊರಿನ ಸಂಸ್ಕೃತಿ ಮತ್ತು ಜನಜೀವನಗಳನ್ನು ಕಥಾವಸ್ತು ಕೆಡದಂತೆ ಕನ್ನಡದ ಓದುಗರಿಗೆ ಪರಿಚಯಿಸುವುದು, ಹಾಗೂ ಹೊಸ ವಸ್ತು ಅಥವಾ ವಿಚಾರಗಳನ್ನು ಟಿಪ್ಪಣಿಗಳನ್ನು ನೀಡದೆ ಕತೆಯ ಹರಿವಿನಲ್ಲೇ ಸರಾಗವಾಗಿ ಮಿಳಿತವಾಗುವಂತೆ ಮಾಡುವುದು. ಮೂಲ ಲೇಖಕಿಯ ಉದ್ದೇಶಗಳಿಗೆ ಧಕ್ಕೆ ಬಾರದಂತೆ, ಜೊತೆಗೆ ಕನ್ನಡದ ಓದುಗರಿಗೆ ಕಥಾವಸ್ತುವು ಅಪರಿಚಿತವೆನಿಸದಂತೆ ಸಮತೋಲನವನ್ನು ಕಾಯ್ದುಕೊಳ್ಳುವ ಪ್ರಯತ್ನ ಮಾಡಿದ್ದೇನೆ.

'22 ಬಾನೆನ್' ಬಿಡುಗಡೆಯಾಗಿ ವರ್ಷ ಕಳೆಯುವುದರೊಳಗೆ ಲಕ್ಷಕ್ಕೂ ಹೆಚ್ಚು ಪ್ರತಿಗಳು ಮಾರಾಟವಾಗಿ, ಹಲವಾರು ಪ್ರಶಸ್ತಿಗಳನ್ನು ತನ್ನದಾಗಿಸಿಕೊಂಡು ಅತ್ಯಂತ ಜನಪ್ರಿಯ

ಪುಸ್ತಕವಾಗಿ ಹೊರಹೊಮ್ಮಿದೆ. ಬಿಡುಗಡೆಯ ಮುನ್ನವೇ ಈ ಪುಸ್ತಕವನ್ನು ಅನುವಾದಕ್ಕೆ ಆಯ್ಕೆ ಮಾಡಿಕೊಂಡದ್ದು ಒಂದು ಹೆಗ್ಗಳಿಕೆಯಾದರೆ, ವರ್ಷ ಕಳೆಯುವುದರೊಳಗೆ ಕನ್ನಡ ಅನುವಾದವನ್ನು ಸಿದ್ಧಪಡಿಸಿದ್ದು ಮತ್ತೊಂದು ಹೆಗ್ಗಳಿಕೆ. ಈ ಹೆಗ್ಗಳಿಕೆಗಳು ಕೇವಲ ನನ್ನೊಬ್ಬನದಲ್ಲ. ಲೇಖಕಿ ಕಾರೊಲೀನ ವಾಲ್ ಉತ್ತಮ ಕಾದಂಬರಿಯನ್ನು ನಮಗೆ ಕೊಟ್ಟಿದ್ದಾರೆ. ವಸುಧೇಂದ್ರರು ಜರ್ಮನ್ ಕಾದಂಬರಿಯೊಂದನ್ನು ಕನ್ನಡಕ್ಕೆ ಅನುವಾದ ಮಾಡಲು ನನ್ನನ್ನು ಹುರಿದುಂಬಿಸಿ, ಒತ್ತಾಸೆ ಮಾರ್ಗದರ್ಶನ ಉತ್ತೇಜನಗಳನ್ನು ನೀಡುತ್ತಲೇ ಬಂದು, ಕೊನೆಗೆ ಪುಸ್ತಕವನ್ನೂ ಪ್ರಕಟಿಸಿದ್ದಾರೆ. ನಾನು ಹತ್ತು ವರ್ಷಗಳ ಹಿಂದೆ ಜರ್ಮನ್ ಕಲಿಯಲು ತೊಡಗಿದ್ದು ಬೆಂಗಳೂರಿನ ಮಾಕ್ಸ್ ಮ್ಯುಲ್ಲರ್ ಭವನದ ಗ್ಯೋಥೆ ಇನ್‌ಸ್ಟಿಟ್ಯೂಟ್‌ನಲ್ಲಿ. ಈಗ ಅದೇ ಸಂಸ್ಥೆಯ ಡಾ. ಮಿಶಯೆಲ್ ಹೈನ್ಸ್ಟ್ ಮತ್ತು ಶೇಷಗಿರಿ ಕುಲಕರ್ಣಿ ಯವರು ಈ ಅನುವಾದ ಕಾರ್ಯಕ್ಕೆ ನೆರವಾಗಿದ್ದಾರೆ. ಜೊತೆಗಾತಿ ರಮ್ಯಾ ಪ್ರತಿ ಹಂತದಲ್ಲೂ ಸಲಹೆ ಸೂಚನೆಗಳನ್ನು ನೀಡಿ ಬರೆವಣಿಗೆಯನ್ನು ಸುಧಾರಿಸಲು ನೆರವಾಗಿದ್ದಾಳೆ. ಮುಖಪುಟ ವಿನ್ಯಾಸ ಮಾಡಿದ ಶ್ವೇತಾ ಅಡುಕಳ, ಕರಡು ತಿದ್ದಿದ ರವೀಂದ್ರ ಮಾವಖಂಡ ಹಾಗೂ ಪುಟ ಜೋಡಣೆಯಲ್ಲಿ ನೆರವಾದ ಅರುಣ್ ಅಂಚೆ, ಎಲ್ಲರಿಗೂ ತುಂಬುಹೃದಯದ 'ಡಾಂಕೆ'.

• ಹರ್ಷ ರಘುರಾಮ್

ವಿಯೆನ್ನಾ

ಭಾಗ ಒಂದು

ಸೂಪರ್‌ಮಾರ್ಕೆಟ್‌ನ ಕೌಂಟರ್‌ನಲ್ಲಿ ಕುಳಿತಾಗ ನಾನೊಂದು ಆಟವಾಡುತ್ತೇನೆ. ಗ್ರಾಹಕರು ಚಲಿಸುವ ಪಟ್ಟಿಯ ಮೇಲೆ ಇಟ್ಟ ವಸ್ತುಗಳು ಸಾಲಾಗಿ ನನ್ನ ಬಳಿಗೆ ಬಂದಾಗ ಸ್ಕ್ಯಾನ್ ಮಾಡುತ್ತಾ ತಲೆಯನ್ನು ಮೇಲೆತ್ತದೆ ಮುಂದೆ ನಿಂತಿರುವ ವ್ಯಕ್ತಿಯನ್ನು ಮನಸ್ಸಿನಲ್ಲಿಯೇ ವರ್ಣಿಸುತ್ತೇನೆ. ಈ ದಿನ ಪಟ್ಟಿಯ ಮೇಲೆ ಓಟ್ಸ್ ಹಾಲು, ಬಾದಾಮಿ ಬೀಜದ ಹಾಲು, ಗೋಡಂಬಿ ಪೇಸ್ಟ್, ಮಂಜುಗಟ್ಟಿಸಿದ ರಾಸ್ಬೆರಿ ಹಣ್ಣು, ಹುಮ್ಮುಸ್, ದುಬಾರಿ ಓಟ್ಸ್ ಚಿಯಾ ಬೀಜ, ಬಾಳೆಹಣ್ಣು, ಗೋಧಿ ನೂಡಲ್ಸ್ ಅವೋಕಾಡೋ... ಅವೋಕಾಡೋ... ಅವೋಕಾಡೋ... ಬಂದ ತಕ್ಷಣ ಮೂವತ್ತರ ಆಸುಪಾಸಿನ ಸಣಕಲು ಹುಡುಗ ಇರಬಹುದು, ಫ್ರೇಮ್ ಇಲ್ಲದ ಕನ್ನಡಕ, ಲಿವೈಸ್ ಗುರುತಿನ ಶರ್ಟು ಧರಿಸಿದ್ದಾನೆ ಎಂದು ಊಹಿಸಿದೆ. "30 ಯೂರೋ 72 ಸೆಂಟ್" ಎಂದು ಕತ್ತೆತ್ತಿದೊಡನೆ ಲಿವೈಸ್ ಗುರುತು ಕಂಡಿತು. ಏನೋ ದೊಡ್ಡ ಸಾಧನೆ ಮಾಡಿದಷ್ಟು ಹೆಮ್ಮೆಯಾಯಿತು. ಆದರೆ ಅದು ಹುಡುಗನಲ್ಲ, ಹುಡುಗಿಯಾಗಿದ್ದಳು. ಏನೇ ಇರಲಿ, ಕೇವಲ ಖರೀದಿಸಿದ ವಸ್ತುಗಳನ್ನು ನೋಡಿ ಶರ್ಟಿನ ಗುರುತನ್ನು ಸರಿಯಾಗಿ ಊಹಿಸಿದ್ದು ಹೆಮ್ಮೆಪಡುವಂತಹ ವಿಷಯವೇ ಸರಿ. ಇದಾದ ನಾಲ್ಕು ಗಂಟೆಗಳ ನಂತರ ನನ್ನ ಕೆಲಸದ ಶಿಫ್ಟ್ ಮುಗಿಯಿತು. ನಾನು ಆಬೆಂಡ್‌ಬ್ರೋಟ್, ಸಂಜೆಯೂಟಕ್ಕೆ ಬೇಕಾದ ಸಾಮಾನುಗಳನ್ನು ಶಾಪಿಂಗ್ ಬುಟ್ಟಿಗೆ ಹಾಕಿಕೊಂಡೆ. ಮೀರಾಕೋಲಿ ಗುರುತಿನ ಸ್ಪಗೆಟ್ಟಿ ಬಲು ದುಬಾರಿ. ಅದಕ್ಕೆ ಬದಲಾಗಿ ಅದರ ಅಗ್ಗದ ಅವತಾರವಾದ ಚೀಪ್ ಅಂಡ್ ಬೆಸ್ಟ್ ಗುರುತಿನ ಸ್ಪಗೆಟ್ಟಿ, ಚೀಪ್ ಅಂಡ್ ಬೆಸ್ಟ್ ಓಟ್ಸ್ ಅಗ್ಗದ ವೆನಿಲಾ ಸಾಸ್ ಮತ್ತು ಗಟ್ಟಿ ಹಾಲು, ಇವಿಷ್ಟನ್ನು ಕೌಂಟರ್‌ನ ಬಳಿ ಇಟ್ಟೆ. ಕೌಂಟರ್‌ನಲ್ಲಿದ್ದ ಫ್ರೌ ಬಾಖ್ "4 ಯೂರೋ 6 ಸೆಂಟ್" ಎಂದರು. ಅವರಿಗೆ ಹಣ ತೆತ್ತು ಕೊಂಡದ್ದನ್ನು ಬ್ಯಾಗಿನಲ್ಲಿ ತುರುಕಿಕೊಂಡು ಟ್ರಾಮ್ ನಿಲ್ದಾಣದ ಕಡೆಗೆ ಓಡಿದೆ.

ನನ್ನ ದಿನದ ವೇಳಾಪಟ್ಟಿಯಲ್ಲಿ ಟ್ರಾಮ್, ಕಾಲೇಜು, ಹೋಮ್‌ವರ್ಕ್, ನೋಟ್ಸ್ ಇವುಗಳಿಗೆ ಇಂತಿಷ್ಟೇ ಸಮಯ ಎಂದು ಮೀಸಲಾಗಿತ್ತು. ನನ್ನ ಈ ಕಟ್ಟುನಿಟ್ಟಾದ ದಿನಚರಿಯಲ್ಲಿ ನಾಲ್ಕರಲ್ಲಿ

ಮೂರು ಬಾರಿ ಕೈಕೊಡುತ್ತಿದ್ದ ಜೆರಾಕ್ಸ್ ಮಷೀನ್‌ಗೆ ಸಮಯ ಇರಲೇ ಇಲ್ಲ. "ಪೇಪರ್ ಜಾಮ್!" ಮಷೀನಿನ ಪರದೆಯ ಮೇಲೆ ಕಂಡಿತು. ಆಕ್ರೋಶದಿಂದ ಮುಷ್ಟಿಯನ್ನು ಬಿಗಿಮಾಡಿ ಮಷೀನನ್ನು ದುರುಗುಟ್ಟಿ ನೋಡಿದೆ. ಉಪಯೋಗಕ್ಕೆ ಬಾರದ ಬಿಳಿಯ ಬೊಡ್ಡೆಯಂತಹ ಮಷೀನ್ ಅನ್ನು ಗುದ್ದಿ ಚೂರುಚೂರು ಮಾಡಿಬಿಡುವಷ್ಟು ಕೋಪ ಉಕ್ಕಿಬಂದಿತು.

ಟ್ರಾಮ್, ಹೋಮ್‌ವರ್ಕ್, ಈಜು, ನನ್ನ ತಂಗಿ ಈಡಾ. ಹೋಮ್‌ವರ್ಕ್ ಲೆಕ್ಕಗಳನ್ನು ಮಾಡುವುದು ನನಗೆ ಸುಲಭವೇ! ಕಾಲೇಜಿನಿಂದ ಈಜುಕೊಳಕ್ಕೆ ಹೋಗಲು ತಗಲುವ 69 ನಿಮಿಷಗಳಲ್ಲಿ, ಟ್ರಾಮಿನಲ್ಲೇ ಕುಳಿತು ಮುಗಿಸಬಲ್ಲೆ ಎಂಬ ವಿಶ್ವಾಸವಿತ್ತು. ಹೊರಾಂಗಣ ಈಜುಕೊಳದ ಹತ್ತಿರ ಬಂದಿದ್ದೇ ಕ್ಲೋರಿನ್‌ನ ವಾಸನೆ ಮೂಗಿಗೆ ಬಡಿಯಿತು. ಒಮ್ಮೆ ನಿಂತು ದೀರ್ಘವಾಗಿ ಉಸಿರೆಳೆದುಕೊಂಡೆ. ನನ್ನ ಬ್ಯಾಗನ್ನು ಬೆಂಚಿನ ಮೇಲೆ ಉರ್ಸುಲಾಳ ಬುಟ್ಟಿಯ ಪಕ್ಕಕ್ಕೆ ಎಸೆದು ಲಗುಬಗೆಯಿಂದ ಈಜುಡುಗೆ ಧರಿಸಿದೆ. ತಲೆ ಮುಂದಾಗಿ ನೀರಿಗೆ ಧುಮುಕಿ ನೀರು ಆಳವಿದ್ದ ಜಾಗದಲ್ಲಿ ನೆಲದವರೆಗೂ ಹೋಗಿ ಕೆಳಗೆ ಕುಳಿತು ಮೇಲೆ ನಡೆಯುತ್ತಿದ್ದುದನ್ನೆಲ್ಲಾ ಗಮನಿಸಿದೆ. ಅಡ್ಡಾದಿಡ್ಡಿ ಬಡಿಯುತ್ತಿದ್ದ ಹಲವಾರು ಎಳೆಯ ಕಾಲುಗಳು, ಲೀಲಾಜಾಲವಾಗಿ ಆಡುತ್ತಿದ್ದ ನುರಿತ ಮುದಿಯ ಕಾಲುಗಳು, ಆಗಾಗ ಮೇಲಿನಿಂದ ನೀರಿನೊಳಗೆ ಧುಮುಕುತ್ತಿದ್ದ ಮಕ್ಕಳ ಶರೀರಗಳು, ಈಜುಕೊಳದ ಅಂಚಿನ ಬಳಿ ಆಡುತ್ತಿದ್ದ ಎಳೆ-ಮುದಿ ಕಾಲುಗಳ ಮಿಶ್ರಿತ ಗುಂಪುಗಳನ್ನು ಕುತೂಹಲದಿಂದ ನೋಡಿದೆ. ಕೊಳದ ತಳದಿಂದ ನೋಡಿದರೆ ಈ ಕಾಲು ಬಡಿಯುವ ಆಟವು ಅಲ್ಲಿದ್ದವರಿಗೆ ಮುದ ನೀಡುವಂತೆ ತೋರುತ್ತಿತ್ತು. ಕಾಲುಗಳನ್ನು ನೆಲಕ್ಕೂರಿ ಮೇಲಕ್ಕೆ ಜಿಗಿದೆ, ರೂಢಿಯಂತೆ ಕೊಳದ ಉದ್ದಕ್ಕೂ 22 ಸುತ್ತುಗಳನ್ನು ಈಜತೊಡಗಿದೆ. ಒಂದಿಪ್ಪತ್ತು ಸುತ್ತುಗಳನ್ನು ಈಜಿದ ಮೇಲೆ ಇಪ್ಪತ್ತೋ ಇಪ್ಪತ್ತೆರಡೋ ಸರಿಯಾಗಿ ಲೆಕ್ಕ ಸಿಗದೇ ತಪ್ಪು ಕಾಣಿಕೆಯಾಗಿ ಐದು ಹೆಚ್ಚುವರಿ ಸುತ್ತುಗಳನ್ನು ಈಜಿದೆ.

ಉರ್ಸುಲಾ: ಸ್ವಲ್ಪ ಹೊತ್ತಿನ ಮುಂಚೆ ನಾನು ಕೊಳದಲ್ಲಿದ್ದಾಗ ಸಣ್ಣ ಹುಡುಗನೊಬ್ಬ ನನ್ನ ಮೇಲೆ ಬಂದೆರಗಿದ.

ಉರ್ಸುಲಾ ಹೇಳಿದ್ದು ನನಗೆ ಒಮ್ಮೆಗೇ ಅರ್ಥವಾಗಲಿಲ್ಲ.

ಉರ್ಸುಲಾ: ನನ್ನ ಪಾಡಿಗೆ ನಾನು ಕೊಳದ ಒಂದು ಬದಿಯಿಂದ ಇನ್ನೊಂದು ಬದಿಗೆ ಸುತ್ತುಗಳನ್ನು ಈಜುತ್ತಿದ್ದೆ. ನೋಡನೋಡುತ್ತಿದಂತೆಯೇ ಕೆಂಗೂದಲಿನ ತುಂಟನೊಬ್ಬ ನಿಧಾನವಾಗಿ ಮೂರು ಹೆಜ್ಜೆ ಹಿಂದಕ್ಕಿಟ್ಟವನೇ ಓಡಿಬಂದು ನನ್ನ ಮೇಲೆಯೇ ಜಿಗಿದುಬಿಟ್ಟ.

ನಾನು: ಛೀ!

ಉರ್ಸುಲಾ: ಅಷ್ಟೂ ಹೊತ್ತು ನಮ್ಮ ಕಣ್ಣುಗಳು ಸಂಧಿಸಿಯೇ ಇದ್ದವು. ಅವನು ಮೂರು ಹೆಜ್ಜೆ ಹಿಂದಕ್ಕೆ ಇಡುವಾಗಲೂ ನನ್ನನ್ನೇ ನೋಡುತ್ತಿದ್ದ. ಅವನು ಬೇಕಂತಲೇ ಮಾಡಿದ್ದು.

ನಾನು ಹೌದೆಂದು ತಲೆದೂಗಿದೆ.

ನಾನು: ನಿನ್ನ ಮೇಲೆ ಜಿಗಿಯಬೇಕೆಂಬ ಆಸೆಯಿತ್ತೇನೋ ಅವನಿಗೆ.

ಉರ್ಸುಲಾ: ಹೂಂ.

ಕ್ಷಣ ಮೌನ.

ನಾನು: ಯಾರವನು? ನನಗೆ ತೋರಿಸು.

ಉರ್ಸುಲಾ ಸರಿಯೆಂದು ತಲೆದೂಗಿದಳು.

ನಾನು: ನಾನು ಅವನ ಮೇಲೆ ಜಿಗಿಯುವೆ.

ಉರ್ಸುಲಾ ಸರಿಯೆಂದು ತಲೆದೂಗಿದಳು.

ಕ್ಷಣ ಮೌನ. ಉರ್ಸುಲಾಳ ಜೊತೆ ಮಾತನಾಡದೆಯೇ ಹಾಯಾಗಿ ಕುಳಿತಿರಬಹುದು. ಅವಳು ಪೆದ್ದುಪೆದ್ದಾಗಿ ಏನೇನೋ ಪ್ರಶ್ನೆಗಳನ್ನು ಕೇಳುವುದಿಲ್ಲ. ತನ್ನ ಮೇಲೆ ಹುಡುಗನೊಬ್ಬ ಬಂದೆರಗಿದ ಘನವಾದ ವಿಷಯವನ್ನು ಹಂಚಿಕೊಳ್ಳಲು ಮಾತ್ರ ಬಾಯಿ ತೆರೆಯುವಳು. ಕೆಲವೊಮ್ಮೆ ನಾವಿಬ್ಬರೂ ಒಂದೇ ಬೆಂಚಿನ ಮೇಲೆ ಪಕ್ಕಪಕ್ಕದಲ್ಲೇ ಸುಮಾರು ಹೊತ್ತು ಕುಳಿತು ಒಂದೇ ಒಂದು ಶಬ್ದವನ್ನೂ ಉಸುರದೆ ಹೋದಂತಹ ದಿನಗಳಿವೆ. ನೀರಿನಿಂದ ಹೊರಬಂದು ಕಣ್ಣುಗಳನ್ನು ಮುಚ್ಚಿಕೊಂಡು ಬಿಸಿಲಿನ ಶಾಖಕ್ಕೆ ಮೌನವಾಗಿ ಮೈಯೊಡ್ಡಿ ಕುಳಿತಂತಹ ದಿನಗಳಿವೆ. ಹೊರಡುವಾಗ ಕೇವಲ ತಲೆದೂಗಿ ವಿದಾಯ ಹೇಳಿದಂತಹ ದಿನಗಳೂ ಇವೆ.

ಉರ್ಸುಲಾ: ನಿನ್ನ ತಂಗಿ ಈಗ ಯಾವ ಕ್ಲಾಸಿನಲ್ಲಿ ಓದುತ್ತಿದ್ದಾಳೆ?

ನಾನು: ನಾಲ್ಕನೇ ಕ್ಲಾಸು.

ಉರ್ಸುಲಾ: ಅವಳು ಈಜಲು ಬರಲಿಲ್ಲವೇ?

ನಾನು: ಮಳೆ ಬಂದಾಗ ಮಾತ್ರ ಈಡಾ ಈಜಲು ಬರುತ್ತಾಳೆ.

ಉರ್ಸುಲಾ ತಲೆದೂಗಿದಳು.

ಸೂರ್ಯನ ಶಾಖಕ್ಕೆ ಬಿಸಿಯಾಗಿದ್ದ ಬೆನ್ನೊರಗಿಗೆ ಒರಗಿಕೊಂಡು ಕಣ್ಣು ಮುಚ್ಚಿದೆ. ಆಹ್ಲಾದಕರವಾಗಿತ್ತು. ಸಾಮಾನ್ಯವಾಗಿ ಜೂನ್ ತಿಂಗಳಿನಲ್ಲಿ ಆರಂಭವಾಗುವ ಬೇಸಿಗೆ ಕಾಲ ಆ ವರ್ಷ ಇನ್ನೂ ಶುರುವಾಗಿರಲಿಲ್ಲ. ಸರಿಯಾಗಿ ಬಿಸಿಲು ಬರಲು ಇನ್ನೂ ಒಂದು ತಿಂಗಳಾದರೂ ಬೇಕೆನ್ನಿಸುತ್ತಿತ್ತು. ಜೂನ್ ತಿಂಗಳಾದರೂ ಹವಾಮಾನವು ಏಪ್ರಿಲ್-ಮೇಗಳಲ್ಲಿ ಇರುವ ರೀತಿ ಇನ್ನೂ ತಣ್ಣಗೆ ಇತ್ತು. ಬೇಸಿಗೆಯ ಮೊದಲ ದಿನಗಳ ಹವೆಯನ್ನು ದೀರ್ಘವಾಗಿ ಒಳಗೆಳೆದುಕೊಂಡೆ. ಸನ್‌ಸ್ಕ್ರೀನ್, ಕ್ಲೋರಿನ್, ಫ್ರೆಂಚ್ ಫ್ರೈಗಳನ್ನು ಎಣ್ಣೆಯಲ್ಲಿ ಕರಿಯುತ್ತಿರುವ ವಾಸನೆಗಳ ಜೊತೆ ಉರ್ಸುಲಾಳ ಗಾಢವಾದ ಸೆಂಟಿನ ಪರಿಮಳವೂ ನನ್ನ ಶ್ವಾಸಕೋಶಗಳನ್ನು ತುಂಬಿತು. ಕಣ್ಣು ತೆರೆದಾಗ ಕಂಡದ್ದು ಸೂರ್ಯಾಸ್ತದ ವೇಳೆಯ ರಂಗುರಂಗಿನ ಆಕಾಶ. ಕಣ್ಣುಗಳು ಆ ದೃಶ್ಯವನ್ನು ತುಂಬಿಕೊಳ್ಳುತ್ತಿದ್ದ ಹಾಗೇ ಮೈ ಹಗುರಾಯಿತು. ಈಜುಕೊಳವನ್ನು ಒಮ್ಮೆ ಕೂತಲ್ಲಿನಿಂದಲೇ ಅವಲೋಕಿಸಿದೆ. ಕೊಳದ ಒಂದು ಬದಿಯಲ್ಲಿ ಈಜಲು ಬಾರದ

ಹುಡುಗರ ಗುಂಪೊಂದು ನಿಂತಿತ್ತು. ಅವರೆಲ್ಲರೂ ಸುಮಾರು ಈಡಾಳ ವಯಸ್ಸಿನವರೇ ಇದ್ದಿರಬಹುದು. ನೀರಿನ ಆಳ ಕಡಿಮೆಯಿದ್ದ ಕಡೆ ಮಷೀನ್ ಗನ್ನಿನಿಂದ ಹೊರಟ ಗುಂಡುಗಳಂತೆ ಒಬ್ಬರ ನಂತರ ಒಬ್ಬರು ಅತ್ಯುತ್ಸಾಹದಿಂದ ಧುಮುಕುತ್ತಿದ್ದರು. ಅದೇ ಬದಿಯ ಇನ್ನೊಂದು ಮೂಲೆಯಲ್ಲಿ ಕೈಗೂಸುಗಳನ್ನು ಎತ್ತಿಕೊಂಡಿದ್ದ ಅಮ್ಮಂದಿರಿಬ್ಬರು ನೀರಿನಲ್ಲಿ ನಿಂತು ಹರಟುತ್ತಿದ್ದರು. ಈಜು ಬಾರದವರು ನೀರಿನ ಆಳ ಹೆಚ್ಚಿರುವ ಕಡೆಗೆ ಹೋಗುವುದನ್ನು ತಡೆಯಲು ಹಗ್ಗವೊಂದನ್ನು ಕೊಳಕ್ಕೆ ಅಡ್ಡವಾಗಿ ಬಿಗಿಯಲಾಗಿತ್ತು. ಈ ಹಗ್ಗದ ಬಳಿ ಸಣ್ಣ ಹುಡುಗ ಹುಡುಗಿಯರಿಬ್ಬರು ವ್ಯಕ್ತಿಯೊಬ್ಬನ ಜೊತೆ ಚೆಂಡಾಟ ನೀರಾಟಗಳನ್ನು ಆಡುತ್ತಿದ್ದರು. ಮಕ್ಕಳು ಸಂತೋಷದಿಂದ ಕೇಕೆ ಹಾಕುತ್ತಾ ಆಟವಾಡುತ್ತಿದ್ದುದನ್ನು ಕಂಡು ನಾನು ಆ ವ್ಯಕ್ತಿ ಅವರ ತಂದೆಯಿರಬಹುದೆಂದು ಊಹಿಸಿದೆ. ಆ ಮಕ್ಕಳು ಆತನ ಜೊತೆ ಆಗಾಗ ನೀರಾಟವಾಡುತ್ತಾರೋ ಅಥವಾ ಅದು ಅಪರೂಪದ ಅವಕಾಶವಾದ್ದರಿಂದ ಇಷ್ಟೊಂದು ಸಂತೋಷಕ್ಕೆ ಕಾರಣವೋ ಎಂಬ ಪ್ರಶ್ನೆಯೊಂದು ತಲೆಯಲ್ಲಿ ಸುಳಿಯಿತು. ಕೊಳದ ಇನ್ನೊಂದು ಬದಿಯ ಅಂಚಿನಲ್ಲಿ ಕುಳಿತಿದ್ದ ಹದಿವಯಸ್ಸಿನ ಹುಡುಗಿಯರ ಗುಂಪಿನಲ್ಲಿ ನನ್ನ ಪ್ರೈಮರಿ ಶಾಲೆಯ ಸಹಪಾಠಿಗಳ ಮುಖಗಳು ಕಂಡವು. ಆಂಜೆಲೀನಾ, ಲೇನಾ ಮತ್ತು ಯಾನಾ ಬಿಸಿಲಿನ ಝಳದಿಂದಾಗಿ ಕ್ರಮೇಣ ಕಂದುಬಣ್ಣಕ್ಕೆ ತಿರುಗುತ್ತಿದ್ದರು. ನಾನು ಅವರೆಡೆ ಕೈಬೀಸಿದ್ದನ್ನು ಕಂಡ ಆಂಜೆಲೀನಾ ಅಲ್ಲಿಂದಲೇ ಬಲವಂತದ ಮುಗುಳ್ನಗೆಯನ್ನು ಬೀರಿ ನಮ್ಮಿಬ್ಬರ ಸಂಬಂಧ ಅಷ್ಟಕ್ಕಷ್ಟೇ ಎಂದು ನೆನಪಿಸಿದಳು.

ಅಷ್ಟರಲ್ಲಿ ಒಬ್ಬ ವ್ಯಕ್ತಿ ಕಂಡ. ನನ್ನ ಎದೆ ಧಸಕ್ಕೆಂದಿತು. ಬಿಸಿಲಿನಿಂದ ಬೆಚ್ಚಗಾಗಿದ್ದ ಮೈ ಸಣ್ಣಗೆ ನಡುಗಲಾರಂಭಿಸಿತು. ಅವನನ್ನು ನೋಡುತ್ತಲೇ ಈವಾನ್ ನನ್ನ ಮನಸ್ಸನ್ನು ಆವರಿಸಿದ. ಕಪ್ಪು ಬಣ್ಣದ ಈಜುಡುಗೆ ಧರಿಸಿದ್ದ ಆಜಾನುಬಾಹು ಶರೀರ, ತಿಳಿ ಹೊಂಗೂದಲು, ಕಣ್ಣು ಕುಕ್ಕುವಂತಹ ಕೊಬ್ಬಿದ ನೋಟ. ಆತಂಕದಿಂದ ಉಗುಳು ನುಂಗಿದೆ. ಬಿಸಿಲಿನಿಂದಾಗಿ ಹದವಾಗಿ ಸುಟ್ಟಿದ್ದ ಈವಾನ್‌ನ ಆಕರ್ಷಕ ಕೋಲುಮುಖ, ಅವನ ಮಂಜಿನಂತಹ ನೀಲಿ ಕಣ್ಣುಗಳು, ತೀಡಿದಂತಿದ್ದ ದಪ್ಪನಾದ ಹುಬ್ಬಗಳು, ಹುಬ್ಬುಗಳ ನಡುವೆ ಮೂಡಿದ್ದ ಸುಕ್ಕು, ನೇರ ಗೆರೆ ಎಳೆದಂತೆ ಕಾಣುತ್ತಿದ್ದ ಸಪೂರ ತುಟಿಗಳು ಇವೆಲ್ಲವೂ ಒಮ್ಮೆಗೇ ಕಣ್ಣೆದುರು ಸುಳಿದಾಡಿದವು. ಈಡಾಳನ್ನು ಹೊರತುಪಡಿಸಿದರೆ ಅತ್ಯಂತ ಸುಂದರ ಮುಖ ಈವಾನ್‌ನದ್ದೇ. ಅದೊಂದು ಮುಗಿದ ಅಧ್ಯಾಯ. ಆದರೆ ಇವನು ಯಾರು? ನನಗೆ ಹೊಟ್ಟೆಯೆಲ್ಲಾ ತೊಳಸಿ ವಾಕರಿಕೆ ಬಂದಂತಾಯಿತು. ಹಗ್ಗದ ಕುಣಿಕೆಯೊಂದು ನನ್ನ ಕುತ್ತಿಗೆಯ ಸುತ್ತ ಬಿಗಿದಂತಾಯಿತು. ಹಲವಾರು ಬಾರಿ ಉಗುಳು ನುಂಗಿ ಬಿಸಿ ಹವೆಯನ್ನು ದೀರ್ಘವಾಗಿ ಒಳಗೆಳೆದುಕೊಂಡು ಕುತ್ತಿಗೆಯನ್ನು ಸಡಿಲ ಮಾಡಿಕೊಳ್ಳಲು ಪ್ರಯತ್ನಿಸಿದೆ. ಬಿಸಿಲಿನಿಂದಾಗಿ ಅವನು ಸರಿಯಾಗಿ ಕಾಣಲಿಲ್ಲ, ಕಣ್ಣು ಅರ್ಧ ಮುಚ್ಚಿಕೊಂಡು ರೆಪ್ಪೆಯ ಸಂದುಗಳಿಂದ ಅವನನ್ನು ದಿಟ್ಟಿಸಿ ನೋಡಿದೆ. ಅವನು ಈವಾನ್‌ನ ಅಣ್ಣನಿರಬೇಕು, ಏಕೆಂದರೆ ಅದು ಈವಾನ್ ಆಗಿರಲು ಸಾಧ್ಯವೇ ಇರಲಿಲ್ಲ. ಅವನ ಅಣ್ಣನ ಹೆಸರನ್ನು ನೆನಪಿನ ಮೂಲೆಮೂಲೆಗಳಲ್ಲಿ ಹುಡುಕಿದೆ. ಕೇವಲ ಕೋಪವಷ್ಟೇ ಒತ್ತರಿಸಿ ಬಂದಿತು. ಇನ್ನೂ ಅವನ ಹೆಸರಿಗಾಗಿ ತಡಕಾಡುತ್ತಲೇ ಇವನ ಮುಖವನ್ನು ಸರಿಯಾಗಿ ನೋಡುವ ಪ್ರಯತ್ನ ಮಾಡಿದೆ. ಕೊಂಚ ದೂರದಿಂದ ಸರಿಯಾಗಿ ಗಮನಿಸಲು ಕಷ್ಟವಾದರೂ ಇವನ ಮುಖ ಈವಾನ್‌ನ ಮುಖಕ್ಕಿಂತ ಭಿನ್ನವಾಗಿರುವುದು

ತಿಳಿಯುತ್ತಿತ್ತು. ಇವನ ಗಂಭೀರ ನೋಟ ಈವಾನ್‌ನ ನೋಟಕ್ಕಿಂತಲೂ ತೀಕ್ಷ್ಣವಾಗಿತ್ತು. ಇವನ ಹುಬ್ಬುಗಳು ಒಂದಕ್ಕೊಂದು ತಗುಲಿಕೊಂಡಿದ್ದ ಹಾಗೆ ಇನ್ನಷ್ಟು ಹತ್ತಿರವಾಗಿದ್ದವು. ಹುಬ್ಬುಗಳ ನಡುವೆ ಇದ್ದ ಸುಕ್ಕು ಇನ್ನಷ್ಟು ಗಾಢವಾಗಿ ಮೂಡಿತ್ತು. ಇವನ ತುಟಿಗಳು ನೇರಾತಿನೇರ ಗೆರೆ ಎಳೆದಂತೆ ಇದ್ದವು. ಇವನೇನು ಮಾಡುತ್ತಿದ್ದಾನೆ ಇಲ್ಲಿ? ಇವನು ಇರುವುದು ಲಂಡನ್ನಿನಲ್ಲೋ ಅಥವಾ ಬೇರೆ ದೇಶದಲ್ಲೋ?

ಈವಾನ್‌ನ ಅಣ್ಣ ಈಜುಗನ್ನಡಕ ಧರಿಸಿ ನೀರಿಗೆ ಧುಮುಕಿ, ಮೀನಿನಂತೆ ಲೀಲಾಜಾಲವಾಗಿ ಕೊಂಚ ದೂರದವರೆಗೂ ತೆವಳಿದ. ಅವನ ಈಜುವ ವೇಗ ಮತ್ತು ಶೈಲಿಗಳು ಅವನು ನುರಿತ ಈಜುಗಾರನೆಂಬುದನ್ನು ಸಾರಿ ಹೇಳುತ್ತಿದ್ದವು. ಒಂದೊಂದು ಹೊಡೆತದಲ್ಲಿದ್ದ ಅವನ ತೋಳ್ಬಲ ಈಜುಕೊಳದಲ್ಲಿ ಇದ್ದ ಇತರೆ ಅಡ್ಡಾದಿಡ್ಡಿ ಈಜುಗಾರರ ನಡುವೆ ಅವನನ್ನು ಎದ್ದು ಕಾಣುವ ಹಾಗೆ ಮಾಡಿದವು. ಕೊಳದ ಒಂದು ಬದಿಯ ಗೋಡೆಯನ್ನು ಮುಟ್ಟಿ ಹಿಂದಿರುಗುವಾಗ ಅವನು ಸುಮಾರು 30 ಅಡಿ ಆಳದವರೆಗೂ ಮುಳುಗಿ, ಕೆಲವು ಸೆಕೆಂಡುಗಳು ಆಳದಲ್ಲಿ ಈಜಿದ ನಂತರವಷ್ಟೇ ನೀರಿನಿಂದ ಹೊರಗೆ ತಲೆ ಹಾಕಿ, ಅರ್ಧ ನಿಮಿಷದ ಒಳಗೆ ಕೊಳದ ಇನ್ನೊಂದು ಬದಿಯನ್ನು ತಲುಪುತ್ತಿದ್ದ. ಆ ಇನ್ನೊಂದು ಬದಿಯ ಗೋಡೆಯನ್ನು ಮುಟ್ಟುವಷ್ಟರಲ್ಲಿ ಮತ್ತೆ ಅವನು ನೀರಿನಲ್ಲಿ ಮುಳುಗಿ, ಒಳಗಿದ್ದುಕೊಂಡೇ ಪಲ್ಟಿ ಹೊಡೆದು ದಿಕ್ಕು ಬದಲಿಸುತ್ತಿದ್ದ. ನನ್ನ ಕಣ್ಣುಗಳು ಅವನ ಪ್ರತೀ ಚಲನೆಯನ್ನು ಹಿಂಬಾಲಿಸುತ್ತಿದ್ದವು. ನನಗೆ ಅವನ ತಮ್ಮನ ನೆನಪು ಒತ್ತರಿಸಿ ಬರುತ್ತಿತ್ತು. ಅವನು ಮೆಲ್ಲಗೆ ಮುಸಿಮುಸಿ ನಗುತ್ತಿದ್ದ ರೀತಿ, ಅವನ ಗೊಗ್ಗರು ಧ್ವನಿಗಳು ನೆನಪಾದವು. ಈವಾನ್‌ನ ಅಣ್ಣನನ್ನೂ ಎಲ್ಲಿ ಕಳೆದುಕೊಂಡು ಬಿಡುವೆನೋ ಎಂಬ ಭಯದಿಂದ ಅವನನ್ನು ನನ್ನ ನೋಟದ ಪರಿವೆಯಿಂದಾಚೆಗೆ ಹೋಗಲು ಬಿಡಲೇ ಇಲ್ಲ. ಮೇಲಾಗಿ ಅಂತಹ ನುರಿತ ಈಜುಶೈಲಿ ಈ ಊರಿನಲ್ಲಿ ಕಾಣಸಿಗುವುದೇ ವಿರಳ.

ಅವನು ಇಪ್ಪತ್ತೆರಡು ಸುತ್ತುಗಳು ಈಜಿದ ನಂತರ ಮತ್ತೆ ನೀರಿನಲ್ಲಿ ಮುಳುಗದೇ ಕೊಳದ ಅಂಚಿನ ಮೇಲೆ ತೋಳು ಹಾಕಿ ತೇಲಲಾರಂಭಿಸಿದ. ಅವನು ಈಜುಗನ್ನಡಕವನ್ನು ತೆಗೆದು ನನ್ನ ಕಡೆ ತಿರುಗಿದಾಗ ನಮ್ಮಿಬ್ಬರ ಕಣ್ಣುಗಳು ಸಂಧಿಸಿದವು. ಒಬ್ಬರನ್ನೊಬ್ಬರು 51 ಮೀಟರ್ ಅಂತರದಿಂದ ನೋಡಿದೆವು. ಎಲ್ಲವೂ ಮಬ್ಬುಮಬ್ಬಾಗಿತ್ತು. ನನ್ನ ಕಡೆಗೆ ನೋಡುತ್ತಲೇ ಅವನು ಕುತೂಹಲದಿಂದ ಹುಬ್ಬೇರಿಸತೊಡಗಿದ. ನನಗೆ ಆ ಕ್ಷಣದಲ್ಲಿ ಏನು ಮಾಡಬೇಕೋ ಹೊಳೆಯಲಿಲ್ಲ. ಏರಿದ್ದ ನನ್ನ ಹುಬ್ಬುಗಳನ್ನೂ ಥಕ್ಕನೆ ಕೆಳಗಿಳಿಸಿ, ಇನ್ನೂ ಒದ್ದೆಯಾಗಿದ್ದ ಈಜುಡುಗೆಯ ಮೇಲೆಯೇ ಡ್ರೆಸ್ ಧರಿಸಿ ಬ್ಯಾಗನ್ನು ಒಮ್ಮೆಲೇ ಹೆಗಲ ಮೇಲೆ ಏರಿಸಿಕೊಂಡೆ. ಉರ್ಸುಲಾಳಿಗೆ ಎಂದಿನಂತೆ ಮಾತಿಲ್ಲದೆ ತಲೆದೂಗಿ ವಿದಾಯ ಹೇಳಿ ಮನೆಯ ಕಡೆಗೆ ತರಾತುರಿಯಲ್ಲಿ ಓಡಿದೆ. ಮನೆಗೆ ಹೋಗುವಾಗ ನನಗೆ ಸುತ್ತಮುತ್ತಲ ಪರಿವೆಯೇ ಇರಲಿಲ್ಲ. ಏನೋ ಮೈಮೇಲೆ ಬಂದವರ ಹಾಗೆ, ನೆನಪಿಗೆ ಬಾರದ ಈವಾನ್‌ನ ಅಣ್ಣನ ಹೆಸರನ್ನೇ ಹುಡುಕುತ್ತಿದ್ದೆ. ಮಾರ್ಲೇನಳಿಗೆ ಅವನ ಹೆಸರು ಗೊತ್ತೇ ಇರುತ್ತದೆ, ಅವಳನ್ನೇ ಕೇಳಬೇಕು. ಹೇಗಿದ್ದರೂ ಮಾರ್ಲೇನ ವೀಕೆಂಡಿಗೆ ಊರಿಗೆ ಬರುತ್ತಿದ್ದಾಳೆ. ಯಾವುದೋ ಪಾರ್ಟಿ ಇದೆಯಂತೆ. ನಾಳೆಯಿಂದ ನಾನು 23 ಸುತ್ತುಗಳು ಈಜುವೆ. 23ರ ಸಂಖ್ಯೆ 22ರಷ್ಟು ಚೆನ್ನಾಗಿಲ್ಲ, ಆದರೂ ಪರವಾಗಿಲ್ಲ.

ಎಲ್ಲಾ ರಸ್ತೆಗಳಿಗೂ ಇರುವ ರೀತಿ ನಮ್ಮ ಮನೆಯಿರುವ ರಸ್ತೆಗೂ ಒಂದು ಹೆಸರಿದೆ- 'ಫ್ರೋಲಿಶ್ ರಸ್ತೆ' - ಎಂದರೆ ಖುಷಿಯ ರಸ್ತೆ. ಖುಷಿಯ ರಸ್ತೆ ತಲುಪಿದ ನನಗೆ ಮೊದಲು ಕಂಡದ್ದು ತಮ್ಮ ಮನೆಯ ಮುಂದಿನ ಪುಟ್ಟ ಹುಲ್ಲುಗಾವಲಿನ ಮೇಲೆ ಹುಲ್ಲು ಕತ್ತರಿಸುವ ಮಷೀನ್ ಅನ್ನು ಕೈಯಲ್ಲಿ ಹಿಡಿದು ನಿಂತಿದ್ದ ಮಧ್ಯವಯಸ್ಕ ಹೆರ್ ಫ್ಲೈಗಲ್. ಅವರಿಗೆ ಹಲೋ ಹೇಳಿ ಮುಂದೆ ನಮ್ಮ ಮನೆಯ ಪಕ್ಕದ ತಿಳಿನೀಲಿ ಬಣ್ಣದ ಮನೆಗೆ ಇತ್ತೀಚೆಗಷ್ಟೇ ಬಂದು ನೆಲೆಸಿದ್ದ ಕುಟುಂಬದ ಅಮ್ಮ, ಅಪ್ಪ ಹಾಗೂ ಮೂವರು ಚಿಕ್ಕ ಮಕ್ಕಳ ಕಡೆ ನೋಡಿ ಕೈಬೀಸಿ ಮುಗುಳ್ನಕ್ಕೆ. ಅವರ ಮನೆಗೆ ಹೊಂದಿಕೊಂಡಿದ್ದ ಹುಲ್ಲುಗಾವಲಿನಲ್ಲಿ ಬಾರ್ಬೆಕ್ಯೂ ನಡಿಯುತ್ತಿತ್ತು. ಇಡೀ ಖುಷಿಯ ರಸ್ತೆಯಲ್ಲಿ ನಮ್ಮದೊಂದೇ ಹಲವಾರು ಮನೆಗಳಿರುವ ಅಪಾರ್ಟ್‌ಮೆಂಟ್ ಕಟ್ಟಡ, ಬೇರೆಲ್ಲವೂ ಅಮ್ಮ ಅಪ್ಪ ಮಕ್ಕಳ ಒಂದು ಕುಟುಂಬದ ವಾಸಕ್ಕಾಗಿ ಕಟ್ಟಿದ ದೊಡ್ಡ ಮನೆಗಳು. ಸುಂದರ ಬೇಸಿಗೆಯ ಸಂಜೆಯ ಹೊತ್ತಿನಲ್ಲಿ, ಅಕ್ಕಪಕ್ಕದವರು ಹುಲ್ಲುಗಾವಲಿನಲ್ಲಿ ಖುಷಿಯಿಂದ ಕಾಲ ಕಳೆಯುತ್ತಿರುವಂತಹ ದೊಡ್ಡ ದೊಡ್ಡ ಮನೆಗಳ ನಡುವೆ ನಮ್ಮ ಮನೆಯಿರುವ ಕಟ್ಟಡ ಎಂದಿಗಿಂತಲೂ ನೀರಸವಾಗಿ ಕಂಡಿತು.

ಮನೆಯ ಹತ್ತಿರ ಬಂದೊಡನೆ ಅಭ್ಯಾಸಬಲದಿಂದ ನಮ್ಮ ಮನೆಯ ಕಿಟಕಿಯ ಕಡೆಗೆ ದೃಷ್ಟಿ ಹೋಯಿತು. ಅಡುಗೆಮನೆಯ ಕಿಟಕಿ ಗಾಜುಗಳು ಮಂಜುಮಂಜಾಗಿದ್ದವು, ಅದರರ್ಥ ಮಾಮಾ ಅಡುಗೆ ಮಾಡಿದ್ದಾಳೆ. ಅಪಾರ್ಟ್‌ಮೆಂಟಿನ ಮುಂಬಾಗಿಲು ತೆರೆದು ತಂಪಾಗಿ ಮೌನವಾಗಿದ್ದ ನಡುದಾರಿಯಲ್ಲಿ ಮುನ್ನಡೆದೆ. ಮೊದಲಿಗೇ ಸಿಕ್ಕ ಬಾಗಿಲನ್ನು ತೆರೆದು ಬಾಗಿಲ ಮುಂದೆ ಹಾಸಿದ್ದ "ವಿಲ್‌ಕೋಮೆನ್" ಎಂದು ಹುಸಿ ಸ್ವಾಗತ ಕೋರುವ ಮ್ಯಾಟನ್ನು ದಾಟಿ ಮನೆಯೊಳಗೆ ನಡೆದೆ. ಮಸಾಲೆ ಮಿಶ್ರಿತ ಸುಟ್ಟ ವಾಸನೆ ಮೂಗಿಗೆ ಬಡಿಯಿತು. ಚಿಕನ್ ಕರಿಯ ಪ್ರಯೋಗ ನಡೆದಿರಬೇಕು ಎಂದುಕೊಂಡು ಅಡುಗೆಮನೆಯೊಳಗೆ ಹೋದರೆ ಒಳಗೆ ಇನ್ನೂ ಹಬೆಯಾಡುತ್ತಲೇ ಇತ್ತು. ಈಡಾ ವಿದ್ಯುತ್ ಒಲೆಯನ್ನು ಅದಾಗಲೇ ಆರಿಸಿದ್ದಳು. ಒಲೆಯ ಮೇಲಿದ್ದ ಒಂದು ಪಾತ್ರೆಯಲ್ಲಿ ಅನ್ನ ಸೀದು ತಳಹಿಡಿದಿತ್ತು, ಇನ್ನೊಂದರಲ್ಲಿ ಗುರುತೇ ಸಿಗದಂತೆ ಕಪ್ಪಾಗಿದ್ದ ಮಸಾಲೆ ಗಸಿಯ ಮುದ್ದೆಯೊಂದಿತ್ತು. ಗಾಳಿಯಾಡಲೆಂದು ಕಿಟಕಿಗಳನ್ನು ಸಂಪೂರ್ಣ ತೆರೆದೆ. ಸದ್ಯ, ಈ ಬಾರಿ ಬೆಂಕಿಯ ಅಲಾರಾಂ ಹೊಡೆದುಕೊಂಡಿರಲಿಲ್ಲ. ಅಗ್ನಿ ಶಾಮಕ ದಳದ ಎದುರು ಮತ್ತೆ ಮುಖಭಂಗ ಎದುರಿಸುವುದು ತಪ್ಪಿತ್ತು. ಒಲೆಯ ಪಕ್ಕ ಕೆನೆಯ ಬಾಟಲಿಯೊಂದು ಮಕಾಡೆ ಮಲಗಿತ್ತು, ಮೈದಾ ಹಿಟ್ಟಿನ ಡಬ್ಬಿಯೂ ಸೇರಿ ನಮ್ಮ ಮನೆಯಲ್ಲಿದ್ದ ಸಮಸ್ತ ಮಸಾಲೆ ಪದಾರ್ಥಗಳ ಚಿಕ್ಕ ಚಿಕ್ಕ ಬಾಟಲಿಗಳು ಒಲೆಯ ಅಕ್ಕಪಕ್ಕ ವಿವಿಧ ಭಂಗಿಗಳಲ್ಲಿ ಬಿದ್ದುಕೊಂಡಿದ್ದವು. ಕಪಾಟೊಂದರ ಬಾಗಿಲು ಅರ್ಧ ತೆರೆದಿತ್ತು, ಅದರೊಳಗಿದ್ದ ನೂಡಲ್ಸ್ ಕಾರ್ನ್ ಫ್ಲೇಕ್ಸ್ ಬ್ರೆಡ್ಡಿನ ಹುಡಿ ಮತ್ತು ಒಂದು ಖಾಲಿ ವೈನ್ ಗ್ಲಾಸು ಎಲ್ಲವೂ ನೆಲದ ಮೇಲೆ ಬಿದ್ದಿದ್ದವು. ಅವಳು ಏನನ್ನೋ ಹುಡುಕಿರಬೇಕು, ಸಿಗದಿದ್ದುದಕ್ಕೆ ಕೋಪಗೊಂಡು ಅಡುಗೆಯ ಯೋಜನೆಯನ್ನು ಅರ್ಧದಲ್ಲಿಯೇ ಕೈಬಿಟ್ಟಿರಬೇಕು ಎಂದು ಊಹಿಸಿದೆ. ಊಟದ ಮೇಜಿನ ಮೇಲೆ ಪ್ಲಾಸ್ಟಿಕ್ಕಿನ ಕವಚ ಕಳಚಿ ಅನಾಥವಾಗಿ ಬಿದ್ದಿದ್ದ ಕೋಳಿ ಮಾಂಸದ ತುಂಡು ಅಸಹ್ಯವಾಗಿ ಕಂಡಿತು. ಅದನ್ನು ಪ್ಲಾಸ್ಟಿಕ್ಕಿನಲ್ಲಿ ಮುಚ್ಚಿ ಮಂಜುಪೆಟ್ಟಿಗೆಯಲ್ಲಿ ಇರಿಸಿದೆ. ಕೂರುಕೋಣೆಗೆ ಹೋಗುವ ಬಾಗಿಲನ್ನು ತೆರೆದೆ. ಪಾಕಪ್ರವೀಣೆ ನನ್ನಮ್ಮ ಸೋಫಾದ ಮೇಲೆ ಮಲಗಿದ್ದಳು. ಅವಳ ಕಂದುಗೂದಲು ಮುಖದ ಮೇಲೆ ಇಳಿಬಿದ್ದಿತ್ತು, ಬಾಯಿ ಸ್ವಲ್ಪವೇ ತೆರೆದಿತ್ತು. ಅವಳು

ತೊಟ್ಟಿದ್ದ ಬಿಳಿಯ ಮಿಡಿ ಡ್ರೆಸ್ ಅಲ್ಲಲ್ಲಿ ಕಲೆಯಾಗಿ ಕೊರಳವಸ್ತ್ರವನ್ನು ಗಲೀಜು ಮಾಡಿಕೊಂಡ ಮಗುವಿನಂತೆ ಕಂಡಳು, ಆಲ್ಕೋಹಾಲು ಕುಡಿಯುವ ಮಗುವಿನಂತೆ. ಮಾಮಾ ಅಡುಗೆ ಮಾಡಲು ನಿರ್ಧರಿಸಿದಾಗಲೆಲ್ಲಾ ಉತ್ಸಾಹದಿಂದ ಇರುತ್ತಿದ್ದಳು, ಒಳ್ಳೆಯ ಡ್ರೆಸ್ ತೊಡುತ್ತಿದ್ದಳು. ಅವಳು ತೊಟ್ಟಿದ್ದ ಕ್ರೋಶ ಡಿಸೈನಿನ ಮೈಗಪ್ಪುವ ಡ್ರೆಸ್ಸನ್ನು ಕಳೆದ ಹುಟ್ಟುಹಬ್ಬಕ್ಕೆ ನಾನೇ ಕೊಡಿಸಿದ್ದು. ಒಂದೇ ವರ್ಷದಲ್ಲಿ ಆ ಡ್ರೆಸ್ ಅವಳಿಗೆ ತುಂಬಾ ದೊಡ್ಡದಾಗಿಹೋಗಿತ್ತು. ಅದರ ಮೇಲಾಗಿದ್ದ ಚಿಕನ್ ಕರಿ ಮತ್ತು ಕೆಂಪು ವೈನಿನ ಕಲೆಯನ್ನು ತೆಗೆಯುವುದು ಅಸಾಧ್ಯ, ಡ್ರೆಸ್ಸನ್ನು ಕಸದಬುಟ್ಟಿಗೆ ಎಸೆಯುವುದೇ ಲೇಸು ಎಂದುಕೊಂಡೆ. ಸಂಪೂರ್ಣವಾಗಿ ಕಳೆಗುಂದಿದ ಅವಳ ಮುಖದ ಮೇಲೆ ಬಿದ್ದಿದ್ದ ಕೂದಲನ್ನು ಪಕ್ಕಕ್ಕೆ ಸರಿಸಿ ಅವಳ ತಲೆಯ ಕೆಳಗೆ ಒಂದು ದಿಂಬನ್ನು ಇರಿಸಿ "ಎಷ್ಟು ಪೆದ್ದಿ ನೀನು" ಎಂದು ಉಸುರಿದೆ. ಮಿಸುಕಾಡದಂತೆ ಗಾಢ ನಿದ್ರೆಯಲ್ಲಿದ್ದ ಅವಳಿಗೆ ಅದು ಖಂಡಿತ ಕೇಳಿಸಿರಲಿಕ್ಕಿಲ್ಲ. ಕೂರುಕೋಣೆಯಿಂದ ತಂಗಿ ಈಡಾಳ ಕೋಣೆಯತ್ತ ಹೋದೆ. ಬಾಗಿಲಿನ ಮೇಲೆ ಎರಡು ವೇಗದ ಬಡಿತಗಳು, ಸಣ್ಣ ವಿರಾಮ, ಮತ್ತು ಮೂರು ನಿಧಾನದ ಬಡಿತಗಳು. ಈಡಾಳ ಕೋಣೆಯ ಬಾಗಿಲನ್ನು ತೆರೆಯುವ ಮೊದಲು ಇದು ನನ್ನ ಅಭ್ಯಾಸ. ಈಡಾ ಎಂದಿನಂತೆ ಚಿತ್ರ ಬಿಡಿಸುತ್ತಿದ್ದಳು. "ಮಾಮಾ ಅಡುಗೆ ಮಾಡಿದ್ದಾಳೆ" ಎಂದು ಈಡಾ ಬಗ್ಗಿಸಿದ ಕತ್ತನ್ನು ಎತ್ತದೆಯೇ ಮೆಲ್ಲಗೆ ನುಡಿದಳು.

ನಾನು: ನೋಡಿದೆ. ಏನಾದರೂ ತಿಂದೆಯಾ?

ಈಡಾ ಇಲ್ಲವೆಂದು ತಲೆಯಾಡಿಸಿದಳು.

ನಾನು: ನಿನಗಿಷ್ಟವಾದ ಮೀರಾಕೋಲಿ ಗುರುತಿನ ಪಾಸ್ತಾ ಮಾಡುವೆ, ತಿನ್ನುವೆಯಾ?

ಈಡಾ: ಮೀರಾಕೋಲಿಯಾ ಅಥವಾ ಚೀಪ್ ಅಂಡ್ ಬೆಸ್ಟ್ ಗುರುತಿನದ್ದಾ?

"ಮೀರಾಕೋಲಿ" ಎಂದು ನಾನು ಸುಳ್ಳು ಹೇಳಿದೆ.

ಯುದ್ಧದ ಬಯಲಿನಂತಾಗಿದ್ದ ಅಡುಗೆಮನೆಯನ್ನು ಸ್ವಲ್ಪಮಟ್ಟಿಗೆ ಸ್ವಚ್ಛ ಮಾಡಿ, ಪಾಸ್ತಾ ತಯಾರಿಸಿ, ಈಡಾಳನ್ನು ಕರೆದೆ. ನಾವು ಮೌನವಾಗಿ ತಿಂದು ಮುಗಿಸಿದೆವು. ಈಡಾಳಿಗೆ ಅಂದು ಮಾತನಾಡಲು ಇಷ್ಟವಿದ್ದಂತಿರಲಿಲ್ಲ. ನಂತರ ಬಚ್ಚಲುಮನೆಯ ಕನ್ನಡಿಯ ಮುಂದೆ ಪಕ್ಕಪಕ್ಕದಲ್ಲಿ ನಿಂತು ಹಲ್ಲುಜ್ಜಿದೆವು, ಅವಳೊಂದಿಗೆ ಅವಳ ಕೋಣೆಯೊಳಗೆ ಹೋದೆ. ಅವಳು ಹಾಸಿಗೆಯ ಮೇಲೆ ಮಲಗಿದಳು, ನಾನು ಮಂಚದ ಮೇಲೆ ಕುಳಿತೆ.

ನಾನು: ನಾಳೆ ಮಳೆ ಬರುವ ಸೂಚನೆಯಿದೆ.

ಈಡಾ: ಹೂಂ.

ನಾನು: ಸರಿ, ಚೆನ್ನಾಗಿ ಮಲಗಿ ನಿದ್ದೆ ಮಾಡು. ನೀನು ನನಗೆ ತುಂಬಾ ಇಷ್ಟ, ಇಶ್ ಹ್ಯಾಬ್ ಡಿಶ್ ಲೀಬ್.

ನಾನು ಹೊರಹೋಗಿ ಬಾಗಿಲು ಪೂರ್ತಿ ಮುಚ್ಚುವಷ್ಟರಲ್ಲಿ, "ನೀನೂ ಅಷ್ಟೇ ನನಗೆ, ಇಶ್ ಡಿಶ್ ಔಖ್" ಎಂದು ಈಡಾ ಮೆಲ್ಲಗೆ ಹೇಳಿದ್ದು ಕೇಳಿಸಿತು.

ಉದ್ದನೆಯ ಶರ್ಟ್ ಒಂದನ್ನು ಧರಿಸಿ ಹಾಸಿಗೆಯ ಮೇಲೆ ಮಲಗಿದಾಗಲೇ ನನಗೆ ದಿನದ ದಣಿವು ಅರಿವಾದದ್ದು. ಬೇಸಿಗೆ ರಾತ್ರಿಯ ತಂಪು ಗಾಳಿ ನನ್ನ ದೇಹದ ಮೇಲೆ ಸಂಪೂರ್ಣವಾಗಿ ಬೀಸಲೆಂದು ಹೊದಿಕೆಯನ್ನು ಮುದ್ದೆ ಮಾಡಿ ಕಾಲ ಬಳಿ ಎಸೆದೆ. ದೇಹದ ಪ್ರತಿ ಕಣದಲ್ಲೂ ದಣಿವು, ಕಣ್ಣು ಮುಚ್ಚಿದರೆ ಸಾಕು ನಿದ್ದೆಗೆ ಜಾರುತ್ತಿದ್ದೆ. ಆದರೂ ನಿದ್ದೆ ಮಾಡುವುದನ್ನು ಆದಷ್ಟು ಮುಂದೂಡಿದೆ. ರಾತ್ರಿಯ ಈ ಸಮಯ ನನಗೆ ಅತ್ಯಂತ ಅಮೂಲ್ಯವಾದದ್ದು, ಅದನ್ನು ವ್ಯರ್ಥಗೊಳಿಸಲು ಇಷ್ಟವಿರಲಿಲ್ಲ. ಈ ಸಮಯದ ಪ್ರತಿಕ್ಷಣವೂ ನನಗೆ... ನನಗೆ ಮಾತ್ರ ಮೀಸಲು. ಇವನ್ನು ಯಾರೊಂದಿಗೂ ಹಂಚಿಕೊಳ್ಳುವಷ್ಟಿಲ್ಲ, ಏನೂ ಮಾಡುವಷ್ಟಿಲ್ಲ, ಬೇರೆ ಯಾವುದರ ಕುರಿತೂ ಯೋಚಿಸುವಷ್ಟಿಲ್ಲ. ದೊಡ್ಡದಾಗಿ ತೆರೆದ ಕಿಟಕಿಯ ಮುಂದೆ ಮಲಗಿ ಬೇಸಿಗೆ ರಾತ್ರಿಯ ತಂಪು ಹವೆಗೆ ಮೈಯೊಡ್ಡುವುದಷ್ಟೇ ಕೆಲಸ. ನನ್ನ ನೋಟ ಕಿಟಕಿಯಾಚೆಗೆ ನೆಟ್ಟಿತ್ತು. ಹೊರಗಿನ ಮಬ್ಬುಗತ್ತಲೆಯಲ್ಲಿ ಸೂಚಿಪರ್ಣಿ ಮರಗಳ ಆಕಾರ ಕಂಡಿತು. ಕಿವಿ ಮೂಗುಗಳು ಹೊರಗಿನ ಸದ್ದು ಮತ್ತು ವಾಸನೆಗಳನ್ನು ಆಸ್ವಾದಿಸುತ್ತಿದ್ದವು. ಕಿವಿಗಳಿಗೆ ಮಿಡತೆಗಳ ಸದ್ದು, ರಸ್ತೆಯಲ್ಲಿ ಆಗೊಂದು ಈಗೊಂದು ಸಾಗುವ ಕಾರುಗಳ ಸದ್ದು, ಬೆಕ್ಕೊಂದರ ಅರಚಾಟ- ಇವಿಷ್ಟನ್ನು ಹೊರತುಪಡಿಸಿ ಬೇರೆಲ್ಲಾ ನಿಶ್ಶಬ್ದ. ಮೂಗಿಗೆ ತಂಗಾಳಿಯಲ್ಲಿ ತೇಲಿಬಂದ ಬೇಸಿಗೆಯ ವಾಸನೆ, ಕತ್ತರಿಸಿದ ಹುಲ್ಲಿನ ತಾಜಾ ವಾಸನೆ ಹಾಗೂ ಹೂಗಳ ಪರಿಮಳ. ದೊಡ್ಡದಾಗಿ ತೆರೆದ ಕಿಟಕಿಯ ಮುಂದೆ ಮಲಗಿ ತಂಪು ಹವೆಯನ್ನು ಆಸ್ವಾದಿಸುವಾಗ ಜೀವನದಲ್ಲಿ ಎಲ್ಲವೂ ಸರಿಯಿದೆ ಎಂಬ ಭಾವನೆ ಕೆಲಹೊತ್ತಿನ ಮಟ್ಟಿಗಾದರೂ ನನ್ನಲ್ಲಿ ಗಟ್ಟಿಯಾಗುತ್ತದೆ, ಎದೆಭಾರ ಕಡಿಮೆಯಾಗುತ್ತದೆ. ನನ್ನ ಕೋಣೆಯ ನಾಲ್ಕು ಗೋಡೆಗಳ ಆಚೆ ನಡೆಯುತ್ತಿರುವ ಎಲ್ಲವನ್ನೂ ಸಹಿಸಿಕೊಳ್ಳುವ ಶಕ್ತಿ ನನ್ನಲ್ಲಿದೆ ಎಂದು ರಾತ್ರಿಯ ಏಕಾಂತವು ನನ್ನನ್ನು ನಂಬಿಸುತ್ತದೆ. ಇರುಳಿನ ತಂಪು ಹವೆಯು ಹಗಲು ನಡೆಯುವ ಹೋರಾಟದ ಕಾವನ್ನು ತಡೆದುಕೊಳ್ಳಲು ನನ್ನನ್ನು ಸಜ್ಜುಗೊಳಿಸುತ್ತದೆ. ನನ್ನ ತಾಯಿ ಮತ್ತವಳ ಭಂಡತನದ ವಿರುದ್ಧ ಹೋರಾಟ, ಈ ಸಣ್ಣ ಊರಿನ ಸಣ್ಣತನಗಳ ವಿರುದ್ಧ ಹೋರಾಟ, ಈಡಾಳ ಬದುಕಿಗಾಗಿ ಹೋರಾಟ.

■

ಕ್ಲಾಸ್‌ರೂಮಿನ ಗಾಜುಗಳಿಗೆ ಮಳೆ ಬಡಿಯಲು ಪ್ರಾರಂಭವಾಗುತ್ತಿದ್ದಂತೆಯೇ ನನಗೆ ಅಲ್ಲಿಂದ ಹೊರಗೆ ಓಡುವ ತವಕ ಹೆಚ್ಚಾಯಿತು. ಶಿಕ್ಷಕ ಹೆರ್ ಗ್ರುಂಡ್ ಬೋರ್ಡಿನ ಮೇಲೆ ಹಿಂದಿನ ಕ್ಲಾಸಿನಲ್ಲಿ ಕೊಟ್ಟಿದ್ದ ಅಭ್ಯಾಸದ ಲೆಕ್ಕವೊಂದನ್ನು ಬಿಡಿಸುತ್ತಿದ್ದರು. ನನ್ನ ಪಕ್ಕ ಕುಳಿತಿದ್ದ ಆನ್ನಾ ನಾನು ಬಿಡಿಸಿದ್ದ ಲೆಕ್ಕಗಳನ್ನು ಕಾಪಿ ಮಾಡುವ ಪ್ರಯತ್ನದಲ್ಲಿದ್ದಳು. ನನ್ನ ಕೈಬರಹ ಅವಳಿಗೆ ಸಂಪೂರ್ಣ ಅರ್ಥವಾಗದೆ ಹೋದಾಗ ಏನೇನೋ ನಿರರ್ಥಕ ಪ್ರಶ್ನೆಗಳನ್ನು ಕೇಳಿ ನನಗೆ ಸಿಟ್ಟು ತರಿಸುತ್ತಿದ್ದಳು. ಅವಳು ಪರೀಕ್ಷೆಯಲ್ಲಿ ಖಂಡಿತ ಪಾಸಾಗಲಾರಳು. ಮಾಸ್ಟರ್ ಪದವಿಯವರೆಗೆ, ಅದರಲ್ಲೂ ಕ್ಲಿಷ್ಟವಾದ ಉನ್ನತ ಶ್ರೇಣಿಯ ಗಣಿತದ ಕ್ಲಾಸಿಗೆ ಹೇಗೆ ಬಂದಳೆಂಬುದೇ ಆಶ್ಚರ್ಯದ ಸಂಗತಿ. ನಾವು ಓದುತ್ತಿದ್ದುದು ಕಷ್ಟದ ಗಣಿತ. ಅದು ಜರ್ಮನ್ ಭಾಷಾಶಾಸ್ತ್ರ, ಸಾಹಿತ್ಯ, ಇತಿಹಾಸಗಳಂತೆ ಎಲ್ಲರಿಗೂ ದಕ್ಕುವುದಿಲ್ಲ.

ಆನ್ನಾ: ಟಿಲ್ಡಾ, ನೀನು ಬಿಡಿಸಿದ ಅಭ್ಯಾಸದ ಲೆಕ್ಕಗಳನ್ನು ನನಗೆ ಸ್ವಲ್ಪ ಇಮೇಲ್ ಮಾಡುವೆಯಾ? ಬರೆದುಕೊಳ್ಳಲು ತುಂಬಾ ಸಮಯ ಹಿಡಿಯುತ್ತದೆ.

ನಾನು: ನಾನು ಲೆಕ್ಕಗಳನ್ನು ಕೈಯಲ್ಲಿ ಬಿಡಿಸಿದ್ದೇನೆ, ಕಂಪ್ಯೂಟರಿನಲ್ಲಿ ಟೈಪ್ ಮಾಡಿಲ್ಲ.

ಆನ್ನಾ: ಹೇಗಿದ್ದರೂ ನೀನು ಅವನ್ನು ಕಾಲೇಜಿನ ಪೋರ್ಟಲ್‌ನಲ್ಲಿ ಅಪ್ಲೋಡ್ ಮಾಡಲೇಬೇಕು.

ಹಾಗೇನೂ ಇರಲಿಲ್ಲ. ನನಗೆ ಕಾಗದದ ಮೇಲೆ ಪೆನ್ಸಿಲ್ಲಿನಿಂದ ಲೆಕ್ಕ ಬಿಡಿಸುವುದೇ ಇಷ್ಟ. ಸಾಮಾನ್ಯವಾಗಿ ವೈಜ್ಞಾನಿಕ ಲೇಖನಗಳನ್ನು ಪ್ರಿಂಟ್ ಮಾಡಿಕೊಂಡೋ ಅಥವಾ ಲೈಬ್ರರಿಯಿಂದ ಪುಸ್ತಕವನ್ನು ಎರವಲು ಪಡೆದೋ ನಾನು ಓದಿಕೊಳ್ಳುವುದು. ಲ್ಯಾಪ್‌ಟಾಪಿನ ಮುಂದೆ ಕೂತು ಯೋಚಿಸಲು ನನಗೆ ಬರುವುದಿಲ್ಲ. ನನ್ನ ಬ್ಯಾಚೆಲರ್ ಪ್ರಬಂಧವನ್ನು ಸಹ ಕೈಯಲ್ಲೇ ಬರೆದು ಪರಿಷ್ಕರಿಸಿದ ನಂತರ ಕೊನೆಯಲ್ಲಿ ವಿಧಿಯಿಲ್ಲದೆ ಕಂಪ್ಯೂಟರಿನಲ್ಲಿ ಕಷ್ಟಪಟ್ಟು ಟೈಪಿಸಬೇಕಾಯಿತು. ಅಭ್ಯಾಸದ ಲೆಕ್ಕಗಳನ್ನು ಕಾಲೇಜಿನ ಪೋರ್ಟಲ್‌ನಲ್ಲಿ ಅಪ್ಲೋಡ್ ಮಾಡಬೇಕಾದ ನಿಯಮದಿಂದ ನನಗೆ ವಿನಾಯತಿ ಇತ್ತು. ಹಾಳೆಯೊಂದರಲ್ಲಿ ಲೆಕ್ಕಗಳನ್ನು ಬಿಡಿಸಲು ಅನುಮತಿ ಇದ್ದುದು ಇಡೀ ಕ್ಲಾಸಿನಲ್ಲಿ ಕೆಲವೇ ಕೆಲವರಿಗೆ, ಅಥವಾ ನನ್ನೊಬ್ಬಳಿಗೇ ಇರಬೇಕು. ಈ ಅಭ್ಯಾಸದಿಂದಾಗಿ ನಾನು ಅತ್ಯಂತ ಶ್ರಮ ವಹಿಸಿ ಒಂದೂ ತಪ್ಪಿಲ್ಲದಂತೆ ಲೆಕ್ಕಗಳನ್ನು ಬಿಡಿಸುವ ಕ್ರಮವನ್ನು ರೂಢಿಸಿಕೊಳ್ಳಬೇಕಾಯಿತು. ಈ ಯಾವುದೇ ಕಂಪ್ಯೂಟರೀಕರಣಕ್ಕೂ ಬಗ್ಗದ ನಾನು ಕೇವಲ ಆನ್ನಾಳ ಸೋಮಾರಿತನದ ದೆಸೆಯಿಂದ ಲ್ಯಾಪ್‌ಟಾಪಿನ ಮುಂದೆ ಕೂರುವುದಾಗಲೀ ಇಲ್ಲವೇ ನಾನೇ ಬಿಡಿಸಿದ ಲೆಕ್ಕಗಳನ್ನು ಸ್ಕ್ಯಾನ್ ಮಾಡಲು ಸರತಿಸಾಲಿನಲ್ಲಿ ಕಾಯುವುದಾಗಲೀ ದೂರದ ಮಾತಾಗಿತ್ತು. ನಾನು ಕ್ಲಾಸಿನ ಹೊರಕ್ಕೆ ನಡೆದೆ, ಆನ್ನಾ ಹಿಂದೆಯೇ ಬಂದಳು. ಇತರೆ ವಿದ್ಯಾರ್ಥಿ ಗುಂಪುಗಳ ನಡುವೆ ನಾನು ಜಾಗ ಮಾಡಿಕೊಂಡು ಮುಂದೆ ಹೋದಂತೆಲ್ಲಾ ಆನ್ನಾ ನನ್ನನ್ನು ಹಿಂಬಾಲಿಸಿಕೊಂಡೇ ಬಂದಳು.

ಆನ್ನಾ: ನಾನು ನಿನ್ನ ಲೆಕ್ಕಗಳನ್ನು ಜ಼ೆರಾಕ್ಸ್ ಮಾಡಿಕೊಳ್ಳಲೇ? ಐದು ನಿಮಿಷ ಲೈಬ್ರರಿಗೆ ಹೋಗಿಬರೋಣ, ಅಲ್ಲಿರುವ ಮಷೀನಿನಲ್ಲಿ ಚಿಟಿಕೆ ಹೊಡೆಯುವುದರೊಳಗೆ ಕೆಲಸ ಮುಗಿಯುತ್ತೆ. ನನ್ನ ಜೊತೆ ನೀನೂ ಬಂದರೆ ನಿನಗೆ ಕಾಫಿ ಮಷೀನಿನಲ್ಲಿ ಕಾಫಿ ಕೊಡಿಸುವೆ.

ನಾನು: ಇಲ್ಲೇ ಕ್ಲಾಸಿನ ಎದುರಿಗಿರುವ ಮಷೀನಿನಲ್ಲಿ ಜ಼ೆರಾಕ್ಸ್ ಮಾಡಿಕೋ.

ಆನ್ನಾ: ಅಯ್ಯೋ, ಈ ಸರತಿಸಾಲು ಎಷ್ಟುದ್ದ ಇದೆ ನೋಡು. ಒಂದೇ ಮಷೀನು ಕೆಲಸ ಮಾಡ್ತಿರೋದು, ಇನ್ನೊಂದನ್ನು ಯಾವನೋ ಗೂಬೆ ನೀರು ಸುರಿದು ಕೆಡಿಸಿಬಿಟ್ಟಿದ್ದಾನೆ.

ನಾನು: ಓಹ್, ಹೌದಾ? ಸರಿ, ಹೊತ್ತಾಯಿತು, ನಾನು ಹೋಗಬೇಕು. ಬೇಕಾದರೆ ನನ್ನ ಹಾಳೆಗಳನ್ನೇ ತೆಗೆದುಕೊಂಡು ಹೋಗು ಅಥವಾ ಇವುಗಳ ಫ಼ೋಟೋ ತೆಗೆದುಕೋ.

ಆನ್ನಾ: ಇಲ್ಲ, ನಾನು ನಿನ್ನ ಹಾಳೆಗಳನ್ನೇ ತೆಗೆದುಕೊಂಡು ಹೋಗುವೆ. ನನಗೆ ಫ಼ೋಟೊಗಿಂತ A4 ಸೈಜಿನ ಹಾಳೆಯೇ ಇಷ್ಟ.

ಆನ್ನಾ ಯಾವಾಗಲೂ ಹೀಗೇ, ಅಸಂಬದ್ಧ ಮಾತುಗಾರ್ತಿ.

ನಾನು: ಬೇಡ, ಫ಼ೋಟೋ ತೆಗೆದುಕೋ ಸಾಕು. ಇದನ್ನು ನಾನು ನಾಳೆಯ ಕ್ಲಾಸಿನಲ್ಲಿ ಶಿಕ್ಷಕರಿಗೆ ಒಪ್ಪಿಸಬೇಕು.

ಆನ್ನಾಳ ಅಸಮಾಧಾನದ ನಿಟ್ಟುಸಿರು ನನಗೆ ತಾಗಲೇ ಇಲ್ಲ. ಅವಳಿಗೆ ಫ಼ೋಟೊಗಿಂತ A4 ಸೈಜಿನ ಹಾಳೆಯ ಮೇಲೆ ಒಲವಿದ್ದರೂ ಸಹ ಬೇರೆ ದಾರಿ ಕಾಣದೆ ಅವಳು ನಿಂತಲ್ಲಿಯೇ ಹಾಳೆಗಳನ್ನು ಒಂದು ಕೈಯಲ್ಲಿ ಹಿಡಿದು ಇನ್ನೊಂದು ಕೈಯಲ್ಲಿ ಫ಼ೋನಿನಿಂದ ಕ್ಲಿಕ್ಕಿಸಿಕೊಂಡಳು.

ಆನ್ನಾ: ಇಂದು ಸಂಜೆ ಸೈನ್ಸ್ ಸ್ಲಾಮ್ ವಿಜ್ಞಾನ ಕಾರ್ಯಕ್ರಮಕ್ಕೆ ಬರುವೆಯಾ?

ನಾನು: ಇಲ್ಲ, ನನಗೆ ಬೇರೆ ಕೆಲಸ ಇದೆ, ಸಾರಿ.

ಆನ್ನಾ: ಏನು ಅಂತಹ ಕೆಲಸ?

ನಾನು: ಈಜುವುದು.

ಆನ್ನಾ ಕಾಲೇಜಿನ ಮುಂಬಾಗಿಲ ಬಳಿ ಇದ್ದ ದೊಡ್ಡ ಗಾಜಿನ ಕಿಟಕಿಯೆಡೆ ನೋಡಿದಳು.

ಆನ್ನಾ: ಮಳೆ ಸುರಿಯುತ್ತಿದೆ?

ನಾನು: ಆದರೇನಂತೆ? ಮಳೆಯಲ್ಲಿ ಈಜಬಾರದು ಎಂದು ಎಲ್ಲೂ ಹೇಳಿಲ್ಲವಲ್ಲ.

ಆನ್ನಾ: ಬಲು ವಿಚಿತ್ರ ನೀನು, ಟಿಲ್ಡಾ.

ನಾನು ಮರುನುಡಿಯದೆ ಕೇವಲ ಹೆಗಲು ಹಾರಿಸಿದೆ. ಆನ್ನಾಳಿಗೆ ವಿದಾಯ ಹೇಳಿ ಟ್ರಾಮ್ ನಿಲ್ದಾಣದ ಕಡೆಗೆ ಓಡಿದೆ. ಮಳೆಯ ಕಾರಣ ಟ್ರಾಮ್ ತುಂಬಿಹೋಗಿತ್ತು, ಒಳಗೆ ನಿಲ್ಲಲಷ್ಟೇ ಕೊಂಚ ಜಾಗ ಸಿಕ್ಕಿತು. ಟ್ರಾಮಿನಲ್ಲಿ ನಿಲ್ಲಬೇಕಾಗಿ ಬಂದಾಗಲೆಲ್ಲಾ ನನಗೆ ಕಿರಿಕಿರಿ, ಏಕೆಂದರೆ ಪ್ರಯಾಣದ ಸಮಯವನ್ನು ಓದಿಕೊಳ್ಳಲು ಅಥವಾ ಲೆಕ್ಕ ಬಿಡಿಸಲು ಸರಿಯಾಗಿ ಬಳಸಲಾಗುವುದಿಲ್ಲ. ಅಂದು ಆ ಪ್ರಯತ್ನವನ್ನೂ ಮಾಡದೆ ಕಂಬಿಯೊಂದನ್ನು ಹಿಡಿದು ಸುಮ್ಮನೆ ನಿಂತು, ಕಿಟಕಿಯಿಂದಾಚೆ ಸುರಿಯುತ್ತಿದ್ದ ಮಳೆಯನ್ನೂ ನಗರವನ್ನೂ ನೋಡುತ್ತಾ ಸಮಯ ಕಳೆದೆ. ಎಷ್ಟೊಂದು ಕೆಫ಼ೆ, ರೆಸ್ಟೋರೆಂಟ್ ಮತ್ತು ಅಂಗಡಿ ಮುಂಗಟ್ಟುಗಳು, ಹಳೆಯಕಾಲದ ದೊಡ್ಡ ಮಹಡಿಮನೆಗಳ ಮುಂದಿನ ಬಾಲ್ಕನಿಗಳು, ಅವುಗಳ ಮೇಲಿದ್ದ ಬಣ್ಣಬಣ್ಣದ ಕುರ್ಚಿ, ಗಿಡ, ಹೂವುಗಳು- ಇವೆಲ್ಲವನ್ನೂ ನೋಡುತ್ತಾ ಇಂತಹ ಮನೆಗಳ ಒಳಾಂಗಣ ಹೇಗಿರಬಹುದು, ಇವುಗಳಲ್ಲಿ ವಾಸಿಸುವವರು ಯಾರು ಎಂದು ಯೋಚಿಸಿದೆ. ನಿಧಾನವಾಗಿ ಟ್ರಾಮ್ ಖಾಲಿಯಾಗತೊಡಗಿತು. ಸೀಟು ಸಿಕ್ಕಿದ ಮರುಕ್ಷಣವೇ ಬ್ರೌನಿಯನ್ ಮೋಶನ್ ಆಂಡ್ ಸ್ಟೋಕಾಸ್ಟಿಕ್ ಕ್ಯಾಲ್ಕುಲಸ್ ಪುಸ್ತಕವನ್ನು ತೊಡೆಯ ಮೇಲೆ ತೆಗೆದಿಟ್ಟುಕೊಂಡು ಕಿಟಕಿಯಿಂದಾಚೆಗೆ ನೋಡುತ್ತಲೇ ಇದ್ದೆ. ಕ್ರಮೇಣ ಟ್ರಾಮ್ ನಗರ

ವಲಯವನ್ನು ಬಿಟ್ಟು ಉಪನಗರಗಳ ಕಡೆಗೆ ಚಲಿಸತೊಡಗಿತು. ಅಂಗಡಿ, ರೆಸ್ಟೋರೆಂಟ್ ಮತ್ತು ಕೆಫೆಗಳು ಕಡಿಮೆಯಾದವು, ಅಪಾರ್ಟ್‌ಮೆಂಟ್ ಕಟ್ಟಡಗಳು ಹೋಗಿ ದೊಡ್ಡ ಮನೆಗಳು, ಅವುಗಳಿಗೆ ಹೊಂದಿಕೊಂಡ ಹುಲ್ಲುಗಾವಲುಗಳು ಬಂದವು. ಉಪನಗರಗಳು ಬಡಾವಣೆಗಳಾದವು, ಬಣ್ಣಬಣ್ಣದ ಬಂಗಲೆಗಳು ಬೂದುಬಣ್ಣದ ಅಪಾರ್ಟ್‌ಮೆಂಟ್ ಕಟ್ಟಡಗಳಾದವು. ಮನೆಗಳು ಕಳೆದು ಹೊಲಗಳು ಬಂದವು. ಎಕರೆಗಟ್ಟಲೆ ಹೊಲಗಳನ್ನು ಹಿಂದಿಕ್ಕಿ ಟ್ರಾಮ್ ಮುಂದಕ್ಕೆ ನುಗ್ಗಿತು. ಹೊಲಗಳ ರಾಶಿಯ ನಡುನಡುವೆ ಟ್ರಾಮ್ ನಿಲ್ದಾಣಗಳಿದ್ದ ಕಡೆ ಒಂದೇ ರೀತಿ ಕಾಣುವ ಸಣ್ಣ ಊರುಗಳು. ನನ್ನ ಪುಟ್ಟ ಊರು ಬಂದಾಗ ಟ್ರಾಮಿನಿಂದ ಕೆಳಗಿಳಿದೆ. ಇದೂ ಬೇರೆ ಎಲ್ಲಾ ಸಣ್ಣ ಊರುಗಳಂತೆಯೇ ಕಂಡಿತು. ಎಡೆಕಾ ಸೂಪರ್ ಮಾರ್ಕೆಟ್‌ನಲ್ಲಿ ಚಿಕನ್ ಸೂಪು ತಯಾರಿಸಲು ಬೇಕಾದ ತರಕಾರಿ ಮತ್ತು ಜೊತೆಗೆ ತಿನ್ನಲು ಕಪ್ಪೆಚಿಪ್ಪಿನಂತೆ ಕಾಣುವ ಪಾಸ್ಟಾಗಳನ್ನು ಖರೀದಿಸಿ 'ಖುಷಿ'ಯ ರಸ್ತೆಯುದ್ದಕ್ಕೂ ಮನೆಯ ಕಡೆ ಓಡಿದೆ. ಬಿಸಿಲಿದ್ದಾಗ ಕಾಣುವಷ್ಟು ಖುಷಿಯಾಗಿ ನಮ್ಮ ರಸ್ತೆ ಮಳೆಯಲ್ಲಿ ಕಾಣುತ್ತಿರಲಿಲ್ಲ. ಅದಕ್ಕಿಂತಲೂ ಖುಷಿಯಾಗಿದ್ದ ಈಡಾ ಬಾಗಿಲು ತೆರೆದೊಡನೆ ಕಂಡಳು. ಅವಳ ಇಷ್ಟದ ಡಾಲ್ಫಿನ್ ಚಿತ್ತಾರವಿರುವ ಗುಲಾಬಿಬಣ್ಣದ ಲೆಗ್ಗಿಂಗ್ಸ್, ಅವಳಿಗೆ ಅತೀ ದೊಡ್ಡದಾಗಿದ್ದ ನನ್ನ ಕೆಂಪು ಶರ್ಟು, ನಾನವಳಿಗೆ ಇತ್ತೀಚೆಗೆ ಅಗ್ಗದ ಮಳಿಗೆಯಿಂದ ತಂದುಕೊಟ್ಟಿದ್ದ ನಕಲಿ ಕಾನ್ವರ್ಸ್ ಶೂ ತೊಟ್ಟು, ಸ್ನೂಪಿ ನಾಯಿಯ ಚಿತ್ರದ ಬ್ಯಾಗನ್ನು ಹೆಗಲಿಗೇರಿಸಿ, ಕೊಡೆಯನ್ನು ತೊಡೆಯಮೇಲೆ ಇಟ್ಟುಕೊಂಡು ಶೂ ಕಪಾಟಿನ ಮೇಲೆ ಕಾಯುತ್ತಾ ಕುಳಿತಿದ್ದಳು.

ಈಡಾ ನಾಚಿಕೆ ಸ್ವಭಾವದವಳಾಗಿದ್ದರೂ ಅವಳ ವಿಶಿಷ್ಟ ಉಡುಗೆ ತೊಡುಗೆಯ ರೀತಿ ನನಗೆ ಬಲು ಮೆಚ್ಚುಗೆಯಾಗುತ್ತದೆ. ಟ್ರಾಮಿನಲ್ಲೋ ಬಸ್ಸಿನಲ್ಲೋ ಅವಳ ಜೊತೆ ಹೋಗುವಾಗ ನನ್ನೊಂದಿಗೆ ಅವಳು ಮಾತನಾಡುವುದೇ ಕಡಿಮೆ, ಹಾಗೂ ಮಾತನಾಡಿದರೆ ನನಗೆ ಗುಸುಗುಸು ಪಿಸುಪಿಸು ಅಷ್ಟೇ ಕೇಳುವುದು. ಅಷ್ಟೊಂದು ಸಂಕೋಚದ ಸ್ವಭಾವ ಅವಳದ್ದು. ನಾನೇನಾದರೂ ಅವಳನ್ನು ನಗಿಸಲು ಯಶಸ್ವಿಯಾದರೆ ಬಾಯನ್ನು ಎರಡೂ ಕೈಗಳಿಂದ ಬಿಗಿಯಾಗಿ ಮುಚ್ಚಿಹಿಡಿದು ನಗುತ್ತಾಳೆ. ಕಳೆದ ಬಾರಿ ನಾವು ಈಜುಕೊಳಕ್ಕೆ ಹೋಗಿದ್ದಾಗ ಮೂಲೆಯಲ್ಲಿ ಒಬ್ಬಳೇ ಈಜುತ್ತಿದ್ದ ಇನ್ನೊಬ್ಬ ಹುಡುಗಿಯನ್ನು ಈಡಾಳಿಗೆ ತೋರಿಸಿ, ಅವಳನ್ನು ಮಾತನಾಡಿಸೆಂದು ಹೇಳಿದಾಗ ಜೋರಾಗಿ ನಕ್ಕು ಮರುಕ್ಷಣವೇ ಗಂಭೀರಳಾದಳು. ಈಡಾಳಿಗೆ ಅವಳ ಪ್ರೈಮರಿ ಶಾಲೆಯ ಸಹಪಾಠಿಗಳಲ್ಲಿ ಆಪ್ತ ಗೆಳೆಯ ಗೆಳತಿಯರಿರಲಿಲ್ಲ. ಬೇರೆಲ್ಲರ ಹಾಗೆ ಅವಳು ತನ್ನ ಬಿಡುವಿನ ವೇಳೆಯಲ್ಲಿ ಗೆಳೆಯ ಗೆಳತಿಯರನ್ನು ಭೇಟಿ ಮಾಡುತ್ತಿರಲಿಲ್ಲ. ಹಾಗೆಂದು ಶಾಲೆಯ ಇತರರು ಅವಳನ್ನು ರೇಗಿಸಿದ್ದಾಗಲೀ ತಿರಸ್ಕರಿಸಿದ್ದಾಗಲೀ ಎಂದಿಗೂ ಮಾಡಿಲ್ಲ. ಈಡಾ ಶಾಂತ ಸ್ವಭಾವದ ವಿದ್ಯಾರ್ಥಿನಿ, ಕ್ಲಾಸಿನಲ್ಲಿ ನಡೆಯುವ ಚಟುವಟಿಕೆಗಳಲ್ಲಿ ಉತ್ಸಾಹದಿಂದ ಪಾಲ್ಗೊಳ್ಳುತ್ತಾಳೆ, ಅವಳ ಸಹಪಾಠಿಗಳಿಗೆ ಅವಳನ್ನು ಕಂಡರೆ ಇಷ್ಟ ಎಂದು ಅವಳ ಶಿಕ್ಷಕಿ ಫ್ರೌ ಶ್ಲೋಬೆಲ್ ಶಾಲೆಯಲ್ಲಿ ಭೇಟಿ ಮಾಡಿದಾಗ ನನಗೆ ಹೇಳಿದ್ದರು. ನಾನು ಆಶ್ಚರ್ಯದಿಂದ "ಈಡಾ ಮಧ್ಯಾಹ್ನದ ವಿರಾಮದ ವೇಳೆಯಲ್ಲಿ ಸಾಮಾನ್ಯವಾಗಿ ಏನು ಮಾಡುತ್ತಾಳೆ?" ಎಂದು ಅವರನ್ನು ಕೇಳಿದ್ದೆ. ಅವರ ಉತ್ತರದಿಂದ ನನಗೆ ಮತ್ತಷ್ಟು ಆಶ್ಚರ್ಯವಾಗಿತ್ತು. "ಈಡಾ ಸಾಮಾನ್ಯವಾಗಿ ತನ್ನ ಸಹಪಾಠಿಗಳ ಜೊತೆಯೇ ಇರುತ್ತಾಳೆ. ಹೆಚ್ಚಾಗಿ ಕಾರ್ಲೋಟ್ಟಾ ಮತ್ತು ಫ್ಲಿನ್ಯಾರ ಜೊತೆ ಚೆಂಡಾಟವೋ ಜೂಟಾಟವೋ ಆಡುತ್ತಾಳೆ." ನನ್ನ ಕಲ್ಪನೆಯಲ್ಲಿ ಮಾತ್ರ

ಈಡಾ ಒಂದು ಬೆಂಚಿನ ಮೇಲೆ ಒಂಟಿಯಾಗಿ ಕುಳಿತು ಚಿತ್ರ ಬಿಡಿಸುತ್ತಿದ್ದಳು. ಆದರೆ ಈಡಾ ವಿರಾಮದ ವೇಳೆಯಲ್ಲಿ ಚಟುವಟಿಕೆಯಿಂದ ಇರುವುದು ನನಗೆ ಎಷ್ಟು ಆಶ್ಚರ್ಯಕರವೋ, ಅವಳ ಬಣ್ಣಬಣ್ಣದ ಉಡುಗೆತೊಡುಗೆಗಳೂ ಅಷ್ಟೇ ಆಶ್ಚರ್ಯಕರವಾದವು.

ನಾನು: ಓಹೋ, ನನ್ನ ಫ್ಯಾಷನಿಸ್ಟಾ!

ಅವಳ ದುಂಡನೆಯ ಹೊಳೆವ ಮುಖ, ಗುಂಗುರು-ಗುಂಗುರಾದ ಬಂಗಾರದ ಎಳೆಗಳಂತಹ ಕೂದಲು, ಕಂದು ಬಣ್ಣದ ದೊಡ್ಡ ದೊಡ್ಡ ಕಣ್ಣುಗಳು ಎಲ್ಲವೂ ಟೆಲಿಟಬ್ಬೀಸ್ ಟಿವಿ ಸರಣಿಯ ಸನ್ ಬೇಬಿಯನ್ನು ನೆನಪಿಸುವಂತಿದ್ದವು.

"ಮಳೆ ಸುರಿಯುತ್ತಾ ಇದೆ" ಎಂದಿತು ಸನ್ ಬೇಬಿ.

ಈಡಾಳ ಗುಂಗುರು ಕೂದಲನ್ನು ನೇವರಿಸಿದೆ. ಸೂಪರ್‌ಮಾರ್ಕೆಟ್‌ನಿಂದ ಕೊಂಡಿದ್ದ ತರಕಾರಿ ಹಾಗೂ ಪಾಸ್ತಾಗಳನ್ನು ಅಲ್ಲೇ ಪಕ್ಕದಲ್ಲಿ ಇಟ್ಟು, ಕೊಡೆ ಕೈಗೆತ್ತಿಕೊಂಡು, ಬಾಗಿಲನ್ನು ತೆರೆದು, ಕೊಡೆ ತೆರೆದು ಈಜುಕೊಳದ ದಿಕ್ಕಿನಲ್ಲಿ ಓಡಿದೆ. ಈಡಾ ನಕ್ಕಳು. ಬಾಗಿಲೆಳೆದುಕೊಂಡು ನನ್ನ ಹಿಂದೆಯೇ ಓಡಿಬಂದಳು. ಈಡಾಳ ನಗುವಿಗಿಂತ ಸುಂದರವಾದುದು ಮತ್ತೊಂದಿಲ್ಲ.

ಪ್ರತಿದಿನ ಇಂತಿಷ್ಟು ಸುತ್ತುಗಳನ್ನು ಈಜಲೆಂದೇ ಬರುತ್ತಿದ್ದ ಇಬ್ಬರು ವಯಸ್ಕರನ್ನು ಬಿಟ್ಟರೆ ಈಜುಕೊಳದಲ್ಲಿ ಬೇರೆ ಯಾರೂ ಇರಲಿಲ್ಲ. ಖಾಲಿ ಕೊಳವನ್ನು ನೋಡಿದ ಈಡಾಳಿಗೆ ಆವೇಶ ಬಂದಂತಾಗಿ ತನ್ನಿಷ್ಟದ ಆಟಕ್ಕೆ ಸಿದ್ಧವಾದಳು. ಅಂಗೈನಷ್ಟು ದೊಡ್ಡ ರಬ್ಬರ್ ರಿಂಗುಗಳನ್ನು ನೀರಿಗೆಸೆದು ಅದನ್ನು ಕೊಳದ ತಳದಿಂದ ಹುಡುಕಿ ತರುವುದು. ಐದು ಬಣ್ಣಬಣ್ಣದ ರಿಂಗುಗಳನ್ನು ನೀರಿಗೆಸೆದ ಈಡಾ ಓಡಿಬಂದು ನೀರಿಗೆ ಧುಮುಕಿದಳು, ಮುಳುಗಿ ರಿಂಗುಗಳನ್ನು ಹುಡುಕತೊಡಗಿದಳು. ನಾನು 23 ಸುತ್ತುಗಳನ್ನು ಈಜಿದ ಬಳಿಕ ಉರ್ಸುಲಾಳ ಬೆಂಚಿನ ಮೇಲೆ ಕೂತು ಈಡಾಳ ಆಟವನ್ನು ವಿಸ್ಮಯದಿಂದ ನೋಡುತ್ತಿದ್ದೆ. ಮತ್ತೆ ಮತ್ತೆ ರಿಂಗುಗಳನ್ನು ಕೊಳದಲ್ಲಿ ಎಸೆಯುತ್ತಾ, ಕೆಲವೊಮ್ಮೆ ಎರಡೆರಡು ರಿಂಗುಗಳನ್ನು ಒಂದೇ ಮುಳುಗಿಗೆ ಹುಡುಕಿ ತರುತ್ತಿದ್ದಳು. ಅವಳು ದಣಿಯುವ ಯಾವ ಸೂಚನೆಯೂ ಕಾಣಲಿಲ್ಲ. ಕೆಲವೊಮ್ಮೆ ಅವಳು ರಿಂಗುಗಳನ್ನು 50 ಮೀಟರ್ ಉದ್ದದ ಕೊಳದ ಸುಮಾರು ಮಧ್ಯಭಾಗದಲ್ಲಿ ಇರಿಸಿ, ಅಂಚಿನವರೆಗೂ ಈಜಿ ಬಂದು, ಒಂದೆರಡು ಬಾರಿ ದೀರ್ಘವಾಗಿ ಉಸಿರೆಳೆದುಕೊಂಡು ಕೊಳದ ಅಡಿಯವರೆಗೂ ಮುಳುಗುತ್ತಿದ್ದಳು. ಮುಳುಗಿಕೊಂಡೇ 25 ಮೀಟರಿನಷ್ಟು ಈಜಿ ರಿಂಗನ್ನು ಹಿಡಿದುಕೊಂಡು ಮೇಲೆದ್ದು ನನ್ನ ಕಡೆ ನೋಡುತ್ತಿದ್ದಳು. ನಾನು ಹೆಬ್ಬೆರಳುಗಳನ್ನೆತ್ತಿ ಜಯದ ಚಿಹ್ನೆ ತೋರಿಸಿದರೆ ಅವಳು ಎಲ್ಲಾ ಹಲ್ಲುಗಳು ಕಾಣುವ ಹಾಗೆ ದೊಡ್ಡ ನಗೆ ಬೀರುತ್ತಿದ್ದಳು, ನಾನೂ ಅವಳೆಡೆ ಅಷ್ಟೇ ದೊಡ್ಡದಾಗಿ ನಗುತ್ತಿದ್ದೆ. ಮರುಕ್ಷಣವೇ ಯಾರದ್ದೋ ನೋಟ ನನ್ನ ಮೇಲೆಯೇ ನೆಟ್ಟಿದೆ ಎಂದೆನಿಸಿತು. ಕಣ್ಣಂಚಿನಿಂದ ನೋಡಿದಾಗ ವ್ಯಕ್ತಿಯೊಂದು ಈಜುಕೊಳದ ಅಂಚಿನಲ್ಲಿ ಕುಳಿತಿರುವುದು ಕಂಡಿತು. ಅದು ಯಾರೆಂದು ನನಗೆ ಒಡನೆಯೇ ಅರಿವಾಯಿತು. ನಮ್ಮಿಬ್ಬರ ನೋಟ ಸಂಧಿಸಿತು, ಒಬ್ಬರನ್ನೊಬ್ಬರು ದಿಟ್ಟಿಸಿ ನೋಡಿದೆವು. ನನಗೆ ನನ್ನ ನೋಟವನ್ನು ಬೇರೆಡೆ ತಿರುಗಿಸಬೇಕೆಂದೆನಿಸಿತು, ಆದರೆ ಅವನು ನನ್ನನ್ನು ದಿಟ್ಟಿಸಿದಷ್ಟು ಹೊತ್ತು ನನಗೂ ಅವನನ್ನು ದಿಟ್ಟಿಸುವ ಹಕ್ಕಿದೆ. ನನ್ನನ್ನು ಅವನು ಗುರುತಿಸಿದನೇ? ನಾವಿಬ್ಬರೂ

ಒಂದೇ ಶಾಲೆಯಲ್ಲಿದ್ದೆವು. ನಾನು ಅವನ ತಮ್ಮನ ಗೆಳತಿಯೆಂದು ಅವನಿಗೆ ತಿಳಿದೇ ಇರುತ್ತದೆ. ಕಡೆಯ ಪಕ್ಷ ಅಂತ್ಯಸಂಸ್ಕಾರದ ದಿನ ಅವನು ನನ್ನನ್ನು ನೋಡಿರಲೇಬೇಕು. ಅವನ ಚಹರೆಯಲ್ಲಿದ್ದ ಗಹನವಾದುದು ಏನೋ ಒಂದು ಅವನನ್ನು ಬಿಟ್ಟು ಈಚೆಗೆ ನೋಡದಂತೆ ನನ್ನನ್ನು ಹಿಡಿದಿಟ್ಟಿತ್ತು. ಅವನ ನೋಟದಲ್ಲಿ ದರ್ಪವಿದ್ದರೂ ಅವನ ಕಣ್ಣುಗಳಲ್ಲಿ ವಿನೋದದ ಹೊಳಪಿತ್ತು. ಅವನ ತುಟಿಯಂಚುಗಳು ಮೆಲ್ಲಗೆ ಅದುರಿದ್ದು ನನಗೆ ಮಾತ್ರ ತಿಳಿಯುವಂತಿತ್ತು. ಅವನು ನನ್ನೆಡೆ ನೋಡುತ್ತಲೇ ಇದ್ದಕ್ಕಿದ್ದಂತೆ ಮುಗುಳ್ನಕ್ಕ. ನಂತರ ಎದ್ದು ನಿಂತು ತಲೆಯ ಮೇಲಿದ್ದ ಈಜುಗನ್ನಡಕವನ್ನು ಕಣ್ಣುಗಳ ಮೇಲಕ್ಕೆ ಎಳೆದುಕೊಂಡು ವಿರಾಮವಿಲ್ಲದೆಯೇ 22 ಸುತ್ತುಗಳನ್ನು ಈಜಿದ. ನಿನ್ನೆಯಂತೆಯೇ ಇಂದೂ ಸಹ ಅವನು ಈಜುವುದನ್ನು ಒಂದೇ ಸಮನೆ ಗಮನಿಸಿದೆ. ಅವನೇಕೆ ಈ ಊರಿಗೆ ಬಂದಿರಬಹುದು ಎಂಬ ಪ್ರಶ್ನೆ ಇನ್ನಷ್ಟು ಕಾಡತೊಡಗಿತು. ಅವನ ಕುಟುಂಬ ವಾಸವಿದ್ದ ಮನೆಯದ್ದೇ ಏನೋ ವಿಚಾರ ಇರಬೇಕು. ಅವನು ಇಂದು ಇಲ್ಲಿ, ನಾಳೆ ಸೋಲ್, ನಾಳಿದ್ದು ಡಬ್ಲಿನ್, ಆಮೇಲೆ ಇನ್ನೆಲ್ಲೋ ಇರುತ್ತಾನೆ. ಇನ್ನೂ ಕೆಲಕಾಲ ಅವನು ಇಲ್ಲೇ ಇರಬೇಕೆಂಬ ಹಂಬಲ ನನ್ನ ಮನಸ್ಸಿನಲ್ಲಿ ಮೂಡಿತು. ಅವನ ಮೋಹಕ ಈಜುವ ಶೈಲಿಗೆ ಈಡಾ ಮನಸೋತು ರಿಂಗಿನ ಆಟಕ್ಕೆ ವಿರಾಮ ನೀಡಿದ್ದಳು. ನಾನು ಕುಳಿತಿದ್ದ ಕೊಳದ ಅಂಚಿನತ್ತ ಈಜಿಬಂದು ಪಿಸುಗುಟ್ಟಿದಳು.

ಈಡಾ: ನೋಡು ಟಿಲ್ಡಾ, ಅವನು ನಿನಗಿಂತ ವೇಗವಾಗಿ ಈಜುತ್ತಿದ್ದಾನೆ.

ನಾನು: ಯಾರು?

ನಾನು ಅವನನ್ನೇ ಗಮನಿಸುತ್ತಿದ್ದೆ. ಅವನು ನೀರಿನಿಂದ ಹೊರಬಂದು, ಅಲ್ಲೇ ಹೊರಗೆ ಇದ್ದ ತಣ್ಣೀರಿನ ಶವರಿನ ಕೆಳಗೆ ಮಿಂದು, ಬಟ್ಟೆ ಬದಲಿಸುವ ಕೊಠಡಿಯೊಳಗೆ ಹೋದ. ಒಂದೇ ನಿಮಿಷದಲ್ಲಿ ಜೀನ್ಸ್ ಪ್ಯಾಂಟ್, ಬಿಳಿಯ ದೊಗಲೆ ಟೀಶರ್ಟ್ ಮತ್ತು ಆಡಿಡಾಸ್ ಚಪ್ಪಲಿಗಳನ್ನು ಧರಿಸಿ ಹೊರಬಂದ. ನಾನು ಅವನನ್ನೇ ಗಮನಿಸುತ್ತಿರುವುದನ್ನು ಕಂಡು ಕೈಬೀಸಿ ವಿದಾಯ ಹೇಳಿದ. ನನಗರಿವಿಲ್ಲದಂತೆಯೇ ನಾನು ಅವನನ್ನು ಅನುಕರಿಸಿದೆ. ನೀರಿನಲ್ಲಿ ಕೈಕಾಲು ಆಡಿಸುತ್ತಾ ಮುಳುಗೇಳುವುದನ್ನು ಮಾಡುತ್ತಿದ್ದ ಈಡಾ ದಣಿದು ಮೇಲೆ ನನ್ನ ಪಕ್ಕ ಬಂದು ಕುಳಿತಳು. ಎಂದಿನಂತೆ ಪಿಸುಮಾತಿನಲ್ಲಿ ಕೇಳಿದಳು.

ಈಡಾ: ಆ ಈಜುಗಾರನ ಪರಿಚಯವಿದೆಯೇ ನಿನಗೆ?

ನಾನು: ಇಲ್ಲ.

■

ಅಡುಗೆಮನೆಯಲ್ಲಿ ನಾನು ಚಿಕನ್ ಸೂಪನ್ನು ತಯಾರಿಸುತ್ತಿರುವ ವೇಳೆ ಈಡಾ ಊಟದ ಮೇಜಿನತ್ತ ಕುಳಿತು ಹೋಮ್‌ವರ್ಕ್ ಮಾಡಿಕೊಳ್ಳುತ್ತಿದ್ದಳು. ಮಾಮಾ ಕೂರುಕೋಣೆಯಲ್ಲಿ ಸೋಫಾದ ಮೇಲೆ ಅಲುಗಾಡದೆ ಮಲಗಿದ್ದಳು. ಹೊರಗೆ ಇನ್ನೂ ಬೆಳಕಿದ್ದರೂ ಮೋಡ ಕವಿದು ಕತ್ತಲಾಗಿದ್ದರಿಂದ ಅಡುಗೆಮನೆ ದೀಪವು ಉರಿಯುತ್ತಿತ್ತು. ಮಳೆಹನಿಗಳು ಕಿಟಕಿಯ ಗಾಜು ಮತ್ತು ಅಂಚುಗಳ ಮೇಲೆ ಪಟಪಟ ಬಡಿಯುತ್ತಿದ್ದವು. ಸೂಪಿನೊಂದಿಗೆ ತಿನ್ನಲು ಬೇಕಾದ

ರವೆಯ ಮುದ್ದೆಗಳನ್ನು ನಾನು ಎರಡೂ ಕೈಗಳನ್ನು ಬಳಸಿ ಕಟ್ಟುತ್ತಿದ್ದೆ (ಈಡಾ: "ಅದನ್ನು ಕಾಯಿಲೆ ಬಂದವರು ತಿನ್ನುವುದು"). ಸನಿಹದಲ್ಲಿದ್ದ ನನ್ನ ಪುಟ್ಟ ತಂಗಿ, ಹೊರಗೆ ಸುರಿಯುತ್ತಿದ್ದ ಮಳೆ, ಅಡುಗೆಮನೆಯ ಪ್ರಶಾಂತ ವಾತಾವರಣ ಮನಸ್ಸನ್ನು ನಿರುಮ್ಮಳವಾಗಿಸಿದ್ದವು. ರವೆಯ ಮುದ್ದೆಗಳನ್ನು ಕಟ್ಟಿ ಮುಗಿಸಿದ ನಂತರ ಅಡುಗೆಮನೆಯ ಬದುವಿನ ಮೇಲೆ ಒರಗಿಕೊಂಡು ಈಡಾಳನ್ನು ಗಮನಿಸಿದೆ. ಅವಳು ಪ್ರಬಂಧವೊಂದನ್ನು ಏಕಾಗ್ರತೆಯಿಂದ ಬರೆಯುತ್ತಿದ್ದಳು. ನಾನು ಚಿಕನ್ ಸೂಪಿನ ರುಚಿ ಸರಿಯಾಗಿದೆಯೆಂದು ಖಾತ್ರಿಪಡಿಸಿಕೊಂಡು, ವೆನಿಲಾ ಪುಡ್ಡಿಂಗ್ ತಯಾರಿಸಲು ನಿರ್ಧರಿಸಿದೆ. ಅದೆಷ್ಟು ಹಿತಕರವಾಗಿತ್ತು ಅಲ್ಲಿ.

ನಾನು: ಅದೆಷ್ಟು ಹಿತಕರವಾಗಿದೆ ಇಲ್ಲಿ.

ಈಡಾ ಕತ್ತು ಬಗ್ಗಿಸಿಕೊಂಡೇ "ಹೂಂ, ಹೌದು" ಎಂದೇನೋ ಗೊಣಗಿದಳು.

ನಾನು: ವೆನಿಲಾ ಪುಡ್ಡಿಂಗ್ ತಿನ್ನುವೆಯಾ?

ಈಗ ಈಡಾ ಕತ್ತು ಮೇಲೆತ್ತಿ ಜೋರುದನಿಯಲ್ಲಿ ಸ್ಪಷ್ಟವಾಗಿ "ಹೂಂ" ಎಂದಳು.

■

ವಿಕ್ಟೋರ್! ಹಾಸಿಗೆಯ ಮೇಲೆ ಮಲಗಿಕೊಂಡು ಕಿಟಕಿಯಿಂದಾಚೆಗಿನ ಸೂಚಿಪರ್ಣಿ ಮರಗಳನ್ನು ನೋಡುತ್ತಿರಬೇಕಾದರೆ ಅವನ ಹೆಸರು ಪಟ್ಟನೆ ಹೊಳೆಯಿತು. ಆ ಹೆಸರು ಅವನಿಗೆ ಅಂದಿಗಿಂತ ಇಂದು ಸರಿಹೊಂದುತ್ತದೆ. ವಿಕ್ಟೋರ್ ಹೆಸರಿನವನು ನಗುವುದಿಲ್ಲ. ವಿಕ್ಟೋರ್ ಹೆಸರಿನವನು ಪ್ರಾಮಾಣಿಕ. ಮಹಾಯುದ್ಧದಲ್ಲಿ ರಷ್ಯಾ ಸೈನ್ಯದ ಋಜುವೀರ ವಿಕ್ಟೋರ್. ಪ್ರೌಢಶಾಲೆಯಲ್ಲಿದ್ದಾಗ ನಮ್ಮಿಬ್ಬರ ಮೊದಲ ಭೇಟಿಯಾಗಿದ್ದು ಶಿಕ್ಷಕ ಹೆರ್ ವೇಬರ್‌ನ ಮೂಲಕ. ನಾನು ಎಂಟನೇ ಕ್ಲಾಸಿನಲ್ಲಿದ್ದಾಗ ಅವನು ಹನ್ನೆರಡನೇ ಕ್ಲಾಸಿನಲ್ಲಿದ್ದ. ಅವನ ಪರಿಚಯ ಶಾಲೆಯಲ್ಲಿ ಎಲ್ಲರಿಗೂ ಇದ್ದುದರಿಂದ ಸಹಜವಾಗಿ ನನಗೂ ಅವನು ಯಾರೆಂದು ಗೊತ್ತಿತ್ತು, ಅವನ ಹೆಸರೂ ತಿಳಿದಿತ್ತು. ಶಾಲೆಯಲ್ಲೇ ಆಜಾನುಬಾಹು ಶರೀರವನ್ನು ಹೊಂದಿದ್ದ ವಿಕ್ಟೋರ್ ಪೌರಾಣಿಕ ವೀರನ ಹಾಗೆ ಸುಂದರನಾಗಿದ್ದ. ನಾನು ಕಣ್ಣು ಮುಚ್ಚಿಕೊಂಡರೆ ಅವನೇ ಕಂಡ. ಅವನು ತನ್ನ ಬ್ಯಾಗನ್ನು ಒಂದೇ ಹೆಗಲ ಮೇಲೇರಿಸಿ ನೇರವಾದ ಭಾವರಹಿತ ನೋಟದೊಂದಿಗೆ ದಾಪುಗಾಲು ಹಾಕಿಕೊಂಡು ಶಾಲಾ ಕಟ್ಟಡದಲ್ಲಿ ನಡೆದಾಡುತ್ತಿದ್ದ. ಎಲ್ಲಾ ಕ್ಲಾಸುಗಳ ಹುಡುಗಿಯರ ಕಣ್ಣುಗಳೂ ಅವನ ಮೇಲೆಯೇ ಇದ್ದವು, ಆದರೂ ಸಹ ಅವನು ಯಾರನ್ನೂ ತಿರುಗಿ ನೋಡುತ್ತಿರಲಿಲ್ಲ. ಅವನ ಬಗ್ಗೆ ಹಲವಾರು ಅಂತೆಕಂತೆಗಳು ಹುಟ್ಟಿಕೊಂಡು ಶಾಲೆಯ ತುಂಬೆಲ್ಲಾ ಹರಿದಾಡುತ್ತಿದ್ದವು. ಅವನೇನೋ ತುಂಬಾ ಚೆನ್ನಾಗಿ ಪ್ರೋಗ್ರಾಮಿಂಗ್ ಮಾಡುತ್ತಾನಂತೆ, ಭೂಗತ ಅಂತರ್ಜಾಲದಲ್ಲಿ ನುರಿತ ಪರಿಣಿತನಂತೆ, ಅವನೊಬ್ಬ ಮೇಧಾವಿಯಂತೆ, ಅವನಿಗೆ ಆಟಿಸಂ ಇದೆಯಂತೆ, ಅವನು ಅವನಿಗಿಂತ ಹಿರಿಯ ಕಾಲೇಜು ವಿದ್ಯಾರ್ಥಿನಿಯರ ಸಂಗ ಮಾಡುತ್ತಾನಂತೆ ಇತ್ಯಾದಿ. ಅವನು ಯಾವುದೇ ಗುಂಪಿಗೂ ಸೇರಿದವನಲ್ಲದಿದ್ದರೂ ಎಲ್ಲರಿಗೂ ಅವನ ಬಗ್ಗೆ ಒಂದು ರೀತಿಯ ಅಭಿಮಾನ ಗೌರವಗಳು ಇದ್ದವು. ನಾನು ಮನೆಗೆ ಹೋಗುವ ವೇಳೆ ಪಾರ್ಕಿನಲ್ಲಿ ಗಾಂಜಾ ಸೇದುವವರ ಗುಂಪಿನ ಜೊತೆ ಆಗೊಮ್ಮೆ ಈಗೊಮ್ಮೆ ಕಾಣಿಸಿಕೊಳ್ಳುತ್ತಿದ್ದ, ಕೆಲವೊಮ್ಮೆ ಕಂಪ್ಯೂಟರ್ ಕುಡುಮಿಗಳ

ಜೊತೆ ಕಿಯಾಸ್ಕಿನ ಬಳಿ, ಮತ್ತೊಮ್ಮೆ ಕ್ರೀಡಾ ವಿದ್ಯಾರ್ಥಿಗಳ ಜೊತೆ ಬಾಸ್ಕೆಟ್ ಬಾಲ್ ಆಡುತ್ತಾ ಇರುತ್ತಿದ್ದ. ಒಮ್ಮೆ ನಾನು ಗಣಿತದ ಶಿಕ್ಷಕ ಹೆರ್ ವೇಬರ್‌ಗಾಗಿ ಕಾಯುತ್ತಿದ್ದೆ. ಅವರ ಸೆಕ್ರೆಟರಿ ಅವರನ್ನು ಶಿಕ್ಷಕರ ಕೊಠಡಿಯಿಂದ ಕರೆದುಕೊಂಡುಬರಲು ಹೋಗಿದ್ದರು. ಹೆರ್ ವೇಬರ್ ಬೇರೆ ಶಿಕ್ಷಕರಿಗಿಂತ ಕೊಂಚ ಭಿನ್ನ, ಅವರು ನಮ್ಮೆಲ್ಲರೊಂದಿಗೆ ಆರಾಮವಾಗಿ ಸ್ನೇಹದಿಂದ ವ್ಯವಹರಿಸುತ್ತಿದ್ದರು. ನಾನು 6ನೇ ಕ್ಲಾಸಿನಲ್ಲಿದ್ದಾಗ ನನಗೆ ಗಣಿತದಲ್ಲಿದ್ದ ವಿಶೇಷ ಪ್ರತಿಭೆಯನ್ನು ಗುರುತಿಸಿ ಅವರು ಮುಂದಿನ ಕ್ಲಾಸುಗಳ ಪುಸ್ತಕಗಳನ್ನು, ಅಭ್ಯಾಸದ ಲೆಕ್ಕಗಳನ್ನು ಹಾಗೂ ಪ್ರಶ್ನೆಪತ್ರಿಕೆಗಳನ್ನು ಕೊಟ್ಟು ನನ್ನನ್ನು ಹುರಿದುಂಬಿಸುತ್ತಿದ್ದರು. ಅದರಿಂದಾಗಿ ನನ್ನ ಕುಶಲತೆ ವೃದ್ಧಿಸಿ ಕರಾರುವಾಕ್ಕಾಗಿ ಹೊಸ ಲೆಕ್ಕಗಳನ್ನು ಅರ್ಥಮಾಡಿಕೊಳ್ಳಲು ಹಾಗೂ ಅವನ್ನು ವೇಗವಾಗಿ ತಪ್ಪಿಲ್ಲದೆ ಬಿಡಿಸಲು ಸಾಧ್ಯವಾಯಿತು. ನಾನು 8ನೇ ಕ್ಲಾಸಿನಲ್ಲಿದ್ದಾಗ ನನ್ನ ಗಣಿತದ ಬುದ್ಧಿಮಟ್ಟ 11ನೇ ಕ್ಲಾಸಿನ ವಿದ್ಯಾರ್ಥಿಗೆ ಸಮನಾಗಿತ್ತು. ಕೊನೆಗೊ ಹೆರ್ ವೇಬರ್ ಪೇಪರುಗಳ ಕಟ್ಟೊಂದನ್ನು ಹಿಡಿದು ನನ್ನತ್ತ ಬರುತ್ತಿರುವುದು ಕಂಡಿತು. ಅದೇ ಸಮಯಕ್ಕೆ ಸರಿಯಾಗಿ ನಾನು ಅಲ್ಲೇ ನಿಂತಿರುವುದನ್ನೂ ಲೆಕ್ಕಿಸದ ವಿಕ್ಟೋರ್ ನನಗೆ ಅಡ್ಡವಾಗಿ ಬಂದು ನಿಂತನು. ನನಗೆ ಕೋಪ ಉಕ್ಕಿ ಬಂದಿತು.

ವಿಕ್ಟೋರ್: ಹೆರ್ ವೇಬರ್, ನಾಳೆಯ ಪರೀಕ್ಷೆಯ ಕುರಿತು ನಿಮ್ಮೊಂದಿಗೆ ಸ್ವಲ್ಪ ಮಾತನಾಡಬೇಕಿತ್ತು.

ನಾನು ಹಿಂದಿನಿಂದ ಅವನ ಭುಜವನ್ನು ತಟ್ಟಿದೆ, ಅವನು ತಿರುಗಿ ನನ್ನನ್ನು ಪ್ರಶ್ನಾರ್ಥಕವಾಗಿ ನೋಡಿದ.

"ಹೆರ್ ವೇಬರ್‌ರನ್ನು ಇಲ್ಲಿಗೆ ಕರೆಸಿದ್ದು ನಾನು" ಎಂದು ಹೇಳಿ ನಾನು ಅವನನ್ನು ದಾಟಿಕೊಂಡು ಹೆರ್ ವೇಬರ್ ನಿಂತಿದ್ದಲ್ಲಿಗೆ ಹೋಗಿ ನಾನು ಬಿಡಿಸಿದ್ದ ಲೆಕ್ಕಗಳಿದ್ದ ಹಾಳೆಯನ್ನು ಅವರಿಗೆ ಕೊಟ್ಟು ಅವರ ಕೈಯಲ್ಲಿದ್ದ ಹೊಸ ಲೆಕ್ಕಗಳ ಹಾಳೆಯನ್ನು ತೆಗೆದುಕೊಂಡೆ.

ಹೆರ್ ವೇಬರ: ಆಹಾ, ನನ್ನ ಇಬ್ಬರು ಅತ್ಯುತ್ತಮ ವಿದ್ಯಾರ್ಥಿಗಳ ಪರಸ್ಪರ ಪರಿಚಯ ಆಗಿಲ್ಲವೆಂದಾಯಿತು. ವಿಕ್ಟೋರ್ ವೋಲ್‌ಕೋವ್, ಟಿಲ್ಡಾ ಶ್ಮಿಟ್.

ನಾನು: ಹಲೋ.

ವಿಕ್ಟೋರ್: ಹಲೋ.

ಅವನು ತನ್ನ ದೊಡ್ಡ ಕೈಯನ್ನು ಮುಂದಕ್ಕೆ ಚಾಚಿದ, ನಾನೂ ನನ್ನ ಕೈಚಾಚಿ ಕೈಕುಲುಕಿದೆ. ನನ್ನ ಕೆನ್ನೆಗಳು ಒಡನೆಯೇ ಕೆಂಪಾದವು, ನನಗೆ ಮುಜುಗರವಾಯಿತು.

"ಚೂಸ್" ಎಂದವನಿಗೆ ವಿದಾಯ ಹೇಳಿ ನಾನು ಅಲ್ಲಿಂದ ಓಡಿದೆ.

■

ರೋಸೆ ವೈನ್, ರೋಸೆ ವೈನ್, ರೋಸೆ ವೈನ್, ಕ್ಯಾರಮೆಲ್ ಚಾಕ್ಲೇಟು, ಮಾರ್ಲ್‌ಬೋರೋ ಗೋಲ್ಡ್ ಎಕ್ಸೆಲ್ ಸಿಗರೇಟು, ಸ್ಪಗೆಟ್ಟಿ, ಕೊಚ್ಚಿದ ದನದ ಮಾಂಸ, ಮಾರ್ಲ್‌ಬೋರೋ

ಗೋಲ್ಡ್ ಎಕ್ಸೆಲ್, ಟೊಮೇಟೊ ಪೇಸ್ಟ್. ಮಾರ್ಲೇನ, ಅವಳೇ ಇರಬೇಕು. ಉತ್ಸುಕತೆಯಿಂದ "26 ಯೂರೋ 30 ಸೆಂಟ್" ಎಂದು ಕತ್ತೆತ್ತಿದಾಗ ಅಲ್ಲೇ ನಿಂತಿದ್ದಳು ನನ್ನ ಆತ್ಮೀಯ ಗೆಳತಿ ಮಾರ್ಲೇನ. ಕಳೆದ ಬಾರಿ ಅವಳು ಊರಿಗೆ ಬಂದಿದ್ದಾಗ ಉದ್ದವಾಗಿದ್ದ ಅವಳ ನುಣುಪಾದ ತಿಳಿಹೊಂಗೂದಲು ಈಗ ಭುಜದವರೆಗಷ್ಟೇ ಇಳಿಬಿದ್ದಿತ್ತು, ಜೊತೆಗೆ ತಿಳಿಗುಲಾಬಿ ಬಣ್ಣದ ಡೈ ಮಾಡಿಕೊಂಡಿದ್ದಳು. ವಿಂಟೇಜ್ ಮಾದರಿಯ ದೊಗಲೆ ಜೀನ್ಸ್ ಶರ್ಟ್, ಲೆದರ್ ಚಡ್ಡಿಯನ್ನು ಧರಿಸಿದ್ದ ಅವಳನ್ನು ನೋಡಿ ಆಶ್ಚರ್ಯವಾಗಿ ತೆರೆದ ನನ್ನ ಬಾಯನ್ನು ಮುಚ್ಚಲು ಪ್ರಯಾಸ ಪಡಬೇಕಾಯಿತು.

ಮಾರ್ಲೇನ: ಅಷ್ಟೇ, ಹೀಗೇ ಮಾಡಿದರೆ ನಿನಗೆ 'ಅತ್ಯುತ್ತಮ ಕೆಲಸಗಾರ್ತಿ' ಪ್ರಶಸ್ತಿ ಸಿಗುವುದಿರಲಿ, ನಿನ್ನನ್ನು ಕೆಲಸದಿಂದ ತೆಗೆದೇ ಹಾಕುವರು. ಸೂಪರ್ ಮಾರ್ಕೆಟ್‌ಗೆ ಬರುವ ಪ್ರತೀ ಗಿರಾಕಿಯನ್ನು ಆದರಿಸಿ ಸ್ವಾಗತಿಸುವುದು ನಿನ್ನ ಕರ್ತವ್ಯವಲ್ಲವೇ? ಕೆಲಸ ಪಡೆಯುವಾಗ ನೀನು ಸಹಿ ಮಾಡಿದ ಅಗ್ರಿಮೆಂಟಿನಲ್ಲಿ ಹಾಗೆ ಬರೆದಿಲ್ಲವೇ? ಅವೆಲ್ಲಾ ಬಿಡು. ಇನ್ನೂ ಎಷ್ಟು ಹೊತ್ತು ಕೆಲಸ? ಇಂದು ಸಂಜೆ ರೇವ್ ಪಾರ್ಟಿ ಇದೆ, ನೀನು ರೆಡಿಯಾ?

ಮಾರ್ಲೇನಳ ಸ್ವಗತ ಭಾಷಣ ಮುಗಿಯಿತು.

ನಾನು: ಹಾಯ್ ಮಾರ್ಲೇನ. ಯಾವ ರೇವ್ ಪಾರ್ಟಿ?

ನನ್ನ ತಲೆಯಲ್ಲಿ ಇದ್ದದ್ದು ಇಂದು ಸಂಜೆ ನಾವು ಮುಂಚಿನ ಹಾಗೆ ಪುಟ್ಟ ಗಾರ್ಡನ್ನಿನಲ್ಲಿ ಆರಾಮಾಗಿ ಕುಳಿತು, ಒಂದಿಷ್ಟು ವೈನ್ ಹೀರಿ, ಒಂದೆರಡು ಜಾಯಿಂಟ್ ಸೇದಿ ಕಾಲ ಕಳೆಯಬಹುದೆಂದು. ರೇವ್ ಪಾರ್ಟಿಯಲ್ಲಿ ನಡೆಯುವ ಕುಡಿತ ಕುಣಿತಗಳನ್ನು ನೆನೆಸಿಕೊಂಡಾಗ ನನ್ನ ದಣಿದ ದೇಹವು ನಾ ಒಲ್ಲೆಯೆಂದು ಆಕಳಿಕೆಯ ಮೂಲಕ ಸೂಚಿಸಿತು.

ಮಾರ್ಲೇನ: ಏಯ್, ನಾನು ವೀಕೆಂಡಿಗೆ ಜರ್ಮನಿಗೆ ಬಂದಿರುವ ಉದ್ದೇಶವೇ ಅದು. ನಿನಗೆ ಅದರ ಬಗ್ಗೆ ಸಾವಿರ ಸಲ ಹೇಳಿದ್ದೇನೆ. ಲೆಯೋನ್, ಕಿಲಿಯಾನ್ ಮತ್ತು ಉಳಿದವರು ಕಿಲಿಯಾನ್‌ನ ತೋಟದಲ್ಲಿ ರೇವ್ ಪಾರ್ಟಿ ಮಾಡುತ್ತಿದ್ದಾರೆ. ಎಲ್ಲರೂ ಬರುತ್ತಿದ್ದಾರೆ.

ನಾನು: ಅವರೆಲ್ಲರೂ ಇರುವುದು ಬರ್ಲಿನ್‌ನಲ್ಲಿ ತಾನೆ?

ಮಾರ್ಲೇನ: ಹೌದು ಕಣೇ, ಪೆದ್ದಿ. ಇದೊಂದು ರೀತಿ ತವರುಮನೆ ಪಾರ್ಟಿ ಅವರಿಗೆ. ಅವರೆಲ್ಲರೂ ಬರ್ಲಿನ್‌ನ ಗೆಳೆಯ ಗೆಳತಿಯರ ಜೊತೆಗೇ ಬರುತ್ತಿದ್ದಾರೆ.

ನಾನು: ಓಹೋ.

ಮಾರ್ಲೇನ: ಅಬ್ಬಾ, ಎಷ್ಟು ದಿನಗಳಾಗಿದ್ದವು ನಿನ್ನ ಈ ಅತ್ಯುತ್ಸಾಹದ ಮಾತುಗಳನ್ನು ಕೇಳಿ. ಸರಿ, ಬಾ ನನ್ನ ಜೊತೆ. ಅಣ್ಣ ಲೆಯೋನ್ ಸಹ ಬರುತ್ತಿದ್ದಾನೆ, ಅವನಿಗೆ ನೀನೂ ಬರುವೆ ಎಂದು ಹೇಳಿದಾಗ ಸಂತೋಷಪಟ್ಟ. ನೀನು ನನ್ನ ಜೊತೆ ಬರುತ್ತಿದ್ದೀಯ, ಅಷ್ಟೇ.

ನಾನು: ಮಾರ್ಲೀನ, ಅದು...

ಮಾರ್ಲೀನಳಿಗೆ ನಿಜವನ್ನು ಹೇಳಿಬಿಡುವ ಬಯಕೆಯಾಯಿತು. ಆದರೂ ಬಾಯಿಂದ ಪದಗಳೇ ಹೊರಡಲಿಲ್ಲ. ಮಾಮಾ ಹೆಚ್ಚು ಕುಡಿಯಲು ಶುರು ಮಾಡಿದ್ದಾಳೆ. ಈಡಾ ಒಬ್ಬಳನ್ನೇ ರಾತ್ರಿಯ ಹೊತ್ತು ಅವಳೊಂದಿಗೆ ಬಿಟ್ಟು ಬರಲು ಇಷ್ಟವಿಲ್ಲ.

ನಾನು: ಮಾಮಾ...

ಮಾರ್ಲೀನ: ಹೂಂ, ಗೊತ್ತು ನನಗೆ. ನೀನು ಗಣಿತದ ಮಾಸ್ಟರ್ ಮಾಡಲು ನಿರ್ಧರಿಸಿದಾಗಲೇ ಅಂದುಕೊಂಡಿದ್ದೆ. ಓದಿನಲ್ಲೇ ಮುಳುಗಿಹೋಗಿ ಜೀವನದಲ್ಲಿ ಬೇರೆಲ್ಲವನ್ನೂ ಮರೆತಿರುವೆ. ನಾನು ವೀಕೆಂಡಿಗೆ ಜರ್ಮನಿಗೆ ಬಂದಿರುವೆ. ಅದರರ್ಥ ಮಜಾ ಮಜಾ ಮಜಾ, ಅಷ್ಟೇ. ಈಗಲೇ ನಮ್ಮ ಮನೆಗೆ ಹೋಗೋಣ, ಪಾರ್ಟಿಗೆ ತಯಾರಾಗೋಣ, ಒಂದು ಬಾಟಲಿ ವೈನ್ ತೆರೆಯೋಣ, ನಾನು ಸ್ಪಗೆಟ್ಟಿ ಬೊಲೊನ್ಯೇಸ ತಯಾರಿಸುವೆ, ತಿಂದು ನಂತರ ರೇವ್ ಪಾರ್ಟಿಗೆ ಹೊರಡೋಣ. ಪಾರ್ಟಿಯಲ್ಲಿ ಕುಣಿಯುವುದು ನಿನಗೆಷ್ಟು ಇಷ್ಟ ಎಂದು ನನಗೆ ಗೊತ್ತು. ನಿನಗೀಗ ಬೇಕಿರುವುದು ಅದೇ. ನಿನ್ನ ಮುಖದಲ್ಲೇ ದಣಿವು ಕಾಣಿಸುತ್ತಿದೆ. ನಿಜ ಹೇಳಬೇಕು ಎಂದರೆ ನಿನ್ನ ಮುಖ ಬಾಡಿಹೋಗಿದೆ, ಕಳೆಗುಂದಿ ಹೋಗಿದೆ. ನೀನಂತೂ ಬಳಲಿ ಬೆಂಡಾಗಿ ಹೋಗಿರುವೆ. ಲೆಯೋನ್ ತನ್ನ ಹಾಟ್ ಹಿಪ್‌ಸ್ಟರ್ ಗೆಳೆಯರನ್ನು ಪಾರ್ಟಿಗೆ ಕರೆತರುತ್ತಾನೆ. ಪಾರ್ಟಿ ಕಳೆಗಟ್ಟಲಿದೆ.

ಮಾರ್ಲೀನಳ ಸ್ವಗತ ಭಾಷಣದುದ್ದಕ್ಕೂ ತದೇಕಚಿತ್ತದಿಂದ ಅವಳನ್ನೇ ನೋಡುತ್ತಿದ್ದೆ. ಒಂದೇ ಒಂದು ಬಾರಿಯಾದರೂ ಮಾತಿನ ನಡುವೆ ಅವಳು ಉಸಿರನ್ನು ಒಳಗೆ ಎಳೆದುಕೊಳ್ಳಲೇ ಇಲ್ಲ. ಈಜಿನಲ್ಲಿ ಉತ್ತಮ ಮುಳುಗುಗಾರ್ತಿ ಆಗಬಹುದಿತ್ತು ಅವಳು. ಎಂತಹ ಪ್ರತಿಭೆ, ಅನ್ಯಾಯವಾಗಿ ಪೋಲಾಗಿಹೋಯಿತು.

ಮಾರ್ಲೀನಳ ಹಿಂದೆ ಕೌಂಟರ್‌ನ ಸರತಿ ಸಾಲಿನಲ್ಲಿ ನಿಂತಿದ್ದ ವ್ಯಕ್ತಿಯು ತನ್ನ ಇರವನ್ನು ಸೂಚಿಸಲು ಗಂಟಲು ಸರಿ ಮಾಡಿಕೊಂಡಿತು.

ಮಾರ್ಲೀನಳ ಹಿಂದಿದ್ದ ವ್ಯಕ್ತಿ: ಸಾಲು ಮುಂದಕ್ಕೆ ಹೋಗಲ್ವಾ?

ಮಾರ್ಲೀನ ಕೋಪದಿಂದಲೇ ಅವನತ್ತ ತಿರುಗಿ:

ಸ್ವಲ್ಪ ಅರ್ಥ ಮಾಡಿಕೊಳ್ಳಿ. ನನ್ನ ಗೆಳತಿಯನ್ನು ನಾನು ಕೊನೆಯ ಬಾರಿ ನೋಡಿದ್ದು ಕ್ರಿಸ್ಮಸ್ ಸಮಯದಲ್ಲಿ, ಅಂದರೆ ಏಳು ತಿಂಗಳಿಗೂ ಮೇಲಾಯಿತು. ಏನೋ ಚೂರು ಕಷ್ಟಸುಖ ಹಂಚಿಕೊಳ್ಳುತ್ತಿದ್ದೇವೆ, ಅಷ್ಟೇ. ಪಕ್ಕದ ಎರಡೂ ಕೌಂಟರ್‌ಗಳು ತೆರೆದೇ ಇವೆ ನೋಡಿ.

ಆ ವ್ಯಕ್ತಿ ಈ ರೀತಿಯ ಉತ್ತರವನ್ನು ನಿರೀಕ್ಷಿಸಿರಲಿಲ್ಲ. ಮರುಮಾತನಾಡದೆ ಕೇವಲ ತಲೆ ಅಲ್ಲಾಡಿಸುತ್ತಾ ಏನೋ ಮಣಮಣ ಗೊಣಗಿಕೊಳ್ಳುತ್ತಾ ಪಕ್ಕದ ಕೌಂಟರಿನಲ್ಲಿ ಹೋಗಿ ನಿಂತಿತು.

ನಾನು ಈ ಮರಿರಾಕ್ಷಸಿಯನ್ನು ಬಿಟ್ಟು ಇಷ್ಟು ದಿನ ಹೇಗೆ ಕಳೆದೆನೋ ತಿಳಿಯಲಿಲ್ಲ.

ಒಂದರ್ಧ ಗಂಟೆಯ ನಂತರ ನಾವಿಬ್ಬರೂ ಅವಳ ಪುಟ್ಟ ಫ್ಲಿಯಟ್ 500 ಕಾರಿನಲ್ಲಿ ಕುಳಿತಿದ್ದೆವು.

ಮಾರ್ಲೇನ: ನೀನು ಪಾರ್ಟಿಗೆ ಬರುತ್ತಿರುವ ವಿಷಯ ಕೇಳಿ ಅಣ್ಣ ಲೆಯೋನ್‌ಗೆ ಸಂತೋಷವಾಯಿತು.

ನಾನು: ನೀನು ಆಗಲೇ ಹೇಳಿದೆ. ಹೇಗಿದ್ದಾನೆ ಅವನು?

ಮಾರ್ಲೇನ: ಅಯ್ಯೋ, ಸ್ವಲ್ಪ ವಿಚಿತ್ರ ಅವನು. ಮಾಸ್ಟರ್ ಡಿಗ್ರಿಯನ್ನು ಮುಗಿಸಿ ಈಗ ಬರ್ಲಿನ್‌ನ ಹಿಪ್‌ಸ್ಟರ್ ಬಡಾವಣೆಯಲ್ಲಿ ಕಲಾವಿದರ ಕೂಟವೊಂದರಲ್ಲಿ ವಾಸಿಸುತ್ತಿದ್ದಾನೆ. ಒಂದಿಷ್ಟು ಕಲಾವಿದರು ಒಟ್ಟಿಗೆ ಸೇರಿಕೊಂಡು ಒಟ್ಟಿಗೆ ಕಲಾಕೃತಿಗಳನ್ನು ರಚಿಸುತ್ತಾರಂತೆ. ಅವರೊಂದಿಗೆ ಅಥವಾ ಒಬ್ಬನೇ ಅಲ್ಲಿ ಇಲ್ಲಿ ತಿರುಗಾಡುತ್ತಿರುತ್ತಾನೆ, ಹಗಲುಗನಸು ಕಾಣುತ್ತಾ ಇರುತ್ತಾನೆ.

ನಾನು ತಲೆದೂಗಿದೆ.

ಮಾರ್ಲೇನ: ನಾನು ಅವನೊಂದಿಗೆ ಮಾತನಾಡಿದಾಗಲೆಲ್ಲಾ ನಿನ್ನ ಬಗ್ಗೆ ವಿಚಾರಿಸುತ್ತಾನೆ.

ನಾನು ಮರುನುಡಿಯದೆ ಕೇವಲ ಹೆಗಲು ಹಾರಿಸಿದೆ.

ಪ್ರತೀ ಬಾರಿ ನನ್ನೊಂದಿಗೆ ಇವಳು ನನ್ನ ಮತ್ತು ಲೆಯೋನ್‌ನ ಬಗ್ಗೆ ಮಾತನಾಡುತ್ತಾಳೆ. ನಾವಿಬ್ಬರೂ ಅವಳ ಕನಸಿನ ಜೋಡಿಯಂತೆ, ನಮ್ಮಿಬ್ಬರಿಗೂ ಅದರ ಅರಿವೇ ಇಲ್ಲವಂತೆ. ನನಗದು ಅಷ್ಟು ಹಿಡಿಸುತ್ತಿರಲಿಲ್ಲ. ಹೇಳಿಕೇಳಿ ಅವನು ಇವಳ ಅಣ್ಣ. ಅವನ ಬಗ್ಗೆ ಒಲವಾಗಲೀ ಕನಸಾಗಲೀ ನನಗೆ ಎಳ್ಳಷ್ಟೂ ಇರಲಿಲ್ಲ. ಆದರೂ ನನಗೆ ಅವಳ ನಂಬಿಕೆಯನ್ನು ಮುರಿಯಲು ಇಷ್ಟವಿರಲಿಲ್ಲ, ಹಾಗಾಗಿ ನಾನೇ ಮಾತು ಬದಲಿಸಿದೆ.

ನಾನು: ಈವಾನ್‌ನ ಅಣ್ಣನನ್ನು ಈಜಲು ಹೋಗಿದ್ದಾಗ ನೋಡಿದೆ.

ಇದನ್ನು ಕೇಳುತ್ತಲೇ ಅವಳ ಮುಖ ಬಿಳಿಚಿಕೊಂಡಿತು, ಹಣೆಯ ಮೇಲೆಲ್ಲಾ ಸಣ್ಣ ಸಣ್ಣ ಗುಳ್ಳೆಗಳು ಎದ್ದವು. ಭಾವನೆಗಳು ಅತಿರೇಕಕ್ಕೆ ಹೋದಾಗ ಅವಳಿಗೆ ಹೀಗಾಗುವುದನ್ನು ನೋಡಿದ್ದೇನೆ. ಅತಿಯಾದ ದುಃಖ, ಉತ್ಪ್ರೇಕ್ಷೆ, ಸಂತೋಷ, ಪ್ರೀತಿ, ಮಾದಕ ವಸ್ತುಗಳ ಸೇವನೆ ಇವೆಲ್ಲಕ್ಕೂ ಅವಳ ಪ್ರತಿಕ್ರಿಯೆ ಒಂದೇ. ಕಾರಿನ ಸ್ಟೇರಿಂಗನ್ನು ಎರಡೂ ಕೈಗಳಿಂದ ಭದ್ರವಾಗಿ ಹಿಡಿದಿದ್ದಳು, ಮುಂದಿರುವ ರಸ್ತೆಯನ್ನು ನಿರಂತರವಾಗಿ ದಿಟ್ಟಿಸುತ್ತಾ ಅತ್ತಿತ್ತ ನೋಡದೆ ಕಾರು ಓಡಿಸಿದಳು. ನಾವಿಬ್ಬರೂ ಅದರ ಬಗ್ಗೆ ಮಾತು ಮುಂದುವರೆಸಲಿಲ್ಲ. ಹಲವು ವರ್ಷಗಳೇ ಕಳೆದುಹೋಗಿದ್ದವು. ನಾವೇಕೆ ಅದರ ಬಗ್ಗೆ ಮಾತನಾಡುವುದಿಲ್ಲವೆಂದು ಒಮ್ಮೊಮ್ಮೆ ನನ್ನನ್ನು ನಾನೇ ಪ್ರಶ್ನಿಸಿಕೊಳ್ಳುತ್ತೇನೆ. ಯಾವಾಗ ನಾವು ಆ ವಿಷಯದ ಬಗ್ಗೆ ಚಕಾರ ಎತ್ತಬಾರದು ಎಂದು ಪರಸ್ಪರ ಒಪ್ಪಂದ ಮಾಡಿಕೊಂಡೆವೋ ಗೊತ್ತಿಲ್ಲ. ಮಣ್ಣು ಮಾಡಲು ಸ್ಮಶಾನಕ್ಕೆ ಹೋದ ನಾವು ತಿರುಗಿ ಬರುವಾಗಲೂ ಒಂದೇ ಒಂದು ಪದವನ್ನೂ ಆಡಿರಲಿಲ್ಲ. ಜನರಿಲ್ಲದ

ಕೊನೆಯ ಸಾಲಿನಲ್ಲಿ ನಿಂತು ಅಳುತ್ತಿದ್ದೆವು, ಒಬ್ಬರನ್ನೊಬ್ಬರು ತಬ್ಬಿಕೊಂಡು ಅಳುತ್ತಿದ್ದೆವು. ನಂತರ ಮಾರ್ಲೇನಳ ಮನೆಗೆ ಹೋಗಿ ಹಾಸಿಗೆಯ ಮೇಲೆ ಮಲಗಿ ಜೋರಾಗಿ ಅತ್ತೆವು. ಸುಮಾರು ಹೊತ್ತು ತಬ್ಬಿಕೊಂಡು ಅತ್ತೆವು. ಅದಾವುದೋ ಘಳಿಗೆಯಲ್ಲಿ ಅಳು ನಿಲ್ಲಿಸಿ ಸುಮ್ಮನೆ ಮಲಗಿದೆವು, ತಬ್ಬಿಕೊಂಡೇ ನಿದ್ದೆ ಹೋದೆವು. ಮರುದಿನ ಎದ್ದು ಎಂದಿನಂತೆ ನಮ್ಮ ನಮ್ಮ ಜೀವನಗಳಲ್ಲಿ ತೊಡಗಿಸಿಕೊಂಡೆವು. ಯಾರಾದರೂ ಸತ್ತಾಗ ಎಲ್ಲರೂ ಏನು ಮಾಡುತ್ತಾರೋ ಅದನ್ನೇ ನಾವೂ ಮಾಡಿದ್ದು. ಬಹುಶಃ ಆ ಕ್ಷಣದಲ್ಲಿ ನಮ್ಮಿಬ್ಬರಿಗೂ ಏನನ್ನು ಹೇಳಬೇಕು ಅಥವಾ ಏನನ್ನು ಹೇಳಬಾರದು ಎಂಬುದು ತಿಳಿಯಲಿಲ್ಲವೇನೋ. ಯಾವುದೇ ಪದವನ್ನು ಉಚ್ಚರಿಸಿದ್ದರೂ ತಪ್ಪಾಗುತ್ತಿತ್ತೇನೋ. ಸರಿಯಾದ ಪದಗಳೇ ಇರಲಿಲ್ಲ. ಪದಗಳಲ್ಲಿ ಬಹುಶಃ ಯಾವುದು ತಪ್ಪು ಯಾವುದು ಸರಿ ಎಂದು ಹುಡುಕುವುದರಲ್ಲಿ ಅರ್ಥವಿರಲಿಲ್ಲ. ಯಾವಾಗಲಾದರೂ ಅದರ ಬಗ್ಗೆ ಒಮ್ಮೆ ಮಾತನಾಡುವುದು ಒಳ್ಳೆಯದು ಎಂದು ಮನಸ್ಸಿನಲ್ಲೇ ಎಣಿಸಿ, ಮಾತನಾಡದೇ ಸುಮ್ಮನಿದ್ದೆ. ಹಳ್ಳಿರಸ್ತೆಯಲ್ಲಿ ಹೊಲಗಳ ನಡುವೆ ನಮ್ಮ ಕಾರು ಹೋಗುತ್ತಿತ್ತು. ನಾನೇ ಆ ವಿಷಯದ ಬಗ್ಗೆ ಮಾತು ತೆಗೆಯಬೇಕು ಎಂದು ನನಗೆ ಗೊತ್ತಿತ್ತು. ಹೊಲಗಳ ನಡುವೆ ಮಣ್ಣಿನ ರಸ್ತೆಯಲ್ಲಿ ಜಾಗಿಂಗ್ ಮಾಡುತ್ತಿದ್ದವರ ಜಾತ್ರೆಯೇ ನಡೆದಂತಿತ್ತು. ಅಷ್ಟು ಜನ ಒಟ್ಟಿಗೆ ಓಡುತ್ತಿರುವುದನ್ನು ಕಂಡು ಸೋಜಿಗವೆನಿಸಿತು. ಅದೇ ಮಣ್ಣಿನ ರಸ್ತೆಯಲ್ಲಿ ನಾನು ಮತ್ತು ಮಾರ್ಲೇನ ಎಷ್ಟೋ ಬಾರಿ ಮುಂಬೆಳಗಿನ ಸಮಯದಲ್ಲಿ ಕುಡಿದ ನಶೆಯಲ್ಲಿ ತೂರಾಡುತ್ತಾ ಮನೆಗೆ ಹೋದ ದಿನಗಳು ನನಗೆ ಚೆನ್ನಾಗಿ ನೆನಪಿವೆ. ಹಾಡು, ಕೇಕೆ, ಮಾತು, ಕುಣಿತ, ವಾಂತಿ ಎಲ್ಲವೂ ಜೋರಾಗಿ ನಡೆದಿತ್ತು. ಮಾರ್ಲೇನಳ ದೊಡ್ಡ ಮನೆಯಿದ್ದ ಶ್ರೀಮಂತರ ಬಡಾವಣೆಯ ಕಡೆ ನಡೆಯುತ್ತಿರುವಾಗ ಬೆಳಕು ಹರಿಯುವ ಮುನ್ನವೇ ಕೆಲಸ ಪ್ರಾರಂಭಿಸುವ ಬೇಕರಿಗಳಿಂದ ತಾಜಾ ಬ್ರೆಡ್ಡಿನ ಸುವಾಸನೆ ನಮ್ಮನ್ನು ಸ್ವಾಗತಿಸುತ್ತಿತ್ತು. ಎಷ್ಟು ಸುಂದರ ದಿನಗಳು ಅವು.

ಮಾರ್ಲೇನ: ಅವನು ಊರಿಗೆ ಬಂದಿರುವ ವಿಷಯವನ್ನು ಕಿಲಿಯಾನ್ ಹೇಳಿದ. ಎಷ್ಟೋ ದಿನಗಳಿಂದ ಖಾಲಿಯಿರುವ, ಅವನ ಕುಟುಂಬ ವಾಸವಿದ್ದ ಮನೆ ಮಾರಲು ಬಂದಿರಬೇಕು.

ಮತ್ತೆ ನಮ್ಮಿಬ್ಬರ ನಡುವೆ ಮೌನ. ಆ ಘಟನೆ ನಡೆದು ಐದು ವರ್ಷಗಳೇ ಕಳೆದಿದ್ದವು.

ಮಾರ್ಲೇನ: ಹಿಂದಿನ ಸೀಟಿನಲ್ಲಿ ನೋಡು, ಇಂದು ಸಂಜೆ ಪಾರ್ಟಿಯಲ್ಲಿ ತೊಡಲು ನಿನಗಾಗಿ ತಂದಿರುವೆ.

ಬಿಳಿಯ ದೊಗಲೆ ಶರ್ಟು, ಅದರ ಮೇಲಿನ ತಿಳಿಗುಲಾಬಿ ಬಣ್ಣದ ಮೊಲವನ್ನು ನೋಡುತ್ತಿದ್ದಂತೆಯೇ ಗಂಟಿಕ್ಕಿಕೊಂಡಿದ್ದ ನನ್ನ ಹುಬ್ಬುಗಳು ತಾವಾಗಿಯೇ ಸಡಿಲಗೊಂಡವು.

ಮಾರ್ಲೇನ: ನನ್ನ ಪ್ರೀತಿಯ 'ಹಾಸಿ', ಮೊಲದ ಮರಿ ನೀನು... ಅದಕ್ಕಾಗಿ. ಇದರ ಜೊತೆಗೆ ನಿನ್ನ ಉದ್ದಕಾಲಿನ ಬೂಟ್ಸ್ ತೊಟ್ಟರೆ ಅಂದವಾಗಿ ಕಾಣುವೆ.

ನನಗೆ ಆ ಶರ್ಟು ನೋಡಿದ ಕೂಡಲೇ ಇಷ್ಟವಾಯಿತು. ತಿಳಿಗುಲಾಬಿ ಮೊಲವು ನನ್ನನ್ನೇ ನೇರವಾಗಿ ನೋಡುತ್ತಿರುವ ಹಾಗೆ ಇತ್ತು. ನನ್ನಿಂದೇನೋ ಅಪೇಕ್ಷಿಸುವಂತೆ ಆ ಮೊಲವು

ನನ್ನನ್ನೇ ಪ್ರಶ್ನಾರ್ಥಕವಾಗಿ ನೋಡುತ್ತಿತ್ತು. ಅದಕ್ಕೆ ನನ್ನಿಂದ ಏನಾಗಬೇಕಿತ್ತೋ ಏನೋ. ನಾನೂ ಆ ಮೊಲವನ್ನು ಪ್ರಶ್ನಾರ್ಥಕವಾಗಿ ನೋಡಿದೆ, ಆದರೆ ಅದು ಪ್ರತಿಕ್ರಿಯಿಸಲಿಲ್ಲ.

■

ಮಾರ್ಲೇನ ಕಡುಹಸಿರು ಬಣ್ಣದ ಮರದ ಬಾಗಿಲನ್ನು ತೆರೆದಳು. ನಾನು ಒಳನಡೆದಾಗ ವಾಸನೆಗಳ ಮಿಶ್ರಣವೊಂದು ನನ್ನ ಮೂಗಿಗೆ ಬಡಿಯಿತು. ದೇವದಾರು ಮರದಿಂದ ಮಾಡಿದ ಪೀಠೋಪಕರಣಗಳ ವಾಸನೆ, ಕಾಫಿಯ ವಾಸನೆ ಮತ್ತು ಪ್ರತೀ ಕುಟುಂಬಕ್ಕೂ ಇರುವ ನಿರ್ದಿಷ್ಟವಾದ ವಾಸನೆ ಇವುಗಳ ಮಿಶ್ರಣವು ನನ್ನ ನೆನಪಿನ ಬುತ್ತಿಯನ್ನು ಕೆದಕಿತು. ಬೇರೆಯವರು ನಮ್ಮ ಮನೆಗೆ ಬಂದಾಗ ಅವರ ಮೂಗಿಗೆ ಯಾವ ಯಾವ ವಾಸನೆಗಳು ಬಡಿಯುವುದೋ, ಅವರು ಅದನ್ನು ಹೇಗೆ ಗ್ರಹಿಸುವರೋ, ಕೊಂಚ ನಾರುವುದೋ ಏನೋ. ಮಾರ್ಲೇನಳ ಕುಟುಂಬವು ನವೀಕರಿಸಿದ ಹಳೆಯಕಾಲದ ಬಂಗಲೆಯೊಂದರಲ್ಲಿ ವಾಸವಿತ್ತು. ಅವಳ ಮನೆ ನನಗೆ ಬಹಳ ಇಷ್ಟ. ಕೂರುಕೋಣೆಯ ದೊಡ್ಡ ದೊಡ್ಡ ಕಿಟಕಿಗಳ ಮೂಲಕ ಬೆಳಕು ಹೇರಳವಾಗಿ ಹರಿದುಬಂದು ಮನೆಯ ಹಿಂದಿದ್ದ ಹಸಿರು ಗಾರ್ಡನ್ನಿನ ಮೇಲೆ ಬೀಳುತ್ತಿತ್ತು. ಹೊರಗೆ ಗಾಳಿ ಜೋರಾಗಿ ಬೀಸುವಾಗ ಕೊಂಚ ಬಿಸಿಲೂ ಇದ್ದರೆ ಮರಗಿಡಗಳ ನೆರಳು-ಬೆಳಕಿನ ಆಟದಿಂದಾಗಿ ಕೂರುಕೋಣೆಯ ಸೋಫಾ ಕಾಡಿನೊಳಗೇ ಇದ್ದಹಾಗೆ ಭಾಸವಾಗುತ್ತಿತ್ತು. ಇದರ ಜೊತೆ ಮನೆಯನ್ನು ಅತ್ಯಂತ ಮುತುವರ್ಜಿ ವಹಿಸಿ ಒಪ್ಪ ಓರಣವಾಗಿ ಇಡಲಾಗಿತ್ತು. ಮಾರ್ಲೇನಳ ತಾಯಿಗೆ ಒಳಾಂಗಣ ವಿನ್ಯಾಸದಲ್ಲಿ ಆಸಕ್ತಿ ಇರುವುದು ತಿಳಿಯುವಂತಿತ್ತು. ಪ್ರತೀ ಬಾರಿ ನಾನು ಅವರ ಮನೆಗೆ ಹೋದಾಗ ಏನಾದರೂ ಬದಲಾವಣೆ ಇದ್ದೇ ಇರುತ್ತಿತ್ತು. ದೇವದಾರು ಮರದ ದೊಡ್ಡ ಊಟದ ಮೇಜಿನ ಕಾಲಿನಡಿಯಲ್ಲಿ ಕಡುನೇರಳೆ ಬಣ್ಣದ ರತ್ನಗಂಬಳಿಯೊಂದು ಕಂಡಿತು.

ನಾನು: ಹೊಸ ರತ್ನಗಂಬಳಿಯಾ ಅದು?

ಮಾರ್ಲೇನ: ಅದೊಂದೇ ಅಲ್ಲ, ಅವಳು ಮನೆಯ ಎಲ್ಲಾ ಕಿಟಿಕಿ ಪರದೆಗಳನ್ನು ಬದಲಿಸಿದ್ದಾಳೆ. ಮತ್ತೊಂದು ಹೊಸ ಸೋಫಾವನ್ನು ಖರೀದಿಸಿದ್ದಾಳೆ. ಈ ರೀತಿ ಪದೇಪದೇ ವಸ್ತುಗಳನ್ನು ಬದಲಿಸಿ ಯಾವ ಕೊರತೆಯನ್ನು ನೀಗಿಸಿಕೊಳ್ಳುವ ಪ್ರಯತ್ನದಲ್ಲಿದ್ದಾಳೋ ನನಗಂತೂ ಗೊತ್ತಿಲ್ಲ. ಇದೊಂದು ರೀತಿ ನಡುವಯಸ್ಸಿನ ಬಿಕ್ಕಟ್ಟೇ ಇರಬೇಕು.

ನಾನು: ಅವರಿಗೆ ಅದು ಇಷ್ಟವೆಂದು ತೋರುತ್ತದೆ, ಮೇಲಾಗಿ ಅವರಿಗೆ ಒಳಾಂಗಣ ವಿನ್ಯಾಸದಲ್ಲಿ ಒಳ್ಳೆಯ ಅಭಿರುಚಿಯೂ ಇದೆ. ಅದನ್ನೇ ಅವರು ವೃತ್ತಿಯಾಗಿ ತೆಗೆದುಕೊಳ್ಳಬಹುದು.

ನಮ್ಮ ಮನೆಯ ಕೂರುಕೋಣೆ ಮತ್ತು ಊಟದ ಕೋಣೆಗಳಿಗೆ ಜೀವವೇ ಇರಲಿಲ್ಲ. ಇರುವ ವಸ್ತುಗಳನ್ನೆಲ್ಲವನ್ನೂ ಅಡ್ಡಾದಿಡ್ಡಿ ಪೇರಿಸಲಾಗಿತ್ತು. ಎಲ್ಲಾ ಪೀಠೋಪಕರಣಗಳಿಗೆ ನನಗಿಂತಲೂ ಹೆಚ್ಚು ವಯಸ್ಸಾಗಿತ್ತು. ಅಡುಗೆಮನೆಯಲ್ಲಿರುವ ಕುರ್ಚಿ ಮೇಜುಗಳ

ಕಾಲುಗಳು ಸವೆದುಹೋಗಿದ್ದವು. ಅವು ಹೆಚ್ಚು ಅಲ್ಲಾಡದಿರಲೆಂದು ಮೇಜಿನ ಬಲಗಡೆಯ ಕಾಲಿನ ಕೆಳಗೆ ಕಾಗದದ ಚೂರೊಂದನ್ನು ಮಡಚಿ ಇಟ್ಟಿದ್ದೆವು. ನಮ್ಮ ಅದೃಷ್ಟಕ್ಕೆ ಕೂರುಕೋಣೆಯಲ್ಲಿರುವ ಕಪ್ಪು ಲೆದರ್ ಸೋಫಾವನ್ನು ಸ್ವಚ್ಛಗೊಳಿಸುವುದು ಸುಲಭವಾಗಿತ್ತು. ಆದರೆ ಅದರ ಕೆಳಗೆ ಹಾಸಿರುವ ಕಡುಹಳದಿ ಬಣ್ಣದ ರತ್ನಗಂಬಳಿ ಹಾಗಲ್ಲ. ಎಷ್ಟೋ ದುಬಾರಿ ರಾಸಾಯನಿಕಗಳನ್ನು ಬಳಸಿಯೂ ಅದರ ಮೇಲಿನ ಕಲೆಗಳನ್ನು ತೆಗೆಯಲು ನನ್ನಿಂದಾಗಿರಲಿಲ್ಲ. ಅವೆಲ್ಲವೂ ಮಾಮಾಳ ಒಂದೊಂದು ಯಡವಟ್ಟು ಪ್ರಸಂಗಗಳಿಗೆ ಸಾಕ್ಷಿಯಾಗಿದ್ದವು.

ಮಾರ್ಲೇನ: ಹೌದಾ? ಮುಂದಿನ ಬಾರಿ ಅವಳು ಸಿಕ್ಕಾಗ ಹೇಳು. ಅದನ್ನು ಕೇಳಿ ಅವಳಿಗೆ ಖಂಡಿತ ಸಂತೋಷವಾಗುತ್ತದೆ. ನಾವು ಅವಳನ್ನು ಇದರ ಸಲುವಾಗಿ ಆಗಾಗ ಗೇಲಿ ಮಾಡುತ್ತಿರುತ್ತೇವೆ.

ನಾನು: ಕ್ರೂರಿಗಳು ನೀವು. ಅದು ಸರಿ, ಲೀಸಾ ಹಾಗೂ ಮಾರ್ಕುಸ್ ಎಲ್ಲಿ? ಟೆನಿಸ್ ಆಡಲು ಹೋಗಿರುವರಾ?

ಮಾರ್ಲೇನ: ಹೂಂ, ಆಮೇಲೆ ಹೊರಗೆಲ್ಲೋ ಊಟದ ಕಾರ್ಯಕ್ರಮ, ಎಲ್ಲಾ ಶುಕ್ರವಾರಗಳಂತೆ.

ಎಷ್ಟೋ ದಿನಗಳ ನಂತರ ನನ್ನ ನೆಚ್ಚಿನ ಕೋಣೆಯ ಬಾಗಿಲು ತೆರೆದೆ. ಒಂದು ರೀತಿಯ ನೆಮ್ಮದಿಯ ಭಾವ ಆವರಿಸಿತು. ಕಡುಹಸಿರು ಬಣ್ಣದ ಕಪಾಟುಗಳುಳ್ಳ ಜರ್ಮನ್ ಗ್ರಾಮೀಣ ಶೈಲಿಯ ಅಡುಗೆಮನೆಯನ್ನು ಸ್ವಲ್ಪವೂ ಬದಲಾಯಿಸದೆ ಹಾಗೆಯೇ ಉಳಿಸಿಕೊಂಡಿದ್ದರು. ಚಟುವಟಿಕೆಯಿಂದ ಕೂಡಿರುತ್ತಿದ್ದ ಈ ಅಡುಗೆಮನೆಯಲ್ಲಿ ನನಗೆ ಹಲವಾರು ಸಿಹಿನೆನಪುಗಳಿವೆ. ಮನೆಯ ಎಲ್ಲರೂ ಸೇರುತ್ತಿದ್ದುದು ಇಲ್ಲಿಯೇ. ನಾನು ಮತ್ತು ಮಾರ್ಲೇನ ಶಾಲೆಯಿಂದ ಮಧ್ಯಾಹ್ನ ಬಂದು, ಮೂಲೆಯಲ್ಲಿದ್ದ ಬಿಳಿಯ ಚೌಕಟ್ಟಿನ ಮೇಜಿನ ಮುಂದೆ ಕುಳಿತು ಊಟ ಮಾಡುತ್ತಿದ್ದೆವು. ಹೊಸ ಬದಲಾವಣೆಯೆಂದರೆ ಬಿಳಿಯ ತುಪ್ಪಟ ಹೊದೆಸಿದ ಕಪ್ಪು ಕುರ್ಚಿಗಳನ್ನು ಆ ಮೇಜಿಗೆ ಹೊಂದಿಕೊಂಡಂತೆ ಜೋಡಿಸಿ ಇಡಲಾಗಿತ್ತು. ಅಡುಗೆಮನೆಯಲ್ಲಿನ ಒಂದು ಬಾಗಿಲು ಇನ್ನೊಂದು ಕೋಣೆಗೆ ತೆರೆದುಕೊಳ್ಳುತ್ತಿತ್ತು, ಆ ದಾಸ್ತಾನು ಕೋಣೆ ನಮ್ಮ ಮನೆಯ ಕೂರುಕೋಣೆಗಿಂತಲೂ ದೊಡ್ಡದಾಗಿತ್ತು. ಅಲ್ಲಿ ಸಾಮಾನುಗಳನ್ನು ಜೋಡಿಸಿದ್ದ ಬದುಗಳ ಪಕ್ಕದಲ್ಲಿ ಪಾನೀಯಗಳಿಗಾಗಿಯೇ ಒಂದು ಹೆಚ್ಚುವರಿ ಫ್ರಿಜ್ಜು ಮತ್ತು ದೊಡ್ಡದೊಂದು ಮಂಜುಪೆಟ್ಟಿಗೆ ಇದ್ದವು. ಮಾರ್ಲೇನಳ ತಂದೆ ಮಾರ್ಕುಸ್ ತಮ್ಮ ಮೆಟ್ರೋ ಕಾರ್ಡ್ ಬಳಸಿ ಐಸ್ ಕ್ಯಾಂಡಿ, ಹಾರಿಬೋ ಮತ್ತು ಇತರೆ ವಿವಿಧ ಮಾದರಿಯ ಸಿಹಿ ತಿನಿಸುಗಳ ದೊಡ್ಡ ದೊಡ್ಡ ಡಬ್ಬಗಳು, ಅಪರೂಪದ ಕಲ್ಲಂಗಡಿ ಹಣ್ಣಿನ ಸ್ವಾದದ ಬಬಲ್‌ಗಮ್ ಇವುಗಳನ್ನು ತಂದು ಇಟ್ಟಿರುತ್ತಿದ್ದರು.

ವೈನ್ ಬಾಟಲಿಯನ್ನು ಫ್ರಿಜ್ಜಿನ ಒಳಗಿಟ್ಟೆ. ಮಾರ್ಲೇನ ಸ್ಪಗೆಟ್ಟಿ ಬೊಲೊನ್ಯೇಸ ತಯಾರಿಸತೊಡಗಿದಳು.

ಮಾರ್ಲೇನ: ಬರೀ ನಾನೇ ಮಾತನಾಡುತ್ತಿದ್ದೇನೆ. ನೀನೇನಾದರೂ ಹೇಳು.

ನಾನು: ನನ್ನ ಬಳಿ ಹೊಸ ವಿಷಯ ಏನೂ ಇಲ್ಲ. ನೀನೇ ಹೇಳು.

ಮಾರ್ಲೇನ: ಹಾಂ, ಹೇಳೋದು ಮರೆತೆ. ನನ್ನ ಮಾಸ್ಟರ್ ಕೋರ್ಸಿನಲ್ಲಿ ಗೇಮ್ ಡಿಸೈನ್ ವಿಷಯವನ್ನು ಆಯ್ಕೆ ಮಾಡಿಕೊಳ್ಳಬೇಕು ಎಂದು ನಿರ್ಧರಿಸಿದ್ದೇನೆ. ಆ ವಿಷಯದ ಮೇಲೆ ಯುನಿವರ್ಸಿಟಿ ಪ್ರಾಜೆಕ್ಟ್ ಒಂದರಲ್ಲಿ ಸೇರಿಕೊಂಡಿದ್ದೇನೆ. ಒಂದು ಸೆಮಿಸ್ಟರನ್ನಾದರೂ ಅಮೆರಿಕಾದಲ್ಲಿ ಮಾಡುವ ಆಸೆ.

ನಾನು: ಒಳ್ಳೆಯದು.

ಮಾರ್ಲೇನ: ನಿನ್ನ ಓದು ಹೇಗೆ ನಡೆಯುತ್ತಿದೆ?

ನಾನು: ಪರವಾಗಿಲ್ಲ. ಮಾಸ್ಟರ್ ಪ್ರಬಂಧಕ್ಕೆ ವಿಷಯವನ್ನು ಯೋಚಿಸುತ್ತಿದ್ದೇನೆ.

ಮಾರ್ಲೇನ: ಓಹ್, ಇನ್ನೇನು ಮಾಸ್ಟರ್ ಮುಗಿದಂತೆಯೇ ಲೆಕ್ಕ. ಆಮೇಲೆ?

ನಾನು ಹೆಗಲು ಹಾರಿಸಿದೆ. ಯಾರಾದರೂ ಈ ಪ್ರಶ್ನೆಯನ್ನು ಕೇಳಿದರೆ ಮೈಯೆಲ್ಲಾ ಉರಿದುಹೋಗುತ್ತದೆ.

ನಾನು: ಆಮೇಲೆ ಇನ್ನೇನು? ಕೆಲಸ ಹುಡುಕಬೇಕು.

ಮಾರ್ಲೇನ: ಎಲ್ಲಿ?

"ಇಲ್ಲೇ ಎಲ್ಲೋ ಹತ್ತಿರದಲ್ಲಿ" ಎಂದು ನಿಜ ಹೇಳಿದೆ. ಅದರಿಂದ ಮಾತಿಗೆ ಮಾತು ಬೆಳೆಯುತ್ತದೆ ಎಂದು ನನಗೆ ಗೊತ್ತಿತ್ತು.

ಮಾರ್ಲೇನ ಅಡುಗೆ ಮಾಡುವುದನ್ನು ಅರ್ಧಕ್ಕೆ ನಿಲ್ಲಿಸಿ ನನ್ನೆದುರಿಗೆ ಕುಳಿತಳು.

ಮಾರ್ಲೇನ: ಟಿಲ್ಡಾ, ಹೀಗೆಂದರೆ ಹೇಗೆ?

ನಾನು: ಮಾರ್ಲೇನ, ಅದರ ಬಗ್ಗೆ ಈಗ ಮಾತು ಬೇಕಾ?

ಮಾರ್ಲೇನ: ಮಾಸ್ಟರ್ ಪದವಿ ಮುಗಿಸಿ ಬೇರೆ ಊರಿಗೆ ಹೋಗುವೆ ಎಂದು ಹೇಳಿದ್ದೆ.

ನಾನು: ಹೌದು, ಹೇಳಿದ್ದೆ. ಓದಿನ ನಂತರ ಹೋದರೂ ಹೋದೇನು. ಆಗ ನನಗೆ ಮಾಮಾಳ ಸ್ಥಿತಿ ಇಷ್ಟು ಬಿಗಡಾಯಿಸುತ್ತದೆ ಎಂದು ತಿಳಿದಿರಲಿಲ್ಲ.

ಮಾರ್ಲೇನ: ತೀರಾ ಅಷ್ಟು ಕೆಟ್ಟಿದೆಯಾ?

ನಾನು: ಸುಧಾರಿಸುವ ಲಕ್ಷಣಗಳೇ ಇಲ್ಲ.

ಮಾರ್ಲೇನ: ಹೀಗೆ ಮುಂದುವರೆದರೆ ಹೇಗೆ? ಅವರಿಬ್ಬರನ್ನು ಬಿಟ್ಟು ನಿನ್ನ ದಾರಿಯನ್ನು ನೀನು ನೋಡಿಕೊಳ್ಳಲೇಬೇಕು. ಈಡಾ ಪರಿಸ್ಥಿತಿಯನ್ನು ನಿಭಾಯಿಸುತ್ತಾಳೆ. ಜವಾಬ್ದಾರಿಗಳಿಂದಲೇ ಮನುಷ್ಯ ಬೆಳೆಯುವುದು.

ನಾನು: ಎಂತಹಾ ಅಜ್ಞಾನದ ಮಾತು. ಅದರ ಬಗ್ಗೆ ವಾದ ಸಾಕು, ಸರಿಯಾ? ಮಾತು ಎಲ್ಲಿಂದ ಎಲ್ಲಿಗೋ ಹೋಗುತ್ತಿದೆ.

ಅವಳು ಬುಸುಗುಡುತ್ತಾ ಎದ್ದು ಅಡುಗೆ ಮುಂದುವರೆಸಿದಳು.

ವಾತಾವರಣವನ್ನು ತಿಳಿಗೊಳಿಸುವ ಸಲುವಾಗಿ ನಾನು ಅವಳ ಹೊಸ ಪ್ರೇಮಿಯ ಬಗ್ಗೆ ವಿಚಾರಿಸಿದೆ. ಕಾರಿನಲ್ಲಿ ಬರುವಾಗ ಅರ್ಧ ದಾರಿಯುದ್ದಕ್ಕೂ ಅವಳು ಅವನ ಗುಣಗಾನ ಮಾಡುತ್ತಿದ್ದಳು. ಅವಳ ಹೊಸ ಬಾಯ್ ಫ್ರೆಂಡ್ ಜಿಮ್, ಅಥವಾ ಅವನು ಅವಳಿಗೆ ಏನಾಗಬೇಕೋ ಸರಿಯಾಗಿ ತಿಳಿಯಲಿಲ್ಲ.

ಮಾರ್ಲೀನ: ಅವನಂತೂ ಮೆಗಾ ಕ್ಯೂಟ್. ಕಾಲೇಜಿನ ಒತ್ತಡ ಹೆಚ್ಚಾದಾಗ ನನಗಾಗಿ ಅವನು ಒಮ್ಮೆ ಬಾತ್ ಟಬ್ಬಿನಲ್ಲಿ ಗಾಂಜಾದ ಸಾಬೂನನ್ನು ಹಾಕಿ ಸಿದ್ಧ ಮಾಡಿದ್ದ ಗೊತ್ತಾ? ಅದಕ್ಕೆ ತಕ್ಕ ಸಂಗೀತ, ಚಿಪ್ಸ್ ಮತ್ತು ಒಂದು ಜಾಯಿಂಟ್ ಸಹ ಕೈಗಿತ್ತ. ಮೆಗಾ ಕ್ಯೂಟ್, ಅಲ್ವಾ?

ನನಗೂ ಕಾಲೇಜಿನ ಒತ್ತಡ ಹೆಚ್ಚಾಗಿ ಯಾರಾದರೂ ಆ ರೀತಿಯ ಗಾಂಜಾ ಸ್ನಾನವನ್ನು ನನಗಾಗಿ ಏರ್ಪಡಿಸಿದರೆ ನಾನು ಸ್ನಾನದ ಮನೆಯ ಒಳಗೆ ಕಾಲಿಡಲು ಖಂಡಿತ ನಿರಾಕರಿಸುವೆ. ಅದು ಎಷ್ಟು ಆಭಾಸವಾಗಿ ಕಾಣಬಹುದು ಎಂದು ಮನಸ್ಸಿನಲ್ಲೇ ನೆನೆದೆ.

ನಾನು: ಮೆಗಾ ಕ್ಯೂಟ್.

ಸ್ಪಗೆಟ್ಟಿ ತಿಂದು ಮುಗಿಸಿ ನಂತರ ಮೇಲಿನ ಮಹಡಿಯಲ್ಲಿದ್ದ ಮಾರ್ಲೀನಳ ಕೋಣೆಯಲ್ಲಿ ಪಾರ್ಟಿಗೆ ತಯಾರಾಗತೊಡಗಿದೆವು. ನಾನು ಉದ್ದದ ಶರ್ಟ್ ಒಂದನ್ನು ಧರಿಸಿ ಹಾಸಿಗೆಯ ಮೇಲೊರಗಿದೆ, ಮಾರ್ಲೀನ ಅವಳ ಬಳಿ ಇದ್ದ ಬಟ್ಟೆಗಳನ್ನು ಧರಿಸಿ ಸಣ್ಣ ಫ್ಯಾಷನ್ ಶೋ ನಡೆಸಿದಳು. ಕೊನೆಗೆ ಕಪ್ಪು ಸ್ಲಿಪ್ ಲಂಗವೊಂದರ ಮೇಲೆ ಬಿಳಿಯ ಶರ್ಟನ್ನು ಹಾಕಿಕೊಂಡಳು. ಮಾರ್ಲೀನ ಮೇಕಪ್ ಮಾಡಿಕೊಳ್ಳುವಾಗ ನಾನು ಅವಳ ಫೋನಿನಲ್ಲಿ ಫೋಟೋ ವಿಡಿಯೋಗಳನ್ನು ನೋಡುತ್ತಿದ್ದೆ, ಅವಳು ಅದರ ಹಿಂದಿನ ಕಥೆಗಳನ್ನು ನನಗೆ ಹೇಳುತ್ತಿದ್ದಳು. ಸಮುದ್ರ ತೀರದವೊಂದರಿಂದ ತೆಗೆದ ಸೂರ್ಯೋದಯದ ಫೋಟೋ, ಟೆರೇಸ್ ಮೇಲಿನಿಂದ ತೆಗೆದ ಸೂರ್ಯಾಸ್ತದ ಫೋಟೋ, ಅವಳ ಕಲಾಕೃತಿಗಳು, ಕಲಾಪ್ರದರ್ಶನಗಳು, ಮಾರುಕಟ್ಟೆಗಳು, ಅವಳ ಗೆಳೆಯ ಗೆಳತಿಯರು ಕುಣಿಯುವ, ತಿನ್ನುವ, ಚಿತ್ರ ಬಿಡಿಸುವ, ಚುಂಬಿಸುವ, ಮಲಗಿಕೊಂಡಿರುವ, ಬೆತ್ತಲೆಯಾಗಿ ಕೆರೆಯಲ್ಲಿ ಈಜುವ ವಿಡಿಯೋಗಳು. ಒಂದು ಫೋಟೋವನ್ನು ಮಾತ್ರ ಕೆಲಹೊತ್ತು ನೋಡುತ್ತಲೇ ಇದ್ದೆ. ಲ್ಯಾವೆಂಡರ್ ಗಿಡಗಳ ನಡುವೆ ತಿಳಿನೀಲಿ ಬಣ್ಣದ ಕಿಟಿಕಿಗಳಿದ್ದ ತೋಟದ ಮನೆಯೊಂದರ ಮುಂದೆ ತೆಗೆದ ಮಾರ್ಲೀನ ಮತ್ತು ಅವಳ ಗೆಳೆಯ ಗೆಳತಿಯರ ಗುಂಪಿನ ಫೋಟೋ. ಹುಡುಗಿಯೊಬ್ಬಳು ಕುಕ್ಕುರುಗಾಲಿನಲ್ಲಿ ಕುಳಿತು ಪುಸ್ತಕವೊಂದರಲ್ಲಿ ಚಿತ್ರ ಬಿಡಿಸುತ್ತಿದ್ದರೆ, ಮಾರ್ಲೀನ ಅವಳ ಪಕ್ಕದಲ್ಲೇ ತಲೆಯನ್ನು ಹುಡುಗನೊಬ್ಬನ ಹೊಟ್ಟೆಯ ಮೇಲಿಟ್ಟುಕೊಂಡು ಮಲಗಿದ್ದಳು, ಅವನು ಕೈಯಲ್ಲಿ ಒಂದು ಗಾಂಜಾದ ಜಾಯಿಂಟನ್ನು ಇಟ್ಟುಕೊಂಡು ಅನಂತದ ಕಡೆಗೆ ನೋಡುತ್ತಿದ್ದ, ಇಬ್ಬರು ಹುಡುಗಿಯರು ಒಬ್ಬ ಹುಡುಗನೊಂದಿಗೆ ಚಕ್ಕಳಮಕ್ಕಳ ಹಾಕಿಕೊಂಡು

ನೆಲದಮೇಲೆ ಹಾಸಿರುವ ಜಮಖಾನದ ಮೇಲೆ ಕುಳಿತಿದ್ದರು, ಅವರ ಕೈಯಲ್ಲಿ ಒಂದು ವೈನ್ ಬಾಟಲಿ ಇತ್ತು.

ನಾನು: ಎಲ್ಲಿ ತೆಗೆದಿದ್ದು ಈ ಫ಼ೋಟೋ?

ಅವಳಿಗೆ ಆ ಫ಼ೋಟೋವನ್ನು ತೋರಿಸಿದೆ.

ಮಾರ್ಲೇನ: ಕಳೆದ ತಿಂಗಳು ಸೇರೆಸ್ಟ್‌ನಲ್ಲಿ ತೆಗೆದದ್ದು, ಫ್ರಾನ್ಸ್ ದೇಶದ ದಕ್ಷಿಣ ಭಾಗದಲ್ಲಿದೆ ಅದು. ಒಂದು ವಾರದ ಮಟ್ಟಿಗೆ ಫ಼ೋಟೋದಲ್ಲಿ ಕಾಣುವ ದೊಡ್ಡ ಮನೆಯನ್ನು ಬಾಡಿಗೆಗೆ ಪಡೆದಿದ್ದೆವು, ಎಲ್ಲರೂ ಹತ್ತಾರು ಕಲಾಕೃತಿಗಳನ್ನು ರಚಿಸಿದೆವು, ಬಾಟಲಿಗಟ್ಟಲೆ ವೈನ್ ಕುಡಿದೆವು, ಗಾಂಜಾ ಇತ್ಯಾದಿಗಳನ್ನು ಸೇವಿಸಿದೆವು.

“ಮಜಾ” ಎಂದೆ ನಾನು. ಮಾಮಾ ಮತ್ತು ಈಡಾ ಇಲ್ಲದಿದ್ದರೆ ನಾನೂ ಈ ರೀತಿ ಮಜಾ ಮಾಡಬಹುದಿತ್ತೇ? ಬಹುಶಃ ಇಲ್ಲ. ಏಕೆ ಎಂದು ಆ ಕ್ಷಣದಲ್ಲಿ ಹೊಳೆಯಲಿಲ್ಲ.

■

“ನಡೆ ಹೋಗೋಣ” ಎಂದಳು ಮಾರ್ಲೇನ. ನಾವು ಹಿಂದಿನ ದಿನಗಳನ್ನು ನೆನಪಿಸುವ ರೀತಿ ವೈನ್ ಬಾಟಲಿಯೊಂದನ್ನು ಹಿಡಿದು ಹೊಲಗಳ ನಡುವೆ ಕಿಲಿಯಾನ್‌ನ ರೇವ್ ಪಾರ್ಟಿಯ ಕಡೆಗೆ ನಡೆದೆವು. ಆಕಾಶವು ಕಿತ್ತಳೆ, ಗುಲಾಬಿ, ಕಡುಗೆಂಪು, ತಿಳಿನೀಲಿ ಬಣ್ಣಗಳನ್ನು ನಮ್ಮನ್ನು ಮೆಚ್ಚಿಸುವುದಕ್ಕಾಗಿಯೇ ಬಳಿದುಕೊಂಡು ಸಿದ್ಧವಾಗಿತ್ತೇನೋ ಎಂದೆನಿಸಿತು. ಹೊಲದ ಅಂಚಿನಲ್ಲಿದ್ದ ವಿಪುಲವಾದ ಹುಲ್ಲುಗಾವಲಿನ ಮೇಲೆ ಮಾರ್ಲೇನ ಮಲಗಿದಳು, ನಾನವಳ ಪಕ್ಕಕ್ಕೆ ಮಲಗಿಕೊಂಡೆ, ಅವಳು ನನ್ನ ಕೈ ಹಿಡಿದುಕೊಂಡಳು, ಮೆಲ್ಲಗೆ ಒತ್ತಿದಳು, ನಾನೂ ಅವಳ ಕೈಯನ್ನು ಒತ್ತಿದೆ. ನಾವು ಆಕಾಶದ ರಂಗಿನಾಟವನ್ನು ನೋಡಿದೆವು.

ಮಾರ್ಲೇನ: ಪಾಸ್.

ನಮಗಾಗ ಹದಿನಾರು ವಯಸ್ಸಿರಬೇಕು, ನಾವು ಟಿವಿ ರಿಮೋಟ್‌ನ ಮೇಲೆ ಕಾಣುವ ಪಾಸ್ ಪದದ ವಿಶಿಷ್ಟ ಬಳಕೆಯನ್ನು ಆಡಮ್ ಸ್ಯಾಂಡ್ಲರ್‌ನ ‘ಕ್ಲಿಕ್’ ಸಿನಿಮಾದಿಂದ ಆಗಷ್ಟೇ ಕಲಿತಿದ್ದೆವು. ಸುಂದರವಾದ ಕ್ಷಣವನ್ನು ನೆನಪಿನಲ್ಲಿರಿಸಿಕೊಳ್ಳುವ ಸಲುವಾಗಿ ಸಮಯವನ್ನು ನಿಲ್ಲಿಸುವ ತಂತ್ರವದು. “ಪಾಸ್” ಎಂದು ಹೇಳಿ ಸಮಯ ನಿಂತಿದೆ ಎಂದು ಧೃಢವಾಗಿ ನಂಬಿ ಕಣ್ಣು ಮುಚ್ಚಿಕೊಂಡರೆ ಈ ತಂತ್ರ ನಿಜವಾಗಿಯೂ ಕೆಲಸ ಮಾಡುತ್ತಿದೆ ಎಂಬ ಭಾವನೆ ಬರುತ್ತಿತ್ತು.

ನಾನು ಕಣ್ಣು ಮುಚ್ಚಿಕೊಂಡು “ಪಾಸ್” ಎಂದೆ.

ನನ್ನ ತಲೆಯಲ್ಲಿ ರಂಗುರಂಗಿನ ಆಕಾಶ, ಬೇಸಿಗೆಯ ಡ್ರೆಸ್ ಮತ್ತು ಬೂಟ್ಸ್ ಹಾಕಿಕೊಂಡು ಕೈಕೈ ಹಿಡಿದುಕೊಂಡು ಪಕ್ಕಪಕ್ಕದಲ್ಲಿ ಮಲಗಿರುವ ಜೀವದ ಗೆಳತಿಯರು, ಸಮಯವನ್ನು ನಿಲ್ಲಿಸಿಬಿಡುವ ದೃಢಸಂಕಲ್ಪ, ಪಾಸ್ ತಂತ್ರ ಇನ್ನೂ ಕೆಲಸ ಮಾಡುತ್ತದೆ ಎಂದೆನಿಸಿತು.

ನಾನು:		ಇಶ್ ಹಾಬ್ ಡಿಶ್ ಫ಼ರ್‌ಮಿಸ್ಟ್, ನಾನು ನಿನ್ನನ್ನು ಮಿಸ್ ಮಾಡಿಕೊಂಡೆ.

ಮಾರ್ಲೇನ: ಇಶ್ ಹಾಬ್ ಡಿಶ್ ಫ಼ರ್‌ಮಿಸ್ಟ್.

ಮಾರ್ಲೇನ: ನಾವು ಕೊನೆಯ ಬಾರಿ ಕಿಲಿಯಾನ್‌ನ ತೋಟಕ್ಕೆ ಹೋಗಿದ್ದು ಯಾವಾಗ?

ನಾನು:		ಮೂರು ವರ್ಷಗಳ ಹಿಂದೆ, ಅವನ ಹುಟ್ಟುಹಬ್ಬಕ್ಕೆ.

ಮಾರ್ಲೇನ: ಹೌದಾ? ಮೊದಲೆಲ್ಲಾ ದಿನಾ ಸಂಜೆ ಅಲ್ಲೇ ಕಳೆಯುತ್ತಿದ್ದೆವೇನೋ ಎಂದು ಈಗ ಅನಿಸುತ್ತದೆ. ಆ ಜಾಗಕ್ಕೆ ಮತ್ತೆ ಹೋಗಲು ವಿಚಿತ್ರ ಅನಿಸುತ್ತದೆ. ಅಲ್ಲಿ ಏನೆಲ್ಲಾ ಮಾಡಿದ್ದೇವೆ, ಎಷ್ಟೆಲ್ಲಾ ಹಾವಳಿ ಎಬ್ಬಿಸಿದ್ದೇವೆ.

ನಾವು ಮೊದಲನೆಯ ಬಾರಿ ತೆಗೆದುಕೊಂಡ ಮಾತ್ರೆಗಳು, ಮಶ್‌ರೂಮುಗಳು, ಸೇದಿದ ಲೆಕ್ಕವಿಲ್ಲದಷ್ಟು ಜಾಯಿಂಟುಗಳು, ಹುಡುಗರ ಜೊತೆ ಆಡಿದ ಚೆಲ್ಲಾಟಗಳು ಎಲ್ಲಾ ನೆನಪಾದವು. ಅದೇ ತೋಟದಲ್ಲಿ ಕಿಲಿಯಾನ್‌ನ ಏಳನೇ ವರ್ಷದ ಹುಟ್ಟುಹಬ್ಬದ ಸಂದರ್ಭದಲ್ಲಿ ಫ್ಯಾಂಟಾ ಕೇಕ್ ತಿಂದದ್ದು ಸಹ ನೆನಪಾಯಿತು. ಹಳೆಯವನ್ನು ನೆನೆಯುತ್ತಾ ನಾನು ಹೇಳಿದೆ: "ಕಿಲಿಯಾನ್‌ನ ಏಳನೇ ವಯಸ್ಸಿನ ಹುಟ್ಟುಹಬ್ಬದಂದು ಪ್ರಾರಂಭವಾಗಿ ಅದೇ ಜಾಗಕ್ಕೆ ಎರಡು ದಶಕಗಳನ್ನು ಕಳೆದ ಮೇಲೆ ರೇವ್ ಪಾರ್ಟಿ ಮಾಡಲು ಬರ್ಲಿನ್‌ನ ಗೆಳೆಯರೊಂದಿಗೆ ಬಂದಿದ್ದಾನೆ." ನಾನು ಮತ್ತು ಮಾರ್ಲೇನ ಯಾವಾಗ ಮತ್ತು ಏಕೆ ಒಬ್ಬರಿಂದೊಬ್ಬರು ದೂರವಾಗತೊಡಗಿದೆವು ಎಂಬ ಪ್ರಶ್ನೆ ನನ್ನ ತಲೆಯಲ್ಲಿ ಸುಳಿದ ಮರುಕ್ಷಣವೇ ಅದರ ಉತ್ತರವೂ ಹೊಳೆದು ನನಗೆ ಖೇದವೆನಿಸಿತು.

ಮಾರ್ಲೇನ ಇದ್ದಕ್ಕಿದ್ದಂತೆ ಮೇಲೆದ್ದು ಅತ್ಯುತ್ಸಾಹದಿಂದ ಚೀರಿದಳು:

"ಏಯ್ ಸಣಕಲ ಕಡ್ಡಿ, ರೇವ್ ಪಾರ್ಟಿಗೆ ಹೊತ್ತಾಯಿತು, ನಡಿ ಹೊರಡೋಣ." ಮಲಗಿದ್ದ ನನ್ನನ್ನು ಕೈಹಿಡಿದು ಎಬ್ಬಿಸಿ ವೈನ್ ಬಾಟಲಿಯನ್ನು ಕೈಗಿತ್ತಳು:

"ಓದಿ ಓದಿ ಹೇಗೆ ಸೊರಗಿಹೋಗಿದ್ದೀಯ ನೋಡು. ಪೂರ್ತಿ ಬಾಟಲಿ ವೈನ್ ಕುಡಿ."

■

ತೋಟದ ಆಲಂಕಾರಿಕ ದೀಪಗಳ ಬೆಳಕು ಕೊಂಚ ದೂರದಿಂದಲೇ ಕಾಣುತ್ತಿತ್ತು. ಹತ್ತಿರ ಹೋದಾಗ ಅಲ್ಲಿದ್ದ ಹಳೆಯ ಪರಿಚಯದ ಮುಖಗಳು ಗೋಚರಿಸಿದವು. ಸುಮಾರು ಜನ ಬಂದಿದ್ದರು ಅಲ್ಲಿಗೆ. ಅವರೆಲ್ಲರೂ ಈಗ ದೊಡ್ಡ ಊರುಗಳಲ್ಲಿ ವಾಸವಿದ್ದರು.

ಮಾರ್ಲೇನ: ವಾವ್, ಒಂದು ಸಾವಿರ ಜನ ಇರಬೇಕು ಇಲ್ಲಿ!

ಆ ಜಾಗವನ್ನು ನಿಂತಲ್ಲೇ ಅನ್ವೇಷಿಸಿದೆ.

ನಾನು:		ಸುಮಾರು 75 ಜನ ಪ್ಲಸ್ ಮೈನಸ್ ಎಂಟು ಇರಬಹುದು.

ಆ ಜಾಗ ಸ್ವಲ್ಪವೂ ಬದಲಾಗಿರಲಿಲ್ಲ. ಖಾಲಿ ಹೊಲಗಳ ನಡುವಿದ್ದ ದೊಡ್ಡ ತೋಟದಲ್ಲಿ ಕೂರಲೆಂದು ಅಲ್ಲಲ್ಲಿ ಮರದ ಬೆಂಚುಗಳು, ಹಳೆಯ ಸೋಫಾಗಳು, ಪ್ಲಾಸ್ಟಿಕ್ ಕುರ್ಚಿಗಳು ಇದ್ದವು. ಬೇಲಿಯ ಸುತ್ತಲೂ ದೀಪಮಾಲೆಯನ್ನು ಹಾಕಿದ್ದರು. ಒಂದು ಬದಿಯಲ್ಲಿ ಎತ್ತರದ ವೇದಿಕೆಯೊಂದನ್ನು ನಿರ್ಮಿಸಿದ್ದರು. ಕಿಲಿಯಾನ್, ಲೆಯೋನ್ ಮತ್ತು ಅವನ ಬರ್ಲಿನ್‌ನ ಹೊಸ ಸ್ನೇಹಿತರು ಅದರ ಮೇಲೆ ನಿಂತಿದ್ದರು. ಪರಿಚಯವಿದ್ದ ಇತರೆ ಹಳೆಯ ಮುಖಗಳ ನಡುವೆ ಅವರು ಮಾತನಾಡುತ್ತಿದ್ದ ಬರ್ಲಿನ್ ನಗರದ ಭಾಷೆಯ ಶೈಲಿ ಅವರನ್ನು ಎದ್ದು ಕಾಣುವಂತೆ ಮಾಡಿತ್ತು, ಮತ್ತು ಅವರು ಕೊಂಚ ಕೊಬ್ಬಿನಿಂದ ವರ್ತಿಸುತ್ತಿದ್ದಂತೆ ತೋರುತ್ತಿದ್ದರು. ಕಪ್ಪು ಕುಪ್ಪಸವನ್ನೂ ನೆರಿಗೆಗಳಿರುವ ಕಪ್ಪು ಮಿನಿಸ್ಕರ್ಟನ್ನೂ ತೊಟ್ಟಿದ್ದ ಒಬ್ಬಳು, ತನ್ನ ಬಂಗಾರದ ಬಣ್ಣದ ಕೂದಲನ್ನು ಅಳತೆ ಮಾಡಿ ಕರಾರುವಾಕ್ಕಾಗಿ ಕತ್ತರಿಸಿದಂತೆ ಬಾಬ್ ಕಟ್ ಮಾಡಿಸಿದ್ದಳು. ಬರ್ಲಿನ್ನಿನ ಶೈಲಿಗೆ ತಕ್ಕಂತೆ ಹಣೆಯ ಮೇಲೆ ಕೂದಲನ್ನು ಕುಚ್ಚಿನ ರೀತಿ ಇಳಿಬಿಟ್ಟಿದ್ದಳು. ನಮ್ಮ ಸಣ್ಣ ಊರಿನ ತೋಟಕ್ಕೆ ಬರ್ಲಿನ್ನಿನ ಪ್ರಸಿದ್ಧ ಕಿಟ್‌ಕ್ಯಾಟ್ ಕ್ಲಬ್ಬಿನ ಗಾಳಿ ಸೋಕಿದ್ದು ಹಿತವಾಗಿತ್ತು. ಲೆಯೋನ್ ಎಂದಿನಂತೆ ಸುಂದರವಾಗಿ ಕಾಣುತ್ತಿದ್ದ. ಅತ್ಯಾಕರ್ಷಕ, ಆದರೆ ಏನೋ ಬದಲಾಗಿತ್ತು. ವಯಸ್ಸಿನ ಕಾರಣವೇ? ನನಗೆ ಅವನಲ್ಲಿದ್ದ ದಾರ್ಷ್ಟ್ಯ ಆಕರ್ಷಕವೋ ಅಸಹ್ಯವೋ ತಿಳಿಯಲಿಲ್ಲ. ಏನೇ ಇರಲಿ, ಅವನಂತೂ ಭರ್ಜರಿಯಾಗಿ ಕಾಣುತ್ತಿದ್ದ. ಅವನಿಗೂ ಅದು ತಿಳಿದಿತ್ತು.

ಅವನೂ ಅವನ ಸ್ನೇಹಿತರೂ ತಮ್ಮ ಬರ್ಲಿನ್‌ತನವನ್ನು ಮುಚ್ಚಿಡಲು ಸಾಧ್ಯವೇ ಇರಲಿಲ್ಲ. ಬರ್ಲಿನ್ನಿನ ಕಾರುಗಳ ನೋಂದಣಿ ಅಕ್ಷರವನ್ನು ಅವರ ಹಣೆಗಳ ಮೇಲೆ ದೊಡ್ಡದಾಗಿ 'B' ಎಂದು ಬರೆದುಕೊಳ್ಳುವುದಷ್ಟೇ ಬಾಕಿ. ಅವರನ್ನು ನಾನು B1ರಿಂದ B5 ಎಂದು ಹೆಸರಿಸಿದೆ.

B1, B3 ಹಾಗೂ B5ರ ಜೊತೆ ನಮ್ಮ ಊರಿನ ಕೆಲವರು ಮಾತನಾಡುತ್ತಿದ್ದ ಕಡೆಗೆ ಮಾರ್ಲೇನ ಕುಣಿಯುತ್ತಾ ಹೋದಳು, ಅವಳ ಹಿಂದೆ ನಾನೂ ಹೋದೆ. ನಾವೆಲ್ಲರೂ ಮರದ ಬೆಂಚಿನ ಮೇಲೆ ಕುಳಿತು ಮಾತನಾಡತೊಡಗಿದೆವು. ಮಾತನಾಡುವುದಕ್ಕಿಂತ ಹೆಚ್ಚಾಗಿ ಮಾರ್ಲೇನಳ ಪ್ರಶ್ನೆಗಳ ಸುರಿಮಳೆಯನ್ನು ಎದುರಿಸಲು ತಕ್ಕಮಟ್ಟಿಗೆ ಸಿದ್ಧವಾದಂತೆ ಕಂಡ ಎದುರಾಳಿ ಬಲಿಪಶುಗಳು ಅವಳ ಪ್ರಶ್ನೆಗಳಿಗೆ ಉತ್ತರಗಳನ್ನು ನೀಡಿ ಮರುಪ್ರಶ್ನೆಗಳನ್ನೂ ಕೇಳಿದರು.

ಈ ನಡುವೆ Bಗಳಾದ ತಾರಾ, ಆನ್ನಾ, ಲೀನುಸ್, ಫ್ಲಿನ್ ಹಾಗೂ ಕಾರ್ಲೋಸ್ ಒಳ್ಳೆಯವರೆಂದೂ ಅವರಿಗೆ ಕೊಂಚವೂ ಅಹಂಕಾರ ಇಲ್ಲವೆಂದು ನನಗೆ ಅರಿವಾಗಿ, ಕೇವಲ ತಾರಾಳ ಆಕರ್ಷಕ ಬಾಬ್ ಕಟ್ ಕಂಡು ಅವರೆಲ್ಲರ ಬಗ್ಗೆ ಕೆಟ್ಟ ಅಭಿಪ್ರಾಯ ತಳೆದಿದ್ದ ನನಗೆ ನಾಚಿಕೆಯೂ ಆಯಿತು. ನಿಜವಾಗಿ ನನಗೆ ಅವರನ್ನು ಕಂಡು ಹೊಟ್ಟೆಕಿಚ್ಚು ಆಗಿತ್ತು. ತಾರಾಳು ಕಿಲಿಯಾನ್‌ನ ಪ್ರೇಯಸಿ ಎಂಬ ವಿಷಯ ಗೊತ್ತಾಯಿತು. ಆನ್ನಾಳು ಲೆಯೋನ್‌ನ ಪ್ರೇಯಸಿಯೋ ಅಲ್ಲವೋ ತಿಳಿಯಲಿಲ್ಲ. ಮಾತಿನ ಮಧ್ಯೆ ಲೆಯೋನ್ ಹಾಗೂ ಆನ್ನಾ ಇದ್ದ ಕಡೆಗೆ ನೋಡಿದೆ. ಆನ್ನಾ ಹೊಂಗೂದಲಿನ ನಗುಮುಖದ ಚೆಲುವೆ. ಅವರಿಬ್ಬರೂ ಸೇರಿ ಬಿಯರ್ ಬಾಟಲಿಗಳ ಪೆಟ್ಟಿಗೆಯೊಂದನ್ನು ಬಾರ್‌ನ ಕಡೆ ಸಾಗಿಸುತ್ತಿದ್ದರು. ಲೆಯೋನ್‌ನ ರೂಪ ಬದಲಾಗಿತ್ತು. ತೋಳಿನ ಮೇಲೆ ಹಲವು ಸಣ್ಣ ಸಣ್ಣ ಟ್ಯಾಟೂಗಳನ್ನೂ ಹಾಕಿಸಿಕೊಂಡು ಅವನು

ಕ್ಲೌಡ್ ರಾಪ್ ಕಲಾವಿದನ ಹಾಗೆ ಕಾಣುತ್ತಿದ್ದ. ಸದ್ಯ, ಮುಖದ ಮೇಲೆ ಇನ್ನೂ ಟ್ಯಾಟೂಗಳನ್ನು ಹಾಕಿಸಿಕೊಂಡಿರಲಿಲ್ಲ. ಅಲೆಅಲೆಯಾಗಿ ಉದ್ದವಾಗಿದ್ದ ತನ್ನ ಕಂದುಗೂದಲನ್ನು ಚಿಕ್ಕದಾಗಿ ಕತ್ತರಿಸಿ ಕುರುಚಲು ಗಡ್ಡವನ್ನು ಬಿಟ್ಟಿದ್ದ. ನಾನೇನಾದರೂ ಬರ್ಲಿನ್ನಿಗೆ ಹೋದರೆ ನನ್ನ ಅವತಾರ ಹೇಗೆ ಬದಲಾಗುವುದೋ ಎಂದು ಯೋಚಿಸಿದೆ. ಹಣೆಯ ಮೇಲೆ ಕುಚ್ಚುಕೂದಲನ್ನು ಬಿಟ್ಟುಕೊಳ್ಳುವ ಶೈಲಿಗೆ ಮಣಿಯಲು ನನಗೆ ಎಷ್ಟು ದಿನಗಳು ಬೇಕೋ ತಿಳಿಯದು. ನಮ್ಮಿಬ್ಬರ ನೋಟ ಆ ಸಂಜೆ ಮೊದಲನೆಯ ಬಾರಿಗೆ ಸಂಧಿಸಿತು. ಅವನು ತಟಕ್ಕನೆ ನಿಂತ. ಕೈಲಿದ್ದ ಬಿಯರ್ ಪೆಟ್ಟಿಗೆಯನ್ನು ಕೆಳಗಿಟ್ಟು ನನ್ನೆಡೆಯೇ ದಿಟ್ಟಿಸಿದ. ಅವನ ತಲೆ ಕ್ರಮೇಣ ಬಲಗಡೆಗೆ ವಾಲಿತು, ಇದ್ದಕ್ಕಿದ್ದಂತೆ ಅವನ ತುಟಿಗಳು ಮುಗುಳ್ನಗೆಯಲ್ಲಿ ತೆರೆದುಕೊಂಡವು. ನನ್ನನ್ನು ಕಳೆದ ಎರಡು ದಶಕಗಳಿಂದ ಕೈಕಾಲು ಆಡದಂತೆ ತಡೆದು ನಿಲ್ಲಿಸುವ ಶಕ್ತಿಯಿದ್ದ ಅದೇ ಮುಗುಳ್ನಗೆ. ಅದನ್ನು ಕಂಡು ಕೆಲ ಕಾಲವಾಗಿತ್ತು. ಅವನು ಮುಖವನ್ನು ಮತ್ತೆ ಮುಂದಕ್ಕೆ ತಿರುಗಿಸಿ ಬಿಯರ್ ಪೆಟ್ಟಿಗೆಯನ್ನು ನೆಲದಿಂದ ಮೇಲೆತ್ತಿಕೊಂಡು ತನ್ನ ಆನ್ನಾಳ ಹಿಂದೆ ನಡೆದ.

ಕಿಲಿಯಾನ್ ನನ್ನ ಪಕ್ಕ ಬಂದು ಕುಳಿತು ನನ್ನ ಹೆಗಲನ್ನು ತೋಳಿನಿಂದ ಬಳಸಿದ.

ಕಿಲಿಯಾನ್: ರುಂಪೆಲ್‌ಸ್ಟಿಲ್‌ಶೆನ್! ಎಷ್ಟು ದಿನ ಆಯ್ತು ನಿನ್ನನ್ನು ನೋಡಿ.

ನಾನು: ಹಾಯ್ ಕಿಲ್ಲಿ.

ಹಿಂದೊಮ್ಮೆ ಸಂಜೆ ಮಾಮಾಳ ಉಪಟಳಗಳನ್ನು ತಾಳಲಾರದೆ ನಾನು ಕಾಡಿನ ನಡುವೆ ಇದ್ದ ಬಯಲಿಗೆ ಓಡಿಹೋಗಿದ್ದೆ. ನನಗಾಗ ಹದಿನೇಳು ವರ್ಷ ವಯಸ್ಸು. ಯಾರೂ ಇಲ್ಲವೆಂದು ತಿಳಿದು ಜೋರಾಗಿ ಕೂಗಾಡಿ ನನ್ನ ಸಿಟ್ಟನ್ನು ಹೊರಹಾಕಿದ್ದೆ. ಅಲ್ಲೇ ಗಾಂಜಾ ಸೇದುತ್ತಾ ಮರದ ಬೆಂಚಿನ ಮೇಲೆ ಕುಳಿತಿದ್ದ ಕಿಲಿಯಾನ್‌ನನ್ನು ನಾನು ಗಮನಿಸಿಯೇ ಇರಲಿಲ್ಲ. ಅವನು ಮುಖದಲ್ಲಿ ಯಾವುದೇ ಭಾವನೆಯನ್ನು ತೋರಗೊಡದೆ ಕೇವಲ ಬೆಂಚಿನ ಮೇಲೆ ತಟ್ಟಿ ಕುಳಿತುಕೋ ಬಾ ಎಂಬಂತೆ ಸನ್ನೆ ಮಾಡಿದ್ದ. ನಾನು ಅವನ ಪಕ್ಕದಲ್ಲಿ ಕುಳಿತೆ, ನನಗವನು ತಾನು ಸೇದುತ್ತಿದ್ದ ಜಾಯಿಂಟನ್ನು ಕೊಟ್ಟ. ಸುಮಾರು ಎರಡು ಗಂಟೆಗಳ ಕಾಲ ಅಲ್ಲೇ ಕುಳಿತಿದ್ದೆವು, ಮೂರು ಜಾಯಿಂಟುಗಳನ್ನು ಸೇದಿ ಮುಗಿಸಿದೆವು. "ನಿನ್ನ ತಾಯಿಯಾ?" ಎಂದು ಅವನು ಕೇಳಿದ್ದ. ನಾನು ಹೂಂ ಎಂದು ತಲೆಯನ್ನಷ್ಟೇ ಆಡಿಸಿದ್ದೆ. ಈ ಘಟನೆ ನಡೆಯುವ ಮುನ್ನವೇ ನಾವಿಬ್ಬರೂ ಸ್ನೇಹಿತರಾಗಿದ್ದೆವು. ಈ ಘಟನೆಯ ಬಗ್ಗೆ ಅವನು ಯಾರ ಬಳಿಯೂ ಹೇಳದೆ ಅದರ ನೆನಪಿಗೆ ನನಗೆ ಗ್ರಿಮ್ ಸಹೋದರರ ಕಟ್ಟುಕತೆಯೊಂದರಲ್ಲಿ ಕಾಡಿಗೆ ಓಡಿಹೋಗುವ ಜೀವಿಯ ಹೆಸರನ್ನು ದಯಪಾಲಿಸಿದ್ದ.

ತಾರಾ: ಯಾಕೆ ರುಂಪೆಲ್‌ಸ್ಟಿಲ್‌ಶೆನ್?

ಕಿಲ್ಲಿ: ಅವಳು ನೋಡಲು ರುಂಪೆಲ್‌ಸ್ಟಿಲ್‌ಶೆನ್‌ನ ಹಾಗೆಯೇ ಇದ್ದಾಳೆ, ಅದಕ್ಕೆ.

ನಾನು ಬಿಯರ್ ತೆಗೆದುಕೊಳ್ಳಲು ಹೋದಾಗ ಲೆಯೋನ್ ನನ್ನ ಹಿಂದೆಯೇ ಬಂದ. ತನ್ನ ತೋಳನ್ನು ನನ್ನ ಹೆಗಲ ಮೇಲೆ ಬಳಸಿ, ಬಿಗಿದಪ್ಪಿ ಕೆನ್ನೆಯ ಮೇಲೆ ಮುತ್ತನ್ನಿಟ್ಟ.

ಲೆಯೋನ್: ಹಾಯ್ ಟಿಲ್ಡಾ, ನಿನ್ನನ್ನು ನೋಡಿ ಬಹಳ ದಿನಗಳಾದವು.

ನಾನು: ನೀನು ಕ್ಲೌಡ್ ರಾಪರ್‌ನ ರೀತಿ ಕಾಣುತ್ತಿದ್ದೀಯ.

ಅವನ ಟ್ಯಾಟೂಗಳನ್ನು ಹತ್ತಿರದಿಂದ ನೋಡಿದೆ. ಲೆಯೋನ್ ನಕ್ಕ. ಅವನು ನಕ್ಕಾಗ ಕುರುಚಲು ಗಡ್ಡದ ನಡುವೆ ಅಡಗಿದ್ದ ಕೆನ್ನೆಯ ಗುಳಿಗಳನ್ನು ಕಂಡು ನನಗೆ ಆನಂದವಾಯಿತು.

ಲೆಯೋನ್: ಡಾಂಕೆ...?

ಲೆಯೋನ್: ನೀನು ಮುದ್ದಾಗಿ ಕಾಣುತ್ತಿರುವೆ.

ನಾನು: ಡಾಂಕೆ.

ನಾವಿಬ್ಬರೂ ಮುಗುಳ್ನಕ್ಕೆವು. ಅವನ ತೀಕ್ಷ್ಣವಾದ ನೋಟದಿಂದ ತಪ್ಪಿಸಿಕೊಳ್ಳಲು ನಾನು ಪಕ್ಕಕ್ಕೆ ತಿರುಗಬೇಕಾಯಿತು.

ಲೆಯೋನ್: ಹೇಗಿದ್ದೀಯ?

ನಾನು: ಚೆನ್ನಾಗಿದ್ದೀನಿ. ನೀನು?

ಲೆಯೋನ್: ಹೂಂ, ನಾನೂ ಅಷ್ಟೇ. ಈಡಾ ಹೇಗಿದ್ದಾಳೆ?

ನಾನು: ಅವಳೂ ಚೆನ್ನಾಗಿದ್ದಾಳೆ. ಈಗವಳು ಇದ್ದಿಲನ್ನು ಬಳಸಿ ಚಿತ್ರ ಬಿಡಿಸುತ್ತಾಳೆ.

ಲೆಯೋನ್: ಯಾವ ಮಾದರಿಯ ಚಿತ್ರಗಳನ್ನು ಬಿಡಿಸುತ್ತಾಳೆ ಅವಳು?

ನಾನು: ಸದ್ಯಕ್ಕೆ ಅವಳು ದಂತಕತೆಗಳಲ್ಲಿ ಬರುವ ಜೀವಿಗಳಿಗೆ ಮನುಷ್ಯ ಮುಖಗಳನ್ನು ಹೊಂದಿಸುತ್ತಿದ್ದಾಳೆ.

ಲೆಯೋನ್: ಇನ್ನಷ್ಟು ಹೇಳು.

ನಾನು: ಮೊನ್ನೆ ಅವಳೊಂದು ಹೆಗ್ಗಣದ ಚಿತ್ರ ಬಿಡಿಸಿ ಅದಕ್ಕೆ ಕೀಟಗಳ ಕಾಲನ್ನೂ ಕ್ರೂರವಾಗಿ ನಗುವ ಹೆಂಗಸಿನ ಮುಖವೊಂದನ್ನೂ ಕೊಟ್ಟಿದ್ದಳು. ಮಾಮಾಳ ಮುಖದ ಹಾಗೇ ಇತ್ತು ಅದು.

ಅದು ಮಾಮಾಳ ಮುಖವೇ ಅಲ್ಲವೇ ಎಂದು ಈಡಾಳನ್ನು ಕೇಳುವ ಮನಸ್ಸಾಗಲಿಲ್ಲ. ಅವಳ ಕಲಾಕೃತಿಗಳ ಬಗ್ಗೆ ಪ್ರಶ್ನೆಗಳನ್ನು ಕೇಳಿದರೆ ಅವಳಿಗೆ ಇಷ್ಟವಾಗುವುದಿಲ್ಲ. ಕಪ್ಪನೆ ನುಣುಪಾದ ಕೂದಲು, ದುಂಡನೆ ಮೂಗು, ಮಾಮಾಳ ಕಿರಿದಾದ ಬಾಯಿ ನೋಡುತ್ತಲೇ ನನಗೆ ಆ ಪ್ರಶ್ನೆಯ ಉತ್ತರ ತಿಳಿದುಹೋಗಿತ್ತು.

ಬಾರಿನಲ್ಲಿ ಏನೆಲ್ಲಾ ಪಾನೀಯಗಳಿವೆ ಎಂದು ನೋಡುವ ಹಾಗೆ ನಟಿಸುತ್ತಾ ನಿಂತಿದ್ದೆ. ಈಡಾ ರಚಿಸಿದ್ದ ಹೆಗ್ಗಣತಿಯ ಚಿತ್ರ ಜೀವಂತವಾಗಿ ಕಣ್ಣಮುಂದೆ ಬಂದು, ಆ ಗಂಟಿಕ್ಕಿಕೊಂಡಿದ್ದ ಮುಖದ ಹುಬ್ಬುಗಳು ನಿಧಾನವಾಗಿ ಬಿಡಿಸಿಕೊಂಡವು. ಆ ಮುಖದ ಮೇಲಿನ ಕ್ರೂರನಗೆ ಮಾಯವಾಗಿ ಮುಗುಳ್ನಗೆ ಬಂದಿತು, ಶೋಕತಪ್ತ ಮುಗುಳ್ನಗೆ. ಆ ರಾಕ್ಷಸಿಯ ಹಾನಿಕಾರಕ ಪ್ರವೃತ್ತಿಯು ಕ್ರಮೇಣ ನಶಿಸಿಹೋಗಿ ಅವಳ ವಿಷಾದ ತುಂಬಿದ

ಕಣ್ಣುಗಳಲ್ಲಿ ತಾಯಿಯ ಮಮತೆಯ ಕಿಡಿಯೊಂದು ಕಂಡಹಾಗೆ ಭಾಸವಾಯಿತು.

ಲೆಯೋನ್ ನನ್ನನ್ನೇ ಗಮನಿಸುತ್ತಿದ್ದ.

ಲೆಯೋನ್: ಪರಿಸ್ಥಿತಿ ಮತ್ತಷ್ಟು ಹದಗೆಟ್ಟಿದೆಯಾ?

ನಾನು ಹೆಗಲು ಹಾರಿಸಿದೆ.

ಲೆಯೋನ್: ಮುಂದಿನ ವಾರ ಯಾವಾಗಲಾದರೂ ಮನೆಗೆ ಬರುವೆ, ಓಕೆ?

ನಾನು ಸರಿಯೆಂದು ತಲೆದೂಗಿದೆ.

ಪಕ್ಕಪಕ್ಕದಲ್ಲೂ ಅಲ್ಲದೆ, ಎದುರುಬದುರೂ ಅಲ್ಲದ ಹಾಗೆ ಅಡ್ಡಡ್ಡವಾಗಿ ಕೋನದ ರೀತಿ ನಾವಿಬ್ಬರೂ ನೆಲದ ಮೇಲೆ ಕುಳಿತೆವು. ಬಿಯರ್ ಹೀರುವ ಮುನ್ನ ಕೈಲಿದ್ದ ಬಾಟಲಿಗಳನ್ನು ತಾಗಿಸಿ ಕಣ್ಣಲ್ಲಿ ಕಣ್ಣಿಟ್ಟು "ಪ್ರೋಸ್ಟ್" ಎಂದೆವು. ನಾನು ಕಣ್ಣುಗಳನ್ನು ಕೆಳಗಿಳಿಸಿದ ಮೇಲೂ ಅವನ ನೋಟದ ಭಾರ ಇನ್ನೂ ನನ್ನ ಮೇಲೆಯೇ ಇತ್ತು. ನಾನು ಮತ್ತೆ ಮೇಲೆ ನೋಡಿದಾಗ ಅವನು ನನ್ನನ್ನೇ ದಿಟ್ಟಿಸಿ ನೋಡುತ್ತಿದ್ದ. ಮುಂಚಿನಿಂದಲೂ ಹಾಗೆಯೇ, ಅವನ ನೋಟ ಬಲು ತೀಕ್ಷ್ಣ. ನಾನು ನಾಚಿ ಕೆಂಪಾದೆ.

ನಾನು: ಲೆಯೋನ್, ಸಾಕು ನಿಲ್ಲಿಸು.

ಲೆಯೋನ್: ಏನನ್ನು?

ನಾನು: ಲೆಯೋನ್.

ಅವನು ನಕ್ಕ.

ನಾನು: ನನ್ನನ್ನು ಹಾಗೆ ನೋಡಬೇಡ.

ಲೆಯೋನ್: ನೀನೂ ಅಷ್ಟೇ, ನನ್ನನ್ನು ಹಾಗೆ ನೋಡಬೇಡ.

ನಾನು: ನಾನು ಎಂದಿಗೂ ಸೋಲನ್ನು ಒಪ್ಪಿಕೊಳ್ಳುವವಳಲ್ಲ. ಅದು ನಿನಗೂ ತಿಳಿದಿದೆ.

ಅವನು ನಕ್ಕ. ಅವನ ನಗೆಯ ಸೋಂಕು ತಗುಲಿ ನಾನೂ ನಕ್ಕೆ. ಅವನ ನಗುವೇ ಅಂತಹುದು. ಸುಳಿವೇ ನೀಡದಂತೆ ಒಮ್ಮೆಲೇ ಅಲ್ಲಿಗೆ ಬಂದ ಆನ್ನಾಳನ್ನು ಕಂಡು ಇಬ್ಬರೂ ಬೆಚ್ಚಿ ಬಿದ್ದೆವು. ಲೆಯೋನ್‌ನ ತೊಡೆಯ ಮೇಲೆ ಬಂದು ಕುಳಿತು ತನ್ನ ತಲೆಯನ್ನು ಅವನ ಭುಜದ ಮೇಲೆ ಇಟ್ಟುಕೊಂಡು ಕುಳಿತಳು. ಅವಳು ನಡೆದುಕೊಂಡ ರೀತಿ ಎಷ್ಟು ವಿಚಿತ್ರವಾಗಿತ್ತೆಂದರೆ ಆ ಸನ್ನಿವೇಶ ನನ್ನ ನಗುವಿಗೆ ಇಂಬು ನೀಡಿತು. ನಗುವನ್ನು ತಡೆಯಲು ಪ್ರಯತ್ನಪಟ್ಟಷ್ಟೂ ನಗುವಿನ ಸಣ್ಣ ಅಲೆಗಳು ಉಕ್ಕುತ್ತಲೇ ಇದ್ದವು.

ಆನ್ನಾ: ಆಲೆಸ್ ಗೂಟ್? ಎಲ್ಲಾ ಓಕೆ?

ನಾನು: ಸಾರಿ, ನಾನು ಕುಡಿದ ಅಮಲಿನಲ್ಲಿ ಸ್ವಲ್ಪ ಮೈಮರೆಯುತ್ತೇನೆ.

ಆನ್ನಾ: ಅದೇನೆಂದು ನನಗೂ ಹೇಳಿ, ನಾನೂ ನಿಮ್ಮ ಜೊತೆ ನಗುತ್ತೇನೆ.

ಲೆಯೋನ್: ಟಿಲ್ಡಾ ಹೂಸು ಬಿಟ್ಟಳು.

ನನ್ನ ನಗುವಿನ ತಡೆಗೋಡೆ ಒಡೆದು ಜೋರಾಗಿ ಗಹಗಹಿಸಿ ನಗತೊಡಗಿದೆ. ಆನ್ನಾ ಬಲವಂತದಿಂದ ನಕ್ಕಳು.

ಆ ಕ್ಷಣಕ್ಕೆ ಅಲ್ಲಿ ಏರ್ಪಟ್ಟ ಪರಿಸ್ಥಿತಿಯಿಂದ ನನಗೆ ಬಹಳ ಮುಜುಗರವಾಯಿತು, ನನ್ನ ನಗುವಿನ ಅಲೆಗಳು ನಿಂತು ಮೌನ ಆವರಿಸಿತು. ಅಲ್ಲಿಂದ ಎದ್ದು ಹೊರಡಬೇಕು ಎನ್ನುವಷ್ಟರಲ್ಲಿ ನನ್ನ ಕಾಲು ಜೋಮು ಹಿಡಿದು ನನ್ನ ಪಲಾಯನದ ಪ್ರಯತ್ನ ಕಷ್ಟವಾಯಿತು. ಅಷ್ಟರಲ್ಲೇ ಎರಡು ಪ್ಲಾಸ್ಟಿಕ್ ಶಾಟ್ ಗ್ಲಾಸುಗಳನ್ನು ಹಿಡಿದು ಮಾರ್ಲೇನ ಇತ್ತಕಡೆಯೇ ಓಡೋಡಿ ಬಂದಳು. ಅವಳನ್ನು ಕಂಡು ನೆಮ್ಮದಿಯ ನಿಟ್ಟುಸಿರು ಬಿಟ್ಟೆ.

ಮಾರ್ಲೇನ: ಹಾಸಿ, ನೀನು ಇಲ್ಲಿದ್ದೀಯಾ?

ಮಾರ್ಲೇನ ಲೆಯೋನ್‌ನ ಕಡೆಗೆ ತಿರುಗಿ:

ಅಣ್ಣ, ನಿನಗೆ ಒಬ್ಬಳು ಹುಡುಗಿ ಸಾಕು, ಒಕೆ? ಟಿಲ್ಡಾ ನನ್ನ ಹುಡುಗಿ, ಆನ್ನಾ ನಿನ್ನ ಹುಡುಗಿ. ಅಥವಾ ಬದಲಾಯಿಸಿಕೊಳ್ಳುವೆಯಾ ನೋಡು.

ಮಾರ್ಲೇನ ನನ್ನನ್ನು ಕೈಹಿಡಿದು ಮೇಲೆತ್ತಿದಳು. ಜುಮ್ಮೆನ್ನುವ ಕಾಲುಗಳೊಂದಿಗೆ ಅಡ್ಡಾದಿಡ್ಡಿ ಹೆಜ್ಜೆಯಿಡುತ್ತಾ ಅವಳ ಹಿಂದೆಯೇ ನಡೆದೆ. ಕೊಂಚ ದೂರ ಹೋದ ಮೇಲೆ ಅವಳ ಕಿವಿಯಲ್ಲಿ "ಡಾಂಕೆ" ಎಂದು ಉಸುರಿದೆ.

ಮಾರ್ಲೇನ: ಪರವಾಗಿಲ್ಲ. ನಿನ್ನ ಮುಖಭಾವ ಕಾಪಾಡಿ ಎಂದು ಕೂಗಿಕೊಳ್ಳುವಂತಿತ್ತು, ಅದಕ್ಕೇ ಬಂದೆ.

ಸಂಗೀತ ಜೋರಾಗಿ ಕೇಳಿಬರುತ್ತಿದ್ದ ಕಡೆಗೆ ನಡೆದೆವು. ಮಾರ್ಲೇನ "ಕಾಪಾಡಿ" ಎಂದು ಜೋರಾಗಿ ಕೂಗಿಕೊಂಡು ನಾಟಕೀಯವಾಗಿ ಅಭಿನಯಿಸಿ ಅಲ್ಲಿದ್ದವರ ಗಮನವೆಲ್ಲಾ ನಮ್ಮೆಡೆ ಸೆಳೆದಳು. ಯಾರೂ ಅದನ್ನು ಗಂಭೀರವಾಗಿ ಪರಿಗಣಿಸಲಿಲ್ಲ. ಮಾರ್ಲೇನ ತುಂಬಾ ಕುಡಿದಿದ್ದಳು. ಕುಡಿದ ಅಮಲಿನಲ್ಲಿ ಅವಳು ತನ್ನ ಗಾಂಜಾ ಸ್ನಾನದ ಜಿಮ್ಮಿಯನ್ನು ಮರೆಯದ ಹಾಗೆ ಅವಳನ್ನು ಹುಷಾರಾಗಿ ನೋಡಿಕೊಳ್ಳಬೇಕು ಎಂದೆನಿಸಿತು. ಅವಳಿಗೆ ಹೊಂಗೂದಲ ಚೆಲುವ ಫ್ಲಿನ್‌ನ ಬಗೆಗೆ ಒಲವು ಮೂಡುತ್ತಿರುವುದನ್ನು ಆಗಲೇ ಕಂಡಿದ್ದೆ.

ಸಮತಟ್ಟಾದ ಪ್ರದೇಶವೊಂದನ್ನು ಕುಣಿಯಲೆಂದೇ ಸಿದ್ಧಪಡಿಸಲಾಗಿತ್ತು. ನಾನು ಮಾರ್ಲೇನಳ ಕೈ ಹಿಡಿದುಕೊಂಡು ಕುಣಿನೆಲದ ಕಡೆಗೆ ಹೋದೆ. ಕುಣಿನೆಲದ ಅಂಚಿನಲ್ಲಿ ಜೋರಾದ ಸಂಗೀತಕ್ಕೆ ಮೆಲ್ಲಗೆ ಹೆಜ್ಜೆ ಹಾಕುತ್ತಾ ಕುಣಿನೆಲದ ಅಂಚಿನಿಂದ ಮಧ್ಯಕ್ಕೆ ಧ್ವನಿವರ್ಧಕದ ಹತ್ತಿರ ಹೋದೆವು. ಕೊನೆಯ ಬಾರಿ ಹೀಗೆ ಕುಣಿದದ್ದು ನನಗೆ ನೆನಪೇ ಇರಲಿಲ್ಲ. ಮೈಚಳಿ ಬಿಟ್ಟು ಕುಣಿಯಲು ನನಗೆ ಸ್ವಲ್ಪ ಹೊತ್ತು ಬೇಕಾಗುತ್ತಿತ್ತು. ಯಾವಾಗಲೂ ಹಾಗೇ. ಶುರುವಿನಲ್ಲಿ ಸಂಗೀತ ಮುದ ನೀಡಿದರೂ ನಾನು ಅದರಲ್ಲೇ ಮೈಮರೆತು ಸಮಯದ

ಪರಿವೆಯೇ ಇಲ್ಲದಂತಾಗಲು ಸ್ವಲ್ಪ ಹೊತ್ತು ಅಲ್ಲೇ ನಿಲ್ಲಬೇಕು. ಆ ಮೈಮರೆಯುವ ಕ್ಷಣಗಳಲ್ಲಿ ನಿನ್ನೆ ನಾಳೆಗಳ ಅರಿವೇ ಇರುವುದಿಲ್ಲ. ಅಂದು... ಆ ಕ್ಷಣ... ಅಲ್ಲಿ... ಅಷ್ಟೇ. ಮೈಮರೆಯಲು ಹಾತೊರೆಯುತ್ತಿದ್ದೆ. ಪ್ರಾರಂಭದಲ್ಲಿ ಹಾಡಿನ ಬಡಿತವನ್ನು ಬೆರಳಿನಂಚುಗಳಲ್ಲಿ ಆಸ್ವಾದಿಸಿದೆ. ಕ್ರಮೇಣ ಕೈ ಎದೆ ತಲೆ ತೊಡೆ ಕಾಲಿನ ಹೆಬ್ಬೆರಳ ತುದಿಗಳೆಲ್ಲವನ್ನೂ ಬಳಸಿ ಕುಣಿದೆ. ಮೈ ಸಡಿಲವಾಯಿತು. ಮೈಮರೆತೆ. ಚಿಂತೆಯೆಲ್ಲಾ ಕರಗಿ ನೀರಾಗಿಹೋದ ಅನುಭವ. ಹಾಡಿನ ಬಡಿತದ ವೇಗ ಹೆಚ್ಚಿತು, ನನ್ನ ದೇಹದ ಕುಣಿತದ ವೇಗವೂ ಹೆಚ್ಚಿತು. ನಾನು ಮತ್ತು ಹಾಡು. ಹಾಡು ಮತ್ತು ನಾನು. ನಿಮಿಷಗಳೇ ಕಳೆದವೋ ಅಥವಾ ಗಂಟೆಗಳೇ ಕಳೆದವೋ ಅಥವಾ ದಿನಗಳೇ ಕಳೆದವೋ. ಯಾರಿಗೆ ಗೊತ್ತು. ಎಲ್ಲಾ ಸರಿಯಾಗಿದೆ. ಎಲ್ಲಾ ಸರಿಯಾಗಿದೆ. ಕನಸು ನನಸಾದ ಹಾಗೆ. ನನಸು ಎಂದರೇನು? ಎಂತಹ ಅಸಹ್ಯವಾದ ಪದ ಅದು. ಆಗ ಸಿಕ್ಕ ಸ್ವಾತಂತ್ರ್ಯ ಕೇವಲ ಭ್ರಮೆಯಷ್ಟೇ. ಇರುವಷ್ಟು ಹೊತ್ತು ಅನುಭವಿಸಬೇಕು. ಆ ಯೋಚನೆಯೂ ಮನಸ್ಸಿಗೆ ಭಾರವೆನಿಸಿತು. ನಾನು ಮತ್ತು ಹಾಡು ಇಬ್ಬರೇ ಏಕಾಂತದಲ್ಲಿ ಇರಬೇಕು. ಯೋಚನಾಲಹರಿಯನ್ನು ತುಂಡರಿಸಿ ಕೇವಲ ಸಂಗೀತವನ್ನೇ ದೇಹದಲ್ಲಿ ತುಂಬಿಕೊಳ್ಳಲು ಶಕ್ತಿಮೀರಿ ಪ್ರಯತ್ನಿಸಿದೆ. ಬಾಯಿಂದ ಜೋರಾಗಿ ಉಸಿರೆಳೆದುಕೊಂಡೆ, ಶ್ವಾಸಕೋಶಗಳು ಉಬ್ಬಿದವು, ಭ್ರಮನಿರಸನದ ಕ್ಷಣ ಬಂದೇ ಬರುತ್ತದೆ ಎಂದು ಗೊತ್ತಿತ್ತು. ನನ್ನ ಶರೀರ ಮತ್ತು ಹಾಡು. ಹಾಡು ಮತ್ತು ನನ್ನ ಶರೀರ. ನನ್ನ ಶರೀರವು ಹಾಡಿಗೆ ತಕ್ಕಂತೆ ಕುಣಿಯುತ್ತಿತ್ತು. ಹಿತವಾಗಿತ್ತು. ಆದರೆ, ಅಲ್ಲಿ, ನನ್ನ ಮನಸ್ಸಿನ ಒಂದು ಮೂಲೆಯಲ್ಲಿ, ನನ್ನ ಪುಟ್ಟ ತಂಗಿ ಈಡಾ ಇದ್ದಾಳೆ, ಜೊತೆಗೆ ಕುಡುಕಿಯಾದ ನನ್ನ ತಾಯಿ ಸಹ. ನಾನು ಛಕ್ಕನೆ ಕಣ್ಣುಬಿಟ್ಟೆ, ಸುತ್ತಲೂ ಕುಣಿಯುತ್ತಿದ್ದವರನ್ನು ನೋಡಿದೆ. ಅವರ ಮುಖಗಳು ಬೆವೆತಿದ್ದವು, ಕಣ್ಣುಗಳು ಮುಚ್ಚಿದ್ದವು, ಕೈಕಾಲುಗಳು ಆಡುತ್ತಿದ್ದವು. ನಾನು ಈಡಾಳನ್ನು ನೆನೆದೆ. ಕಣ್ಣುಗಳನ್ನು ಮತ್ತೆ ಮುಚ್ಚಿಕೊಂಡೆ. ಭ್ರಮೆ ಕಣ್ಣುಬಿಟ್ಟು ಮುಚ್ಚುವುದರೊಳಗೆ ಮಾಯವಾಗಿತ್ತು. ಬಂದೂಕಿನಿಂದ ಯಾರೋ ಗುಂಡು ಹೊಡೆದ ಹಾಗೆ ವಾಸ್ತವವು ನನ್ನೆದೆಗೆ ಬಲವಾಗಿ ತಗುಲಿತ್ತು. ಎಂತಹ ಎಡವಟ್ಟನ್ನು ತಂದೊಡ್ಡಿತ್ತು ನನ್ನ ವಿಚಿತ್ರ ಯೋಚನಾಲಹರಿ! ಒಡನೆಯೇ ಮನೆಗೆ ಹೊರಡುವ ಆತುರವಾಯಿತು. ಮಾರ್ಲೇನಳಿಗೆ ವಿದಾಯ ಹೇಳಹೋದರೆ ಅವಳು ನನ್ನನ್ನು ಖಂಡಿತ ತಡೆಯುವಳೆಂದು ಗೊತ್ತಿದ್ದರೂ ಅವಳನ್ನು ಕುಣಿನೆಲದ ಮೇಲೆ ಹುಡುಕಿದೆ. ಅವಳು ಅದಾಗಲೇ ಫ್ಲಿನ್‌ನ ಜೊತೆ ಚೆಲ್ಲಾಟದಲ್ಲಿ ತೊಡಗಿದ್ದಳು. "ತಲೆನೋವು, ಸಾರಿ" ಎಂದು ಮೊಬೈಲಿನಲ್ಲಿ ಅವಳಿಗೆ ಸಂದೇಶ ಕಳಿಸಿ ಅಲ್ಲಿಂದ ಹೊರಟುಬಿಟ್ಟೆ.

■

ಕೆಳಗೆ ಹಳ್ಳಿರಸ್ತೆ, ಮೇಲೆ ಮೋಡದ ಸುಳಿವೂ ಇಲ್ಲದ ಆಕಾಶದಲ್ಲಿ ಸ್ಪಷ್ಟವಾಗಿ ಕಾಣುತ್ತಿದ್ದ ನಕ್ಷತ್ರಗಳು. ಅಪ್ಪಟ ಬೇಸಿಗೆಯ ವಾಸನೆ. ಡಾಂಬರು, ಸಗಣಿ, ಒಣಹುಲ್ಲು ಮತ್ತು ಇನ್ನೇನೋ ಹೊಸತನ್ನು ಬೆರೆಸಿದ ಬೇಸಿಗೆಯ ವಾಸನೆ ಮೂಗಿಗೆ ಬಡಿಯಿತು. ಆ ವಿನೂತನ ಸುಗಂಧವನ್ನು ಕಣ್ಣುಮುಚ್ಚಿ ಆಸ್ವಾದಿಸಿದೆ. ಎಷ್ಟು ಯೋಚಿಸಿದರೂ ಆ ಹೊಸ ವಾಸನೆ ಏನೆಂದು ಹೊಳೆಯಲೇ ಇಲ್ಲ. ಎಂಥದೋ ಜಾದೂ ಇರಬೇಕು, ಯಾವುದೋ ಹೊರಜಗತ್ತಿನಿಂದ ಬಂದದ್ದಿರಬೇಕು. ಅದೊಂದು ಸೊಗಸಾದ ರಾತ್ರಿ. ತಂಗಾಳಿ ಬೀಸುತ್ತಿತ್ತು. ಬೇಸಿಗೆಯಾದ್ದರಿಂದ ಕತ್ತಲು ಬೇಗ

ಕಳೆದು ಬೆಳಗಾಗುವುದರಲ್ಲಿತ್ತು. ಗಾಳಿ ಬೀಸುತ್ತಿದ್ದ ದಿಕ್ಕಿನಲ್ಲೇ ನಡೆದೆ, ಆಗಾಗ ನಿಂತು ಸುತ್ತ ತಿರುಗಿದೆ, ಕುಪ್ಪಳಿಸಿದೆ. ಆ ಕ್ಷಣದಲ್ಲಿ ಎಲ್ಲವೂ ನನ್ನವೇ ಆಗಿದ್ದವು. ಕೇವಲ ನನ್ನವು. ರಾತ್ರಿ ಮತ್ತು ನಾನು. ನಾನು ಮತ್ತು ರಾತ್ರಿ. ನಡೆಯುತ್ತಿದ್ದವಳು ತಟಕ್ಕನೆ ನಿಂತೆ. ಫ್ಲಕ್! ಕಾರೊಂದು ನನ್ನ ಪಕ್ಕದಲ್ಲೇ ಬಂದು ನಿಂತಿತು. ಛಕ್ಕನೆ ನನ್ನ ಬ್ಯಾಗಿನಿಂದ ಮೊಬೈಲನ್ನು ಹೊರತೆಗೆದು ತುರ್ತುಸಂಖ್ಯೆ 110 ಕೀಲಿಸಿ, ಕರೆಗುಂಡಿ ಒತ್ತುವ ಮುನ್ನ ಬಲಕ್ಕೊಮ್ಮೆ ತಿರುಗಿ ನಿಂತಿದ್ದ ಕಾರನ್ನು ನೋಡಿದೆ. ಕಪ್ಪು ಮರ್ಸಿಡೀಸ್ ಜಿ-ಕ್ಲಾಸ್. ಸಾಮಾನ್ಯವಾಗಿ ವಿಕೃತಕಾಮಿಗಳು ಇಂತಹ ಒಳ್ಳೆಯ ಕಾರನ್ನು ಬಳಸುವುದಿಲ್ಲ. ಆದರೂ ಓಡುವುದು ಯಾವ ದಿಕ್ಕಿಗೆ? ಕಾರಿನ ಕಿಟಕಿಗಾಜು ಇಳಿಯಿತು. ಈವಾನ್‌ನ ಮುಖ ಕಂಡಿತು, ವಿಕ್ಟೋರ್‌ನ ಮುಖದಲ್ಲಿ.

ವಿಕ್ಟೋರ್: ತಲೆ ಕೆಟ್ಟಿದೆಯಾ ನಿನಗೆ?

ಅವನ ಧ್ವನಿ ಕೊಂಚ ಗೊರಸು. ನನಗಿಷ್ಟ. ನನಗೆ ರೇಗಿಹೋಯಿತು.

ನಾನು: ಯಾಕೆ?

ವಿಕ್ಟೋರ್: ಹಳ್ಳಿರಸ್ತೆ, ರಾತ್ರಿ?

ನಾನು: ವ್ಯಾಕರಣ. ಕರ್ತೃ, ಕರ್ಮ, ಕ್ರಿಯಾಪದಗಳು ಎಲ್ಲಿ?

ಅವನು "ಗಾಡಿ ಹತ್ತು" ಎಂದ. ನಾನು "ಹತ್ತಲ್ಲ" ಎಂದೆ.

ಅವನು ತನ್ನ ಫೋನು ತೆಗೆದು "ಹೇ ಸಿರಿ, ಪೊಲೀಸರಿಗೆ ಕರೆ ಮಾಡು" ಎಂದ. ನಾನು "ಬೇಡ" ಎಂದು ಹೇಳಿ ಕಾರನ್ನು ಹತ್ತಿ ಕುಳಿತೆ.

ಕ್ಷಣ ಮೌನ.

ವಿಕ್ಟೋರ್: ವಿಳಾಸ?

ನಿಮಿಷ ಕಾದು ಉತ್ತರಿಸಿದೆ.

ನಾನು: ಫ್ರೋಲಿಶ್ ರಸ್ತೆ 37.

ಅವನು ನಕ್ಕ. ಗೊಗ್ಗರು ದನಿಯ ನಗೆ ಅದು, ಸುಮಾರು ಕೆಮ್ಮಿನ ರೀತಿ ಇತ್ತು. ಅವನು ನಗದೆ ಎಷ್ಟು ದಿನವಾಗಿತ್ತೋ.

ನಾನು: ಏನಾಯ್ತು?

ಅವನು ಕೇವಲ ತಲೆಯಲ್ಲಾಡಿಸಿ ಮರುಕ್ಷಣವೇ ಗಂಭೀರನಾದ.

ಕಾರಿನ ಪ್ರಯಾಣದ ಉದ್ದಕ್ಕೂ ನಾವು ಮೌನವಾಗಿಯೇ ಇರುತ್ತೇವೇನೋ ಎಂದು ಅನಿಸಿತು. ನನಗೆ ಅವನ ಬಳಿ ಮಾತಾಡಬೇಕು, ಆದರೆ ಅದೇಕೋ ತೊದಲುವ ಭಯ. ಮೇಲಾಗಿ ನನಗೆ ಏನು ಹೇಳಬೇಕೆಂದು ತೋಚಲಿಲ್ಲ. ಬೆನ್ನೊರಗಿಗೆ ಒರಗಿಕೊಂಡು ಅವನ ಚಹರೆಯ ಬಲಬದಿಯನ್ನು ಗಮನಿಸಿದೆ. ಕೆದರಿದ ತಿಳಿಹೊಂಗೂದಲು, ಬಿಸಿಲಿನಿಂದಾಗಿ

ಕಂದುಬಣ್ಣಕ್ಕೆ ತಿರುಗಿದ್ದ ಗಂಭೀರ ಮುಖ, ಉದ್ದನೆ ಮೂಗು, ತಿದ್ದಿ ತೀಡಿದಂತಿದ್ದ ಹುಬ್ಬುಗಳು, ಸಪೂರವಾದ ತುಟಿಗಳು. ಚೆಲುವ. ಕಾರು ಓಡಿಸುತ್ತಲೇ ನನ್ನ ಕಡೆ ತಿರುಗಿದ. ನನ್ನ ಕಣ್ಣಿನಲ್ಲಿದ್ದ ಮೆಚ್ಚುಗೆಯ ನೋಟವನ್ನು ಕಂಡು ಮುಗುಳ್ನಕ್ಕ. ಅವನ ಮುಖದಲ್ಲಾದ ಬದಲಾವಣೆ, ಅವನ ಕಣ್ಣಿನಲ್ಲಿ ಮೂಡಿದ ಹೊಳಪು, ಅವನು ಬೀರಿದ ನಗೆ ಎಲ್ಲವೂ ಅವನನ್ನು ಇನ್ನೂ ಸುಂದರವಾಗಿ ಕಾಣುವಂತೆ ಮಾಡಿದ್ದವು. ಏನು ಎಂದು ಕೇಳುವಂತೆ ಹುಬ್ಬೇರಿಸಿದ. ಮರುಕ್ಷಣವೇ ಗಮನವನ್ನು ರಸ್ತೆಯೆಡೆ ತಿರುಗಿಸಿ ಗಂಭೀರನಾದ. ಎಲ್ಲವೂ ಕ್ಷಣಾರ್ಧದಲ್ಲಿ ನಡೆದುಹೋಯಿತು. ಅವನ ತುಟಿಯ ಕೊನೆಗಳಲ್ಲಿ ಮಂದಹಾಸ ಇನ್ನೂ ಪೂರ್ಣ ಮಾಸಿರಲಿಲ್ಲ. ಕೆಲವೇ ಸೆಕೆಂಡುಗಳ ಹಿಂದೆ ಅವನನ್ನು ಹದಿವಯಸ್ಸಿನ ಹುಡುಗಿಯೊಬ್ಬಳ ಹಾಗೆ ಮೋಹದಿಂದ ದಿಟ್ಟಿಸಿ ನೋಡಿದ್ದೆ ಎಂದು ಅರಿವಾಗಿ ನನಗೆ ನಾಚಿಕೆಯಾಯಿತು, ಮುಖವೆಲ್ಲಾ ಕೆಂಪಾಯಿತು. ಮತ್ತೇನು ಮಾಡುವುದು? ಅವನು ಮಾತಾಡದಿದ್ದರೆ ನನಗೆ ಅವನನ್ನು ದಿಟ್ಟಿಸಿ ನೋಡುವುದೊಂದೇ ದಾರಿ. ಅದಕ್ಕೂ ಹೆಚ್ಚಾಗಿ ಅವನು ರಾತ್ರಿಯ ಸಮಯದಲ್ಲಿ ಮದ್ಯ ಅಥವಾ ಮಾದಕ ವಸ್ತುಗಳ ಅಮಲಿನಲ್ಲಿ ಗಾಡಿಯನ್ನು ಓಡಿಸುತ್ತಿಲ್ಲವೆಂದು ಖಾತ್ರಿ ಮಾಡಿಕೊಳ್ಳಬೇಕಿತ್ತು. ಆ ಸರಿರಾತ್ರಿಯಲ್ಲಿ ಊರಿನ ಈ ಭಾಗದಲ್ಲಿ ಇವನೇಕೆ ಕಾರಿನಲ್ಲಿ ಒಬ್ಬನೇ ಹೋಗುತ್ತಿದ್ದ ಎಂಬ ಪ್ರಶ್ನೆ ಸಹ ಎದ್ದಿತು. ಮನೆಯಲ್ಲಿ ತೊಡುವಂತಹ ಬೂದುಬಣ್ಣದ ಜಾಗಿಂಗ್ ಪ್ಯಾಂಟನ್ನು ಧರಿಸಿದ್ದ, ಹಾಗಾಗಿ ಹೊರಗೆ ತಿನ್ನಲು ಕುಡಿಯಲು ಹೋಗಿರಲಿಕ್ಕಿಲ್ಲ. ಟಿಂಡರ್ ಡೇಟ್‌ನಿಂದ ಹಿಂದಿರುಗುತ್ತಿರಬಹುದು. ನನಗೆ ಕುತೂಹಲ ತಡೆಯಲಾಗಲಿಲ್ಲ.

ನಾನು: ಸರಿರಾತ್ರಿಯಲ್ಲಿ ಊರಿನ ಈ ಭಾಗದಲ್ಲಿ ನೀನೇಕೆ ಕಾರಿನಲ್ಲಿ ಒಬ್ಬನೇ ಹೋಗುತ್ತಿರುವೆ?

ವಿಕ್ಟೋರ್ ಛಕ್ಕನೆ ನನ್ನೆಡೆ ನೋಡಿ ಮತ್ತೆ ರಸ್ತೆಯ ಕಡೆಗೆ ಮುಖ ಮಾಡಿದ. ಏನೂ ಹೇಳಲಿಲ್ಲ. ಟಿಂಡರ್ ಡೇಟ್ ಇದ್ದಿರಬೇಕು ಎಂದುಕೊಂಡೆ.

ವಿಕ್ಟೋರ್: ಕಾರು ಓಡಿಸುವುದರಿಂದ ನನಗೆ ತಳಮಳ ಕಡಿಮೆಯಾಗುತ್ತದೆ.

ನಾನು ಅರ್ಥವಾಯಿತೆಂದು ತಲೆದೂಗಿದೆ. ಏಕೆ ತಳಮಳವೆಂದು ನನಗೆ ತಿಳಿದೇ ಇದ್ದುದರಿಂದ ಅವನನ್ನು ಮರುಪ್ರಶ್ನೆ ಮಾಡಲಿಲ್ಲ. ರಸ್ತೆಯುದ್ದಕ್ಕೂ ನಾವು ಮತ್ತೆ ಮಾತಾಡಲಿಲ್ಲ, ನಾನು ಮತ್ತೆ ಅವನನ್ನು ದಿಟ್ಟಿಸಿ ನೋಡಲೂ ಇಲ್ಲ. ಕಿಟಕಿಯಿಂದಾಚೆಗೆ ನಿಧಾನವಾಗಿ ಮೂಡುತ್ತಿದ್ದ ಬೆಳಗಿನ ಹೊಂಗಿರಣವನ್ನು ನೋಡಿದೆ. ಯಾರೂ ಇಲ್ಲದ ಅವನ ಮನೆಯಲ್ಲಿ ಒಬ್ಬನೇ ಮಲಗಲು ಕಷ್ಟವಾಗಿ ಕಾರಿನಲ್ಲಿ ರಸ್ತೆಗಿಳಿದು ಗೊತ್ತುಗುರಿಯಿಲ್ಲದವನ ಹಾಗೆ ಅಲೆದಾಡುತ್ತಿದ್ದನ್ನು ನೋಡಿ ನನಗೆ ಖೇದವೆನಿಸಿತು. ಪಾಪ ಅವನು.

"ಎಲ್ಲಿ?" ಎಂದು ಅವನು ಕೇಳಿದಾಗಲೇ ನಾವು ಖುಷಿಯ ರಸ್ತೆಗೆ ಬಂದೆವೆಂದು ನನಗೆ ಅರಿವಾಗಿದ್ದು.

ನಾನು: ಮಂಕಾಗಿ ಕಾಣುವ ಬೂದುಬಣ್ಣದ ಅಪಾರ್ಟ್‌ಮೆಂಟ್, ಅದೋ ರಸ್ತೆಯ ಕೊನೆಯಲ್ಲಿ.

ಅವನು ನಸುನಕ್ಕು ಮಂಕು ಮನೆಯ ಮುಂದೆ ಕಾರನ್ನು ನಿಧಾನ ಮಾಡಿದ. ನಾನು ನಮ್ಮ ಮನೆಯ ಕಿಟಕಿಗಳ ಕಡೆ ಕಣ್ಣು ಹಾಯಿಸಿದಾಗ ಈಡಾಳ ಕೋಣೆಯಲ್ಲಿ ಇನ್ನೂ ದೀಪ ಉರಿಯುತ್ತಲೇ ಇತ್ತು. ನನಗೆ ಹೃದಯ ಬಾಯಿಗೆ ಬಂದಹಾಗಾಯಿತು. ಕಾರು ಇನ್ನೂ ಚಲಿಸುತ್ತಿರುವಾಗಲೇ ಕಾರಿನ ಬಾಗಿಲು ತೆರೆದೆ.

ನಾನು: ನಿಲ್ಲಿಸು.

ವಿಕ್ಟೋರ್: ಏಕೆ, ಏನಾಯ್ತು?

ಏನೂ ಹೇಳದೆ ಕಾರಿನಿಂದ ಹೊರಜಿಗಿದೆ. ಅಪಾರ್ಟ್‌ಮೆಂಟ್ ಕಟ್ಟಡದ ಬಾಗಿಲಿನೊಳಗೆ ಓಡಿ ನಮ್ಮ ಮನೆಯ ಬಾಗಿಲನ್ನು ತೆರೆದೆ. ಈಡಾಳ ಬಾಗಿಲಿನ ಮೇಲೆ ಎರಡು ಬಾರಿ ವೇಗವಾಗಿ, ಮೂರು ಬಾರಿ ಮೆಲ್ಲಗೆ ತಟ್ಟಿದೆ. ಅವಳ ಕೋಣೆಯ ಚಿಲಕ ಒಳಗಿನಿಂದ ಹಾಕಿತ್ತು.

ನಾನು: ಈಡಾ, ನಾನು, ಟಿಲ್ಡಾ. ಬಾಗಿಲು ತೆರೆ.

ಈಡಾ ಟ್ವೀಟಿ ವಿನ್ಯಾಸದ ರಾತ್ರಿಯುಡುಗೆ ತೊಟ್ಟಿದ್ದಳು. ಅವಳು ಬಾಗಿಲು ತೆರೆದದ್ದೇ ಅವಳನ್ನು ಬಾಚಿ ಅಪ್ಪಿಕೊಂಡೆ.

ನಾನು: ಏನಾಯ್ತು?

ಅವಳೇನೂ ಹೇಳಲಿಲ್ಲ. ಅವಳ ಮುಖದಲ್ಲಿ ಆತಂಕ ಗಾಬರಿಗಳು ಎದ್ದು ಕಾಣುತ್ತಿದ್ದವು, ಆದರೆ ಗಾಯಗಳೇನೂ ಕಾಣಲಿಲ್ಲ.

ನಾನು: ಹಾಸಿಗೆಯ ಮೇಲೆ ಕೂರೋಣ ಬಾ.

ನಾನು: ಅವಳು ನಿನ್ನ ಮೇಲೆ ಕೈಮಾಡಿದಳಾ?

ಅವಳು ಇಲ್ಲವೆಂದು ಹೇಳಿದ್ದು ನನಗೆ ಕೇಳಿಸದಷ್ಟು ಮೆಲ್ಲಗಿತ್ತು. ಈಡಾ ನನ್ನೆದೆ ಅವಚಿಕೊಂಡು ಕುಳಿತಳು. ನಾವಿಬ್ಬರೂ ಅವಳ ಮಂಚದ ಎದುರಿಗಿದ್ದ ಅವಳ ಚಿತ್ರಪಟವನ್ನು ನೋಡಿದೆವು. ಅವುಗಳಲ್ಲಿನ ಹಂತಹಂತದ ಬದಲಾವಣೆ ಅದರಲ್ಲಿ ಕಂಡವು. ಎಡಮೂಲೆಯಲ್ಲಿ ಒಂದು ಗುಲಾಬಿಬಣ್ಣದ ಹಂದಿ, ಬಣ್ಣದ ಪೆನ್ಸಿಲ್ಲಿನಿಂದ ಬಿಡಿಸಿದ ಹಲವಾರು ಪ್ರಾಣಿಗಳು. ಈಡಾ ಬಿಡಿಸಿದ್ದ ಎಲ್ಲಾ ಪ್ರಾಣಿಗಳಿಗೂ ಮೀನುಗಳಿಗೆ ಇರುವ ಹಾಗೆ ಈಜುರೆಕ್ಕೆಗಳು ಇದ್ದವು. ಹಕ್ಕಿಗೂ ಇದ್ದವು ಹಂದಿಗೂ ಇದ್ದವು. ಈಜುರೆಕ್ಕೆ ಏಕಿವೆಯೆಂದು ಕೇಳುವ ಅಥವಾ ಅದನ್ನು ನೋಡಿ ನಗುವ ಅಧಿಕಾರವನ್ನು ಈಡಾ ನನಗೆ ಕೊಟ್ಟಿರಲಿಲ್ಲ. ಕೆಲವೊಮ್ಮೆ ನನಗೆ ನಗು ತಡೆಯಲಾರದೆ ನಕ್ಕುಬಿಟ್ಟರೆ ಈಡಾ ಕೋಪಗೊಂಡು ನನ್ನೊಂದಿಗೆ ಗಂಟೆಗಟ್ಟಲೆ ಮಾತು ಬಿಡುತ್ತಿದ್ದಳು. ಪ್ರಾಣಿಗಳ ನಂತರ ಕಟ್ಟುಕತೆಗಳ ಅಧ್ಯಾಯ ಪ್ರಾರಂಭ. ಅವಳಿಗಾಗಿ ನಾನು ದಿನವೂ ಒಂದಾದರೂ ಕಟ್ಟುಕತೆಯನ್ನು ಓದಿ ಹೇಳಲೇಬೇಕಿತ್ತು. ಕಟ್ಟುಕತೆಗಳಲ್ಲಿ ಬರುವ ಅವಳಿಷ್ಟದ ಪಾತ್ರಗಳನ್ನು ಕ್ರಯಾನ್ಸ್ ಉಪಯೋಗಿಸಿ ಬಿಡಿಸುತ್ತಿದ್ದಳು. ಮೊದಲ ಚಿತ್ರದಲ್ಲಿ ಶವಪೆಟ್ಟಿಗೆಯಲ್ಲಿ ಮಲಗಿದ್ದ ಸ್ನೋ ವೈಟ್‌ಳ ಸುತ್ತ ರಾಜಕುಮಾರನೂ ಏಳು ಜನ ಕುಳ್ಳರೂ ನಿಂತಿದ್ದರು, ಅವಳ ಬಾಯಿಯಿಂದ ವಿಷಯುಕ್ತ ಸೇಬಿನ ತುಂಡು ಹೊರಗೆ ಬೀಳುತ್ತಿತ್ತು. ಪಕ್ಕದ ಚಿತ್ರದಲ್ಲಿ

ರಾಜಕುಮಾರನು ರಪುಂಝೆಲ್ ಕಿಟಕಿಯಿಂದ ಇಳಿಬಿಟ್ಟಿದ್ದ ನೀಳ ಜಡೆಯ ಸಹಾಯದಿಂದ ಬುರುಜನ್ನು ಹತ್ತಲು ಪ್ರಯತ್ನಿಸುತ್ತಿದ್ದನು. ನಂತರದ ಚಿತ್ರದಲ್ಲಿ ರಾಜಕುಮಾರನು ತುಟಿಗೆ ಮುತ್ತಿಟ್ಟೊಡನೆ ನಿದ್ರಾಸುಂದರಿಯು ಕಣ್ಣು ಬಿಡುತ್ತಿದ್ದಳು. ಅವನ್ನು ಒಟ್ಟಿಗೆ ಅವಲೋಕಿಸಿದಾಗ ಹೊಳೆದದ್ದು ಅವೆಲ್ಲಾ ಸಮಸ್ಯೆ ಪರಿಹಾರವಾಗುವ ನಿದರ್ಶನಗಳು ಎಂದು. ಮಧುರ ಕ್ಷಣಗಳಾದರೂ ಅದರ ಹಿಂದೆ ವಿಷಾದ ಅಡಗಿತ್ತು. ಜನಜನಿತ ಕಟ್ಟುಕತೆಗಳ ನಂತರ ಈಡಾ ನಮ್ಮಿಬ್ಬರ ಸ್ವಂತದ ಕಟ್ಟುಕತೆಗಳ ಚಿತ್ರಗಳನ್ನು ಬಿಡಿಸಿದ್ದಳು, ಅವುಗಳ ಪಕ್ಕ ದಂತಕತೆಗಳಲ್ಲಿ ಬರುವ ಜೀವಿಗಳಾದ ದೈತ್ಯ ಯಕ್ಷ ಕಿನ್ನರ ಕಿಂಪುರುಷರ ಜಲವರ್ಣಚಿತ್ರಗಳನ್ನು ಬಿಡಿಸಿದ್ದಳು. ಇದೇ ರೀತಿಯ ಹಲವು ಚಿತ್ರಗಳು ಅಲ್ಲಿ ಇದ್ದವು. ಹಲವಾರು ಬೇರೆ ಮಾಧ್ಯಮಗಳನ್ನು ಬಳಸಿ ಅವಳು ಚಿತ್ರಗಳನ್ನು ಬಿಡಿಸಿದ್ದಳು. ಅವಳ ಉನ್ನತ ಕರಕುಶಲತೆಯನ್ನು ನೋಡಿ ಈ ರೀತಿಯ ಚಿತ್ರಕಲೆಯನ್ನು ಅವಳು ಹಲವಾರು ತಿಂಗಳುಗಳು ಅಭ್ಯಸಿಸಿರಬೇಕು ಎನಿಸಿತು. ಪ್ರಸ್ತುತ ಅವಳು ಅಕ್ರಿಲಿಕ್ ಬಣ್ಣ ಬಳಸಿ ಹಸಿರು ಕಾಡಿನ ಚಿತ್ರಗಳನ್ನು ಬಿಡಿಸುತ್ತಿದ್ದಳು. ಸೂಕ್ಷ್ಮವಾಗಿ ಗಮನಿಸಿದಾಗ ನಡುವೆ ಎಲ್ಲೋ ಒಂದೊಂದು ಯಕ್ಷ ಅಥವಾ ಕಿನ್ನರಿಯು ಮರದ ಕೊಂಬೆಗಳ ನಡುವೆ ಅಡಗಿಕೊಂಡಿರುವುದು ಕಾಣುತ್ತಿತ್ತು. ಮಾಮಾಳ ಮುಖವಿದ್ದ ಹೆಗ್ಗಣದ ಚಿತ್ರ ನನಗೆ ಇಷ್ಟವಾಯಿತು, ಸ್ವಲ್ಪ ಭಯವೂ ಆಯಿತು.

ಕೆಲ ನಿಮಿಷಗಳ ನಂತರ ಈಡಾಳ ಮೆಲುದನಿ ಹೊರಗೆ ಬಂತು.

ಈಡಾ: ಇಂದು ಅವಳು ನನ್ನ ಕೋಣೆಗೆ ಬಂದಿದ್ದಳು. ಲಸಾನ್ಯಾ ಮಾಡಿಕೊಂಡು ತಿನ್ನೋಣ ಬಾ ಎಂದಳು.

ಕ್ಷಣ ಮೌನ.

ಈಡಾ: ನನಗೆ ಬೇಡ ಎಂದೆ. ಅವಳು ಚೆನ್ನಾಗಿ ಕುಡಿದಿದ್ದಳು. ನನಗೆ ಹಸಿವಿಲ್ಲ, ನಾನು ಚಿತ್ರ ಬಿಡಿಸುತ್ತಿದ್ದೇನೆ ಎಂದು ಅವಳಿಗೆ ಹೇಳಿದೆ.

ಕ್ಷಣ ಮೌನ.

ಈಡಾ: ಅವಳಿಗೆ ಅಷ್ಟಕ್ಕೇ ಕೋಪ ಬಂದು ಚೀರಾಡಿದಳು. ನಾನು ಬಿಡಿಸುತ್ತಿದ್ದ ಹಾಳೆಯನ್ನು ನನ್ನಿಂದ ಕಿತ್ತುಕೊಂಡು ಅದನ್ನು ಮುದುರಿ ಬಾಯಿಗೆ ತುರುಕಿಕೊಂಡಳು.

ಕ್ಷಣ ಮೌನ. ಉಗುಳು ನುಂಗಿದೆ.

ಈಡಾ: ಅವಳು ಕೋಣೆಯಿಂದ ಹೊರಗೆ ನಡೆದದ್ದೇ ತಡ, ನಾನು ಬಾಗಿಲು ಮುಚ್ಚಿ ಚಿಲಕ ಹಾಕಿಕೊಂಡೆ. ಅವಳು ಹೊರಗಿನಿಂದ ದಬದಬನೆ ಬಾಗಿಲು ಬಡಿದಳು, ಬಾಗಿಲು ತೆರೆ ಎಂದು ಕಿರುಚಾಡಿದಳು. ನಿಲ್ಲಿಸಲೇ ಇಲ್ಲ.

ಕ್ಷಣ ಮೌನ.

ಈಡಾ: ಸುಮಾರು ಹೊತ್ತಾದ ಮೇಲೆ ಹೊರಟುಹೋದಳು.

ಕ್ಷಣ ಮೌನ.

ಈಡಾ: ಆಮೇಲೆ ನೀನು ಬಂದೆ.

ನಾನು ಮನೆಯಲ್ಲಿ ಇಲ್ಲದಿದ್ದಾಗ ಏನೆಲ್ಲಾ ನಡೆಯುತ್ತದೆ. ಈಡಾಳನ್ನು ಬಿಗಿಯಾಗಿ ಅಪ್ಪಿಕೊಂಡೆ. ನನ್ನ ತೋಳಿನ ಮೇಲೆ ಕಣ್ಣೀರಿನ ಹನಿಯೊಂದು ಬಿತ್ತು. ಅದು ನನ್ನದೋ ಈಡಾಳದ್ದೋ ತಿಳಿಯಲಿಲ್ಲ. ಈಡಾ ಸಾಮಾನ್ಯವಾಗಿ ಅಳುವುದಿಲ್ಲ.

ನಾನು: ಇಲ್ಲೇ ಇರು, ಈಗ ಬರುತ್ತೇನೆ.

ನಾನು ಅಡುಗೆಮನೆಯಿಂದ ಒಂದು ಬಕೀಟು ನೀರನ್ನು ತುಂಬಿಸಿ ಅದಕ್ಕೆ ಒಂದಿಷ್ಟು ಮಂಜುಗಡ್ಡೆಗಳನ್ನು ಸೇರಿಸಿ ಬಾಲ್ಕನಿಯಲ್ಲಿ ತಂದಿಟ್ಟೆ. ಗಬ್ಬುನಾರುತ್ತಿದ್ದ ಮೂಟೆಯ ರೀತಿ ಸೋಫಾದ ಮೇಲೆ ಬಿದ್ದುಕೊಂಡಿದ್ದ ಮಾಮಾಳನ್ನು ಬಾಲ್ಕನಿಗೆ ದರದರನೆ ಎಳೆದುತಂದು "ಎದ್ದೇಳು" ಎಂದು ಅವಳ ಕಿವಿಯ ಬಳಿ ಜೋರಾಗಿ ಕೂಗಿದೆ. ಹೀಗೆ ಬಕೀಟನ್ನು ಉಪಯೋಗಿಸಿ ಸುಮಾರು ಒಂದು ವರ್ಷವೇ ಆಗಿತ್ತು. ಅವಳನ್ನು ಬಾಲ್ಕನಿಯ ಕುರ್ಚಿಯ ಮೇಲೆ ಧೊಪ್ಪನೆ ಕೂರಿಸಿದೆ, ಅವಳು ಕೈಕಾಲುಗಳನ್ನು ಸಡಿಲವಾಗಿ ಇಳಿಬಿಟ್ಟುಕೊಂಡು ಕಣ್ಣು ಮುಚ್ಚಿಕೊಂಡೇ ಮಂಪರಿನಲ್ಲಿ ಗೊಣಗುತ್ತಿದ್ದಳು. ನಾನು ಬಕೀಟಿನಲ್ಲಿದ್ದುದನ್ನೆಲ್ಲಾ ಒಮ್ಮೆಗೇ ಅವಳ ತಲೆಯ ಮೇಲೆ ಸುರಿದೆ. ಬೆಚ್ಚಿ ಧಢಕ್ಕನೆ ಎದ್ದಳು.

ಮಾಮಾ: ಟಿಲ್ಡಾ?!

ನಾನು: ಸರಿಯಾಗಿ ಕೇಳಿಸಿಕೋ. ಮತ್ತೊಮ್ಮೆ ನೀನು ಈ ರೀತಿ ಈಡಾಳನ್ನು ಹೆದರಿಸಿದ್ದೇ ಆದರೆ ಪೊಲೀಸರಿಗೆ ಕರೆ ಮಾಡುವೆ. ಅರ್ಥವಾಯಿತಾ?

ನನ್ನನ್ನೇ ನೋಡಿದಳು.

ನಾನು: ಅರ್ಥವಾಯಿತಾ?

ಅವಳು ಹೂಂ ಎಂದು ತಲೆಯಲ್ಲಾಡಿಸಿದಳು.

ನಾನು ಮತ್ತೆ ಈಡಾಳ ಕೋಣೆಗೆ ಹೋಗಿ ಅವಳ ಪಕ್ಕದಲ್ಲಿ ಕುಳಿತೆ. ಈಡಾ ದೊಡ್ಡ ದೊಡ್ಡ ಕಣ್ಣುಗಳನ್ನು ಬಿಟ್ಟುಕೊಂಡು ನನ್ನನ್ನು ನೋಡುತ್ತಿದ್ದಳು. ಬಾಲ್ಕನಿಯಲ್ಲಿ ನಡೆದುದು ಅವಳ ಕೋಣೆಯ ಕಿಟಕಿಯಿಂದ ಕಂಡೇ ಇರುತ್ತದೆ. ಅವಳು ತಲೆಯನ್ನು ನನ್ನ ಭುಜದ ಮೇಲೆ ಇಟ್ಟಳು. ಕೆಲಹೊತ್ತು ನಾವು ಹಾಗೆಯೇ ಕುಳಿತೆವು. ಅವಳು ನನ್ನ ಭುಜದ ಮೇಲೆ ಮಲಗಿ ನಿದ್ದೆಹೋಗಿರಬೇಕು ಎಂದುಕೊಳ್ಳುತ್ತಲೇ ಒಮ್ಮೆಲೇ ಕೇಳಿದಳು:

"ಆ ಈಜುಗಾರನೇಕೆ ಇನ್ನೂ ನಮ್ಮ ಮನೆಯ ಮುಂದೆಯೇ ನಿಂತಿದ್ದಾನೆ?"

ಕಿಟಕಿಯ ಹೊರಗಿನಿಂದ ಬೆಳಕು ಬರುತ್ತಿರುವುದನ್ನು ನಾನು ಆಗಲಷ್ಟೇ ಗಮನಿಸಿದ್ದು. ಒಮ್ಮೆಲೇ ಮಂಚದಿಂದ ಕಿಟಕಿಯ ಬಳಿ ಜಿಗಿದೆ. ವಿಕ್ಟೋರ್ ಅಲ್ಲಿ ಸಿಗರೇಟು ಸೇದುತ್ತಾ ನೇರ ನನ್ನನ್ನೇ ನೋಡುತ್ತಿದ್ದ. ನಾನು ಅವನಿಗೆ ಏನೂ ತೊಂದರೆಯಿಲ್ಲವೆಂದು ಹೆಬ್ಬೆರಳು ಮೇಲಕ್ಕೆ

ತೋರಿಸಿ ಸನ್ನೆ ಮಾಡಿದೆ. ಅವನು ಸರಿ ಎಂದು ತಲೆದೂಗಿ, ಸಿಗರೇಟನ್ನು ನೆಲಕ್ಕೆಸೆದು, ಕಾಲಿನಲ್ಲಿ ಹೊಸಕಿ, ಕಾರಿನೊಳಗೆ ಕುಳಿತು ಹೊರಟುಹೋದ.

■

ಎಂದಿನಂತೆ ಅನಾಹುತ ನಡೆದ ಮಾರನೆಯ ದಿನದಿಂದ ಆ ರಾಕ್ಷಸಿಯ ಪಶ್ಚಾತ್ತಾಪದ ಹಂತದ ಆರಂಭ. ಕ್ಷಮೆ ಯಾಚಿಸುವುದು ದೂರದ ಮಾತು, ಬದಲಾಗಿ ಮನೆ ಚೊಕ್ಕಟಮಾಡುವುದು, ಗುಡಿಸಿ ಸಾರಿಸುವುದು, ಮೊಟ್ಟೆ ಫ್ರೈ ಮಾಡಿಕೊಡುವುದು ಇಂತಹುದೇ ಚಟುವಟಿಕೆಗಳ ಮುಖೇನ ಅವಳ ಪಶ್ಚಾತ್ತಾಪವು ವ್ಯಕ್ತವಾಗುತ್ತಿತ್ತು. ಈಡಾ ಒಂದೂ ಮಾತನ್ನಾಡದೆ ತನ್ನ ಪಾಡಿಗೆ ಚಿತ್ರ ಬಿಡಿಸುತ್ತಿದ್ದಳು, ನಾನು ಲೆಕ್ಕ ಬಿಡಿಸುತ್ತಿದ್ದೆ. ಮಾಮಾ ಏನಾದರೂ ಕೊಳಕು ಕೆಲಸ ಮಾಡಿದಾಗಲೆಲ್ಲಾ ನಮಗೆ ಮೊಟ್ಟೆ ಫ್ರೈ ಮಾಡಿಕೊಡುತ್ತಾಳೆ. ಇತ್ತೀಚೆಗಂತೂ ನಮಗೆ ಮೊಟ್ಟೆ ಫ್ರೈ ಕಂಡರೆ ಅಸಹ್ಯವೆನಿಸುತ್ತಿತ್ತು. ಮೊಟ್ಟೆ ಫ್ರೈಗೂ ಮೊದಲು ಅವಳು ಬ್ರೆಡ್ಡಿನ ಮೇಲೆ ಅನಾನಸಿನ ತುಂಡು, ಚೀಸ್, ಹ್ಯಾಮ್ ಇಟ್ಟು 'ಹವಾಯಿ ಟೋಸ್ಟ್' ಮಾಡಿಕೊಡುತ್ತಿದ್ದಳು. ಅದಕ್ಕೆ ಬೇಕಾದ ಸಾಮಾನು ಮನೆಯಲ್ಲಿ ಯಾವಾಗಲೂ ಇರುತ್ತಿರಲಿಲ್ಲವಾದ್ದರಿಂದ ಪಶ್ಚಾತ್ತಾಪದ ಮೆನುವನ್ನು ಸರಳವಾದ ಮೊಟ್ಟೆ ಫ್ರೈಗೆ ಬದಲಾಯಿಸಿಕೊಂಡಿದ್ದಳು. ಈಗಂತೂ ಸುಮಾರು ಹನ್ನೆರಡು ದಿನಗಳಿಗೊಮ್ಮೆ ಒಂದು ರೀತಿಯ ವ್ರತದಂತೆ ಮೊಟ್ಟೆ ಫ್ರೈ ಸೇವೆ ನಡೆದೇ ತೀರುತ್ತದೆ. ಸಂಜೆಯ ಹೊತ್ತು ಮಾಮಾ ಕಂಠಪೂರ್ತಿ ಕುಡಿದು ನಮ್ಮ ಮೇಲೆ ಕೂಗಾಡಿ ರೇಗಾಡಿದ ದಿನಗಳಂದೋ ಅಥವಾ ಅವಳು ಕಮೋಡಿನ ಮೇಲೆ ತಲೆಯಿಟ್ಟುಕೊಂಡು ವಾಂತಿ ಮಾಡುವಾಗ ಅವಳ ಕೂದಲನ್ನು ನಾವು ಹಿಂದಕ್ಕೆ ಎಳೆದು ಹಿಡಿಯಬೇಕಾಗಿ ಬಂದ ದಿನಗಳಂದೋ ನಮಗೆ ಗೊತ್ತಿರುವುದು ಒಂದೇ, ಮಾರನೆಯ ದಿನ ಪ್ಯಾನಿಗೆ ಮೊಟ್ಟೆ ಬೀಳುತ್ತದೆ ಎಂದು. ಮೊಟ್ಟೆ ಫ್ರೈ ಮಾಡಿಕೊಟ್ಟ ಎರಡು ಮೂರು ಅಥವಾ ಕೆಲವೊಮ್ಮೆ ನಾಲ್ಕು ದಿನಗಳವರೆಗೂ ನಮ್ಮೊಂದಿಗೆ ನಗುನಗುತ್ತಾ ಇರುತ್ತಾಳೆ, ಕಾಫಿ ತಿಂಡಿಯ ಹೊತ್ತಿಗೆ ಸರಿಯಾಗಿ ಅಡುಗೆಮನೆಗೆ ದಯಮಾಡಿಸುತ್ತಾಳೆ, ನಮ್ಮೊಂದಿಗೇ ಕುಳಿತು ಊಟ ಮಾಡುತ್ತಾಳೆ, ಎಂದಿಗಿಂತಲೂ ಕಮ್ಮಿ ಕುಡಿಯುತ್ತಾಳೆ, ನಮಗೆ ಕಾಣದಂತೆ ಕುಡಿಯುತ್ತಾಳೆ, ಸೋಫಾದ ಮೇಲೆ ಮೂರು ಹೊತ್ತೂ ಮೂಟೆಯ ರೀತಿ ಬಿದ್ದುಕೊಳ್ಳುವುದಿಲ್ಲ.

ಪಶ್ಚಾತ್ತಾಪದ ಹಂತ ಕಳೆದ ಮೇಲೆ ಹಳೆಯ ಚಾಳಿಗೆ ಮರಳುತ್ತಾಳೆ. ಕೆಲವೊಮ್ಮೆ ಕಣ್ಣು ಮುಚ್ಚಿ ಬಿಡುವುದರೊಳಗೆ ಬದಲಾವಣೆಯಾಗಿರುತ್ತದೆ. ಯಾರೋ ಸ್ವಿಚ್ ಹಾಕಿದ ಹಾಗೆ ಅವಳ ನಿರ್ಧಾರ ಬದಲಾಗುತ್ತದೆ. ಜಾದೂಗಾರನ ಚಳಕದಂತೆ "1..2..3.. ಈಗ ನನ್ನ ಹಳೆಯ ಚಾಳಿಗೆ ಮರಳಿ ನಾನು ಮತ್ತೆ ರಾಕ್ಷಸಿಯಾಗುತ್ತೇನೆ" ಎಂಬಂತೆ.

ನಿನ್ನೆ ನಾವು ಸೀದುಹೋಗಿದ್ದ ಮೂರು ಮೊಟ್ಟೆ ಫ್ರೈಗಳನ್ನು ಬಾಯಿ ಮುಚ್ಚಿಕೊಂಡು ನುಂಗಿದೆವು. ಅಷ್ಟು ಸುಲಭವಾಗಿ ಮಾಡಬಹುದಾದ ತಿಂಡಿಯನ್ನು ಅವಳು ಹೇಗೆ ಕೆಡಿಸುತ್ತಾಳೋ ತಿಳಿಯದು. ಮೊಟ್ಟೆ ಹಸಿಹಸಿಯಾಗೇ ಇರುತ್ತದೆ ಇಲ್ಲವೇ ಸುಟ್ಟು ಕರಕಲಾಗಿರುತ್ತದೆ.

ನಾನು: ನಿನಗೆ ಮೊಟ್ಟೆ ಫ್ರೈ ಮಾಡಿ ಎಷ್ಟೊಂದು ಅನುಭವ ಇದೆ, ಆದರೂ ಸರಿಯಾಗಿ ಮಾಡುವುದು ಕಲಿಯಲಿಲ್ಲವಲ್ಲ ನೀನು.

ಮಾಮಾ ಜೋರಾಗಿ ಗಹಗಹಿಸಿ ನಕ್ಕಳು. ಸೀದುಹೋದ ಮೊಟ್ಟೆಯನ್ನು ತಿನ್ನುವುದೋ ಬೇಡವೋ ಎಂದು ನಾನು ಯೋಚಿಸಿದೆ. ಆದರೆ ಮಾಮಾಳಿಗೆ ಉತ್ತರ ಹೇಳುವ ಶಕ್ತಿ ನನ್ನಲ್ಲಿರಲಿಲ್ಲ, ಮೇಲಾಗಿ ತಿಂಡಿ ಪೋಲುಮಾಡಲು ಹಾಗೂ ಈಡಾಳ ಮುಂದೆ ರಂಪ ಮಾಡಲು ಮನಸ್ಸಾಗಲಿಲ್ಲ. ಅದೇನೇ ಇದ್ದರೂ ಮೊಟ್ಟೆ ಆರೋಗ್ಯಕ್ಕೆ ಒಳ್ಳೆಯದು.

■

ಸೋಮವಾರ ಬೆಳಿಗ್ಗೆ ಈಡಾಳೂ ನಾನೂ ಮೌನವಾಗಿ ಶಾಲೆಯ ಕಡೆಗೆ ನಡೆದೆವು. ಮೊನ್ನೆಯ ಘಟನೆಯ ನಂತರ ಈಡಾ ಎಂದಿಗಿಂತ ನಿಶ್ಶಬ್ದವಾಗಿದ್ದಳು. ಶನಿವಾರದಂದು ಅವಳು ಕೋಣೆಯಿಂದ ಹೊರಬರಲೇ ಇಲ್ಲ. ಒಳಗೇ ಕೂತು ಚಿತ್ರ ಬಿಡಿಸುತ್ತಾ ಹೋಮ್‌ವರ್ಕ್ ಮಾಡುತ್ತಾ ಇದ್ದಳು. ವೀಕೆಂಡುಗಳಲ್ಲಿ ನಾನೂ ಅವಳೂ ಹೆಚ್ಚಾಗಿ ಅಡುಗೆಮನೆಯಲ್ಲಿ ಇರುತ್ತೇವೆ. ಅಂದು ಅವಳು ಊಟಕ್ಕೆ ಮಾತ್ರ ಅಡುಗೆಮನೆಗೆ ಬಂದಳು, ಕೇಳಿದ್ದಕ್ಕೆ ಮಾತ್ರ ಹೂಂ ಉಹೂಂ ಎಂದು ಒಂದಕ್ಷರದ ಉತ್ತರಗಳನ್ನು ಕೊಟ್ಟಳು. ವೆನಿಲಾ ಪುಡ್ಡಿಂಗ್ ಬೇಕೇ ಎಂದು ಕೇಳಿದ್ದಕ್ಕೆ ಲಘುವಾಗಿ ಹೆಗಲು ಹಾರಿಸಿದಳು. ಶನಿವಾರದಂದು ಮಳೆ ಸುರಿಯುತ್ತಿದ್ದರೂ ಅವಳಿಗೆ ಈಜುಕೊಳಕ್ಕೆ ಬರುವ ಮನಸ್ಸಿರಲಿಲ್ಲ. ನಾನೂ ಹೋಗಲಿಲ್ಲ. ವೀಕೆಂಡಿನಲ್ಲಿ ನಾನು ಮಾರ್ಲೇನಳ ಜೊತೆ ಏನಾದರೂ ಮಾಡೋಣವೆಂದಿದ್ದೆ. ಆ ಯೋಜನೆಯನ್ನು ಕೈಬಿಟ್ಟು ಮನೆಯಲ್ಲೇ ಉಳಿಯುವುದು ಸೂಕ್ತವೆನಿಸಿ ಹಾಗೇ ಮಾಡಿದೆ. "ಮಾಮಾಳ ಸ್ಥಿತಿ ಸರಿಯಿಲ್ಲ, ಬರಲು ಸಾಧ್ಯವಿಲ್ಲ, ಸಾರಿ" ಎಂದು ಮಾರ್ಲೇನಳಿಗೆ ಮೆಸೇಜು ಟೈಪಿಸಿದೆ. ಮಾರ್ಲೇನ ನನ್ನ ಪರಿಸ್ಥಿತಿಯನ್ನು ಒಮ್ಮೆಗೇ ಅರ್ಥಮಾಡಿಕೊಂಡಳು. ಅದೇಕೋ ಅವಳ ಮೇಲೆ ಕೋಪ ಬಂತು.

ಮಾರ್ಲೇನ: ಓಹ್ ನೋ, ಹಾಸಿ!

ಮಾರ್ಲೇನ: ಸರಿ ಬಿಡು, ಪರವಾಗಿಲ್ಲ.

ನಾನು: ಪರವಾಗಿಲ್ಲ??

ಮಾರ್ಲೇನ: ಹೂಂ, ತೊಂದರೆ ಇಲ್ಲ.

ಮಾರ್ಲೇನ: ನಾಳೆಯೋ ನಾಳಿದ್ದೋ ಕಿಲಿಯಾನ್ ಮತ್ತು ಗೆಳೆಯರ ಜೊತೆಗೆ ಬರ್ಲಿನ್‌ಗೆ ಹೋಗುತ್ತಿದ್ದೇನೆ. ಒಂದಿಷ್ಟು ದಿನಗಳ ಮಟ್ಟಿಗೆ.

ನಾನು: ಕಿಲಿಯಾನ್, ಗೆಳೆಯರು ಮತ್ತು ಫ್ಲಿನ್ ಸಹ?

ಮಾರ್ಲೇನ ಕೈಗಳಿಂದ ಕಣ್ಣು ಮುಚ್ಚಿಕೊಂಡ ಕೋತಿಯ ಎಮೋಜಿಯನ್ನಷ್ಟೇ ಕಳಿಸಿದಳು. ನನಗೆ ಈ ಕೋತಿಗಳ ಎಮೋಜಿಗಳು ಇನ್ನೂ ಅರ್ಥವೇ ಆಗಿಲ್ಲ. ಕಣ್ಣು ಮುಚ್ಚಿಕೊಂಡ ಕೋತಿಯ ಅರ್ಥವೇನು?

ನಾನು: ಮಜಾ ಮಾಡು.

ಮಾರ್ಲೇನ: ಡಾಂಕೆ, ಹಾಸಿ! ನಿನ್ನ ಮಮ್ಮಿ ಬೇಗ ಹುಷಾರಾಗಲಿ. ಇಂತಹ ಪರಿಸ್ಥಿತಿಯಲ್ಲಿ ಹಾಗೇ ಅಲ್ಲವಾ ಹೇಳೋದು? ಯಾವಾಗಲಾದರೂ ಫ಼ೋನ್ ಮಾಡುವೆ.

ನಾನೂ ಮಾರ್ಲೇನಳೂ ಎಂದಿಗೂ ಫೋನಿನಲ್ಲಿ ಮಾತನಾಡಿಯೇ ಇಲ್ಲ. ಅವಳು ಯಾವಾಗಲೂ ಫೋನ್ ಮಾಡುವೆ ಎಂದು ಬಾಯಿಮಾತಿಗೆ ಹೇಳುತ್ತಾಳೆ.

ನಾನವಳಿಗೆ ಉತ್ತರವಾಗಿ ಕಣ್ಣುಮುಚ್ಚಿಕೊಂಡ ಕೋತಿಯ ಎಮೋಜಿಯನ್ನು ಕಳಿಸಿದೆ, ಅದರ ಬದಲಿಗೆ ಅವಳು ಹತ್ತು ಕೆಂಪು ಹೃದಯಗಳನ್ನು ಕಳಿಸಿದಳು. ಅಲ್ಲಿಗೆ ನಮ್ಮ ಮಾತುಕತೆ ಸಮಾಪ್ತವಾಯಿತು.

ಭಾನುವಾರ ಬೆಳಿಗ್ಗೆ ಈಡಾ ತನ್ನ ಸ್ನೂಪಿ ವಿನ್ಯಾಸದ ಬ್ಯಾಗು, ಕಲೆಯ ಸಾಮಾನುಗಳನ್ನು ಹಿಡಿದು ಅಡುಗೆಮನೆಯಲ್ಲಿ ಪ್ರತ್ಯಕ್ಷವಾದಳು. ಸದ್ದಿಲ್ಲದೆ ಊಟದ ಮೇಜಿನ ಬಳಿ ಕುಳಿತು ಏನೇನ್ನೋ ಬಿಡಿಸುತ್ತಿದ್ದಳು, ನಾನು ನನ್ನ ಅಭ್ಯಾಸದ ಲೆಕ್ಕಗಳ ಕಡೆ ಗಮನ ಕೊಟ್ಟಿದ್ದೆ. ಸಣ್ಣ ಮುಗುಳ್ನಗೆಯ ವಿನಿಮಯವನ್ನು ಬಿಟ್ಟರೆ ವಾತಾವರಣವು ಮೌನವಾಗಿತ್ತು. ನಾನು ಹಿಂದಿನ ದಿನವಷ್ಟೇ ಹೇಳಿದ ವೆನಿಲಾ ಪುಡ್ಡಿಂಗಿನ ಕತೆ ಏನಾಯಿತು ಎಂದು ಕೇಳಲಷ್ಟೇ ಅವಳು ಬಾಯಿ ತೆರೆದದ್ದು.

■

ನಡೆಹಾದಿಗೂ ರಸ್ತೆಗೂ ಸೀಮೆಯಂತೆ ನೆಟ್ಟಿದ್ದ ತಡೆಗಲ್ಲುಗಳ ಸಾಲಿನ ಮೇಲೆ ಪ್ರತಿ ಕಲ್ಲಿಗೂ ಎರಡೆರಡು ಹೆಜ್ಜೆಗಳನ್ನು ಇಡುತ್ತಾ ಶಾಲೆಯ ಕಡೆಗೆ ನಡೆದೆವು. ನಮ್ಮಿಬ್ಬರ ಹೆಜ್ಜೆಕತೆಯ ಆಟವನ್ನು ನಾನೇ ಆರಂಭಿಸಿದೆ: "ಒಂದೂರಲ್ಲಿ ಒಬ್ಬಳು ರಾಜಕುಮಾರಿ ಇದ್ದಳು. ಒಂದು ರಾತ್ರಿ ಅವಳು ಮಲಗೇಳುವಷ್ಟರಲ್ಲಿ ಮೊಲವಾಗಿ ಮಾರ್ಪಟ್ಟಿದ್ದಳು..."

ತಡೆಗಲ್ಲು ಸಾಲಿನ ಮೇಲೆ ನನ್ನ ಹಿಂದೆ ಅವಳೂ ಹೆಜ್ಜೆಯಾಟ ಆಡಿಕೊಂಡು ಬರುತ್ತಿದ್ದುದು ಕಣ್ಣಂಚಿನಿಂದ ಕಂಡಿತು. ನಾನು ಈಡಾಳ ಪ್ರತಿಕ್ರಿಯೆಗೆ ಕಾದೆ. ಒಂದರ್ಧ ನಿಮಿಷ ಕಳೆಯುವಷ್ಟರಲ್ಲಿ ನನ್ನನ್ನವಳು ಹಿಂದಿಕ್ಕಿ ಕತೆಯನ್ನು ಮುಂದುವರಿಸಿದಳು:

> "ಮೊಲದ ರೂಪದಲ್ಲಿದ್ದ ರಾಜಕುಮಾರಿಗೆ ಏನು ಮಾಡಬೇಕೆಂಬುದೇ ತಿಳಿಯಲಿಲ್ಲ. ತನ್ನ ಕೋಣೆಯ ಕಿಟಕಿಯಿಂದ ನೇರ ಅರಮನೆಯ ಉದ್ಯಾನಕ್ಕೆ ಜಿಗಿದಳು."

ನಾನು ಈಡಾಳನ್ನು ಹಿಂದಿಕ್ಕಿದ:

> ಅರಮನೆಯ ಒಳಹೊರಗೆ ರಾಜಕುಮಾರಿಗಾಗಿ ಹುಡುಕಾಟ ಪ್ರಾರಂಭವಾಯಿತು. ಅರಮನೆಯ ವಾಸಿಗಳೆಲ್ಲರೂ ಅವಳಿಗಾಗಿಯೇ ಹುಡುಕುತ್ತಿದ್ದರೂ ಮೊಲದ ರೂಪದಲ್ಲಿದ್ದ ರಾಜಕುಮಾರಿಗೆ ಅವರನ್ನು ತಾನೇ ರಾಜಕುಮಾರಿಯೆಂದು ಹೇಗೆ ನಂಬಿಸುವುದೋ ತಿಳಿಯಲಿಲ್ಲ. ಆ ರೂಪದಲ್ಲಿದ್ದರೂ ಅವಳಿಗೆ ಇನ್ನೂ ಮಾತು ಬರುತ್ತಿತ್ತು, ಆದರೆ ತನ್ನನ್ನು ಯಾರಾದರೂ ಕೂಡಿಹಾಕಿಬಿಡಬಹುದು ಇಲ್ಲವೇ ಕೊಂದುಹಾಕಿ ಬಿಡಬಹುದೆಂಬ ಭಯ ಅವಳಲ್ಲಿತ್ತು. ಮೊಲ ಮತ್ತು ಇತರೆ ಚಿಕ್ಕ ಪ್ರಾಣಿಗಳನ್ನು ಕಂಡರೆ ಎಲ್ಲರೂ ಹಾಗೆಯೇ ಮಾಡುವುದಲ್ಲವೇ?

ಈಡಾ ನನ್ನನ್ನು ಹಿಂದಿಕ್ಕಿದಳು:

> ಒಂದು ದಿನ ಅರಮನೆಯ ಬಾಣಸಿಗ ಅವಳನ್ನು ಹಿಡಿದನು. ಇನ್ನೇನು ಅವಳನ್ನು ಅಡುಗೆಮನೆಗೆ ಕೊಂಡುಹೋಗಿ ಹುರಿದು ತಿನ್ನಬೇಕು ಎನ್ನುವಷ್ಟರಲ್ಲಿ ಜಾಣ ಬಾಣಸಿಗನು ಮೊಲದ ಕಣ್ಣುಗಳಲ್ಲಿ ರಾಜಕುಮಾರಿಯ ಕಡುಹಸಿರು ಕಣ್ಣುಗಳನ್ನು ಕಂಡನು.

ಎಷ್ಟು ಚಂದ. ಈ ಪುಟ್ಟ ಕತೆಗಾರ್ತಿ ದಿನಗಳು ಕಳೆದಂತೆ ಕತೆ ಹೆಣೆಯುವುದರಲ್ಲಿ ನಿಷ್ಣಾತಳಾಗುತ್ತಿದ್ದಾಳೆ.

ನಾನು ಈಡಾಳನ್ನು ಹಿಂದಿಕ್ಕಿದೆ:

> ಅವನು ತನಗೆ ಸಿಕ್ಕ ಮೊಲಕ್ಕೆ ಸಹಾಯ ಮಾಡುವ ಉದ್ದೇಶದಿಂದ ಅದನ್ನು ತನ್ನ ಕೋಣೆಗೆ ಕೊಂಡೊಯ್ದ. ರಾಜಕುಮಾರಿ ಮೊಲವಾಗಿ ಬದಲಾದ ರಾತ್ರಿ ಏನೋ ವಿಚಿತ್ರ ನಡೆದಿರಬೇಕು. ಏನು ನಡೆದಿರಬಹುದು?

ಈಡಾ ನನ್ನನ್ನು ಹಿಂದಿಕ್ಕಿದಳು:

> ಅಂದು ರಾತ್ರಿ ರಾಜಕುಮಾರಿಗೆ ಕೆಟ್ಟ ಕನಸೊಂದು ಬಿದ್ದಿತ್ತು. ಅವಳು ಭೀಕರ ಸಮುದ್ರದ ನಡುವೆ ತೆಪ್ಪದಲ್ಲಿ ಕುಳಿತಿದ್ದಳು. ಆ ತೆಪ್ಪವು ದೊಡ್ಡ ದೊಡ್ಡ ಅಲೆಗಳಿಗೆ ಸಿಕ್ಕಿ ಹೊಯ್ದಾಡುತ್ತಿತ್ತು. ದೈತ್ಯಾಕಾರದ ಜೀವಿಯೊಂದು ಸಮುದ್ರದಿಂದ ಎದ್ದು ತೆಪ್ಪದ ಮೇಲೆರಗಿತು. ಆ ಜೀವಿಯು ರಾಜಕುಮಾರಿಗೆ ಒಂದು ಮಾತ್ರೆಯನ್ನು ಕೊಟ್ಟು ನುಂಗಲು ಹೇಳಿತು. ಅವಳಿಗೆ ಇಲ್ಲವೆಂದು ಹೇಳಲು ಧೈರ್ಯ ಸಾಲಲಿಲ್ಲ.

ನಾನು ಈಡಾಳನ್ನು ಹಿಂದಿಕ್ಕಿದೆ:

> ರಾಜಕುಮಾರಿ ಮಾತ್ರೆಯನ್ನು ನುಂಗಿದಳು. ಅಡುಗೆಯವನಿಗೆ ಮಾತ್ರೆಯ ವಿಷಯ ತಿಳಿದು ಇದನ್ನು ಹೇಗಾದರೂ ಸರಿಪಡಿಸಬೇಕೆಂದು ಯೋಚಿಸಿದ.

ಈಡಾ ನನ್ನನ್ನು ಹಿಂದಿಕ್ಕಿದಳು:

> ಆ ಮೊಲ ಮತ್ತೆ ಆ ತೆಪ್ಪದ ಮೇಲೆ ಕೂರಬೇಕು.

ನಾನು ಈಡಾಳನ್ನು ಹಿಂದಿಕ್ಕಿದೆ:

> ಅಡುಗೆಯವನು ಮೊಲದೊಂದಿಗೆ ಸಮುದ್ರಕ್ಕೆ ಹೋದನು. ಅಲ್ಲಿದ್ದ ಕಡ್ಡಿ ಕಟ್ಟಿಗೆಗಳಿಂದ ತೆಪ್ಪವೊಂದನ್ನು ಸೃಷ್ಟಿಸಿ ಮೊಲವನ್ನು ಅದರ ಮೇಲೆ ಕೂರಿಸಿದನು.

ಈಡಾ ನನ್ನನ್ನು ಹಿಂದಿಕ್ಕಿದಳು:

ಆ ದೈತ್ಯಜೀವಿ ಮತ್ತೆ ಸಮುದ್ರದಿಂದ ಮೇಲೆದ್ದಿತು. ಮೊಲವನ್ನು ನೀರಿಗೆ ಧುಮುಕೆಂದಿತು. ಮೊಲಕ್ಕೆ ಧುಮುಕಲು ಇಷ್ಟವಿರಲಿಲ್ಲ. ಮೊಲವು ಜೋರಾಗಿ "ಇಲ್ಲ" ಎಂದು ಕೂಗಿದ ಮರುಕ್ಷಣವೇ ರಾಜಕುಮಾರಿ ತನ್ನ ಮೂಲರೂಪವನ್ನು ಮರಳಿ ಪಡೆದಳು.

ನಾನು ಈಡಾಳನ್ನು ಹಿಂದಿಕ್ಕಿದೆ:

ಅಡುಗೆಯವನು ತನ್ನಲ್ಲಿದ್ದ ಕತ್ತಿಯ ಸಹಾಯದಿಂದ ಆ ದೈತ್ಯಜೀವಿಯ ತಲೆಯನ್ನು ಕಡಿದು ಕೊಂದುಹಾಕಿದನು. ಅಡುಗೆಯವನು ರಾಜಕುಮಾರಿಯೊಂದಿಗೆ ಅರಮನೆಗೆ ಮರಳಿದಾಗ ಎಲ್ಲರೂ ಸಂಭ್ರಮ ಪಟ್ಟರು. ಅವರಿಬ್ಬರೂ ಮದುವೆಯಾಗಿ ಹಲವಾರು ಮಕ್ಕಳನ್ನು ಹೆತ್ತು ...

ಈಡಾ ನನ್ನನ್ನು ಹಿಂದಿಕ್ಕಿದಳು:

...ನೂರ್ಕಾಲ ಸುಖವಾಗಿ ಬಾಳಿದರು.

ಕತೆ ಮುಗಿಯುವಷ್ಟರಲ್ಲಿ ಸರಿಯಾಗಿ ಈಡಾಳ ಶಾಲೆಯ ಮುಂದೆ ಇಬ್ಬರೂ ಪಕ್ಕಪಕ್ಕದಲ್ಲಿ ನಿಂತಿದ್ದೆವು. ಈಡಾ ನನ್ನನ್ನು ನೋಡಿ ಒಮ್ಮೆ ತಲೆದೂಗಿದಳು. ನನಗದರ ಅರ್ಥ ತಿಳಿದಿತ್ತು. ನಾನೂ ಮರುನುಡಿಯದೆ ಕೇವಲ ತಲೆದೂಗಿದೆ. "ಆಮೇಲೆ ಸಿಗೋಣ" ಎಂದಷ್ಟೇ ಹೇಳಿ ಬಾಗಿಲ ಬಳಿ ನಡೆದಳು. ಒಳಹೋಗುವ ಮುನ್ನ ಒಮ್ಮೆ ನನ್ನೆಡೆ ತಿರುಗಿ ಕೈಬೀಸಿದಳು. ನನ್ನ ಪುಟ್ಟ ತಂಗಿ, ಈಡಾ. ನಾನು ಟ್ರಾಮ್ ನಿಲ್ದಾಣದ ಕಡೆಗೆ ಓಡಿದೆ.

■

ಸೋಡಾನೀರು, ಸೋಡಾನೀರು, ಕಿಂಡರ್‌ಜಾಯ್ ಚಾಕ್ಲೇಟು, ಕೋಲಾ ಪಾಪ್ಸ್ ಸಿಂಹದ ಗುರುತಿನ ಕಾರ್ನ್‌ಫ್ಲೇಕ್ಸ್ ಫ್ರೆಂಚ್ ಫ್ರೈಸ್, ಗಟ್ಟಿಹಾಲು, ಗಟ್ಟಿಹಾಲು, ಮಂಜುಗಟ್ಟಿಸಿದ ಮೀನಿನ ಕಟ್ಲೆಟ್, ವಿವಿಧ ಮಾಂಸದ ತುಂಡುಗಳ ದೊಡ್ಡ ಚೀಲ, ಬ್ರೆಡ್ಡು, ನುಟೆಲ್ಲಾ, ಪೀಚ್ ಹಣ್ಣು, ಕೇಕ್ ತಯಾರಿಸಲು ಬೇಕಾದ ವೆನಿಲಾ, ಕ್ಯಾರಾಮೆಲ್, ಸ್ಟ್ರಾಚಿಯಾಟೆಲ್ಲಾ ರುಚಿಯ ಪುಡಿಗಳು. ಮೂವತ್ತೈದರ ಆಸುಪಾಸು, ಎರಡು ಮಕ್ಕಳ ತಾಯಿ, ಜನರೊಂದಿಗೆ ಅಷ್ಟಾಗಿ ಬೆರೆಯುವುದಿಲ್ಲ ಎಂದು ಊಹಿಸಿ "32 ಯೂರೋ 49 ಸೆಂಟ್" ಎಂದೆನ್ನುತ್ತಾ ತಲೆಯೆತ್ತಿದಾಗ ಕಂಡದ್ದು ವಿಕ್ಟೋರ್. ನನ್ನ ಮುಖದ ಮೇಲೆ ತಾನಾಗಿಯೇ ನಗೆ ಮೂಡಿತು.

ನಾನು: ಇದೇನು, ಯಾವುದೋ ಮಗುವಿನ ಹುಟ್ಟುಹಬ್ಬಕ್ಕೆ ಸಾಮಾನು ಖರೀದಿ ಮಾಡುತ್ತಿರುವೆಯಾ?

ಅವನು ಮುಗುಳ್ನಕ್ಕ. ಅಪರೂಪ.

ಕಾರ್ಡಿನಿಂದ ಹಣ ಪಾವತಿಸಿ ಸಾಮಾನನ್ನು ಕೆಂಪು ವೈನ್ ಬಣ್ಣದ ರೈಸೆನ್‌ಥೆಲ್ ಗುರುತಿನ ಬುಟ್ಟಿಗೆ ತುಂಬಿಕೊಂಡ. ವಿದಾಯ ಸೂಚಿಸಲು ತಲೆದೂಗಿ ಹೊರಟ. ಅವನ ಬಳಿ ರೈಸೆನ್‌ಥೆಲ್

ಬುಟ್ಟಿ ಇರುವುದು ಅತ್ಯಂತ ಸೋಜಿಗವಾಗಿತ್ತು. ಸಾಮಾನ್ಯವಾಗಿ ವಯಸ್ಸಾದ ಹೆಂಗಸರು ಮತ್ತು ಗೃಹಿಣಿಯರು ಅಂತಹ ಶಾಪಿಂಗ್ ಬುಟ್ಟಿಯನ್ನು ಬಳಸುತ್ತಾರೆ. ಅವನ ಕೈಯಲ್ಲಿದ್ದ ಬುಟ್ಟಿಗಿಂತ ಅದರೊಳಗೆ ತುಂಬಿಸಿಕೊಂಡ ವಸ್ತುಗಳು ಇನ್ನಷ್ಟು ಸೋಜಿಗವೆನಿಸಿದವು. ಅವನು ಕೇವಲ ಅನ್ನ ಮಾಂಸಗಳನ್ನಷ್ಟೇ ತಿಂದು ಮೇಲೊಂದು ಪ್ರೊಟೀನ್ ಶೇಕ್ ಕುಡಿದು ಜೀವಿಸುವ ಪ್ರಾಣಿ ಎಂದು ಭಾವಿಸಿದ್ದೆ. ಅವನು ಈಜುವ ರೀತಿಯನ್ನು ಕಂಡು ಅದಕ್ಕೆ ಬೇಕಾಗುವ ಶಕ್ತಿ ಮತ್ತು ಮಾಂಸಖಂಡಗಳ ಬೆಳವಣಿಗೆಗೆ ಏನು ಬೇಕೋ ಅದನ್ನು ಮಾತ್ರ ತಿನ್ನುತ್ತಾನೆ ಎಂದುಕೊಂಡಿದ್ದೆ. ಅವನ ಖರೀದಿಪಟ್ಟಿ ಎಂಟು ವರ್ಷದ ಮಗುವಿನ ಪಟ್ಟಿಯಂತಿತ್ತು. ನನ್ನ ಆಶ್ಚರ್ಯಕ್ಕೆ ಅದೇ ಕಾರಣವಾಗಿತ್ತು. ಅವನು ತಂದಿದ್ದ ರೈಸೆನ್‌ಥೆಲ್ ಬುಟ್ಟಿ ಖಂಡಿತಾ ಅವನ ತಾಯಿಯದ್ದೇ ಇರಬೇಕು. ನನಗಿನ್ನೂ ನೆನಪಿದೆ, ಮೊದಲ ಬಾರಿಗೆ ನಾನೊಬ್ಬಳೇ ಸೂಪರ್‌ಮಾರ್ಕೆಟ್‌ಗೆ ಹೋದದ್ದು ನಾಲ್ಕನೇ ಕ್ಲಾಸಿನಲ್ಲಿದ್ದಾಗ. ಮಾಮಾ ತನ್ನ ನೀಲಿ ಬಣ್ಣದ ರೈಸೆನ್‌ಥೆಲ್‌ಬುಟ್ಟಿಯನ್ನು ನನಗೆ ಕೊಟ್ಟು, ನಾನು ಖರೀದಿಗೆ ಹೋಗುವಷ್ಟು ದೊಡ್ಡವಳಾಗಿದ್ದೇನೆ ಎಂದು ಸೂಚಿಸಿದ್ದಳು. ಮೊದಮೊದಲು ಖರೀದಿಪಟ್ಟಿಯನ್ನು ಅವಳೇ ಬರೆದುಕೊಡುತ್ತಿದ್ದಳು. ಆಗ ನನಗೆ ದೊಡ್ಡವರು ಮಾಡುವ ಕೆಲಸವನ್ನು ನಾನು ಮಾಡುತ್ತಿದ್ದೇನೆ ಎಂಬ ಹುಮ್ಮಸ್ಸು ಇರುತ್ತಿತ್ತು. ನಾನು ಟ್ರಾಲಿಯನ್ನು ಹೆಮ್ಮೆಯಿಂದ ಸೂಪರ್‌ಮಾರ್ಕೆಟ್‌ನ ಮೂಲೆಮೂಲೆಗೂ ತಳ್ಳಿಕೊಂಡು ಹೋಗಿ ಸಾಮಾನುಗಳನ್ನು ಕಷ್ಟಪಟ್ಟು ಹುಡುಕಿ ತೆಗೆದು ಜೋಡಿಸಿಕೊಳ್ಳುತ್ತಿದ್ದೆ. ಕೆಲವೊಮ್ಮೆ ನನಗೆ ಖರೀದಿಪಟ್ಟಿ ಇಲ್ಲದೆಯೇ ಹೋಗಬೇಕಾಗಿ ಬಂದಾಗ ನನ್ನ ಖರೀದಿಯೂ ವಿಕ್ಟೋರ್‌ನ ರೀತಿಯೇ ಇರುತ್ತಿತ್ತು. ವ್ಯತ್ಯಾಸವೆಂದರೆ ನಾನು ಕೇವಲ 'ಚೀಪ್ ಅಂಡ್ ಬೆಸ್ಟ್' ಗುರುತಿನ ಸಾಮಾನುಗಳನ್ನು ಮಾತ್ರ ಖರೀದಿಸುತ್ತಿದ್ದೆ. ಅಗ್ಗದ ಮಾಂಸವನ್ನು ಬಿಟ್ಟು ಹಣ್ಣು ತರಕಾರಿಗಳ ಸುಳಿವೂ ಇರುತ್ತಿರಲಿಲ್ಲ. ಆದರೆ ಈಡಾಳು ಹುಟ್ಟಿದಾಗಿನಿಂದ ನಾವು ಆದಷ್ಟು ಮಟ್ಟಿಗೆ ಪೌಷ್ಟಿಕ ಆಹಾರ ತೆಗೆದುಕೊಂಡು ಶಕ್ತಿಯುತವಾಗಿ ಆರೋಗ್ಯವಾಗಿ ಇರಬೇಕು ಎಂದು ನನ್ನ ಖರೀದಿಪಟ್ಟಿಯನ್ನು ಜಾಗರೂಕತೆಯಿಂದ ನಾನೇ ಬರೆದುಕೊಳ್ಳುತ್ತೇನೆ.

■

ಪರೀಕ್ಷೆಯ ಸಮಯ ಬಂದರೆ ಕಾಲೇಜಿನ ತುಂಬೆಲ್ಲಾ ಕಾಫಿಯೊಂದಿಗೆ ಬೆರೆತ ಬೆವರು ಕಣ್ಣೀರುಗಳ ನಾತ. ಪ್ರತಿವರ್ಷವೂ ಬೇಸಿಗೆ ರಜೆಯ ಮುನ್ನ ನಡೆಯುವ ಈ ಜನಜಾತ್ರೆಯಲ್ಲಿ ಪಾಲ್ಗೊಳ್ಳಬಾರದು ಎಂಬ ದೃಢ ನಿರ್ಧಾರವನ್ನು ನಾನು ಕೈಗೊಂಡಿದ್ದೆ. ಯಾವುದೋ ವೈರಸ್ ಸೋಂಕಿದ ಹಾಗೆ ಎಲ್ಲಾ ವಿದ್ಯಾರ್ಥಿ ವಿದ್ಯಾರ್ಥಿನಿಯರು ರಾತ್ರಿಯೆಲ್ಲಾ ನಿದ್ದೆಗೆಟ್ಟು, ಜೋತುಬಿದ್ದ ಕಣ್ಣುಗಳ ಕೆಳಗೆ ಕಪ್ಪು ಕಲೆಗಳನ್ನು ಬರಿಸಿಕೊಂಡು, ಜಾಗಿಂಗ್ ಪ್ಯಾಂಟುಗಳನ್ನು ಧರಿಸಿ, ತಿಂಡಿಯ ಡಬ್ಬಗಳು ಮತ್ತು ಶಕ್ತಿವರ್ಧಕ ಪಾನೀಯಗಳನ್ನು ದೊಡ್ಡ ಬ್ಯಾಗುಗಳಲ್ಲಿ ತುಂಬಿಕೊಂಡು ಯಾವುದೋ ಯುದ್ಧಕ್ಕೆ ಸಿದ್ಧವಾದ ಹಾಗೆ ಕಾಲೇಜಿಗೆ ಬರುತ್ತಿದ್ದರು. ಯುದ್ಧಕ್ಕೆ ಬೇಕಾದ ಸಾಮಗ್ರಿಗಳನ್ನೆಲ್ಲಾ ಮೇಜಿನ ಮೇಲೆ ಹರಡಿ ಪಕ್ಕದಲ್ಲೇ ಗೂಟ ಹೊಡೆದುಕೊಂಡು ಇಡೀ ದಿನ ಕೂರುತ್ತಿದ್ದರು. ಸಾಮಾನ್ಯವಾಗಿ ಇವೆಲ್ಲಾ ನನಗೆ ತಮಾಷೆಯಾಗಿ ಕಂಡರೂ ಅಂದು ನನಗೆ ಕಿರಿಕಿರಿಯಾಯಿತು. ಗ್ರಂಥಾಲಯದ ದೊಡ್ಡ ಕಿಟಕಿಯ ಪಕ್ಕ ನನ್ನ ಮಾಮೂಲಿ ಜಾಗವನ್ನು ಯಾರೋ ಆಗಲೇ ಆಕ್ರಮಿಸಿಕೊಂಡುಬಿಟ್ಟಿದ್ದರು. ಬೇರೆ ಎಲ್ಲೂ

ಜಾಗ ಇರಲಿಲ್ಲವಾದ್ದರಿಂದ ನಾನು ಸಭಾಂಗಣದ ಬಾಗಿಲ ಬಳಿಯಿದ್ದ ಕುರ್ಚಿಯೊಂದರ ಮೇಲೆ ಕುಳಿತು "ಅನ್ ಇಂಟ್ರೊಡಕ್ಷನ್ ಟು ಸ್ಟೋಕಾಸ್ಟಿಕ್ ಪಾರ್ಷಿಯಲ್ ಡಿಫ್ಫರೆಂಶಿಯಲ್ ಈಕ್ವೇಶನ್ಸ್" ಪುಸ್ತಕವನ್ನು ತಿರುವಿ ಹಾಕುತ್ತಿದ್ದೆ. ಜಾಗಿಂಗ್ ಪ್ಯಾಂಟ್ ಮತ್ತು ಬಿಳಿಯ ದೊಗಲೆ ಶರ್ಟನ್ನು ಧರಿಸಿದ ಆನ್ನಾ ನಾನಿದ್ದಲ್ಲಿಗೇ ಸುಸ್ತಾಗಿ ನಡೆದುಬಂದಳು. ಎಂದಿನಂತೆ ಕಾಂಟ್ಯಾಕ್ಟ್ ಲೆನ್ಸುಗಳನ್ನು ತೊಡದೆ ಪಾರದರ್ಶಕ ಅಂಚಿನ ದೊಡ್ಡ ಪ್ಲಾಸ್ಟಿಕ್ ಕನ್ನಡಕವನ್ನು ತೊಟ್ಟಿದ್ದಳು. ಅವಳ ಮುಖದಲ್ಲಿ ಆಯಾಸ ಎದ್ದು ಕಾಣುತ್ತಿತ್ತು.

ನಾನು: ಕನ್ನಡಕ ಚೆನ್ನಾಗಿದೆ.

ಅವಳು ನಿಟ್ಟುಸಿರು ಬಿಡುತ್ತಾ ಪಕ್ಕದಲ್ಲಿದ್ದ ಕುರ್ಚಿಯ ಮೇಲೆ ಧೊಪ್ಪನೆ ಕುಳಿತಳು. ಬ್ಯಾಗಿನಿಂದ ಒಂದು ರೆಡ್ ಬುಲ್ ಕ್ಯಾನನ್ನು ತೆರೆದು ಕುಡಿಯತೊಡಗಿದಳು. "ನಿನಗೂ ಬೇಕಾ?" ಎಂದು ನನ್ನನ್ನು ಕೇಳಿದಳು.

ಎಲ್ಲೆಡೆ ಸಿಗುವ ಮಾಮೂಲಿ ರೆಡ್ ಬುಲ್ ಪಾನೀಯವೂ ಸೇರಿ ಅವಳ ಬಳಿ ಹಲವಾರು ವಿಶಿಷ್ಟ ಸ್ವಾದಗಳು ಇದ್ದವು.

ನಾನು: ಯಾ, ಡಾಂಕೆ. ಬ್ಲೂಬೆರಿ ಸ್ವಾದದ್ದು ಇದೆಯಾ?

ವೃತ್ತಿಪರ ಡ್ರಗ್ ಡೀಲರಿನಂತೆ ಬ್ಯಾಗಿನಲ್ಲಿ ತಡಕಾಡಿ ನಾನು ಕೇಳಿದ್ದನ್ನು ಥಕ್ಕನೆ ತೆಗೆದು ಕೈಗಿತ್ತಳು. ನಾವು "ಪ್ರೋಸ್ಟ್" ಎಂದು ಕ್ಯಾನುಗಳನ್ನು ಅಲ್ಲಾಡಿಸಿ ರೆಡ್ ಬುಲ್ ಹೀರಿದೆವು. ಬೇರೆ ಸಹಪಾಠಿಗಳು ಗುಂಪುಗಳಲ್ಲಿ ಜೋರುಜೋರಾಗಿ ತಮ್ಮ ಹೊಸ ಯೋಜನೆಗಳ ಬಗ್ಗೆ ವಿಚಾರ ಮಾಡುತ್ತಿದ್ದ ಕಡೆಗೆ ಆನ್ನಾಳ ಗಮನ ಹೋಯಿತು.

ಆನ್ನಾ: ಮಾಸ್ಟರ್ ಪ್ರಬಂಧಕ್ಕೆ ಇವರೆಲ್ಲರೂ ವಿಷಯಗಳನ್ನು ಆಗಲೇ ಹುಡುಕಿಟ್ಟುಕೊಂಡಂತಿದೆ. ನೀನು?

ನಾನು: ನಾನೂ ಅಷ್ಟೇ.

ಆನ್ನಾ: ಯಾವ ವಿಷಯದ ಮೇಲೆ ಪ್ರಬಂಧ ಮಂಡಿಸುವೆ?

ನಾನು: ಸ್ಟೋಕಾಸ್ಟಿಕ್ ಪಾರ್ಷಿಯಲ್ ಡಿಫ್ಫರೆಂಶಿಯಲ್ ಈಕ್ವೇಶನ್ಸ್ ಕುರಿತು.

ಆನ್ನಾ: ಫ಼ಕ್... ಒಳ್ಳೆಯ ವಿಷಯ. ನಾನೇನು ಮಾಡುವೆನೋ ಇನ್ನೂ ಗೊತ್ತಿಲ್ಲ. ಈ ವಾರ ಎರಡು ಪರೀಕ್ಷೆಗಳಿವೆ, ಒಂದು ಓರಲ್ ಪರೀಕ್ಷೆ ಸಹ ಇದೆ. ನಾನು ಪಾಸಾಗುವುದೇ ಡೌಟು. ನಮ್ಮಲ್ಲಿ ಯಾರಾದರೂ ರಿಟಾಲಿನ್ ಮಾತ್ರೆಯನ್ನು ಮಾರುವವರು ಗೊತ್ತಾ ನಿನಗೆ?

ನಾನು: ಅಷ್ಟೇನೂ ಭಯ ಬೇಡ. ಮಾಸ್ಟರ್ ಪ್ರಬಂಧ ಮಂಡಿಸಬೇಕಾಗಿರುವುದು ಪರೀಕ್ಷೆಗಳೆಲ್ಲಾ ಮುಗಿದ ನಂತರ, ರಜೆಯ ಸಮಯದಲ್ಲಿ.

ಆನ್ನಾ: ಹೂಂ. ಆದರೂ ನನಗೆ ಅದರ ಬಗ್ಗೆ ಬಹಳ ಆತಂಕವಿದೆ. ನನ್ನ ವಿದ್ಯಾರ್ಥಿ

ಜೀವನದ ಕೊನೆಯ ಬೇಸಿಗೆ ರಜೆಯಲ್ಲಿ ಸಣ್ಣದಾಗಿ ಪ್ರಪಂಚ ಪರ್ಯಟನೆ ಮಾಡುವ ಆಸೆಯಿದೆ. ಥೂ, ಈಗ ನಾನು ಇಡೀ ದಿನ ಈ ಹಾಳಾದ ಕ್ಲಾಸಿನಲ್ಲಿ ಕೂರಬೇಕು.

ಆನ್ನಾಳ ಸಣ್ಣ ಪ್ರಪಂಚ ಪರ್ಯಟನೆಯ ಯೋಜನೆಯಲ್ಲಿ ಎಷ್ಟು ದೇಶಗಳು ಸೇರಿದ್ದವೋ ತಿಳಿಯಲಿಲ್ಲ. ವಿಮಾನದ ಟಿಕೆಟ್ಟಿನ ಬೆಲೆಗಳು ವಿಮಾನಗಳಂತೆಯೇ ಗಗನಕ್ಕೇರಿವೆ. ಟಿಕೆಟ್ಟುಗಳ ಬೆಲೆ ತುಲನೆ ಮಾಡುವ ವೆಬ್‌ಸೈಟ್‌ಗಳಲ್ಲಿ ನಾನು ಆಗಾಗ ಅಡ್ಡಾಡುತ್ತಿರುತ್ತೇನೆ. ನನ್ನಿಷ್ಟದ ದೂರದ ದೇಶಗಳಾದ ಕೋಸ್ಟಾರಿಕಾ, ಜಪಾನ್, ನೇಪಾಳ ಇತ್ಯಾದಿಗಳ ಹೆಸರು ಟೈಪಿಸಿ ಬೆಲೆ ಕಡಿಮೆಯಾಗುವವರೆಗೂ ಹೊರಡುವ ದಿನಾಂಕ, ತಿಂಗಳು, ವರ್ಷಗಳನ್ನು ಬದಲಿಸುತ್ತಿರುತ್ತೇನೆ. ಕೆಲವೊಮ್ಮೆ ಅಗ್ಗದ ಬೆಲೆಗೆ ಟಿಕೆಟ್ಟು ಸಿಕ್ಕರೆ ಬುಕ್ ಮಾಡಿಯೇಬಿಡುವ ಉತ್ಸಾಹ ಮೂಡಿದರೂ, ಮರುಕ್ಷಣ ಅದು ಬಲೂನಿನಂತೆ ಒಡೆದುಹೋಗುತ್ತದೆ. ಮುಂದಿನ ವರ್ಷ 5ನೇ ಮೇ ತಾರೀಖಿಗೆ ಏನು ಕಾದಿದೆಯೋ ಯಾರಿಗೆ ಗೊತ್ತು?

ಆನ್ನಾ: ನಿನಗೆ ಬಿಡುವಿದ್ದಾಗ ಒಟ್ಟಿಗೆ ಕುಳಿತು ಮಾಸ್ಟರ್ ಪ್ರಬಂಧದ ಬಗ್ಗೆ ಚರ್ಚೆ ಮಾಡೋಣವೇ?

ಅವಳ ಮಾತು ಕೇಳಿ ನನಗೆ ತಮಾಷೆಯೆನಿಸಿತು. "ಒಟ್ಟಿಗೆ ಕುಳಿತು ಮಾಸ್ಟರ್ ಪ್ರಬಂಧದ ಬಗ್ಗೆ ಚರ್ಚೆ ಮಾಡೋಣ" ಎಂಬುದರ ನಿಜಾರ್ಥ ಇಬ್ಬರಿಗೂ ತಿಳಿದಿತ್ತು. ಆದರೂ ಆನ್ನಾ ಅಸಹಾಯಕಳಾಗಿ ಕಂಡದ್ದರಿಂದ ನನ್ನ ಮನಸ್ಸು ಕರಗಿತು. ಮೇಲಾಗಿ ನಾನು ಅವಳ ರೆಡ್ ಬುಲ್ ಋಣದಲ್ಲಿ ಬಿದ್ದಿದ್ದೆ. "ಸರಿ, ನಮ್ಮ ಚರ್ಚೆಗೆ ಮೊದಲು ನಿನಗೆ ಆಸಕ್ತಿಯಿರುವ ವಿಷಯಗಳ ಪಟ್ಟಿ ಮಾಡಿಕೊಂಡು ಬಾ" ಎಂದು ನಾನು ಕ್ಯಾನಿನಲ್ಲಿ ಬಾಕಿಯಿದ್ದ ಹನಿಗಳನ್ನು ಹೀರಿದೆ.

ಆನ್ನಾ ಕೊಂಚ ನಾಚಿಕೆಯಿಂದ ತಲೆಯಲ್ಲಾಡಿಸಿ, "ಡಾಂಕೆ ಟಿಲ್ಡಾ, ಕ್ಲಾಸಿನಲ್ಲಿ ನೀನೇ ನನಗೆ ಅಚ್ಚುಮೆಚ್ಚು" ಎಂದಳು.

ಪ್ರೊಫೆಸರ್ ಕ್ಲೈನ್ ಸಭಾಂಗಣದ ಬಾಗಿಲನ್ನು ತೆರೆದು ಹೊರಬಂದದ್ದನ್ನು ಕಂಡು ನಾನು ಅವರಿಗೆ ಶುಭಕೋರಿದೆ. ಅವರು ನನ್ನನ್ನು ಕುರಿತು "ಫ್ರೌ ಶ್ಮಿಟ್, ಇಂದು ಮಧ್ಯಾಹ್ನ ನನ್ನ ಕಚೇರಿಗೆ ಬನ್ನಿ" ಎಂದರು. ವಿಷಯವೇನೆಂದು ಅವರು ಹೇಳದೆ ಹೋದದ್ದು ನನ್ನನ್ನು ಕಾತರಗೊಳಿಸಿತು. ನಾನೇನಾದರೂ ಇತ್ತೀಚೆಗೆ ಕ್ಲಾಸಿಗೆ ಹೋಗುವುದನ್ನು ತಪ್ಪಿಸಿದ್ದೇನೇ? ಪ್ರೊಫೆಸರ್ ಕ್ಲೈನ್‌ರ ಎಷ್ಟು ಕ್ಲಾಸುಗಳನ್ನು ತಪ್ಪಿಸಿಕೊಂಡಿರಬಹುದು ಎಂದು ಲೆಕ್ಕ ಹಾಕಿದೆ. ಈ ಸೆಮಿಸ್ಟರಿನಲ್ಲಿ ಅವರ ಸುಮಾರು ಕ್ಲಾಸುಗಳಿಗೆ ನಾನು ಹೋಗಿರಲಿಲ್ಲ ಎಂದು ಅರಿವಾಗಿ ಗಾಬರಿಯಾಯಿತು. ಪರೀಕ್ಷೆಯಲ್ಲಿ ನಾನು ತೆಗೆದುಕೊಂಡ ಒಳ್ಳೆಯ ಅಂಕಗಳು ಅವರ ಕ್ಲಾಸಿನಲ್ಲಿ ನನ್ನ ಗೈರುಹಾಜರಿಯನ್ನು ಸರಿದೂಗಿಸುವವು ಎಂಬ ನನ್ನ ಲೆಕ್ಕ ತಪ್ಪಾಗಿರಬಹುದು. ಎಲ್ಲಾ ಅಭ್ಯಾಸ ಮತ್ತು ಪರೀಕ್ಷೆಯ ಲೆಕ್ಕಗಳನ್ನು ತಪ್ಪಿಲ್ಲದೆ ಬಿಡಿಸುತ್ತಿದ್ದೆ, ಅದರ ಬದಲಾಗಿ ಆಗಾಗ ಕ್ಲಾಸು ತಪ್ಪಿಸುವ ಅನುಮತಿ ಇದ್ದಿತು ಎಂಬ ಮಾತಿಲ್ಲದ ಒಳ ಒಪ್ಪಂದ ನಮ್ಮಿಬ್ಬರ ನಡುವೆ ಏರ್ಪಟ್ಟಿತ್ತು ಎಂದು ನಾನು ಎಣಿಸಿದ್ದೆ. ನನ್ನದು ತಪ್ಪು ಕಲ್ಪನೆಯಿರಬಹುದು.

ಅವರು ಕೇಳಿದರೆ ಏನು ಹೇಳುವುದು? "ನನ್ನಮ್ಮ ಕುಡುಕಿ, ಅವಳ ಬಳಿ ನನ್ನ ತಂಗಿಯನ್ನು ಒಂಟಿಯಾಗಿ ಬಿಟ್ಟಿರಲು ನನಗೆ ಮನಸ್ಸಿಲ್ಲ, ಕಾಲೇಜಿನಿಂದ ಮನೆಗೆ ಹೋಗಲು ಒಂದು ಗಂಟೆ ಹಿಡಿಯುವುದು" ಎಂದೆಲ್ಲಾ ಹೇಳಲೇ? ಸಾಧ್ಯವೇ ಇಲ್ಲ. ನನ್ನ ಸೂಪರ್‌ಮಾರ್ಕೆಟ್‌ನ ಕೆಲಸದ ವೇಳೆ ಬದಲಾಗಿದೆ, ನನ್ನಮ್ಮನಿಗೆ ಕೆಲಸ ಹೋದಾಗಿನಿಂದ ನಾನಲ್ಲಿ ಹೆಚ್ಚು ಹೊತ್ತು ಕೆಲಸ ಮಾಡಬೇಕಾಗಿ ಬಂದಿದೆ ಎಂದು ಹೇಳಬಹುದು. ಇಲ್ಲವೇ, ನನಗೆ ದೂರದೂರಿನಲ್ಲಿರುವ ಒಬ್ಬನ ಮೇಲೆ ಪ್ರೀತಿಯಾಗಿದೆ, ಅವನ ಜೊತೆಗೆ ಸಮಯ ಕಳೆಯಲು ಕ್ಲಾಸು ತಪ್ಪಿಸಿದೆ ಎಂದು ಸುಳ್ಳು ಹೇಳಬಹುದು. ನೇರ ಮತ್ತು ಗಂಭೀರ ಸ್ವಭಾವದ ಪ್ರೊಫೆಸರ್ ಕ್ಲೈನ್ ಪ್ರೀತಿ ಪ್ರೇಮದ ವಿಷಯಕ್ಕೆ ಮರುಮಾತನಾಡದೆ ನನ್ನನ್ನು ಕಳುಹಿಸಿಬಿಡಬಹುದು ಎಂದು ಸುಳ್ಳನ್ನು ಮನಸ್ಸಿನಲ್ಲೇ ವಿಸ್ತರಿಸಿದೆ. "ನಾವಿಬ್ಬರೂ ಡೇಟಿಂಗ್ ಆಪ್ ಒಂದರ ಮೂಲಕ ಭೇಟಿಯಾದೆವು. ಅವನ ಹೆಸರು ರಾಬರ್ಟ್, ಅವನೊಬ್ಬ ಸಿನಿಮಾ ನಟ."

ಮಧ್ಯಾಹ್ನ ಪ್ರೊಫೆಸರ್ ಕ್ಲೈನ್‌ರ ಕಚೇರಿಯ ಬಳಿ ಹೋಗಿ ಅವರೇ ಬಾಗಿಲು ತೆರೆಯುವವರೆಗೂ ಹೊರಗೆ ಕಾಯುತ್ತಾ ನಿಂತೆ. ನನ್ನ ಸೂಪರ್‌ಮಾರ್ಕೆಟ್‌ನ ಕೆಲಸದ ಬಗ್ಗೆ ಹೇಳುವುದೆಂದು ನಿರ್ಧರಿಸಿದೆ. ಹೇಗಿದ್ದರೂ ಅದು ನಿಜವೇ ಆಗಿತ್ತು. ಮೇಲಾಗಿ ನನ್ನ ಇಷ್ಟದ ಪ್ರೊಫೆಸರ್ ಅವರು. ರಾಬರ್ಟ್ ಕತೆಯನ್ನು ನಾನು ಚೆನ್ನಾಗಿ ಹೆಣೆದಿದ್ದರೂ ಅವರಿಗೆ ಸುಳ್ಳು ಹೇಳಲು ನನ್ನ ಮನಸ್ಸಿಗೆ ಕಷ್ಟವೆನಿಸಿತು. ಪ್ರೊಫೆಸರ್ ನನ್ನನ್ನು ಒಳಗೆ ಕರೆದರು. ಎದುರು ಬದುರು ಕುಳಿತ ಕೂಡಲೇ ಅವರು ನೇರ ವಿಷಯಕ್ಕೆ ಬಂದರು.

ಪ್ರೊ. ಕ್ಲೈನ್: ಫ್ರೌ ಶ್ಮಿಟ್, ನಿಮ್ಮ ಭವಿಷ್ಯದ ಬಗ್ಗೆ ಮಾತನಾಡಲು ನಿಮ್ಮನ್ನು ಇಲ್ಲಿಗೆ ಕರೆಸಿದ್ದು.

ನಾನು: ನನ್ನ ಭವಿಷ್ಯದ ಬಗ್ಗೆ ಮಾತನಾಡಲು ನನಗೆ ಇಷ್ಟವಿಲ್ಲ.

ಪ್ರೊ. ಕ್ಲೈನ್: ನಿಮ್ಮ ಇಷ್ಟಾನಿಷ್ಟಗಳಿಗೆ ನನ್ನ ಸಂಪೂರ್ಣ ಸಹಮತವಿದೆ. ಆದರೆ ಈ ಒಂದು ಬಾರಿ ನೀವು ಮನಸ್ಸು ಮಾಡಿದರೆ ಒಳ್ಳೆಯದು.

ನಾನು ಸರಿಯೆಂದು ತಲೆದೂಗಿದೆ.

ಪ್ರೊ. ಕ್ಲೈನ್: ಬರ್ಲಿನ್‌ನ ಪ್ರತಿಷ್ಠಿತ ಹುಮ್‌ಬೋಲ್ಟ್ ವಿಶ್ವವಿದ್ಯಾಲಯದಲ್ಲಿ ಸಂಭವನೀಯತೆಯ ಸಿದ್ಧಾಂತದ ವಿಷಯವಾಗಿ ಡಾಕ್ಟೊರೇಟ್ ಪಡೆಯುವ ಅವಕಾಶದ ಬಗ್ಗೆ ಕಳೆದ ಕ್ಲಾಸಿನಲ್ಲಿ ನಾನು ಪ್ರಸ್ತಾಪಿಸಿದ್ದೆ.

ನಾನು ಗಲಿಬಿಲಿಗೊಂಡೆ.

ಪ್ರೊ. ಕ್ಲೈನ್: ನಿಮಗೆ ಇದೊಂದು ಸದವಕಾಶ. ನೀವು ಆ ಡಾಕ್ಟೊರೇಟ್ ಕಾರ್ಯಕ್ರಮಕ್ಕೆ ಅರ್ಜಿ ಹಾಕಬೇಕು, ನಿಮಗೆ ನನ್ನ ಸಂಪೂರ್ಣ ಪ್ರೋತ್ಸಾಹವಿದೆ. ಸಮಯ ಬಂದಾಗ ನನ್ನ ಬೆಂಬಲ ಶಿಫಾರಸ್ಸುಗಳು ನಿಮಗೆ ಖಂಡಿತ ಇದ್ದೇ ಇರುತ್ತವೆ.

ನಾನು: ನಾನಿನ್ನೂ ನನ್ನ ಮಾಸ್ಟರ್ ಪ್ರಬಂಧವನ್ನೇ ಬರೆದು ಮುಗಿಸಿಲ್ಲ.

ಪ್ರೊ. ಕ್ಲೈನ್: ನಿಮಗೆ ಅದನ್ನು ಬರೆದು ಮುಗಿಸುವುದು ದೊಡ್ಡ ವಿಷಯವೇನಲ್ಲ. ಮಾಸ್ಟರ್ ಮುಗಿಸುವ ವೇಳೆಗೆ ಡಾಕ್ಟೊರೇಟ್‌ನ ಅವಕಾಶ ಕೈಲಿದ್ದರೆ ನಿಮ್ಮ ಮುಂದಿನ ಹಾದಿ ಸುಗಮವಾಗುತ್ತದೆ. ಯೋಚನೆ ಮಾಡಿ.

■

ಪ್ರೊಫೆಸರ್ ಕ್ಲೈನ್‌ರ ಕಚೇರಿಯಿಂದ ಹೊರಬಿದ್ದ ನನಗೆ ಆಗಷ್ಟೇ ನಡೆದದ್ದು ನಿಜವೋ ಕನಸೋ ತಿಳಿಯಲಿಲ್ಲ. ಗೊತ್ತುಗುರಿಯಿಲ್ಲದೆ ಕಾಲೇಜಿನ ತುಂಬಾ ಓಡಾಡಿದೆ. ಗಿಜಿಗಿಜಿಗುಟ್ಟುತ್ತಿದ್ದ ವಿದ್ಯಾರ್ಥಿಗಳು ರೇಜಿಗೆ ಹುಟ್ಟಿಸಿದರು. ಊರಿನ ಮಧ್ಯಭಾಗಕ್ಕೆ ನಡೆದೆ. ಅಲ್ಲಿಯೂ ವಿದ್ಯಾರ್ಥಿಗಳೇ ಜಮಾಯಿಸಿದ್ದರು. ಉಪನಗರವನ್ನು ದಾಟಿ, ಹೊರವಲಯದ ಕಡೆಗೆ ನಡೆದೇ ಹೋದೆ. ನನ್ನ ತಲೆಯಲ್ಲಿ ಸುಳಿಗಾಳಿ ಎದ್ದಂತಾಗಿತ್ತು. ಸಂತೋಷ ಗೊಂದಲಗಳ ಸುಳಿ ಒಟ್ಟೊಟ್ಟಿಗೆ ಎದ್ದಿದ್ದವು. ಒತ್ತಡದಿಂದ ನನ್ನ ಕಣ್ಣುಗಳು ಅದುರಿದವು, ಹಣೆಯಿಂದ ಬೆವರ ಹನಿಗಳು ತೊಟ್ಟಿಕ್ಕಿದವು. ನಾನು ಯಾವೊಂದು ನಿರ್ಣಯವನ್ನೂ ಕೈಗೊಳ್ಳುವ ಸ್ಥಿತಿಯಲ್ಲಿ ಇರಲಿಲ್ಲ. ಬರ್ಲಿನ್! ಬರ್ಲಿನ್‌ನಂತಹ ದೊಡ್ಡ ಊರಿಗೆ ಹೋದರೆ ನನ್ನ ಜೀವನ ಖಂಡಿತ ಬದಲಾಗುವುದು, ಉದ್ಧಾರವಾಗುವುದು. ಬರ್ಲಿನ್‌ನ ಪ್ರತಿಷ್ಠಿತ ಹುಮ್‌ಬೋಲ್ಟ್ ವಿಶ್ವವಿದ್ಯಾಲಯದಲ್ಲಿ ಡಾಕ್ಟೊರೇಟ್ ಪದವಿ ಪಡೆಯುವುದು ಚಿಕ್ಕ ವಿಷಯವೇನಲ್ಲ. ಮುಂದೆ ಯಾವಾಗಲಾದರೂ ನನ್ನ ಸಣ್ಣ ಊರನ್ನು ತೊರೆದು ಹೊರಹೋಗುವ ಕನಸು ನನಗೆ ಮೊದಲಿಂದಲೂ ಇದೆ. ಅದಕ್ಕೆ ಇನ್ನೂ ಸಮಯ ಬರಬೇಕು. ಈಡಾ ಬೆಳೆದು ಮನೆಬಿಟ್ಟು ದೂರ ಹೋಗಿ ತನ್ನ ಜೀವನವನ್ನು ತಾನೇ ರೂಪಿಸಿಕೊಳ್ಳುವಷ್ಟು ದೊಡ್ಡವಳಾದಾಗ ಸಮಯ ಬರುತ್ತದೆ. ಅಷ್ಟು ದೊಡ್ಡ ಊರಿಗೆ ಒಮ್ಮೆಲೇ ಹೋಗುವುದನ್ನು ನೆನೆಸಿಕೊಳ್ಳುವುದೂ ಕಷ್ಟ. ವೈನ್‌ದ್ರಾಕ್ಷಿಯ ತೋಟವನ್ನು ಹಿಂದಿಕ್ಕಿ ನಡೆಯುತ್ತಲೇ ಇದ್ದೆ. ಮುಖದ ಮೇಲೆ ಕಣ್ಣೀರಿನ ಪಸೆಯೂ ಇರಲಿಲ್ಲ, ಬದಲಾಗಿ ಬೆವರು ಸುರಿದುಹೋಗುತ್ತಿತ್ತು. ಬರ್ಲಿನ್ನಿನಲ್ಲಿ ನನ್ನ ಜೀವನ ಹೇಗಿರಬಹುದು ಎಂದು ಕಲ್ಪಿಸಿಕೊಂಡೆ. ಬೆಳಿಗ್ಗೆ ಮನೆಯಿಂದ ಯೂನಿವರ್ಸಿಟಿಗೆ ಎಸ್-ಬಾನ್ ರೈಲಿನಲ್ಲಿ ಪಯಣ, ನಾನು ಮತ್ತು ಇನ್ನಿಬ್ಬರು ಡಾಕ್ಟೊರೇಟ್ ವಿದ್ಯಾರ್ಥಿಗಳು ಒಂದೇ ಆಫೀಸು ಕೋಣೆಯಲ್ಲಿ ಕೂರುತ್ತೇವೆ, ಅಲ್ಲೇ ನನ್ನ ಲೆಕ್ಕದ ಅಭ್ಯಾಸ ಓದು ಬರಹಗಳೆಲ್ಲಾ ನಡೆಯುತ್ತವೆ. ವಿರಾಮದ ವೇಳೆ ತಿಂಡಿ ಊಟ ಕಾಫಿಗಳ ಸೇವನೆ. ಆಫೀಸಿಗೆ ಹೊಂದಿಕೊಂಡ ಅಡುಗೆಮನೆಯಲ್ಲಿ ಪುಟ್ಟದೊಂದು ಕಾಫಿ ಮಷೀನು, ಅದರ ಪಕ್ಕ ನನ್ನದೇ ದೊಡ್ಡ ಪಿಂಗಾಣಿ ಲೋಟ, ಪ್ರತಿದಿನ ಕಾಫಿ ಕುಡಿಯಲು. ಸಂಜೆ ಮತ್ತೆ ಎಸ್-ಬಾನ್‌ರೈಲಿನಲ್ಲಿ ಮನೆಯತ್ತ ಪಯಣ, ಬಾಲ್ಕನಿಯಲ್ಲಿ ಕುಳಿತು ಸೂರ್ಯಾಸ್ತವನ್ನು ನೋಡುತ್ತಾ ಒಂದು ಗ್ಲಾಸು ವೈನ್ ಇಲ್ಲವೇ ಬಾಟಲಿ ಬಿಯರ್ ಹೀರುತ್ತಾ ಈಡಾಳ ಜೊತೆ ಮಾತುಕತೆ. ಅವಳು ತನಗಿಷ್ಟವಾದ ಹುಡುಗ ಅಥವಾ ಹುಡುಗಿಯ ಬಗ್ಗೆ ಹೇಳುವಳು, ತಾನು ಬಿಡಿಸಿದ ಮಾಮಾಳ ಹೊಸ ಚಿತ್ರಗಳನ್ನು ತೋರಿಸುವಳು, ಮಾಮಾಳ ಪರಿಸ್ಥಿತಿ ಕೊಂಚ ಸುಧಾರಿಸಿರುವುದು. ಒಡನೆಯೇ ಈಡಾ ನನಗೆ ಕಳೆದ ಶುಕ್ರವಾರ ರಾತ್ರಿ ಕಂಡಂತೆ ನೆನಪಾದಳು; ಟ್ವೀಟಿ ವಿನ್ಯಾಸದ ರಾತ್ರಿಯುಡುಗೆ ಧರಿಸಿದಂತೆ, ಅವಳ ಮುಖದಲ್ಲಿ ಭಯ ಆತಂಕಗಳು ತಾಂಡವವಾಡುತ್ತಿದ್ದಂತೆ.

ಇಳಿಜಾರನ್ನು ಹತ್ತಿ ಕಾಡಂಚಿನ ಬೆಟ್ಟದ ಮೇಲಿದ್ದ ಹಾಳುಕೋಟೆಯ ಬಳಿ ಬಂದಾಗ ಮೈಯೆಲ್ಲಾ ಬೆವರಿನಿಂದ ಒದ್ದೆಯಾಗಿತ್ತು. ಕೋಟೆ ಗೋಡೆಯ ಮೇಲೆ ಕುಳಿತು ಕೆಳಗಿದ್ದ ಊರನ್ನು ನೋಡುತ್ತಾ ಅಂದು ನಡೆದದ್ದನ್ನೂ ನಾನು ಮುಂದೆ ಮಾಡಬೇಕಾದದ್ದನ್ನೂ ಸಾವಕಾಶವಾಗಿ ವಿಚಾರ ಮಾಡಲು ಪ್ರಯತ್ನಿಸಿದೆ. ಕೆನ್ನೆಯ ಮೇಲೆ ಮೂಡಿದ್ದ ಬೆವರಿನ ಹನಿಗಳನ್ನು ತೋಳಿನಿಂದ ಒರೆಸಿಕೊಂಡೆ.

ಬರುವ ಜನವರಿ, ಅಂದರೆ ಇಂದಿನಿಂದ ಐದು ತಿಂಗಳ ಕಾಲ. ನನಗೆ ಈಡಾಳನ್ನು ತಯಾರು ಮಾಡಲು ಐದು ತಿಂಗಳ ಕಾಲ ಇತ್ತು. ಕರಾಟೆ ಕಿಡ್, ಮಿಲಿಯನ್ ಡಾಲರ್ ಬೇಬಿ ಸಿನಿಮಾಗಳಲ್ಲಿ ನಡೆಯುವಂತೆ ನಾನು ಹೊರಡುವ ಮುನ್ನ ಅವಳಿಗೆ ತರಬೇತಿ ನೀಡಿ ಅವಳನ್ನು ಬಲಿಷ್ಠ ಹೋರಾಟಗಾರ್ತಿಯಾಗಿ ಮಾಡಬೇಕಿತ್ತು. ಅವಳಿಗೆ ತನ್ನನ್ನು ತಾನೇ ರಕ್ಷಿಸಿಕೊಳ್ಳಲು ಸಾಧ್ಯವಾದಾಗ ಮಾತ್ರ ನಾನು ಮನೆಬಿಟ್ಟು ಹೋಗಬಹುದು. ನಾನೇ ಅವಳನ್ನು ತಯಾರು ಮಾಡಬೇಕು. ಸಮಯ ಹಾಳು ಮಾಡುವಂತೆಯೇ ಇಲ್ಲ. ಎರಡು ಕ್ಷಣ ಕಣ್ಣು ಮುಚ್ಚಿಕೊಂಡೆ. ವೇಗವಾಗಿ ಬೆಟ್ಟ ಹತ್ತಿ ಬಂದಿದ್ದ ಕಾಲುಗಳು ಪದ ಹೇಳುತ್ತಿದ್ದವು. ಕೋಟೆ ಗೋಡೆಯ ಮೇಲಿಂದ ನೆಲಕ್ಕೆ ಧುಮುಕಿ ಬೆಟ್ಟವಿಳಿದು ಊರಿನ ಕಡೆಗೆ ಓಡಿದೆ. ಊರಿನ ಹಳೆಯ ಭಾಗದಲ್ಲಿದ್ದ ವಿಡಿಯೋ ಸಿಡಿ ಅಂಗಡಿಯಲ್ಲಿ ಸೆಕ್ಸ್ ಸಿಡಿ, ಆಟಗಳ ಸಿಡಿ ಸೇರಿದಂತೆ ಹುಕ್ಕಾ ಸೇದಲು ಬೇಕಾದ ಪರಿಕರಗಳನ್ನು ಮಾರುತ್ತಿದ್ದರು. ಇದರಿಂದಲೇ ಇರಬೇಕು, ಬಹಳಷ್ಟು ಚಿತ್ರವಿಚಿತ್ರ ವ್ಯಕ್ತಿಗಳು ಮೂರು ಹೊತ್ತೂ ಅಲ್ಲೇ ಇರುತ್ತಿದ್ದುದು. ಈಡಾಳ ತರಬೇತಿಯ ಮೊದಲನೆಯ ಹಂತವಾಗಿ ನಾನು ಅವಳಿಗೆ ಪಾಪ್ ಕಲ್ಚರ್ ವಿಷಯದಲ್ಲಿ ಸಾಧ್ಯವಾದಷ್ಟನ್ನು ಕಲಿಸಬೇಕು. ಜರ್ಮನ್ ಭಾಷೆಗೆ ಡಬ್ ಮಾಡಿದ ಹಾಲಿವುಡ್ ಚಿತ್ರಗಳು- 'ಹಂಗರ್ ಗೇಮ್ಸ್', 'ಸ್ನೋ ವೈಟ್ ಅಂಡ್ ದಿ ಹಂಟ್ಸ್‌ಮನ್' ಮತ್ತು 'ಕಿಲ್ ಬಿಲ್' ಸಿನಿಮಾಗಳನ್ನು ಎರವಲು ಪಡೆದೆ. ಇವುಗಳಲ್ಲಿ ಹುಡುಗಿಯರ ಹೋರಾಟದ ಛಲ ಬಲವಾಗಿ ವ್ಯಕ್ತವಾಗಿದೆ. '500 ಡೇಸ್ ಆಫ್ ಸಮ್ಮರ್' ಅಥವಾ ಜನಪ್ರಿಯ ಜರ್ಮನ್ ಚಲನಚಿತ್ರ 'ಓ ಬಾಯ್'ನಂತಹ ಸೆಂಟಿಮೆಂಟಲ್ ಸಿನಿಮಾಗಳು ಈಗ ಬೇಡ, ಅವುಗಳಿಂದ ಈಡಾಳ ಸದ್ಯಕ್ಕೆ ಕಲಿಯುವುದು ಏನೂ ಇರಲಿಲ್ಲ.

ತರಬೇತಿಯ ಮುಂದಿನ ಹಂತವನ್ನು ನಾನು ಇನ್ನೂ ರೂಪಿಸಬೇಕಿತ್ತು. ಅವತ್ತಿಗೆ ಅಷ್ಟು ಸಾಕಿತ್ತು. ನನಗೂ ಸಾಕಾಗಿತ್ತು.

ಬಸ್ಸಿನಲ್ಲಿ ಕುಳಿತು ತಲೆಯಲ್ಲಿದ್ದ ಯೋಚನೆಗಳನ್ನು ದೂರತಳ್ಳುವ ಪ್ರಯತ್ನದಲ್ಲಿದ್ದೆ. 'ಹಂಗರ್ ಗೇಮ್ಸ್' ಚಿತ್ರಸರಣಿಯ ವೀರಯುವತಿ ಕಾಟ್‌ನಿಸ್ ಮತ್ತು 'ಸ್ನೋ ವೈಟ್ ಅಂಡ್ ದಿ ಹಂಟ್ಸ್‌ಮನ್' ಚಿತ್ರದ ನಾಯಕಿಯ ಬಗ್ಗೆ ಯೋಚಿಸುತ್ತಾ ಈಡಾಳಿಗೆ ಮೊದಲಿಗೆ ಯಾವ ಸಿನಿಮಾ ತೋರಿಸುವುದು ಎಂದು ಯೋಚಿಸಿದೆ. ಅಂತೂ ಇಂತೂ ದಿನದ ಬಹುಭಾಗ ಕಳೆದು ನಾನು ಕೊನೆಗೂ ಕ್ಲೋರಿನ್, ಸನ್ ಸ್ಕ್ರೀನ್, ಹುಲ್ಲುಗಾವಲುಗಳ ವಾಸನೆಯುಕ್ತ ಈಜುಕೊಳದ ಬಳಿ ಬಂದಿಳಿದೆ. ಒಂದು ಕ್ಷಣವೂ ತಡಮಾಡದೆ ಬೆವರಿನ ಮುದ್ದೆಯಾಗಿದ್ದ ಬಟ್ಟೆಯನ್ನು ಕಿತ್ತೊಗೆದು ನನ್ನ ಬ್ಯಾಗನ್ನು ಉರ್ಸುಲಾಳ ಬೆಂಚಿನ ಮೇಲೆ ಎಸೆದು ನೀರಿಗೆ ಧುಮುಕಿದೆ. ದಣಿದ ದೇಹಕ್ಕೆ ನೀರು ಸೋಂಕಿದ್ದು ಹಾಯೆನಿಸಿತು. ಜಳಕ ಮಾಡದೆಯೇ ನೀರಿಗೆ ಬಿದ್ದಿದ್ದ ನನ್ನ ಮೈ ಬೆವರನ್ನೆಲ್ಲಾ ನೀರು ತೊಳೆದುಹಾಕಿತು. ಆವೇಶ ಬಂದವರಂತೆ

ನಾನು 23 ಸುತ್ತುಗಳನ್ನು ಈಜಿ ಉರ್ಸುಲಾಳ ಪಕ್ಕ ಕುಳಿತು ವಿಕ್ಟೋರ್ ಈಜುವುದನ್ನು ನೋಡುತ್ತಿದ್ದೆ.

ಉರ್ಸುಲಾ: ಅವನು ನಿನಗೇನಾದರೂ ಮಾಡಿದನಾ?

ನಾನು: ಯಾರು?

ಉರ್ಸುಲಾ: ಅದೇ, ಆ ರಷ್ಯಾದವನು.

"ಯಾರು?" ಎಂದು ನಾನು ಮತ್ತೊಮ್ಮೆ ಕೇಳಿದೆ. ಅವಳು ಅವನನ್ನು ಹಾಗೆ ಕರೆಯಬಾರದಿತ್ತು.

ಉರ್ಸುಲಾ: ಅಯ್ಯೋ ನನ್ನ ಮುದ್ದಿನ ಟಿಲ್ಡಾ, ನಾನು ಯಾರ ಬಗ್ಗೆ ಹೇಳಿದೆನೆಂದು ನಿನಗೆ ಚೆನ್ನಾಗಿ ಗೊತ್ತು.

ನಾನು: ಗೊತ್ತಿಲ್ಲ. ಯಾಕೀ ಪ್ರಶ್ನೆ?

ಉರ್ಸುಲಾ: ಫೆಡರರ್ ಮತ್ತು ನಡಾಲ್‌ರ ನಡುವೆ ಅತ್ತಿತ್ತ ಆಡುವ ಚೆಂಡನ್ನು ನೋಡುವ ರೀತಿ ದಿನವೂ ಅವನ ಅಷ್ಟೂ ಸುತ್ತುಗಳನ್ನು ನಿನ್ನ ಕಣ್ಣುಗಳು ಹಿಂಬಾಲಿಸುತ್ತವೆ.

ನಾನು ಅಸಮ್ಮತಿಯನ್ನು ಸೂಚಿಸಲು ತಲೆಯಾಡಿಸಿದೆ.

ನಾನು: ಸುಮ್ಮನೆ ಏನೋ ಹೇಳಬೇಡ. ನೀನು ಹೇಳಿದ ಹಾಗೆ ಏನೂ ಇಲ್ಲ. ಆದರೆ ನೀನು ಬಳಸಿದ ರೂಪಕ ಚೆನ್ನಾಗಿತ್ತು.

ಉರ್ಸುಲಾ: ಉಹೂಂ, ನಾನೇ ನೋಡುತ್ತೇನೆ ಪ್ರತಿದಿನ. ನೀನು ಈಜಿ ಮುಗಿಸಿದ ನಂತರ ಅವನನ್ನೇ ನೋಡುತ್ತಾ ಕೂರುವೆ. ಅವನು ತನ್ನ ದಿನದ ಸುತ್ತುಗಳನ್ನು ಈಜಿ ಮನೆಗೆ ಹೊರಟಾಗ ನೀನೂ ಸಹ ಹೊರಡುವೆ.

ನಾನು ಸುಮ್ಮನಾದೆ. ಉರ್ಸುಲಾಳ ಮಾತಿನಲ್ಲಿ ನಿಜವಿತ್ತು. ನಾನು ಅವನನ್ನು ಹೀಗೆ ನೋಡುವುದನ್ನು ನಿಲ್ಲಿಸಬೇಕು. ಅವನು ನನ್ನನ್ನು ಎಡೆಬಿಡದೆ ಕಾಡುತ್ತಿದ್ದ. ಅದು ಏಕೆಂದು ನನಗೆ ತಿಳಿಯಲಿಲ್ಲ. ಅಲ್ಲ. ಅದು ಏಕೆ ಎಂದು ತಿಳಿದಿತ್ತು. ಅವನು ಬಿಡಿಸಲಾಗದ ಒಗಟಿನಂತೆ, ಅರ್ಥವೇ ಆಗದ ಲೆಕ್ಕದಂತೆ. ಅದನ್ನು ನಾನು ಬಿಡಿಸಿಯೇ ತೀರಬೇಕು. ಗಣಿತದ ಲೆಕ್ಕಗಳು ನನಗೆ ಕೂಡಲೇ ಅರ್ಥವಾಗದಿದ್ದರೆ ನನಗೆ ಎಲ್ಲಿಲ್ಲದ ಕೋಪ ಬರುತ್ತದೆ, ಇದೂ ಹಾಗೆಯೇ ಇರಬೇಕು. ಅವನನ್ನು ಮೊದಲ ಬಾರಿ ಈಜುಕೊಳದಲ್ಲಿ ನೋಡಿದಾಗಿನಿಂದಲೂ ಅವನು ನನ್ನ ತಲೆಯಲ್ಲೇ ಉಳಿದುಬಿಟ್ಟಿದ್ದಾನೆ. ನನ್ನ ತಲೆಯಲ್ಲಿನ ಸಾವಿರ ಯೋಚನೆಗಳ ನಡುವೆ ಹೇಗೋ ಜಾಗ ಮಾಡಿಕೊಂಡು ಸೇರಿಕೊಂಡುಬಿಟ್ಟಿದ್ದಾನೆ. ಅವನನ್ನು ನನ್ನ ತಲೆಯಿಂದ ಓಡಿಸಬೇಕು ಎನಿಸುತ್ತದೆ. ಆದರೆ ಮರುಕ್ಷಣವೇ, ಬೇಡ, ಇರಲಿ ಎನಿಸುತ್ತದೆ. ಅವನು ಈಜುವುದನ್ನು ನೋಡುತ್ತಿದ್ದರೆ ನಾನು ಬೇರೆಲ್ಲವನ್ನೂ ಮರೆಯುತ್ತೇನೆ. ಮನಸ್ಸು ನಿರುಮ್ಮಳವಾಗುತ್ತದೆ. ಅವನ ಈಜುಗಾರಿಕೆಯ ಶೈಲಿ ಮನಮೋಹಕ. ಅವನ ಮುಖ ಅವನ ತಮ್ಮನ ಮುಖಕ್ಕಿಂತ

ಬೇರೆ ರೀತಿಯೇ ಇದ್ದರೂ ಸಹ ಈವಾನ್‌ನನ್ನು ನೆನಪಿಸುವ ಹಾಗಿದೆ. ನನಗೆ ಅವನ ಸುಂದರ ಮುಖದಿಂದ ಆರಂಭಿಸಿ ಅವನ ಕೆದರಿದ ತಿಳಿಹೊಂಗೂದಲು, ಬಿಸಿಲಿನಿಂದ ಕಂದುಬಣ್ಣಕ್ಕೆ ತಿರುಗಿದ ಗಂಭೀರ ಮುಖ, ಉದ್ದನೆ ಮೂಗು, ಸಪೂರ ತುಟಿಗಳು ಹಾಗೂ ಅವನ ಮಂದಹಾಸಗಳೆಲ್ಲವೂ ಇಷ್ಟವಾಗುತ್ತವೆ. ಅವನು ಹೆಚ್ಚಾಗಿ ಬಳಸದ ಗೊರಸಲು ಧ್ವನಿ, ಅದೇ ಧ್ವನಿಯಲ್ಲಿ ಅವನು "ಕಾರು ಓಡಿಸುವುದರಿಂದ ನನಗೆ ತಳಮಳ ಕಡಿಮೆಯಾಗುತ್ತದೆ" ಎಂದು ಹೇಳುವುದು ಎಲ್ಲವೂ ಇಷ್ಟ. ಅಂದು ಅಷ್ಟೊ ಹೊತ್ತು ನಮ್ಮ ಮನೆಯ ಮುಂದೆ ಕಾದದ್ದು, ರೈಸೆನ್‌ಥೆಲ್ ಬುಟ್ಟಿಯೊಂದಿಗೆ ಸಾಮಾನು ತರಲು ಹೋಗುವುದು ಎಲ್ಲವೂ ಇಷ್ಟ. ನಿನ್ನೆ ಸಂಜೆ ಮಾಸ್ಟರ್ ಪ್ರಬಂಧಕ್ಕೆ ಸಂಬಂಧಿಸಿದಂತೆ ಒಂದಿಷ್ಟು ವೈಜ್ಞಾನಿಕ ವೃತ್ತಪತ್ರಿಕೆಗಳನ್ನೂ ಪುಸ್ತಕಗಳನ್ನೂ ಹುಡುಕಿಕೊಳ್ಳಲು ಲ್ಯಾಪ್‌ಟಾಪಿನ ಮುಂದೆ ಕುಳಿತೆನಷ್ಟೇ. ಮೂರು ಗಂಟೆಗಳ ಕಾಲ ವಿಕ್ಟೋರ್‌ನ ಬಗ್ಗೆ ಸಿಗಬಹುದಾದ ಮಾಹಿತಿಗಾಗಿ ಇಂಟರ್‌ನೆಟ್ಟನ್ನು ಸಂಪೂರ್ಣ ಜಾಲಾಡಿದೆ. "ವಿಕ್ಟೋರ್ ವೋಲ್‌ಕೋವ್", "ವಿಕ್ಟೋರ್ ವೋಲ್‌ಕೋವ್ ಹ್ಯಾಕರ್", "ವಿಕ್ಟೋರ್ ವೋಲ್‌ಕೋವ್ ಕೋಡಿಂಗ್", "ವಿಕ್ಟೋರ್ ವೋಲ್‌ಕೋವ್ ಲಂಡನ್", "ವಿಕ್ಟೋರ್ ವೋಲ್‌ಕೋವ್ ಎಂ.ಐ.ಟಿ.", "ವಿಕ್ಟೋರ್ ವೋಲ್‌ಕೋವ್ ಮಸ್ಸಾಚುಸೆಟ್ಸ್" ಇತ್ಯಾದಿ ಪದಪುಂಜಗಳನ್ನು ಗೂಗಲಿಸಿದರೆ ಅವನ ಬಗ್ಗೆ ಏನೇನೂ ಮಾಹಿತಿ ಸಿಗಲಿಲ್ಲ. ಅಪಘಾತದ ಬಗ್ಗೆ ಒಂದಿಷ್ಟು ಲೇಖನಗಳಿದ್ದವು. ಅವನ್ನು ನಾನು ಎಂದಿಗೂ ಓದಲಿಕ್ಕಿಲ್ಲ.

ನಾನು: ಅವನ ಬಗ್ಗೆ ನಿನಗೇನು ಗೊತ್ತು?

ಉರ್ಸುಲಾಳಿಗೆ ಊರಿನಲ್ಲಿ ಎಲ್ಲರೂ ಗೊತ್ತು, ಅವಳು ಎಲ್ಲರಿಗೂ ಗೊತ್ತು.

ಉರ್ಸುಲಾ: ಎಲ್ಲರಿಗೂ ಗೊತ್ತಿರುವುದೇ ನನಗೂ ಗೊತ್ತಿರುವುದು. ಈ ಊರಿನಲ್ಲಿ ಅಷ್ಟೇನೂ ಆಸಕ್ತಿಕರ ವಿಷಯಗಳು ನಡೆಯುವುದಿಲ್ಲ.

ನಾನು: ಏನದು?

ಉರ್ಸುಲಾ: ಅವನೊಬ್ಬ ಅತ್ಯುತ್ತಮ ವಿದ್ಯಾರ್ಥಿ, ಕಂಪ್ಯೂಟರ್ ಕುಡುಮಿ ಎಂದು ಹ್ಯಾಕರ್ ದಾಳಿ ನಡೆದಾಗ ನಮಗೆ ಗೊತ್ತಾದದ್ದು. ರಷ್ಯಾದಿಂದ ವಲಸೆ ಬಂದವರಲ್ಲಿ ಯೂನಿವರ್ಸಿಟಿ ಪ್ರವೇಶ ಪರೀಕ್ಷೆ ಬರೆದ ಕೆಲವೇ ಕೆಲವರಲ್ಲಿ ಅವನೂ ಒಬ್ಬ. ನಂತರ ಅವನು ಅಮೆರಿಕಾಗೆ ಹೋಗಿ ತುಂಬಾ ಹಣ ಸಂಪಾದಿಸಿಕೊಂಡು ಬಂದ. ತನ್ನ ಕುಟುಂಬಕ್ಕೆ ಹೊಸಮನೆ ಹಾಗೂ ಕಾರೊಂದನ್ನು ಕೊಂಡುಕೊಟ್ಟ. ಅದಾದ ನಂತರ ನಡೆದದ್ದು ಕಾರು ಅಪಘಾತ. ಪಾಪ. ಆಮೇಲೆ ಅವನ ಸುಳಿವೇ ಇರಲಿಲ್ಲ. ಅದಾಗಿ ಸುಮಾರು ವರ್ಷಗಳೇ ಕಳೆದಿರಬೇಕು.

ನಾನು: 9ನೇ ಆಗಸ್ಟ್‌ರಂದು ಐದು ವರ್ಷ ತುಂಬುತ್ತದೆ.

ಕ್ಷಣ ಮೌನ, ಉರ್ಸುಲಾಳ ನಿಟ್ಟುಸಿರು.

ನಾನು: ಅವನು ಈ ಊರಿಗೆ ಮರಳುವ ಮುನ್ನ ಎಲ್ಲಿದ್ದ?

ಉರ್ಸುಲಾ: ಅದು ನನಗೆ ಹೇಗೆ ಗೊತ್ತಿರಬೇಕು? ಅವನು ಸುಮಾರು ನಿನ್ನ ವಯಸ್ಸಿನವನೇ. ಅವನನ್ನೇ ಕೇಳು.

ಉರ್ಸುಲಾ: ಹೇಗಿದ್ದರೂ ನಿನಗೆ ಅವನ ತಮ್ಮನ ಪರಿಚಯವಿತ್ತು. ನೀವು ಒಟ್ಟೊಟ್ಟಿಗೆ ಇರುತ್ತಿದ್ದುದನ್ನು ಮತ್ತು ಹೊಲಗಳ ನಡುವೆ ಕುದುರೆ ಲಾಯದ ಬಳಿ ನೀವು ಮೂವರೂ ಪಿಕ್‌ನಿಕ್ ಮಾಡುತ್ತಿದ್ದುದನ್ನು ಹಲವಾರು ಬಾರಿ ನಾನೇ ನೋಡಿದ್ದೇನೆ. ನೀನು, ನಿನ್ನ ಮಾರ್ಲೇನ ಮತ್ತು ಆ ಡ್ರಗ್ ಡೀಲರ್.

ನಾನು: ಈವಾನ್.

■

ಪಿಕ್‌ನಿಕ್. ಅದನ್ನು ಹಾಗೆಯೂ ಕರೆಯಬಹುದೇನೋ. 1ನೇ ಜೂನ್‌ನಿಂದ 9ನೇ ಆಗಸ್ಟ್‌ನವರೆಗೂ ನಾವು ಮೂವರು ಬೇಸಿಗೆ ರಜೆಯಿಡೀ ಪಿಕ್‌ನಿಕ್ ಮಾಡಿದ್ದೆವು. ಅದೇ ಮೊದಲ ಮತ್ತು ಏಕೈಕ ಬೇಸಿಗೆ ರಜೆ ನಾವು ಅವನೊಂದಿಗೆ ಕಳೆದದ್ದು. ಆಗಷ್ಟೇ ನಮ್ಮ ಗೆಳೆತನ ಗಟ್ಟಿಯಾಗತೊಡಗಿತ್ತು. ಆ ವರ್ಷ ಜೂನ್ 1ರಂದು ಮಾರ್ಲೇನ ಮತ್ತು ನಾನು ಕಿಲಿಯಾನ್‌ನ ತೋಟದಲ್ಲಿ ಅವನ ಕೆಲವು ಗೆಳೆಯರ ಜೊತೆ ಇದ್ದೆವು. ಎಲೆಕ್ಟ್ರಾನಿಕ್ ಸಂಗೀತ ಹಿಂದೆ ಓಡುತ್ತಿತ್ತು, ನಾವುಗಳು ಬಿಯರ್ ಕುಡಿಯುತ್ತಾ ಒಂದಾದ ಮೇಲೊಂದು ಜಾಯಿಂಟುಗಳನ್ನು ಸೇದುತ್ತಿದ್ದೆವು. ನಮಗೆ ಬೋರು ಹೊಡೆದು, ಜಡ, ಮಂಪರು, ನಶೆಗಳ ಅನುಭವ ಒಮ್ಮೆಲೇ ಆಗುತ್ತಿತ್ತು. ಎಲ್ಲರಿಗೂ ಮೀರಿ ಮಾರ್ಲೇನಳಿಗೆ ಬೋರು ಹೊಡೆದಿತ್ತು. ಅವಳಿಗೆ ಅದೇ ಸಂಗೀತ ಕೇಳಿ ಕೇಳಿ, ಅದೇ ಮುಖಗಳನ್ನು ನೋಡಿ ನೋಡಿ, ದಿನವೂ ಸಂಜೆ ಮಾಡಿದ್ದನ್ನೇ ಮಾಡಿ ಬೋರು ಹೊಡೆದುಹೋಗಿತ್ತು. ಅವಳ ಕುಟುಂಬ ಮತ್ತು ಈ ಸಣ್ಣ ಊರಿನ ಒಡನಾಟ ಅವಳಿಗೆ ಸಾಕಾಗಿತ್ತು. ಥೈಲ್ಯಾಂಡಿಗೆ ಕೆಲ ತಿಂಗಳುಗಳ ಕಾಲ ಬ್ಯಾಕ್‌ಪ್ಯಾಕಿಂಗ್ ಹೋಗಿಬಂದಾಗಿನಿಂದ ಅವಳಿಗೆ ನಮ್ಮೂರಿನಲ್ಲಿದ್ದ ಎಲ್ಲರೂ ಎಲ್ಲವೂ ಬೋರು ಹೊಡೆಸುತ್ತಿತ್ತು. ಅವಳಿಗೆ ಈ 'ಹಾಳಾದ ಕೊಂಪೆಯಿಂದ' ಮುಕ್ತಿ ಬೇಕಿತ್ತು. ಥಾಯ್ ರಿಟರ್ನ್ ಮಾರ್ಲೇನಳನ್ನು ಸಂಭಾಳಿಸುವುದು ನನಗೆ ಇನ್ನೊಂದು ಪಾಳಿ ಕೆಲಸ ಮಾಡಿದಂತಿತ್ತು.

ಮಾರ್ಲೇನ ಶಾಲೆಯ ನಂತರ ಒಂದು ವರ್ಷ ಬಿಡುವು ಮಾಡಿಕೊಂಡು ಗ್ಯಾಪ್-ಇಯರ್ ಸಮಯದಲ್ಲಿ ಪ್ರಪಂಚ ಸುತ್ತಿ ತನ್ನನ್ನು ತಾನು ಕಂಡುಕೊಳ್ಳುವ ಪ್ರಯತ್ನದಲ್ಲಿದ್ದಾಗ ನಾನು ಸೂಪರ್‌ಮಾರ್ಕೆಟ್‌ನಲ್ಲಿ ಪೂರ್ಣ ಪ್ರಮಾಣದಲ್ಲಿ ದುಡಿದೆ. ಆ ವರ್ಷ ಸೆಪ್ಟೆಂಬರ್‌ನಲ್ಲಿ ಶುರುವಾಗಲಿದ್ದ ನನ್ನ ಗಣಿತದ ಪದವಿ ಕ್ಲಾಸಿಗೆ ನಾನೇ ದುಡ್ಡು ಹೊಂದಿಸಿಕೊಳ್ಳಬೇಕಿತ್ತು. ಮೇಲಿಂದ ಮೇಲೆ ಅದೇ ಕೆಲಸ, ಅದೇ ದಿನಚರಿ. ದಿನದಿಂದ ದಿನಕ್ಕೆ ಚೂರೂ ಬದಲಾವಣೆ ಇರಲಿಲ್ಲ. ಈ ಕಚಡಾ ಊರಿನಲ್ಲಿ ಸಿಕ್ಕಿಹಾಕಿಕೊಂಡು ನನ್ನ ಬಾಳು ಇಷ್ಟಕ್ಕೇ ಸೀಮಿತ ಎಂದು ನನಗೆ ಮನವರಿಕೆಯಾಗಿತ್ತು. ಮುಂಜಾನೆ ಈಡಾಳನ್ನು ಕಿಂಡರ್ ಗಾರ್ಟನ್‌ಗೆ ಬಿಟ್ಟು ಸೂಪರ್‌ಮಾರ್ಕೆಟ್‌ಗೆ ಕೆಲಸಕ್ಕೆ ಹೋಗುತ್ತಿದ್ದೆ. ಮಧ್ಯಾಹ್ನ ಅವಳನ್ನು ಮನೆಗೆ ವಾಪಸ್ ಕರೆತರುತ್ತಿದ್ದೆ. ಮನೆಯಲ್ಲಿ ಈಡಾಳೊಂದಿಗೆ ಸ್ವಲ್ಪ ಹೊತ್ತು ಕಳೆಯುತ್ತಿದ್ದೆ. ಕೆಲವೊಮ್ಮೆ ಮಾಮಾ ನಮ್ಮೊಂದಿಗೆ ಬಂದು ಕೂರುತ್ತಿದ್ದಳು. ಈಗ ಹಿಂತಿರುಗಿ ನೋಡಿದರೆ ಅದೇ ಎಷ್ಟೋ

ವಾಸಿ ಎನಿಸುತ್ತದೆ. ನನಗೆ ಮಾಮಾಳ ಬಗ್ಗೆ ಆಗ ಇದ್ದ ದೂರುಗಳನ್ನು ನೆನೆದರೆ ಈಗ ಅದು ಹಾಸ್ಯಾಸ್ಪದ ಎನಿಸುತ್ತದೆ. ನಾವು ಮುಂಜಾನೆ ಮನೆಬಿಡುವಾಗ ಇನ್ನೂ ಮಲಗೇ ಇರುತ್ತಿದ್ದಳು, ಈಡಾಳಿಗೆ ಸಂಜೆಯ ಊಟಕ್ಕೆಂದು ಕೇವಲ ಬ್ರೆಡ್ಡಿನ ಮೇಲೆ ನುಟೆಲ್ಲಾ ಬಳಿದು ಕೊಡುತ್ತಿದ್ದಳು ಇತ್ಯಾದಿ. ನನಗೂ ಈಡಾಳಿಗೂ ಮುಂದೇನು ಕಾದಿದೆ ಎಂಬ ಸುಳಿವೂ ಇರಲಿಲ್ಲ. ಸುಳಿವು ಇದ್ದಿದ್ದರೆ ಆ ಸಮಯವನ್ನು ಸಂತೋಷದಿಂದ ಅನುಭವಿಸುತ್ತಿದ್ದೆನೇನೋ. ಈಡಾ ಮಲಗಿದ ಮೇಲೆ ಮಾಮಾಳೂ ನಾನೂ ಕೂರುಕೋಣೆಯಲ್ಲಿ ಸೋಫಾದ ಮೇಲೆ ಪಟ್ಟಾಂಗ ಹೊಡೆಯುತ್ತಿದ್ದೆವು. ಟಿವಿ ಓಡುತ್ತಿತ್ತು, ನಾನು ಕೆಲವೊಮ್ಮೆ ಅಲ್ಲೇ ಕುಳಿತು ಓದುತ್ತಿದ್ದೆ, ಮಾಮಾಳೂ ಕೆಲವೊಮ್ಮೆ ಓದುತ್ತಿದ್ದಳು.

ಮಾರ್ಲೇನ ಬ್ಯಾಕ್‌ಪ್ಯಾಕಿಂಗ್ ಯಾತ್ರೆಯನ್ನು ಮುಗಿಸಿ ತವರಿಗೆ ಮರಳಿದ ಮೇಲೆ ಅವಳ ಬೇಸರ ಕಳೆಯಲು ದಿನವೂ ಸಂಜೆ ಮನೆಗೆ ಬಂದು ನನ್ನನ್ನು ಹೊರಗೆ ಕರೆದೊಯ್ಯುತ್ತಿದ್ದಳು. ಅವಳ ಜೊತೆ ನಾನೂ ಡ್ರಗ್ಸ್ ತಗೆದುಕೊಳ್ಳಲೇಬೇಕಿತ್ತು. ಕಾಡಿನಲ್ಲಿ, ಸೇತುವೆಗಳ ಕೆಳಗೆ ನಡೆಯುತ್ತಿದ್ದ ರೇವ್ ಪಾರ್ಟಿಗಳಲ್ಲಿ ಕುಣಿಯಲೇಬೇಕಿತ್ತು. ಅವಳು ಎಲ್ಲಿಂದಲೋ ಹೆಕ್ಕಿ ತಂದ ವಿಚಿತ್ರ ವ್ಯಕ್ತಿಗಳ ಜೊತೆ ಇರಲೇಬೇಕಿತ್ತು. ಆ ವ್ಯಕ್ತಿಗಳನ್ನು ಹೆಕ್ಕಿ ತರುವಾಗ ಅವಳಿಗೆ ಅವರ ಬಗ್ಗೆ ಇದ್ದ ಆಕರ್ಷಣೆ ಅವರು ನಮ್ಮೊಂದಿಗೆ ಸ್ವಲ್ಪ ಹೊತ್ತು ಇದ್ದ ಮೇಲೆ ಹೊರಟುಹೋಗುತ್ತಿತ್ತು. ನನಗೆ ದಿನವಿಡೀ ಕೆಲಸ ಮಾಡಿ ಸಾಕಾಗಿಹೋಗಿತ್ತು. ಆ 1ನೇ ಜೂನ್ ತಾರೀಖಿನಂದು ಸಹ ನಾವು ಕೀಲಿಯಾನ್‌ನ ತೋಟದಲ್ಲಿ ಸೇರಿದ್ದೆವು. ಮಾರ್ಲೇನಳಿಗೆ ಒಮ್ಮೆಲೇ ಎಕ್ಸ್‌ಟಸಿ ತೆಗೆದುಕೊಳ್ಳುವ ಬಯಕೆಯಾಯಿತು.

ಮಾರ್ಲೇನ: ನನಗೆ ಎಕ್ಸ್‌ಟಸಿ ತೆಗೆದುಕೊಳ್ಳುವ ಬಯಕೆಯಾಗಿದೆ.

ನಾನು ಒಳಗೊಳಗೇ ಗೊಣಗಿಕೊಂಡೆ. ಮೊನ್ನೆಯಷ್ಟೇ ಪೆಪ್ ಮಾತ್ರೆಗಳನ್ನು ತೆಗೆದುಕೊಂಡಿದ್ದೆವು.

ಕಿಲಿಯಾನ್: ಹೇಯ್, ನನಗೂ ಅಷ್ಟೇ. ನಿನ್ನ ಬಳಿ ಇದೆಯಾ?

ಮಾರ್ಲೇನ: ಉಹೂಂ.

ಕೀಲಿಯಾನ್‌ನ ಗೆಳೆಯನೊಬ್ಬ (ಅವನ ಹೆಸರು ಮರೆತಿದ್ದೆ):

ಆ ರಷ್ಯಾದವನಿಗೆ ಫ್ಲೋನ್ ಮಾಡೋಣ.

ಅಲ್ಲಿದ್ದ ಎಲ್ಲರಿಗೂ ಆ ರಷ್ಯಾದವನ ಹೆಸರು ಈವಾನ್ ಎಂದು ಗೊತ್ತಿತ್ತು. ನಾವೆಲ್ಲರೂ ಕಿಂಡರ್‌ಗಾರ್ಟನ್‌ನ ನಂತರ ಒಂದೇ ಶಾಲೆಗೆ ಹೋದವರು. ಆ ರಷ್ಯಾದವನಿಗೆ ಒಂದು ಹೆಸರಿದೆ ಎಂದು ಅಲ್ಲಿದ್ದ ಒಬ್ಬರಿಗೂ ಹೊಳೆಯಲಿಲ್ಲ.

ಕೊನೆಗೂ ರಷ್ಯಾದವನಿಗೆ ಫ್ಲೋನ್ ಮಾಡಿದೆವು, ರಷ್ಯಾದವನು ಬಂದ. ಬೃಹತ್ ಕಾಯದ ಈವಾನ್. ಅವನ ಹೊಂಗೂದಲು ಬಿಳಿಯ ನೂಲಿನಷ್ಟು ತಿಳಿಯಾಗಿತ್ತು. ಐದು ಮಾತ್ರೆಗಳಿಗೆ ಅವನು 100 ಯೂರೋ ಕೇಳಿ ಕೊಂಚ ತಾತ್ಸಾರ ಕೊಂಚ ಸೊಕ್ಕಿನಿಂದ ನಮ್ಮನ್ನು ನೋಡುತ್ತಿದ್ದ. ಮಾರ್ಲೇನಳಿಗೆ ಈವಾನ್‌ನಲ್ಲಿ ಒಲವು ಮೂಡಿದೆ ಎಂದು ಅವಳ ಹಾವಭಾವಗಳೇ ಹೇಳುತ್ತಿದ್ದವು.

ಕಿಲಿಯಾನ್‌ನ ದಡ್ಡ ಗೆಳೆಯ: 20 ಯೂರೋ ಒಂದು ಮಾತ್ರೆಗಾ? ಸೀರಿಯಸ್ಲೀ?

ಈವಾನ್: ಒಂದು ಮಾತ್ರೆಗೆ ಹನ್ನೆರಡು ಯೂರೋ ಬೆಲೆ ಮತ್ತು ಪ್ರತಿ ಮಾತ್ರೆಗೆ ಎಂಟು ಯೂರೋ ಡೆಲಿವರಿ ಚಾರ್ಜ್.

ಮಾರ್ಲೇನ ಗಟ್ಟಿಯಾಗಿ ನಕ್ಕಳು. ನಾನವಳತ್ತ ನೋಡಿದೆ. ಅವಳ ಹಣೆಯ ಮೇಲೆ ಸಣ್ಣ ಗುಳ್ಳೆಗಳು ಎದ್ದಿದ್ದವು.

ಕಿಲಿಯಾನ್ ಹಾಗೂ ಅವನ ದಡ್ಡ ಗೆಳೆಯ ವಿಧಿಯಿಲ್ಲದೇ ಈವಾನ್‌ನ ಕೈಗೆ ಎರಡು 50 ಯೂರೋ ನೋಟುಗಳನ್ನು ತುರುಕಿದರು. ಈವಾನ್ ಸೊಂಟಪಟ್ಟಿಗೆ ಕಟ್ಟಿಕೊಂಡಿದ್ದ ಕಪ್ಪು ಚೀಲದ ಜ಼ಿಪ್ ತೆಗೆದು ನೋಟುಗಳನ್ನು ಒಳಗೆ ಸೇರಿಸಿ ಚಿಕ್ಕ ಪ್ಲಾಸ್ಟಿಕ್ ಕವರೊಂದನ್ನು ತೆಗೆದು ಕಿಲಿಯಾನ್‌ನ ಕೈಗಿತ್ತ.

ಅವನು ಹೊರಡುವೆನೆಂದು ತಲೆದೂಗಿ ತಿರುಗಿದಾಗ ಅವನ ಗರ್ವಭರಿತ ತಾತ್ಸಾರದ ನಗೆ ಮತ್ತಷ್ಟು ಆಳವಾಯಿತು. ತೋಟದ ಬಾಗಿಲು ದಾಟಿ ಹೊರಕ್ಕೆ ಕಾಲಿಡಬೇಕು ಎನ್ನುವಷ್ಟರಲ್ಲಿ ಹಿಂದಿನಿಂದ ಮಾರ್ಲೇನ ಕೂಗಿದಳು.

ಮಾರ್ಲೇನ: ಹೇ ಈವಾನ್! ಈಜುಕೊಳಕ್ಕೆ ಹೋಗೋಣವೇ?

ಅವನು ನಿಂತ. ಹಿಂದಕ್ಕೆ ನೋಡಿ ಮಾರ್ಲೇನಳನ್ನು ಕಂಡು ನಕ್ಕ. ಅವಳೂ ನಕ್ಕಳು. ಏನೂ ಹೇಳದೆ ಮುಂದೆ ತಿರುಗಿ ತೋಟದ ಬಾಗಿಲಿನಿಂದಾಚೆ ನಡೆದ. ಮಾರ್ಲೇನ ಛಂಗನೆ ಎದ್ದು ನನ್ನ ಕೈಹಿಡಿದು ಎಬ್ಬಿಸಿ ಅವನು ಹೋದ ದಿಕ್ಕಿನಲ್ಲೇ ಓಡಿದಳು. ನಾನೂ ಅವಳನ್ನು ಹಿಂಬಾಲಿಸಿದೆ. ಅಂದಿನಿಂದ ನಾವು ಮೂವರೂ ಪ್ರತೀ ಸಂಜೆ ಕೊಳದ ಬದಿಯಲ್ಲಿ ತಪ್ಪಿದರೆ ಹೊಲಗಳ ಹತ್ತಿರ ಸೇರುತ್ತಿದ್ದೆವು. ಆ ವರ್ಷದ ಬೇಸಿಗೆ ಸುಡುತ್ತಿತ್ತು. ಈವಾನ್ ಮತ್ತು ಮಾರ್ಲೇನರ ಪ್ರೇಮ ಸಂಬಂಧ ಗಟ್ಟಿಯಾಗಿ ಬೇರೂರಿತ್ತು, ನಾನೂ ಪಕ್ಕದಲ್ಲಿ ಇರುತ್ತಿದ್ದೆ.

ಉರ್ಸುಲಾ: ಅವನೀಗ ಹಾಮ್‌ಬುರ್ಗ್‌ನಲ್ಲಿ ನೆಲೆಸಿರಬೇಕು, ಅಲ್ಲವೇ? ಅವನ ಕಾರು ಹಾಮ್‌ಬುರ್ಗ್‌ನಲ್ಲಿ ನೋಂದಣಿಯಾಗಿದೆ.

ನಾನೆಂತಹ ಪೆದ್ದಿ. ಅವನ ಕಾರಿನ ನೋಂದಣಿ ಫಲಕವನ್ನು ನಾನು ಗಮನಿಸಿಯೇ ಇರಲಿಲ್ಲ. ಜಾಣೆ ಉರ್ಸುಲಾ.

■

ಸಂಜೆಯೂಟದ ಮೇಜು ಸಿದ್ಧವಾಗಿತ್ತು. ಅದನ್ನು ನೋಡಿ ಎಷ್ಟೋ ದಿನಗಳಾಗಿದ್ದವು. ಬೆತ್ತದ ಬುಟ್ಟಿಯಲ್ಲಿ ಬ್ರೆಡ್ಡಿನ ತುಂಡುಗಳು, ಪಕ್ಕದಲ್ಲಿ ಬೆಣ್ಣೆಯ ಡಬ್ಬಿ, ಚೀಸ್ ಮತ್ತು ಸಾಸೇಜ್. ಗುಲಾಬಿ ವಿನ್ಯಾಸದಲ್ಲಿ ಹೆಚ್ಚಿಟ್ಟ ಕೆಂಪು ಗುಂಡುಮೂಲಂಗಿ. ಅವಳು ಸೂಪರ್‌ಮಾರ್ಕೆಟ್‌ನಿಂದ ಸಾಮಾನು ತಂದಿದ್ದಳು. ಅವಳು ಈ ರೀತಿ ಸಂಜೆಯೂಟದ ಮೇಜನ್ನು ಸಿದ್ಧಪಡಿಸಿದ್ದು ಎಷ್ಟೋ ತಿಂಗಳುಗಳ ಹಿಂದೆ. ಸಾಮಾನ್ಯವಾಗಿ ಮನೆಯಲ್ಲಿ ರಂಪವಾದ ಮಾರನೆಯ ದಿನ ಮೊಟ್ಟೆ ಫ್ರೈ ಒಂದೇ ಗಟ್ಟಿ. ರಂಪ ಮಾಡಿ ಮೂರು ದಿನ ಕಳೆದ ಮೇಲೆ ತುಂಬಿದ ಸಂಜೆಯೂಟದ ಮೇಜನ್ನು

ಕಂಡು ನಂಬಲು ಅಸಾಧ್ಯವಾಗಿತ್ತು. ಅಂಕಿಅಂಶಗಳ ಪ್ರಕಾರ ಅವಳ ಪಶ್ಚಾತ್ತಾಪದ ಹಂತ ಮೊನ್ನೆಗೇ ಕೊನೆಯಾಗಬೇಕಿತ್ತು. ನಿಜ ಹೇಳಬೇಕೆಂದರೆ ಈ ಮನೆಗೆ ಬಂದಾಗಿನಿಂದ ತುಂಬಿದ ಮೇಜಿನ ಮುಂದೆ ಕುಳಿತು ಊಟಮಾಡಿದ ನೆನಪೇ ನನಗಿಲ್ಲ. ಮಾರ್ಲೇನಳ ಮನೆಯಲ್ಲಿ ಈ ರೀತಿಯ ಭರ್ಜರಿ ಸಂಜೆಯೂಟ ಮಾಡಿದ್ದೆನಷ್ಟೇ. ನನ್ನ ತಂದೆ ನಮ್ಮನ್ನು ಬಿಟ್ಟುಹೋದಾಗ ಈಡಾ ಇನ್ನೂ ಹುಟ್ಟಿರಲಿಲ್ಲ. ಮಾರ್ಲೇನಳಿಗೆ ಅವಳ ಅಪ್ಪ ಅಮ್ಮ ಬೇಸರ ತರಿಸಿದ್ದರು. ಆಗೆಲ್ಲಾ ನಾನು ಶಾಲೆಯ ನಂತರ ಪ್ರತಿದಿನ ಅವಳ ಮನೆಗೆ ಹೋಗುತ್ತಿದ್ದೆ. ಮಾರ್ಲೇನಳ ಅಮ್ಮ ಲೀಸಾಳಿಗೆ ನಾವು ಮನೆಗೆ ಬರುವ ವೇಳೆ ಚೆನ್ನಾಗಿ ಗೊತ್ತಿತ್ತು. ಅಡುಗೆಮನೆಯ ಫ್ರಿಜ್ಜಿನ ಮೇಲೆ ನಮ್ಮ ಶಾಲೆಯ ವೇಳಾಪಟ್ಟಿಯನ್ನು ಅಂಟಿಸಲಾಗಿತ್ತು. ನಾವು ಮಧ್ಯಾಹ್ನ ಮನೆಗೆ ಬರುವಷ್ಟರಲ್ಲಿ ಮಾರ್ಲೇನಳ ಅಮ್ಮ ನಮಗಾಗಿ ಅಡುಗೆ ಮಾಡಿ ಇಟ್ಟಿರುತ್ತಿದ್ದರು. ದಿನವೂ ಬಗೆಬಗೆಯ ಖಾದ್ಯಗಳು ಇರುತ್ತಿದ್ದವು. ಕೆಲವೊಮ್ಮೆ ನಮಗಾಗಿ ಹೊರಗಿನಿಂದ ಡೋನರ್ ಕಬಾಬ್ ಬಂದಿರುತ್ತಿತ್ತು. ಅದೇ ಹೈಲೈಟ್. ಊಟದ ನಂತರ ನಾವು ಅದೇ ಮೇಜಿನಲ್ಲಿ ಕುಳಿತು ನಮ್ಮ ಹೋಮ್‌ವರ್ಕ್ ಮಾಡಿಕೊಳ್ಳುತ್ತಿದ್ದೆವು. ಮಾಡಿ ಮುಗಿಸಿದ ಬಳಿಕ ಮನೆಯಲ್ಲಿ ಸ್ವೇಚ್ಛೆಯಿಂದ ಓಡಾಡಿ ಹಾರಾಡಿ ಚೀರಾಡಿ ಉರುಳಾಡಿ ನಲಿದಾಡುವ ಸ್ವಾತಂತ್ರ್ಯ ನಮಗೆ ಇತ್ತು. ಮಾರ್ಲೇನಳ ಅಪ್ಪ ಮಾರ್ಕುಸ್ ಕೆಲಸ ಮುಗಿಸಿ ಮನೆಗೆ ಬಂದಾಗ ನನಗೂ ಸೇರಿ ಇಡೀ ಕುಟುಂಬಕ್ಕೆ ಸಂಜೆಯೂಟ ಸಿದ್ಧವಿರುತ್ತಿತ್ತು. ಸಂಜೆಯೂಟದ ವೈಭೋಗವೇ ಬೇರೆ. ಮಧ್ಯಾಹ್ನದಂತೆ ಅಡುಗೆಮನೆಯ ಚಿಕ್ಕ ಮೇಜಿನಲ್ಲಿ ಕೂರದೆ ಪ್ರತ್ಯೇಕವಾದ ಊಟದ ಕೋಣೆಯಲ್ಲಿ ದೊಡ್ಡ ಊಟದ ಮೇಜಿನಲ್ಲಿ ಕೂರುತ್ತಿದ್ದೆವು. ಅವು ವೈಭೋಗದ ದಿನಗಳು. ದೇವದಾರು ಮರದಿಂದ ಮಾಡಿದ ದೊಡ್ಡ ಊಟದ ಮೇಜಿನ ಮೇಲೆ ಒಪ್ಪವಾಗಿ ಜೋಡಿಸಿದ ಥರಾವರಿ ಬ್ರೆಡ್ಡುಗಳು, ಜೊತೆಗೆ ಒಮ್ಮೊಮ್ಮೆ ಬ್ರೆಟ್‌ಜೆಲ್ ಸಹ ಇರುತ್ತಿತ್ತು. ದಿನವೂ ಒಂದು ಹೊಸಬಗೆಯ ಸಲಾಡ್, ಕೆಲವೊಮ್ಮೆ ಸಾದಾ ಎಲೆಗಳ ಹಸಿರು ಸಲಾಡ್, ಇನ್ನೂ ಕೆಲವೊಮ್ಮೆ ಪಾಸ್ತಾ, ಫೆಟಾ ಚೀಸ್, ಬೀಟ್‌ರೂಟ್ ಇತ್ಯಾದಿ ಏನೇನೋ ಸೇರಿಸಿ ಮಾಡಿದ ಅಲಂಕಾರಿಕ ಸಲಾಡ್, ಬಗೆಬಗೆಯ ಸಾಸೇಜ್ ಮತ್ತು ಚೀಸುಗಳನ್ನು ಬಿಲ್ಲೆಗಳಾಗಿ ಹೆಚ್ಚಿ ಜೋಡಿಸಿಟ್ಟ ದೊಡ್ಡ ತಟ್ಟೆ, ಅದರ ಸುತ್ತ ಹೆಚ್ಚಿದ ಟೊಮ್ಯಾಟೋ ಮತ್ತು ವಿನೆಗರ್‌ನಲ್ಲಿ ಅದ್ದಿದ ಮರಿಸೌತೆಕಾಯಿಗಳು, ಗಾಜಿನ ಬಾಟಲಿಯಲ್ಲಿ ಮಸ್ಟರ್ಡ್, ಬೆಳ್ಳಿಡಬ್ಬದಲ್ಲಿ ಬೆಣ್ಣೆ ಮತ್ತು ಇನ್ನೊಂದು ತಟ್ಟೆಯಲ್ಲಿ ಹೆಚ್ಚಿಟ್ಟ ಹಣ್ಣುಗಳು. ಎಲ್ಲರಿಗೂ ಒಂದೊಂದು ತಟ್ಟೆ ಮತ್ತು ಒಂದೊಂದು ಸಲಾಡ್ ಬಟ್ಟಲು, ಪಕ್ಕದಲ್ಲಿ ಟಿಶ್ಯೂ ಪೇಪರ್ ಮೇಲೆ ಜೋಡಿಸಿಟ್ಟ ಚಾಕು, ಫೋರ್ಕ್, ಚಮಚಗಳು. ಮೊದಲ ಬಾರಿ ಈ ಮೇಜಿನ ಮುಂದೆ ಕುಳಿತಾಗ ನನಗೆ ಏನು ಮಾಡಬೇಕೆಂದು ತೋರದೆ ಮಾರ್ಲೇನ ಏನು ಮಾಡಿದ್ದಳೋ ಅದನ್ನೇ ಅನುಕರಿಸಿದ್ದೆ. ಅವಳು ಬ್ರೆಟ್‌ಜೆಲ್ ಒಂದನ್ನು ತೆಗೆದುಕೊಂಡಳು, ನಾನೂ ತೆಗೆದುಕೊಂಡೆ. ಅವಳು ಚಾಕು ಬಳಸಿ ಬ್ರೆಟ್‌ಜೆಲ್ ತುಂಡಿಗೆ ಕ್ರೀಮ್ ಚೀಸ್ ಮೆತ್ತಿಕೊಂಡಳು, ನಾನೂ ಹಾಗೇ ಮಾಡಿದೆ. ಒಂದು ದಿನ ಅವಳು ಬ್ರೆಡ್ಡಿನ ತುಂಡಿಗೆ ಲಿವರ್ ಸಾಸೇಜನ್ನು ಧಾರಾಳವಾಗಿ ಬಳಿದು, ಅದರ ಮೇಲೆ ಬಾಳೆಹಣ್ಣಿನ ಬಿಲ್ಲೆಗಳು, ದ್ರಾಕ್ಷಿಗಳನ್ನು ಇಟ್ಟು ಫೋರ್ಕಿನಿಂದ ಮಸೆದಳು. ಅದರ ಮೇಲೆ ಹಳದಿ ಬಣ್ಣದ ಸಿಹಿ ಮಸ್ಟರ್ಡ್ ಬಳಿದು ಮೇಲೆ ನಾಲ್ಕುಕಾಳು ಉಪ್ಪು ಉದುರಿಸಿದಳು. ಅವಳು ಮಾಡಿದ್ದೆಲ್ಲವನ್ನೂ ಚಾಚೂ ತಪ್ಪದೆ ಅನುಕರಿಸಿದೆ. ದೇಹದಿಂದ ವಿಸರ್ಜಿತವಾದ ವಸ್ತುವಿನಂತೆ ಕಾಣುತ್ತಿದ್ದ ಆ ಬ್ರೆಡ್ಡಿನ ತುಂಡನ್ನು

ನಾನು ಕಷ್ಟಪಟ್ಟು ಬಾಯಿಗೆ ಹಾಕಿಕೊಂಡೆ. ಅಷ್ಟರಲ್ಲೇ ಅಲ್ಲಿದ್ದ ಮಾರ್ಕುಸ್, ಲೆಯೋನ್, ಲೀಸಾ ಮತ್ತು ಮಾರ್ಲೇನ ಎಲ್ಲರೂ ಗೊಳ್ಳೆಂದು ನಕ್ಕುಬಿಟ್ಟರು.

ಮಾರ್ಲೇನ: ನಾನು ಹೇಳಲಿಲ್ಲವಾ ನಿಮಗೆ? ಅವಳು ನಾನು ಮಾಡಿದ್ದೆಲ್ಲವನ್ನೂ ಮಾಡುತ್ತಾಳೆ.

ನನಗೆ ಪಿಚ್ಚೆನಿಸಿತ್ತು. ಆ ದಿನದಿಂದ ನಾನು ಊಟದ ಮೇಜನ್ನು ಅಣಿಮಾಡುವ ಕೆಲಸದಲ್ಲಿ ತೊಡಗಿಸಿಕೊಂಡೆ. ಸಮಯ ಕಳೆದಂತೆ ಮೇಜಿನ ಮೇಲಿದ್ದ ಎಲ್ಲಾ ಖಾದ್ಯಗಳ ಪರಿಚಯವಾಗಿ ಬ್ರೆಡ್ಡಿಗೆ ನೆಂಚಿಕೊಳ್ಳಲು ಯಾವುದು ಸೂಕ್ತ ಯಾವುದು ಅಲ್ಲ ಎಂಬ ಜ್ಞಾನ ಬೆಳೆಸಿಕೊಂಡೆ. ಹೊಸ ಪದಾರ್ಥಗಳನ್ನು ಒಟ್ಟುಗೂಡಿಸಿ ರುಚಿಯನ್ನು ಪರೀಕ್ಷಿಸುತ್ತಿದ್ದೆ. ನಾನು ಬ್ರೆಟ್‌ಛೆಲ್ ಒಂದರ ಮೇಲೆ ಬೆಣ್ಣೆ, ಬ್ಲಡ್ ಸಾಸೇಜ್, ಸಿಹಿ ಮಸ್ಟರ್ಡ್ ಮತ್ತು ಸಣ್ಣಗೆ ಕತ್ತರಿಸಿದ ವಿನಿಗರ್ ಮಿಶ್ರಿತ ಸೌತೆಕಾಯಿಯ ಸಂಯೋಗದ ರುಚಿಯನ್ನು ಕಂಡುಹಿಡಿಯುವುದರೊಳಗೆ ಮಾರ್ಲೇನಳಿಗೆ ತನ್ನ ಅಪ್ಪ ಅಮ್ಮಂದಿರು ರೇಜಿಗೆ ಹಿಡಿಸಿದ್ದರು. ಆದ್ದರಿಂದ ಅವಳು ಮನೆಯಲ್ಲಿ ಹೆಚ್ಚು ಇರಲು ಇಷ್ಟಪಡದೆ ಯಾವುದೋ ಪಾರ್ಕಿನ ಮೂಲೆಯಲ್ಲಿ ಯಾರೋ ಹೊಸ ಪರಿಚಯದವರ ಜೊತೆ ಗಾಂಜಾ ಸೇದಲು ಹೋಗುತ್ತಿದ್ದಳು. ನಾನು ಅವಳೊಟ್ಟಿಗೆ ಅಷ್ಟಾಗಿ ಹೋಗುತ್ತಿರಲಿಲ್ಲ. ಅದೇ ಸಮಯಕ್ಕೆ ಈಡಾ ಹುಟ್ಟಿದಳು. ನನ್ನ ತಂಗಿಯ ಜೊತೆ ಇರುವ ಆಸೆ ಮತ್ತು ಕರ್ತವ್ಯಪ್ರಜ್ಞೆಗಳೆರಡೂ ನನ್ನಲ್ಲಿದ್ದವು. ಮನೆಯಲ್ಲಿ ಕೆಲಸವೇನೋ ಜಾಸ್ತಿಯಾಗಿತ್ತು, ಆದರೆ ನಾನು ಮತ್ತು ಮಾಮಾ ಇಬ್ಬರೇ ಇದ್ದ ಮನೆಯಲ್ಲಿ ಮುದ್ದಾದ ಅಮಾಯಕ ಪುಟ್ಟ ಜೀವದ ಆಗಮನ ನಮಗೆ ಅತ್ಯಂತ ಸಡಗರ ಸಂಭ್ರಮಗಳನ್ನು ಉಂಟುಮಾಡಿತ್ತು. ಮಗುವಿಗೆ ಹೆಸರಿಡುವ ಜವಾಬ್ದಾರಿಯನ್ನು ಮಾಮಾ ನನಗೇ ವಹಿಸಿದ್ದಳು. ಮಾಮಾಳಿಗೆ ಯಾವುದೇ ಹೆಸರು ಹೊಳೆಯಲಿಲ್ಲವಂತೆ. ಹಾಗಾಗಿ ಈಡಾ ಸ್ವಲ್ಪಮಟ್ಟಿಗೆ ನನ್ನ ಮಗಳೇ ಆಗಿಬಿಟ್ಟಳು. ಈಡಾಳ ಆಗಮನ ನಾನು ಎಂದೋ ಕಳೆದುಕೊಂಡ ಕುಟುಂಬವನ್ನು ಮತ್ತೆ ಪಡೆದಂತೆ ಮನೆಯಲ್ಲಿ ನನ್ನ ನೆಲೆಯನ್ನು ಭದ್ರಗೊಳಿಸಿತ್ತು.

ಜಾಯಿಂಟ್-ಪೂರ್ವ ಕಾಲವನ್ನು ನಾನು ಆಗಾಗ ನೆನಪಿಸಿಕೊಳ್ಳುತ್ತಿದ್ದೆ. ಅದರಲ್ಲಿದ್ದ ಸುಖವೇ ಬೇರೆ. ಮಾರ್ಲೇನಳ ಜೊತೆ ಟಿವಿಯ ಮುಂದೆ ಕೂತು ಐಸ್ ಕ್ಯಾಂಡಿ ತಿನ್ನುವುದರಲ್ಲಿ ಇದ್ದ ಮಜಾ ಯಾವುದೊ ವಿಚಿತ್ರ ಪ್ರಾಣಿಗಳ ಜೊತೆ ಪಾರ್ಕಿನ ಮೂಲೆಯಲ್ಲಿ ಗಾಂಜಾ ಸೇದುವಾಗ ಇರಲಿಲ್ಲ. ನನಗೆ ಎಲ್ಲಕ್ಕಿಂತ ಹೆಚ್ಚಾಗಿ ಅವಳ ಮನೆಯ ಭರ್ಜರಿ ಊಟಗಳು ತಪ್ಪಿದವು. ಮಾರ್ಲೇನಳಿಗೆ ಆ ಊಟದ ಬಗ್ಗೆ ಆಕರ್ಷಣೆ ಕಡಿಮೆಯಾಗಿ ಅವಳು ಊಟದ ಸಮಯಕ್ಕೆ ಮನೆಗೆ ಬರುವುದು ನಿಂತು ನನಗೂ ಆ ಊಟ ತಪ್ಪುತ್ತಿತ್ತು. ಈಡಾ ಹುಟ್ಟುವ ಮುನ್ನ ನನಗೆ ನಮ್ಮ ಮನೆಯಿಂದ ತಪ್ಪಿಸಿಕೊಂಡು ಹೋಗಲು ಕಾರಣ ಬೇಕಿತ್ತು. ಮಾರ್ಲೇನಳ ಮನೆ ನನಗೆ ಆಶ್ರಯತಾಣವಾಗಿತ್ತು.

ಈಡಾ ಹುಟ್ಟಿದ ಮೇಲೆ ನನ್ನ ಮನೆಯನ್ನು ನಾನೇ ತೂಗಿಸಿಕೊಂಡು ಹೋಗಬೇಕು, ಮನೆ ಮುರಿಯಲು ಬಿಡಬಾರದು ಎಂಬ ಜವಾಬ್ದಾರಿಯನ್ನು ಹೊತ್ತುಕೊಂಡೆ. ಹಾಗಾಗಿ ನನಗೆ ಹೊರಗೆ ಹೋಗಲು ಬಿಡುವಾಗುತ್ತಿರಲಿಲ್ಲ. ಒಮ್ಮೆ ಮಾರ್ಲೇನಳ ಕೋಣೆಯಲ್ಲಿ ಗಾಂಜಾ ಸಿಕ್ಕಿತೆಂದು ಅವಳ ಅಪ್ಪ ಅಮ್ಮ ಅವಳನ್ನು ಗೃಹಬಂಧನದಲ್ಲಿ ಇಟ್ಟರು. ಆಗ ಅವಳು ಪುನಃ ನನ್ನ

ಮೊರೆ ಹೋದಳು. ಕೆಲದಿನದ ಮಟ್ಟಿಗೆ ಮತ್ತೊಮ್ಮೆ ಭರ್ಜರಿ ಊಟದ ಅವಕಾಶ ದೊರಕಿತು. ಬ್ರೆಡ್ಡಿನ ಜೊತೆ ನೆಂಚಿಕೊಳ್ಳಲು ಮತ್ತಷ್ಟು ಹೊಸಬಗೆಯ ಸಂಯೋಜನೆಗಳನ್ನು ಕಂಡುಹಿಡಿದೆ. ಒಂದೆರಡು ದಿನಗಳಲ್ಲೇ ಮಾರ್ಲೇನ ಗೃಹಬಂಧನದಿಂದ ರೋಸಿಹೋಗಿ ಎಲ್ಲರ ಮೇಲೆ ಕೂಗಾಡಿದಳು. "ನೀವು ನನ್ನ ಶತ್ರುಗಳು", "ಇದು ಅನ್ಯಾಯ", "ಎಲ್ಲರೂ ಗಾಂಜಾ ಸೇದುತ್ತಾರೆ, ನನಗೆ ಮಾತ್ರ ಏಕೀ ಶಿಕ್ಷೆ" ಎಂಬೆಲ್ಲಾ ಜೋರಾಗಿ ಗದ್ದಲ ಎಬ್ಬಿಸಿದಳು. ಮಾರ್ಲೇನಳ ನಡವಳಿಕೆ ನನಗೆ ಚೂರೂ ಹಿಡಿಸಿರಲಿಲ್ಲ. ಆದರೂ ನಾನು ಅವಳ ಕಡೆಯೇ ಇದ್ದೆ. ಅವಳ ಮನೆಯಲ್ಲಿ ಅಂದು ಭರ್ಜರಿ ಊಟ ಮಾಡಿದ್ದು ಕೊನೆ, ಅಂದಿನಿಂದ ಅವಳು ಸಂಜೆಯೂಟಕ್ಕೆ ಮನೆಗೆ ಹೋಗುವುದನ್ನೇ ನಿಲ್ಲಿಸಿಬಿಟ್ಟಳು. ಆಗ ನನಗೆ ಅಷ್ಟೇನೂ ಬೇಸರವಾಗಲಿಲ್ಲ. ಏಕೆಂದರೆ ನನಗೆ ಅವಳಲ್ಲಿಗೆ ಹೋಗಲು ಪುರಸತ್ತು ಇರಲಿಲ್ಲ. ಈಡಾ ಬೆಳೆದು ದೊಡ್ಡವಳಾದಂತೆ ಮಾಮಾಳ ಪರಿಸ್ಥಿತಿ ಹದಗೆಡುತ್ತಾ ಹೋಯಿತು.

ಮಾರ್ಲೇನಳ ಮನೆಯ ಊಟದ ಮೇಜಿನ ಮುಂದೆ ಕುಳಿತಾಗ ಎಷ್ಟು ಗೊಂದಲವಾಗಿತ್ತೋ ಅಷ್ಟೇ ಗೊಂದಲ ಈಡಾಳಿಗೂ ನನಗೂ ಮಾಮಾಳ ಊಟದ ಮೇಜಿನ ಸಿದ್ಧತೆಯನ್ನು ಕಂಡಾಗ ಆಯಿತು. ಅದಕ್ಕೆ ಹೋಲಿಸಿದರೆ ಇಲ್ಲಿದ್ದ ಖಾದ್ಯಗಳ ಅಲಂಕಾರ ಅಷ್ಟೇನೂ ಆಕರ್ಷಕವಾಗಿ ಇರಲಿಲ್ಲ. ಆದರೂ ಅಷ್ಟೊಂದು ತಿಂಡಿಗಳನ್ನು ಒಮ್ಮೆಗೇ ನಮ್ಮ ಊಟದ ಮೇಜಿನ ಮೇಲೆ ನೋಡಿ ಆಶ್ಚರ್ಯವಾಯಿತು. 'ಚೀಪ್ ಅಂಡ್ ಬೆಸ್ಟ್' ಸಾಸೇಜ್ ಮತ್ತು ಚೀಸ್ ಪ್ಲಾಸ್ಟಿಕ್ ಹೊದಿಕೆಯಲ್ಲಿ ಇದ್ದವು, ಸಲಾಡಿನ ಬದಲಾಗಿ ಕೆಂಪು ಗುಂಡುಮೂಲಂಗಿಯನ್ನು ಗುಲಾಬಿ ವಿನ್ಯಾಸದಲ್ಲಿ ಕೆತ್ತಲಾಗಿತ್ತು. ನಾನು ಮತ್ತು ಈಡಾ ಇಬ್ಬರೂ ಬ್ರೆಡ್ಡಿಗೆ ಕೈಹಾಕಲು ಅದೇಕೋ ಹಿಂಜರಿದೆವು. ಮಾಮಾ ನಮ್ಮಿಬ್ಬರ ತಟ್ಟೆಗೆ ಇಡಿಯ ಬ್ರೆಡ್ಡಿನಿಂದ ಒಂದೊಂದು ತುಂಡು ಮುರಿದು ನಸುನಗುತ್ತಾ ಬಡಿಸಿದಳು. ಸಹಜವಾದ ನಗೆ.

ಮಾಮಾ: ನನ್ನ ಹಠಮಾರಿ ಕಂದಮ್ಮಗಳೇ, ಊಟ ಮಾಡಿ. ಕಳೆದ ಶುಕ್ರವಾರ ಪರಿಸ್ಥಿತಿ ಕೈಮೀರಿಹೋಯಿತು.

ನಾನೊಮ್ಮೆ ಈಡಾಳ ಕಡೆ ನೋಡಿದೆ. ಅವಳು ತಟ್ಟೆಯಲ್ಲಿದ್ದ ಬ್ರೆಡ್ಡಿನ ತುಂಡನ್ನು ನೋಡುತ್ತಿದ್ದಳು.

ಮಾಮಾ: ನಾನು ಇನ್ನುಮೇಲೆ ಬದಲಾಗುತ್ತೇನೆ. ದಯವಿಟ್ಟು ನನ್ನನ್ನು ಕ್ಷಮಿಸಿ.

ನಾನು: ಇದನ್ನೇ ನೀನು 12 ಸಲ ಹೇಳಿದ್ದೀಯ. ಇನ್ನೆಲ್ಲಿಯ ಬದಲಾವಣೆ?

ಮಾಮಾ: ದಯವಿಟ್ಟು ನನ್ನನ್ನು ನಂಬು, ಪ್ರಾಮಾಣಿಕವಾಗಿ ಹೇಳುತ್ತಿದ್ದೇನೆ.

ನಾನು: ಪ್ರಾಮಾಣಿಕತೆ. ಇದು 13ನೇ ಸಲ.

ಮಾಮಾ: ನಿನ್ನ ಅಂಕಿಅಂಶಗಳು ನನ್ನ ತಲೆ ಕೆಡಿಸುತ್ತಿವೆ.

ನಾನು: ನಿನ್ನ ಇರುವಿಕೆಯೇ ನನ್ನ ತಲೆ ಕೆಡಿಸುತ್ತಿದೆ.

ಮಾಮಾ: ಟಿಲ್ಡಾ, ದಯವಿಟ್ಟು ಕ್ಷಮಿಸು. ನಾನು ಖಂಡಿತ ಬದಲಾಗುತ್ತೇನೆ. ಸರಿಯಾ?

ಇತರ ಅಂಕಿಅಂಶಗಳನ್ನು ನಾನೇ ನುಂಗಿಕೊಂಡೆ. ಮಾಮಾಳ ದೆಸೆಯಿಂದಲ್ಲ, ಈಡಾಳಿಗಾಗಿ. ಮಾಮಾ ಊಟದ ಮೇಜನ್ನು ಸ್ವಚ್ಛಮಾಡುತ್ತಿದ್ದಾಗ ನಾನು ದೊಡ್ಡ ಬಟ್ಟಲೊಂದರಲ್ಲಿ ಚಿಪ್ಸ್ ತುಂಬಿಸಿಕೊಂಡೆ.

ಮಾಮಾ: ಓಹ್, ಸಿನಿಮಾ ಕಾರ್ಯಕ್ರಮವಾ?

ಸಿನಿಮಾದ ಧೀರ ನಾಯಕಿಯರ ಬಗ್ಗೆ ಒಂದಿಷ್ಟು ಮಾಹಿತಿಯನ್ನು ಕಲೆಹಾಕಿ, ಈಡಾಳಿಗೆ ಅದರ ಬಗ್ಗೆ ವಿವರಿಸಿ ನನ್ನ ಕೋಣೆಯಲ್ಲಿ ಇಬ್ಬರೇ ಕೂತು ಸಿನಿಮಾ ನೋಡುವುದು ಎಂದುಕೊಂಡಿದ್ದೆ. ಮಾಮಾಳ ಪ್ರಶ್ನೆಯಿಂದಾಗಿ ಮೂಲ ಯೋಜನೆಯನ್ನು ಬಿಡಬೇಕಾಯಿತು. ಮೇಲಾಗಿ ನಾವು ಮೂವರೂ ಒಟ್ಟಿಗೆ ಕುಳಿತು ಸಿನಿಮಾ ನೋಡುವುದೇ ಅಪರೂಪ. ಹಾಗಾಗಿ ಕೂರುಕೋಣೆಯಲ್ಲಿ ಟಿವಿಯ ಮುಂದೆ ಕುಳಿತೆವು.

ಹಂಗರ್ ಗೇಮ್ಸ್.

ನಾವಿಬ್ಬರೂ ಮಾಮಾಳ ಅಕ್ಕಪಕ್ಕ ಸೋಫಾದ ಮೇಲೆ ಕುಳಿತು ನಾಯಕಿಯಾದ ಕಾಟ್‌ನಿಸ್ ತನ್ನ ತಂಗಿ ಪ್ರಿಮ್‌ರೋಸ್ ಮತ್ತು ತಾಯಿಗೆ ವಿದಾಯ ಹೇಳುವ ದೃಶ್ಯವನ್ನು ನೋಡುತ್ತಿದ್ದೆವು. ಕಠಿಣ ಸಾವು-ಬದುಕಿನ ಆಟದ ಸ್ಪರ್ಧೆಯೊಂದಕ್ಕೆ ತನ್ನ ತಂಗಿಯ ಬದಲು ಕಾಟ್‌ನಿಸ್ ತಾನೇ ಭಾಗವಹಿಸಲು ನಿರ್ಧರಿಸಿದ ಸಂದರ್ಭ ಅದು. ಬೀಳ್ಕೊಡುವ ಮುನ್ನ ಕಾಟ್‌ನಿಸ್ ತನ್ನ ತಾಯಿಗೆ "ನಾನು ಆಟದಿಂದ ಜೀವಂತವಾಗಿ ಹಿಂದಿರುಗುವುದು ಅನುಮಾನ. ನಿನಗೆ ಹೇಗೆ ಬೇಕೋ ಹಾಗೆ ಇರುವಂತಿಲ್ಲ, ಓಡಿಹೋಗುವಂತಿಲ್ಲ. ಅಪ್ಪ ಸತ್ತ ನಂತರ ನನ್ನ ತಂಗಿಗೆ ನೀನೊಬ್ಬಳೇ ದಿಕ್ಕು. ನಿನ್ನ ಪರಿಸ್ಥಿತಿ ಏನೇ ಇರಲಿ, ಅವಳ ಬೆನ್ನ ಹಿಂದೆ ನೀನು ನಿಲ್ಲಬೇಕು" ಎಂದು ಹೇಳುತ್ತಾಳೆ.

ಸಿನಿಮಾದಲ್ಲಿ ನಡೆದ ಮಾತುಕತೆ ಎಷ್ಟು ಅಸಂಬದ್ಧವಾಗಿ ತೋರಿತು. ನಾವು ಮೂವರೂ ಒಂದೇ ಪರದೆಯನ್ನು ನೋಡುತ್ತಿದ್ದೆವು, ಒಂದೇ ವಿಷಯದ ಬಗ್ಗೆ ಯೋಚಿಸುತ್ತಿದ್ದೆವು. ಚಿತ್ರದ ಕೊನೆಯಲ್ಲಿ ನಟ ನಟಿ ತಂತ್ರಜ್ಞರ ಹೆಸರುಗಳು ಮುಗಿಯುವವರೆಗೂ ಒಂದು ಮಾತನ್ನೂ ಆಡದೆ ಮೌನವಾಗಿ ಕುಳಿತಿದ್ದೆವು.

ಈಡಾ: ಟಿಲ್ಡಾ, ನೀನು ಮತ್ತು ಕಾಟ್‌ನಿಸ್ ಒಂದೇ ರೀತಿ.

ನಾನು: ಏನೇನೋ ಹೇಳಬೇಡ.

ಮಾಮಾ: ಈಡಾ ಹೇಳಿದ್ದು ಸರಿ. ಇಷ್ಟು ಹೊತ್ತು ನಾನೂ ಅದನ್ನೇ ಯೋಚಿಸುತ್ತಿದ್ದೆ. ಅವಳಂತೆ ನೀನೂ ಸಹ ಹೋರಾಟಗಾರ್ತಿ. ನೋಡುವುದಕ್ಕೂ ಸುಮಾರು ಅವಳ ಹಾಗೇ ಕಾಣುವೆ. ಸೊಕ್ಕಿನ ನೋಟ, ಕಂದುಗೂದಲು ಎಲ್ಲಾ ಥೇಟ್ ಅದೇ ರೀತಿ. ನೀನೂ ಅವಳಂತೆ ಬಿಲ್ಲು ಬಾಣಗಳನ್ನು ಹಿಡಿದು ಓಡಾಡಬಹುದು. ನಿನಗೆ ಚೆನ್ನಾಗಿ ಹೊಂದುತ್ತದೆ.

ಈಡಾ: ಅವಳಂತೆ ನೀನೂ ನನಗಾಗಿ ಸ್ವಇಚ್ಛೆಯಿಂದ ಆ ಸ್ಪರ್ಧೆಗೆ ಹೋಗುವೆ.

ನಾನು: ಅದೆಲ್ಲಾ ನಡೆಯುವುದು ಕೇವಲ ಸಿನಿಮಾದಲ್ಲಿ ಈಡಾ. ಮೇಲಾಗಿ ನೀನೂ ಹೋರಾಟಗಾರ್ತಿಯೇ.

ಈಡಾ ಅಲ್ಲವೆನ್ನುವಂತೆ ತಲೆಯಲ್ಲಾಡಿಸಿದ್ದನ್ನು ಕಂಡು ನನಗೆ ದುಃಖವಾಯಿತು.

ಮಾಮಾ: ಅವಳೇನಾದರೂ ಸ್ವಇಚ್ಛೆಯಿಂದ ಸ್ಪರ್ಧೆಗೆ ಹೋದರೆ ನಿನಗಾಗಿ ನಾನಿದ್ದೇನೆ ಈಡಾ.

ಎಂತಹ ಅಸಹ್ಯವಾದ ಹೇಳಿಕೆ. ಮಾಮಾಳೇ ಅಸಹ್ಯ.

ನಾನು: ನಾನು ಸ್ವಇಚ್ಛೆಯಿಂದ ಆ ರೀತಿಯ ಆಟಕ್ಕೆ ಕೈಹಾಕುವುದಿಲ್ಲ. ಅದೊಂದು ಸಿನಿಮಾ ಅಷ್ಟೇ! ಹೋದರೆ ಗೀದರೆ ಎಂದು ಭವಿಷ್ಯತ್ ಕಾಲದಲ್ಲಿ ಏನೇನೋ ಬಡಬಡಿಸಬೇಡ ಮಾಮಾ.

ಕ್ಷಣ ಮೌನ.

ಮಾಮಾ: ನಿಮ್ಮಿಬ್ಬರಿಗೂ ಹೇಳುತ್ತೇನೆ. ನಾನು ನಿಮ್ಮ ಜೊತೆಗೇ ಇರುತ್ತೇನೆ.

ನಾನು: ಬೇಕಾಗಿಲ್ಲ.

ಮಾಮಾ: ನಿಮ್ಮ ಕಷ್ಟಗಳಿಗೆ ಇನ್ನಷ್ಟು ಆಗಿಬರುತ್ತೇನೆ.

ಈಡಾ: ಇನ್ನಷ್ಟಾ?

ನಾನು ನಕ್ಕುಬಿಟ್ಟೆ. ಎಂತಹ ಅದ್ಭುತ ಹಾಸ್ಯಗಾರ್ತಿ ನನ್ನ ತಂಗಿ.

ಮಾಮಾ: ನಾನೊಬ್ಬ ಕೆಟ್ಟ ತಾಯಿ.

ಮಾಮಾಳ ಭುಜವನ್ನು ನಾನು ತೋಳಿನಿಂದ ಬಳಸಿದೆ. ಈಡಾ ತನ್ನ ತಲೆಯನ್ನು ಮಾಮಾಳ ತೊಡೆಯ ಮೇಲೆ ಇಟ್ಟಳು.

"ಹೂಂ, ನಿನ್ನ ಮಾತು ನಿಜ" ಎಂದು ಹೇಳುತ್ತಾ ಅವಳ ಬೆನ್ನನ್ನು ಚಪ್ಪರಿಸಿದೆ.

ಇದೆಲ್ಲಾ ಮುಗಿದ ನಂತರ ನಾವು ನಮ್ಮೆಲ್ಲರ ಅಚ್ಚುಮೆಚ್ಚಿನ ಜರ್ಮನ್ ಸಿನಿಮಾ "ಓ ಬಾಯ್" ನೋಡಿದೆವು. ಆ ಚಿತ್ರದಲ್ಲಿ ನನ್ನದೇ ವಯಸ್ಸಿನ ನೀಕೋ ಹೆಸರಿನ ಹುಡುಗ ಓದಲು ಬರ್ಲಿನ್‌ಗೆ ಹೋಗಿ ಓದನ್ನು ಅರ್ಧಕ್ಕೇ ನಿಲ್ಲಿಸಿ ಸಮಾಜದಿಂದ ವಿಮುಖನಾಗುತ್ತಾನೆ. ನಾನೇನಾದರೂ ಬರ್ಲಿನ್‌ಗೆ ಓದಲು ಹೋದರೆ ನನಗೂ ಒಂಟಿತನ ಕಾಡುವುದೋ ಎಂದು ಆತಂಕವಾಯಿತು. ನಮ್ಮ ಊರಿನಲ್ಲೇ ನನಗೆ ಒಂಟಿತನ ಕಾಡುತ್ತಿತ್ತು.

ರಾತ್ರಿ ಮಲಗಿದಾಗ ನಿದ್ದೆ ಬರುವ ಮೊದಲು ನಾನು, ಈವಾನ್ ಮತ್ತು ಮಾರ್ಲೇನ ಒಟ್ಟಿಗೆ ಕಳೆದ ದಿನಗಳು ನೆನಪಾಗುವವು. ಐದು ವರ್ಷಗಳ ಹಿಂದೆ ನಾವು ಹೊದಿಕೆಯೊಂದನ್ನು ಹುಲ್ಲಿನ ಮೇಲೆ ಹಾಸಿಕೊಂಡು ಮಲಗಿದ್ದೆವು. ಮಾರ್ಲೇನಳ ತಲೆ ಈವಾನ್‌ನ ಹೊಟ್ಟೆಯ ಮೇಲೆ, ನನ್ನ ತಲೆ ಮಾರ್ಲೇನಳ ಹೊಟ್ಟೆಯ ಮೇಲೆ. ಆ ಇಬ್ಬರು ಪ್ರೇಮಿಗಳ ಪ್ರೇಮದಲ್ಲಿ ಮಾರ್ಲೇನಳ

ಪಾಲು ಹೆಚ್ಚು ಎಂದು ಅವರ ಮಾತುಕತೆ ಹೇಳುತ್ತಿತ್ತು. ಮಾರ್ಲೇನ ತನ್ನ ಮುಂದಿನ ಜೀವನದ ಬಗ್ಗೆಯಿದ್ದ ಕಲ್ಪನೆಗಳನ್ನು ವಿವರಿಸಿದಳು.

ಮಾರ್ಲೇನ: ನಾನು ಮನೆಯಲ್ಲಿ ಇಡೀ ದಿನ ಬಟ್ಟೆಯನ್ನೇ ತೊಡುವುದಿಲ್ಲ ಇಲ್ಲವೇ ಒಂದು ಟವಲ್ ಕಟ್ಟಿಕೊಳ್ಳುವೆ, ಅಷ್ಟೇ. ಬೆಳಿಗ್ಗೆ ಎದ್ದ ಕೂಡಲೇ ಒಂದು ತಾಜಾ ಜಾಯಿಂಟನ್ನು ಸೇದಿ ನಂತರ ನನ್ನ ಮುಂದಿನ ಡಿಸೈನ್ ಕಾಲೇಜಿನ ಅರ್ಜಿಗೆ ಬೇಕಾದ ಕೆಲಸ ಮಾಡಿಕೊಳ್ಳುವೆ. ಸ್ವಲ್ಪ ಡಚ್ ಭಾಷೆ ಕಲಿಯುವೆ, ಸಂಜೆ ಕ್ಲಬ್ಬು ಬಾರುಗಳಿಗೆ ಹೋಗಿ ಹೊಸಬರನ್ನು ಭೇಟಿ ಮಾಡುವೆ.

ಮಾರ್ಲೇನಳಿಗೆ ಗ್ರಾಫ್ಟಿಕ್ ಡಿಸೈನ್ ಓದಬೇಕೆಂಬ ಆಸೆಯಿತ್ತು, ಆದರೆ ಯಾವ ಕಾಲೇಜಿನಲ್ಲೂ ಸೀಟು ಸಿಕ್ಕಿರಲಿಲ್ಲ. ಹಾಗಾಗಿ ಅವಳು ಅಕ್ಟೋಬರ್‌ನಲ್ಲಿ ಶುರುವಾಗಲಿದ್ದ ಅರ್ಜಿ ತಯಾರಿ ಕೋರ್ಸಿಗಾಗಿ ಆಮ್‌ಸ್ಟರ್‌ಡಾಮ್‌ಗೆ ಹೋಗುವವಳಿದ್ದಳು. ಅವಳ ತಂದೆ ದಂತವೈದ್ಯರು, ದುಡ್ಡಿಗೇನೂ ಕಡಿಮೆ ಇರಲಿಲ್ಲ.

ಮಾರ್ಲೇನ: ಸಾರಿ ಈವಾನ್, ಟವಲಿನಲ್ಲೇ ದಿನ ಕಳೆಯುವ ಆಸೆ ನನಗೆ ಮೊದಲಿನಿಂದಲೂ ಇದೆ. ನೀನು ನನ್ನೊಂದಿಗೆ ಆಮ್‌ಸ್ಟರ್‌ಡಾಮ್‌ಗೆ ಬರುವೆ ಎಂದು ಹೇಳಿದೆಯಲ್ಲ, ಅದಕ್ಕೂ ಮೊದಲಿನದ್ದು ಈ ಯೋಜನೆ.

ಶಾಲೆಯ ನಂತರ ಈವಾನ್ ಕಾರು ರಿಪೇರಿ ಟ್ರೈನಿಂಗ್ ಮುಗಿಸಿ ಗ್ಯಾರೇಜಿನಲ್ಲಿ ಕೆಲಸಕ್ಕೆ ಸೇರಿಕೊಂಡ. ಬರುವ ವರ್ಷ ಆಖೆನ್ ವಿಶ್ವವಿದ್ಯಾಲಯದಲ್ಲಿ ಆಟೋಮೊಬೈಲ್ ಇಂಜಿನಿಯರಿಂಗ್ ಪದವಿಗೆ ಸೇರಿಕೊಳ್ಳಬೇಕೆಂದಿದ್ದ. ಅವನಿಗೆ ಕಾರುಗಳ ಬಗ್ಗೆ ಅಷ್ಟೊಂದು ಒಲವು ಏಕೆಂದು ನಾನು ಅವನನ್ನು ಕೇಳಿಯೇ ಇರಲಿಲ್ಲ. ಕೇಳುವುದೂ ಬೇಕಿರಲಿಲ್ಲ. ಕಾರುಗಳೆಂದರೆ ಅವನಿಗೆ ಅದೇನೋ ಮೋಹ. ಆಗಾಗ ಅವನು ಸ್ನೇಹಿತರ ಫೋಲ್ಕ್ಸ್‌ವಾಗನ್ ಗಾಲ್ಫ್ ಅಥವಾ ಬಿಎಂಡಬ್ಲ್ಯೂ ಕಾರುಗಳನ್ನು ರಿಪೇರಿ ಮಾಡುತ್ತಾ ಅಲ್ಲಲ್ಲಿ ಕಾಣಿಸಿಕೊಳ್ಳುತ್ತಿದ್ದ. ಅವನಿಗೆ ಕಾರು ಓಡಿಸುವುದೂ ಇಷ್ಟವಿತ್ತು. ನಾವು ಮೂವರೂ ಮಾರ್ಲೇನಳ ಫ್ಲಿಯಟ್ 500 ಕಾರಿನಲ್ಲಿ ಹೋದಾಗಲೆಲ್ಲಾ ಅವನು ಅನಾಯಾಸವಾಗಿ ಕಾರು ಓಡಿಸುತ್ತಿದ್ದ. ಅವನು ಕಾರು ಓಡಿಸುತ್ತಿದ್ದ ರೀತಿ ಅತಿಸುಂದರ. ಮಾರ್ಲೇನಳದ್ದು ಭಯಂಕರ. ನಮಗೆ ಈವಾನ್ ಪರಿಚಯವಾಗುವ ಹೊತ್ತಿಗೆ ಅವನ ಕುಟುಂಬ ಊರ ಹೊರಗಿನ ಸಾಲುಮನೆಗಳ ಬಡಾವಣೆಯಲ್ಲಿ ಬೀಡುಬಿಟ್ಟು ಒಂದು ವರ್ಷವಾಗಿತ್ತು. ಅವರು ಅಲ್ಲಿ ಬಂದು ನೆಲೆಸಿದ್ದು ದೊಡ್ಡ ಸುದ್ದಿಯಾಗಿತ್ತು. ಐಟಿ ಮೇಧಾವಿಯೊಬ್ಬ ತನ್ನ ಕುಟುಂಬಕ್ಕಾಗಿ ಮನೆಯನ್ನು ಕೊಂಡದ್ದರ ವಿಷಯ ಊರಿನವರ ಕುತೂಹಲವನ್ನು ಕೆರಳಿಸಿತ್ತು. ಶಾಲೆಯ ನಂತರ ವಿಕ್ಟೋರ್‌ನನ್ನು ಯಾರೂ ನೋಡಿರಲಿಲ್ಲ. ಅವನು ಲಂಡನ್‌ನಲ್ಲಿ ಇರುತ್ತಾನೆ ಎಂದು ಈವಾನ್ ಹೇಳಿದ್ದ. ಮನೆಯ ಬಗ್ಗೆಯಾಗಲೀ ಅವನ ಅಣ್ಣನ ಬಗ್ಗೆಯಾಗಲೀ ಈವಾನ್ ಹೆಚ್ಚು ಮಾತನಾಡುತ್ತಿರಲಿಲ್ಲ. ಅವನ ಅಣ್ಣ ಶಾಲೆಯ ನಂತರ ಏನು ಮಾಡಿದ, ಅಷ್ಟು ಬೇಗ ಅಷ್ಟೊಂದು ಹಣ ಹೇಗೆ ಸಂಪಾದಿಸಿದ ಎಂದು ಕುತೂಹಲ ತಾಳಲಾರದೆ ನಾನೇ ವಿಷಯವನ್ನು ಕೆದಕಿದಾಗ ಸುಮ್ಮನೆ ಹೆಗಲು ಹಾರಿಸಿದ್ದ. ಈವಾನ್‌ನಿಗೆ ಈ ಸಣ್ಣ ಊರಿನಿಂದ ಮುಕ್ತಿ ಬೇಕಿತ್ತು. ಅವನಿಗೆ ಮನೆಬಿಟ್ಟು ಹೊರಗೆ ಹೋಗುವ ತುಡಿತ ಹೆಚ್ಚಾಗಿತ್ತು. ಗ್ಯಾರೇಜಿನ ಕೆಲಸ ಸೇರಿದಂತೆ ಇತರೆ ಸಣ್ಣಪುಟ್ಟ ಕೆಲಸಗಳನ್ನು

ಮಾಡಿಕೊಂಡು ತನ್ನ ಮುಂದಿನ ಓದಿಗೆ ಮತ್ತು ವಾಸಿಸಲು ಪುಟ್ಟ ಕೋಣೆಯ ಬಾಡಿಗೆಗೆ ಸಾಕಾಗುವಷ್ಟು ಹಣವನ್ನು ಹೊಂದಿಸಿಕೊಂಡಿದ್ದ. ತನ್ನ ಗ್ಯಾರೇಜಿನ ಕೆಲಸವನ್ನು ಬಿಟ್ಟು ಸೆಪ್ಟೆಂಬರ್‌ನಲ್ಲಿ ಮಾರ್ಲೇನಳ ಜೊತೆಗೆ ಆಮ್‌ಸ್ಟರ್‌ಡಾಮ್‌ಗೆ ಹೋಗಿ ಅಲ್ಲಿ ಬಂದರಿನಲ್ಲಿ ಕೆಲಸ ಮಾಡಿ, ಮಾರ್ಚ್‌ನಲ್ಲಿ ಆಖೆನ್ ನಗರಕ್ಕೆ ಹೋಗುವವನಿದ್ದ.

ಈವಾನ್: ನಿನಗೆ ಊರು ಬಿಟ್ಟು ಹೊರಗೆ ಹೋಗುವ ಆಸೆಯಿಲ್ಲವಾ ಟಿಲ್ಡಾ?

ನಾನು ಮತ್ತೆ ಮತ್ತೆ ಈ ಪ್ರಶ್ನೆಗೆ ಉತ್ತರ ನೀಡಿ ರೋಸಿಹೋಗಿದ್ದೆ. ಹಾಗಾಗಿ ಈ ಬಾರಿ ಉತ್ತರ ನೀಡದಿರಲು ನಿರ್ಧರಿಸಿದೆ.

ಈವಾನ್: ಮುಂದಿನ ಓದನ್ನು ಎದುರು ನೋಡುತ್ತಿರಬೇಕು ನೀನು.

ನಾನು: ಹೂಂ.

ಎಲ್ಲಕ್ಕಿಂತ ಹೆಚ್ಚಾಗಿ ಬೆಳಗಿನಿಂದ ಸಂಜೆಯವರೆಗೂ ಆ ಕೆಟ್ಟು ನಾರುವ ಸೂಪರ್‌ಮಾರ್ಕೆಟ್‌ನ ಕೌಂಟರ್‌ನಲ್ಲಿ ಕುಳಿತುಕೊಳ್ಳುವುದರಿಂದ ಮುಕ್ತಿ ಸಿಗಲಿತ್ತು. ತಲೆಗೆ ಕೆಲಸ ಕೊಡುವ ಕ್ಲಾಸುಗಳು, ಹಾಗೆಯೇ ಲೆಕ್ಕಗಳು ಸಿಗುತ್ತಿದ್ದವು. ಅವನ್ನು ಎದುರು ನೋಡುತ್ತಿದ್ದೆ. ನಾನು ಎಂಟನೇ ಕ್ಲಾಸಿನಲ್ಲಿದ್ದಾಗ ಮುಂದಿನ ಜೀವನವನ್ನು ರೂಪಿಸಿಕೊಳ್ಳಲು ಸಹಾಯವಾಗುವಂತೆ ಶಾಲೆಯಲ್ಲಿ ಕೌನ್ಸೆಲಿಂಗ್ ಏರ್ಪಡಿಸಿದ್ದರು. ಅದಾಗಲೇ ನನಗೆ ಗಣಿತದ ಒಲವು ಗಟ್ಟಿಯಾಗಿ ಬೇರೂರಿತ್ತು. ಕೌನ್ಸೆಲಿಂಗಿಗೆ ಕುಳಿತಾಗ ಐವತ್ತರ ಸುಮಾರಿನ ಕೆಂಪು ಗುಂಗುರು ಕೂದಲಿನ ಸ್ಥೂಲಕಾಯದ ಹೆಂಗಸು "ನಿನಗೆ ಅದೇ ವಿಷಯದಲ್ಲಿ ಆಸಕ್ತಿಯಿದ್ದು ಅದರಲ್ಲಿ ಒಳ್ಳೆಯ ಅಂಕಗಳು ಬಂದಿದ್ದರೆ ಖಂಡಿತ ಗಣಿತವನ್ನು ಆಯ್ದುಕೋ, ಮುಂದೆ ಕೆಲಸ ಸಿಕ್ಕೇ ಸಿಗುತ್ತದೆ. ನಿನಗೆ ಒಳ್ಳೆಯದಾಗಲಿ" ಎಂದು ನನಗೆ ಹೇಳಿದ್ದಳು.

ಮಾರ್ಲೇನ: ಒಂದು ಮಾತು ನಿನಗೆ ಹೇಳುವೆ. ನಿನ್ನನ್ನು ಈ ಹಾಳು ಕೊಂಪೆಯಿಂದ ನಾನೇ ಹೊರಗೆ ಎಳೆದೊಯ್ಯುವೆ. ಈಡಾಳಿಗೆ 18 ತುಂಬುವವರೆಗೂ ನೀನು ಇಲ್ಲೇ ಕೊಳೆಯಬೇಕು ಎಂದು ಮಾಡಿದ್ದೀಯಾ? ಎಲ್ಲಾ ಜವಾಬ್ದಾರಿಯನ್ನೂ ನೀನೊಬ್ಬಳೇ ಹೊತ್ತುಕೊಂಡಿರುವೆ.

ಇವಳೇನು ನನ್ನನ್ನು ಎಳೆದೊಯ್ಯುವುದು? ಕೆಲವೊಮ್ಮೆ ನನಗೆ ಮಾರ್ಲೇನಳನ್ನು ಕಂಡರೆ ಮೈಯೆಲ್ಲಾ ಉರಿದುಹೋಗುತ್ತಿತ್ತು. ನಾನೇನೂ ಅವಳ ಹಾಗೆ ದಿನವೂ ಭರ್ಜರಿ ಸಂಜೆಯೂಟ ಮಾಡುವಂತಹ ಶ್ರೀಮಂತ ಕುಟುಂಬದಿಂದ ಬಂದವಳಲ್ಲ. ನನಗೆ ದಂತವೈದ್ಯ ತಂದೆ ಇರಲಿಲ್ಲ. ನನಗೆ ತಂದೆಯೇ ಇರಲಿಲ್ಲ. ಇದ್ದದ್ದು ಒಬ್ಬಳು ತಾಯಿ. ಅವಳೋ ಹದಿವಯಸ್ಸಿನ ಹುಡುಗಿಯ ರೀತಿ ವರ್ತಿಸುತ್ತಿದ್ದಳು. ಜೊತೆಗೆ ಐದು ವರ್ಷದ ಪುಟ್ಟ ತಂಗಿ. ಅವಳಿಗಾದರೂ ಯಾರಿದ್ದರು? ಹದಿವಯಸ್ಸಿನ ಹುಡುಗಿಯ ರೀತಿ ಆಡುವ ತಾಯಿ ಮತ್ತು ನಾನು.

ಉಕ್ಕಿಬರುತ್ತಿದ್ದ ಬೈಗುಳಗಳನ್ನೆಲ್ಲಾ ತಡೆಹಿಡಿದು ಸುಮ್ಮನೆ ನಿಂತಿದ್ದೆ. ಒಂದಾದ ಮೇಲೆ ಒಂದರಂತೆ ಅವನ್ನು ನುಂಗಿಕೊಳ್ಳುತ್ತಿದ್ದೆ.

"ನಿನ್ನ ಅಪ್ಪ ನನ್ನನ್ನೂ ಆಮ್‌ಸ್ಟರ್‌ಡಾಮ್‌ಗೆ ಖರ್ಚುವೆಚ್ಚಗಳನ್ನು ಕೊಟ್ಟು

ಕಳುಹಿಸುವರಾ?" ನುಂಗಿಕೊಂಡೆ.

"ನನಗೂ ಒಂದು ಫ್ಲಿಯಟ್ 500 ಕಾರು ಕೊಡಿಸುವರಾ? ಕೆಂಪು ಬಣ್ಣದ್ದು ಬೇಕು." ನುಂಗಿಕೊಂಡೆ.

"ನಾನೂ ಥೈಲ್ಯಾಂಡಿಗೆ ಬ್ಯಾಕ್‌ಪ್ಯಾಕಿಂಗಿಗೆಂದು ಹೋಗಿಬರಲಾ?" ನುಂಗಿಕೊಂಡೆ.

ಕೊನೆಗೆ ನಾನು ಹೇಳಿದ್ದು ಇಷ್ಟನ್ನೇ; "ನೀನೇನು ನನ್ನನ್ನು ಹೊರಗೆ ಎಳೆದೊಯ್ಯಬೇಕಿಲ್ಲ. ನನಗೆ ಬೇಕಾದಾಗ ನಾನೇ ಹೋಗುವೆ. ಒಬ್ಬಳೇ"

ಕ್ಷಣ ಮೌನ.

ಮಾರ್ಲೇನ: ನಿನ್ನದು ಎಮ್ಮೆ ಚರ್ಮ, ಹೇಳಿದ ಮಾತೇ ಕೇಳುವುದಿಲ್ಲ ನೀನು.

ಈವಾನ್‌ನ ಕೈ ನನ್ನ ಕೈಮೇಲಿತ್ತು. ಆಕಸ್ಮಿಕವಿರಬಹುದು ಎಂದುಕೊಂಡೆ. ಹೊರಗೆ ಬಿಸಿಯಿದ್ದರೂ ಅವನ ಕೈ ತಣ್ಣಗಿತ್ತು. ಹೆಬ್ಬೆರಳಿನಿಂದ ನನ್ನ ಕೈಯನ್ನು ಮೆಲ್ಲಗೆ ಒತ್ತಿದ. ಆಕಸ್ಮಿಕವೇನಲ್ಲ.

■

ಸೋಮವಾರ ಸಂಜೆ ಮನೆಯಲ್ಲಿ ನಡೆದ ಅಪರೂಪದ ಘಟನೆಗಳ ಪರಿಣಾಮವೋ ಏನೋ, ಆ ವಾರದ ಕೆಲಸಗಳೆಲ್ಲಾ ಸರಾಗವಾಗಿ ಅಡೆತಡೆಗಳಿಲ್ಲದೆ ಸಾಗಿತು. ಜ಼ರಾಕ್ಸ್ ಮಷೀನು ನಾಲ್ಕಕ್ಕೆ ಮೂರು ಬಾರಿ ಕೆಲಸ ಮಾಡಿತು, ಐದು ದಿನಕ್ಕೆ ಮೂರು ದಿನ ಮಾತ್ರ ಮಳೆ ಸುರಿಯಿತು. ಮಂಗಳ ಬುಧ ಗುರು ಶುಕ್ರವಾರಗಳಷ್ಟೇ ಅಲ್ಲದೆ ಶನಿವಾರದ ಸಂಜೆಯೂಟಕ್ಕೂ ಮೇಜು ಶೇ.100ರಷ್ಟು ಸಿದ್ಧವಾಗಿತ್ತು. ಮಾಮಾ ಕುಡಿದಿರಲಿಲ್ಲ, ಅಥವಾ ಕುಡಿದಿದ್ದರೂ ಸ್ಥಿರವಾಗಿ ಇರುವಂತೆ ತೋರಿದಳು. ಈಡಾ ದೈತ್ಯ ರಾಕ್ಷಸಿಯರ ಚಿತ್ರಗಳನ್ನು ಬಿಡಿಸಲಿಲ್ಲ. ವಿಕ್ಟೋರ್ ಬುಧ ಹಾಗೂ ಗುರುವಾರಗಳಂದು ನನ್ನನ್ನು ನೋಡಿ ತಲೆದೂಗಿದ. ನಾನು ಗುರುವಾರದಂದು ಪ್ರತಿಯಾಗಿ ತಲೆದೂಗಿದೆ. ಶುಕ್ರವಾರದಂದು ನಾವು ಮೊಟ್ಟಮೊದಲ ಬಾರಿಗೆ ನಮ್ಮ ವಯಸ್ಸಿನವರು ಮಾಮೂಲಿಯಾಗಿ ಮಾತಾಡುವಂತೆ ಮಾತಾಡಿದೆವು. ಮಾಮೂಲಿ ಪದಕ್ಕೆ ಏನು ಅರ್ಥ?

ಮೇಲೆ ಹೇಳಿದ ಶುಕ್ರವಾರದಂದು ಹವಾಮಾನವು ಈಜಲು ಪ್ರಶಸ್ತವಾಗಿರಲಿಲ್ಲ, ಬದಲಾಗಿ ಟ್ಯೂಬಿನ ಮೇಲೆ ಕೂತು ನೀರಿನಲ್ಲಿ ತೇಲಲು ಸರಿಯಾಗಿತ್ತು. ಅದರಂತೆ ನಾನು ಟ್ಯೂಬಿನ ಮೇಲೆ ಕೂತು ನೀಲಿ ಆಕಾಶದಲ್ಲಿ ಚಲಿಸುತ್ತಿದ್ದ ಮೋಡಗಳನ್ನು ನೋಡುತ್ತಿದ್ದೆ. ಕೊಳದಲ್ಲಿ ಟ್ಯೂಬಿನ ಮೇಲೆ ತೇಲಲು ಹೇಳಿಮಾಡಿಸಿದಂತಹ ಹವಾಮಾನ, ಮಂದವಾಗಿ ಬೀಸುತ್ತಿದ್ದ ಗಾಳಿ, ಮೆಲ್ಲಗೆ ಚಲಿಸುತ್ತಿದ್ದ ಮೋಡಗಳು. ಪಾಂಡಾ ಕರಡಿಯ ತಲೆಯ ಆಕೃತಿ ಹೊಂದಿದ್ದ ಮೋಡವೊಂದು ಕ್ರಮೇಣ ಹಿಗ್ಗಿ ಕರಡಿಯ ದೇಹದಾಕಾರ ತಾಳಿತು. ಹದ್ದಿನ ಆಕೃತಿಯ ಮೋಡ ರೆಕ್ಕೆ ಬಿಚ್ಚಿ ದೊಡ್ಡದಾಯಿತು. ಮೋಡದ ಜೀವಿಗಳು ಸೂರ್ಯನ ಬೆಳಕಿನೊಡನೆ ಆಟವಾಡಿ, ನಂತರ ಸೂರ್ಯನೊಂದಿಗೆ ಜಗಳವಾಡಿ, ಸ್ವೇಚ್ಛೆಯಿಂದ ಎಲ್ಲೆಡೆ ಅಡ್ಡಾಡಿ ನಿಖರವಾಗಿ ಮಾರ್ಗದಲ್ಲಿ ನೇರ ಚಲಿಸುತ್ತಿದ್ದ ಸೂರ್ಯನನ್ನೇ ತಿಂದುಹಾಕಿದವು.

ಹವಾಮಾನದ ಮುನ್ಸೂಚನೆ ತಪ್ಪಾಗಿತ್ತು. ಶುಕ್ರವಾರದಂದು ಇನ್ನಷ್ಟು ಹೊತ್ತು ಬಿಸಿಲು ಇರುತ್ತದೆ ಎಂದು ನಾನು ಎಣಿಸಿದ್ದೆ. ಗಾಳಿ, ಮೋಡ ಮತ್ತು ಸೂರ್ಯರು ಹಾಗೆಯೇ, ಅವುಗಳ ವರ್ತನೆಯ ಬಗ್ಗೆ ಖಡಾಖಂಡಿತವಾಗಿ ಏನೂ ಹೇಳಲಾಗುವುದಿಲ್ಲ. ಮೋಡದ ಆಟ ನಿಂತಾಗ ನೀಲಿ ಆಕಾಶವು ಬೂದುಗಪ್ಪಾಗಿತ್ತು. ಅಲ್ಲಾಡದೆ ಟ್ಯೂಬಿನ ಮೇಲೆ ಮಲಗಿದ್ದ ನನ್ನ ಆಲಸಿ ಶರೀರಕ್ಕೆ ಚಳಿ ಸೋಕಿತ್ತು. ನಾನು ಸೋತಿದ್ದೆ. ಸೂರ್ಯನು ಮೋಡಗಳ ಹಿಂದೆ ಸಂಪೂರ್ಣ ಮರೆಯಾದ ಮರುಕ್ಷಣವೇ ನೀರಿನಲ್ಲಿ ಮುಳುಗಿದ್ದ ವಿಕ್ಟೋರ್ ಎದ್ದ. ಅವನ ತಲೆ ನನ್ನ ತಲೆಯ ಪಕ್ಕದಲ್ಲಿತ್ತು, ಅವನ ಕಣ್ಣಿನ ಹೊಳಪು ಗೋಚರವಾಗುವಷ್ಟು ಹತ್ತಿರದಲ್ಲಿತ್ತು. ನನ್ನನ್ನು ನೋಡಿ ದೊಡ್ಡದಾಗಿ ನಕ್ಕು ಮಾತಾಡಿಸಿದ.

ವಿಕ್ಟೋರ್: ಬಿಸಿಲು ಕಾಯಿಸಿಕೊಳ್ಳುತ್ತಿರುವೆಯಾ?

ಅವನ ಬೆಚ್ಚಗಿನ ಗೊರಸಲ ಧ್ವನಿ.

ನಾನು: ಹಾಗೆಂದೇ ಇಲ್ಲಿಗೆ ಬಂದದ್ದು.

ಕ್ಷಣ ಮೌನ.

ವಿಕ್ಟೋರ್: ಬಿಸಿಲು ಇಲ್ಲದಾಗ ಏಕೆ ಹೀಗೆ ಟ್ಯೂಬಿನ ಮೇಲೆ ಕುಳಿತು ತೇಲಾಡುತ್ತಿರುವೆ?

ನಾನು ಅವನನ್ನು ನೇರವಾಗಿ ನೋಡಿದೆ. ಗಂಟಿಕ್ಕಿದ ಹುಬ್ಬುಗಳ ಪ್ರಶ್ನಾರ್ಥಕ ನೋಟದೊಂದಿಗೆ ಅವನ ಮುಖ ಗಂಭೀರವಾಗಿತ್ತು. ಅವನಿಗೆ ಈ ವಿಷಯದಲ್ಲಿ ವಿಶೇಷ ಆಸಕ್ತಿ ಇರುವಂತೆ ಕಂಡದ್ದರಿಂದ ನಾನು ಸರಿಯಾಗಿ ಉತ್ತರಿಸಿದೆ; "ಮೋಡದ ಮರೆಯಿಂದ ಸೂರ್ಯನು ಹೊರಬರುವ ಕ್ಷಣದಲ್ಲಿ ಸುಖವಿದೆ. ಅದನ್ನು ಆಸ್ವಾದಿಸಲು ಕಾಯುತ್ತಿದ್ದೇನೆ."

ವಿಕ್ಟೋರ್: ಮೋಡದ ಮರೆಯ ಚಳಿಯ ಅನುಭವವಿದ್ದವರಿಗೆ ಮಾತ್ರ ಬಿಸಿಲನ್ನು ಆಸ್ವಾದಿಸಲು ಸಾಧ್ಯವೇ?

ಅವನ ಪ್ರಶ್ನೆ ನನ್ನನ್ನು ಚಿಂತನೆಗೆ ಹಚ್ಚಿತು.

ನಾನು: ಗೊತ್ತಿಲ್ಲ. ಚಳಿಯೆಂದರೆ ನನಗೆ ಯಾವ ಕಾಲಕ್ಕೂ ಇಷ್ಟವಿಲ್ಲ. ಮೋಡದ ಮರೆಯಿಂದ ಸೂರ್ಯನು ಸಂಪೂರ್ಣ ಹೊರಬಂದು, ಬಿಸಿಲಿನ ಝಳ ಮೈಗೆ ಸೋಕಿ, ಅದರ ಶಾಖದಿಂದ ಮೈಮೇಲಿನ ನೀರು ಆವಿಯಾಗಿ ಹೋಗುವ ಅನುಭವವು, ಸತ್ವರಹಿತ ಶರೀರದಿಂದ ಕಪ್ಪು ಮೋಡದ ಚಳಿಯನ್ನು ಹೊರಗೆಳೆದು ಹಾಕುವಷ್ಟು ಶಕ್ತಿಯುತವಾಗಿರುತ್ತದೆ.

ನಾನು ಹೇಳಿದ್ದೆಲ್ಲವೂ ಸರಿಯೆಂದು ಸೂಚಿಸುವಂತೆ ತಲೆಯಾಡಿಸಿದ.

ವಿಕ್ಟೋರ್: ಅದಿರಲಿ, ನಿನ್ನ ಹೆಸರು ಏನು?

ನಮ್ಮಿಬ್ಬರ ಪರಿಚಯ ಇಬ್ಬರಿಗೂ ಚೆನ್ನಾಗಿಯೇ ಇತ್ತು. ಅದು ನನಗೂ ಗೊತ್ತಿತ್ತು, ಅವನಿಗೂ ಗೊತ್ತಿತ್ತು. ಪ್ರಾಯಶಃ ನನ್ನ ಹೆಸರು ಮರೆತಿದ್ದನೇನೋ.

ನಾನು: ನಾನು ಟಿಲ್ಡಾ. ನಿನ್ನ ಹೆಸರು?

ತನ್ನ ಕೈಯನ್ನು ಮುಂದಕ್ಕೆ ಚಾಚಿ "ವಿಕ್ಟೋರ್" ಎಂದ.

ಅವನ ಹೆಸರಿನ ಬಗ್ಗೆ ನಾನು ಎಳ್ಳಷ್ಟೂ ಯೋಚಿಸಿರಲಿಲ್ಲವೆಂದು ತೋರಿಸಿಕೊಳ್ಳಲು ನಾನು "ಕಾಕೋತ್ವ ಹ್ರಸ್ವವಾ ದೀರ್ಘವಾ?" ಎಂದು ಕೇಳಿದೆ.

ವಿಕ್ಟೋರ್: ದೀರ್ಘ. ವಿಕ್ಟೊರ್ ಅಲ್ಲ, ವಿಕ್ಟೋರ್.

"ಹೆಸರು ಚೆನ್ನಾಗಿದೆ" ಎಂದು ಹೇಳಿ ನಾನೂ ಕೈಯನ್ನು ಮುಂದಕ್ಕೆ ಚಾಚಿ ಅವನ ಕೈ ಕುಲುಕಿದೆ. ಅವನ ಬಲಿಷ್ಠವಾದ ಕೈ ಒದ್ದೆಯಾಗಿ ತಂಪಾಗಿದ್ದರೂ ಕೈಕುಲುಕಿದ ಅನುಭವ ಬೆಚ್ಚನೆಯದ್ದು. ಅವನ ಮಂಜುನೀಲಿ ಕಣ್ಣುಗಳನ್ನು ದಿಟ್ಟಿಸಿ ನೋಡಿದೆ.

ವಿಕ್ಟೋರ್: ಕಣ್ಣಿನ ಕೆಳಗೆ ಏನದು, ಗಾಯವಾ?

ಅಧಿಕಪ್ರಸಂಗಿ ಪ್ರಶ್ನೆ.

"ಸೈಕಲ್ಲಿನಿಂದ ಬಿದ್ದಾಗ ಆಗಿದ್ದು" ನಾನು ಸುಳ್ಳು ಹೇಳಿದೆ.

ಅವನು ನನ್ನ ತುಟಿಗಳನ್ನು ನೋಡಿದ, ಕೆಲವೊಮ್ಮೆ ಜನರು ಚುಂಬಿಸುವ ಮುನ್ನ ನೋಡುವ ರೀತಿ. ನನಗೆ ಈ ನೋಟವನ್ನು ಕಂಡರಾಗದು. ಮೈಯೆಲ್ಲಾ ಉರಿಯುತ್ತದೆ.

ವಿಕ್ಟೋರ್: ನಿನ್ನ ತುಟಿಗಳು ನೀಲಿಗಟ್ಟಿವೆ. ಇಂದು ಮತ್ತೆ ಬಿಸಿಲು ಬರುವ ಹಾಗಿಲ್ಲ. ನೀರಿನಿಂದ ಏಳು, ಇಲ್ಲದಿದ್ದರೆ ನಿನಗೆ ಶೀತವಾಗುವುದು. ಮತ್ತೆ ಸಿಗೋಣ.

ನಾನು ಮರುನುಡಿಯುವ ಮುನ್ನವೇ ಅವನ ತಲೆ ನೀರಿನೊಳಗೆ ಮರೆಯಾಯಿತು. ನಿಮಿಷ ಕಳೆಯುವುದರೊಳಗೆ ಕೊಳದ ಅಂಚಿನಿಂದ ಮೇಲೆದ್ದು ಶವರಿನ ಕೆಳಗೆ ನಿಂತು ನಂತರ ಬಟ್ಟೆ ಬದಲಿಸಲು ಒಳಗೆ ಹೋದ. ಇನ್ನೊಂದು ನಿಮಿಷ ಕಳೆಯುವಷ್ಟರಲ್ಲಿ ಕೆಂಪುವೈನ್ ಬಣ್ಣದ ನೈಕಿ ಜಾಗಿಂಗ್ ಪ್ಯಾಂಟ್, ಬಿಳಿಯ ದೊಗಲೆ ಟಿ ಶರ್ಟ್ ಮತ್ತು ಅಡಿಡಾಸ್ ಚಪ್ಪಲಿಗಳನ್ನು ಧರಿಸಿ ಹೊರಬಂದ. ನಾನು ಅವನನ್ನೇ ನೋಡುತ್ತಿರುವುದನ್ನು ಗಮನಿಸಿ ಅವನು ನನ್ನೆಡೆ ನೋಡಿ ನಕ್ಕು ಕೈಬೀಸಿ ಹೊರಬಾಗಿಲಿನ ಕಡೆಗೆ ಹೊರಟುಹೋದ. ನಾನಿನ್ನೂ ಟ್ಯೂಬಿನಲ್ಲೇ ಕುಳಿತಿದ್ದೆ, ಮೇಲೇಳಲು ಮನಸ್ಸೇ ಇರಲಿಲ್ಲ. ನನ್ನ ದೇಹವು ಮರಗಟ್ಟಿದಂತಾಗಿತ್ತು. ದೀರ್ಘಾಕ್ಷರದ ವಿಕ್ಟೋರ್.

■

ಭಾನುವಾರದಂದು ಲೆಯೋನ್ ಕರೆ ಮಾಡಿದ.

ಲೆಯೋನ್: ನಾನು ಪಿಜ್ಜಾ ತರುತ್ತೇನೆ. ನಿಮಗೆ ಯಾವ ಪಿಜ್ಜಾ ಬೇಕು?

ನಾನು: ಒಂದು ದೊಡ್ಡ ಫ್ಯಾಮಿಲಿ ಪಿಜ್ಜಾ ಸಾಕು.

ಲೆಯೋನ್: ಪಿಜ್ಜಾ ಹಂಚಿಕೊಳ್ಳಲು ನನಗೆ ಇಷ್ಟವಿಲ್ಲ.

ನಾನು: ನೀನು ಸಮಾಜವಾದಿ ಕಲಾವಿದರ ಗುಂಪಿನಲ್ಲಿ ಅಲ್ಲವಾ ಇರುವುದು ಬರ್ಲಿನ್‌ನಲ್ಲಿ?

ಲೆಯೋನ್: ಊಟ ತಿಂಡಿಗೆ ಆ ಸಿದ್ಧಾಂತ ಅನ್ವಯಿಸುವುದಿಲ್ಲ.

ನಾನು: ಅಲ್ಲಿಯೇ ಅದು ಮುಖ್ಯವಾಗಿ ಬೇಕಾಗಿರುವುದು.

ಲೆಯೋನ್: ಸರಿ, ನಿನಗೇನು ಬೇಕು ಹೇಳು.

ನಾನು: ಅನಾನಸ್ ಮತ್ತು ಮಶ್ರೂಮ್.

ಲೆಯೋನ್: ಅಂಡ್ರೇಯಾಳಿಗೆ?

ನಾನು ಮಾಮಾಳನ್ನು ಕುರಿತು:

ಲೆಯೋನ್ ಪಿಜ್ಜಾ ತರುತ್ತಾನಂತೆ. ನಿನಗೂ ಬೇಕೇ?

ಮಾಮಾ ಗಾಢವಾಗಿ ಯೋಚಿಸಿದಳು. ಮನೆಯಲ್ಲಿ ನಾನು ಮತ್ತು ಈಡಾ ಹಾಗೂ ಅವಳು ಆಗಾಗ ಭೇಟಿ ಮಾಡುವ ಗಂಡಸರು, ಇಷ್ಟು ಬಿಟ್ಟರೆ ಬೇರೆ ಜನರೊಂದಿಗೆ ಅವಳು ಸಾಮಾನ್ಯವಾಗಿ ಬೆರೆಯುವುದಿಲ್ಲ, ಮಾತು ಸಹ ಆಡುವುದಿಲ್ಲ. ಈಡಾ ಮತ್ತು ನನ್ನನ್ನು ಭೇಟಿ ಮಾಡಲು ಯಾರೂ ಮನೆಗೆ ಬರುವುದಿಲ್ಲ. ಲೆಯೋನ್ ಒಬ್ಬನೇ ಇದಕ್ಕೆ ಅಪವಾದ. ಹಿಂದೆಲ್ಲಾ ಮಾರ್ಲೇನ ನನ್ನನ್ನು ಕಾಣಲು ಆಗಾಗ ಮನೆಗೆ ಬರುತ್ತಿದ್ದಳು. ಈಡಾ ಇನ್ನೂ ಮಗುವಾಗಿದ್ದರಿಂದ ಅವಳನ್ನು ಬಿಟ್ಟು ನಾನು ಮಾರ್ಲೇನಳ ಮನೆಗೆ ಹೋಗುವಂತಿರಲಿಲ್ಲ, ಹಾಗಾಗಿ ಅವಳೇ ಬರುತ್ತಿದ್ದಳು. ರಾತ್ರಿ ಅವಳನ್ನು ಕರೆದುಕೊಂಡು ಹೋಗಲು ಲೆಯೋನ್ ಕಾರಿನಲ್ಲಿ ಬರುತ್ತಿದ್ದ, ಮನೆಯೊಳಗೆ ಬಂದು ಕೊಂಚ ಹೊತ್ತು ಇದ್ದು ಹೋಗುತ್ತಿದ್ದ. ಮಾರ್ಲೇನ ದಂಗೆ ಏಳುವ ಹಂತದಲ್ಲಿದ್ದಾಗ ಮಾಮಾಳನ್ನು ಒಮ್ಮೆ "ಮಕ್ಕಳನ್ನು ಸರಿಯಾಗಿ ನೋಡಿಕೊಳ್ಳದ ದುರಹಂಕಾರಿ, ಕುಡುಕಿ" ಎಂದು ಕರೆದು ಮಾಮಾಳಿಗೆ ಕೋಪ ಬರಿಸಿ, ಅವಳಿಂದ "ನಡೆಯಾಚೆ" ಎಂದು ಬೈಸಿಕೊಂಡು, ಮಾರ್ಲೇನ ಮತ್ತು ನಾನು ಅವಳ ಮನೆಗೆ ಪಲಾಯನ ಮಾಡಿದ್ದೆವು.

ಅದೇ ರಾತ್ರಿ ನಾನು ಮನೆಗೆ ಮರಳಿದಾಗ ಈಡಾ ಜೋರಾಗಿ ಅಳುತ್ತಿರುವುದು ಬಾಗಿಲ ಹೊರಗಿನಿಂದಲೇ ನನಗೆ ಕೇಳಿತ್ತು. ಅವಳನ್ನು ಎತ್ತಿಕೊಂಡು ಅಡುಗೆಮನೆಯ ಬಾಗಿಲು ತೆಗೆದದ್ದೇ ಅಲ್ಲಿದ್ದ ದೃಶ್ಯ ನೋಡಿ ತಲೆ ತಿರುಗುವಂತಾಯಿತು. ಮಾಮಾ ನೆಲದ ಮೇಲೆ ಕುಳಿತಿದ್ದಳು. ಅವಳ ಸುತ್ತಲೂ ರಕ್ತ, ವೋಡ್ಕಾ ಮತ್ತು ಗಾಜಿನ ಚೂರುಗಳು. ಅವಳ ಕೈ ಮತ್ತು ತೋಳುಗಳ ಮೇಲೆ ಗಾಯವಾಗಿ ರಕ್ತಸ್ರಾವವನ್ನು ನಿಲ್ಲಿಸಲು ಪೇಪರ್ ಟವಲನ್ನು ಸುತ್ತಿದ್ದಳು. "ಜಾರಿ ಬಿದ್ದುಬಿಟ್ಟೆ" ಎಂದು ಗೊಣಗಿದಳು. ನಾನು ಈಡಾಳ ಕಣ್ಣುಗಳನ್ನು ನನ್ನ ಕೈಯಿಂದ ಮುಚ್ಚಿ ಅವಳನ್ನು ಪುನಃ ತೊಟ್ಟಿಲಲ್ಲಿ ಮಲಗಿಸಿದೆ. ಆಸ್ಪತ್ರೆಯ ತುರ್ತು ಸೇವೆಗೆ ಕರೆಮಾಡಿದೆ. ಮಾಮಾಳನ್ನು ಕುರ್ಚಿಯ ಮೇಲೆ ಕೂರಿಸಿ ಆಗಿದ್ದ ಗಾಯಗಳನ್ನು ಸರಿಯಾಗಿ ಪರೀಕ್ಷಿಸಿ ನೋಡಿ ಅವುಗಳಲ್ಲಿ ಸಿಕ್ಕಿಕೊಂಡಿದ್ದ ಗಾಜಿನ ಚೂರುಗಳನ್ನು ಹೊರತೆಗೆದೆ. ಪುಣ್ಯಕ್ಕೆ ಗಾಯಗಳು ಅಷ್ಟೇನೂ ಆಳವಾಗಿರಲಿಲ್ಲ. ಅವಳು ನಿಜವಾಗಿಯೂ ಜಾರಿಬೀಳುವಾಗ ಕೈ ಅಡ್ಡಕ್ಕೆ

ಕೊಟ್ಟು ಮಾಡಿಕೊಂಡ ಗಾಯಗಳಂತಿದ್ದವು ಅವು. ರಕ್ತದ ಮಡುವಿನಲ್ಲಿ ಕುಳಿತಿದ್ದ ಅವಳು ಏನಾದರೂ ಅನಾಹುತ ಮಾಡಿಕೊಂಡುಬಿಟ್ಟಿರಬಹುದು ಎಂದು ಮೊದಲ ನೋಟದಲ್ಲಿ ಯೋಚಿಸಿದ್ದ ನನಗೆ ನೆಮ್ಮದಿಯಾಯಿತು. ಸೈರನ್ ಸದ್ದು ಕೇಳಿತು, ತುರ್ತುವೈದ್ಯರು ಬಂದರು. "ಯೋಚಿಸುವಂಥದ್ದು ಏನೂ ಇಲ್ಲ" ಎಂದರು. ನಾನು ಯೋಚಿಸಬೇಕಾದ್ದು ಬಹಳ ಇದೆ ಎಂದು ಮನಸ್ಸಿನಲ್ಲೇ ಎಂದುಕೊಂಡೆ, ಅವರಿಗೆ ಹೇಳಲಿಲ್ಲವಷ್ಟೆ. "ಮಾಮಾ ಗುಣವಾಗಿ ಬೇಗ ಮನೆಗೆ ಬರುವಳು" ಎಂದು ಹೇಳಿ ಮಾಮಾಳನ್ನು ಆಂಬ್ಯುಲೆನ್ಸ್‌ನಲ್ಲಿ ಆಸ್ಪತ್ರೆಗೆ ಕರೆದೊಯ್ದರು.

ನಾನು ಈಡಾಳ ಬಳಿ ಹೋದೆ. ಅವಳು ತೊಟ್ಟಿಲಿನಲ್ಲಿ ಎದ್ದು ಕೂತು ನನ್ನನ್ನೇ ನೋಡುತ್ತಿದ್ದಳು. ಏನೂ ಅರಿಯದ ಅವಳ ಕಣ್ಣುಗಳು ನನ್ನನ್ನು ಏನೋ ಪ್ರಶ್ನೆ ಕೇಳಿದಂತಿದ್ದವು. ನಾನು ಹೆಗಲು ಹಾರಿಸಿ ಅಡುಗೆಮನೆಯ ಕಡೆಗೆ ನಡೆದೆ. ಅಲ್ಲಿದ್ದ ರಣರಂಗವನ್ನು ಕಂಡು ಮಾರ್ಲೇನ ಇನ್ನೆಂದಿಗೂ ನಮ್ಮ ಮನೆಗೆ ಬರಕೂಡದು ಎಂಬ ನಿರ್ಧಾರ ಕೈಗೊಂಡೆ. ಕೆಲವರ್ಷಗಳ ನಂತರ ಲೆಯೋನ್ ಆಗಾಗ ಬರ್ಲಿನ್‌ನಿಂದ ಊರಿಗೆ ಬಂದಾಗ ಭೇಟಿ ಮಾಡುತ್ತಿದ್ದೆ. ನಂತರ ಅವನು ನನ್ನನ್ನು ಮನೆಯವರೆಗೂ ಬಿಡಲು ಬರುತ್ತಿದ್ದ. ಮನೆಯ ಬಾಗಿಲ ಮುಂದೆ ನಿಂತು ಚುಂಬಿಸಿ ವಿದಾಯ ಹೇಳುತ್ತಿರುವುದನ್ನು ಮಾಮಾ ಒಮ್ಮೆ ಕಿಟಕಿಯಿಂದ ನೋಡಿ "ಹೇ, ಲೆಯೋನ್ ಬಂದಿದ್ದಾನೆ. ಒಳಗೆ ಬಾ. ಒಟ್ಟಿಗೇ ಊಟ ಮಾಡೋಣ. ಪಿಜ್ಜಾ ತರಿಸೋಣ" ಎಂದಿದ್ದಳು. ನಾವು ಪಿಜ್ಜಾ ತರಿಸಿಕೊಂಡು ತಿಂದೆವು. ಲೆಯೋನ್ ಮೋಹಕವಾಗಿದ್ದ. ಮಾಮಾಳಿಗೆ ಅವನನ್ನು ಕಂಡರೆ ಇಷ್ಟ. ಅವಳಿಗೆ ಅವನೆಂದರೆ, ನನಗಿಂತ ಒಂದು ಕೈ ಮೇಲೆಯೇ ಎಂದು ನನ್ನ ಅನುಮಾನ. ಇದಾದ ನಂತರ ಅವನು ಊರಿಗೆ ಬಂದಾಗಲೆಲ್ಲಾ ಪಿಜ್ಜಾ ತಿನ್ನಲು ಮನೆಗೆ ಬಂದೇ ಬರುತ್ತಿದ್ದ. ನನಗೂ ಈಡಾಳಿಗೂ ಅವನು ಮನೆಗೆ ಬರುವುದೆಂದರೆ ಸಂಭ್ರಮ. ಏಕೆಂದರೆ ಅವನು ಬಂದಾಗ ಮಾಮಾಳ ನಡವಳಿಕೆ ಸುಧಾರಿಸುತ್ತಿತ್ತು, ಅವಳು ಕೆಲಹೊತ್ತು ಎಲ್ಲರಂತೆ ಆಗಿಬಿಡುತ್ತಿದ್ದಳು.

ಮಾಮಾ: ನನಗೆ ನಾಲ್ಕು ಬಗೆಯ ಚೀಸ್ ಇರುವ ಪಿಜ್ಜಾ ಬೇಕು.

ಮಾಮಾಳಿಗೆ ಲೆಯೋನ್‌ನ ಮೇಲೆ ಪಿಜ್ಜಾ ಶಾಸ್ತ್ರಕ್ಕೂ ಹಿಂದೆಯೇ ಒಳ್ಳೆಯ ಅಭಿಪ್ರಾಯ ಮೂಡಿತ್ತು. ಅವನು ನನ್ನ ಪರವಾಗಿ ನನ್ನ ಸಹಪಾಠಿ ಕಾಯ್ ಬಾಲಿಂಗ್‌ಗೆ ಗೂಸಾ ನೀಡಿದ್ದ. ಕಾಯ್ ನನ್ನನ್ನು ಕುರಿತು ಏನೇನೋ ಹೇಳಿದ್ದ. ನನ್ನ ಮೈ ವಾಸನೆ ಅಸಹ್ಯವಂತೆ, ನನ್ನ ಅಪ್ಪ ನಮ್ಮನ್ನು ಬಿಟ್ಟು ಹೊಸ ಕುಟುಂಬ ಹುಡುಕಿಕೊಂಡ ಕಾರಣ ಅದೇ ಅಂತೆ. ಆ ಕಷ್ಟದ ದಿನಗಳಲ್ಲಿ ಮಾಮಾಳಿಗೆ ಬಟ್ಟೆ ಒಗೆಯುವುದಕ್ಕಾಗಲೀ ಅಥವಾ ನನಗೆ ಉಪಾಯದಿಂದ ಸ್ನಾನ ಮಾಡಿಸಿ ಸ್ವಚ್ಛ ಮಾಡುವುದಕ್ಕಾಗಲಿ ಸಾಧ್ಯವಾಗಿರಲಿಲ್ಲ. ನಂತರ ಎಲ್ಲವನ್ನೂ ನಾನೇ ಮಾಡಿಕೊಳ್ಳುತ್ತಿದ್ದೆ. ನಾನು ಆಗಷ್ಟೇ ಐದನೇ ಕ್ಲಾಸಿಗೆ ಸೇರಿಕೊಂಡಿದ್ದೆ. "ಟಿಲ್ಡಾ ಶ್ಮಿಟ್ ಮತ್ತು ಲೆಯೋನ್ ಹೋಫ್ಲರ್ ಇಬ್ಬರೂ ಕೂಡಲೇ ಪ್ರಿನ್ಸಿಪಾಲರ ಕೋಣೆಗೆ ಬರಬೇಕು" ಎಂದು ಮೈಕಿನಲ್ಲಿ ಬುಲಾವ್ ಬಂದಿತು. ಪ್ರಿನ್ಸಿಪಾಲರ ಬಳಿ ಕಾಯ್ ಬಾಲಿಂಗ್ ನಿಂತಿದ್ದನು. ಅವನ ಎಡಗಣ್ಣು ಊದಿ ನೀಲಿಗಟ್ಟಿತ್ತು, ಮೂಗಿನಿಂದ ರಕ್ತ ಸೋರುತ್ತಿತ್ತು. ಪಕ್ಕದಲ್ಲೇ ಲೆಯೋನ್ ಬಲಗೈಗೆ ಬ್ಯಾಂಡೇಜನ್ನು ಸುತ್ತಿಕೊಂಡು ನಿಂತಿದ್ದ. ಅದು ನನ್ನ ಶಾಲಾದಿನಗಳಲ್ಲಿ ನಡೆದ ಅತ್ಯಂತ ಸಂತೋಷಕರ ಘಟನೆ. ಲೆಯೋನ್ ಮನೆಗೆ ಬಂದಾಗಲೆಲ್ಲಾ ಮಾಮಾ ಕಾಯ್ ಬಾಲಿಂಗ್ ಚರಿತ್ರೆಯನ್ನು ನೆನಪಿಸಿಕೊಳ್ಳುತ್ತಾಳೆ.

ನಾನು ಕುರ್ಚಿಯ ಮೇಲೆ ಆರಾಮಾಗಿ ಹಿಂದಕ್ಕೊರಗಿ ಮಾಮಾ ಮತ್ತು ಲೆಯೋನ್‌ನ ಸಂಭಾಷಣೆಯನ್ನು ಆಲಿಸುತ್ತಿದ್ದೆ. ಅವಳು ಬರ್ಲಿನ್ ಜೀವನದ ಕುರಿತು, ಅವನ ಕಲೆಗಾರಿಕೆಯ ಕುರಿತು ಪ್ರಶ್ನೆಗಳನ್ನು ಕೇಳುತ್ತಿದ್ದರೆ ಅವನು ಅವೆಲ್ಲದರ ಬಗ್ಗೆ ಸವಿಸ್ತಾರ ವಿವರಣೆಗಳನ್ನು ನೀಡುತ್ತಿದ್ದ. ಲೆಯೋನ್‌ನ ಸಂಯಮ ಉನ್ನತ ಮಟ್ಟದ್ದು. ಎಲ್ಲರನ್ನೂ ಕೇಳುವ ಹಾಗೆ "ಕೆಲಸ ಹೇಗೆ ನಡೆಯುತ್ತಿದೆ?" ಅಥವಾ "ರಜೆಗೆ ಎಲ್ಲಿಗೆ ಹೋಗುತ್ತೀರಿ?" ಎಂಬ ಪ್ರಶ್ನೆಗಳನ್ನು ಅಥವಾ ಲೋಕಾಭಿರಾಮವಾಗಿ "ಹೇಗಿದ್ದೀರಿ?" ಎಂಬುದನ್ನೂ ಮಾಮಾಳ ಬಳಿ ಕೇಳಬಾರದು ಎಂದು ಅವನಿಗೆ ತಿಳಿದಿತ್ತು. ಆದರೂ ಅವನು ಕೇಳದೆಯೇ ಅವಳು ಅವನಿಗೆ ಎಲ್ಲಾ ವಿವರಿಸಿ, ಅವಳ ಜೀವನ ಚೆನ್ನಾಗಿ ನಡೆಯುತ್ತಿದೆಯೆಂದೂ, ಅವಳು ಮನೆ ಹತ್ತಿರದ ಒಂದು ಕೆಫೆಯಲ್ಲಿ ಕೆಲಸ ಕೇಳಬೇಕೆಂದಿದ್ದಾಳೆಂದೂ, ಅವಳು ಯುವತಿಯಾಗಿದ್ದಾಗ ಸೇವಾರಂಗದಲ್ಲಿ ಕೆಲಸ ಮಾಡಿದ ಅನುಭವವಿದೆಯೆಂದೂ ಅವನಿಗೆ ಹೇಳುತ್ತಿದ್ದಳು.

ನಿಜ ಹೇಳಬೇಕೆಂದರೆ ಮಾಮಾ ಎಂದಿಗೂ ಹೊರಗೆ ಕೆಲಸ ಮಾಡಿಯೇ ಇರಲಿಲ್ಲ. ಅವಳು ಮಾಸ್ಟರ್ ಪದವಿ ಓದುತ್ತಿದ್ದಾಗ ಪರೀಕ್ಷೆಗೆ ಕೆಲವೇ ತಿಂಗಳಿರಬೇಕಾದರೆ ಗರ್ಭಿಣಿಯಾದಳು. ಹಾಗಾಗಿ ಅವಳ ಸಾಹಿತ್ಯದ ಓದು ಅಲ್ಲಿಗೇ ನಿಂತಿತು. ನನ್ನ ತಂದೆಯೊಂದಿಗೆ ವಾಸಿಸಲು ಅವಳಿದ್ದ ದೊಡ್ಡ ಊರಿನಿಂದ ಈ ಸಣ್ಣ ಊರಿಗೆ ಬಂದಳು. ಈಗ ನಾವಿರುವ ಮನೆಯಲ್ಲಿ ಮುಂಚೆ ವಾಸಿಸುತ್ತಿದ್ದ ನನ್ನ ಚಿಕ್ಕಜ್ಜಿಯೊಬ್ಬರು ತೀರಿಕೊಂಡು ಅವರಿಗೆ ವಾರಸುದಾರರಿಲ್ಲದೆ ಈ ಮನೆ ನಮ್ಮ ಪಾಲಿಗೆ ಬಂದಿತ್ತಂತೆ. ಜರ್ಮನ್ ಭಾಷೆಯಲ್ಲಿ ಪಿಎಚ್‌ಡಿ ಮಾಡುತ್ತಿದ್ದ ನನ್ನ ತಂದೆ ದಿನವೂ ಸಣ್ಣ ಊರು ದೊಡ್ಡ ಊರುಗಳ ಮಧ್ಯೆ ಓಡಾಡುತ್ತಿದ್ದರು. ಮಾಮಾ ಮನೆಯಲ್ಲೇ ಇರುತ್ತಿದ್ದಳು. ನನ್ನ ತಂದೆ ನಮ್ಮನ್ನು ಬಿಟ್ಟುಹೋದ ನಂತರ ಸುಮಾರು ಒಂದು ವರ್ಷದವರೆಗೂ ಮಾಮಾ ಕ್ಲಾರಾಳ ಪುಸ್ತಕದಂಗಡಿಯಲ್ಲಿ ಸಹಾಯಕಿಯಾಗಿ ಕೆಲಸ ಮಾಡಿದಳು. ಅವಳಿಗೆ ಆ ಕೆಲಸ ಇಷ್ಟವಿತ್ತು. ಆದರೆ ಹಲವು ಬಾರಿ ಕುಡಿದು ಕೆಲಸಕ್ಕೆ ಹೋದುದರಿಂದ ಅಥವಾ ಕುಡಿದು ಕೆಲಸಕ್ಕೆ ಹೋಗದೆ ಮನೆಯಲ್ಲೇ ಇದ್ದುದರಿಂದ ಅವಳನ್ನು ಕೆಲಸದಿಂದ ತೆಗೆದುಹಾಕಲಾಯಿತು. ನನ್ನ ತಂದೆ ಪ್ರತೀ ತಿಂಗಳು ನೀಡುತ್ತಿದ್ದ ಜೀವನಾಂಶ, ಮಕ್ಕಳಿದ್ದ ಕುಟುಂಬಗಳಿಗೆ ಸರ್ಕಾರ ನೀಡುತ್ತಿದ್ದ ಹಣ ಮತ್ತು ನನ್ನ ದುಡಿಮೆಗಳಿಂದ ಮನೆಯನ್ನು ತೂಗಿಸಬೇಕಿತ್ತು. ನಾನು ಈಡಾಳ ಕಡೆ ನೋಡಿ ಹುಬ್ಬೇರಿಸಿದೆ. ಮಾಮಾಳ ಆ ಮಾತಿನಿಂದ ಅವಳಿಗೂ ಆಶ್ಚರ್ಯವಾಗಿತ್ತು.

ಅವಳ ಅಪ್ರಾಮಾಣಿಕ ಮಾತುಗಳು ನನಗೆ ಅಸಹ್ಯವಾಗಿದ್ದವು. ನಾನು ಮಾತಿನ ಮಧ್ಯೆ ಬಾಯಿ ಹಾಕಿ ಲೆಯೋನ್‌ನನ್ನು ಅವಳಿಂದ ದೂರಕ್ಕೆಳೆದೆ.

ನಾನು: ಈಡಾ, ನೀನು ಬಿಡಿಸಿದ ಚಿತ್ರಗಳನ್ನು ಲೆಯೋನ್ ನೋಡಬೇಕಂತೆ. ನೋಡಬಹುದಾ?

ಈಡಾ ಹೆಗಲು ಹಾರಿಸಿದಳು.

ನಾನು ಮೇಲೆದ್ದು: ನೀನೂ ಬರುವೆಯಾ?

ಈಡಾ ಇಲ್ಲವೆಂದು ತಲೆಯಾಡಿಸಿದಳು.

ಲೆಯೋನ್ ಈಡಾಳ ಚಿತ್ರಪಟದ ಮುಂದೆ ನಿಂತು ಗೋಡೆಯ ಮೇಲಿದ್ದ ಪ್ರತೀ ಚಿತ್ರವನ್ನೂ ಗಮನವಿಟ್ಟು ನೋಡಿದ. ಹತ್ತಿರ ಹೋಗಿ, ಮೂರು ಹೆಜ್ಜೆ ಹಿಂದಕ್ಕೆ ಬಂದು, ಮತ್ತೆ ತೀರಾ ಹತ್ತಿರ ಹೋಗಿ ನೋಡಿದ. ದೀಪ ಹಾಕಿ ನೋಡಿದ, ದೀಪ ಆರಿಸಿ ನೋಡಿದ. ಎಲ್ಲಾ ಚಿತ್ರಗಳನ್ನು ನೋಡಿ "ತುಂಬಾ ಚೆನ್ನಾಗಿ ಬಿಡಿಸಿದ್ದಾಳೆ, ಅವಳಿಗೆ ನಿಜವಾದ ಪ್ರತಿಭೆ ಇದೆ, ಎಲ್ಲಕ್ಕಿಂತ ಮುಖ್ಯವಾಗಿ ಒಳ್ಳೆಯ ಕಲ್ಪನಾಶಕ್ತಿಯಿದೆ" ಎಂದ. ಅವನ ಮಾತುಗಳಿಂದ ನನಗೆ ಬಹಳ ಸಂತೋಷವಾಯಿತು. ನಾನು ಅವನ ಸನಿಹ ಹೋಗಿ ನಿಂತೆ, ಅವನು ನನ್ನೆಡೆ ತಿರುಗಿ ನನ್ನ ಕಣ್ಣಲ್ಲಿ ಕಣ್ಣಿಟ್ಟು ನೋಡಿದ. ಅವನ ಮನಸ್ಸಿನಲ್ಲಿ ಏನೋ ಪ್ರಶ್ನೆಯಿದ್ದಂತಿತ್ತು, ಯಾವ ಪ್ರಶ್ನೆಯೆಂದು ನನಗೆ ತಿಳಿಯಲಿಲ್ಲ. ಯಾವ ಪ್ರಶ್ನೆಯೆಂದು ತಿಳಿದಿತ್ತು, ಆದರೆ ಅದಕ್ಕೆ ಉತ್ತರ ಗೊತ್ತಿರಲಿಲ್ಲ. ಅವನು ನನ್ನ ಕೆನ್ನೆಯ ಮೇಲೆ ಮೃದುವಾಗಿ ಕೈಯಾಡಿಸಿದ. ಅವನ ತುದಿಬೆರಳುಗಳ ಕೋಮಲ ಸ್ಪರ್ಶ ಹಿತವಾಗಿತ್ತು. ಹಿಂದಕ್ಕೆ ಸರಿಯಬೇಕು ಎನಿಸಿದರೂ ನನ್ನ ಕೆನ್ನೆಯ ಮೇಲೆ ಅವನ ಕೈಯ ಸ್ಪರ್ಶವನ್ನು ಇನ್ನಷ್ಟು ಹೊತ್ತು ಅನುಭವಿಸುವ ಆಸೆಯಿಂದ ನಾನು ಅಲುಗಾಡಲಿಲ್ಲ. ಅವನನ್ನೇ ನೋಡುತ್ತಾ ಅವನ ತುಟಿಗಳನ್ನು ಚುಂಬಿಸಿದರೆ ಹೇಗಿರಬಹುದು ಎಂದು ಮನದಲ್ಲೇ ನೆನೆದೆ. ಈ ಹಿಂದೆ ಅದೆಷ್ಟೋ ಬಾರಿ ಮಾಡಿರುವುದೇ ತಾನೇ? ನಾನೂ ಅವನ ಕೆನ್ನೆಯನ್ನು ಮೆಲ್ಲಗೆ ನೇವರಿಸಲೇ? ಅವನ ಕೈಯ ಪರಿಮಳ ಅದ್ಭುತವಾಗಿದೆ. ಟರ್ಪೆಂಟೈನ್, ಬಣ್ಣ, ನಿವಿಯಾ ಮತ್ತು ಇನ್ನೇನೋ ಹೊಸದರ ವಾಸನೆ. ಹಿಂದೆಲ್ಲಾ ಬೇರೆಯದ್ದೇ ಪರಿಮಳ ಇತ್ತು. ಅವನ ಕೈಗೆ ಟರ್ಪೆಂಟೈನ್, ಬಣ್ಣ, ನಿವಿಯಾ ಹಾಗೂ ಬೇಸಿಗೆಯ ಪರಿಮಳ ಇತ್ತು. ಟರ್ಪೆಂಟೈನ್‌ನ ಆವಿಯಿಂದ ನನ್ನ ತಲೆ ತಿರುಗಿತೋ ಏನೋ ಎಂದು ಯೋಚಿಸುತ್ತಿರುವಾಗಲೇ ಅವನು ನನ್ನ ಕೆನ್ನೆಯ ಮೇಲಿದ್ದ ಕೈ ಹಿಂದಕ್ಕೆ ಎಳೆದುಕೊಂಡ. ನಿರಾಶೆಯಿಂದ ಎಂಬಂತೆ ತಲೆಯಾಡಿಸಿ ಹಿಂದಕ್ಕೆ ಸರಿದ.

ಲೆಯೋನ್: ಈಗ ನಿನ್ನ ಸರದಿ.

ನಾನು: ಅಂದರೆ?

ಲೆಯೋನ್: ಇದುವರೆಗೂ ನಮ್ಮಿಬ್ಬರ ವಿಷಯದಲ್ಲಿ ಯಾವಾಗಲೂ ನನ್ನದೇ ಮೊದಲ ಪ್ರಯತ್ನವಾಗಿದೆ.

ನಾನು: ರೋಮ್ಯಾಂಟಿಕ್ ಟಿವಿ ಸಿರಿಯಲ್ಲುಗಳನ್ನು ತುಂಬಾ ನೋಡುತ್ತೀಯ ನೀನು.

ಅವನು ನಕ್ಕು ಪುನಃ ತಲೆಯಾಡಿಸಿದ. ಮಾತುಮಾತಿಗೂ ತಲೆಯಾಡಿಸುವುದನ್ನು ಅವನು ಎಲ್ಲಿ ಕಲಿತನೋ...

ನಾನು: ಮಾತುಮಾತಿಗೂ ತಲೆಯಾಡಿಸುವುದನ್ನು ಎಲ್ಲಿ ಕಲಿತೆ?

ಲೆಯೋನ್: ನಿನ್ನ ಬೇಕುಬೇಡಗಳ ಅರಿವು ನಿನಗೆ ಇರಲಿಲ್ಲ ಎಂದುಕೊಂಡಿದ್ದೆ, ಅದಕ್ಕೇ ನಮ್ಮಿಬ್ಬರ ಬಗ್ಗೆ ನೀನು ಯಾವುದೇ ನಿರ್ಧಾರವನ್ನೂ ಕೈಗೊಳ್ಳಲು ಹಿಂಜರಿಯುತ್ತಿದ್ದೆ. ಈಗ ನೋಡಿದರೆ ನಿನಗೆ ಏನು ಬೇಕು ಏನು ಬೇಡವೆನ್ನುವುದು ಚೆನ್ನಾಗಿಯೇ ಗೊತ್ತಿದೆ.

ನಾನು: ಲೆಯೋನ್.

ನನ್ನನ್ನು ಅವನು ಒಮ್ಮೆ ತಬ್ಬಿ ಏನೂ ಹೇಳದೆ ಹೊರಗೆ ನಡೆದ. ಅವನ ಹಿಂದೆ ಓಡಬೇಕು, ಅವನನ್ನು ಗಟ್ಟಿಯಾಗಿ ತಬ್ಬಿಕೊಳ್ಳಬೇಕು, ಅವನ ಕೈಯನ್ನು ಕ್ಷಣಗಳ ಹಿಂದೆಯಷ್ಟೇ ಇದ್ದ ರೀತಿ ಬಲವಂತವಾಗಿಯಾದರೂ ನನ್ನ ಕೆನ್ನೆಯ ಮೇಲೆ ಇರಿಸಿಕೊಳ್ಳಬೇಕು ಎಂಬೆಲ್ಲಾ ಯೋಚನೆಗಳನ್ನು ಅದುಮಿಕೊಂಡು ದಂಗುಬಡಿದವಳಂತೆ ನಿಂತುಬಿಟ್ಟೆ. ನನಗೆ ನನ್ನ ಕೆನ್ನೆಯ ಮೇಲೆ ಧಾರಾಕಾರವಾಗಿ ಸುರಿಯುತ್ತಿದ್ದ ಕಣ್ಣೀರಿನ ಉಪ್ಪಿನ ರುಚಿಯ ಅರಿವಾಯಿತು. ಅದೇ ಕಣ್ಣೀರು ಟರ್ಪೆಂಟೈನ್, ಬಣ್ಣ, ನಿವಿಯಾ ಹಾಗೂ ಬೇಸಿಗೆಯ ಪರಿಮಳಗಳನ್ನು ತೊಳೆದುಹಾಕಿತು. ಅವನು ಊರಿನಿಂದ ಬರ್ಲಿನ್‌ಗೆ ವಾಪಸ್ ಹೋದಾಗ ನಾವು ಹೇಳಿಕೊಳ್ಳುವ ಚಿಕ್ಕ ತಾತ್ಕಾಲಿಕ ವಿದಾಯಗಳಿಗಿಂತ ಆಗ ನಡೆದದ್ದು ದೊಡ್ಡದು ಎನಿಸಿತು. ನಮ್ಮಿಬ್ಬರ ನಡುವೆ ಪ್ರಣಯ ಆರಂಭವಾಗಿದ್ದೂ ವಿದಾಯದಿಂದಲೇ. ಒಮ್ಮೆ ಅವನು ಬೇಸಿಗೆ ರಜೆಗೆ ಮನೆಗೆ ಬಂದಿದ್ದ. ಅದೇ ವರ್ಷ ಮಾರ್ಲೀನ ಥೈಲ್ಯಾಂಡಿಗೆ ಹೋಗಿದ್ದಳು. ಅವನು ಒಂದು ದಿನ ಸಂಜೆ ಕರೆ ಮಾಡಿ ಅವನ ಅಪ್ಪ ಅಮ್ಮನ ಬಗೆಗಿದ್ದ ಬೇಸರವನ್ನು ನನ್ನಲ್ಲಿ ತೋಡಿಕೊಂಡ. ಮನೆಗೆ ಅವನಂತಹ ಮುಖ್ಯವಾದ ಅತಿಥಿ ಬಂದಿದ್ದರೂ ಸಹ ಅವನ ಅಪ್ಪ ಅಮ್ಮ ಅವನೊಬ್ಬನನ್ನೇ ಮನೆಯಲ್ಲಿ ಬಿಟ್ಟು ಯಾವುದೋ ಮದುವೆಗೆ ಹೋಗಿದ್ದರಂತೆ. ಆ ದೊಡ್ಡ ಮನೆಯಲ್ಲಿ ಒಬ್ಬನೇ ಇರುವುದಕ್ಕೆ ಭಯವೆಂದು ನನ್ನನ್ನೂ ಬಂದು ಇರುವಂತೆ ಕೇಳಿಕೊಂಡ. ನಾನು ಒಪ್ಪಿದೆ. ಮೊದಲ ಕೆಲವು ಭೇಟಿಗಳು ಅತ್ಯಂತ ರೋಮಾಂಚನಕಾರಿಯಾಗಿದ್ದವು. ಸುತ್ತಲಿನ ವಾತಾವರಣದಲ್ಲಿ ಒಂದು ರೀತಿಯ ಉದ್ವೇಗ ಏರ್ಪಟ್ಟಿತ್ತು. ನಾನು ಅವನನ್ನು ಪ್ರೀತಿಸುತ್ತಿದ್ದೇನೆ ಎಂದು ನನಗೆ ಖಾತ್ರಿಯಾಗಿತ್ತು. ಅವನು ನನ್ನ ಕಣ್ಣಲ್ಲಿ ಕಣ್ಣಿಟ್ಟು ನೋಡುತ್ತಿದ್ದುದು ನನ್ನನ್ನು ತಳಮಳಗೊಳಿಸುತ್ತಿತ್ತು. ಅವನು ಬರ್ಲಿನ್‌ಗೆ ಹಿಂದಿರುಗುವ ಹಿಂದಿನ ರಾತ್ರಿಯಂದು ಜೊತೆಗೆ ಮಲಗಿದೆವು. ಅಂದಿನಿಂದ ಅವನು ತನ್ನ ಗುಳಿಕೆನ್ನೆಯ ಮುಗುಳ್ನಗೆ ಬೀರುತ್ತಾ "ಮುಂದಿನ ಬಾರಿ ಸಿಗೋಣ" ಎಂದು ಹೇಳಿ ಹೋಗುತ್ತಿದ್ದ. ನಾನು ಅವನಿಂದ ಕ್ರಮೇಣ ದೂರ ಸರಿದಾಗ ಅವನು "ಮುಂದಿನ ಬಾರಿ ಸಿಗೋಣ" ಎಂಬ ಪದಗಳ ಕೊನೆಯಲ್ಲಿ ಪ್ರಶ್ನಾರ್ಥಕ ಚಿಹ್ನೆಯನ್ನು ಸೇರಿಸುತ್ತಿದ್ದ.

ಈ ಬಾರಿ "ಮುಂದಿನ ಬಾರಿ ಸಿಗೋಣ" ಎಂಬ ಪದಗಳೂ ಇಲ್ಲ, ಪ್ರಶ್ನಾರ್ಥಕ ಚಿಹ್ನೆಯೂ ಇಲ್ಲ. ಅದೊಂದು ಮುಗಿದ ಅಧ್ಯಾಯದ ಹಾಗೆ ಭಾಸವಾಯಿತು. ನನ್ನ ಊಹೆ ಸರಿಯಾಗಿತ್ತು. ವಿದಾಯ ಹೇಳುವುದರಲ್ಲಿ ನಾನು ಪ್ರವೀಣೆ. ಎಲ್ಲರೂ ನನ್ನನ್ನು ಬಿಟ್ಟುಹೋದವರೇ. ಒಬ್ಬ ತಾಯಿಯನ್ನು ಮಕ್ಕಳು ಒಬ್ಬರಾದ ಮೇಲೆ ಒಬ್ಬರಂತೆ ಬಿಟ್ಟು, ಜಗತ್ತಿನೆಲ್ಲೆಡೆ ಹಾರಿಹೋಗಿ, ದೊಡ್ಡವರಾಗಿ ನಂತರ ಮೊಮ್ಮಕ್ಕಳನ್ನು ಪಡೆದು ಮನೆಗೆ ಮರಳಿದಾಗ ಯಾವ ಮೊಮ್ಮಕ್ಕಳು ಈಗ ಯಾವ ಊರಿನಲ್ಲಿದ್ದಾರೋ ತಿಳಿಯದಂತಹ ಅಜ್ಜಿ ನಾನು. ನಿಜ ಹೇಳಬೇಕೆಂದರೆ ನನ್ನನ್ನು ಮೊದಲು ಬಿಟ್ಟುಹೋಗಿದ್ದು ನನ್ನ ಅಪ್ಪ. ನಂತರ ಲೆಯೋನ್. ಶಾಲೆಯ ನಂತರ ಮಾರ್ಲೀನ ತಿಂಗಳುಗಟ್ಟಲೆ ನನ್ನನ್ನು ಬಿಟ್ಟು ಥೈಲ್ಯಾಂಡಿಗೆ ಹೋದಳು, ಅವಳಂತೆಯೇ ನಮ್ಮ ಕ್ಲಾಸಿನಲ್ಲಿದ್ದ ಹಲವಾರು ಜನ ಬ್ಯಾಕ್‌ಪ್ಯಾಕಿಂಗ್ ಎಂದು ಆಸ್ಟ್ರೇಲಿಯಾ, ಕೆನಡಾ ಇತ್ಯಾದಿ ದೂರದ ದೇಶಗಳಿಗೆ ಹೋದರು. ಇನ್ನೂ ಕೆಲವರು ಬೇರೆಬೇರೆ ಊರಿನ ಕಾಲೇಜುಗಳಲ್ಲಿ ಓದಲು ಹೊರಟುಹೋದರು. ಕೆಲವೇ ಕೆಲವರು ಊರಿನಲ್ಲಿ ಉಳಿದರು. ಅವರೊಂದಿಗೆ ನನ್ನ ಗೆಳೆತನ

ಅಷ್ಟು ಬೆಳೆದಿರಲಿಲ್ಲ. ಒಂದು ವರ್ಷದ ನಂತರ ಮಾರ್ಲೇನ ಮರಳಿ ಬಂದಳು. ನಂತರ ಈವಾನ್ ಹೊರಟುಹೋದ. ಈವಾನ್ ಇಲ್ಲದೆಯೇ ಮಾರ್ಲೇನ ಆಮ್‌ಸ್ಟರ್‌ಡಾಮ್‌ಗೆ ಹೋದಳು. ನಾನು ಆಗಲೂ ಇಲ್ಲಿಯೇ ಇದ್ದೆ. ಶಾಲೆಯು ಮುಗಿದು ಆರು ವರ್ಷಗಳಾದರೂ ನಾನು ಇದೇ ಊರಿನಲ್ಲಿ ಇದ್ದೆ. ನನ್ನ ಗೆಳೆಯ ಗೆಳತಿಯರೆಲ್ಲರೂ ದೂರದೂರುಗಳಿಗೆ, ಪ್ರವಾಸಗಳಿಗೆ ಹೋದರು. ಒಬ್ಬ ಗೆಳೆಯನಂತೂ ಬರಲಾರದಷ್ಟು ದೂರ ಹೊರಟುಹೋದ. ಈ ಆರು ವರ್ಷಗಳಲ್ಲಿ ಇಲ್ಲೇ ಕೆಲಸ ಮಾಡಿದೆ. ಕಾಲೇಜಿನಲ್ಲಿ ಓದಿದೆ, ಈಡಾಳನ್ನು ಬೆಳೆಸಿ ದೊಡ್ಡವಳನ್ನಾಗಿ ಮಾಡಿದೆ, ಪ್ರತೀ ಬಾರಿ ಮಾರ್ಲೇನ ಅಥವಾ ಲೆಯೋನ್ ಊರಿಗೆ ಬರುವುದನ್ನೇ ಕಾಯುತ್ತಿದ್ದೆ, ಅಜ್ಜಿಯ ಹಾಗೆ.

ಈಡಾ: ಯಾಕೆ ಅಳುತ್ತಿರುವೆ ಟಿಲ್ಡಾ?

ಈಡಾ ನನ್ನೆದುರಿಗೆ ನಿಂತು ನನ್ನ ಕೈ ಹಿಡಿದಳು. ನಾನಿನ್ನೂ ಅವಳ ಕೋಣೆಯಲ್ಲೇ ಇದ್ದೆ.

ನಾನು: ನಾನೇನೂ ಅಳುತ್ತಿಲ್ಲ.

ಕತ್ತು ಬಗ್ಗಿಸಿ ಈಡಾಳನ್ನು ನೋಡಿದೆ. ಅವಳು ನನ್ನ ಲ್ಯಾವೆಂಡರ್ ಬಣ್ಣದ ಸ್ವೆಟರ್ ಧರಿಸಿ ನನ್ನನ್ನು ಕತ್ತೆತ್ತಿ ನೋಡುತ್ತಿದ್ದಳು. ಏನೋ ಹೇಳಲು ಹೋಗಿ ಏನು ಹೇಳಬೇಕೋ ತೋಚದೆ ಬಾಯಿಯನ್ನು ತೆರೆದು ಮುಚ್ಚಿ ಮಾಡುತ್ತಿದ್ದಳು. ಅವಳು ಗಾಢವಾಗಿ ಯೋಚಿಸುತ್ತಿದ್ದಾಗ ಅವಳ ಹುಬ್ಬುಗಳ ನಡುವೆ ಸಣ್ಣ ಸುಕ್ಕು ಮೂಡುತ್ತದೆ.

ಈಡಾ: ನಾನೂ ಅಳುತ್ತಿಲ್ಲ.

ಇಂತಹ ಅತ್ಯಮೂಲ್ಯ ಕ್ಷಣಗಳಿಗೆ ಬೆಲೆ ಕಟ್ಟಲು ಸಾಧ್ಯವಿಲ್ಲ. ಇಂತಹ ಕ್ಷಣಗಳು, ನನ್ನ ನಿರ್ಧಾರಗಳಿಂದಾಗಿ ನನಗೆ ಕಿಂಚಿತ್ತೂ ಪಶ್ಚಾತ್ತಾಪವಿಲ್ಲ ಎಂದು ನೆನಪಿಸುತ್ತದೆ. ನಾನು ಜೋರಾಗಿ ನಕ್ಕೆ, ಈಡಾ ಮುಗುಳ್ನಕ್ಕಳು. ಅವಳಿಗೆ ನಾನು ಅಳು ನಿಲ್ಲಿಸಿದ್ದನ್ನು ಕಂಡು ಸಂತೋಷವಾಗಿರಬೇಕು. ಆದರೂ ನಾನು ಒಳಗೊಳಗೇ ಅಳುತ್ತಿದ್ದೆ, ನಗುತ್ತಿದ್ದೆ ಕೂಡ. ಏಕೆಂದರೆ ನನಗಾಗಿ ಈಡಾ ಇರುವಳು, ಈಡಾಳಿಗಾಗಿ ನಾನು ಇರುವೆ.

■

ಮನೆಯ ಜವಾಬ್ದಾರಿಯ ಹಿಡಿತವನ್ನು ಕೊಂಚ ಸಡಿಲಿಸುವ ಧೈರ್ಯ ಬಂದಿತು. ಅವಳು 13 ದಿನಗಳಿಂದ ಕುಡಿದಿರಲಿಲ್ಲ, ಪ್ರತೀ ಸಂಜೆ ಊಟ ಸಿದ್ಧವಿರುತ್ತಿತ್ತು. ಪ್ರತೀ ರಾತ್ರಿ ಮನೆಗೆ ಹೋಗುವಾಗ ಅಂದು ಯಾವ ಅನಾಹುತ ನಡೆಯುವುದೋ ಎಂಬ ಕುತೂಹಲದಿಂದಲೇ ಓಡಿ ಹೋಗುತ್ತಿದ್ದೆ, ಊಟದ ಸಿದ್ಧತೆ ಎಂದು ನಿಂತೀತು ಎಂಬ ಭಯದೊಂದಿಗೆ ಓಡಿಹೋಗುತ್ತಿದ್ದೆ. ಆದರೆ ಪ್ರತೀ ರಾತ್ರಿ ಗುಲಾಬಿ ವಿನ್ಯಾಸದಲ್ಲಿ ಕತ್ತರಿಸಿದ ಕೆಂಪು ಗುಂಡುಮೂಲಂಗಿಯನ್ನು ನೋಡುತ್ತಲೇ ಹೊಟ್ಟೆಯಲ್ಲಿ ಸಂತೋಷದ ಅನುಭವವಾಗುತ್ತಿತ್ತು. ಅವು ನಮಗೆ ಅಷ್ಟೇನೂ ರುಚಿಸದಿದ್ದರೂ ನೋಡಲು ಸುಂದರವಾಗಿರುತ್ತಿದ್ದವು, ಹಾಗಾಗಿ ಕಹಿ ಗುಲಾಬಿಯೊಂದನ್ನು ಬಾಯಿಗೆ ತುರುಕಿಕೊಂಡೆ. ಬಾಗಿಲ ಹಿಂದಿದ್ದ ಮೊಳೆಯ ಮೇಲೆ “ಕ್ಲಾರಾಳ ಪುಸ್ತಕದಂಗಡಿ” ಎಂದು ಬರೆದ ಗೋಣಿತಾಟು ನೇತಾಡುತ್ತಿತ್ತು, ಒಳಗೆ ಖಾಲಿ ನುಟೆಲ್ಲಾ ಬಾಟಲಿ ಅಷ್ಟೇ. ನಡುನಡುವೆ ಮಾಮಾಳ ಪರಿಸ್ಥಿತಿ ಸುಧಾರಿಸಿದ ಉದಾಹರಣೆಗಳು ಇವೆಯಾದರೂ ಈ

ಹಂತವನ್ನು ಎಂದಿಗೂ ತಲುಪಿರಲಿಲ್ಲ. ಮಾಮಾ ಇಷ್ಟೊಂದು ಚಟುವಟಿಕೆಯಿಂದ ಸುಮಾರು ಎರಡು ವಾರಗಳನ್ನು ಕಳೆದದ್ದು ಆಶ್ಚರ್ಯಕರ. ಈ ಹಂತ ಎಂದಿಗೆ ಹೇಗೆ ಕೊನೆಗೊಳ್ಳುವುದೋ ಎಂದು ಊಹೆ ಮಾಡುವುದನ್ನು ನಾನೇ ನಿರ್ಬಂಧಿಸಿಕೊಂಡಿದ್ದೆ.

ಸಾಮಾನ್ಯವಾಗಿ ಅವಳು ಕಡಿಮೆ ಕುಡಿದ ದಿನಗಳಂದು ನಮ್ಮಿಬ್ಬರನ್ನೂ ಬಳಿ ಕೂರಿಸಿಕೊಂಡು ಈಡಾಳ ಶಾಲೆಯ ಬಗ್ಗೆ ವಿಚಾರಿಸುವಳು. ಮರುಕ್ಷಣವೇ ಜಾದು, ಹಳೇ ಚಾಳಿ ವಾಪಸ್. ಇಷ್ಟೊಂದು ಚಟುವಟಿಕೆ ತುಂಬಿದ ದಿನಗಳನ್ನು ಕಂಡು ಮುಂದೇನೋ ಕಾದಿದೆ ಎಂಬ ಅರಿವು ನನಗಿದ್ದರೂ ಸಹ; ನಾವು ಭರ್ಜರಿ ಸಂಜೆಯೂಟ ಮಾಡುವ ಕುಟುಂಬವಲ್ಲದಿದ್ದರೂ ಸಹ; ಮುಂದಿನ ದಿನಗಳ ಬಗ್ಗೆ ಕನಸು ಕಾಣುವ ಹಕ್ಕು ಎಲ್ಲರಂತೆ ನನಗೂ ಇರಲಿಲ್ಲವೇ? ಸಂಜೆ ಜೊತೆಗೆ ಕುಳಿತಾಗ ಅಂದು ಏನೆಲ್ಲಾ ನಡೆಯಿತು ಎಂದು ಮಾಮಾ ವಿವರಿಸಿದಳು. ಅವಳು ಉದ್ಯೋಗ ಇಲಾಖೆಯ ಕಚೇರಿಗೆ ಹೋಗಿದ್ದಳು, ಸಾಮಾನು ಕೊಳ್ಳಲು ಸೂಪರ್‌ಮಾರ್ಕೆಟ್‌ಗೆ ಹೋಗಿದ್ದಳು, ಕೆಫೆಯೊಂದರಲ್ಲಿ ಕೆಲಸಕ್ಕಾಗಿ ಸಂದರ್ಶನಕ್ಕೆ ಹೋಗಿದ್ದಳು, ರೆಸ್ಟೋರೆಂಟ್ ಒಂದರಲ್ಲಿ ಸಂದರ್ಶನಕ್ಕೆ ಹೋಗಿದ್ದಳು, ತನ್ನ ಬಟ್ಟೆಯ ಕಪಾಟನ್ನು ಸ್ವಚ್ಛಗೊಳಿಸಿದ್ದಳು. ನನಗೂ ಈಡಾಳಿಗೂ ಪ್ರಶ್ನೆಗಳನ್ನು ಕೇಳಿದಳು.

ಮೊದಲ ಕೆಲವು ಪ್ರಶ್ನೆಗಳಿಗೆ ನಾವು ಹೂಂ, ಉಹೂಂ, ಸರಿ ಇತ್ಯಾದಿ ಎರಡಕ್ಷರದ ಉತ್ತರಗಳನ್ನು ನೀಡಿದೆವು. ಈಡಾಳಿಗೆ ಧೈರ್ಯ ಬಂದಿತ್ತು. ನಿನ್ನೆ ಅವಳು ನಾಲ್ಕನೇ ಕ್ಲಾಸಿನಲ್ಲಿ ಕಡೆಯ ದಿನ ನಡೆದ ಘಟನೆಯೊಂದನ್ನು ವಿವರಿಸಿದಳು. ಅವಳ ಸಹಪಾಠಿ ನಡೀನ ಎಂಬುವಳು ಜಿಮ್ನ್ಯಾಸ್ಟಿಕ್ ಸಮಯದಲ್ಲಿ ಗೋಡೆ ಹಾರುವ ಅಭ್ಯಾಸ ಮಾಡುವಾಗ ಗೂಳಿಯಂತೆ ಗುಟುರು ಹಾಕಿ, ಜೋರಾಗಿ ಅಡ್ಡಾದಿಡ್ಡಿ ಓಡಿ ತಾತ್ಕಾಲಿಕ ತಡೆಗೋಡೆಯ ಮೇಲೆ ಹಾರುವ ಬದಲು ಅದಕ್ಕೆ ಡಿಕ್ಕಿ ಹೊಡೆದು ಕೆಳಗೆ ಬಿದ್ದಳಂತೆ, ತಡೆಗೋಡೆ ಅವಳ ಮೇಲೆ ಬಿದ್ದಿತಂತೆ. ಅಲ್ಲಿ ನೆರೆದವರೆಲ್ಲರಿಗೂ ಅವಳ ಶಕ್ತಿಪ್ರದರ್ಶನವನ್ನು ಕಂಡು ಬಾಯಿ ಕಟ್ಟಿಹೋಗಿತ್ತು, ಒಬ್ಬರೂ ನಗಲಿಲ್ಲವಂತೆ. ನಗುವ ಧೈರ್ಯ ಮಾಡಿದ ಕಾರ್ಲೋ ಒಬ್ಬನಿಗೆ ನಡೀನ ಶಾಲೆಯ ನಂತರ ಹಿಡಿದು ಹೊಟ್ಟೆಗೆ ಗುದ್ದಿದಳಂತೆ. ನಡೀನ ಎಲ್ಲಾ ರೀತಿಯಿಂದಲೂ ಸಿಕ್ಕಾಪಟ್ಟೆ ಬಲಶಾಲಿಯಂತೆ. ಈ ಕತೆಯನ್ನು ಕೇಳಿದ ಮಾಮಾಳಿಗೂ ನನಗೂ ನಡೀನಳ ಶಕ್ತಿಯನ್ನು ಕಂಡು ನಗುವ ಧೈರ್ಯ ಬರಲಿಲ್ಲ.

ರಾತ್ರಿ ಮಲಗಿ ನಿದ್ದೆ ಬರುವವರೆಗೂ ಬರ್ಲಿನ್‌ನಲ್ಲಿ ನನ್ನ ಜೀವನ ಹೇಗೆ ಇರಬಹುದು ಎಂದು ಕಲ್ಪಿಸಿಕೊಳ್ಳತೊಡಗಿದೆ.

■

ಮರುದಿನ ಮುಂಜಾನೆ ನಾವು ಮನೆಯಿಂದ ಹೊರಬಿದ್ದಾಗ ಆಕಾಶ ಕಡುನೇರಳೆ ಬಣ್ಣ ತಾಳಿತ್ತು. ಜೋರಾಗಿ ಬೀಸುವ ಗಾಳಿಯು ಮಳೆಯ ಮುನ್ಸೂಚನೆಯನ್ನು ನೀಡುತ್ತಿತ್ತು. ಅಂದು ಈಡಾಳ ಪ್ರೈಮರಿ ಶಾಲೆಯ ಕೊನೆಯ ದಿನ. ಮುಂದಿನ ಕ್ಲಾಸುಗಳಿಗೆ ಬೇರೆ ಶಾಲೆಗೆ ಹೋಗಬೇಕು. ಸಾಮಾನ್ಯವಾಗಿ ಶಾಲೆಯ ಕೊನೆಯ ದಿನದಂದು ಮನೆಯವರು ಮಕ್ಕಳಿಗೆ ಒಳ್ಳೆಯ ಮಾತುಗಳನ್ನು ಹೇಳಿ ಶುಭ ಕೋರುವ ಸಂಪ್ರದಾಯವಿದೆ. ಅಂತಹ ಸಂದರ್ಭಕ್ಕೆ

ತಕ್ಕ ಮಾತುಗಳು ನನಗೆ ಒಂದೂ ಹೊಳೆಯಲಿಲ್ಲ.

ನಾನು: ಹೊಸ ಶಾಲೆಗೆ ಹೋಗಲು ಉತ್ಸುಕಳಾಗಿದ್ದೀಯಾ?

ಈಡಾ ನನ್ನ ಪ್ರಶ್ನೆಗೆ ಹೆಗಲು ಹಾರಿಸಿ ಉತ್ತರಿಸಿದಳು. ನಾನು ನಡೆಹಾದಿಯ ಮೇಲೆ ನಡೆಯುತ್ತಿದ್ದೆ, ಅವಳು ನಡೆಹಾದಿಯ ಅಂಚಿನ ತಡೆಗಲ್ಲುಗಳ ಮೇಲೆ ಏಕಾಗ್ರತೆಯಿಂದ ನಡೆಯುತ್ತಿದ್ದಳು. ವೇಗ ಹೆಚ್ಚಿಸಿ ನನ್ನ ಸಮಕ್ಕೆ ನಡೆಯತೊಡಗಿದಳು.

ಈಡಾ: ಟಿಲ್ಡಾ?

ನಾನು: ಹೂಂ?

ಈಡಾ: ನೀನು ಲೆಯೋನ್‌ನನ್ನು ಪ್ರೀತಿಸುತ್ತಿದ್ದೀಯಾ?

ನಾನು: ಇಲ್ಲ, ಹಾಗೇನಿಲ್ಲ. ನೀನು?

ಈಡಾ (ಕಿಸಕ್ಕನೆ ನಕ್ಕು): ಇಲ್ಲ.

ನಾನು: ಈಡಾ?

ಈಡಾ: ಹೂಂ?

ನಾನು: ಲೆಯೋನ್ ನೀನು ಬಿಡಿಸಿದ ಚಿತ್ರಗಳನ್ನು ನೋಡಿ ಬಹಳ ಮೆಚ್ಚಿಕೊಂಡ. ನಿನ್ನಲ್ಲಿರುವ ಪ್ರತಿಭೆ ಮತ್ತು ಕಲ್ಪನಾಶಕ್ತಿಗಳನ್ನು ಕೊಂಡಾಡಿದ.

ಅವಳು ನೆಲವನ್ನು ನೋಡುತ್ತ ಮುನ್ನಡೆದಳು.

ನಾನು: ಇದನ್ನು ಹೀಗೇ ಮುಂದುವರೆಸು. ನಿನ್ನ ಭಾವನೆಗಳನ್ನು ವ್ಯಕ್ತಪಡಿಸಲು ಒಳ್ಳೆ ಮಾಧ್ಯಮವೊಂದನ್ನು ಕಂಡುಕೊಂಡಿರುವೆ. ಮಾಮಾಳ ಉಪಟಳಗಳಿಂದ ಮನಸ್ಸನ್ನು ಬೇರೆಡೆ ತಿರುಗಿಸಲು ಇದೊಂದು ಒಳ್ಳೆಯ ಮಾರ್ಗ.

ಈಡಾ ಅರ್ಥವಾಯಿತೆಂದು ತಲೆಯಾಡಿಸಿದಳು.

ನಾನು: ಯೋಚಿಸಬೇಡ, ಎಲ್ಲವನ್ನೂ ಸರಿಮಾಡೋಣ.

ಈಡಾಳಿಗೆ ಈ ಸಂಭಾಷಣೆಯಲ್ಲಿ ಎಳ್ಳಷ್ಟೂ ಆಸಕ್ತಿಯಿದ್ದಂತೆ ತೋರಲಿಲ್ಲ. ಅವಳು ನಡಿಗೆಯ ವೇಗವನ್ನು ಹೆಚ್ಚಿಸಿ ನನ್ನನ್ನು ಹಿಂದಿಕ್ಕಿ ಮತ್ತೆ ತಡೆಗಲ್ಲುಗಳ ಮೇಲೆ ಸಮತೋಲನದ ಹೆಜ್ಜೆಗಳನ್ನು ಇಡತೊಡಗಿದಳು.

ಈಡಾ: ಒಂದೂರಿನಲ್ಲಿ ಒಬ್ಬಳು ವೀರಯುವತಿ ಇದ್ದಳು. ಅವಳ ಹೆಸರು ಟಿಲ್ಡಾ. ಸುತ್ತೂರಿಗೆಲ್ಲಾ ಅವಳೇ ಪರಮ ಸುಂದರಿ ಹಾಗೂ ಅತ್ಯಂತ ಬಲಿಷ್ಠೆಯಾಗಿದ್ದಳು. ಅಕ್ಕಪಕ್ಕದ ಊರಿನ ರಾಜಕುಮಾರರು ಸೇರಿದಂತೆ ಎಲ್ಲಾ ವೀರಯುವಕರು ಅವಳ ಮನಸ್ಸನ್ನು ಗೆಲ್ಲಲು ತವಕಿಸುತ್ತಿದ್ದರು. ಅವರುಗಳಲ್ಲಿ ಒಬ್ಬ ರಾಜಕುಮಾರನ ಹೆಸರು ಲೆಯೋನ್. ಲೆಯೋನ್‌ನ

ಮೇಲೆ ಅವಳಿಗೆ ಪ್ರೀತಿ ಇರಲಿಲ್ಲ ಎಂದು ಟಿಲ್ಡಾ ನಂಬಿದ್ದಳು. ರಾಜ್ಯದಲ್ಲಿ ಇದ್ದಕ್ಕಿದಂತೆ ಒಬ್ಬ ಏಕಾಂಗಿ ನಾವಿಕನ ದಿಢೀರ್ ಪ್ರವೇಶವಾಯಿತು. ಅವನು ಎಲ್ಲಿಂದ ಬಂದನೆಂದು ಯಾರಿಗೂ ತಿಳಿಯಲಿಲ್ಲ. ಅವನ ಕಣ್ಣುಗಳು ಮಾತ್ರ ಅತ್ಯಂತ ಶೋಕಭರಿತವಾಗಿದ್ದವು. ಅವನ ಕಣ್ಣುಗಳನ್ನು ನೋಡಿದ ಟಿಲ್ಡಾ…

ಸಾಕು. ಈ ರೀತಿಯ ತರಲೆ ಯೋಚನೆಗಳು ಇನ್ನೆಷ್ಟು ಇವೆಯೋ ಈ ಪುಟ್ಟ ತಲೆಯಲ್ಲಿ? ನಾನು ನನ್ನ ನಡಿಗೆಯ ವೇಗವನ್ನು ಹೆಚ್ಚಿಸಿ ಅವಳನ್ನು ಹಿಂದಿಕ್ಕಿದೆ.

ನಾನು: …. ತುಂಬಾ ಶೋಕ. ಅವಳಿಗೆ ಹೊರಜಗತ್ತಿನ ರಾಕ್ಷಸ ರಾಕ್ಷಸಿಯರ ಜೊತೆ ಹೋರಾಡಿ ಸಾಕಾಗಿಹೋಗಿತ್ತು. ಹಾಗಾಗಿ ಅವಳು ಆ ನಾವಿಕನನ್ನು ನಿರ್ಲಕ್ಷಿಸಿದಳು. ಹಾಗೆಯೇ ಎಲ್ಲಾ ಹುಡುಗರನ್ನೂ ನಿರ್ಲಕ್ಷಿಸಿ ತನಗೆ ಪ್ರಿಯವಾದ ಗಣಿತಕ್ಕೆ ಮಾತ್ರ ಪ್ರೀತಿ ಗಮನಗಳನ್ನು ನೀಡಲು ನಿರ್ಧರಿಸಿದಳು.

ಈಡಾ ನನ್ನನ್ನು ಹಿಂದಿಕ್ಕಿದಳು.

ಈಡಾ: ಸಂಜೆ ಅವಳು ಸಮುದ್ರಕ್ಕೆ ಈಜಲು ಹೋದಾಗ ಆ ನಾವಿಕ ಸಹ ಅಲ್ಲಿಗೆ ಬರುತ್ತಿದ್ದ. ಅವನಿಗೆ ವೀರಯುವತಿ ಟಿಲ್ಡಾಳಿಗಿಂತ ಚೆನ್ನಾಗಿ ಈಜು ಬರುತ್ತಿತ್ತು. ವೀರಯುವತಿಯು ಅವನು ಈಜುವುದನ್ನು ದಿನವೂ ಎವೆಯಿಕ್ಕದೆ ನೋಡುತ್ತಿದ್ದಳು.

ಆಹಾ, ಮಾತಿನ ಮಲ್ಲಿ. ನಾನು ಅವಳನ್ನು ಹಿಂದಿಕ್ಕಿದೆ.

ನಾನು: ಒಂದು ದಿನ ನಾವಿಕನು ಹೇಗೆ ಬಂದಿದ್ದನೋ ಹಾಗೇ ಹಠಾತ್ತನೆ ಮಾಯವಾದನು, ಟಿಲ್ಡಾ ಗಣಿತಶಾಸ್ತ್ರದಲ್ಲಿ ಉನ್ನತ ಸಾಧನೆಯನ್ನು ಮಾಡಿದಳು, ಕೆಲಸಕ್ಕೆ ಬಾರದ ಅವಳ ಮನೆಯ ಪುಟ್ಟ ಆಳು ಕಲಾವಿದೆಯಾದಳು. ಇಬ್ಬರೂ ಕೂಡಿ ಸಮುದ್ರತೀರದಲ್ಲಿ ಪುಟ್ಟ ಗುಡಿಸಲೊಂದನ್ನು ಕಟ್ಟಿಕೊಂಡು ದಿನವಿಡೀ ಲೆಕ್ಕ ಬಿಡಿಸಿ, ಚಿತ್ರ ಬಿಡಿಸಿ, ನೀರಿನಲ್ಲಿ ಆಟವಾಡಿಕೊಂಡಿದ್ದರು. ಅವರನ್ನೂ ಬದುಕಿದ್ದರೆ….

ಈಡಾ ನನ್ನನ್ನು ಹಿಂದಿಕ್ಕಿದಳು.

ಈಡಾ: ….ಇನ್ನೂ ಲೆಕ್ಕ ಮಾಡುತ್ತಾ ಚಿತ್ರ ಬಿಡಿಸುತ್ತಾ ಇರುತ್ತಾರೆ. ದಿನಾ ರಾತ್ರಿ ಟಿಲ್ಡಾಳಿಗೆ ಆ ನಾವಿಕನ ಶೋಕಭರಿತ ಕಣ್ಣುಗಳು ಕನಸಿನಲ್ಲಿ ಬರುತ್ತವೆ.

ನಾವು ಅವಳ ಶಾಲೆಯ ಮುಂದೆ ನಿಂತಿದ್ದೆವು. ಅವಳೇ ಗೆದ್ದಿದ್ದಳು.

ನಾನು: ಐದು ಗಂಟೆಗೆ ಮುಂಚೆ ಮಳೆ ಬಂದರೆ ಈಜುಕೊಳಕ್ಕೆ ಹೋಗೋಣ. ಐದಕ್ಕೆ ಇನ್ನೂ ಮಳೆಯಾಗದಿದ್ದು ವಾತಾವರಣದಲ್ಲಿ ತೇವಾಂಶ ಜಾಸ್ತಿಯಿದ್ದರೆ ಇಂದು ಹೋಗುವುದು ಬೇಡ. ಸರಿಯಾ?

ಈಡಾ: ಸರಿ.

ಅವಳು ಶಾಲೆಯ ಬಾಗಿಲವರೆಗೆ ಹೋಗಿ, ನಿಂತು, ಹಿಂದಕ್ಕೆ ನನ್ನೆಡೆ ತಿರುಗಿ ನೋಡಿ ಅಮೋಘವಾದ ಮುಗುಳ್ನಗೆಯನ್ನು ಬೀರಿದಳು. ನನಗೆ ಸಂತೋಷ ಉಕ್ಕಿಬಂತು. ಇವಳೇ, ನನ್ನ ಪುಟ್ಟ ತಂಗಿ ಈಡಾ.

ಸಂಜೆ ಐದು ಗಂಟೆಯಾದರೂ ಮಳೆಯ ಸುಳಿವು ಇರಲಿಲ್ಲ, ಹಾಗಾಗಿ ನಾನು ಇನ್ನೂ ಸ್ವಲ್ಪ ಹೊತ್ತು ಲೈಬ್ರರಿಯಲ್ಲೇ ಇರಲು ನಿರ್ಧರಿಸಿದೆ.

ಅಷ್ಟರಲ್ಲಿ ಆಕಾಶ ಕಪ್ಪುಗಟ್ಟಿತು, ದೂರದಲ್ಲೆಲ್ಲೋ ಗುಡುಗಿತು, ಶಕುನ ಹೇಳುವ ಗಾಳಿ ಜೋರಾಗಿ ಬೀಸಿತು. ಮಳೆ ಬಂದು ನಿಲ್ಲುವವರೆಗೂ ಕಾಯಬೇಕು ಅಂದುಕೊಡಿದ್ದ ನಾನು ಏಳು ಗಂಟೆಯಾದರೂ ಗುಡುಗು ಮಿಂಚುಗಳು ನಿಲ್ಲದ್ದನ್ನು ನೋಡಿ ಬ್ಯಾಗಿನಲ್ಲಿ ನನ್ನ ವಸ್ತುಗಳನ್ನು ತುಂಬಿಕೊಂಡು ಹೊರಡಲು ಸಿದ್ಧಳಾದೆ. ಕಟ್ಟಡದ ಹೊರಕ್ಕೆ ಎರಡು ಹೆಜ್ಜೆಯಿಡುವುದರೊಳಗೆ ಹನಿಮಳೆ ಶುರುವಾಯಿತು. ಗುಡುಗೊಂದು ಕಾಲಡಿಯ ನೆಲವನ್ನು ನಡುಗಿಸಿತು, ಕಣ್ಣು ಮುಚ್ಚಿ ಬಿಡುವುದರೊಳಗೆ ಎರಡು ಉದ್ದವಾದ ಮಿಂಚಿನ ಬಳ್ಳಿಗಳು ಫಳ್ಳನೆ ಕಣ್ಣೆದುರಿಗೆ ಹೊಳೆದು ಮಾಯವಾದವು. ಫ಼ಕ್. ಮೂರು ನಿಮಿಷದ ಕಾಲ್ನಡಿಗೆಯಷ್ಟು ದೂರದಲ್ಲಿದ್ದ ಟ್ರಾಮ್ ನಿಲ್ದಾಣದ ಕಡೆಗೆ ಓಡಿದೆ. ಅಷ್ಟರಲ್ಲಿ ಆಕಾಶ ಬಾಯಿ ತೆರೆದು ಎಲ್ಲವನ್ನೂ ಭೂಮಿಯ ಮೇಲೆ ಧೋ ಎಂದು ಸುರಿಸಿತು. ಮಳೆ, ಮಿಂಚು, ಗುಡುಗು, ಸಿಡಿಲು, ಆಲಿಕಲ್ಲು, ಬಿರುಗಾಳಿ ಎಲ್ಲವೂ ಒಮ್ಮೆಲೇ ಘಟಿಸಿದವು. ಕೊನೆಗೂ ಟ್ರಾಮ್ ಬಂದಿತು, ನಾನು ಹತ್ತಿದೆ. ಹತೋಟಿಗೆ ಸಿಗದಂತೆ ನನ್ನ ಮೈ ಗಡಗಡನೆ ನಡುಗುತ್ತಿತ್ತು. ನನ್ನ ಊರು ಬರುವಷ್ಟರಲ್ಲಿ ಗುಡುಗು ಮಿಂಚು ನಿಂತು ಜಡಿಮಳೆ ಸುರಿಯುತ್ತಿತ್ತು. ಬೇಸಿಗೆ ಕಾಲದ ನಟ್ಟನಡುವೆ ಚಳಿಗಾಲದ ಸಂಜೆಯೊಂದು ಸುಳಿದುಬಿಟ್ಟಿತ್ತು. ನಾನು ಮನೆಯ ಕಡೆ ಬೇಗಬೇಗ ನಡೆದೆ. ಚಳಿಯಿಂದಾಗಿ ಹೆಪ್ಪುಗಟ್ಟಿದ್ದ ಬೆರಳುಗಳಿಂದ ಬೀಗದಕ್ಕೆಯನ್ನು ಅಪಾರ್ಟ್‌ಮೆಂಟ್ ಕಟ್ಟಡದ ಬಾಗಿಲಿಗೆ ತೂರಿಸಲು ಸಾಧ್ಯವಾಗದೆ ಕರೆಗಂಟೆಯನ್ನು ಬಾರಿಸಿದೆ. ಉತ್ತರವಿಲ್ಲ. ಸೆಟೆದು ನಿಂತಿದ್ದ ಬೆರಳುಗಳನ್ನು ಬ್ಯಾಗಿನೊಳಗೆ ಹಾಕಿ, ಬೀಗದ ಕೈಯನ್ನು ಹೆಕ್ಕಿ ತೆರೆದು, ಕಟ್ಟಡದ ಬಾಗಿಲನ್ನು ಕಷ್ಟಪಟ್ಟು ತೆರೆದುಕೊಂಡು ಒಳನಡೆದೆ. ನಮ್ಮ ಮನೆಯ ಬಾಗಿಲಿನದ್ದೂ ಅದೇ ಸಮಸ್ಯೆ. ಬೆರಳುಗಳು ಚೂರೂ ಸಹಕರಿಸಲಿಲ್ಲ. ಹಾಗೂ ಹೀಗೂ ಬಾಗಿಲನ್ನು ತೆರೆದು ಒಳಗೆ ಹೋಗಿ ಒಳಗಿನಿಂದ ಬೋಲ್ಟ್ ಹಾಕಿಕೊಂಡು ನಿಟ್ಟುಸಿರು ಬಿಟ್ಟೆ. ಒದ್ದೆ ಮುದ್ದೆಯಾಗಿದ್ದ ನನ್ನ ಬಟ್ಟೆಗಳನ್ನು ಒಮ್ಮೆಲೇ ಕಳಚಿ, ಬ್ಯಾಗಿನಿಂದ ಟವಲನ್ನು ತೆಗೆದು ಮೈಗೆ ಸುತ್ತಿಕೊಂಡೆ. ಅಡುಗೆಮನೆಯಲ್ಲಿ ಸಂಜೆಯೂಟಕ್ಕೆ ಮೇಜು ಸಿದ್ಧವಾಗಿರಲಿಲ್ಲ. ಗುಂಡುಮೂಲಂಗಿಯ ಗುಲಾಬಿಗಳು ಕಾಣಲಿಲ್ಲ. ನನಗೆ ಗಾಬರಿಯಾಯಿತು. ಚಳಿಯ ನಡುಕ ನಿಂತು ಭಯದ ನಡುಕ ಪ್ರಾರಂಭವಾಯಿತು. 14 ದಿನಗಳು ತಪ್ಪದೆ ಇರುತ್ತಿದ್ದ ಕೆಂಪು ಗುಂಡುಮೂಲಂಗಿಯ ಹೂವುಗಳು 15ನೇ ದಿನಕ್ಕೆ ಮಾಯವಾಗಿದ್ದವು. 15ನೇ ದಿನದಂದು ಸಂಜೆಯೂಟದ ಮೇಜು ಸಿದ್ಧವಾಗಿರಲಿಲ್ಲ.

ನಾನು: ಈಡಾ!

ಉತ್ತರವಿಲ್ಲ.

ನಾನು: ಮಾಮಾ!

ಉತ್ತರವಿಲ್ಲ.

ಕೂರುಕೋಣೆಯ ಸೋಫಾದ ಮೇಲೆ ಮೈಯನ್ನು ಅರ್ಧ ಹೊರಕ್ಕೆ ಚಾಚಿಕೊಂಡು ಆಗಷ್ಟೇ ಸಂಹಾರವಾಗಿದ್ದ ರಾಕ್ಷಸಿಯಂತೆ ಮಾಮಾ ಬಿದ್ದುಕೊಂಡಿದ್ದಳು. ನಾನು ಅವಳನ್ನು ಹಿಡಿದು ಅಲ್ಲಾಡಿಸಿದರೂ ಅವಳು ಏಳಲಿಲ್ಲ. ಈಡಾ ಕಾಣದಿದ್ದುದು ಗಾಬರಿಯಾಯಿತು. ಫ಼ಕ್. ಫ಼ಕ್. ಫ಼ಕ್. ಮಹಡಿಯ ಮೇಲಕ್ಕೆ ಈಡಾಳ ಕೋಣೆಯ ಕಡೆಗೆ ದಡಬಡಿಸಿ ಓಡಿದೆ. ಅವಳು ಅಲ್ಲಿಯೂ ಇರಲಿಲ್ಲ.

"ಏನಾಯ್ತು?" ಎಂದು ಕೂಗುತ್ತಾ ಮಲಗಿದ್ದ ರಾಕ್ಷಸಿಯ ಬಳಿ ಮತ್ತೆ ದಿಕ್ಕುತೋಚದೆ ಓಡಿದೆ.

ಅವಳ ಕೈಕಾಲು ಹಿಡಿದು ಜಗ್ಗಿದೆ. ರಾಕ್ಷಸಿ ಗುಟುರು ಹಾಕಿದಳು, ಆದರೆ ಎಚ್ಚರಗೊಳ್ಳಲಿಲ್ಲ.

ನಾನು: ಏನು ನಡೆಯಿತು ಇಲ್ಲಿ?

ರಾಕ್ಷಸಿ: ಮನೆ ಬಿಟ್ಟು ಹೋದಳು. ಅವಳಿಗೆ ಮಾಮಾಳ ಜೊತೆ ಕೇಕ್ ಮಾಡುವುದು ಇಷ್ಟವಿಲ್ಲವಂತೆ.

ನಾನು: ಎಲ್ಲಿಗೆ ಹೋದಳು?

ರಾಕ್ಷಸಿ: ನನಗೇನು ಗೊತ್ತು? ಅವಳು ಮಾತನಾಡಿದರೆ ತಾನೇ ಗೊತ್ತಾಗುವುದು? ಮೂರು ಹೊತ್ತೂ ಕೈಯಲ್ಲಿ ಬಣ್ಣಗಳನ್ನು ಹಿಡಿದುಕೊಂಡು ಅದ್ಯಾವುದೋ ಚಿತ್ರ ಬಿಡಿಸುತ್ತಾ ಇರುತ್ತಾಳೆ. ಯಾವಾಗ ನೋಡಿದರೂ ಅದೇ. ಚಿತ್ರ, ಚಿತ್ರ.

ನನಗೆ ರೋಷ ಹೊಟ್ಟೆಯ ಒಳಗಿನಿಂದ ಉಕ್ಕಿಬಂತು. ಆ ರಾಕ್ಷಸಿಯನ್ನು ಅಲ್ಲೇ ಮುಗಿಸಿಬಿಡಬೇಕು ಎಂದೆನಿಸಿತು.

ನಾನು ಕೇವಲ ಟವಲ್ ಮತ್ತು ಚಪ್ಪಲಿಗಳನ್ನು ಧರಿಸಿದ್ದೆ ಎಂದು ರಸ್ತೆಗೆ ಇಳಿದಾಗಲೇ ತಿಳಿದದ್ದು. ಮನೆಗೆ ಮರಳಿ ಮಾರ್ಲೇನ ಕೊಟ್ಟಿದ್ದ ಮೊಲದ ಶರ್ಟನ್ನು ತೊಟ್ಟು ಈಜುಕೊಳದ ಕಡೆಗೆ ಧಾವಿಸಿದೆ. ನಾನು ತಲುಪುವಷ್ಟರಲ್ಲಿ ಮುಂಬಾಗಿಲು ಮುಚ್ಚಿತ್ತು. ಫ಼ಕ್. ಈಜುಕೊಳದ ಮೇಲ್ವಿಚಾರಕರ ಫೋಲ್ಕ್ಸ್‌ವಾಗನ್ ಗಾಲ್ಫ್ ಕಾರು, ಪಕ್ಕದಲ್ಲಿ ವಿಕ್ಟೋರ್‌ನ ಕಪ್ಪು ಮರ್ಸಿಡಿಸ್ ಜಿ-ಕ್ಲಾಸ್ ನಿಂತಿದ್ದವು.

ನನಗೆ ಏನು ಮಾಡಬೇಕೆಂದು ತೋಚದೆ ಅವನ ಕಾರಿನ ಬದಿಯಲ್ಲಿ ನಿಂತು ಅವನಿಗಾಗಿ ಕಾದೆ. ಅವನು ನನ್ನನ್ನು ದೂರದಿಂದಲೇ ಒಂದು ಕ್ಷಣ ಅಚ್ಚರಿಯಿಂದ ನೋಡಿದ, ಒಡನೆಯೇ ತನ್ನ ಎಂದಿನ ಗಂಭೀರ ಮುಖಭಾವದೊಂದಿಗೆ ಮುಂದಕ್ಕೆ ಬಂದ. ಅವನು ನನ್ನ ಮುಂದೆ ನಿಂತು ನನ್ನನ್ನು ನೋಡುವಾಗ ತುಸು ಭಿನ್ನವಾಗಿ ಕಂಡ. ಹುಬ್ಬು ಗಂಟಿಕ್ಕಿರಲಿಲ್ಲ. ಹುಬ್ಬಿನ ಕೆಳಗಿದ್ದ ಕಣ್ಣುಗಳಲ್ಲಿ ಕಾಳಜಿಯಿತ್ತು, ಆತಂಕವೂ ಇತ್ತು.

ವಿಕ್ಟೋರ್: ಟಿಲ್ಡಾ, ಏನಾಯ್ತು?

ನಾನು: ಈಡಾ ಕಾಣುತ್ತಿಲ್ಲ.

ನನ್ನ ಕಣ್ಣೀರಿನ ಕಟ್ಟೆ ಒಡೆಯಿತು.

ನಾನು: ಅವಳು ಮನೆಯಲ್ಲಿ ಇಲ್ಲ, ಎಲ್ಲಿಗೋ ಹೊರಟುಹೋದಳಂತೆ. ಎಲ್ಲಿಗೆ ಎಂದು ತಿಳಿದಿಲ್ಲ. ಅವಳು ಯಾವತ್ತೂ ಹೀಗೆ ಮಾಡಿದವಳಲ್ಲ. ಹೊರಗೆ ಚಳಿ, ಮಳೆ, ಗಾಳಿ. ಸಣ್ಣ ಹುಡುಗಿ, ಕತ್ತಲಾಗುತ್ತಿದೆ, ಏನಾದರೂ ಹೆಚ್ಚು ಕಮ್ಮಿ..

ವಿಕ್ಟೋರ್: ಸ್ವಲ್ಪ ಸಮಾಧಾನ ಮಾಡಿಕೋ. ಅವಳ ಗೆಳೆಯ ಗೆಳತಿಯರ ಮನೆಗೆ ಹೋಗಿರಬಹುದೇ?

ನಾನು: ಅವಳಿಗೆ ಅಂತಹ ಸ್ನೇಹಿತರು ಯಾರೂ ಇಲ್ಲ.

ವಿಕ್ಟೋರ್: ಸಂಬಂಧಿಕರು?

ನಾನು: ಉಹೂಂ.

ವಿಕ್ಟೋರ್: ನೀವಿಬ್ಬರು ಅಡ್ಡಾಡುವ ಜಾಗಗಳು ಯಾವುವು ಹೇಳು.

ನಾನು: ಈಜುಕೊಳ.

ವಿಕ್ಟೋರ್: ಅದು ಬಿಟ್ಟರೆ?

ನಾನು: ಗೊತ್ತಿಲ್ಲ. ಬೆಳಿಗ್ಗೆಯ ಹೊತ್ತು ಅವಳನ್ನು ನಾನೇ ಶಾಲೆಗೆ ಬಿಟ್ಟು ಬರುತ್ತೇನೆ. ಸಂಜೆ ಮಳೆ ಬಂದರೆ ಮಾತ್ರ ಇಬ್ಬರೂ ಈಜುಕೊಳಕ್ಕೆ ಹೋಗುತ್ತೇವೆ.

ವಿಕ್ಟೋರ್: ಮಳೆ ಬರದಿದ್ದರೆ?

ನಾನು: ಕೆಲವೊಮ್ಮೆ ಕಾಡಿಗೆ ಹೋಗುತ್ತೇವೆ.

ವಿಕ್ಟೋರ್: ಕಾಡಿನಲ್ಲಿ ಯಾವುದಾದರೂ ನಿರ್ದಿಷ್ಟ ಜಾಗವಿದೆಯೇ?

ನಾನು: ಅಲ್ಲಿ ಸಣ್ಣ ತೊರೆಯ ಪಕ್ಕ ಒಂದು ಬಯಲು ಇದೆ, ಅಲ್ಲಿಗೆ ಹೋಗುತ್ತೇವೆ.

ವಿಕ್ಟೋರ್: ಸರಿ ನಡೆ, ಅಲ್ಲಿಗೇ ಹೋಗೋಣ.

ನನಗೆ ಆತಂಕದಿಂದ ಹೊಟ್ಟೆ ತೊಳೆಸುತ್ತಿತ್ತು, ಭಯಂಕರವಾಗಿ ನಡುಗುತ್ತಿದ್ದೆ.

ಅವನ ಕಾರು ಕಾಡಿನ ಅಂಚನ್ನು ತಲುಪಿತು. ಈಡಾ ಆ ಕತ್ತಲ ಕಾಡಿನಲ್ಲಿ ಒಬ್ಬಳೇ ಇರುವುದನ್ನು ನೆನೆದು ಆತಂಕದಿಂದ ನನಗೆ ವಾಕರಿಕೆ ಬಂದಹಾಗೆ ಆಯಿತು. ತೊರೆಯ ಉದ್ದಕ್ಕೂ ಇದ್ದ ಉಬ್ಬುತಗ್ಗುಗಳ ಕಾಡುದಾರಿಯಲ್ಲಿ ವಿಕ್ಟೋರ್ ಸಾವಧಾನವಾಗಿ ಕಾರು ಚಲಾಯಿಸಿದ, ನನ್ನ ಎದೆಯ ಬಡಿತ ಹೆಚ್ಚುತ್ತಾ ಹೋಯಿತು.

ಕಾರಿನ ದೀಪದ ಬೆಳಕು ಬಯಲು ಪ್ರದೇಶವನ್ನು ಕ್ರಮೇಣ ಬೆಳಗಿಸಿತು. ಅಲ್ಲೇ, ನಮ್ಮ ನೆಚ್ಚಿನ ಬೆಂಚಿನ ಮೇಲೆ ಕುಳಿತಿದ್ದಳು ಪುಟ್ಟ ಈಡಾ. ಸಮಾಧಾನದ ನಿಟ್ಟುಸಿರು ಬಿಟ್ಟೆ. ಕಾರಿನಿಂದ ಹೊರಗೆ ಧುಮುಕಿ ಓಡಿ ಅವಳನ್ನು ಗಟ್ಟಿಯಾಗಿ ಎದೆಗಪ್ಪಿಕೊಂಡೆ. ಎದೆಯಲ್ಲಿದ್ದ ಧೂಮಕೇತು ಕೆಳಗೆ ಬಿದ್ದು ಭಾರ ಕಡಿಮೆಯಾಯಿತು. ಧೂಮಕೇತು ನೆಲಕ್ಕೆ ಬಡಿಯುವುದೋ ಎಂದು ಕಾದೆ, ಆದರೆ ಅದು ಬಡಿಯಲಿಲ್ಲ. ಯಾವುದೋ ಹಾರುವ ವಸ್ತುವೊಂದು ಮುಗಿಲಾಚೆ ಹಾದುಹೋಗುವುದೇನೋ ಎಂದು ಮೇಲೆ ನೋಡಿದೆ. ಒಮ್ಮೆಲೇ ಎಲ್ಲಾ ಭಾರ ಕಳೆದು ಮೈಯೆಲ್ಲಾ ಹಗುರವಾಯಿತು. ಅಸಹಜ ಅನುಭವ.

ಈಡಾ: ನೀನು ಬಂದೇ ಬರುತ್ತೀಯ ಎಂದು ನನಗೆ ಗೊತ್ತಿತ್ತು.

ನಾನು: ಸಂಜೆಗತ್ತಲಲ್ಲಿ ಕಾಡಿಗೆ ಒಬ್ಬಳೇ ಓಡುವುದೆಂದರೆ ಏನು ಅರ್ಥ, ನಿನಗೇನು ತಲೆ ಕೆಟ್ಟಿದೆಯಾ?

ಈಡಾ: ಎಷ್ಟೋ ಬಾರಿ ನೀನೂ ಇದನ್ನೇ ಮಾಡಿದ್ದೀಯ.

ನಾನು: ಮನೆಯಲ್ಲಿ ಏನಾಯ್ತು?

ಈಡಾ ಮೆಲ್ಲಗೆ ಅಳತೊಡಗಿದಳು. ನನಗೆ ಆಶ್ಚರ್ಯವಾಯಿತು. ಎಂತಹ ಪರಿಸ್ಥಿತಿಯಲ್ಲೂ ಅಳಲೇಬಾರದು ಎಂದು ಪಣ ತೊಟ್ಟವರಂತೆ ಇರುತ್ತಿದ್ದಳು ಈಡಾ. ಅವಳು ಅತ್ತದ್ದನ್ನು ನಾನು ನೋಡಿಯೇ ಇರಲಿಲ್ಲ. ಆ ಕ್ಷಣದಲ್ಲಿ ಶಪಥವನ್ನು ಮುರಿದು ಅಷ್ಟೂ ವರ್ಷಗಳಿಂದ ಮಡುಗಟ್ಟಿದ್ದ ಕಣ್ಣೀರನ್ನು ಹರಿಬಿಟ್ಟಳು. ಅವಳ ಎರಡನೇ ಕಣ್ಣೀರಿನ ಝರಿ ನಿಲ್ಲಲು 13 ನಿಮಿಷಗಳು ಬೇಕಾದವು. ಅಳು ನಿಂತ ನಂತರವೂ ಎರಡು ನಿಮಿಷಗಳ ಕಾಲ ನನ್ನ ತೋಳಿನಲ್ಲಿ ಬಿಕ್ಕುತ್ತಲೇ ಇದ್ದಳು. ನಿಧಾನವಾಗಿ ಅವಳಿಗೆ ಉಸಿರಿನ ಮೇಲಿನ ಹಿಡಿತ ಮರಳಿ ಬಂದಿತು.

ಈಡಾ: ನಾವಿಕ ಎಷ್ಟು ಒಳ್ಳೆಯವನು, ನಿನ್ನನ್ನು ಇಲ್ಲಿಯವರೆಗೂ ಕರೆದುಕೊಂಡು ಬಂದಿದ್ದಾನೆ.

ಅವನು ತನ್ನ ಕಾರಿನ ಮೇಲೆ ಕೈ ಊರಿಕೊಂಡು ಸೊಟ್ಟ ನಿಂತು ನಮ್ಮನ್ನು ನೋಡುತ್ತಿದ್ದ.

ನಾನು: ನಾವಿಕನದು ಒಳ್ಳೆಯ ಮನಸ್ಸು, ಅವನ ಒಳ್ಳೆತನವನ್ನು ದುರುಪಯೋಗಪಡಿಸಿಕೊಳ್ಳುವುದು ಬೇಡ. ಬಾ ಹೋಗೋಣ, ಬಾತ್‌ಟಬ್ಬಿನಲ್ಲಿ ಬಿಸಿನೀರು ತುಂಬಿಸಿ ಸ್ವಲ್ಪ ಹೊತ್ತು ಕೂರುವೆಯಂತೆ, ಇಲ್ಲದಿದ್ದರೆ ನಿನಗೆ ಶೀತವಾಗುತ್ತದೆ.

ಈಡಾಳ ಮುಖದ ಮೇಲೆ ನೀಲಿಗಟ್ಟಿದ ಗಾಯವೊಂದು ನನಗೆ ಕಾರಿನ ಒಳದೀಪದ ಮಂದ ಬೆಳಕಿನಲ್ಲಿ ಕಂಡಿತು. ಆ ರಾಕ್ಷಸಿಯನ್ನು ಕೊಂದೇಬಿಡುವಷ್ಟು ಕೋಪ ಉಕ್ಕಿತು. ಇದರಿಂದಾಗಿಯೇ ಈಡಾ ಈಜುಕೊಳಕ್ಕೆ ಹೋಗದೆ ನೇರವಾಗಿ ಕಾಡಿಗೆ ಓಡಿ ಬಂದಿರಬೇಕು.

ವಿಕ್ಟೋರ್: ಇಂದು ರಾತ್ರಿ ನೀವಿಬ್ಬರೂ ನನ್ನ ಮನೆಯಲ್ಲಿ ಉಳಿದುಕೊಳ್ಳಬಹುದು.

ನಾನು ಸರಿಯೆಂದು ತಲೆದೂಗಿದೆ.

ಈಡಾ ಬಹಳಷ್ಟು ದಣಿದಿದ್ದಳು. ಕಾರಿನಲ್ಲಿ ಕುಳಿತ ತಕ್ಷಣ ನನ್ನ ತೊಡೆಯ ಮೇಲೆ ತಲೆಯಿಟ್ಟು ನಿದ್ರೆಗೆ ಜಾರಿದಳು. ನನಗೂ ನಿಧಾನವಾಗಿ ನಿದ್ರೆ ಆವರಿಸುತ್ತಿತ್ತು.

ವಿಕ್ಟೋರ್: ಟಿಲ್ಡಾ?

ನಾನು: ಹೂಂ?

ವಿಕ್ಟೋರ್: ನೀವು ಕಾಡಿನ ಮಧ್ಯದ ಬಯಲಿಗೆ ಬಂದು ಏನು ಮಾಡುತ್ತೀರಿ?

ನಾನು: ನಾವು ಅದೇ ಬೆಂಚಿನ ಮೇಲೆ ಕುಳಿತುಕೊಳ್ಳುತ್ತೇವೆ, ಈಡಾ ಚಿತ್ರ ಬಿಡಿಸುತ್ತಾಳೆ.

ವಿಕ್ಟೋರ್: ನೀನು?

ನಾನು: ನಾನು ಲೆಕ್ಕ ಬಿಡಿಸುತ್ತೇನೆ, ಅಥವಾ ಯಾವುದಾದರೂ ಪುಸ್ತಕ ಓದುತ್ತೇನೆ.

ವಿಕ್ಟೋರ್ ತಲೆದೂಗಿದ.

ಮನೆಯಲ್ಲಿ ಇರಲಾಗದ ದಿನಗಳಂದು, ಅದರಲ್ಲೂ ಈಜುಕೊಳಕ್ಕೆ ಹೋಗಲು ಪ್ರಶಸ್ತ ವಾತಾವರಣ ಇರದ ದಿನಗಳಂದು ನಮಗೆ ಕಾಡಿನ ಬಯಲೇ ಆಶ್ರಯ ತಾಣ. ಊಟಕ್ಕೆ ಕುಳಿತಾಗ ಮಾಮಾಳ ಕಣ್ಣುಗಳಲ್ಲಿ ಅತ್ಯುತ್ಸಾಹದ ಜ್ವಾಲೆ ಕಂಡರೆ ಅದು ನಮಗೆ ಅಪಶಕುನ. ಮಾಮಾ ಅಡುಗೆಮನೆಗೆ ಬಂದು "ನನ್ನ ಮು.....ದ್ದು ಮಕ್ಕಳೇ" ಎಂದೋ ಇಲ್ಲವೇ "ನನ್ನ ಪ್ರೀ......ತಿಯ ಕಂದಮ್ಮಗಳೇ" ಎಂದೋ ದೀರ್ಘವಾಗಿ ರಾಗ ಎಳೆದರೆ ಅದು ಅಪಾಯದ ಮುನ್ಸೂಚನೆ. ಅವಳು ಕಂಠಪೂರ್ತಿ ಕುಡಿದಿದ್ದಾಳೆ ಎಂದು ನಮ್ಮ ಕಣ್ಣು ಮೂಗು ಕಿವಿಗಳಿಗೆ ಕೂಡಲೇ ಗೊತ್ತಾಗಿಬಿಡುತ್ತಿತ್ತು. ಕುಡಿದಾಗ ಅವಳಿಗೆ ನಮ್ಮಿಬ್ಬರ ಜೊತೆ ಸೇರಿಕೊಂಡು ಏನಾದರೂ ಚಟುವಟಿಕೆ ಮಾಡುವ ಹಂಬಲ ಉದ್ಭವಿಸಿಬಿಡುತ್ತಿತ್ತು. ಅಂತೆಯೇ ಸಲಹೆಯೊಂದನ್ನು ಮುಂದಿಡುತ್ತಿದ್ದಳು. ಕೇಕ್ ತಯಾರಿ, ಒಟ್ಟಿಗೆ ಸೇರಿ ಅಡುಗೆ ಮಾಡುವುದು, ಐಸ್‌ಕ್ರೀಮ್ ಅಂಗಡಿಗೆ ಹೋಗುವುದು ಇತ್ಯಾದಿ.

ಮಾಮಾ: ಮೂವರೂ ಸೇರಿ ಏನಾದರೂ ಮಾಡೋಣವೇ? ಐಸ್‌ಕ್ರೀಮ್ ತಿನ್ನಲು ಹೋಗೋಣ.

ಮಾಮಾ ನಮ್ಮಿಬ್ಬರಿಗೆ ಒಂದು ದಿನಕ್ಕೂ ಐಸ್‌ಕ್ರೀಮ್ ಕೊಡಿಸಿರಲಿಲ್ಲ. ಅವಳಿಗೆ ನಮ್ಮ ಜೊತೆ ಐಸ್‌ಕ್ರೀಮ್ ಅಂಗಡಿಗೆ ಬರುವ ಆಸಕ್ತಿ ಇರಲಿಲ್ಲವೆಂದು ನಮ್ಮಿಬ್ಬರಿಗೂ ಚೆನ್ನಾಗಿಯೇ ತಿಳಿದಿತ್ತು. ಆ ಕ್ಷಣದಲ್ಲಿ ಅವಳು ಗೋಮುಖವ್ಯಾಘ್ರಳಾಗುತ್ತಿದ್ದಳು. ಹಸುವಿನ ಮುಖವಾಡದ ಹಿಂದಿನ ಹುಲಿಯ ಕ್ರೂರ ಕಣ್ಣುಗಳು ನಮಗೆ ಕಾಣುತ್ತಿದ್ದವು. ಅವಳ ಕಣ್ಣಿನ ಬೆಂಕಿ ನಮ್ಮನ್ನು ಸುಡಲು ಹವಣಿಸುತ್ತಿತ್ತು. ಐಸ್‌ಕ್ರೀಮ್ ಅಂಗಡಿಗೆ ಹೊರಡುವ ಮುನ್ನ ತನ್ನ ಬಟ್ಟೆಯೊಂದು ಸಿಗಲಿಲ್ಲವೆಂದೋ, ನಾವು ಅವಳ ಬಟ್ಟೆಗಳನ್ನು ತಗೆದುಕೊಂಡು ವಾಪಸ್ಸು ಮಾಡುವುದಿಲ್ಲವೆಂದೋ, ಅಥವಾ ಜೊತೆಗೆ ಅಡುಗೆ ಮಾಡಲು ನಿಂತರೆ ಯಾವುದೋ ಒಂದು ಪದಾರ್ಥ ಮನೆಯಲ್ಲಿ ಇರಲಿಲ್ಲವೆಂದೋ ಗಲಾಟೆ ಎಬ್ಬಿಸಿಬಿಡುತ್ತಿದ್ದಳು. ಎಲ್ಲರ

ಮನೆಗಳಲ್ಲಿ ಇರುವಂತೆ ನಮ್ಮ ಮನೆಯ ಅಡುಗೆಮನೆಯಲ್ಲೂ ಅದು ಇರಬೇಕಿತ್ತು ಎಂದು ರಾದ್ಧಾಂತ ಮಾಡುತ್ತಿದ್ದಳು. ಕೆನೆಯ ಡಬ್ಬಿ ಖಾಲಿಯಾದ ಕ್ಷುಲ್ಲಕ ನೆಪವೊಂದು ಸಾಕಿತ್ತು ಅವಳ ಮುಖವಾಡ ಕಳಚಿಬೀಳಲು. ಅವಳ ಒಳಗಿನ ಕೋಪತಾಪಗಳ ಜ್ವಾಲೆಯನ್ನು ನಮ್ಮಿಬ್ಬರ ಮೇಲೆ ಹರಿಬಿಡುತ್ತಿದ್ದಳು. ಹೀಗಾಗಿಯೇ ನಾವು ಅವಳ ಕಣ್ಣುಗಳಲ್ಲಿ ಬೆಂಕಿ ಕಂಡಕೂಡಲೇ ಮನೆಯಿಂದ ಜಾಗ ಖಾಲಿ ಮಾಡುತ್ತಿದ್ದೆವು. ನಮ್ಮ ವಸ್ತುಗಳನ್ನು ತೆಗೆದುಕೊಂಡು ಹವಾಮಾನ ಚೆನ್ನಾಗಿದ್ದ ದಿನಗಳಂದು ಕಾಡಿನ ಬಯಲಿಗೆ ಹೋಗಿಬಿಡುತ್ತಿದ್ದೆವು. ಅದಿಲ್ಲದಿದ್ದರೆ ಈಜುಕೊಳವಂತೂ ಇದ್ದೇ ಇತ್ತು.

ಈಡಾಳ ಒದ್ದೆಯಾದ ಮುಂಗುರುಳನ್ನು ಹಗುರವಾಗಿ ನೇವರಿಸುತ್ತಾ ಅವಳ ಕೆನ್ನೆಯ ನೀಲಿಗಟ್ಟಿದ್ದ ಗಾಯವನ್ನು ಗಮನಿಸಿದೆ. ಅವಳ ಬಿಳಿಯ ಶೂ ಕಂದುಬಣ್ಣಕ್ಕೆ ತಿರುಗಿತ್ತು, ಗುಲಾಬಿ ಬಣ್ಣದ ಲೆಗ್ಗಿಂಗ್ಸ್‌ಗೆ ಅಲ್ಲಲ್ಲಿ ಕೆಸರು ಸಿಡಿದಿತ್ತು, ಅವಳ ಸ್ವೆಟರಿನ ನಿಯಾನ್ ಹಸಿರು ಬಣ್ಣ ನನ್ನ ಕಣ್ಣನ್ನು ಕುಕ್ಕುತ್ತಿತ್ತು. ಈ ಪುಟ್ಟ ರಾಕ್‌ಸ್ಟಾರ್ ಅನ್ನು ಆ ರಾಕ್ಷಸಿಯ ಬಳಿ ಬಿಡಬಾರದು. ನಾನು ಇಂದು ಹತ್ತಿರದಲ್ಲೇ ಇರದಿದ್ದರೆ ಈಡಾಳ ಗತಿ ಏನಾಗುತ್ತಿತ್ತು? ಚಳಿ ಮಳೆಗಳನ್ನೂ ಗಮನಿಸದೆ ಆ ಕಾಡಿನ ಬಯಲಿನಲ್ಲಿ ಒಬ್ಬಳೇ ಎಷ್ಟು ಹೊತ್ತು ಕುಳಿತಿರುತ್ತಿದ್ದಳು? ಅಲ್ಲಿಯೇ ರಾತ್ರಿ ಕಳೆಯುತ್ತಿದ್ದಳೇ? ಅಥವಾ ಯಾರ ಬಳಿಯಾದರೂ ಸಹಾಯ ಬೇಡುತ್ತಿದ್ದಳೇ? ಇವೆಲ್ಲಾ ನೆನೆದು ನನಗೆ ಆತಂಕದ ವಾಕರಿಕೆ ಬಂತು. ನಾನು ಮನೆಯಲ್ಲಿ ಇರಲಿ ಇಲ್ಲದಿರಲಿ, ಇನ್ನು ಮುಂದೆ ಹೀಗೆಲ್ಲಾ ನಡೆಯಲೇಬಾರದು. ಈ ರೀತಿಯ ವಿಪರೀತ ಪರಿಸ್ಥಿತಿಗಳು ಎದುರಾದಾಗ ಅವನ್ನು ಎದುರಿಸುವ ತರಬೇತಿಯನ್ನು ಅವಳಿಗೆ ನಾನೇ ನೀಡಬೇಕು. ಕೇವಲ ಒಂದಿಷ್ಟು ಸಿನಿಮಾಗಳನ್ನು ಅವಳಿಗೆ ತೋರಿಸಿದರೆ ಸಾಲದು.

ಊರಿನ ಹೊರವಲಯದ ಹೊಸ ಬಡಾವಣೆಗಳ ಕಡೆಗೆ ನಮ್ಮ ಕಾರು ಚಲಿಸಿತು. ರಸ್ತೆಯ ಸದ್ದಿನಿಂದ ಅಕ್ಕಪಕ್ಕದ ಮನೆಗಳಿಗೆ ತೊಂದರೆಯಾಗದಿರಲೆಂದು ಹೆದ್ದಾರಿಯ ಇಕ್ಕೆಲಗಳಲ್ಲೂ ಸದ್ದನ್ನು ಹೀರಿಕೊಳ್ಳುವ ವಿಶೇಷ ತಡೆಗೋಡೆಗಳನ್ನು ನೆಟ್ಟಿದ್ದರು. ಹೆದ್ದಾರಿಯನ್ನು ಬಿಟ್ಟು ಊರ ದಾರಿಗೆ ನಮ್ಮ ಕಾರು ತಿರುಗಿದಾಗ ನನಗೆ ತಳಮಳ ಶುರುವಾಯಿತು. ನಾನು ಮತ್ತು ಮಾರ್ಲೀನ ಹಿಂದೆ ಇಲ್ಲಿಗೆ ಬಂದಿದ್ದಾಗ ಇಲ್ಲಿ ವಾಸಿಸುವ ಮಕ್ಕಳನ್ನು ನೋಡಿ ಅಸೂಯೆ ಪಟ್ಟುಕೊಂಡಿದ್ದೆವು. ಬಣ್ಣಬಣ್ಣದ ಆಟಿಕೆ ವಸ್ತುಗಳಿಂದ ತುಂಬಿದ ಆಟದ ಮೈದಾನವಿತ್ತು, ರಸ್ತೆಗಳಲ್ಲಿ ಯಾವಾಗ ನೋಡಿದರೂ ಮಕ್ಕಳು ಆಟವಾಡುತ್ತಿದ್ದರು. ಆ ಬಡಾವಣೆಯ ಪ್ರತಿಯೊಂದು ಮನೆಯಲ್ಲೂ ಒಂದೊಂದು ಸುಖೀ ಕುಟುಂಬವಿರಬೇಕು ಎಂದು ನಾನು ಎಣಿಸಿದ್ದೆ. ಈಗ ಅಲ್ಲಿಗೆ ಹೋದಾಗ ನನ್ನ ಎಣಿಕೆ ತಪ್ಪು ಎನಿಸಿತು. ಅವರು ನಾನು ಅಂದುಕೊಂಡಷ್ಟು ಸುಖಿಗಳು ಅಲ್ಲ ಎಂದೆನಿಸಿತು. ಬಿಳಿಯ ಸಾಲುಮನೆಗಳಿಗೆ ವಯಸ್ಸಾಗಿ ಅವು ಬೂದುಬಣ್ಣಕ್ಕೆ ತಿರುಗಿದ್ದವು, ಮೈದಾನದ ಬಣ್ಣಗಳು ಮಾಸಿದ್ದವು. ಈ ಹಿಂದೆ ಪುಟ್ಟ ಮಕ್ಕಳನ್ನು ಎತ್ತಾಡಿಸುತ್ತಿದ್ದ ಅಮ್ಮ ಅಪ್ಪಂದಿರ ಮುಖಗಳು ಕಳೆಗುಂದಿದ್ದವು. ಆಗಿನ ನನ್ನದೇ ವಯಸ್ಸಿನ ಮಕ್ಕಳು ಈಗ ಹೊರದೇಶಗಳಿಗೆ ಹೋಗಿಬಿಟ್ಟಿದ್ದರು.

ಇನ್ನೂ ಕೆಲವರು ನನ್ನ ವಯಸ್ಸಿನವರು ಅದಾಗಲೇ ಮಕ್ಕಳನ್ನು ಮಾಡಿಕೊಂಡು ಸಂಸಾರ ಹೂಡಿದ್ದರು. ಇನ್ನೂ ಇಪ್ಪತ್ತು ವರ್ಷ ಕಳೆದರೆ ಮನೆಗಳು ಇನ್ನಷ್ಟು ಬಣ್ಣಗೆಡಬಹುದು,

ಆಡುವ ಮಕ್ಕಳಿಲ್ಲದೆ ಆಟದ ಮೈದಾನ ಪಾಳುಬಿದ್ದು ಗಿಡಗಂಟೆಗಳು ಬೆಳೆಯಬಹುದು. ಪಾಳುಬಿದ್ದ ಮೈದಾನವು ಅಪಾಯಕಾರಿಯಾಗಿ "ಪ್ರವೇಶ ನಿರ್ಬಂಧಿಸಿದೆ. ಮಕ್ಕಳು ಅತಿಕ್ರಮಿಸಿ ಆಟವಾಡಿ ಅಪಾಯಕ್ಕೆ ಒಳಗಾದರೆ ಪೋಷಕರೇ ಜವಾಬ್ದಾರರು" ಎಂಬ ಫಲಕವನ್ನು ನೆಡಬೇಕಾಗಿ ಬರಬಹುದು. ನನ್ನ ಬದುಕಲ್ಲಂತೂ ಪೋಷಕರ ತಪ್ಪುಗಳಿಗೆ ಮಕ್ಕಳೇ ಜವಾಬ್ದಾರರು ಎನ್ನುವಂತಾಗಿದೆ. ಬೂದುಬಣ್ಣಕ್ಕೆ ತಿರುಗಿದ್ದ ಸಾಲುಮನೆಯೊಂದರ ಮುಂದೆ ನಿಂತೆವು. ದೂರದಿಂದ ನೋಡಿದಾಗ ಆ ಮನೆಯೂ ಎಲ್ಲಾ ಮನೆಗಳಂತೆಯೇ ಕಂಡಿತು. ಮನೆ ಸಂಖ್ಯೆ 9. ಹತ್ತಿರದಿಂದ ಆ ಮನೆ ಖಾಲಿಖಾಲಿಯಾಗಿ ಬೇರೆ ಮನೆಗಳಿಗಿಂತ ನೀರಸವಾಗಿ ಕಂಡಿತು. ನಾನು ಈ ಹಿಂದೆ ಆ ಮನೆಯ ಮುಂದೆ ನಿಂತು ಹೋಗಿದ್ದೆನಷ್ಟೇ, ಒಳಗೆ ಕಾಲಿಟ್ಟಿರಲಿಲ್ಲ. ಆಗ ಆ ಮನೆಯೂ ಪಕ್ಕದ ಮನೆಗಳಂತೆಯೇ ಕಂಡಿತ್ತು. ಕರೆಗಂಟೆಯ ಬದಿಯಲ್ಲಿ "ವೋಲ್‌ಕೋವ್ ಕುಟುಂಬ" ಎಂಬ ಫಲಕ ಇನ್ನೂ ಹಾಗೇ ಇತ್ತು.

ಬಾಗಿಲ ಒಳಬದಿಗೆ ಇರಬಹುದಾದ ಭಣಗುಡುವ ಶೋಕವನ್ನು ನೆನೆದು ನನಗೆ ದಿಗಿಲಾಯಿತು. ಮನೆಯ ಒಳಹೊಕ್ಕಿದೊಡನೆ ಬಲಬದಿಯ ಗೋಡೆಯ ಮೇಲೆ ಅವನ ಅಪ್ಪ-ಅಮ್ಮ ಹಾಗೂ ತಮ್ಮ-ತಂಗಿಯರ ಭಾವಚಿತ್ರ ಕಣ್ಣಿಗೆ ಬಿತ್ತು. ಈವಾನ್, ಸಾಶಾ ಮತ್ತು ನೀಕಾ. ಕ್ರಮವಾಗಿ 21, 14 ಮತ್ತು 9 ವರ್ಷ. ಈವಾನ್‌ನ ನಗುಮುಖ ಕಂಡದ್ದೇ ನನಗೆ ಹೊಟ್ಟೆ ತೊಳೆಸಿತು. ಅವನು ಬಾಯ್ತುಂಬಾ ನಗುತ್ತಿದ್ದ. ಅವನು ನಕ್ಕಾಗ ಅವನ ಕಣ್ಣುಗಳ ನೀಲಿ ಮಂಜು ಕರಗಿದಂತಾಗುತ್ತಿತ್ತು.

ನಾನು ಈಡಾಳಿಗೆ ಅಪಘಾತದ ಬಗ್ಗೆ ಹೇಳಿರಲಿಲ್ಲ. ಅವಳಿಗೂ ಅದರ ಬಗ್ಗೆ ಗೊತ್ತಿರಲಿಲ್ಲ ಎಂದು ನಾನು ನಂಬಿದ್ದೆ. ಆ ಮನೆಯನ್ನು ಹೊಕ್ಕಾಗ ಕೆಲವು ವಿಷಯಗಳು ಅವಳಿಗೆ ಅರಿವಿಗೆ ಬಂದಿರಬಹುದು, ಅಷ್ಟು ದೊಡ್ಡ ಮನೆಯಲ್ಲಿ ಅವನೊಬ್ಬನೇ ಇರುವುದನ್ನು ಕಂಡು ಅಲ್ಲಿ ಏನೋ ಸರಿಯಿಲ್ಲ ಎಂಬ ಅನುಮಾನ ಅವಳಿಗೆ ಮೂಡಿರಲೂಬಹುದು. ಆದರೂ ಅವಳು ಒಂದೇ ಒಂದು ಪ್ರಶ್ನೆಯನ್ನೂ ಕೇಳಲಿಲ್ಲ. ಆ ಮನೆಯಲ್ಲಿ ಊಟ ತಿಂಡಿಗಳ ವಾಸನೆಯಾಗಲೀ, ದಿನವೂ ಯಾರಾದರೂ ಅಡುಗೆ ಮಾಡುವ ಗುರುತಾಗಲೀ ಇರಲಿಲ್ಲ. ಹಲವಾರು ಮಕ್ಕಳಿರುವ ಮನೆಗಳಲ್ಲಿನ ರೂಢಿಯಂತೆ ವಿವಿಧ ಗಾತ್ರದ ಚಪ್ಪಲಿ ಶೂಗಳು, ಆಟಿಕೆಗಳು ಇತ್ಯಾದಿ ಅಲ್ಲಲ್ಲಿ ಹರಡಿಕೊಂಡಿರಲಿಲ್ಲ. ಒಳಗೆ ತಂಪಾದ ಹೆರ್ಬ್‌ಸ್ಟ್ ಕಾಲದ ಒಣ ಎಲೆಗಳ ವಾಸನೆಯಿತ್ತು. ಒಳಗೆ ಎಲ್ಲಾ ವಸ್ತುಗಳು ಒಪ್ಪ ಓರಣವಾಗಿ ಜೋಡಿಸಿಟ್ಟಂತೆ ಇದ್ದವು. ಮನೆ ಪ್ರಶಾಂತವಾಗಿತ್ತು. ಕೂರುಕೋಣೆಯಲ್ಲಿ ಟಿವಿಯ ಪಕ್ಕ ಕೆಲವೇ ಕೆಲವು ಡಿವಿಡಿಗಳು, ಪುಸ್ತಕಗಳು ಮತ್ತು ಚಿತ್ರಗಳನ್ನು ಜೋಡಿಸಲಾಗಿತ್ತು. ಮಿಕ್ಕ ವಸ್ತುಗಳನ್ನು ಬೇರೆಡೆ ಸಾಗಿಸಿರಬಹುದು, ಅಥವಾ ಎಸೆದಿರಲೂಬಹುದು. ನಾವು ಮನೆಯ ಒಳಗೆ ಬಂದಾಗಿನಿಂದಲೂ ವಿಕ್ಟೋರ್‌ನ ವರ್ತನೆ ಬದಲಾಗಿತ್ತು. ಅವನ ಸ್ವಭಾವವೇ ವಿಚಿತ್ರ. ಆದರೆ ಅವನು ಎಂದಿಗಿಂತಲೂ ಹೆಚ್ಚು ವಿಚಿತ್ರವಾಗಿ ಆಡುತ್ತಿದ್ದ. ಯಾರನ್ನೂ ಸುಲಭವಾಗಿ ಹತ್ತಿರ ಬಿಟ್ಟುಕೊಳ್ಳದ ವ್ಯಕ್ತಿಯೊಬ್ಬ ನನ್ನಿಂದ ಇನ್ನಷ್ಟು ದೂರ ಹೋದಂತೆ ಅನ್ನಿಸಿತು. ವಿಕ್ಟೋರ್ ವಿಹ್ವಲನಾಗಿದ್ದ. ಕಣ್ಣಲ್ಲಿ ಕಣ್ಣಿಟ್ಟು ನೋಡುತ್ತಿರಲಿಲ್ಲ.

ವಿಕ್ಟೋರ್: ಸೋಫಾದ ಮೇಲೆ ಮಲಗಿಕೊಳ್ಳಲು ಅಡ್ಡಿ ಇಲ್ಲವೇ ನಿಮಗೆ? ಇಲ್ಲವಾದಲ್ಲಿ ನನ್ನ ಹಾಸಿಗೆಯನ್ನು ಬಿಟ್ಟುಕೊಡುವೆ.

ಅವನ ಅಮ್ಮ-ಅಪ್ಪ ಮತ್ತು ತಮ್ಮ-ತಂಗಿಯರು ಮಲಗುತ್ತಿದ್ದ ಕೋಣೆಗಳನ್ನು ಆಗಲೇ ಖಾಲಿ ಮಾಡಲಾಗಿದೆಯೋ ಇಲ್ಲವೋ ಎಂಬ ಯೋಚನೆ ತಲೆಯಲ್ಲಿ ಬಂತು. ಅವು ಇನ್ನೂ ಹಾಗೇ ಇರಬಹುದು ಎಂದು ಊಹಿಸಿದೆ.

ನಾನು: ಸೋಫಾ ಸಾಕು, ಡಾಂಕೆ.

ವಿಕ್ಟೋರ್: ಹೊದಿಕೆಗಳು ಮತ್ತು ಈಗ ಹಾಕಿಕೊಳ್ಳಲು ಬಟ್ಟೆಗಳನ್ನು ತಂದುಕೊಡುವೆ. ಸ್ನಾನದ ಮನೆ ಮಹಡಿಯ ಮೇಲೆ ಬಲಗಡೆಗೆ ಇದೆ, ಅಲ್ಲೇ ಸಿಂಕಿನ ಕೆಳಗಿನ ಕಪಾಟಿನಲ್ಲಿ ಟವಲುಗಳಿವೆ. ಅಡುಗೆಮನೆಯಲ್ಲಿ ತಿಂಡಿಯಿದೆ, ಬೇಕಾದ್ದು ತೆಗೆದುಕೊಳ್ಳಿ.

ವಿಕ್ಟೋರ್ ಮೂರು ಮೂರು ಮೆಟ್ಟಿಲನ್ನು ಒಮ್ಮೆಗೇ ಹಾರುತ್ತಾ ಮಹಡಿಯ ಮೇಲಕ್ಕೆ ಮಾಯವಾದ. ಈಡಾ ಅವನು ಹೋದ ದಿಕ್ಕಿನಲ್ಲೆಯೇ ಸ್ನಾನದ ಮನೆಗೆ ಹೋದಳು. ನಾನು ಸೋಫಾದ ಮೇಲೆ ಸುಮ್ಮನೆ ಕುಳಿತೆ. ಎದುರಿಗಿದ್ದ ಬಿಳಿಯ ಗೋಡೆಯನ್ನು ಸುಮಾರು ಹೊತ್ತು ನೋಡುತ್ತಲೇ ಇದ್ದೆ. ಬಟ್ಟೆ ಮತ್ತು ಹೊದಿಕೆಗಳ ಸಣ್ಣ ಹೊರೆಯೊಂದನ್ನು ಹೊತ್ತುಕೊಂಡು ವಿಕ್ಟೋರ್ ಮೆಟ್ಟಿಲಿಳಿದು ಬಂದು ಅದನ್ನು ನನ್ನ ಕೈಗಿತ್ತ. ಅವನ ನೋಟ "ಸಾರಿ" ಎಂದು ಹೇಳಿದ ಹಾಗಿತ್ತು. ನಾನು "ಪರವಾಗಿಲ್ಲ" ಎಂದು ಮನಸ್ಸಿನಲ್ಲಿ ನೆನೆದು ಅದನ್ನು ಕಣ್ಣಿನಲ್ಲೇ ಹೇಳುವ ಪ್ರಯತ್ನ ಮಾಡಿದೆ.

ವಿಕ್ಟೋರ್: ನನಗೆ ಸ್ವಲ್ಪ ಕೆಲಸವಿದೆ. ಅಡುಗೆಮನೆಯಲ್ಲಿ ತಿಂಡಿಯಿದೆ.

ನಾನು: ಸರಿ.

ಅವನು "ಗೂಟೆ ನಾಖ್ಟ್, ಶುಭರಾತ್ರಿ" ಎಂದ, ನಾನೂ "ಗೂಟೆ ನಾಖ್ಟ್" ಎಂದೆ. ಅವನು ತಿರುಗಿ ಮೆಟ್ಟಿಲ ಕಡೆಗೆ ನಡೆದ. ಈ ಬಾರಿ ಅವನು ಒಂದೊಂದೇ ಮೆಟ್ಟಿಲನ್ನು ಮೆಟ್ಟಿ ನಿಧಾನಕ್ಕೆ ಮೇಲೇರಿದ. ನಾನು "ಡಾಂಕೆ" ಎಂದೆ. ಅವನು ನಿಂತು ಹಿಂದಿರುಗದೆಯೇ ಮೆಲ್ಲಗೆ "ಸಾರಿ" ಎಂದು ಹೇಳಿ ಮೆಟ್ಟಿಲು ಹತ್ತಿ ಹೊರಟುಹೋದ.

ಅವನು ಈಡಾಳಿಗೆ ತನ್ನ ತಂಗಿ ನೀಕಾಳ ಹಳದಿ ಬಣ್ಣದ 'ಬಾಂಬಿ' ಜಿಂಕೆಯ ಚಿತ್ರವಿದ್ದ ರಾತ್ರಿಯುಡುಗೆಯನ್ನು ಕೊಟ್ಟಿದ್ದ, ಮತ್ತು ನನಗೆ ಅವನ ಬಿಳಿಯ ಶರ್ಟು ಮತ್ತು ಕೆಂಪುವೈನ್ ಬಣ್ಣದ ಜಾಗಿಂಗ್ ಪ್ಯಾಂಟು. ಇದನ್ನೇ ಅವನು ಈಜುಕೊಳಕ್ಕೆ ಬಂದಾಗ ಧರಿಸಿರುತ್ತಿದ್ದ. ಈಡಾ ಸ್ನಾನ ಮುಗಿಸಿ ಟವಲನ್ನು ಸುತ್ತಿಕೊಂಡು ಮೆಟ್ಟಿಲಿಳಿದು ಬಂದಳು. ಮಾತಿಲ್ಲದೆ ರಾತ್ರಿಯುಡುಗೆಯನ್ನು ಧರಿಸಿ, ಮಲಗಿ ಕಣ್ಣುಮುಚ್ಚಿ ಹೊದಿಕೆಯನ್ನೆಳೆದುಕೊಂಡಳು. ಅವಳಿಗೆ ಮಾತು ಬೇಕಿರಲಿಲ್ಲ. ಅವಳ ಉಸಿರಾಟದ ಸದ್ದನ್ನು ಗಮನವಿಟ್ಟು ಆಲಿಸಿದೆ. ಸುಮಾರು ಒಂದು ಗಂಟೆಯ ನಂತರ ಅವಳು ನಿದ್ದೆ ಮಾಡುತ್ತಿದ್ದಾಳೆಂದು ಖಾತ್ರಿಪಡಿಸಿಕೊಂಡು ನಾನು ಸ್ನಾನಕ್ಕೆ ಹೋದೆ. ಶವರಿನ ಕೆಳಗೆ ಸಮಯವನ್ನು ಲೆಕ್ಕಿಸದೆ ನಿಂತೆ. ಬಿಸಿನೀರು ತಣ್ಣೀರು ನಲ್ಲಿಗಳನ್ನು ಒಂದಾದ ಮೇಲೊಂದು ಮನಬಂದಂತೆ ತಿರುಗಿಸಿ, ಕೊನೆಗೆ ತಣ್ಣೀರಿನಲ್ಲಿ ಸ್ನಾನ ಮುಗಿಸಿದೆ. ವಿಕ್ಟೋರ್ ನನಗೆ ನೀಡಿದ್ದ ಬಟ್ಟೆಗಳನ್ನು ಧರಿಸಿ ಈಡಾಳ ಪಕ್ಕಕ್ಕೆ ಬಂದು ಮಲಗಿದೆ. ಅಂಗಾತ

ಮಲಗಿಕೊಂಡು ತಾರಸಿಯನ್ನು ನೋಡಿದೆ. ಅದೊಂದು ಹೊಲಸು ದಿನವಾಗಿತ್ತು.

ಐದು ವರ್ಷಗಳ ಹಿಂದಿನ ಸುಡುಸುಡು ಬೇಸಿಗೆ ರಜೆ ನೆನಪಾಯಿತು. ದಿನವಿಡೀ ಮೈಗಂಟುವ ಸೆಕೆ. ಆ ಒಂದು ದಿನ ಇದ್ದಕ್ಕಿದ್ದ ಹಾಗೆ ಬೇಸಿಗೆಯೇ ಮುಗಿದುಹೋಯಿತು. ಈವಾನ್‌ನ ಕೊನೆಯ ದಿನವದು, 8ನೇ ಆಗಸ್ಟ್. ಬಿರುಬೇಸಿಗೆ, ನೀರಿಳಿಸುವ ಸೆಕೆ. ಈವಾನ್ ಮತ್ತು ಮಾರ್ಲೇನ ನನ್ನ ಕೆಲಸದ ಬಳಿಕ ನನ್ನನ್ನು ಕರೆದುಕೊಂಡು ಹೋಗಲು ಕಾರಿನಲ್ಲಿ ಬಂದಿದ್ದರು. ಅಲ್ಲಿಂದ ನಾವು ಕೆರೆಯ ಬಳಿ ಹೋದೆವು.

ಕೆರೆಯ ಬದಿಯಲ್ಲಿ ಕುಳಿತು ಹರಟುವಾಗ ಈವಾನ್ ತಾನು ಸಂಬಂಧಿಕರನ್ನು ಕಂಡುಬರಲು ರಷ್ಯಾಕ್ಕೆ ಹೋಗುತ್ತಿರುವುದಾಗಿ ತಿಳಿಸಿದ. ಮರುದಿನವೇ ಮನೆಯವರೊಂದಿಗೆ ಕಾರಿನಲ್ಲಿ ಹೋಗುತ್ತಿರುವುದಾಗಿ ಹೇಳಿದ. ಅವನಿಗೆ ಇಷ್ಟವಿಲ್ಲದಿದ್ದರೂ ಅವನ ಅಮ್ಮನಿಗೆ ಬೇಜಾರು ಮಾಡಬಾರದು ಎಂದು ಹೋಗಲು ಒಪ್ಪಿದ್ದ. ಅದನ್ನು ಕೇಳಿದ ನಾನು ಹಾಗೂ ಮಾರ್ಲೇನ ಅವನು ಇನ್ನೂ ತನ್ನ ಕುಟುಂಬದವರೊಂದಿಗೇ ರಜಾದಿನಗಳನ್ನು ಕಳೆಯುತ್ತಾನೆ ಎಂದು ಅಪಹಾಸ್ಯ ಮಾಡಿ ನಕ್ಕಿದ್ದೆವು. ಆದರೆ ಒಳಗೊಳಗೇ ನಮಗೆ ಹೊಟ್ಟೆಕಿಚ್ಚಿನ ಜೊತೆ ಸಂತೋಷವೂ ಆಗಿತ್ತು. ಮಾರ್ಲೇನ ಹದಿವಯಸ್ಸಿಗೆ ಕಾಲಿಟ್ಟು ಸುಮಾರು ಒಂದು ವರ್ಷ ಕಳೆಯುವ ಹೊತ್ತಿಗೆ ಅವಳ ಅಪ್ಪ ಅಮ್ಮನೊಂದಿಗಿನ ಸಂಬಂಧ ಹಳಸಿತ್ತು. ಅದರಿಂದಾಗಿ ಅವಳು ಆ ವಯಸ್ಸಿನಲ್ಲೇ ಮನಃಶಾಸ್ತ್ರಜ್ಞರ ಬಳಿ ಕೌನ್ಸೆಲಿಂಗ್ ಪಡೆಯುತ್ತಿದ್ದಳು. ಅವರು ಅವಳಿಗೆ ತನ್ನ ಮನೆಯವರನ್ನು ಪ್ರಾಣಿಗಳಂತೆ ಕಲ್ಪಿಸಿಕೊಂಡು ಅವರ ಚಿತ್ರಗಳನ್ನು ಬಿಡಿಸುವಂತೆ ಹೇಳಿದ್ದರು. ಅವಳ ಅಪ್ಪ ಹೆಗ್ಗಣವಾದರೆ ಅವಳ ಅಮ್ಮ ಕುರಿಯಾಗಿ ಅವತರಿಸಿದ್ದಳು. ಅವಳು ಅಪ್ಪ ಅಮ್ಮನ ಜೊತೆ ಕೊನೆಯ ಬಾರಿ ಬೇಸಿಗೆ ರಜೆಯನ್ನು ಕಳೆದದ್ದು ಅವಳಿಗೆ 15 ವರ್ಷವಿದ್ದಾಗ. ನನ್ನದು ಏಳನೇ ವಯಸ್ಸಿಗೆ ಕೊನೆ. ಆಗ ನಾನು ಮಾಮಾ ಮತ್ತು ಪಾಪಾರೊಂದಿಗೆ ದಕ್ಷಿಣ ಫ್ರಾನ್ಸಿನಲ್ಲಿ ಬೇಸಿಗೆ ರಜೆಯನ್ನು ಕಳೆದಿದ್ದೆ. ಅತ್ಯಂತ ಖುಷಿಯ ಬೇಸಿಗೆ ರಜೆಯದು. ಅದಾದ ನಂತರ ಮುಂದಿನ ಬೇಸಿಗೆ ರಜೆಗಳಲ್ಲಿ ಮಾರ್ಲೇನಳನ್ನು ಕಾಣಲು ಆಂಸ್ಟರ್‌ಡಾಮ್‌ಗೆ ಹೋಗಿದ್ದೆ. ಆಗ ಅಲ್ಲಿಂದಲೇ ಉತ್ತರ ಸಮುದ್ರವನ್ನು ನೋಡಲು ಹೋಗಿದ್ದೆ. ರಜೆಯಲ್ಲಿ ಒಮ್ಮೆ ಈಡಾಳನ್ನು ಹೊರದೇಶಕ್ಕೆ ಕರೆದುಕೊಂಡು ಹೋಗಬೇಕು, ಅವಳಿಗೆ ಒಮ್ಮೆಯಾದರೂ ಸಮುದ್ರವನ್ನು ತೋರಿಸಲೇಬೇಕು ಎಂದು ಕೆರೆಯ ಪಕ್ಕ ಕುಳಿತು ಮನಸ್ಸಿನಲ್ಲೇ ನಿಶ್ಚಯಿಸಿದ್ದೆ. ಆಗಸ್ಟ್ ತಿಂಗಳ ಬಿಸಿಲನ್ನು ಅನುಭವಿಸುತ್ತಾ ಮೂವರೂ ಆಕಾಶವನ್ನು ನೋಡಿಕೊಂಡು ಮಲಗಿದ ನೆನಪು.

ನಾನು ಸ್ನಾನ ಮುಗಿಸಿ ಸೋಫಾದ ಮೇಲೆ ಬಂದು ಮಲಗಿದಾಗ ಮನೆಯ ತುಂಬೆಲ್ಲಾ ಶೋಕ ಮಡುಗಟ್ಟಿದ ಅನುಭವವಾಯಿತು. ಆ ಮನೆಯಲ್ಲಿ ಈವಾನ್ ಕೆಲ ವರ್ಷಗಳ ಹಿಂದಷ್ಟೇ ಬಾಳಿ ಬದುಕಿದ್ದ. ನಿದ್ದೆ ಹತ್ತಲಿಲ್ಲ. ಆ ಮನೆಯ ಶೋಕದಿಂದ ತಪ್ಪಿಸಿಕೊಳ್ಳಲು ಕಣ್ಣು ಮುಚ್ಚಿಕೊಂಡು ಐದು ವರ್ಷದ ಹಿಂದಿನ ಬೇಸಿಗೆ ರಜೆಯನ್ನು ಪ್ರಯತ್ನಪೂರ್ವಕವಾಗಿ ಕಣ್ಣ ಮುಂದೆ ತಂದುಕೊಂಡೆ. ಕೂರುಕೋಣೆಯ ಕತ್ತಲ ನೀರವತೆಯನ್ನೇ ಮಳೆಮೋಡಗಳಿಂದ ತುಂಬಿದ್ದ ಕಪ್ಪು ಆಕಾಶದ ಹೊದಿಕೆಯೆಂದು ನಂಬಿಕೊಂಡೆ. ಹುಲ್ಲು ಗಾವಲಿನ ಮೇಲೆ ನಡುವೆ ಮಲಗಿದ್ದ ಈವಾನ್, ಅವನ ಒಂದು ಪಕ್ಕದಲ್ಲಿ ನಾನು, ಇನ್ನೊಂದು ಪಕ್ಕದಲ್ಲಿ ಮಾರ್ಲೇನ.

ನಾನು: ಈಡಾ ದೊಡ್ಡವಳಾದ ಮೇಲೆ ಒಮ್ಮೆ ಅವಳನ್ನು ಬೇಸಿಗೆ ರಜೆಗೆ ಸಮುದ್ರದ ಬಳಿ ಕರೆದುಕೊಂಡು ಹೋಗಬೇಕು.

ಮಾರ್ಲೇನ: ನಾನು ಮತ್ತು ಈವಾನ್ ನಿಮ್ಮ ಜೊತೆಗೆ ಬರುತ್ತೇವೆ. ಓಕೆ?

ನಾನು: ಓಕೆ.

ಈವಾನ್: ನಮ್ಮ ದೊಡ್ಡ ಕಾರಿನಲ್ಲೇ ಹೋಗೋಣ. ಸ್ಲೊವೇನಿಯಾ ದಾಟಿ ಕ್ರೊಯೇಷಿಯಾಗೆ ಹೋಗಬಹುದು. ಸ್ಲೊವೇನಿಯಾದ ರಾಜಧಾನಿ ಲ್ಯೂಬ್ಲಿಯಾನಾ ತಲುಪಿ ಸಮುದ್ರತಟದಲ್ಲಿ ಇರುವ ಪುಟ್ಟ ಪಿರಾನ್ ನಗರವನ್ನು ನೋಡಿಕೊಂಡು, ಅಲ್ಲಿಂದ ಕ್ರೊಯೇಷಿಯಾದ ಕರಾವಳಿ ರಸ್ತೆಯುದ್ದಕ್ಕೂ ಇರುವ ಪುಲಾ, ಮೆದುಲಿನ್ ಮತ್ತು ರಿಯೆಕಾ ನಗರಗಳಿಗೆ ಹೋಗಬಹುದು.

ನಾನು ಮತ್ತು ಮಾರ್ಲೇನ ಉತ್ಸಾಹದಿಂದ ತಲೆಯಾಡಿಸಿದ್ದು ಅವನಿಗೆ ತಿಳಿದಿರಲಾರದು, ಏಕೆಂದರೆ ನಾವೆಲ್ಲರೂ ಅಂಗಾತ ಮಲಗಿ ಆಕಾಶದಲ್ಲಿ ಮೋಡಗಳ ಗುದ್ದಾಟವನ್ನು ನೋಡುತ್ತಿದ್ದೆವು. ಈವಾನ್ ಮಧ್ಯದಲ್ಲಿ, ನಾನು ಅವನ ಎಡಕ್ಕೆ, ಮಾರ್ಲೇನ ಅವನ ಬಲಕ್ಕೆ. ನಾನು ತಲೆಯನ್ನು ಬಲಕ್ಕೆ ತಿರುಗಿಸಿದೆ, ಅವನ ತಲೆ ಅದಾಗಲೇ ಎಡಕ್ಕೆ ತಿರುಗಿತ್ತು. ನಾವಿಬ್ಬರೂ ಮುಗುಳ್ನಕ್ಕೆವು.

ಮಾರ್ಲೇನ: ನನಗೊಂದು ಮಾತು ಕೊಡು.

ಈವಾನ್: ಏನು?

ಮಾರ್ಲೇನ: ನನ್ನನ್ನು ಮತ್ತು ಟಿಲ್ಡಾ ಈಡಾರನ್ನು ನಿನ್ನ ದೊಡ್ಡ ಕಾರಿನಲ್ಲಿ ಸ್ಲೊವೇನಿಯಾ ಮತ್ತು ಕ್ರೊಯೇಷಿಯಾಗಳಿಗೆ ಕರೆದುಕೊಂಡು ಹೋಗುತ್ತೀಯ ಎಂದು.

ಅವನು ಅವಳಿಗೆ ಮಾತು ಕೊಟ್ಟ. ನಾನು ಮತ್ತು ಈವಾನ್ ಒಬ್ಬರನ್ನೊಬ್ಬರು ನೋಡುತ್ತಲೇ ಇದ್ದೆವು.

ಮಾರ್ಲೇನ ಅವನ ಮೈಮೇಲೆ ಹೊರಳಿಕೊಂಡಳು.

ಮಾರ್ಲೇನ: ಹೇಯ್! ನೀನು ನನ್ನನ್ನು ಬಿಟ್ಟು ಬೇರೆ ಹುಡುಗಿಯರ ಜೊತೆ ಫ್ಲರ್ಟ್ ಮಾಡುವ ಹಾಗಿಲ್ಲ.

ಅವನ ಮುಖವನ್ನು ಎರಡೂ ಕೈಗಳಲ್ಲಿ ಹಿಡಿದು ಅವಳೆಡೆಗೆ ತಿರುಗಿಸಿ ಲೊಚಲೊಚನೆ ಹತ್ತಾರು ಮುತ್ತುಗಳನ್ನಿಟ್ಟಳು.

ಬೇಸಿಗೆಯಾದ್ದರಿಂದ ಎಂಟು ಗಂಟೆಯಾದರೂ ಹೊರಗೆ ಬೆಳಕಿತ್ತು. ನಾವು ಕೆರೆಯ ಬದಿಯಲ್ಲಿ ಮಲಗಿದ್ದೆವು. ಕೊಂಚ ಕತ್ತಲಾಗುತ್ತಿದ್ದಂತೆ ಮಾರ್ಲೇನಳಿಗೆ ಧಿಡೀರನೆ ಯಾವುದೋ ಪಾರ್ಟಿಯ ನೆನಪಾಯಿತು, ಯಾವುದೋ ಕ್ಲಬ್ಬಿಗೆ ಹೋಗಲೇಬೇಕು ಎಂದು ಎದ್ದಳು.

ಆ ಕ್ಲಬ್ಬಿನಲ್ಲಿ ಅಂದು ಅವಳ ಇಷ್ಟದ ಡಿಜೆಯ ಸಂಗೀತವಿತ್ತಂತೆ. ಈವಾನ್ ತಾನು ಮನೆಗೆ ಹೊರಡುವುದಾಗಿ ಹೇಳಿದ. ಅವನು ಮರುದಿನ ಬೆಳಿಗ್ಗೆ ಆರಕ್ಕೆ ಮನೆಯವರೊಂದಿಗೆ ರಷ್ಯಾಕ್ಕೆ ಹೊರಡಲಿದ್ದ. ನನಗೆ ಸುಸ್ತಾಗಿ ಕಣ್ಣೆಳೆಯುತ್ತಿತ್ತು, ಮರುದಿನ ಬೆಳಿಗ್ಗೆ ಎದ್ದು ನಾನು ಕೆಲಸಕ್ಕೆ ಹೋಗಬೇಕಿತ್ತು. ಆದರೆ ಮಾರ್ಲೇನಳ ಜೊತೆ ವಾದ ಮಾಡಿ ಗೆದ್ದವರುಂಟೇ? ಸ್ವಲ್ಪ ಚೌಕಾಸಿ ಮಾಡಿ "ಹೀಗೆ ಹೋಗಿ ಹಾಗೆ ಬಂದುಬಿಡೋದು" ಎಂದು ಅವಳನ್ನು ಒಪ್ಪಿಸಿದೆವು. ಮೆಕ್‌ಡೊನಾಲ್ಡ್ಸ್‌ನಲ್ಲಿ ಕಾರಿನಿಂದ ಇಳಿಯದೆ ತಿಂಡಿ ಕಟ್ಟಿಸಿಕೊಂಡು ಕ್ಲಬ್ಬಿನ ಬಳಿ ಹೋದೆವು. ನಂತರ ನಡೆದದ್ದು ಮಸುಕು ಮಸುಕಾಗಿ ನೆನಪಿದೆ. ಮಾರ್ಲೇನಳಿಗೆ ಯಾವುದೋ ಡ್ರಗ್ ತೆಗೆದುಕೊಳ್ಳುವ ಆಸೆಯಾಯಿತು. "ನಶೆ ಏರದಿದ್ದರೆ ಸಂಗೀತದ ನೈಜ ಅನುಭವ ಆಗುವುದಿಲ್ಲ" ಎಂದಳು. ಕ್ಲಬ್ಬಿಗೆ ಹೋಗಿ ಪಾರ್ಟಿ ಮಾಡುವ ಯೋಜನೆ ಅಂದು ಇಲ್ಲದ್ದರಿಂದಲೋ ಏನೋ, ಈವಾನ್‌ನ ಬಳಿ ನಶೆ ಏರಿಸುವಂತಹದ್ದು ಏನೂ ಇರಲಿಲ್ಲ. ಮಾರ್ಲೇನ ಬಗ್ಗಲಿಲ್ಲ, ಹಠ ಹಿಡಿದಳು.

ಈವಾನ್‌ನ ಪರಿಚಯದ ಒಂದು ಗುಂಪಿನವರು ಅಲ್ಲಿಯೇ ಯಾವುದೋ ಡ್ರಗ್ ತೆಗೆದುಕೊಳ್ಳುತ್ತಿದ್ದರು. ನಾವೂ ಅವರೊಂದಿಗೆ ಸೇರೋಣವೆಂದು ಮಾರ್ಲೇನ ದುಂಬಾಲು ಬಿದ್ದಳು. ಕೊನೆಗೆ ಹಾಗೇ ಆಯಿತು. ಅದಾದ ಬಳಿಕ ನಡೆದ ಘಟನೆಗಳು ನನಗೆ ಸರಿಯಾಗಿ ನೆನಪಿಲ್ಲ. ಕ್ಲಬ್ಬಿನ ಒಳಗೆ ಝುಗಮಗಿಸುತ್ತಿದ್ದ ಬೆಳಕು, ಕೃತಕ ಹೊಗೆಯನ್ನು ಸೀಳಿಕೊಂಡು ನರ್ತಿಸುತ್ತಿದ್ದ ಲೇಸರ್ ಬೆಳಕಿನ ಕೋಲುಗಳು. ಮಬ್ಬುಮಬ್ಬಾದ ನೆನಪು. ಒಂದಿಷ್ಟು ದೃಶ್ಯಗಳ ನೆನಪು ಮಾತ್ರ ಜೀವಂತವಾಗಿತ್ತು. ನನಗೆ ಎಲ್ಲವೂ ಹಾಸ್ಯಾಸ್ಪದವಾಗಿತ್ತು. ಅದೇಕೋ ಏರಿದ ನಶೆ ಸರಿಬರಲಿಲ್ಲ. ಬ್ಯಾಡ್ ಟ್ರಿಪ್. ಅದು ಯಾವ ಡ್ರಗ್ ಎಂದು ನೆನಪಿಗೆ ಬರಲಿಲ್ಲ, ಎಲ್‌ಎಸ್‌ಡಿ ಇದ್ದಿರಬಹುದು. ಮೊದಮೊದಲು ಸಂತೋಷದ ಬೆಚ್ಚನೆ ಅನುಭವ, ಆ ಸಂತೋಷ ಗರಿಗೆದರಿ ಹಾರುವ ಬದಲು ಒಮ್ಮೆಗೇ ಮಗುಚಿಕೊಂಡುಬಿಟ್ಟಿತು. ಕಣ್ಣುಮುಚ್ಚಿದಾಗ ನಾನು ಮತ್ತೆ ಅದೇ ಕ್ಲಬ್ಬಿನಲ್ಲಿ ಇದ್ದೆ. ಅದರ ನೆಲದ ಮೇಲೆ ನಡೆದಾಗ ಶೂಗಳಿಗೆ ಪಚಪಚ ಎಂದು ಅಂಟಿಕೊಳ್ಳುತ್ತಿತ್ತು. ಅಲ್ಲಿಗೆ ಹೋಗಿ ಐದು ವರ್ಷಗಳು ಕಳೆದಿದ್ದವು. ಅಲ್ಲಿ ನಾನು ಮತ್ತೆಂದೂ ಕಾಲಿಡಲಿಕ್ಕಿಲ್ಲ. ಬಿಳಿಯನ್ನು ಪ್ರಕಾಶಮಾನವಾಗಿ ಕಾಣುವಂತೆ ಮಾಡುವ ನೇರಳೆ ದೀಪ, ಸಂಗೀತಕ್ಕೆ ತಕ್ಕಂತೆ ಲೇಸರ್ ಬೆಳಕಿನಾಟ, ದೊಡ್ಡ ಪೆಟ್ಟಿಗೆಗಳಿಂದ ಹೊರಬರುತ್ತಿದ್ದ ಮಂದ್ರಸ್ಥಾಯಿಯ ಬೇಸ್ ಸ್ವರಗಳು, ಲಯಬದ್ಧವಾದ ಬಡಿತಗಳು ಆ ಕ್ಲಬ್ಬನ್ನು ತುಂಬಿದ್ದವು. ಆ ಬಡಿತದ ಲಯ ನನ್ನ ಹೃದಯದ ಲಯವನ್ನು ನಿಯಂತ್ರಿಸುತ್ತಿದೆ ಅನ್ನಿಸುತ್ತಿತ್ತು. ಈವಾನ್ ಮತ್ತು ಮಾರ್ಲೇನ ನನ್ನ ಅಕ್ಕಪಕ್ಕದಲ್ಲಿ ಇದ್ದರು. ನಾನು ಆ ಕ್ಲಬ್ಬಿನ ವಾತಾವರಣದಲ್ಲಿ ಬೆರೆತುಹೋದೆ.

ಮಂದ್ರಸ್ಥಾಯಿಯ ಬಡಿತ ಧ್ವನಿವರ್ಧಕದ ಪೆಟ್ಟಿಗೆಗಳಿಂದ ಹೊರಬರುವುದರ ಬದಲಾಗಿ ನನ್ನ ದೇಹದೊಳಗಿಂದ ಹೊರಬರುತ್ತಿತ್ತು. ತಾಳದ ವೇಗ ಹೆಚ್ಚಿದಂತೆ ನನ್ನ ಹೃದಯದ ಬಡಿತದ ವೇಗವೂ ಹೆಚ್ಚಿತು. ತಾಳದ ವೇಗ ಹೆಚ್ಚಿತು, ನನ್ನ ಹೃದಯದ ಬಡಿತವೂ ಹೆಚ್ಚಿತು. ಭಯ, ಗಾಬರಿ, ಆತಂಕ. ತಾಳದ ವೇಗ ಇನ್ನಷ್ಟು ಹೆಚ್ಚಿದರೆ ಏನಾಗಬಹುದು? ಹೃದಯದ ಬಡಿತ ನಿಂತುಬಿಡಬಹುದೇ? ಉಹೂಂ, ಸಂಗೀತ ನಿಲ್ಲಬಾರದು. ಇಲ್ಲದಿದ್ದರೆ ಈಡಾ ಅನಾಥೆಯಾಗಿಬಿಡುವಳು. ನನ್ನ ಹೃದಯ ಬಡಿಯದಿದ್ದರೆ ಅವಳನ್ನು ದಿನವೂ

ಕಿಂಡರ್‌ಗಾರ್ಟನ್‌ಗೆ ಬಿಡುವವರು ಯಾರು? ನನಗೇನಾದರೂ ಬದುಕಬೇಕೆಂಬ ಆಸೆಯಿದ್ದರೆ ನಾನು ಇಲ್ಲೇ ಇರಬೇಕು, ಕುಣಿಯುತ್ತಲೇ ಇರಬೇಕು. ಲಯವನ್ನು ರಕ್ತದ ಕಣಕಣಗಳಲ್ಲೂ ತುಂಬಿಕೊಳ್ಳಬೇಕು. ಆದರೆ ಅವಳನ್ನು ಕಿಂಡರ್‌ಗಾರ್ಟನ್‌ಗೆ ಬಿಡುವವರು ಯಾರು? ಮಾರ್ಲೇನ ಮತ್ತು ಈವಾನ್ ನನ್ನ ಪಕ್ಕದಲ್ಲಿ ತಬ್ಬಿಕೊಂಡು ನಿಂತಿದ್ದರು.

ಅವರಿಬ್ಬರ ಕೈ ತಟ್ಟಿದೆ. ಬೇಸ್ ನನ್ನ ಎದೆಗೂಡಿನಿಂದ ಹೊರಹೊಮ್ಮುತ್ತಿದೆ ಎಂದು ತೋರಿಸಲು ನನ್ನ ಎರಡೂ ಕೈಗಳನ್ನು ಅಗಲವಾಗಿ ಹೊರಚಾಚಿದೆ.

ನಾನು ಚೀರಿದೆ: ಬೇಸ್ ನನ್ನ ಎದೆಗೂಡಿನಿಂದ ಹೊರಹೊಮ್ಮುತ್ತಿದೆ, ಧ್ವನಿವರ್ಧಕದಿಂದಲ್ಲ.

ಅವರು ನಕ್ಕುಬಿಟ್ಟರು. ಇದೇನು ತಮಾಷೆಯ ವಿಷಯವೇ?

ನಾನು ಚೀರಿದೆ: ಇದು ತಮಾಷೆಯ ವಿಷಯವಲ್ಲ.

ನಾನು ಚೀರಿದೆ: ನನ್ನ ಹೃದಯ ಬಡಿಯುವುದನ್ನು ನಿಲ್ಲಿಸಿದರೆ ನೀವು ಈಡಾಳನ್ನು ದಿನವೂ ಕಿಂಡರ್‌ಗಾರ್ಟನ್‌ಗೆ ಬಿಡಬೇಕು. ಹಾಗೆಂದು ನನಗೆ ಮಾತು ಕೊಡಿ.

ಮಾರ್ಲೇನ ಚೀರಿದಳು: ಇದು ತಮಾಷೆಯ ವಿಷಯವಲ್ಲ.

ನಾನು ಚೀರಿದೆ: ಬೆಳಿಗ್ಗೆ ಬಿಡುವುದಷ್ಟೇ ಅಲ್ಲ, ಮಧ್ಯಾಹ್ನ ವಾಪಸ್ಸು ಕರೆದುಕೊಂಡು ಬರಬೇಕು.

ವಾಪಸ್ಸು ಕರೆದುಕೊಂಡು ಬರುವುದನ್ನು ಹೇಗೆ ಮರೆತೆ ನಾನು?

ನಾನು ಚೀರಿದೆ: ಈಡಾಳನ್ನು ಸ್ಲೊವೇನಿಯಾ ಮತ್ತು ಕ್ರೊಯೇಷಿಯಾಗಳಿಗೆ ನೀವಿಬ್ಬರೇ ಕರೆದುಕೊಂಡು ಹೋಗಿ ಅವಳಿಗೆ ಸಮುದ್ರವನ್ನು ತೋರಿಸಬೇಕು. ಹಾಗೆಂದು ನನಗೆ ಮಾತು ಕೊಡಿ.

ಮಾರ್ಲೇನ ಚೀರಿದಳು: ತಮಾಷೆ ಸಾಕು.

ನಾನು ಚೀರಿದೆ: ಈವಾನ್, ನೀನು ಹೇಳಿದ ಎಲ್ಲಾ ಊರುಗಳ ಹೆಸರುಗಳು ನನಗೆ ನೆನಪಿವೆ. ನೀವು ಒಂದು ಊರನ್ನೂ ಬಿಡಕೂಡದು.

ಈವಾನ್ ಚೀರಿದ: ಟಿಲ್ಡಾ, ದಯವಿಟ್ಟು ಸಾಕುಮಾಡು.

ನಾನು ಚೀರಿದೆ: ಲ್ಯೂಬ್ಲಿಯಾನಾ, ಪಿರಾನ್, ಪುಲಾ, ಮೆದುಲಿನ್, ರಿಯೆಕಾ.

ಒಮ್ಮೆಲೇ ಹೇಗೇಗೋ ಆಯಿತು. ಕೋಣೆಯೇ ಚಿಕ್ಕದಾಗತೊಡಗಿತು. ಕಡುಗಪ್ಪು ಗೋಡೆಗಳು ನನ್ನನ್ನು ಮುತ್ತಿಕೊಂಡು ಉಸಿರುಗಟ್ಟಿಸಿದವು.

ನನ್ನ ಸುತ್ತ ಕುಣಿಯುತ್ತಿದ್ದ ವ್ಯಕ್ತಿಗಳು, ನನ್ನ ಕಡೆ ನೋಡುತ್ತ ಇನ್ನಷ್ಟು ಆವೇಶದಿಂದ ಕುಣಿದರು. ಅವರ ಬಣ್ಣಬಣ್ಣದ ಝಗಮಗಿಸುವ ಮುಖಗಳು ನನ್ನೆಡೆ ನೋಡಿ ಕೇಕೆಹಾಕಿ ನಕ್ಕವು. ಮೂಳೆಗಳು ಕರಗಿಹೋಗಿ ಅವರೆಲ್ಲರೂ ಪ್ರಕಾಶಮಾನವಾದ

ಕಪ್ಪೆಮರಿಗಳಾಗಿ ಪರಿವರ್ತನೆಗೊಂಡರು. ಅಲ್ಲಿ ಅದೆಷ್ಟು ಸೆಕೆ ಎಂದರೆ ನನ್ನ ಮೂಳೆಗಳೂ ಕರಗಿಹೋಗುವಂತಿತ್ತು. ಎಲ್ಲೆಡೆ ಕುದಿಕುದಿ ಬಿಸಿನೀರು. ನನ್ನ ಉಸಿರು ಕಟ್ಟಿದಂತಾಯಿತು. ನಾನು ಎಲ್ಲರಂತೆ ಕೇವಲ ಒಂದು ಕಪ್ಪೆಮರಿ ಅಲ್ಲ. ನಾನು ಅಲ್ಲಿಂದ ಹೊರಡಬೇಕು. ನನಗೆ ಅಲ್ಲಿಂದ ಹೊರಹೋಗಲು ಸಾಧ್ಯವೇ? ನನ್ನ ಹೃದಯದ ಗತಿಯೇನು? ಅದು ಅತಿ ವೇಗವಾಗಿ ಬಡಿದುಕೊಳ್ಳುತ್ತಿದೆ. ಸಂಗೀತದ ಲಯವೂ ಅಷ್ಟೇ, ಗಟ್ಟಿಯಾಗಿ ವೇಗವಾಗಿ ಬಡಿಯುತ್ತಿದೆ.

ಅಲ್ಲಿದ್ದ ಡಿಜೆಯ ಕಡೆಗೆ ನೋಡಿ ಲಯದ ತೀವ್ರತೆಯನ್ನು ಕಡಿಮೆ ಮಾಡೆಂದು ಕಿರುಚಿದೆ.

"ನನ್ನ ಎದೆ" ಎಂದು ಕಿರುಚಿದೆ.

ಅವಳು ನಕ್ಕಳು. ಅವಳ ಮುಖ ಕ್ರಮೇಣ ಬದಲಾಯಿತು. ಅವಳ ನೀಲಿ ಕಣ್ಣುಗಳು ದೊಡ್ಡದಾಗಿ ಬೆಳೆದು ಕಂದುಬಣ್ಣಕ್ಕೆ ತಿರುಗಿದವು, ಅವಳ ಚಿಕ್ಕಚಿಕ್ಕ ಕಪ್ಪನೆ ಕೂದಲು ನೀಳವಾಗಿ ಕಂದುಬಣ್ಣಕ್ಕೆ ತಿರುಗಿತು, ಅವಳ ಮುಖದ ಮೇಲಿನ ಮಂದಹಾಸ ಮಾಸಿ ನನ್ನನ್ನು ದುರುಗುಟ್ಟಿ ನೋಡಿದಳು, ದುಂಡನೆ ಮೂಗು, ಚಿಕ್ಕ ಬಾಯಿಗಳು ಮೂಡಿದವು. ಮಾಮಾ. ನನ್ನನ್ನು ನೋಡಿ ಗಹಗಹಿಸಿ ನಕ್ಕಳು.

"ಮಾಮಾ!" ಎಂದು ನಾನು ಕಿರುಚಿದೆ.

ನಾನು ಚೀರಿದೆ: ನನ್ನ ಎದೆ! ನನ್ನನ್ನು ಕೊಂದೇಬಿಡುವೆ ನೀನು.

ನಾನು ಚೀರಿದೆ: ಈಡಾಳ ಗತಿ ಏನು?

ನಾನು ಚೀರಿದೆ: ಅವಳನ್ನು ನೀನು ನೋಡಿಕೊಳ್ಳುವೆಯಾ?

ಯಾರೋ ನನ್ನನ್ನು ನೀರಿನಿಂದ ಹೊರಗೆಳೆದು ತಂದರು. ತಾಜಾ ಹವೆ ಮುಖಕ್ಕೆ ಬಡಿಯಿತು. ನೆಲದ ಮೇಲೆ ಅಂಗಾತ ಮಲಗಿ ಆಕಾಶವನ್ನು ನೋಡುತ್ತಿದ್ದೆ. ತುಂತುರು ಮಳೆ ಆರಂಭವಾಗಿ ಹನಿಗಳು ಕ್ರಮೇಣ ದಪ್ಪವಾಗುತ್ತಾ ಹೋದವು. ನಂತರ ಧೋ ಎಂದು ವರ್ಷಧಾರೆ ಸುರಿಯಿತು. ಆಕಾಶದ ತುಂಬಾ ಮಿಂಚಿನ ಬಳ್ಳಿಗಳು. ಕಣ್ಣಿಗೆ ಹಬ್ಬ. ನೆಲವನ್ನೇ ನಡುಗಿಸುವಂತಹ ಗುಡುಗು. ಆ ಸುರಿಮಳೆಯಲ್ಲಿ ನಾನು ಎಷ್ಟು ಹೊತ್ತು ಮಲಗಿದ್ದೆನೆಂಬ ಅರಿವೇ ನನಗಿರಲಿಲ್ಲ. ಮೂರು ನಿಮಿಷಗಳಿದ್ದಿರಬಹುದು, ಎಂಟು ಗಂಟೆಗಳೂ ಇದ್ದಿರಬಹುದು. ನನ್ನ ಜೀವನದ ಅತ್ಯಂತ ರಮಣೀಯ ಅನುಭವ ಅದಾಗಿತ್ತು. ಯಾವಾಗಲೋ ಒಮ್ಮೆ ಮಳೆ ನಿಂತಾಗ ಈವಾನ್ ನನ್ನ ಪಕ್ಕದಲ್ಲೇ ಮಲಗಿದ್ದ, ನನ್ನ ಬಲಗೈಯನ್ನು ಹಿಡಿದುಕೊಂಡಿದ್ದ. ಅವನು ಅಷ್ಟೂ ಹೊತ್ತು ನನ್ನ ಪಕ್ಕದಲ್ಲೇ ಮಲಗಿದ್ದನೇ? ಎಲ್ಲವೂ ಹೀಗೇ ಇದ್ದುಬಿಟ್ಟರೆ ಬೇರೆ ಎಲ್ಲ ಸಮಸ್ಯೆಗಳೂ ಸರಿಹೋಗುತ್ತವೆ ಎಂಬ ಕ್ಷಣಿಕ ಭರವಸೆ ಮೂಡಿತು.

ಈವಾನ್: ಸ್ವಲ್ಪ ಸುಧಾರಿಸಿಕೋ.

ಮುಂದಿನ ಸಂಭಾಷಣೆ ನಡೆದಿರಬಾರದಿತ್ತು. ಅದು ನಾನು ಮನಸ್ಸಿನಲ್ಲೇ ಕಲ್ಪಿಸಿಕೊಂಡ ಸಂಭಾಷಣೆ ಆಗಿದ್ದಿದ್ದರೆ ಎಷ್ಟೋ ಚೆನ್ನಾಗಿತ್ತು ಎಂದು ನಾನು ಬಾರಿಬಾರಿ ಯೋಚಿಸಿದ್ದಿದೆ. ಆದರೆ ನಿಜವಾಗಿ ಅದು ನಡೆದೇ ಇತ್ತೆಂಬುದೂ ನನಗೆ ತಿಳಿದಿದೆ. ಈಗಲೂ ಆ ಮಾತುಗಳು

ನನಗೆ ಕರಾರುವಾಕ್ಕಾಗಿ ನೆನಪಿವೆ. ಆ ಸಂಭಾಷಣೆಯ ಎಲ್ಲಾ ಪದಗಳು ನನ್ನ ಮನಸ್ಸಿನಲ್ಲಿ ಹಚ್ಚೆ ಹಾಕಿದಂತೆ ಉಳಿದುಬಿಟ್ಟಿವೆ.

ಈವಾನ್: ನೀನೂ ನನ್ನ ಜೊತೆ ರಷ್ಯಾಕ್ಕೆ ಬಂದುಬಿಡು.

ನಾನು: ಏನು ಹೇಳುತ್ತಿರುವೆ?

ಈವಾನ್: ಆಗ ನಿನಗೆ ಈ ಊರಿನಿಂದ ಮುಕ್ತಿ ಸಿಗುತ್ತದೆ.

ನಾನು: ನಿಮ್ಮ ಕಾರಿನಲ್ಲಿ ನನಗೆ ಜಾಗವೆಲ್ಲಿದೆ?

ಈವಾನ್: ನಾವು ನಾಲ್ವರು ಮಕ್ಕಳು ಯಾವಾಗಲೂ ಹಿಂದಿನ ಸೀಟಿನಲ್ಲೇ ಕೂರುವುದು. ನಾಳೆ ನನ್ನ ಅಣ್ಣ ನಮ್ಮೊಂದಿಗೆ ಬರುತ್ತಿಲ್ಲ, ಹಾಗಾಗಿ ಒಂದು ಸೀಟು ಖಾಲಿ ಇದೆ. ನೀಕಾ ಮತ್ತು ಸಾಶಾ ಇಬ್ಬರಿಗೂ ಸೇರಿ ಒಂದು ಸೀಟಿನಷ್ಟು ಜಾಗ ಸಾಕಾಗುತ್ತದೆ.

ನಾನು: ಮಾರ್ಲೇನ?

ಈವಾನ್: ಐದು ಜನ ಹಿಡಿಸುವುದಿಲ್ಲ.

ನಾನು ಈವಾನ್‌ನನ್ನು ಎರಡು ಕ್ಷಣ ದಿಟ್ಟಿಸಿ ನೋಡಿದೆ. ಅವನು ಬಹಳ ಪ್ರಾಮಾಣಿಕವಾಗಿ ಆ ಮಾತುಗಳನ್ನು ಹೇಳಿದ್ದ. ಅವನ ತೀಕ್ಷ್ಣ ನೋಟದಲ್ಲಿ ತಮಾಷೆಯ ಸುಳಿವು ಕಾಣಲಿಲ್ಲ.

ನನ್ನ ಕೈಯನ್ನು ಅವನು ಹಗುರವಾಗಿ ಒತ್ತಿದ, ನಾನೂ ಮೆಲ್ಲಗೆ ಒತ್ತಿ ಪ್ರತಿಕ್ರಿಯಿಸಿದೆ. ಸರಿಯಾಗಿ ಅದೇ ಕ್ಷಣದಲ್ಲಿ ಮಾರ್ಲೇನ ಬಂದಳು. "ಮಿತ್ರದ್ರೋಹಿಗಳಾ" ಎಂದು ಕೂಗಿ, ಈವಾನ್‌ನ ಮೇಲೆ ಎಗರಿ ಬಿದ್ದು ಅವನನ್ನು ಚುಂಬಿಸಿದಳು.

ನಸುಗತ್ತಲಲ್ಲಿ ಹೊಲಗಳ ನಡುವೆ ನಾನು, ಈವಾನ್ ಮತ್ತು ಮಾರ್ಲೇನ ಈವಾನನ ಮನೆಯ ಕಡೆ ನಡೆದೆವು. ಯೋಚನೆಗಳು ತುಂಬಿಕೊಂಡು ನನ್ನ ತಲೆ ಸಿಡಿಯುತ್ತಿತ್ತು. ಬೆಳಿಗ್ಗೆ ಸುಮಾರು ಆರು ಗಂಟೆಯ ಹೊತ್ತಿಗೆ ಮನೆಯ ಮುಂದೆ ಹೋಗ ನಿಂತೆವು. ಮನೆಯ ಮುಂದಿದ್ದ ಕಾರಿನಲ್ಲಿ ಅದಾಗಲೇ ಲಗೇಜನ್ನು ತುಂಬಿಸಿದ್ದರು. ಒಂದುಪಕ್ಷ ನಾನೂ ಕಾರನ್ನು ಹತ್ತಿಬಿಟ್ಟರೆ ಹೇಗಿರಬಹುದು ಎಂದು ಯೋಚಿಸಿದೆ. ಎಂತಹ ಸುಲಭದ ಮಾರ್ಗವದು. ಬಾಗಿಲು ತೆರೆಯುವುದು, ಕುಳಿತುಕೊಳ್ಳುವುದು, ಅಷ್ಟೇ. ಆದರೆ ಮಾರ್ಲೇನ ಮತ್ತು ಈಡಾ? ಅವರ ಗತಿ ಏನಾಗಬೇಕು? ನಾನು ಕಾರನ್ನು ಹತ್ತಲಿಲ್ಲ. ಈವಾನ್‌ನಿಗೆ ಕಣ್ಣಿನಲ್ಲೇ "ಸಾರಿ" ಎಂದೆ, ಅವನೂ ಕಣ್ಣಿನಲ್ಲೇ "ಪರವಾಗಿಲ್ಲ" ಎಂದ. ನಾವಿಬ್ಬರೂ ಅವನಿಗೆ ವಿದಾಯ ಹೇಳಿದೆವು.

ನಾನು ಕಣ್ಣು ತೆರೆದು, ಈಡಾಳ ಕೆನ್ನೆಯ ಮೇಲೆ ಮೂಡಿದ್ದ ನೀಲಿಗಟ್ಟಿದ ಗಾಯವನ್ನು ಹಗುರವಾಗಿ ನೇವರಿಸಿ ಮತ್ತೆ ಕಣ್ಣು ಮುಚ್ಚಿದೆ. ಅಂದು ನಾನೇನಾದರೂ ಕಾರನ್ನು ಹತ್ತಿದ್ದಿದ್ದರೆ ಏನಾಗುತ್ತಿತ್ತೋ, ಯಾವ ಯಾವ ಘಟನಾಸರಣಿಗಳು ಹೇಗೆ ಬದಲಾಗುತ್ತಿದ್ದವೋ, ಅಪಘಾತ ನಡೆಯದೆ ಇರುತ್ತಿತ್ತೇನೋ, ಅಥವಾ ನಾನೂ ಸಾಯುತ್ತಿದ್ದೇನೋ- ಹೀಗೆ ತಲೆಯಲ್ಲಿ ನೂರೆಂಟು ಪ್ರಶ್ನೆಗಳು ಸುಳಿದವು. ಈವಾನ್ ಅಂದು ಕಾರನ್ನು ಓಡಿಸುತ್ತಿದ್ದನೇ? ನನಗೆ ಮಾತ್ರ

ಗೊತ್ತಿದ್ದ ಹಿಂದಿನ ದಿನದ ಘಟನೆಗಳನ್ನು ವಿಕ್ಟೋರ್‌ಗೆ ತಿಳಿಸಬೇಕೇ? ಅವನ ತಮ್ಮನಿಗೆ ಐದು ವರ್ಷಗಳ ಹಿಂದೆ ವಿದಾಯ ಹೇಳಿದಾಗ ನಾನು ಈಗ ಮಲಗಿರುವ ಮನೆಯ ಮುಂದೆ ನಿಂತಿದ್ದೆ. ಆ ವಿಷಯವನ್ನು ವಿಕ್ಟೋರ್‌ಗೆ ಹೇಳಬೇಕೋ ಹೇಳಬಾರದೋ ನಿರ್ಧರಿಸಲು ನನಗೆ ಸಾಧ್ಯವಾಗಲಿಲ್ಲ.

■

ಎಂದಿನಂತೆ ನನ್ನ ಅಲಾರ್ಮ್ ಮುಂಜಾನೆ ಏಳಕ್ಕೆ ಹೊಡೆದುಕೊಂಡಿತು. ನನ್ನ ಮನೆಯಲ್ಲೇ ಇದ್ದೇನೆ ಎಂದುಕೊಂಡು ಮೇಲೆದ್ದೆ. ನನ್ನ ಪಕ್ಕದಲ್ಲೇ ಮಲಗಿದ್ದ ಈಡಾಳ ಕೆನ್ನೆಯ ಮೇಲೆ ನೀಲಿಗಟ್ಟಿದ ಗಾಯ, ಮತ್ತು ಅವಳು ತೊಟ್ಟಿದ್ದ ಬಾಂಬಿ ರಾತ್ರಿಯುಡುಗೆಯನ್ನು ಕಂಡಾಗಲೇ ನಾನು ಎಲ್ಲಿದ್ದೇನೆ ಎಂದು ಅರಿವಾದದ್ದು. ಹಿಂದಿನ ದಿನ ನಡೆದದ್ದೆಲ್ಲಾ ಮರಳಿ ಬಂತು. ನಾನು ಸದ್ದುಮಾಡದೆ ಎದ್ದು ಅಡುಗೆಮನೆಗೆ ಹೋದೆ. ಒಳಗೆ ಕಾಲಿಟ್ಟದ್ದೇ ಬೆಚ್ಚಿಬಿದ್ದೆ. ಹಸಿರು ಬಣ್ಣದ ಬಾಕ್ಸರ್ ಚಡ್ಡಿ ಮತ್ತು ಬಿಳಿ ಟೀಶರ್ಟ್ ತೊಟ್ಟು ಊಟದ ಮೇಜಿನ ಮೇಲೆ ಲ್ಯಾಪ್‌ಟಾಪ್ ತೆರೆದಿಟ್ಟುಕೊಂಡು ಕುಳಿತಿದ್ದ ವಿಕ್ಟೋರ್ ನನ್ನನ್ನು ನೋಡಿ ಮುಗುಳ್ನಕ್ಕ. ಕೆದರಿದ ಕೂದಲು, ಆಗಷ್ಟೇ ಎಚ್ಚರವಾದ ಕಣ್ಣುಗಳು. ಏನೂ ಅರಿಯದ ಸಣ್ಣ ಮುಗ್ಧ ಹುಡುಗನಂತೆ ಕಂಡ.

ವಿಕ್ಟೋರ್: ಹಾಯ್.

ನಾನು: ಹಾಯ್.

ನಿದ್ದೆ ಬಂತೇ ಎಂದು ಪ್ರಶ್ನಿಸುವ ಗೋಜಿಗೆ ಇಬ್ಬರೂ ಹೋಗಲಿಲ್ಲ, ಸದ್ಯ.

ವಿಕ್ಟೋರ್: ಕಾಫೀ?

ನಾನು: ಆಗಬಹುದು.

ಅವನು ಕುರ್ಚಿಯಿಂದ ಮೇಲೆದ್ದ. ಹಿಂದಿನ ದಿನದಷ್ಟು ವಿಹ್ವಲತೆ ಇಂದು ಕಾಣಲಿಲ್ಲ.

ವಿಕ್ಟೋರ್: ಕಾಫಿಗೆ ಹಾಲು, ಸಕ್ಕರೆ?

ನಾನು: ಉಹೂಂ. ಕಪ್ಪು ಕಾಫಿ.

ವಿಕ್ಟೋರ್: ಏನಾಶ್ಚರ್ಯ.

ಅವನು ಕಾಫಿಗೆ ಹಾಲು ಸಕ್ಕರೆಗಳನ್ನು ಬೆರೆಸಿಕೊಂಡು ಕುಡಿಯುವನೇ ಎಂದು ಪ್ರಶ್ನಿಸುವ ಅಗತ್ಯವೇ ಬರಲಿಲ್ಲ.

ಕಾಫಿ ತುಂಬಿದ ಎರಡು ದೊಡ್ಡ ಲೋಟಗಳನ್ನು ತಂದು ಮೇಜಿನ ಮೇಲಿಟ್ಟ. ಕೂರುವುದಕ್ಕೂ ಮುನ್ನ ನನ್ನನ್ನೊಮ್ಮೆ ನೋಡಿದ. ಇಬ್ಬರಿಗೂ ಕಣ್ಣಲ್ಲಿ ಕಣ್ಣಿಟ್ಟು ನೋಡುವುದು ಕಷ್ಟವಾಗಿತ್ತು. ಅವನ ಮುಖದಲ್ಲಿ ಇದ್ದ ಭಾವಪರವಶತೆ ಮತ್ತು ಆತಂಕಗಳು ನನ್ನ ಭಾರವಾದ ಎದೆಯಲ್ಲಿ ಪ್ರತಿಫಲಿಸಿದವು. ಹಿಂದಿನ ರಾತ್ರಿಯ ಘಟನೆಗಳು ನಮ್ಮಿಬ್ಬರ ನಡುವಿನ ಸಂಬಂಧವನ್ನು ಬದಲಾಯಿಸಿದ್ದವು ಎಂಬುದು ಇಬ್ಬರಿಗೂ ಸ್ಪಷ್ಟವಾಗಿತ್ತು. ಆ ಬದಲಾವಣೆಗಳು

ಏನು ಎಂದು ಅವನನ್ನು ಕೇಳಲು ನನಗೆ ಧೈರ್ಯ ಸಾಲಲಿಲ್ಲ. ಈಡಾ ಎದ್ದಳು. ಬಾಂಬಿ ರಾತ್ರಿಯುಡುಗೆಯನ್ನು ತೊಟ್ಟ ಅವಳು ಅಡುಗೆಮನೆಯ ಒಳಗೆ ಮೆಲ್ಲಗೆ ನಡೆದು ಬಂದಳು. ಅವಳ ಗಾಯ ಸ್ವಲ್ಪ ಊದಿಕೊಂಡು ಅದರ ನೀಲಿಬಣ್ಣ ಇನ್ನಷ್ಟು ಗಾಢವಾಗಿತ್ತು.

ನಾನು: ಗುಟೆನ್ ಮೋರ್ಗನ್.

ಅವಳು ನೆಲವನ್ನೇ ನೋಡುತ್ತಾ ನನ್ನ ಪಕ್ಕದಲ್ಲಿ ಕುಳಿತಳು.

ವಿಕ್ಟೋರ್: ಹಾಸ್ಟ್ ದು ಹುಂಗರ್, ಹಸಿವಾಗಿದೆಯಾ?

ಈಡಾ ಹೆಗಲು ಹಾರಿಸಿದಳು.

ವಿಕ್ಟೋರ್: ಕಾರ್ನ್‌ಫ್ಲೇಕ್ಸ್?

ಅವಳು ಸರಿಯೆಂದು ತಲೆದೂಗಿದಳು.

ವಿಕ್ಟೋರ್: ಸಿನಿಮಿನೀಸ್ ಬೇಕಾ ಅಥವಾ ಫ್ರಾಸ್ಟೀಸ್ ಬೇಕಾ?

ಈಡಾ: ಸಿನಿಮಿನೀಸ್.

ವಿಕ್ಟೋರ್ ಎದ್ದು ನಿಂತು ತಲೆ ಕೆರೆದುಕೊಂಡು ಅವಳಿಗೆ ಸಿನಿಮಿನೀಸ್‌ನ ರಟ್ಟಿನ ಡಬ್ಬ, ಹಾಲು, ಚಮಚ ಮತ್ತು ಒಂದು ಮುಖದ ಚಿತ್ರವಿದ್ದ ಪಿಂಗಾಣಿಯ ಬಟ್ಟಲನ್ನು ಕೊಟ್ಟ. ನಮ್ಮ ಮನೆಯಲ್ಲೂ ಅಂಥದ್ದೇ ಮುಖದ ಚಿತ್ರವಿದ್ದ ನೀಲಿ ಮತ್ತು ಹಳದಿ ಬಟ್ಟಲುಗಳು ಇದ್ದವು. ಸೂಪರ್‌ಮಾರ್ಕೆಟ್‌ನಲ್ಲಿ ರಿಯಾಯಿತಿ ದರದಲ್ಲಿ ಕೊಂಡದ್ದು ಇರಬೇಕು. ಮೊದಲಿಗೆ ನೀಲಿ ಬಟ್ಟಲು ಮುರಿದುಹೋಯಿತು, ಕೆಲವು ದಿನಗಳ ನಂತರ ಹಳದಿ ಬಟ್ಟಲು ಮುರಿಯಿತು. ಮನೆಯಲ್ಲಿದ್ದ ಎಲ್ಲಾ ಪಾತ್ರೆಗಳಂತೆ ಇವುಗಳನ್ನೂ ಮಾಮಾ ನೆಲದ ಮೇಲೆ ಕೆಡವಿದ್ದಳು. ಅವಳಿಗಿಂತ ಚಿಕ್ಕ ಮಕ್ಕಳೇ ಎಷ್ಟೋ ವಾಸಿ. ಗಾಜು ಪಿಂಗಾಣಿಗಳ ಪಾತ್ರೆಗಳನ್ನು ತೆಗೆದು ನಮ್ಮ ಮನೆಯಲ್ಲಿ ಇನ್ನು ಮುಂದೆ ಕೇವಲ ಪ್ಲಾಸ್ಟಿಕ್ ಲೋಟ ಬಟ್ಟಲುಗಳನ್ನು ಇಡಬೇಕು. ಹಳದಿಯ ಬಟ್ಟಲನ್ನು ಅವಳು ಕೋಪದಲ್ಲಿ ನನ್ನತ್ತ ಎಸೆದಾಗ ಅದು ನೆಲಕ್ಕೆ ಬಿದ್ದು ಒಡೆದುಹೋಗಿತ್ತು. ನನ್ನ ಹದಿವಯಸ್ಸಿನ ಮುಗ್ಧತೆಯನ್ನು ಈಗ ನೆನೆದರೆ ನಗೆ ಬರುತ್ತದೆ. ಅವಳ ಮದ್ಯದ ಬಾಟಲಿಗಳನ್ನು ನಾನು ಅಡಗಿಸಿಟ್ಟರೆ ಅವಳು ಕುಡಿಯುವುದನ್ನು ಬಿಟ್ಟುಬಿಡುತ್ತಾಳೆ ಎಂಬ ಭ್ರಮೆಯಿಂದ ಅವಳಿಗೆ ಕಾಣದ ಹಾಗೆ ಒಮ್ಮೆ ಅವುಗಳನ್ನು ಎತ್ತಿಟ್ಟಿದ್ದೆ.

ಈಡಾ: ಸಿನಿಮಿನೀಸ್ ಜೊತೆಗೆ ಫ್ರಾಸ್ಟೀಸ್ ಬೆರೆಸಿಕೊಂಡು ತಿನ್ನಬಹುದಾ?

ಅವಳ ಆ ಸರಳಪ್ರಶ್ನೆ ಅವನನ್ನು ಘಾಸಿಗೊಳಿಸಿತು. ಅವನ ಕಣ್ಣುಗಳಲ್ಲಿ ನೀರು ಸುರಿದುಹೋಯಿತು. ಅವನು ತನ್ನ ಭಾವನೆಗಳಿಗೆ ಶರಣಾದದ್ದನ್ನು ಅಂದೇ ನಾನು ಮೊದಲು ನೋಡಿದ್ದು. ಅಳುತ್ತಲೇ ಸರಿಯೆಂದು ತಲೆದೂಗಿ ಕಪಾಟಿನಿಂದ ಫ್ರಾಸ್ಟೀಸ್ ಡಬ್ಬ ತಂದುಕೊಟ್ಟ.

ನಾವು ಮೇಜಿನ ಸುತ್ತ ಮೌನವಾಗಿ ಕುಳಿತೆವು. ಈಡಾ ಕಾರ್ನ್‌ಫ್ಲೇಕ್ಸ್ ತಿನ್ನುತ್ತಾ ಚಮಚವನ್ನು ಬಟ್ಟಲಿಗೆ ತಾಗಿಸಿ ಹೊರಡಿಸುತ್ತಿದ್ದ ಟಣ್ ಟಣ್ ಸದ್ದಷ್ಟೆ, ಬೇರೆಲ್ಲವೂ ನಿಶ್ಶಬ್ದ. ಅವಳ ಗಮನ ಪೂರ್ಣ ಬಟ್ಟಲಿನ ಕಡೆಗೇ ಇತ್ತು. ನನ್ನ ಗಮನವನ್ನು ಈ ಸನ್ನಿವೇಶದಿಂದ ಬೇರೆಡೆ ಸೆಳೆಯಲು ಬಿಸಿ

ಕಾಫಿಯನ್ನು ನೀರಿನಂತೆ ಗಟಗಟ ಕುಡಿದು ನಾಲಗೆಯನ್ನು ಸುಟ್ಟುಕೊಳ್ಳುವ ಪ್ರಯತ್ನ ಮಾಡಿದೆ.

ವಿಕ್ಟೋರ್ ತನ್ನ ಹಣೆಯನ್ನು ನೀವಿಕೊಳ್ಳುತ್ತಿದ್ದ. ಒಮ್ಮೆಲೇ ಅವನ ಮಂಜುನೀಲಿ ಕಣ್ಣುಗಳು ನನ್ನ ಕಣ್ಣುಗಳನ್ನು ಸಂಧಿಸಿ ಹಿಮಸರಳುಗಳಂತೆ ತಿವಿದವು.

ವಿಕ್ಟೋರ್: ಟಿಲ್ಡಾ, ನನ್ನಿಂದ ಸಾಧ್ಯವಿಲ್ಲ. ಈಡಾ ಈ ರಾತ್ರಿಯುಡುಗೆಯನ್ನು ತೊಟ್ಟು ಕುಳಿತಿರುವುದನ್ನು ನೋಡಲು ಕಷ್ಟವಾಗುತ್ತದೆ. ನಿಮಗೆ ಬೇರೆ ಯಾರಾದರೂ ಸಹಾಯ ಮಾಡಬಹುದು. ಎಸ್ ಟೂಟ್ ಮಿಯರ್ ಲೈಡ್, ದಯವಿಟ್ಟು ಕ್ಷಮಿಸು.

ನಾನು: ಈಡಾ, ನಡೆ ಹೋಗೋಣ.

ಈಡಾ ಕೈಲಿ ಹಿಡಿದಿದ್ದ ಚಮಚವನ್ನು ಒಮ್ಮೆಲೇ ಬಟ್ಟಲಿನಲ್ಲಿ ಬಿಟ್ಟು, ಸೇನಾಪತಿಯ ಆದೇಶವನ್ನು ಪಾಲಿಸುವಂತೆ ಕುರ್ಚಿಯಿಂದ ಜಿಗಿದು ನನ್ನ ಕೈ ಹಿಡಿದುಕೊಂಡಳು.

ನಾನು ಹಾಗೂ ಈಡಾ: ಚೂಸ್, ಡಾಂಕೆ.

ವಿಕ್ಟೋರ್: ಎಸ್ ಟೂಟ್ ಮಿಯರ್ ಲೈಡ್.

ನಾನು: ಮಿಯರ್ ಔಖ್.

ನಾವು ಸ್ವಲ್ಪ ದೂರ ಹೋಗುವವರೆಗೂ ಅವನು ಬಾಗಿಲಿನಲ್ಲೇ ನಿಂತು ನೋಡುತ್ತಿದ್ದ ಎಂದು ನನಗೆ ತಿಳಿಯುತ್ತಿತ್ತು. ನಾನು ನಿಂತು ಹಿಂದಕ್ಕೆ ತಿರುಗಿದೆ.

ನಾನು: ನಿನ್ನ ಉಪನಾಮ ನಿನಗೆ ಸರಿಹೊಂದುತ್ತದೆ.

ಅವನು ವಿಷಾದದ ನಗೆಯೊಂದನ್ನು ನಕ್ಕ.

ವಿಕ್ಟೋರ್: ಹಾಗಾದರೆ ಇನ್ನೂ ಇಲ್ಲೇ ಏಕೆ ನಿಂತಿದ್ದೀಯ? ಓಡು ಬೇಗ.

ಈಡಾ ಇನ್ನೂ ಬಾಂಬಿ ರಾತ್ರಿಯುಡುಗೆಯನ್ನು ಧರಿಸಿದ್ದಳು ಎಂಬುದನ್ನು ನಾನು ಟ್ರಾಮ್ ಹತ್ತಿದ ಮೇಲೆ ಗಮನಿಸಿದೆ. ನಾನು ಅವನ ಕೆಂಪು ಜಾಗಿಂಗ್ ಪ್ಯಾಂಟನ್ನು ಧರಿಸಿದ್ದೆ.

ಈಡಾ: ಅವನ ಉಪನಾಮದ ಅರ್ಥ ಏನು?

ನಾನು: ವೋಲ್ಕೋವ್ ಎಂದರೆ ರಷ್ಯನ್ ಭಾಷೆಯಲ್ಲಿ ತೋಳ ಎಂದರ್ಥ.

ಅವಳು ತಲೆದೂಗುತ್ತಾ "ಪಾಪದ ತೋಳ" ಎಂದಳು.

✠✠✠

ಭಾಗ ಎರಡು

ಕ್ಯಾರೆಟ್, ಚೆರಿ ಟೊಮೇಟೊ, ಮಶ್ರೂಮ್, ಸೇಬು, ಗಟ್ಟಿಹಾಲು, ಗಟ್ಟಿಹಾಲು, ಕೆಲಾಗ್ಸ್ ಸೀರಿಯಲ್, ಲಯನ್ ಸೀರಿಯಲ್, ಬ್ರೌನ್ ಬ್ರೆಡ್, ಅಕ್ಕಿ, ಜೇನುತುಪ್ಪ, ರುಬಾರ್ಬ್ ಜಾಮ್, ಹಣ್ಣು ಬೆರೆಸಿದ ಯೋಗರ್ಟ್, ಚಾಕೊಲೇಟ್ ಗುಳಿಗೆಗಳು ಬೆರೆಸಿದ ಯೋಗರ್ಟ್, ಚಾಕೊಲೇಟ್ ಪುಡಿಂಗ್, ಜಿಡ್ಡುರಹಿತ ಕ್ವಾರ್ಕ್, ಹುಳಿಬರಿಸಿದ ಕೆನೆ, ಸಾದಾ ಕೆನೆ, ಗೌಡಾ ಚೀಸ್, ಕ್ಯಾಮೆಮ್‌ಬೇರ್ ಚೀಸ್, ಸಾಸೇಜ್, ಮಕ್ಕಳ ಮಲ್ಟಿವಿಟಮಿನ್ ಹಣ್ಣಿನ ರಸ, ಜಿಯೋ ಮಿನಿ ಮಕ್ಕಳ ಮಾಸಪತ್ರಿಕೆ. ನನ್ನ ಇಷ್ಟದ ಆಟವನ್ನು ಕೈಬಿಟ್ಟು "48 ಯೂರೋ 99 ಸೆಂಟ್" ಎಂದು ಹೇಳಿ ಮೇಲೆ ನೋಡಿದಾಗ ಒಬ್ಬ ತಾಯಿಯ ಮುಖ ಕಂಡಿತು. ಅವಳು ನನ್ನನ್ನು ನೋಡಿ ಮುಗುಳ್ನಕ್ಕಳು. ಅವಳ ಪಕ್ಕದಲ್ಲಿ ಸಣ್ಣ ಹುಡುಗನೊಬ್ಬ ಅರ್ಧ ತಿಂದಿದ್ದ ಸಾಸೇಜ್‌ನ ತುಂಡೊಂದನ್ನು ಹಿಡಿದು ನಿಂತಿದ್ದ. ಅವನೆಷ್ಟು ಅದೃಷ್ಟವಂತ ಎಂದು ಅವನಿಗೆ ತಿಳಿದಿರಲಿಕ್ಕಿಲ್ಲ.

ಹಿಂದೆ, ನನ್ನ ಅಪ್ಪ ನಮ್ಮನ್ನು ಬಿಟ್ಟು ಹೋಗುವ ಮುನ್ನ, ನಾನು ಮಾಮಾಳ ಜೊತೆ ಸಾಮಾನು ಖರೀದಿಗೆ ಆಗಾಗ ಹೋಗುತ್ತಿದ್ದೆ. ಆಗ ಸಾಸೇಜ್ ಮತ್ತು ಇತರ ಪರಿಷ್ಕರಿಸಿದ ಮಾಂಸದ ಖಾದ್ಯಗಳನ್ನು ಮಾರುವ ಕೌಂಟರ್‌ಗೆ ಹೋದಾಗ ಅಲ್ಲಿಯ ಕೆಲಸಗಾರರು ನನಗೆ ಒಂದು ಸಾಸೇಜ್‌ನ ತುಂಡನ್ನು ಕೊಡುತ್ತಿದ್ದರು. ಕೆಲವೊಮ್ಮೆ ಸೂಪರ್‌ಮಾರ್ಕೆಟ್‌ನ ಖರೀದಿ ಮುಗಿಸಿ ಊರಿನ ಹಳೆಯ ಭಾಗದಲ್ಲಿರುವ ಕಟುಕನ ಅಂಗಡಿಗೆ ಹೋದರೆ, ಅಲ್ಲಿ ನನಗೆ ಲಿಯೋನರ್ ಮತ್ತು ಸಲಾಮಿ ಎಂಬ ಎರಡು ಬೇರೆ ರೀತಿಯ ಸಾಸೇಜ್‌ಗಳನ್ನು ಬಿಲ್ಲೆಗಳಾಗಿ ಹೆಚ್ಚಿ, ಜೋಡಿಸಿ, ಸುರುಳಿ ಸುತ್ತಿ, "ಡೊಪ್ಪೆಲ್‌ಡೆಕ್ಕರ್" ಎಂದು ಹೇಳಿ ಕೊಡುತ್ತಿದ್ದರು.

ಇದಾದ ನಾಲ್ಕು ಗಂಟೆಗಳ ಬಳಿಕ ನನ್ನ ಶಿಫ್ಟ್ ಮುಗಿಯಿತು. ನಾನು ಮೀರಾಕೋಲಿ ಗುರುತಿನದೇ ಪಾಸ್ತಾ, ಸಿನಿಮಿನಿಸ್, ವೆನಿಲಾ ಸಾಸ್, ಚಾಕೊಲೇಟ್ ಪುಡ್ಡಿಂಗ್ ಮತ್ತು ಲಿಯೋನರ್ ಮತ್ತು ಸಲಾಮಿ ಸಾಸೇಜ್‌ಗಳನ್ನು ಕೌಂಟರ್‌ನಲ್ಲಿ ಇಟ್ಟೆ. "9 ಯೂರೋ 27

ಸೆಂಟ್" ಎಂದರು ಫ್ರೌ ಬಾಖ್. ಅಷ್ಟನ್ನು ಅವರಿಗೆ ತೆತ್ತು ಸಾಮಾನುಗಳನ್ನು ಬ್ಯಾಗಿನಲ್ಲಿ ತುಂಬಿಕೊಂಡು ಟ್ರಾಮ್ ನಿಲ್ದಾಣದ ಕಡೆಗೆ ಓಡಿದೆ.

ನಾನು ಕಾಲೇಜಿನ ಲೈಬ್ರರಿಯಲ್ಲಿ ಕುಳಿತು ದೊಡ್ಡ ಗಾಜಿನ ಕಿಟಕಿಯಿಂದ ಹೊರಗೆ ನೋಡುತ್ತಿದ್ದೆ. ಹುಲ್ಲುಗಾವಲಿನ ಮೇಲೆ ಕೆಲವು ವಿದ್ಯಾರ್ಥಿಗಳು ಕುಳಿತಿದ್ದರು, ಇನ್ನೂ ಕೆಲವರು ಮಲಗಿದ್ದರು. ನನ್ನ ತಲೆ ಗೊಂದಲದ ಗೂಡಾಗಿತ್ತು. ಹುಲ್ಲುಗಾವಲಿನ ಮೇಲಿದ್ದ ವಿದ್ಯಾರ್ಥಿಗಳು ಚಿಂತೆಯೇ ಇಲ್ಲದವರಂತೆ ಕಂಡರು. ಅವರು ಅನುಭವಿಸುತ್ತಿದ್ದ ನೆಮ್ಮದಿಯನ್ನು ನಾನೂ ಒಂದು ಕ್ಷಣ ಅನುಭವಿಸಲು ಸಿಕ್ಕರೆ ಎಷ್ಟು ಚೆನ್ನ ಎಂದುಕೊಂಡೆ. ನನ್ನ ಮತ್ತು ಅವರ ನಡುವೆ ದೊಡ್ಡ ಗಾಜಿನ ಕಿಟಕಿಯೇ ಮೊದಲಾಗಿ ಬೇರೆ ಹಲವು ಅಂತರಗಳಿದ್ದವು. ಮಾಸ್ಟರ್ ಪ್ರಬಂಧ ಮಂಡಿಸುವ ಮುನ್ನ ನಾನು ಅದರ ವಿಷಯವನ್ನು, ಸಂಶೋಧನೆಯ ಪ್ರಸ್ತಾವನೆಯನ್ನು ಮತ್ತು ಸ್ಥೂಲ ಯೋಜನೆಯನ್ನು ಸಿದ್ಧಪಡಿಸಿ ಶಿಕ್ಷಕರಿಗೆ ಒಪ್ಪಿಸಬೇಕಿತ್ತು. ನನಗೆ ಏನು ಮಾಡಬೇಕೆಂದು ಖಚಿತವಾಗಿ ತಿಳಿದಿರದಿದ್ದರೂ ಯಾವ ದಿಕ್ಕಿನಲ್ಲಿ ಹೋಗಬೇಕು ಎಂದು ಗೊತ್ತಿತ್ತು. ನೇವಿಯರ್-ಸ್ಟೋಕ್ಸ್ ಸಮೀಕರಣದ ವಿಷಯದಲ್ಲಿ ಸಂಶೋಧನೆ ಮಾಡುವ ಆಸಕ್ತಿ, ಜೊತೆಗೆ ಅದು ಉತ್ತಮವಾದ ಫಲಿತಾಂಶವನ್ನು ಕೊಡುತ್ತದೆ ಎಂಬ ವಿಶ್ವಾಸಗಳು ಇದ್ದವು. ಹೀಗಿದ್ದರೂ ಮುಂದಿನ ಹೆಜ್ಜೆಗಳನ್ನು ಇಡುವುದು ಅದೇಕೋ ಕಷ್ಟವಾಗುತ್ತಿತ್ತು. ನನ್ನ ಯೋಜನೆಗಳು ಇನ್ನೂ ಹರಳುಗಟ್ಟಿರಲಿಲ್ಲ. ಮಾಸ್ಟರ್ ಪ್ರಬಂಧವನ್ನು ನಾನು ಗಣಿತದ ಭದ್ರ ಬುನಾದಿಯ ಮೇಲೆ ನಿಲ್ಲಿಸಬೇಕು ಎಂದು ನಿರ್ಧರಿಸಿದ್ದೆ. ಬರ್ಲಿನ್‌ಗೆ ಹೋಗಲು ಅದು ಖಂಡಿತ ಸಹಾಯವಾಗುತ್ತದೆ. ನಾನು ಬರ್ಲಿನ್‌ಗೆ ಹೋಗುವುದೋ ಬಿಡುವುದೋ ಎಂಬ ನಿರ್ಧಾರಕ್ಕಿಂತ ಬರ್ಲಿನ್ ನನ್ನನ್ನು ಕರೆಸಿಕೊಳ್ಳುವುದೋ ಇಲ್ಲವೂ ಎಂಬುದು ಇದರ ಮೇಲೆ ನಿಂತಿತ್ತು. ಪ್ರಸ್ತಾವನೆಯನ್ನು ಸಿದ್ಧಪಡಿಸುವಷ್ಟು ಯೋಚನಾಶಕ್ತಿ ಅಂದು ನನ್ನಲ್ಲಿ ಉಳಿದಿರಲಿಲ್ಲ. ಅದಕ್ಕಿಂತಲೂ ಮುಖ್ಯವಾದ ವಿಷಯವೊಂದು ತಲೆಯಲ್ಲಿ ಕೊರೆಯುತ್ತಲೇ ಇತ್ತು. ಈಡಾ ಮನೆಯಲ್ಲಿ ನಡೆದ ಘಟನೆಯಿಂದ ಮರುದಿನವೇ ಚೇತರಿಸಿಕೊಂಡಂತೆ ತೋರಿದಳು. ಅವಳ ಕೆನ್ನೆಯ ಮೇಲಿನ ಗಾಯದ ಬಣ್ಣ ದಿನದಿಂದ ದಿನಕ್ಕೆ ಬದಲಾಗುತ್ತಾ ನಡೆದ ಘಟನೆಯನ್ನು ನೆನಪಿಸುತ್ತಿತ್ತು. ಆದರೆ ಅವಳು ಮಾತ್ರ ಏನೂ ನಡೆದೇ ಇಲ್ಲವೇನೋ ಎಂಬ ರೀತಿಯಲ್ಲಿ ಮಾಮೂಲಿಯಾಗಿ ವರ್ತಿಸುತ್ತಿದ್ದಳು. ಗುರುವಾರ ಮುಂಜಾನೆಯಂದು ಅವಳು ಬಾಂಬಿ ರಾತ್ರಿಯುಡುಗೆ ತೊಟ್ಟು, ನಾನು ಜಾಗಿಂಗ್ ಪ್ಯಾಂಟ್ ತೊಟ್ಟು ಮನೆಗೆ ಮರಳುತ್ತಿರುವಾಗ ಖುಷಿಯ ರಸ್ತೆಗೆ ಬಂದದ್ದೇ ಈಡಾ "ನಮ್ಮ ಮನೆಯಲ್ಲಿ ಕಸ ಶೇಖರಿಸುವ ದೊಡ್ಡ ಕವರು ಇದೆಯೇ?" ಎಂದು ಕೇಳಿದಳು.

ನಾನು: ಗೊತ್ತಿಲ್ಲ. ಈಗೇಕೆ ಬೇಕು ಅದು?

ಈಡಾ: ನಾನು ನನ್ನ ಕೋಣೆಯನ್ನು ಚೊಕ್ಕ ಮಾಡಬೇಕು.

ಮನೆಯೊಳಗೆ ಕಾಲಿಟ್ಟದ್ದೇ ಅವಳು ದೊಡ್ಡ ಕಸದ ಕವರುಗಳನ್ನು ತೆಗೆದುಕೊಂಡು ತನ್ನ ಕೋಣೆಯೊಳಕ್ಕೆ ಮಾಯವಾದಳು. ನಾನು ಏನು ಮಾಡಬೇಕೋ ತಿಳಿಯದೆ ನೇರ ಅಡುಗೆಮನೆಗೆ ಹೋದೆ. ಎಲ್ಲವೂ ಹಿಂದಿನ ದಿನ ಹೇಗೆ ಇತ್ತೋ ಹಾಗೇ ಇತ್ತು. ಊಟದ ಮೇಜು ಖಾಲಿ ಖಾಲಿ. ಕೂರುಕೋಣೆಗೆ ಹೋದರೆ ಅಲ್ಲಿ ಮಾಮಾ ಸೋಫಾದ ಮೇಲೆ ಮಲಗಿ

ನಿದ್ರಿಸುತ್ತಿದ್ದಳು. ನಾನು ಅವಳ ಬಳಿ ನಿಂತು ಕತ್ತು ಬಗ್ಗಿಸಿ ಅವಳನ್ನೇ ಗಮನಿಸಿದೆ. ಹಿಂದಿನ ದಿನವಷ್ಟೇ ಅಷ್ಟು ಹಾವಳಿಯೆಬ್ಬಿಸಿಯೂ ಹೇಗೆ ನೆಮ್ಮದಿಯಾಗಿ ಮಲಗಿದ್ದಳು. ಅದು ಹೇಗೋ ಏನೋ, ಅವಳು ಮಲಗಿದ್ದಾಗ ಮಾತ್ರ ಏನೂ ಅರಿಯದ ಮಗುವಿನಂತೆ ಶಾಂತವಾಗಿ ಕಾಣುತ್ತಿದ್ದಳು. ಅದನ್ನು ಕಂಡು ನನಗೆ ಪ್ರತೀ ಬಾರಿಯೂ ಆಶ್ಚರ್ಯವಾಗುತ್ತಿತ್ತು. ಅವಳ ಕೂದಲಿನ ಕೆಲವು ಎಳೆಗಳು ಬೆವರಿದ ಹಣೆಗೆ ಮೆತ್ತಿಕೊಂಡಿದ್ದವು. ಅಂಗೈಗಳನ್ನು ಜೋಡಿಸಿ ಹಿಡಿದು ಕೆನ್ನೆಗೆ ಆತುಕೊಂಡು ಮಲಗಿದ್ದಳು. ಗಮನವಿಟ್ಟು ನೋಡಿದರೆ ಕೆಲವೊಮ್ಮೆ ಅವಳ ತುಟಿಗಳಲ್ಲಿ ಮಂದಹಾಸದ ಕುರುಹು ಕಾಣುತ್ತಿತ್ತು. ನನ್ನೊಳಗಿದ್ದ ಕೋಪದ ಬೆಂಕಿ ನನ್ನನ್ನು ಒಳಗಿನಿಂದಲೇ ಸುಡುತ್ತಿತ್ತು. ಅಂದು ಮನೆಯಲ್ಲಿ ಏನು ನಡೆಯಿತು ಎಂದು ಈಡಾ ನನಗೆ ಇನ್ನೂ ಹೇಳಿರಲಿಲ್ಲ. ನಾನು ಈಡಾಳ ಕೋಣೆಯ ಬಾಗಿಲನ್ನು ತಟ್ಟಿ, ಬಾಗಿಲನ್ನು ತೆರೆದು ಒಳನಡೆದೆ. ಹಾಸಿಗೆಯ ಮೇಲೆ ಕುಳಿತು ಕೆಲಹೊತ್ತು ಅವಳು ಮಾಡುತ್ತಿರುವುದನ್ನು ನೋಡಿದೆ. ಹಿಂದಿನ ಕ್ಲಾಸಿನ ಪುಸ್ತಕಗಳನ್ನು ಪ್ಲಾಸ್ಟಿಕ್ ಕವರಿಗೆ ತುಂಬುತ್ತಿದ್ದಳು.

ನಾನು: ಈಡಾ, ನಿನ್ನೆ ಮನೆಯಲ್ಲಿ ಏನು ನಡೆಯಿತು?

ಕ್ಷಣ ಮೌನ.

ಪುಸ್ತಕಗಳನ್ನು ಮತ್ತೆ ಅಗಲ ಬಾಯಿಯ ಕವರಿಗೆ ಎಸೆಯತೊಡಗಿದಳು. ಪಿಸುಮಾತಿನಲ್ಲಿ "ಅವಳು ನನಗೆ ನಿನ್ನೆ ವೋಡ್ಕಾ ಕೊಂಡುತರಲು ಹೇಳಿದಳು" ಎಂದಳು.

ಫ಼್ಲಕ್. ಹೀಗೇ ಏನೋ ನಡೆದಿರುತ್ತದೆ ಎಂಬ ನನ್ನ ಊಹೆ ಸರಿಯಾಗಿತ್ತು. ಈಡಾ ಎಂದಿನಂತೆ ತಲೆಯಲ್ಲಾಡಿಸಿ ಅಸಮ್ಮತಿಯನ್ನು ಸೂಚಿಸಿರಬೇಕು. ತಾನಿನ್ನೂ ಚಿಕ್ಕವಳು, ತನಗೆ ಅಂಗಡಿಯವರು ಅದನ್ನು ಮಾರುವುದಿಲ್ಲ ಎಂದು ಮಾಮಾಳಿಗೆ ಹೇಳಿರಬೇಕು. ಈಡಾ ಮೆಲ್ಲಗೆ ಮಾತನಾಡುತ್ತಾಳೆ, ಅಂಜುಬುರುಕಿ ಎಂಬ ಕಾರಣಗಳಿಗೆ ಮಾಮಾಳ ಪಿತ್ತ ನೆತ್ತಿಗೇರಿರುತ್ತದೆ. ಅವಳನ್ನು ಮತ್ತೆ ಬಲವಂತ ಮಾಡಿ ವೋಡ್ಕಾದ ಬಾಟಲಿಯನ್ನು ಅಂಗಡಿಯಿಂದ ಕದ್ದುಕೊಂಡು ಬರಲು ಹೇಳಿದಾಗ ಈಡಾ ಮತ್ತೆ ತಲೆಯಲ್ಲಾಡಿಸಿರುತ್ತಾಳೆ. ಮಾಮಾಳ ಕೋಪ ಏರುತ್ತಲೇ...

ಆಮೇಲೆ ಅಷ್ಟೇ.

ನಾನು: ನಾನೂ ಕೈಜೋಡಿಸಲಾ?

ಈಡಾ: ಬೇಡ.

ತುಂಬಿದ ಒಂದು ಕವರನ್ನು ಹಿಡಿದು ಕೋಣೆಯ ಬಾಗಿಲಿನತ್ತ ದರದರನೆ ಎಳೆದು ತಂದಳು.

ಈಡಾ: ನೀನು ಈಜುಕೊಳಕ್ಕೆ ಹೋಗು.

ನಾನು: ಇಲ್ಲ, ನಾನು ಇಲ್ಲಿಯೇ ಇರುತ್ತೇನೆ.

ಈಡಾ: ಬೇಡ, ಹೋಗು. ನನಗೆ ಇಲ್ಲಿ ಇನ್ನಷ್ಟು ಕೆಲಸವಿದೆ.

ನನಗೆ ಬೇರೇನೂ ಮಾಡಲು ತೋಚದೆ ಕೂರುಕೋಣೆಯಲ್ಲಿ ಬಿದ್ದುಕೊಂಡಿದ್ದ ಹೆಂಗಸಿನ ಮೇಲೆ ಉಕ್ಕುತ್ತಿದ್ದ ಕೋಪದಿಂದ ಮನಸ್ಸನ್ನು ಬೇರೆಡೆಗೆ ತಿರುಗಿಸಲು ಈಡಾ ಹೇಳಿದಂತೆ ಈಜುಕೊಳಕ್ಕೆ ಹೋದೆ. 23ನೇ ಸುತ್ತನ್ನು ಮುಗಿಸಿ ಕೊಳದ ಅಂಚಿನಲ್ಲಿ ವಿಶ್ರಮಿಸಿಕೊಳ್ಳುವಾಗ ವಿಕ್ಟೋರ್ ಕಂಡ, ಅವನನ್ನು ನೋಡಿ ತಲೆದೂಗಿದೆ. ಅವನು ತಲೆದೂಗಿದನೋ ಇಲ್ಲವೋ ತಿಳಿಯುವುದರ ಒಳಗೆ ಅವನು ನೀರಿಗೆ ಧುಮುಕಿದ. ನಾನು ನೀರಿನಿಂದ ಹೊರಗೆ ಎದ್ದು ನನ್ನ ಒದ್ದೆಯಾದ ಬಿಕಿನಿಯ ಮೇಲೆ ಪ್ಯಾಂಟು ಶರ್ಟುಗಳನ್ನು ಏರಿಸಿಕೊಂಡು ಉರ್ಸುಲಾಳ ಕಡೆ ನೋಡಿ ತಲೆದೂಗಿ ಮನೆಗೆ ಹೊರಟೆ. ಮನೆಗೆ ಬಂದದ್ದೇ ನನಗೆ ಈಡಾಳ ಕೋಣೆಯ ಬಳಿ ಕಸ ತುಂಬಿದ ನಾಲ್ಕು ಕವರುಗಳು ಕಂಡವು. ಈಡಾ ಅಡುಗೆಮನೆಯಲ್ಲಿ ಊಟದ ಮೇಜಿನ ಬಳಿ ಕುಳಿತು ಬ್ರೆಡ್ಡಿನ ತುಂಡೊಂದಕ್ಕೆ ನುಟೆಲ್ಲಾ ಬಳಿದು ಮೈಕ್ರೋವೇವ್ ಓವನ್ನಿನಲ್ಲಿ ಇಡುತ್ತಿದ್ದಳು. ಸಾಮಾನ್ಯ ದಿನಗಳಂದು ಸಂಜೆಯೂಟದ ಬದಲು ನುಟೆಲ್ಲಾ ಬ್ರೆಡ್ ತಿನ್ನಲು ನಾನು ಅವಳಿಗೆ ಅನುಮತಿ ನೀಡುವುದಿಲ್ಲ. ಪಾಪ, ಅಷ್ಟೆಲ್ಲಾ ಅನುಭವಿಸಿದ ಅವಳು ಒಂದು ದಿನವಾದರೂ ತನಗೆ ಇಷ್ಟವಾದದ್ದನ್ನು ತಿನ್ನಲಿ ಎಂದು ನಾನೇ ಸುಮ್ಮನಿದ್ದೆ.

ನಾನು: ನಾಳೆಯಿಂದ ಸಂಜೆಯೂಟಕ್ಕೆ ನುಟೆಲ್ಲಾ ಬ್ರೆಡ್ ತಿನ್ನುವಂತಿಲ್ಲ.

ಮಾಮಾ ನನ್ನ ಹಿಂದೆಯೇ ಅಡುಗೆಮನೆಗೆ ಬಂದಿದ್ದಳು. ನಾನು ಹಿಂದಕ್ಕೆ ತಿರುಗಿ ಅವಳನ್ನು ನೋಡಿದಾಗ ಬಾಗಿಲಿನ ಚೌಕಟ್ಟನ್ನು ಭದ್ರವಾಗಿ ಹಿಡಿದು ನಿಂತು ಈಡಾಳ ಕೆನ್ನೆಯ ಮೇಲಿನ ಗಾಯವನ್ನು ನೋಡುತ್ತಿದ್ದಳು. ಅವಳು ನಿನ್ನೆ ಏನು ಮಾಡಿದ್ದಳು ಎಂಬುದೇ ಅವಳಿಗೆ ಮರೆತುಹೋಗಿತ್ತು. ಮೆಲ್ಲಗೆ ನಡೆದು ಈಡಾಳ ಬಳಿ ಹೋಗಿ ಅವಳ ತಲೆಯನ್ನು ನೇವರಿಸಲೆಂದು ಕೈ ಹೊರಚಾಚಿದಳು. ಈಡಾ ಛಕ್ಕನೆ ತಲೆಯನ್ನು ಹಿಂದಕ್ಕೆಳೆದುಕೊಂಡಳು. "ನನ್ನನ್ನು ಕ್ಷಮಿಸಿಬಿಡು, ನನ್ನ ಮುದ್ದು ಈಡಾ" ಎಂದು ಚಾಚಿದ್ದ ಕೈಯನ್ನು ಗಾಳಿಯಲ್ಲಿ ಆಡಿಸುತ್ತಾ ಹೇಳಿದಳು. ಈಡಾ ಬ್ರೆಡ್ಡಿನ ಕಡೆ ಸಂಪೂರ್ಣ ಗಮನ ಹರಿಸಿ ಅದಕ್ಕೆ ಮತ್ತಷ್ಟು ನುಟೆಲ್ಲಾ ಮೆತ್ತಿಕೊಂಡಳು. ಮಾಮಾ ಒಂದು ಕ್ಷಣ ಕಳೆದು ಫ್ರಿಡ್ಜಿನ ಕಡೆಗೆ ನಡೆದಳು. ಅದರ ಬಾಗಿಲನ್ನು ತೆರೆದು ಇನ್ನೂ ಗಾಳಿಯಲ್ಲಿ ಆಡುತ್ತಿದ್ದ ಹೊರಚಾಚಿದ ಕೈ ಬಳಸಿ ಒಂದು ಕ್ಯಾನ್ ಬಿಯರನ್ನು ತೆಗೆದುಕೊಂಡಳು. ನಮ್ಮ ಕಡೆಗೆ ಬೆನ್ನುಮಾಡಿ ಅಡುಗೆಮನೆಯಿಂದ ಹೊರನಡೆದಳು. ನಾನು ಅಲ್ಲೇ ಇದ್ದ ಕೆಂಪು ಗುಂಡುಮೂಲಂಗಿಯನ್ನು ಕೈಗೆತ್ತಿಕೊಂಡು ಮಾಮಾಳ ಕಡೆಗೆ ಒಗೆಯದೆ ಎರಡು ಹೋಳಾಗುವವರೆಗೂ ನನ್ನ ಮುಷ್ಟಿಯಲ್ಲೇ ಜಜ್ಜಿದೆ. ಅವಳು ಹೋದ ದಿಕ್ಕಿಗೆ "ಪ್ರೋಸ್ಟ್" ಎಂದು ಕೂಗಿದೆ.

ಆ ವಾರ ಗುರುವಾರದಿಂದ ಶುರುವಾಗಿ ಪ್ರತಿ ದಿನ ನಾನು ಈಜು ಮುಗಿಸಿ ಮನೆಗೆ ಬರುವ ವೇಳೆಗೆ ಸಂಜೆಯೂಟದ ಮೇಜು ಸಿದ್ಧವಾಗಿ ಇರುತ್ತಿತ್ತು. ಮಾಮಾ ನಮ್ಮೊಂದಿಗೆ ಕುಳಿತು ಊಟ ಮಾಡುತ್ತಿರಲಿಲ್ಲ, ಬದಲಾಗಿ ಒಬ್ಬಳೇ ಕೂರುಕೋಣೆಯಲ್ಲೋ ಅಥವಾ ಬಾಲ್ಕನಿಯಲ್ಲೋ ಕುಳಿತು ಬಿಯರ್ ಹೀರುವುದು, ಉಗುರುಗಳಿಗೆ ಬಣ್ಣ ಬಳಿದುಕೊಳ್ಳುವುದು, ಟಿವಿ ನೋಡುವುದು ಇತ್ಯಾದಿಗಳನ್ನು ಮಾಡುತ್ತಿದ್ದಳು. ಊಟದ ವೇಳೆಯಲ್ಲಿ ನಾನು ಮತ್ತು ಈಡಾ ಹಿಂದಿನ ದಿನ ನೋಡಿದ ಸಿನಿಮಾದ ಬಗ್ಗೆ ಚರ್ಚಿಸುತ್ತಿದ್ದೆವು. ಯಾವ ಸಿನಿಮಾದ ಹೀರೋಯಿನ್ನುಗಳೂ ಈಡಾಳಿಗೆ ಮೆಚ್ಚುಗೆಯಾಗುತ್ತಿರಲಿಲ್ಲ, ಅವರೆಲ್ಲರೂ ಅವಳ ಕಣ್ಣುಗಳಲ್ಲಿ

"ರೋಬೋಟ್‌ಗಳಂತೆ ಯಾಂತ್ರಿಕವಾಗಿ" ವರ್ತಿಸುತ್ತಿದ್ದರು. ಸ್ನೋ ವೈಟ್ ಚಿತ್ರದ ಕ್ರಿಸ್ಟೆನ್ ಸ್ಟುವರ್ಟ್‌ಳನ್ನು ಕಂಡು ಈಡಾಳಿಗೆ ಕೋಪವೇ ಬಂದಿತ್ತು. "ಅದೇನು ಅವಳು ಯಾವಾಗಲೂ ತಲೆನೋವು ಬಂದವರ ಹಾಗೆ ನಟಿಸುತ್ತಾಳೆ? ಒಮ್ಮೆಯೂ ನಗುವುದಿಲ್ಲ. ಅವಳ ಮಾತುಗಳಲ್ಲಿ ಒಂದಿಷ್ಟೂ ಸತ್ವ ಇಲ್ಲ." ಈಡಾಳ ಮಾತುಗಳಲ್ಲಿ ಬಹಳಷ್ಟು ಸತ್ವವಿತ್ತು. ನಾನು ಕಾಲೇಜಿಗೆ ಹೋಗಿದ್ದಾಗ ಒಬ್ಬಳೇ ಮನೆಯಲ್ಲಿ ಏನು ಮಾಡಿದೆ ಎಂದು ಕೇಳಿದರೆ ಅವಳು ಚಿತ್ರ ಬಿಡಿಸಿದೆ ಎಂದು ಹೆಗಲು ಹಾರಿಸಿ ಮಾತಿಲ್ಲದೆ ಸೂಚಿಸುತ್ತಿದ್ದಳು. ದಿನಪೂರ್ತಿ ಚಿತ್ರ ಬಿಡಿಸಿ ನಂತರ ಸಂಜೆಯ ಹೊತ್ತಿಗೆ ಊಟದ ಮೇಜನ್ನು ಸಿದ್ಧಪಡಿಸಿರುತ್ತಿದ್ದಳು. ಊಟ ಮುಗಿಸಿ ನನ್ನ ಕೋಣೆಯಲ್ಲಿ ಇಬ್ಬರೂ ಸಿನಿಮಾ ನೋಡುತ್ತಿದ್ದೆವು.

ಈಡಾಳಿಗೆ ಕಠಿಣ ತರಬೇತಿಯನ್ನು ನೀಡಿ ಅವಳನ್ನು ಹೋರಾಟಗಾರ್ತಿಯಾಗಿ ರೂಪಿಸುವ ನನ್ನ ಯೋಜನೆಯ ಅಂಗವಾಗಿ ಅವಳಿಗೆ ಒಂದಿಷ್ಟು ಸಿನಿಮಾಗಳನ್ನು ತೋರಿಸುವುದನ್ನು ಬಿಟ್ಟು ಬೇರೆ ಇನ್ನಾವ ಚಟುವಟಿಕೆಯನ್ನೂ ನಾನು ಸಿದ್ಧಪಡಿಸಿರಲಿಲ್ಲ. ಇತ್ತೀಚಿನ ಘಟನೆಯ ನಂತರ ಬರ್ಲಿನ್‌ನ ಯೋಜನೆಯನ್ನು ಹಿಂಬದಿಗೆ ಸರಿಸಿದ್ದೆ. ಬರ್ಲಿನ್‌ಗೆ ಹೋಗುವುದು ಬಿಡುವುದು ಹಾಗಿರಲಿ, ಅವಳು ರಜೆಯ ದಿನಗಳನ್ನು ಏನೂ ಮಾಡದೆ ಮನೆಯಲ್ಲೇ ಕುಳಿತು ಕಳೆಯಲು ಸಾಧ್ಯವಿರಲಿಲ್ಲ. ನನ್ನ ಪುಸ್ತಕದ ಪುಟವೊಂದರ ಅಂಚಿನಲ್ಲಿ ದೊಡ್ಡ ಅಕ್ಷರಗಳಲ್ಲಿ ಬರ್ಲಿನ್ ಎಂದು ಬರೆದು, ಕೆಳಗೆ "ಈಡಾ: ಮಾಡಬೇಕಾಗಿರುವುದು" ಎಂದು ಬರೆದು ಮುಖ್ಯವಾದವುಗಳನ್ನು ಪಟ್ಟಿ ಮಾಡಿದೆ. ಮೊಬೈಲ್ (ಇಂದು), ಗ್ರಂಥಾಲಯ (ಇಂದು), ನಿಯಮಗಳು? (ಸಂವಹನ), ಹೊಸ ಹವ್ಯಾಸ (ಸ್ಪರ್ಧಾತ್ಮಕ ಈಜು ತರಬೇತಿ, ಕರಾಟೆ?), ಹವಾಮಾನ ಚೆನ್ನಗಿರುವಾಗ ಈಜು? (ಕೂಲಿಂಗ್ ಗ್ಲಾಸ್, ಇಂದು), ರಜೆಯ ಚಟುವಟಿಕೆ (ಕಾಲೇಜು, ಈಜುಕೊಳ, ಗುಡ್ಡಗಾಡುಗಳ ಸುತ್ತಾಟ). ಪಟ್ಟಿಯ ಪುಟವನ್ನು ಪುಸ್ತಕದಿಂದ ಹರಿದುಕೊಂಡು, ನನ್ನ ಸಾಮಾನುಗಳನ್ನು ಬ್ಯಾಗಿನಲ್ಲಿ ತುಂಬಿಕೊಂಡು ಲೈಬ್ರರಿಯಿಂದ ಹೊರಬಂದೆ. ಕೆಫೆಯ ಎದುರಿಗಿದ್ದ ಮಾರಾಟದ ಮಷೀನ್‌ನಿಂದ ಯೂನಿವರ್ಸಿಟಿಯ ಮುದ್ರೆಯಿರುವ ಪಾರದರ್ಶಕ ದಪ್ಪ ಪ್ಲಾಸ್ಟಿಕ್ ಚೀಲವೊಂದನ್ನು ಕೊಂಡು, ಊರಿನ ಹಳೆಯ ಭಾಗದಲ್ಲಿ ಅಂಗಡಿ ಮುಂಗಟ್ಟುಗಳಿದ್ದ ಜಾಗಕ್ಕೆ ನಡೆದೆ. ಮೇಡಿಯಾಮಾರ್ಕ್ಟ್ ಎಲೆಕ್ಟ್ರಾನಿಕ್ ಮಳಿಗೆಯಲ್ಲಿ ಒಂದು ಮೊಬೈಲನ್ನೂ ಮತ್ತು ಎಚ್&ಎಮ್ ಬಟ್ಟೆಯಂಗಡಿಯಲ್ಲಿ ಒಂದು ಕೂಲಿಂಗ್ ಗ್ಲಾಸನ್ನೂ ಕೊಂಡುಕೊಂಡೆ.

ನಗರ ಕೇಂದ್ರ ಗ್ರಂಥಾಲಯದಲ್ಲಿ ಹೊಸದೊಂದು ಚಂದಾದಾರಿಕೆಯನ್ನು ತೆರೆದು ಹೊಸ ಕಾರ್ಡಿನಿಂದ ನಾನು ಬೆಳೆದು ದೊಡ್ಡವಳಾಗುವ ಮುನ್ನ ಓದಿದ್ದರೆ ಚೆನ್ನಾಗಿತ್ತು ಎಂಬ ನಂಬಿಕೆ ಮೂಡಿಸಿದ ಒಂದಿಷ್ಟು ಕಾದಂಬರಿಗಳನ್ನು ಎರವಲು ಪಡೆದೆ. ಪುಸ್ತಕಗಳನ್ನೂ, ಕೊಂಡುಕೊಂಡ ಇತರ ಹೊಸ ಸಾಮಾನುಗಳನ್ನೂ ಯುನಿವರ್ಸಿಟಿ ಮುದ್ರೆಯ ಪಾರದರ್ಶಕ ಚೀಲದಲ್ಲಿ ಹಾಕಿಕೊಂಡು ಈಜುಕೊಳಕ್ಕೆ ಬಂದೆ. ಈಜುಕೊಳ ಜನರಿಂದ ಕಿಕ್ಕಿರಿದು ತುಂಬಿತ್ತು. ಶಾಲೆಗಳಿಗೆ ರಜೆ, ಜೊತೆಗೆ ಬೇಸಿಗೆಯ ಶಾಖ ಇವೆರಡೂ ಒಟ್ಟಿಗೆ ಬಂದರೆ ಮುಗಿದೇ ಹೋಯಿತು. ಗಜಿಬಿಜಿಯ ನಡುವೆ ಮೋಹಕ ಈಜುಗಾರರು ಯಾರಾದರೂ ಇದ್ದಾರೆಯೇ ಎಂದು ಕೊಳದ ಆ ಬದಿಯಿಂದ ಈ ಬದಿಯವರೆಗೆ ಮೂರು ಬಾರಿ ಕಣ್ಣು ಹಾಯಿಸಿ ನೋಡಿದೆ. ವಿಕ್ಟೋರ್ ಅಂದು ಅಲ್ಲಿ ಇರಲಿಲ್ಲವೆಂದು ಮೊದಲನೆಯ ಬಾರಿಗೇ ನನಗೆ ತಿಳಿದುಹೋಯಿತು. ಅವನು

ಊರಿಗೆ ಮರಳಿದಾಗಿನಿಂದ ಸಂಜೆಯ ಈಜನ್ನು ತಪ್ಪಿಸಿಕೊಂಡದ್ದು ಇದೇ ಮೊದಲನೆಯ ಬಾರಿ. ಅವನಿಗೆ ಹೊರಬರಲು ತುಂಬಾ ಸೆಕೆಯೋ ಅಥವಾ ಅಷ್ಟು ಜನರ ನಡುವೆ ಈಜಲು ಇಷ್ಟವಿರಲಿಲ್ಲವೋ. ಆದರೆ ಅವನು ಹಲವಾರು ಬಾರಿ ಸುಡುಬೇಸಿಗೆಯ ದಿನಗಳಂದು ಜನಜಂಗುಳಿಯ ನಡುವೆಯೇ ಲೀಲಾಜಾಲವಾಗಿ ಈಜುವುದನ್ನು ನಾನೇ ನೋಡಿದ್ದೆ. ಅವನು ಬಂದರೆ ಸಾಕು, ಕೊಳದಲ್ಲಿ ಆಡುವ ಅತ್ಯುತ್ಸಾಹಿ ಮಕ್ಕಳು, ಮೆಲ್ಲಗೆ ಈಜುತ್ತಿದ್ದ ವೃದ್ಧರು ಸೇರಿದಂತೆ ಎಲ್ಲರೂ ಭಕ್ತಿಭಾವದಿಂದ ಬದಿಗೆ ಸರಿದು ಅವನು ಈಜುವುದನ್ನೇ ದಿಗ್ಭ್ರಾಂತರಾಗಿ ನೋಡುತ್ತಾರೆ.

ಅವನು ನನ್ನನ್ನು ಅಂತಹ ದುರ್ಬಲ ಗಳಿಗೆಯಲ್ಲಿ ನೋಡಬಾರದಿತ್ತು. ಆ ರಾತ್ರಿಯ ಘಟನೆಗಳು ಜರುಗಿದ ಮೇಲೆ ಅವನಿಗೆ ನನ್ನ ಮೇಲೆ ಇದ್ದ ಅಭಿಪ್ರಾಯ ಬದಲಾಗಿ, ಅವನು ನನ್ನೊಂದಿಗೆ ಮಾತನ್ನು ಮುಂದುವರಿಸುವನೋ ಇಲ್ಲವೋ ಎಂಬ ಯೋಚನೆ ತಲೆಯಲ್ಲಿ ಸುಳಿದು, ಹೊಟ್ಟೆಯೊಳಗೆ ಯಾರೋ ಕಲ್ಲು ಎತ್ತಿಹಾಕಿದ ಹಾಗಾಯಿತು. ಕೆಟ್ಟ ಮಾಫಿಯಾ ಸಿನಿಮಾಗಳಲ್ಲಿ ತುಂಬಾ ವಿಷಯ ಗೊತ್ತಿರುವ ವ್ಯಕ್ತಿಯನ್ನು ಮುಗಿಸಿಬಿಡುವ ಹಾಗೆ ಇವನನ್ನೂ ಮುಗಿಸಿಬಿಟ್ಟರೆ ಎಲ್ಲಾ ಸರಿಹೋಗುತ್ತದೆ ಅನ್ನಿಸಿತು. ನಾನು ಅಂದು ನೀರಿನಲ್ಲಿ ಇದ್ದಷ್ಟೂ ಹೊತ್ತು ವಿಕ್ಟೋರ್ ಎಲ್ಲಿರಬಹುದು, ಆಗಲೇ ಈಜು ಮುಗಿಸಿ ಮನೆಗೆ ಹೋಗಿರಬಹುದೇ ಎಂದು ಯೋಚಿಸುತ್ತಿದ್ದೆ. ಹಾಗೇನಾದರೂ ಒಮ್ಮೆ ಅವನು ಈಜು ಮುಗಿಸಿ ಅಲ್ಲಿಂದ ತೆರಳಿದ್ದರೆ ನನ್ನ ದಿನದಲ್ಲಿ ಏನೂ ಬದಲಾವಣೆಯಾಗುವುದಿಲ್ಲ. ಆದರೂ ಅದನ್ನು ನೆನೆದು ಸಂಕಟವಾಯಿತು. ವಿಕ್ಟೋರ್ ನಾಳೆ ಈಜುಕೊಳಕ್ಕೆ ಖಂಡಿತ ಬಂದೇ ಬರುತ್ತಾನೆ, ಅವನ ಬಗ್ಗೆ ಅಷ್ಟೇನೂ ಯೋಚಿಸುವುದು ಬೇಡವೆಂದು ಗಟ್ಟಿ ಮನಸ್ಸು ಮಾಡಿ, ಈಡಾಳಿಗಾಗಿ ಕೊಂಡ ವಸ್ತುಗಳನ್ನು ಅವಳಿಗೆ ತೋರಿಸುವ ತವಕದ ಬಗ್ಗೆ ಗಮನ ಹರಿಸಿದೆ. 23 ಸುತ್ತುಗಳನ್ನು ಈಜಿ ಉರ್ಸುಲಾಳ ಪಕ್ಕಕ್ಕೆ ಬಂದು ಕೂರದೆ, ಬಟ್ಟೆ ಹಾಕಿಕೊಂಡು, ಬ್ಯಾಗನ್ನು ಹೆಗಲಿಗೇರಿಸಿ ಉರ್ಸುಲಾಳಿಗೆ "ಸಾರಿ, ನಾನು ಈಗಲೇ ಹೊರಡಬೇಕು. ಬೇರೆ ಕೆಲಸವಿದೆ" ಎಂದು ಹೇಳಿದೆ.

ಉರ್ಸುಲಾ: ನೀನು ನೋಡುವಂತಹ ವಿಶೇಷ ಇಂದು ಇಲ್ಲಿ ಏನೂ ಇಲ್ಲ ಬಿಡು.

ಅವಳ ವ್ಯಂಗ್ಯಕ್ಕೆ ಕಿವಿಗೊಡದೆ ತಲೆದೂಗಿ ವಿದಾಯ ಹೇಳಿ ಹೊರಟೆ.

ಸಂಜೆಯೂಟದ ಮೇಜು ಸಿದ್ಧವಾಗಿತ್ತು, ಆದರೆ ಈಡಾ ಅಡುಗೆಮನೆಯಲ್ಲಿ ಇರಲಿಲ್ಲ. ಅವಳ ಕೋಣೆಯ ಬಾಗಿಲನ್ನು ರೂಢಿಯಂತೆ ಎರಡು ಬಾರಿ ವೇಗವಾಗಿ ತಟ್ಟಿ, ಕ್ಷಣವಿರಾಮ ಕೊಟ್ಟು, ಮೂರು ಬಾರಿ ನಿಧಾನವಾಗಿ ತಟ್ಟಿದೆ. ಬಾಗಿಲು ತೆರೆಯುವಾಗ ನನ್ನಲ್ಲಿ ವೇದಿಕೆಯ ಮೇಲೆ ಮಾತನಾಡುವಾಗ ಆಗುವಹಾಗೆ ತಳಮಳವಾಗುತ್ತಿತ್ತು. ಈಡಾ ಮೇಜಿನ ಬಳಿ ಕುಳಿತಿದ್ದಳು. ಶಾಲೆಯ ಪ್ರಿನ್ಸಿಪಾಲರು ತಪ್ಪು ಮಾಡಿದ ವಿದ್ಯಾರ್ಥಿಗಳನ್ನು ಕರೆಸಿ, ಸುತ್ತುವ ಕುರ್ಚಿಯ ಮೇಲೆ 180 ಡಿಗ್ರಿ ತಿರುಗಿ ನೋಡುವ ಹಾಗೆ ನನ್ನನ್ನು ನೋಡಿದಳು. ಅವಳ ಕೆನ್ನೆಯ ಮೇಲಿನ ಗಾಯ ಕಂದುಬಣ್ಣಕ್ಕೆ ತಿರುಗಿತ್ತು. ಆ ಘಟನೆ ಶಾಲೆಯ ಕೊನೆಯ ದಿನ ನಡೆದದ್ದು ಒಂದು ರೀತಿ ಅನುಕೂಲವಾಯಿತು. ಮುಖದ ಮೇಲೆ ಎದ್ದುಕಾಣುವ ಗಾಯವನ್ನು ಹೊತ್ತುಕೊಂಡು ಶಾಲೆಗೆ ಹೋಗುವ ಪ್ರಮೇಯ ಇರಲಿಲ್ಲ. ಸಮಯೋಚಿತವಾದ ಗಾಯ. ಅವಳಿಗಾಗಿ ಕೊಂಡುತಂದಿದ್ದ ವಸ್ತುಗಳ ಚೀಲವನ್ನು ಅವಳ ಕೈಗಿತ್ತು, ಕುರ್ಚಿಯ ಎದುರು ಮಂಚದ ಮೇಲೆ ಕುಳಿತೆ.

ನಾನು: ನಿನಗೆ ರಜೆಯ ದಿನಗಳನ್ನು ಕಳೆಯುವುದು ಕಷ್ಟವೆಂದು ನನಗೆ ಗೊತ್ತು. ಬೇರೆ ಎಲ್ಲರಂತೆ ನಾವು ದೂರದ ಊರಿಗೋ ಅಥವಾ ಸಮುದ್ರ ತಾಣಕ್ಕೋ ಹೋಗದ ಕಾರಣ ನೀನು ಮನೆಯಲ್ಲೇ ಇಡೀ ದಿನ ಕಳೆಯಬೇಕಾಗಿದೆ. ನಾನು ನಿನಗಾಗಿ ಒಂದು ಯೋಜನೆ ತಯಾರಿಸಿರುವೆ. ಪ್ರೈಮರಿ ಶಾಲೆ ಮುಗಿಸಿ ಈಗ ನೀನು ಮುಂದೆ ಹೊಸ ಶಾಲೆಗೆ ಹೋಗಲಿದ್ದೀಯ. ಅದರ ಸಲುವಾಗಿ ಕೆಲವು ಸಿದ್ಧತೆಗಳನ್ನು ಮಾಡಿಕೊಳ್ಳೋಣ. ಆದರೆ ಒಂದು ಮಾತು. ನಾನು ಮುಂದೆ ಹೇಳುವುದನ್ನು ನೀನು ಕೇವಲ ಸಲಹೆ ಎಂದು ಪರಿಗಣಿಸಬೇಕೇ ಹೊರತು ಅವನ್ನೆಲ್ಲಾ ನೀನು ಮಾಡಲೇಬೇಕು ಎಂಬ ಯಾವ ಒತ್ತಾಯವೂ ಇಲ್ಲ. ಈಗ ನಿನ್ನ ಕೈಲಿರುವ ಚೀಲದಿಂದ ಒಂದೊಂದೇ ವಸ್ತುವನ್ನು ತೆಗೆಯುತ್ತಾ ಹೋಗು, ನಾನು ಅದರ ವಿವರಗಳನ್ನು ಹೇಳುತ್ತೇನೆ. ನಂತರ ನಿನ್ನ ಅಭಿಪ್ರಾಯವನ್ನು ತಿಳಿಸು. ಒಪ್ಪಿಗೆಯಾ?

ಈಡಾ: ಹೂಂ.

ನಾನು: ತಡೆ, ಈಗಲೇ ವಸ್ತುಗಳನ್ನು ಹೊರತೆಗೆಯಬೇಡ. ಈ ಚೀಲವೂ ಒಂದು ಸಲಹೆಯಷ್ಟೇ. ಸಲಹೆ ಒಂದು- ರಜೆಯ ದಿನಗಳಲ್ಲಿ ನಿನಗೆ ಬೇಕಾದಾಗಲೆಲ್ಲಾ ನನ್ನೊಂದಿಗೆ ಕಾಲೇಜಿಗೆ ಬರಬಹುದು. ಈಗ ಹೇಗಿದ್ದರೂ ಸೆಮಿಸ್ಟರ್ ರಜೆ. ನಾನು ದಿನವೂ ಲೈಬ್ರರಿಯಲ್ಲಿ ಕೂತು ಮಾಸ್ಟರ್ ಪ್ರಬಂಧವನ್ನು ಬರೆಯುತ್ತೇನೆ. ನೀನು ಸಹ ನನ್ನ ಜೊತೆ ಅಲ್ಲೇ ಕೂತು ಚಿತ್ರ ಬಿಡಿಸಬಹುದು, ಅಥವಾ ಓದಬಹುದು.

ಈಡಾ: ಸಲಹೆಯನ್ನು ಸ್ವೀಕರಿಸಲಾಗಿದೆ.

ಈಡಾ ಚೀಲದಿಂದ ಬೆಕ್ಕಿನ ಕಣ್ಣಿನ ಆಕೃತಿಯ ಗುಲಾಬಿ ಬಣ್ಣದ ಕೂಲಿಂಗ್ ಗ್ಲಾಸನ್ನು ತೆಗೆದು ಕಣ್ಣಿಗೆ ಹಾಕಿಕೊಂಡಳು. ಸಕ್ಕರೆಯಷ್ಟು ಸಿಹಿಯಾಗಿ ಕಂಡಳು ನನ್ನ ಈಡಾ.

ನಾನು: ಸಲಹೆ ಎರಡು- ಸುಮಾರು ಒಂದು ವಾರದಿಂದ ಮಳೆ ಬಂದಿಲ್ಲ. ಹವಾಮಾನ ಮುನ್ಸೂಚನೆಯ ಪ್ರಕಾರ ಇನ್ನೂ ಕೆಲವು ದಿನಗಳು ಮಳೆ ಬರುವುದಿಲ್ಲ, ಸೆಕೆ ಹೀಗೇ ಮುಂದುವರೆಯುತ್ತದೆ. ಮಳೆಯಾಗದಿದ್ದರೂ ನೀನು ಈಜುಕೊಳಕ್ಕೆ ಹೋಗಬಹುದು ಎಂಬುದು ನನ್ನ ಸಲಹೆ.

ಈಡಾ: ಸಲಹೆಯನ್ನು ತಿರಸ್ಕರಿಸಲಾಗಿದೆ.

ನಾನು: ಸಂಜೆಯ ಮೇಲೆ ಜನ ಕಡಿಮೆ ಇರುತ್ತಾರೆ. ಬಾಗಿಲು ಮುಚ್ಚುವ ಸ್ವಲ್ಪ ಮುಂಚೆ ಹೋದರೆ ಹೇಗೆ?

ಈಡಾ: ಸಲಹೆಯನ್ನು ತಿರಸ್ಕರಿಸಲಾಗಿದೆ.

ನಾನು: ಸರಿ.

ಈಡಾ ಚೀಲದಿಂದ ಮೊಬೈಲನ್ನು ಕೈಗೆ ತೆಗೆದುಕೊಂಡು ನೋಡಿ, ಕೂಲಿಂಗ್ ಗ್ಲಾಸನ್ನು ತೆಗೆದು ಕೆಳಗಿಟ್ಟು, ದೊಡ್ಡ ಕಣ್ಣುಗಳನ್ನು ಬಿಟ್ಟುಕೊಂಡು ನನ್ನನ್ನು ನೋಡಿದಳು.

ಈಡಾ: ಸ್ಮಾರ್ಟ್‌ಫೋನ್?

ನಾನು: ಸಲಹೆ 3.1- ನಿಜಾರ್ಥದಲ್ಲಿ ಇದು ಸಲಹೆಯಲ್ಲ. ಏನಾದರೂ ಅಗತ್ಯ ಬಿದ್ದರೆ ನೀನು ನನಗೆ ತಕ್ಷಣ ಕರೆ ಮಾಡಬೇಕು. ಮಾಮಾ ನಿನ್ನ ಮೇಲೆ ತಿರುಗಿಬಿದ್ದಾಗ ನಾನೇನಾದರೂ ನಿನ್ನ ಕರೆಯನ್ನು ಉತ್ತರಿಸದಿದ್ದರೆ ಅಥವಾ ನಾನು ಹತ್ತಿರದಲ್ಲಿ ಇರದಿದ್ದರೆ ನೀನು ಪೊಲೀಸರಿಗೆ ಕರೆ ಮಾಡಬೇಕು. ಸರಿಯಾ?

ಈಡಾ: ಸರಿ.

ನಾನು: ಸಲಹೆ 3.2- ನಾನು ನಿನಗಾಗಿ ಪ್ರೀಪೇಯ್ಡ್ ಮೊಬೈಲ್ ಖರೀದಿಸಬೇಕು ಎಂದಿದ್ದೆ. ಆದರೆ ಅದರಲ್ಲಿ ಬಹಳ ಕಡಿಮೆ ಡೇಟಾ ಸಿಗುತ್ತದೆ. ನಿನಗೆ ನಿನ್ನ ಚಿತ್ರಗಳನ್ನು ಇಂಟರ್ನೆಟ್‌ನಲ್ಲಿ ಅಪ್ಲೋಡ್ ಮಾಡಲು ಸಹಾಯವಾಗಲಿ ಎಂದು ಹಾಗೆ ಮಾಡಲಿಲ್ಲ. ನನಗೆ ಸಾಮಾಜಿಕ ಜಾಲತಾಣಗಳು ಅಸಹ್ಯ ಬರಿಸುತ್ತವೆ ಎಂದು ನಿನಗೂ ಗೊತ್ತು. ಅವನ್ನು ಬಳಸಲು ನೀನು ಇನ್ನೂ ತುಂಬಾ ಸಣ್ಣವಳು. ಆದರೆ ಲೆಯೋನ್‌ನ ಪ್ರಕಾರ ಟಂಬ್ಲರ್ ಮತ್ತಿತರ ಜಾಲತಾಣಗಳು ಕಲಾವಿದರಿಗೆ ಮತ್ತು ಕಲೆಯಲ್ಲಿ ಆಸಕ್ತಿ ಇರುವವರಿಗೆ ಅತಿ ಮುಖ್ಯ. ಅವುಗಳಿಂದ ನಿನಗೆ ಏನಾದರೂ ಪ್ರಯೋಜನವಾಗಬಹುದು.

ಈಡಾ: ಸಲಹೆಯನ್ನು ಪರಿಷ್ಕರಿಸಲಾಗುತ್ತದೆ.

ನಾನು ಮುಗುಳ್ನಕ್ಕೆ.

ಈಡಾ: ಡಾಂಕೆ, ಟಿಲ್ಡಾ.

ಇಬ್ಬರೂ ಮುಗುಳ್ನಕ್ಕೆವು.

ಈಡಾ ಚೀಲದಿಂದ ಲಕೋಟೆಯನ್ನು ಹೊರತೆಗೆದು, ಅದರಲ್ಲಿದ್ದ ಗ್ರಂಥಾಲಯದ ಕಾರ್ಡನ್ನು ಹಿಡಿದು ನೋಡಿದಳು.

ನಾನು: ಸಲಹೆ 4- ಬೇಸಿಗೆ ರಜೆಯಿಡೀ ನೀನು ನಿನ್ನ ಕೋಣೆಯಲ್ಲೇ ಸೇರಿಕೊಂಡು ಚಿತ್ರ ಬಿಡಿಸುವುದು ಅಥವಾ ದಿನವೂ ನನ್ನೊಂದಿಗೆ ಕಾಲೇಜಿಗೆ ಬರುವುದು ಸಾಧ್ಯವಾಗುವುದಿಲ್ಲ. ನಿನಗೆ ನಿನ್ನದೇ ಆದ ಬದಲಿ ಆಶ್ರಯತಾಣ, ಜೊತೆಗೆ ಬದಲಿ ಹವ್ಯಾಸ ಸಹ ಬೇಕಾಗುತ್ತದೆ. ನಗರ ಕೇಂದ್ರ ಗ್ರಂಥಾಲಯ ಸೊಗಸಾಗಿದೆ. ಆದರೂ ಅಲ್ಲಿ ಜನರೇ ಇರುವುದಿಲ್ಲ. ಕೂರಲು ಒಳ್ಳೆಯ ಆರಾಮಕುರ್ಚಿಗಳು, ಜೊತೆಗೆ ಕೆಲಸ ಮಾಡಿಕೊಳ್ಳಲು ಬೇಕಾದಷ್ಟು ಮೇಜುಗಳು ಇವೆ. ನಿನಗೆ ಕತೆಗಳು ಇಷ್ಟ, ಮತ್ತು ನಿನಗೆ ನಿನ್ನ ವಯಸ್ಸಿಗೆ

ಮೀರಿದ ಭಾಷೆಯ ಮೇಲಿನ ಹಿಡಿತವಿದೆ. ನೀನು ಹೆಚ್ಚು ಹೆಚ್ಚು ಓದಬೇಕು ಎಂಬುದು ನನ್ನ ಸಲಹೆ.

ಈಡಾ: ಸಲಹೆಯನ್ನು ಸ್ವೀಕರಿಸಲಾಗಿದೆ.

ನಾನು: ನಿನಗಾಗಿ ನಾನು ಒಂದಿಷ್ಟು ಕಾದಂಬರಿಗಳನ್ನು ಎರವಲು ಪಡೆದು ತಂದಿದ್ದೇನೆ, ಅದರಿಂದಲೇ ಪ್ರಾರಂಭಿಸಬಹುದು.

ಈಡಾ: ಡಾಂಕೆ.

ನಾನು: ಪರವಾಗಿಲ್ಲ. ಸಲಹೆ 5- ನಾವು ಒಟ್ಟಿಗೆ ಹೊರಗೆಲ್ಲಾದರೂ ಹೋದಾಗ ನೀನು ನನ್ನನ್ನು ಬಿಟ್ಟು ಬೇರೆ ಒಬ್ಬರಾದರೂ ವ್ಯಕ್ತಿಯೊಂದಿಗೆ ಮಾತನಾಡಬೇಕು. ನಾವು ಮನೆಗೆ ಊಟ ತರಿಸುವಾಗ ಹೊಟೇಲಿಗೆ ನೀನೇ ಕರೆ ಮಾಡಬೇಕು.

ಈಡಾ: ಸಲಹೆಯನ್ನು ಈ ಕೂಡಲೇ ತಿರಸ್ಕರಿಸಲಾಗಿದೆ.

ನಾನು: ಹಾಂ?

ಈಡಾ ತಲೆದೂಗಿದಳು.

ನಾನು: ಸಲಹೆ 6- ನೀನು ಯಾವುದಾದರೂ ಒಂದು ಆಟದ ತಂಡಕ್ಕೆ ಸೇರಿಕೊಳ್ಳಬೇಕು. ಉದಾಹರಣೆಗೆ, ಈಜು ತರಬೇತಿಗೆ ಸೇರಿ ಸ್ಪರ್ಧೆಗಳಲ್ಲಿ ಪಾಲ್ಗೊಳ್ಳಬಹುದು.

ಈಡಾ: ತಿರಸ್ಕರಿಸಲಾಗಿದೆ.

ನಾನು ಹಾಸಿಗೆಯ ಮೇಲೆ ಮಲಗಿ ಬೆವರುತ್ತಿದ್ದೆ. ತಂಗಾಳಿಯ ಸುಳಿವೂ ಇರಲಿಲ್ಲ. ಬೀಸದ ಗಾಳಿ, ಆರದ ಕಾವು. ಬರ್ಲಿನ್‌ನ ಬಗ್ಗೆ ಯೋಚಿಸಿದೆ. ಈಡಾಳ ಮುಂದಿನ ಜೀವನವನ್ನು ಸುಧಾರಿಸುವ ಯೋಜನೆ ಸ್ವಲ್ಪ ಹರಳುಗಟ್ಟಿದ್ದೇ ತಡ, ಬರ್ಲಿನ್‌ನ ಆಸೆ ನಿಧಾನವಾಗಿ ಮನದೊಳಗೆ ಮನೆಮಾಡಿತು. ಈಡಾಳ ಕೆನ್ನೆಯ ನೀಲಿ ಗಾಯ ನನ್ನ ಬರ್ಲಿನ್‌ಗೆ ಹೋಗುವ ಆಸೆಗಳನ್ನು ಹೊಸಕಿಹಾಕಿತ್ತು. ಅವು ಮತ್ತೆ ಮನದ ಮೂಲೆಯಲ್ಲಿ ಚಿಗುರತೊಡಗಿದವು. ಈಡಾ ಮತ್ತು ಮಾಮಾ ಇಬ್ಬರನ್ನೂ ಆದಷ್ಟು ಬೇಗ ಸಾವಕಾಶವಾಗಿ ಕೂರಿಸಿಕೊಂಡು ಬರ್ಲಿನ್‌ಗೆ ಹೋಗುವ ಅವಕಾಶದ ಬಗ್ಗೆ ಹೇಳಬೇಕು, ಅವರೇನು ಹೇಳುತ್ತಾರೋ ತಿಳಿದುಕೊಳ್ಳಬೇಕು. ಕಣ್ಣುಗಳನ್ನು ಮುಚ್ಚಿ ಮತ್ತೆ ತೆರೆದೆ. ಮೈ ತುಂಬಾ ಸೆಕೆ, ತಲೆಯ ತುಂಬಾ ಗೊಂದಲ.

■

ಹಣ್ಣಿನ ಪೆಪ್ಪರ್ಮೆಂಟ್, ಪೀಚ್ ಸ್ವಾದದ ಐಸ್‌ಟೀ, ನಿಂಬೆ ಸ್ವಾದದ ಐಸ್‌ಟೀ, ಹಿಂದಿನ ದಿನ ಕೊಂಡಿದ್ದ ಎರಡು ಐಸ್‌ಟೀ ಬಾಟಲಿಗಳನ್ನು ಖಾಲಿ ಮಾಡಿ ಸೂಪರ್‌ಮಾರ್ಕೆಟ್‌ನ ಬಾಟಲಿ ನುಂಗುವ ಮಷೀನಿನೊಳಗೆ ಹಾಕಿ ಪಡೆದ 50 ಸೆಂಟ್ ಮೌಲ್ಯದ ಕೂಪನ್. ಕತ್ತೆತ್ತಿದಾಗ ಕಂಡದ್ದು ಈಡಾಳ ಮುಖ.

ನಾನು: 1 ಯೂರೋ 60 ಸೆಂಟ್. ಇದೀಗ ಬರುವೆ, ತಡೆ.

ಈಡಾ ತಲೆದೂಗಿದಳು, ಸರಿಯಾದ ಚಿಲ್ಲರೆಯನ್ನು ನನ್ನ ಕೈಯಲ್ಲಿಟ್ಟು ಮಾತನಾಡದೆ ಹೊರನಡೆದಳು.

ನಾನು ಕೆಲಸ ಮುಗಿಸಿ ಹೊರಗೆ ಬಂದಾಗ ಅವಳು ಬೆಂಚಿನ ಮೇಲೆ ಕುಳಿತಿದ್ದಳು. ಗುಲಾಬಿ ಬಣ್ಣದ ಕೂಲಿಂಗ್ ಗ್ಲಾಸನ್ನು ಮುಖಕ್ಕೆ ಏರಿಸಿದ್ದಳು. ಪಕ್ಕದಲ್ಲಿ ಯುನಿವರ್ಸಿಟಿ ಗುರುತಿನ ಪಾರದರ್ಶಕ ಪ್ಲಾಸ್ಟಿಕ್ ಚೀಲ, ಅದರೊಳಗೆ ಪುಟ್ಟ ಪೆನ್ಸಿಲ್ ಸಂಚಿ, ಆಗಷ್ಟೇ ಕೊಂಡ ಎರಡು ಐಸ್‌ಟೀ ಬಾಟಲಿಗಳು, ಹಣ್ಣಿನ ಪೆಪ್ಪರ್ಮೆಂಟ್ ಇದ್ದವು. ಹಿಂದೆ ಕೊಂಡಿದ್ದ ಪೆಪ್ಪರ್ಮೆಂಟ್ ಪ್ಯಾಕೆಟ್ಟುಗಳಲ್ಲಿ ಹಳದಿ ಬಣ್ಣದವು ಮಾತ್ರ ಉಳಿದುಹೋಗಿದ್ದವು. ನಮ್ಮಿಬ್ಬರಿಗೂ ನಿಂಬೆಯ ಸ್ವಾದದ್ದು ಹಿಡಿಸುತ್ತಿರಲಿಲ್ಲ. ಈಡಾ ತೊಡೆಯ ಮೇಲೆ ಪುಸ್ತಕವೊಂದನ್ನು ತೆರೆದಿಟ್ಟುಕೊಂಡು ಓದುತ್ತಿದ್ದಳು. ಆ ಚೆಂದದ ದೃಶ್ಯವನ್ನು ಒಂದು ನಿಮಿಷ ದೂರದಲ್ಲೇ ನಿಂತು ಆಸ್ವಾದಿಸಿದೆ. ಅವಳ ಗುಲಾಬಿ ಕೂಲಿಂಗ್ ಗ್ಲಾಸು ಪುಸ್ತಕದ ಸಾಲುಗಳನ್ನು ಹಿಂಬಾಲಿಸುತ್ತಿತ್ತು. ಅದೆಷ್ಟು ಮುದ್ದಾಗಿ ಪುಟಗಳನ್ನು ತಿರುವಿಹಾಕುತ್ತಾ ಓದುತ್ತಿದ್ದಳು. ನನ್ನ ಪುಸ್ತಕಗಳ ಓದು ನನಗೆ ಬಹಳಷ್ಟನ್ನು ನೀಡಿದೆ, ಮತ್ತಷ್ಟನ್ನು ದಿನವೂ ನೀಡುತ್ತಲೇ ಇದೆ. ಆ ದಿನ ನಾನು ಸಾಧ್ಯವಾದಷ್ಟು ಸಮಯವನ್ನು ಗಣಿತಕ್ಕೆ ಮೀಸಲಿಡಬೇಕೆಂದಿದ್ದೆ. ಗಣಿತದ ಪ್ರಪಂಚವೇ ನನ್ನ ಮನೆ, ನನಗೆ ನೆಮ್ಮದಿ ಸಿಗುವುದು ಅಲ್ಲೇ. ಆಗೀಗ ನನ್ನ ಕೈಗೆ ಕಾದಂಬರಿಯೊಂದು ಸಿಕ್ಕಿಬಿಡುತ್ತಿತ್ತು. ನಾನು ಐದನೇ ಕ್ಲಾಸಿನಲ್ಲಿದ್ದಾಗ *ಟಿಂಟೆನ್‌ಹೆರ್ಟ್ಸ್* ಪುಸ್ತಕದಿಂದ ನನ್ನ ಓದು ಶುರುವಾದದ್ದು. ಅದರಲ್ಲಿ ಬರುವ ಮೆಗ್ಗೀ ಎಂಬ ಸುಮಾರು ನನ್ನದೇ ವಯಸ್ಸಿನ ಹುಡುಗಿಗೆ ಪುಸ್ತಕದ ಪಠ್ಯವನ್ನು ಗಟ್ಟಿಯಾಗಿ ಓದಿ ಕತೆಯಲ್ಲಿ ಬರುವ ವಸ್ತು ಹಾಗೂ ವ್ಯಕ್ತಿಗಳನ್ನು ಪುಸ್ತಕದಿಂದ ಹೊರಕ್ಕೆ ಕರೆತರುವ ಶಕ್ತಿಯಿತ್ತು. ಆ ಪುಸ್ತಕದ ಎರಡನೆಯ ಭಾಗವನ್ನು ಓದುತ್ತಾ ಓದುತ್ತಾ ಅವಳೇ ಅದರ ಒಳಗಿನ ಜಗತ್ತಿಗೆ ಹೋಗಿಬಿಡುವ ಶಕ್ತಿಯನ್ನು ಪಡೆದುಕೊಂಡಳು. ಕೆಲವೊಮ್ಮೆ ಒಬ್ಬಳೇ ಇದ್ದಾಗ ನಾನು ಪಠ್ಯವನ್ನು ಗಟ್ಟಿಯಾಗಿ ಓದಿ ಪುಸ್ತಕದ ಜಗತ್ತಿನೊಳಗೆ ಹೋಗಲು ಶಕ್ತಿಮೀರಿ ಪ್ರಯತ್ನಿಸುತ್ತಿದ್ದೆ, ಆದರೆ ಒಮ್ಮೆಯೂ ಸಫಲವಾಗಿರಲಿಲ್ಲ. ನಗರ ಕೇಂದ್ರ ಗ್ರಂಥಾಲಯದಲ್ಲಿ ಹದಿಹರೆಯದವರಿಗಾಗಿ ಬರೆದ ಸಾಹಿತ್ಯದ ಪುಸ್ತಕಗಳನ್ನು ಆಗಾಗ ಎರವಲು ಪಡೆದು ತರುತ್ತಿದ್ದೆನಾದರೂ ನಮ್ಮ ಮನೆಯ ಪುಸ್ತಕದ ಕಪಾಟಿನ ಮೇಲೆಯೇ ನನಗೆ ಹೆಚ್ಚಿನ ಆಸಕ್ತಿಯಿತ್ತು. ಅಲ್ಲಿದ್ದ ಯಾವುದಾದರೂ ಪುಸ್ತಕದ ಪುಟಗಳನ್ನು ತಿರುವಿಹಾಕಿ, ಮೊದಲನೇ ಪುಟ ಕುತೂಹಲ ಮೂಡಿಸಿದರೆ ಆ ಪುಸ್ತಕವನ್ನು ಮುಂದಕ್ಕೆ ಓದುತ್ತಿದ್ದೆ.

ಪುಸ್ತಕದ ಕಪಾಟಿನಲ್ಲಿ ನನ್ನ ತಂದೆ ಬಿಟ್ಟುಹೋಗಿದ್ದ ಮಧ್ಯಯುಗದ ಇತಿಹಾಸದ ಪುಸ್ತಕಗಳ ಜೊತೆಗೆ ಮಾಮಾ ಸಂಗ್ರಹಿಸಿದ್ದ ಆಸ್ಟೆನ್ ಮತ್ತು ಬ್ರಾಂಟೇರ ಕಾದಂಬರಿಗಳು ಇದ್ದವು. ತಂದೆ, ತಾಯಿ, ಉತ್ತಮವಾದ ಬಾಲ್ಯ ಇವೆಲ್ಲವನ್ನೂ ಎಂದೋ ಕಳೆದುಕೊಂಡ ನನಗೆ ನನ್ನ ಜೀವನದ ಸ್ಥಿತಿಗತಿಗಳು ಒಂದೇ ಸಮನೆ ಇರುವುದಿಲ್ಲ ಎಂಬುದು ತಿಳಿದುಹೋಗಿತ್ತು. ಆದರೆ ಏನೇ ಬಂದರೂ ಪುಸ್ತಕಗಳು ಮಾತ್ರ ಎಂದಿಗೂ ನನ್ನ ಕೈಬಿಡುವುದಿಲ್ಲ ಎಂಬ ಭರವಸೆ ಚಿಕ್ಕ ವಯಸ್ಸಿನಲ್ಲೇ ಮೂಡಿತ್ತು. ಪುಸ್ತಕಗಳಲ್ಲಿನ ಕತೆಗಳು, ಮತ್ತು ಆ ಪುಸ್ತಕದೊಳಗಿನ ಪ್ರಪಂಚ ಮತ್ತು ಅನುಭವಗಳು ನನ್ನವು ಮತ್ತು ನನ್ನವು ಮಾತ್ರ. ನನ್ನ ಜೀವನದಲ್ಲಿ ಎಂತಹ

ದೊಡ್ಡ ವಿಪತ್ತು ಎದುರಾದರೂ ಪುಸ್ತಕಗಳು ನೀಡುತ್ತಿದ್ದ ಖುಷಿಯನ್ನು ಯಾರೂ ನನ್ನಿಂದ ಕಸಿಯಲು ಸಾಧ್ಯವಿರಲಿಲ್ಲ. ಇವೆಲ್ಲಾ ಈಡಾಳಿಗೂ ತಿಳಿದಿದೆ ಎಂದು ನಾನು ನಂಬಿದ್ದೇನೆ. ಓದುವಾಗ ಅವಳ ಮುಖ ಕನ್ನಡಿಯಂತೆ ಹಲವಾರು ಭಾವಗಳನ್ನು ಪ್ರತಿಬಿಂಬಿಸುತ್ತಿತ್ತು. ಓದು ಸಾಕೆನ್ನಿಸಿದಾಗ ಪುಟದ ಕೊನೆಯನ್ನು ಮಡಿಸಿ, ಪುಸ್ತಕವನ್ನು ಮುಚ್ಚಿ ದಿಗಂತದಾಚೆ ನೋಡುತ್ತಾ ಮೈಮರೆಯುತ್ತಿದ್ದಳು. ವಾಸ್ತವಕ್ಕೆ ಮರಳಲು ಅವಳಿಗೆ ಸುಮಾರು ಹೊತ್ತು ಹಿಡಿಯುತ್ತಿತ್ತು.

ಈಡಾ ದಿನವೂ ನನ್ನೊಂದಿಗೆ ಕಾಲೇಜಿನ ಲೈಬ್ರರಿಗೆ ಬರುತ್ತಿದ್ದಳು. ನಾನು ಮಾಸ್ಟರ್ ಪ್ರಬಂಧದ ಸಿದ್ಧತೆಯನ್ನು ಮಾಡಿಕೊಳ್ಳುತ್ತಿದ್ದಾಗ ಅವಳು ಯಾವುದೋ ಕಾದಂಬರಿಯ ಆಳದಲ್ಲಿ ಮುಳುಗೇಳುತ್ತಿದ್ದಳು. ರಜೆಯಾದ್ದರಿಂದ ಲೈಬ್ರರಿಯಲ್ಲಿ ಹೆಚ್ಚು ಜನರಿರದೆ ಶಾಂತವಾಗಿ ಇರುತ್ತಿತ್ತು. ಪರೀಕ್ಷೆಯ ನಂತರದ ಬೇಸಿಗೆ ರಜೆಯಲ್ಲಿ ಬಹುಪಾಲು ವಿದ್ಯಾರ್ಥಿಗಳು ಮೈ ತಂಪುಮಾಡಿಕೊಳ್ಳಲು ಕೆರೆಗೋ ಈಜುಕೊಳಕ್ಕೂ ಹೋಗುತ್ತಿದ್ದರು, ಇಲ್ಲವೇ ಊರೂರು ತಿರುಗುತ್ತಿದ್ದರು. ಬಿರುಬೇಸಿಗೆಯ ವಾರಗಳಲ್ಲಿ ಅತೀವ ಸೆಕೆಯಿಂದಾಗಿ ಅವರಿಗೆ ತಮ್ಮ ಕಾಲೇಜಿನ ಕೆಲಸಗಳು, ಪ್ರಬಂಧ ಇತ್ಯಾದಿಗಳನ್ನು ಬರೆಯುವುದು ದೈಹಿಕವಾಗಿ ಸಾಧ್ಯವಿರುತ್ತಿರಲಿಲ್ಲ. ನಾನು ಮತ್ತು ಈಡಾ ಮಾತನಾಡದೆ ಕುಳಿತಿದ್ದೆವು. ಗೋಡೆ ಗಡಿಯಾರ ಆರು ಗಂಟೆ ಎಂದು ಹೇಳಿದ ಮರುಕ್ಷಣವೇ ಅವಳು ತನ್ನ ಪುಸ್ತಕವನ್ನು ಚೀಲದಲ್ಲಿ ಹಾಕಿಕೊಂಡು ಹೊರಡಲು ಸಿದ್ಧಳಾಗಿ ನನ್ನತ್ತ ನೋಡಿದಳು. ನಾನೂ ಪುಸ್ತಕ ಪೆನ್ಸಿಲ್ಲುಗಳನ್ನು ಬ್ಯಾಗಿನೊಳಗೆ ಹಾಕಿಕೊಂಡು ಹೊರಟೆ. "ಬಸ್ಸಿನಲ್ಲಿ ನನ್ನೊಟ್ಟಿಗೇ ಬರುತ್ತೀಯಾ?" ಎಂಬ ಪ್ರಶ್ನೆಯನ್ನು ನಿಲ್ದಾಣಕ್ಕೆ ನಡೆಯುವಾಗ ದಿನವೂ ಕೇಳುತ್ತಾಳೆ. ನಾನು ಹೂಂ ಅಥವಾ ಉಹೂಂ ಎಂದು ತಲೆಯಾಟದಲ್ಲೇ ಉತ್ತರಿಸುತ್ತೇನೆ. ಕೆಲವು ದಿನಗಳಿಂದ ನಾನು ನೇವಿಯರ್ ಸ್ಟೋಕ್ಸ್ ಸಮೀಕರಣಕ್ಕೆ ಸಂಬಂಧಿಸಿದ ಬ್ಲೋ ಅಪ್ ಪ್ರಕ್ರಿಯೆಯ ಬಗ್ಗೆ ಪುಸ್ತಕ ಮತ್ತು ವೈಜ್ಞಾನಿಕ ವೃತ್ತಪತ್ರಿಕೆಗಳನ್ನು ಓದಿ ಅರ್ಥಮಾಡಿಕೊಳ್ಳುವಲ್ಲಿ ಮಗ್ನಳಾಗಿದ್ದೆ. "ಕಾದಂಬರಿ ಇಷ್ಟವಾಯಿತಾ" ಎಂಬ ನನ್ನ ಪ್ರಶ್ನೆಗೆ ಅವಳು ತಲೆದೂಗ ಬಹುಪಾಲು ಸಮ್ಮತಿಯನ್ನೇ ಸೂಚಿಸುತ್ತಿದ್ದಳು. ಬಸ್ಸಿನಲ್ಲಿ ಕುಳಿತು ನಮ್ಮ ನಮ್ಮ ಪುಸ್ತಕದ ಕಟ್ಟನ್ನು ಮತ್ತೆ ಬಿಚ್ಚುತ್ತಿದ್ದೆವು. ಈಜುಕೊಳದ ಹತ್ತಿರ ನಾನು ಇಳಿಯುತ್ತಿದ್ದೆ, ಅವಳು ಅದೇ ಬಸ್ಸಿನಲ್ಲಿ ಮುಂದಕ್ಕೆ ಪಯಣಿಸುತ್ತಿದ್ದಳು. ಅವಳನ್ನು ಬಿಟ್ಟು ಬಸ್ಸು ಇಳಿಯುವಾಗ ಪ್ರತೀ ಬಾರಿಯೂ ನನಗೆ ಸ್ವಲ್ಪ ನೋವಾಗುತ್ತಿತ್ತು.

ನಾನು: ಆಮೇಲೆ ಸಿಗೋಣ.

ಈಡಾ: ಆಮೇಲೆ ಸಿಗೋಣ.

ವಿಕ್ಟೋರ್‌ನ ಸುಳಿವೇ ಇರಲಿಲ್ಲ. ಅವನಿಲ್ಲದೆ ಒಂಬತ್ತು ದಿನಗಳು ಉರುಳಿದವು. ನನಗೆ ಆತಂಕವಾಗತೊಡಗಿತು. ಅವನು ನನಗೆ ವಿದಾಯ ಹೇಳದೆ ಹೋಗಿರಲು ಸಾಧ್ಯವೇ ಇಲ್ಲ. ನಮ್ಮದು ಹತ್ತಿರದ ಗೆಳೆತನವಲ್ಲದಿದ್ದರೂ ನೋಡಿದಾಗಲೆಲ್ಲಾ ಹಾಯ್ ಹಲೋ ವಿನಿಮಯವಾಗುತ್ತಿತ್ತು. ಆಗಾಗ ಸಹಜ ಸಂಭಾಷಣೆಯಲ್ಲಿ ತೊಡಗುತ್ತಿದ್ದೆವು. ಮೇಲಾಗಿ ನಾನು ಮತ್ತು ಈಡಾ ಅವನ ಮನೆಯಲ್ಲಿ ಒಂದು ರಾತ್ರಿ ಉಳಿದಿದ್ದೆವು. ಬೇಕುಬೇಕೆಂದು ಅವನ ಮನೆಗೆ ನಾವು ಹೋಗಿರಲಿಲ್ಲ. ಆದರೆ ಆ ಭೇಟಿ ಕೊನೆಗೊಂಡ ರೀತಿ ನಮಗೆ

ಇರಿಸುಮುರಿಸು ಉಂಟುಮಾಡಿದ್ದಂತೂ ನಿಜ. ಆದರೂ ಅವನು ನನಗೆ ವಿದಾಯ ಹೇಳದೆ ಹೋಗಿರಲು ಸಾಧ್ಯವೇ ಇಲ್ಲ. ಪ್ರತೀ ಸಂಜೆ ಇಲ್ಲಿಗೆ ಬರುತ್ತಿದ್ದವನು ಒಮ್ಮೆಲೇ ಬರುವುದನ್ನು ನಿಲ್ಲಿಸಿಬಿಡುವುದರ ಅರ್ಥ ನನಗೆ ತಿಳಿಯಲಿಲ್ಲ. ಅವನನ್ನು ನಾನು ಮತ್ತೆ ನೋಡುವುದೇ ಇಲ್ಲವೇ? ಕೇವಲ ಎರಡು ದಿನಗಳ ಮಟ್ಟಿಗೆ ಅವನ ಹಳೆಯ ಊರಿಗೆ ಬಂದಿದ್ದನೇ? ಅವನ ಕುಟುಂಬದ ಮನೆಯನ್ನು ಮಾರಿದನೇ? ನನಗೇನಾಗಬೇಕು. ಅದು ನನಗೆ ಸಂಬಂಧಪಟ್ಟ ವಿಷಯ ಅಲ್ಲವೇ ಅಲ್ಲ. ಈ ಹಾಳು ಸೆಕೆ ಕಡಿಮೆಯಾದರೆ ಸಾಕು.

ನಾನು: ಈ ಹಾಳು ಸೆಕೆ ಕಡಿಮೆಯಾದರೆ ಸಾಕು.

ಉರ್ಸುಲಾ: ನೋಡುತ್ತಿರು ಟಿಲ್ಡಾ, ಈ ಉರಿಬಿಸಿಲಿಗೆ ತಲೆತಿರುಗಿ ಬೀಳುವ ಮುಂದಿನ ದೇಹ ಖಂಡಿತ ನನ್ನದೇ.

ಮೂರು ದಿನಗಳಿಗೆ ಒಮ್ಮೆಯಾದರೂ ಈಜುಕೊಳಕ್ಕೆ ತುರ್ತುವೈದ್ಯರ ಖಾಯಂ ಭೇಟಿ ತಪ್ಪಿಲ್ಲ. ಯಾರೋ ಬಿಸಿಲಿನಿಂದ ತಲೆತಿರುಗಿ ಬಿದ್ದರೆಂದು, ಅಥವಾ ಈಜುಕೊಳದಲ್ಲಿ ಆಡುವ ಮಕ್ಕಳು ಏಟು ಮಾಡಿಕೊಂಡರೆಂದು, ಅಥವಾ ಬೇರೆ ಯಾರ ಮೇಲೋ ಬಿದ್ದು ಗಾಯ ಮಾಡಿದರೆಂದು ವೈದ್ಯರಿಗೆ ತುರ್ತು ಕರೆಗಳು ಹೋಗುತ್ತಲೇ ಇರುತ್ತವೆ. ಹಾಗಾಗಿ ಅವರು ಜೋರಾಗಿ ಸೈರನ್ ಹಾಕಿಕೊಂಡು ಆಗಾಗ ಬರುತ್ತಲೇ ಇರುತ್ತಾರೆ. ನಿನ್ನೆ ಜಾರುಬಂಡೆಯಿಂದ ನೀರಿಗೆ ಜಾರಲು ಹೋದ ಸಣ್ಣ ಹುಡುಗನೊಬ್ಬ 10 ಅಡಿ ಎತ್ತರದಿಂದ ಸಣ್ಣ ಕೊಳಕ್ಕೆ ಧೊಪ್ಪನೆ ಬಿದ್ದುಬಿಟ್ಟ. ಆ ಸದ್ದಿನ ಆಘಾತದಿಂದ ನಾನು ಇನ್ನೂ ಸಾವರಿಸಿಕೊಂಡಿಲ್ಲ. ಜೊತೆಗೆ ಅವನ ತಾಯಿಯ ಕೂಗಾಟವೂ ಸೇರಿತ್ತು.

ನಾನು ಮತ್ತು ಉರ್ಸುಲಾ ನಮ್ಮ ಬೆಂಚಿನ ಮೇಲೆ ಕುಳಿತು ಅಲ್ಲಿ ನಡೆಯುತ್ತಿದ್ದುದನ್ನು ನೋಡುತ್ತಿದ್ದೆವು. ನುರಿತ ಈಜುಗಾರರು, ಕೈಕಾಲು ಬಡಿದು ಆಟವಾಡುತ್ತಿದ್ದ ಎಲ್ಲರೂ ಒಮ್ಮೆಲೇ ಸ್ತಬ್ಧವಾದರು. ತುರ್ತುವೈದ್ಯರು ಬಂದು ಆ ಹುಡುಗನನ್ನು ಎತ್ತಿಕೊಂಡು ಒಯ್ಯುವವರೆಗೂ ಅವನು ಜಾರಿಬಿದ್ದ ಜಾಗದತ್ತಲೇ ನೋಡುತ್ತಿದ್ದರು.

ಉರ್ಸುಲಾ ತನ್ನ ಮೇಲೆ ತಣ್ಣೀರನ್ನು ಸಿಂಪಡಿಸಿಕೊಂಡು ನನ್ನ ಮೇಲೂ ಸ್ವಲ್ಪ ಸಿಂಪಡಿಸಿದಳು.

ಉರ್ಸುಲಾ: ಆ ಹುಡುಗನಿಗೆ ಏನೂ ಆಗಿರದಿದ್ದರೆ ಸಾಕು.

ನಾನು: ಅವನು ಈಗ ಚೆನ್ನಾಗಿದ್ದಾನೆ. ಕಾಲು ಸ್ವಲ್ಪ ಪೆಟ್ಟಾಗಿದೆ ಅಷ್ಟೇ.

ಉರ್ಸುಲಾ: ಹೌದಾ? ನಿನಗೆ ಹೇಗೆ ಗೊತ್ತು?

ನಾನು: ನಿನ್ನೆ ರಾತ್ರಿ ನಾನು ಆಸ್ಪತ್ರೆಗೆ ಕರೆಮಾಡಿ ಕೇಳಿದೆ.

ಉರ್ಸುಲಾ: ಒಳ್ಳೆಯದಾಯಿತು. ಹಾಗಾದರೆ ನಾವು ಮತ್ತೆ ಬಾಜಿ ಕಟ್ಟಿ ಆಟವನ್ನು ಮುಂದುವರೆಸಬಹುದು.

ಉರ್ಸುಲಾ: ಮತ್ತೆ ಯಾವಾಗ ತುರ್ತುವೈದ್ಯರು ಬರುತ್ತಾರೆಂದು ನಿನ್ನ ಊಹೆ?

ಹಿಂದಿನ ದಿನ ಜಾರಿಬಿದ್ದ ಹುಡುಗನನ್ನು ನೋಡಿದ್ದ ಎಲ್ಲರೂ ಇಂದು ಭಯದಿಂದ ನಿಧಾನವಾಗಿ ಈಜುತ್ತಿದ್ದರು.

ನಾನು: ಇನ್ನು ಮೂರು ದಿನಗಳಲ್ಲಿ ಬಿಸಿಲಿನ ತಾಪಕ್ಕೆ ಯಾರಾದರೂ ತಲೆತಿರುಗಿ ಬೀಳುತ್ತಾರೆ.

ಉರ್ಸುಲಾ: ತುರ್ತುವೈದ್ಯರು ನಾಳೆಯೇ ಬರುತ್ತಾರೆಂದು ನನ್ನ ಊಹೆ. ಯಾರಾದರೂ ಇಬ್ಬರು ಕೈಕೈ ಮಿಲಾಯಿಸಿಕೊಳ್ಳುತ್ತಾರೆ.

ನಾನು: ಆ ರೀತಿಯ ಹೊಡೆದಾಟ ಇಲ್ಲಿ ಹಿಂದೆಂದೂ ನಡೆದಿಲ್ಲ.

ಉರ್ಸುಲಾ: ಸೆಕೆಯಿಂದಾಗಿ ಜನ ಸಿಡಿಮಿಡಿಗೊಂಡಿದ್ದಾರೆ. ನನ್ನ ಕಣ್ಣ ಮುಂದೆ ಹೊಡೆದಾಟ ನಡೆದದ್ದನ್ನು ನಾನು ನೋಡಿಯೇ ಇಲ್ಲ.

ನಾನು: ನಾನು ನೋಡಿದ್ದೇನೆ.

ನಾನು: ಅದನ್ನು ಹೊಡೆದಾಟ ಎನ್ನುವುದಕ್ಕಿಂತ ಒಂದೇ ಒಂದು ಬಲವಾದ ಗುದ್ದಿನಿಂದ ಸಾಧಿಸಿದ ವಿಜಯ ಎನ್ನಬಹುದು. ನಾಕ್ ಔಟ್.

ಈವಾನ್ ಒಂದೇ ಒಂದು ಗುದ್ದನ್ನು ಮಾಕ್ಸ್ ಉರುಫ್ ನ್ಯಾಯದೇವನ ಮುಖಕ್ಕೆ ಗುದ್ದಿ ಅವನು ನೆಲದ ಮೇಲೆ ಪ್ರಜ್ಞೆ ತಪ್ಪಿ ಬೀಳುವಂತೆ ಮಾಡಿದ್ದ. ಐದು ವರ್ಷಗಳ ಹಿಂದೆ ನಡೆದ ಘಟನೆ, ಬಿರುಬೇಸಿಗೆಯ ದಿನ. ಜುಲೈ ತಿಂಗಳ ಸಂಜೆಯಂದು ಸೂರ್ಯ ಮುಳುಗಿದರೂ ಸೆಕೆ ಇಳಿದಿರಲಿಲ್ಲ. ನಾವು ಕಿಲಿಯಾನ್‌ನ ತೋಟಕ್ಕೆ ಅವನ ಹುಟ್ಟುಹಬ್ಬವನ್ನು ಆಚರಿಸಲೆಂದು ಹೋಗಿದ್ದೆವು. ಅಂದೇಕೋ ಗ್ರಹಗತಿಗಳು ಸರಿ ಇರಲಿಲ್ಲವೆಂದು ನನಗೆ ಅನ್ನಿಸುತ್ತಿತ್ತು. ಅದೇ ಸಂಜೆ ಈವಾನ್ ನನಗೆ ಅಲೆಕ್ಸಾಂಡ್ರೈಟ್ ಎಂಬ ವಿಚಿತ್ರ ಕಲ್ಲಿನ ಬಗ್ಗೆ ಹೇಳಿದ್ದು ನನ್ನ ಮನಸ್ಸನ್ನು ಇನ್ನಷ್ಟು ಕದಡಿತ್ತು. ನಾನು ಉತ್ಸಾಹದಿಂದಲೇ ಪಾರ್ಟಿಗೆ ಹೋಗುವ ತಯಾರಿಯನ್ನು ಮಾಡಿಕೊಂಡಿದ್ದೆ. ಲೆಯೋನ್ ಊರಿಗೆ ಬರುವವನಿದ್ದ. ಅವನು ನನಗೆ "ಮುಂದಿನ ಬಾರಿ ಸಿಗೋಣ" ಎಂದು ಹೇಳಿ ಬಹಳ ದಿನಗಳು ಕಳೆದಿದ್ದವು. ಮಾರ್ಲೇನ, ಈವಾನ್ ಮತ್ತು ನಾನು, ಜೊತೆಗೆ ಒಂದಿಷ್ಟು ಅಮುಖ್ಯ ಪಾತ್ರಧಾರಿಗಳು, ಎಂದಿನಂತೆ ವೃತ್ತಾಕಾರದಲ್ಲಿ ನೆಲದ ಮೇಲೆ ಕುಳಿತು, ಜಾಯಿಂಟುಗಳನ್ನು ಸೇದುತ್ತಾ ವೈನ್ ಕುಡಿಯುತ್ತಿದ್ದೆವು. ನನ್ನ ಕಡೆಗೆ ನಡೆದು ಬಂದ ಲೆಯೋನ್‌ನ ಪ್ರಜ್ವಲಿಸುವ ಮಂದಹಾಸ ನನ್ನ ಮುಖವನ್ನು ಬೆಳಗಿಸಿತು. ನೇರ ನನ್ನತ್ತ ನಡೆದು ಬಂದು ನನ್ನ ಕೆನ್ನೆಗೆ ಒಂದು ಮುತ್ತನ್ನಿಟ್ಟ. ಮಾರ್ಲೇನ ಮತ್ತು ಲೆಯೋನ್ ಇಬ್ಬರೂ ಕಿಲಿಯಾನ್‌ನನ್ನು ಮಾತನಾಡಿಸಲು ಹೋದ ಮರುಕ್ಷಣ ಈವಾನ್ ಪ್ರತ್ಯಕ್ಷನಾದ.

ಈವಾನ್: ಅವನು ನಿನಗೆ ಸರಿಹೊಂದುವುದಿಲ್ಲ.

ನಾನು: ಏಕೆ?

ಈವಾನ್: ಏಕೋ ಗೊತ್ತಿಲ್ಲ. ಅವನದು ತುಂಬಾ ನಯವಾದ ವ್ಯಕ್ತಿತ್ವ, ಯಾವಾಗಲೂ ಸಂತೋಷವಾಗಿರುತ್ತಾನೆ.

ನಾನು: ಎಂತಹ ಅರ್ಥವಿಲ್ಲದ ಮಾತು. ಮೂರುಹೊತ್ತೂ ದುಃಖದಲ್ಲಿ ಇರುವ ವ್ಯಕ್ತಿ ಮಾತ್ರ ನನಗೆ ಸರಿಹೊಂದುತ್ತಾನೆ ಎಂದು ನಿನ್ನ ಅಭಿಪ್ರಾಯವೇ? ಇನ್ನೊಂದು ವಿಷಯ. ನಾನು ಮತ್ತು ಲೆಯೋನ್ ಜೊತೆಗಿಲ್ಲ.

ಈವಾನ್: ದುಃಖಿತ ವ್ಯಕ್ತಿ ಅಲ್ಲ, ತೂಕದ ವ್ಯಕ್ತಿತ್ವದವನು ನಿನಗೆ ಸರಿಹೊಂದುತ್ತಾನೆ.

ಈವಾನ್: ಅವನು ನಿನ್ನನ್ನು ಸರಿಯಾಗಿ ಗಮನಿಸಿಯೇ ಇಲ್ಲ. ಸಾಮಾನ್ಯ ವ್ಯಕ್ತಿಯೊಬ್ಬನಿಗೆ ಅಲೆಕ್ಸಾಂಡ್ರೈಟ್ ಕಲ್ಲು ಸಿಕ್ಕರೆ ಅವನು ಅದನ್ನು ಪಚ್ಚೆಕಲ್ಲು ಎಂದು ಭಾವಿಸಿ ಸುಮ್ಮನಾಗುತ್ತಾನೆ. ಅಲೆಕ್ಸಾಂಡ್ರೈಟ್‌ನ ಒಳಮರ್ಮವನ್ನು ಅರಿಯಬೇಕಾದರೆ ಅದನ್ನು ಮೇಣದ ಬತ್ತಿ ಅಥವಾ ಕೃತಕ ದೀಪದ ಬೆಳಕಿಗೆ ಹಿಡಿದು ನೋಡಬೇಕು. ಆಗ ಮಾತ್ರ ಅದು ಮಾಣಿಕ್ಯದಂತೆ ಕೆಂಪಾಗಿ ಗೋಚರಿಸುತ್ತದೆ.

ನಾನು: ಹುಚ್ಚು ಹಿಡಿದಿದೆಯಾ ನಿನಗೆ ಈವಾನ್? ಈ ಹಾಳು ಕಲ್ಲು ಎಲ್ಲಿದೆ?

ಈವಾನ್: ಅಲೆಕ್ಸಾಂಡ್ರೈಟ್ ಜಗತ್ತಿನ ಅತಿ ವಿರಳ ಮತ್ತು ಅಪರೂಪದ ಕಲ್ಲು. ತನ್ನ ಬಣ್ಣವನ್ನು ಬದಲಾಯಿಸುವ ಶಕ್ತಿ ಅದಕ್ಕಿದೆ.

ನಾನು ಮರುನುಡಿಯಲಿಲ್ಲ. ಅವನು ನನ್ನನ್ನು ಗೇಲಿ ಮಾಡುತ್ತಿದ್ದನೋ ಅಥವಾ ನನ್ನನ್ನು ಆ ಅಪರೂಪದ ಕಲ್ಲಿಗೆ ಹೋಲಿಸುತ್ತಿದ್ದನೋ ತಿಳಿಯಲಿಲ್ಲ. ನನ್ನನ್ನು ಕುರಿತು ಅಂತಹ ಮೆಚ್ಚುಗೆಯ ಮಾತುಗಳನ್ನು ಯಾರಾದರೂ ಹೇಳಿದ್ದು ಅದೇ ಮೊದಲು. ಆದರೂ ನನ್ನ ಮನಸ್ಸಿನಲ್ಲಿ ಒಂದು ರೀತಿಯ ಕಸಿವಿಸಿ. ನಾನು ಲೆಯೋನ್‌ನನ್ನು ನೋಡುವ ದೃಷ್ಟಿ ಬದಲಾಗಿತ್ತು, ಈವಾನ್ ನನ್ನನ್ನೇ ಗಮನಿಸುತ್ತಿದ್ದಾನೆ ಎಂಬ ಜಾಗೃತಿ ಬೇರೆ. ಇವು ಸಾಲದ್ದಕ್ಕೆ ಮಾರ್ಕ್ಸ್ ಬೇರೆ ಬಂದ. ಅವನ ಧಿಮಾಕು ಒಣಪ್ರತಿಷ್ಠೆಗಳನ್ನು ನೋಡಿದರೆ ನನಗೆ ಮೈಯೆಲ್ಲಾ ಉರಿದುಹೋಗುತ್ತಿತ್ತು. ತನಗೆ ಎಲ್ಲಾ ತಿಳಿದಿದೆ ಎಂದು ಎಲ್ಲರ ವಿಷಯದಲ್ಲಿ ಮೂಗು ತೂರಿಸಿಕೊಂಡು ಬರುತ್ತಿದ್ದ ಮಾರ್ಕ್ಸ್ ಒಬ್ಬ ಪಕ್ಕಾ ಆರ್ಶ್‌ಲೋಖ್, ಆಸ್‌ಹೋಲ್.

ಅವನು ಶಾಲೆಯಲ್ಲಿ ನನ್ನ ಸಹಪಾಠಿ. ಚರಿತ್ರೆಯ ಕ್ಲಾಸಿನಲ್ಲಿ ಶೀತಲಸಮರದ ಪ್ರಸ್ತಾಪವಾದಾಗಲೆಲ್ಲಾ ನಮ್ಮಿಬ್ಬರ ನಡುವೆ ಮಾತಿನ ಸಮರ ಶುರುವಾಗುತ್ತಿತ್ತು. ನಮ್ಮ ಮಾತಿನ ಧಾಟಿಯನ್ನು ಕಂಡ ಶಿಕ್ಷಕ ಹೆರ್ ಶುಲ್ಟ್ಸ್ ನಾವಿಬ್ಬರು ಬೇರೊಂದೇ ಮೆಟಾ ಸ್ತರದಲ್ಲಿ ಚರ್ಚೆ ನಡೆಸುತ್ತಿರುವುದಾಗಿ ಹೇಳಿದ್ದರು. ಆ ಸ್ತರದಲ್ಲಿ ನಾನು ಯುದ್ಧದಲ್ಲಿ ಕಾದಾಡುತ್ತಿದ್ದವರ ಎರಡೂ ಪಕ್ಷಗಳ ಪರ ವಹಿಸದೆ ಕೇವಲ ಮಾರ್ಕ್ಸನ ನಿಲುವಿಗೆ ವಿರುದ್ಧವಾಗಿ ಮಾತನಾಡುತ್ತಿದ್ದೆ. ಮಾರ್ಕ್ಸನ ನಿಲುವು ಎಂದೆಂದಿಗೂ ಸಾಮ್ರಾಜ್ಯಶಾಲಿಗಳ ಪರ. ಅವನ ತಂದೆ ದೊಡ್ಡ ವಕೀಲರು, ತಾಯಿ ದೊಡ್ಡ ಮತ್ತಿನ್ನೇನೋ. ಅವನ 17ನೇ ಹುಟ್ಟುಹಬ್ಬಕ್ಕೆ ಹೊಸದೊಂದು ಬಿಳಿ ಬಿಎಂಡಬ್ಲ್ಯೂ ಕಾರನ್ನು, ಮತ್ತು 12ನೇ ಕ್ಲಾಸು ಪಾಸು ಮಾಡಿದ್ದಕ್ಕೆ ಊರಿನ ಮಧ್ಯಭಾಗದಲ್ಲಿ ಒಂದು ವಿಶಾಲವಾದ ಅಪಾರ್ಟ್‌ಮೆಂಟ್ ಅನ್ನು ಕೊಡಿಸಿದ್ದರು. 'ನ್ಯಾಯದೇವ' ಎಂಬುದು ಅವನು ಕಾನೂನಿನ ಕಾಲೇಜು ಸೇರಿಕೊಂಡಾಗ ನಾನೇ ಇಟ್ಟ ಹೆಸರು. ಅವನಿಗೆ ಆ ಹೆಸರು ಚೆನ್ನಾಗಿ ಹೊಂದುತ್ತಿತ್ತು. ಯಾವುದೋ ಪಾರ್ಟಿಯಲ್ಲಿ ನ್ಯಾಯದೇವನನ್ನು ಚುಂಬಿಸಲು ಹೋದ

ಮಾರ್ಲೇನಳನ್ನು ತಡೆಯಲು ಅವಳನ್ನು ಬಲವಾಗಿ ಹಿಂದಕ್ಕೆ ಎಳೆದಿದ್ದೆ. ಅವಳು ಅವನನ್ನು ಭೇಟಿ ಮಾಡುವುದನ್ನು ನಿಲ್ಲಿಸುವವರೆಗೂ ಅವಳೊಂದಿಗೆ ನಾನು ಮಾತು ಬಿಟ್ಟಿದ್ದೆ. ಇದಾದ ನಂತರದ ಘಟನೆಗಳನ್ನು ವಿವರಿಸುವ ಅಗತ್ಯವಿಲ್ಲ. ಏಕೆಂದರೆ ಈವಾನ್ ನಮ್ಮ ಜೀವನದೊಳಕ್ಕೆ ಪ್ರವೇಶಿಸಿದ. ಮಾರ್ಲೇನಳಿಗೆ ಅವನಲ್ಲಿ ಪ್ರೇಮಾಂಕುರವಾಗಿ ನ್ಯಾಯದೇವನನ್ನು ಮರೆತು ಈವಾನ್‌ನೊಂದಿಗೆ ಗಾಢವಾದ ಪ್ರೇಮದಲ್ಲಿ ಬಿದ್ದಳು. ನ್ಯಾಯದೇವನಿಗೆ ಹೀಗೆ ಹಠಾತ್ತನೆ ಕೊನೆಗೊಂಡ ಪ್ರೇಮಪ್ರಕರಣ ಕಸಿವಿಸಿಯನ್ನು ಉಂಟುಮಾಡಿತ್ತು.

ಕೊಳದಲ್ಲಿ ಆಡುತ್ತಿದ್ದ ಮಕ್ಕಳನ್ನು ನೋಡುತ್ತಾ ಕುಳಿತೆ. ಬೆಚ್ಚನೆ ಗಾಳಿಯ ಭಾರ ನನ್ನ ಚರ್ಮದ ಮೇಲ್ಮೈಯನ್ನು ಒತ್ತಿ ದೇಹವನ್ನು ಹದಮಾಡಿತು. ವಿಕ್ಟೋರ್ ಮತ್ತು ಈವಾನ್‌ರ ಮುಖಗಳು ನೆನಪಾದವು. ಆ ಸಂಜೆಯ ಘಟನೆಗಳು ಮನಸ್ಸಿನಲ್ಲಿ ಇನ್ನೂ ಹಸಿಯಾಗಿಯೇ ಉಳಿದಿವೆ. ಈಗಲೂ ಅವು ಪ್ರಸ್ತುತ ಅನಿಸುತ್ತವೆ. ನ್ಯಾಯದೇವನ ಜೊತೆ ಜಗಳವಾಡಿದ್ದು ಐದು ವರ್ಷಗಳ ಹಿಂದೆ ಎಂದು ನಂಬಲು ಸಾಧ್ಯವಾಗಲಿಲ್ಲ. ಎಲ್ಲವೂ ಮೊನ್ನೆಮೊನ್ನೆ ನಡೆದಹಾಗಿದೆ.

ನಾನು ಕಣ್ಣು ಮುಚ್ಚಿ ಮಾರ್ಲೇನ, ಈವಾನ್, ಒಂದಿಷ್ಟು ಅಮುಖ್ಯ ಪಾತ್ರಧಾರಿಗಳು, ಜೊತೆಗೆ ನ್ಯಾಯದೇವ ಇವರೆಲ್ಲರೂ ನನ್ನ ಅಕ್ಕಪಕ್ಕದಲ್ಲಿ ಕುಳಿತ ದೃಶ್ಯವನ್ನು ಕಲ್ಪಿಸಿಕೊಂಡೆ. ಮಾರ್ಲೇನ ಈವಾನ್‌ನ ಮೈಮೇಲೆ ಒರಗಿಕೊಂಡದ್ದನ್ನು ನ್ಯಾಯದೇವ ಪದೇಪದೇ ನೋಡುತ್ತಿದ್ದ. ಈವಾನ್ ಅಮುಖ್ಯ ಪಾತ್ರಧಾರಿಯೊಬ್ಬನಿಗೆ ಜಾಯಿಂಟ್ ನೀಡಿದ್ದೇ ತಡ ವಾತಾವರಣದಲ್ಲಿ ಕಿಡಿ ಹೊತ್ತಿಕೊಂಡಿತು.

ನ್ಯಾಯದೇವ: ನೀನೇಕೆ ಇನ್ನೂ ಡ್ರಗ್ ಪೆಡಲಿಂಗ್ ಮಾಡುತ್ತಿರುವೆ? ನಿನ್ನ ಅಣ್ಣ ಸೈಬರ್ ಜಗತ್ತಿನಲ್ಲಿ ಮಾಡಿದ ಅವ್ಯವಹಾರಗಳು ನಿಮ್ಮನ್ನು ರಷ್ಯಾದವರ ಕೊಳಗೇರಿಯಿಂದ ಹೊರತರಲಿಲ್ಲವೇ?

ಆ ಪ್ರಶ್ನೆಗೆ ಈವಾನ್ ಕೇವಲ ಮುಗುಳ್ನಕ್ಕು ಸುಮ್ಮನಾದ. ಅವನು ಯಾವಾಗಲೂ ಹಾಗೆಯೇ, ಶಾಂತವಾಗಿರುತ್ತಿದ್ದ. ಈ ವಿಷಯದಲ್ಲಿ ನಮ್ಮಿಬ್ಬರ ಸ್ವಭಾವ ಬೇರೆ ಬೇರೆ.

ನ್ಯಾಯದೇವ: ಕ್ರಿಮಿನಲ್ ಕೆಲಸ ನಿಮ್ಮವರಿಗೆ ರಕ್ತಗತವಾಗಿ ಬಂದಿರಬೇಕು, ಅಲ್ವಾ?

ನಾನು: ನೀನು ಬಾಯಿ ಮುಚ್ಚಿಕೊಂಡು ತೆಪ್ಪಗೆ ನಿನ್ನಪ್ಪ ಕೊಡಿಸಿದ ಬಿಎಂಡಬ್ಲ್ಯೂನಲ್ಲಿ ಕೂತು ನಿನ್ನಪ್ಪ ಕೊಡಿಸಿದ ಮನೆಗೆ ತೊಲಗಿದರೆ ಒಳ್ಳೆಯದು, ನ್ಯಾಯದೇವ.

ಮಿರಿಮಿರಿ ಕಣ್ಣು ಮಿಟುಕಿಸುತ್ತಾ ನ್ಯಾಯದೇವ ನನ್ನನ್ನು ದಿಟ್ಟಿಸಿದ.

ನ್ಯಾಯದೇವ: ಚೆನ್ನಾಗಿದೆ. ಅಲ್ಪಸಂಖ್ಯಾತರು ಎಲ್ಲಾ ಒಗ್ಗಟ್ಟಿನಿಂದ ಇದ್ದಾರೆ ಎಂದಾಯ್ತು.

ನನ್ನ ಕೈಲಿದ್ದ ವೈನ್ ಬಾಟಲಿಯನ್ನು ಮಾರ್ಮಿಕವಾಗಿ ನೋಡಿ ತಲೆದೂಗಿದ.

ನ್ಯಾಯದೇವ: ಕುಡುಕರ ಮಕ್ಕಳು ಕುಡಿತದಿಂದ ದೂರವಿರುತ್ತಾರೆ ಎಂದು ನಾನು ಭಾವಿಸಿದ್ದೆ. ಅವರಿಗೂ ಕುಡುಕರಾಗಿಬಿಡುವ ಭಯ ಇರುತ್ತದೆ ಅಲ್ಲವೇ?

ನಾನು: ನಿನ್ನಪ್ಪ ನಿನಗೆ ತಪ್ಪು ಹೇಳಿಕೊಟ್ಟಿದ್ದಾರೆ. ಕುಡುಕರ ಮಕ್ಕಳು ಕುಡುಕರಾಗುವ ಸಂಭವವೇ ಹೆಚ್ಚು. ಅವರು ಕುಡಿದಾಗ ಅವರ ಕುಡುಕ ತಂದೆ ತಾಯಿಯರಿಗಿಂತ ಬಲವಾಗಿ ಪೆಟ್ಟು ಕೊಡಬಲ್ಲರು. ಎಚ್ಚರಿಕೆ, ನ್ಯಾಯದೇವ.

ಲಿಯೋನ್: ಟಿಲ್ಡಾ.

ಲಿಯೋನ್‌ನ "ಟಿಲ್ಡಾ" ಎಂಬ ಎಚ್ಚರಿಕೆಯ ಧ್ವನಿಯನ್ನು ನೆನೆದರೆ ನನಗೆ ಈಗಲೂ ವಾಕರಿಕೆ ಬರುತ್ತದೆ. ಅದೇ ಕ್ಷಣಕ್ಕೆ ಸದ್ದಿಲ್ಲದೆ ಮೇಲೆದ್ದು ಪುಮಾದಂತೆ ಹಗುರವಾಗಿ ಮೂರು ಹೆಜ್ಜೆಗಳನ್ನು ಮುಂದಕ್ಕೆ ಇಟ್ಟು ನ್ಯಾಯದೇವನ ಮುಖಕ್ಕೆ ಮುಷ್ಟಿಯಿಂದ ಒಂದೇ ಒಂದು ಗುದ್ದಿದನು ಈವಾನ್. ನಾಕ್ ಔಟ್.

ಉರ್ಸುಲಾ: ತುರ್ತುವೈದ್ಯರು?

ನಾನು ತಲೆದೂಗಿದೆ.

■

ಈಡಾ ಸಂಜೆಯೂಟದ ಜೊತೆ ತಿನ್ನಲು ಕೆಂಪು ಗುಂಡುಮೂಲಂಗಿಗಳನ್ನು ಗುಲಾಬಿಯಂತೆ ಕತ್ತರಿಸುವ ಪ್ರಪ್ರಥಮ ಪ್ರಯತ್ನ ಮಾಡಿದ್ದಳು. ಆದರೆ ಅವು ಕಲ್ಲಿನಲ್ಲಿ ಜಜ್ಜಿದಂತೆ ಕಂಡವು.

ನಾನು: ಮೂಲಂಗಿಗಳಿಗೆ ಸರಿಯಾಗಿ ಬುದ್ಧಿ ಕಲಿಸಿದ್ದೀಯ ನೀನು.

ಈಡಾ ನಕ್ಕಳು.

ಈಡಾ: ಅವನು ಈಜುಕೊಳಕ್ಕೆ ಬಂದಿದ್ದನಾ?

ನಾನು ಇಲ್ಲವೆಂದು ತಲೆಯಾಡಿಸಿದೆ.

ನಾನು: ಅವನು ಹಾಮ್‌ಬುರ್ಗ್‌ಗೋ ಇನ್ನೆಲ್ಲಿಗೋ ಮರಳಿ ಹೋಗಿರಬೇಕು. ಅವನನ್ನು ನಾವು ಮತ್ತೆ ನೋಡುತ್ತೀವೋ ಇಲ್ಲವೋ ಗೊತ್ತಿಲ್ಲ.

ನನ್ನ ಒಳಗಿದ್ದ ಸಿಟ್ಟನ್ನು ನುಜ್ಜುಗುಜ್ಜಾದ ಮೂಲಂಗಿಯ ಮೇಲೆ ಚಾಕು ಹಾಕಿ ತೋರಿಸಿದೆ. ಅದು ಮುದುಡಿಹೋದ ಹೃದಯದಂತೆ ಕಂಡಿತು.

ಈಡಾ ತಲೆಯಲ್ಲಾಡಿಸಿದಳು.

ಈಡಾ: ಇಲ್ಲ, ನನಗೆ ಹಾಗೆ ಅನ್ನಿಸುವುದಿಲ್ಲ.

ನಾನು: ಏಕೆ?

ಈಡಾ: ಅವನು ನಮಗೆ ಹೇಳದೆ ಹೋಗುವವನಲ್ಲ. ಅವನು ಸಂಭಾವಿತ.

ನಾನು: ನಮ್ಮ ತಂದೆಗಿಂತಲೂ ಸಂಭಾವಿತನಾ ಅವನು?

ಈಡಾ ನನ್ನನ್ನು ದುರುಗುಟ್ಟಿಕೊಂಡು ನೋಡಿದಳು. ನಮ್ಮ ತಂದೆಯರ ಬಗ್ಗೆ ನಾವು ಮಾತನಾಡುವುದಿಲ್ಲ.

ಸರಿಯಾಗಿ ಹೇಳಬೇಕೆಂದರೆ ಅವಳ ತಂದೆಯ ಬಗ್ಗೆ ನಾವು ಮಾತನಾಡುವುದಿಲ್ಲ. ಅದಕ್ಕೆ ಮುಖ್ಯ ಕಾರಣ ಮಾಹಿತಿಯ ಕೊರತೆ. ಈಡಾ ಅವನನ್ನು ನೋಡಿಯೂ ಇಲ್ಲ, ಅವನು ಯಾರೆಂದು ನಮಗೆ ತಿಳಿದೂ ಇಲ್ಲ. "ನಾನು ಐದು ತಿಂಗಳ ಗರ್ಭಿಣಿ. ತೆಗೆಸಿಹಾಕಲು ಈಗ ಸಮಯ ಮೀರಿಹೋಗಿದೆ" ಎಂದು ಒಂದು ದಿನ ಸಂಜೆ ಮಾಮಾ ಯಾವುದೋ ಮಾಮೂಲಿ ವಿಷಯವನ್ನು ಹೇಳುವಂತೆ ಭಾವನಾರಹಿತಳಾಗಿ ನನಗೆ ಸುದ್ದಿಯನ್ನು ಒಪ್ಪಿಸಿದಳು. ಅದನ್ನು ತಿಳಿದು ನನಗೆ ಹೇಗೆ ಪ್ರತಿಕ್ರಿಯಿಸಬೇಕೋ ತಿಳಿಯಲಿಲ್ಲ. ಇವಳು ಇನ್ನೆಷ್ಟು ಗರ್ಭಗಳನ್ನು ತೆಗೆಸಿಹಾಕಿರಬಹುದು, ಇವಳ ಕುಡಿತದಿಂದ ಹೊಟ್ಟೆಯಲ್ಲಿದ್ದ ಮಗುವಿನ ಮೇಲೆ ಎಂತಹ ಪರಿಣಾಮ ಉಂಟಾಗಬಹುದು ಎಂಬೆಲ್ಲಾ ಯೋಚನೆಗಳು ತಲೆಯಲ್ಲಿ ಸುಳಿದವು. "ನೀನು ಇನ್ನು ಮೇಲೆ ಕುಡಿಯುವುದನ್ನು ನಿಲ್ಲಿಸಬೇಕು" ಎಂದು ನಾನು ಅವಳಿಗೆ ಹೇಳಿದೆ, ಅವಳು ತಲೆದೂಗಿದಳು. "ಯಾರದ್ದು ಮಗು?" ಎಂದೆ, ಅವಳು "ಒಬ್ಬ ಆರ್ಶ್‌ಲೋಖ್‌ನದು" ಎಂದಳು. ಆ ಆರ್ಶ್‌ಲೋಖ್ ಯಾರಿರಬಹುದು ಎಂದು ನಾನು ಸರಿಯಾಗಿ ಊಹಿಸಿದ್ದೆ, ಆದರೆ ಅದರಿಂದ ಪ್ರಯೋಜನವೇನೂ ಇರಲಿಲ್ಲ. ಈಡಾಳ ತಂದೆ ಒಬ್ಬ ಆರ್ಶ್‌ಲೋಖ್ ಎಂಬುದನ್ನು ಹೊರತುಪಡಿಸಿ ನಮಗೆ ಅವನ ಬಗ್ಗೆ ಬೇರೇನೂ ಗೊತ್ತಿರಲಿಲ್ಲ. ನಮಗೆ ಅಷ್ಟೇ ಸಾಕಾಗಿತ್ತು.

ನಾನು: ಸಂಭಾವಿತ ಎನ್ನುವುದು ದಿನಬಳಕೆಯ ಪದವೇ ಅಲ್ಲ. ನಿನ್ನ ಮಾತಿನ ಧಾಟಿ, ಪದಗಳ ಆಯ್ಕೆ ಎಲ್ಲಾ ನಿನ್ನ ವಯಸ್ಸಿಗೆ ಮೀರಿದ್ದು. ವಯಸ್ಸಾದ ಅಜ್ಜಿಯ ರೀತಿ ಮಾತನಾಡುತ್ತೀಯ.

ಈಡಾ ಹೆಗಲು ಹಾರಿಸಿದಳು.

ಮತ್ತೊಂದು ನುಜ್ಜುಗುಜ್ಜಾದ ಮೂಲಂಗಿಯನ್ನು ಬಾಯಿಗೆ ತುರುಕಿಕೊಂಡೆ. ಅದು ಮೊದಲು ತಿಂದ ಮೂಲಂಗಿಯಷ್ಟೇ ಕಹಿಯಾಗಿತ್ತು.

ಕರೆಗಂಟೆ ಬಾರಿಸಿತು. ಅದು ಖಂಡಿತ ಮಾಮಾಳದ್ದೇ ಕೆಲಸ. ಅವಳಿಗೆ ತನ್ನದೇ ಮನೆಯ ಬಾಗಿಲನ್ನು ಹೊರಗಿನಿಂದ ತೆರೆಯುವ ಮುನ್ನ ಕರೆಗಂಟೆಯನ್ನು ಬಾರಿಸುವ ವಿಚಿತ್ರ ಅಭ್ಯಾಸವಿತ್ತು. ಸಮಯ ಸಂಜೆ 7:25.

ದಿನವೂ ಸುಮಾರು ಏಳು ಗಂಟೆಗೆ ಮನೆಗೆ ಬರುವಳು. ವಿಪರೀತ ಹೊಟ್ಟೆನೋವೆಂದು ಸಬೂಬು ಹೇಳಿ ಒಂದು ವಾರದ ರಜೆಯ ನಂತರ ಕೆಫ಼ೆಯ ಕೆಲಸಕ್ಕೆ ಹೋಗಿದ್ದಳು. ಅವಳ ಅದೃಷ್ಟಕ್ಕೆ ಕೆಫ಼ೆಯವರು ವೈದ್ಯರಿಂದ ಖಾತರಿಪತ್ರವನ್ನು ತರಬೇಕು ಎಂದು ತಾಕೀತು ಮಾಡಲಿಲ್ಲ. ನಾನು ಕೆಫ಼ೆಯವರಿಗೆ ಕರೆ ಮಾಡಿ, ಅವಳ ಎಲ್ಲಾ ರಂಧ್ರಗಳೂ ಹೇಗೆ ತೆರೆದುಕೊಂಡಿವೆ ಎಂದು ಕಣ್ಣಿಗೆ ಕಟ್ಟುವ ರೀತಿ ವಿವರಿಸಿದ್ದೆ. ಕಳೆದ ಕೆಲವು ದಿನಗಳಿಂದ ಕೆಲಸ ಮುಗಿಸಿ ಮನೆಗೆ ಬಂದ ಮೇಲೆ ನಮ್ಮೊಂದಿಗೆ ಕುಳಿತು ಮಾತನಾಡುವ ಕೃಪೆ ತೋರಿದ್ದಳು. ಅಂದು ಅವಳು ನಮ್ಮ ಬಳಿ ಬಂದಾಗ ನಾವು ಉಸಿರು ಬಿಗಿಹಿಡಿದು ಕೂತೆವು. ಅವಳು ಕೆಲಸಕ್ಕೆ ಹೋಗಲಾರಂಭಿಸಿದಾಗಿನಿಂದ ಅವಳ ಮುಖದ ಮೇಲೆ ಸಿಡಿಮಿಡಿ ಎದ್ದು ಕಾಣುತ್ತಿತ್ತು.

"ಹೇಗಿದ್ದೀರಿ?", "ಹೇಗೆ ನಡೆಯುತ್ತಿದೆ ಶಾಲೆ?", "ಇಂದು ಏನು ಮಾಡಿದಿರಿ?" ಎಂದು ಅವಳು ನಮ್ಮನ್ನು ಒಂದಾದರ ಮೇಲೆ ಒಂದರಂತೆ ಹಲವಾರು ಪ್ರಶ್ನೆಗಳನ್ನು ಕೇಳಿಬಿಡುತ್ತಿದ್ದಳು. ನಮ್ಮ ಪುಣ್ಯಕ್ಕೆ ದೀರ್ಘವಾಗಿ ರಾಗ ಎಳೆಯುತ್ತಿರಲಿಲ್ಲ. ಅವಳ ಪ್ರಶ್ನೆಗಳಲ್ಲಿ ಕೊಂಕು ಇರದಿದ್ದರೂ ಒಂದು ರೀತಿಯ ಅಸಡ್ಡೆ ಇರುತ್ತಿತ್ತು. ನಿಜವಾಗಿ ಅವಳಿಗೆ ಆ ಪ್ರಶ್ನೆಗಳಿಗೆ ಉತ್ತರ ಬೇಕಿರಲಿಲ್ಲ. ಕೇವಲ ಒಂದೇ ಒಂದು ಬ್ರೆಡ್ ತುಂಡನ್ನು ತಿಂದು "ನಾನು ಬಾಲ್ಕನಿಗೆ ಹೋಗುವೆ, ಸಂಜೆಯ ಸೂರ್ಯನ ಆಹ್ಲಾದವನ್ನು ಕೊಂಚ ಹೊತ್ತು ಸವಿಯುವೆ" ಎಂದು ಅವಳು ಎದ್ದು ಹೋದಾಗ ನಾವು ನೆಮ್ಮದಿಯ ನಿಟ್ಟುಸಿರು ಬಿಟ್ಟು ಸಡಿಲವಾಗಿ ಕುಳಿತುಕೊಳ್ಳುತ್ತಿದ್ದೆವು. ಮೊಟ್ಟೆ ಫ್ರೈ ತಿನ್ನದೆ ಇಷ್ಟು ದಿನಗಳು ಕಳೆದದ್ದು ಆಶ್ಚರ್ಯಕರ ಸಂಗತಿಯೇ ಸರಿ. ಪಶ್ಚಾತ್ತಾಪದ ಹಂತವನ್ನು ಹಾದು ಬೈಪಾಸಿನ ಮೂಲಕ ನೇರವಾಗಿ ಹಳೆಯ ಚಾಳಿಗೆ ಮರಳಿದ್ದಳು. ಆದರೆ ಈ ಬಾರಿ ಅದೃಷ್ಟವಶಾತ್ ಈಡಾಳಿಗೆ ಯಾವ ತೊಂದರೆಯೂ ಆಗಿರಲಿಲ್ಲ.

ಮಾಮಾ: ಎಲ್ಲಿವೆ ನನ್ನ ಮು......ದ್ದು ಕಂದಮ್ಮಗಳು?

ನಾವು ತಟಕ್ಕನೆ ಬಾಲ್ಕನಿಯ ಬಾಗಿಲ ಕಡೆ ನೋಡಿದೆವು. ಈಡಾ ಉಸಿರು ಬಿಗಿಹಿಡಿದು ನೆಟ್ಟಗೆ ಕುಳಿತಳು. ಅವಳಿಗೂ ಅದು ಕೇಳಿಸಿತ್ತು. ಮಾಮಾ ಕುಡಿದಿದ್ದಳು. ಹುಚ್ಚಾಪಟ್ಟೆ ಕುಡಿದಿದ್ದಳು. ಹಿಂದೆಲ್ಲಾ ಅವಳು ಕೆಲಸ ಮುಗಿಸಿ ಮನೆಗೆ ಬಂದು ನಮ್ಮೊಂದಿಗೆ ಕಾಲ ಕಳೆದ ನಂತರವಷ್ಟೇ ಸೋಫಾದ ಮೇಲೆ ಇಲ್ಲವೇ ಬಾಲ್ಕನಿಯಲ್ಲಿ ಒಬ್ಬಳೇ ಕುಳಿತು ಕುಡಿಯುತ್ತಿದ್ದಳು. ಅವಳು ತೊಟ್ಟಿದ್ದ ಕೆಂಪು ತುಂಡುಡುಗೆ ತೂರಾಡುತ್ತಿದ್ದ ಅವಳ ಕಾಲುಗಳನ್ನು ತೋರಿಸುವಷ್ಟು ಚಿಕ್ಕದಾಗಿತ್ತು. ಬಾಲ್ಕನಿಯ ಬಾಗಿಲಿನ ಚೌಕಟ್ಟನ್ನು ಹಿಡಿದು ನಿಂತು ಅಗಲವಾಗಿ ಹಲ್ಲು ಕಿರಿದಳು. ರಂಪಾಟ ಶುರುವಾಗಲು ಕೆಲವೇ ನಿಮಿಷಗಳ ಅಂತರವಿದೆ ಎಂದು ನನಗೆ ತಿಳಿದುಹೋಯಿತು. ಅವಳ ಇಷ್ಟು ದಿನದ ಉತ್ಸಾಹ ನಗೆಮುಖಗಳ ಹಿಂದೆ ಟೈಮ್ ಬಾಂಬ್‌ನ ಟಿಕ್‌ಟಿಕ್ ಸದ್ದು ಅಡಗಿತ್ತು. ಅಂದು ಸಂಜೆ ಅದರ ಸದ್ದು ಜೋರಾಗಿ ಕೇಳಿಬರುತ್ತಿತ್ತು. ಅವಳು ಸಮೀಪದಲ್ಲಿ ಬಂದು ಕುಳಿತಾಗ ಶೃಂಗಾರ ಮಾಡಿಕೊಂಡ ಅವಳ ಕಣ್ಣುಗಳಲ್ಲಿ ವಿಶೇಷ ಹೊಳಪು ಕಂಡಿತು. ಅವಳ ಕೆನ್ನೆಗಳು ಕೆಂಪಾಗಿದ್ದವು, ಅವಳ ಕೂದಲು ಬೆವರಿನಿಂದ ಒದ್ದೆಯಾಗಿತ್ತು.

ಟಿಕ್ ಟಿಕ್

ಕುಡಿದಾಗ ಅವಳು ಎಲ್ಲವನ್ನೂ ಅತಿಯಾಗಿ ಮಾಡುತ್ತಿದ್ದಳು. ಅತಿ ಒಳ್ಳೆಯತನ, ಅತಿ ಉತ್ಸಾಹ, ಅತಿ ಜೋರು ಮಾತು. ಮುಖದ ಮೇಲೆ ಅತಿಯೆನ್ನಿಸುವಷ್ಟು ಶೃಂಗಾರ, ಮೈಮೇಲೆ ಅತಿಯೆನ್ನಿಸುವಷ್ಟು ಸುಗಂಧದ್ರವ್ಯ. ನಮ್ಮ ಮೇಲೆ ಅವಳು ಸುರಿವ ಅತಿಯೆನ್ನಿಸುವಷ್ಟು ಪ್ರಶ್ನೆಗಳ ಸುರಿಮಳೆ, ನೀಡುವ ಉತ್ತರಗಳ ಬಗ್ಗೆ ಅಷ್ಟೇ ಅಸಡ್ಡೆ. ಮನೆಯೊಳಗೆ ವಿಪರೀತ ಸೆಕೆಯಿತ್ತು. ಎಲ್ಲವೂ ಅತಿ ಅತಿ. ನನ್ನ ಮಾಸ್ಟರ್ ಪ್ರಬಂಧದ ಬರವಣಿಗೆ ನಿಧಾನಗತಿಯಲ್ಲಿ ಸಾಗಿತ್ತು. ಒತ್ತಡದಿಂದ ನನ್ನ ಕಣ್ಣುಗಳು ಅದುರುತ್ತಿದ್ದವು. ವಿಕ್ಟೋರ್ ಹೇಳದೆ ಕೇಳದೆ ಮಾಯವಾಗಿದ್ದ. ಅವನ ಅನುಪಸ್ಥಿತಿ ನನ್ನನ್ನು ಅಷ್ಟೇನೂ ಬಾಧಿಸಲಿಲ್ಲ. ಆದರೂ ಅವನು ಏನನ್ನೂ ಹೇಳದೆ ಹೊರಟುಹೋದದ್ದು ನಾಚಿಕೆಗೇಡೇ ಸರಿ. ಈಡಾ ರಾಕ್ಷಸಿಯನ್ನು ಕಂಡು ಭಯದಿಂದ ಮಿಸುಕಾಡದೆ ಕುಳಿತಳು. ರಾಕ್ಷಸಿ ಅವಳ ಪಕ್ಕದಲ್ಲೇ ಕುಳಿತು ಅವಳ ಶಾಲೆಯ ಬಗ್ಗೆ ಏನೇನೋ ಅಸಂಬದ್ಧವಾಗಿ ಕೇಳುತ್ತಿದ್ದಳು.

ಟಿಕ್ ಟಿಕ್ ಟಿಕ್ ಟಿಕ್

ನಾನು: ಈಡಾಳ ರಜೆ ಶುರುವಾಗಿ ಆಗಲೇ ಮೂರು ವಾರಗಳಾದವು.

ಹಿಂದಿನ ಮೂರು ವಾರಗಳಲ್ಲಿ ಈಡಾಳ ರಜೆಯ ವಿಷಯದ ಕುರಿತು ಹಲವು ಬಾರಿ ಚರ್ಚಿಸಿದ್ದೆವು.

ರಾಕ್ಷಸಿ: ರಜೆಯಾ? ಸರಿ, ರಜಾದಿನಗಳಲ್ಲಿ ಏನು ಮಾಡುತ್ತಿರುವೆ?

ನಾನು ಕುಳಿತಲ್ಲಿಂದ ಮೇಲೆದ್ದೆ. ಈಡಾ ನನ್ನನ್ನೇ ಅನುಸರಿಸಿ ಎದ್ದು ನನ್ನ ಕೈ ಹಿಡಿದುಕೊಂಡಳು.

ನಾನು: ಈಡಾಳ ವಯಸ್ಸಿನ ಮಕ್ಕಳು ರಜೆಯಲ್ಲಿ ಏನು ಮಾಡಬೇಕೋ ಅವಳೂ ಅದನ್ನೇ ಮಾಡುತ್ತಿದ್ದಾಳೆ. ದೂರದೂರಿಗೆ ಹೋಗುವುದು, ಅಜ್ಜಿಮನೆಗೆ ಹೋಗುವುದು, ಈಜುಕೊಳಕ್ಕೆ ಹೋಗುವುದು, ಗೆಳೆಯ ಗೆಳತಿಯರೊಂದಿಗೆ ಸಮಯ ಕಳೆಯುವುದು ಇತ್ಯಾದಿ. ಅವಳ ಅತಿ ಮಹತ್ವದ ರಜಾದಿನಗಳ ಚಟುವಟಿಕೆಯೆಂದರೆ ಮನೆಯಲ್ಲಿ ತಾಯಿ ಎಂದು ಕರೆಸಿಕೊಳ್ಳುವ ರಾಕ್ಷಸಿಯನ್ನು ಕಂಡು ಭಯದಿಂದ ಮುದುಡಿಕೊಂಡು ಮೂಲೆಯಲ್ಲಿ ಕೂರುವುದು.

ರಾಕ್ಷಸಿ ಕೆರಳತೊಡಗಿದಳು. ಅವಳ ಧಮನಿಗಳಲ್ಲಿ ಹರಿಯುತ್ತಿದ್ದ ಹೆಂಡದಿಂದಾಗಿ ಅವಳಿಗೆ ನನ್ನ ಮಾತುಗಳನ್ನು ಅರ್ಥಮಾಡಿಕೊಳ್ಳಲು ಸಮಯ ಹಿಡಿಯಿತು. ಅವಳು ಮುಖವನ್ನು ನಿಧಾನವಾಗಿ ಸಿಂಡರಿಸಿದಳು. ಪ್ರಕ್ಷುಬ್ಧ ಪರಿಸ್ಥಿತಿ ಎದುರಾಗುವ ಸಂಕೇತ.

ರಾಕ್ಷಸಿ: ಟಿಲ್ಡಾ! ನೀನು ರಾಕ್ಷಸಿ, ನಾನಲ್ಲ.

ಟಿಕ್ ಟಿಕ್ ಟಿಕ್ ಟಿಕ್ ಟಿಕ್ ಟಿಕ್

ನಾನು ನಕ್ಕೆ.

ರಾಕ್ಷಸಿ: ನಗಬೇಡವೇ, ಕತ್ತೆ. ನೀವು ಕೃತಘ್ನ ಮಕ್ಕಳು, ನಿಮಗಾಗಿ ನಾನು ನನ್ನ ಜೀವವನ್ನೇ ತೇಯ್ದಿದ್ದೇನೆ.

ಬಿಕ್ಕಳಿಕೆ.

ರಾಕ್ಷಸಿ: ದಿನವೂ ಕೆಲಸಕ್ಕೆ ಹೋಗುತ್ತಿದ್ದೇನೆ.

ಬಿಕ್ಕಳಿಕೆ.

ರಾಕ್ಷಸಿ: ನಾನೊಬ್ಬ ಒಳ್ಳೆಯ ತಾಯಿ. ಕತ್ತೆ ನೀನು.

ಬಿಕ್ಕಳಿಕೆ.

ರಾಕ್ಷಸಿ: ಪ್ರತೀ ಸಂಜೆ..

ಬಿಕ್ಕಳಿಕೆ.

ರಾಕ್ಷಸಿ: … ನಿಮ್ಮೊಂದಿಗೆ ಕೂತು.

ರಾಕ್ಷಸಿ: ಎಷ್ಟೊಂದು ಕೆಲಸ.

ಟಿಕ್ ಟಿಕ್ ಟಿಕ್ ಟಿಕ್ ಟಿಕ್ ಟಿಕ್ ಟಿಕ್ ಟಿಕ್

ಅಲ್ಲಿ ನಡೆದ ಬಿಕ್ಕಳಿಕೆ ತೊದಲ್ನುಡಿಗಳ ರಂಪಾಟವನ್ನು ಕಂಡು ಜೋರಾಗಿ ಅಳಬೇಕೆನಿಸಿದರೂ ನಾನು ಹಾಗೆ ಮಾಡದೆ ಜೋರಾಗಿ ನಕ್ಕುಬಿಟ್ಟೆ. ಅವಳಿಂದ ಮುಖ ತಿರುಗಿಸಿ ಈಡಾಳ ಕೈಹಿಡಿದುಕೊಂಡು ಅಲ್ಲಿಂದ ಹೊರಟುಬಿಟ್ಟೆ. ಈಡಾಳ ಕೈಹಿಡಿದು ನಡೆಸುವ ಅಗತ್ಯವೇನೂ ಇರಲಿಲ್ಲ. ಅವಳಿಗೂ ಅಲ್ಲಿಂದ ಹೊರಬಿದ್ದರೆ ಸಾಕಿತ್ತು.

"ಕ್ರೂರಿಗಳು ನೀವು!" ಎಂಬಿತ್ಯಾದಿ ಬೈಗುಳಗಳು ನಮ್ಮನ್ನು ಹಿಂಬಾಲಿಸಿದವು. ನೆಲಕ್ಕೆ ಏನೋ ಧೊಪ್ಪೆಂದು ಬಿದ್ದ ಸದ್ದಾಯಿತು. ನಾನು "ನಾಳೆ ಗುಡ್ಡಗಾಡುಗಳನ್ನು ಸುತ್ತಿ ಬರೋಣ" ಎಂದು ಈಡಾಳಿಗೆ ಹೇಳಿದೆ.

ನಾನು: ಒಂದು ಬ್ಯಾಗಿನಲ್ಲಿ ಸೋಡಾನೀರು, ಮ್ಯೂಸ್ಲಿ ಚಾಕೊಲೇಟು, ಸನ್‌ಸ್ಕ್ರೀನ್ ಮತ್ತು ಗುಡ್ಡಗಾಡುಗಳ ನಕ್ಷೆಯನ್ನು ಕೊಂಡೊಯ್ಯೋಣ. ಅಲ್ಲಿ ಗಾರ್ಡನ್ ರೆಸ್ಟೋರೆಂಟ್‌ನಲ್ಲಿ ಊಟ ಮಾಡೋಣ. ಒಂದು ಶ್ನಿಟ್‌ಸೆಲ್, ಒಂದು ಬಟ್ಟಲು ಸಲಾಡ್ ಮತ್ತು ಒಂದು ದೊಡ್ಡ ಲೋಟ ಕೋಲಾ. ಊಟದ ನಂತರ ಒಂದು ಸೇಬಿನ ಕೇಕ್ ಅನ್ನು ಇಬ್ಬರೂ ಸೇರಿ ಹಂಚಿಕೊಳ್ಳೋಣ. ಮತ್ತೆ ಗುಡ್ಡಗಾಡಿನ ಮೂಲಕ ಅಲೆದು ಕಾಲ್ನಡಿಗೆಯಲ್ಲಿ ಮನೆಗೆ ಮರಳೋಣ. ಉತ್ಸಾಹಿ ವೃದ್ಧದಂಪತಿಗಳ ಹಾಗೆ ದಿನ ಕಳೆಯೋಣ. ಏನಂತೀಯಾ ನೀನು?

ಈಡಾ: ಸಲಹೆಯನ್ನು ಸ್ವೀಕರಿಸಲಾಗಿದೆ.

■

ನನ್ನಪ್ಪ ನಮ್ಮನ್ನು ಬಿಟ್ಟುಹೋದ ಹೊಸತರಲ್ಲಿ ನಾನು ದಿನವೂ ಶಾಲೆ ಮುಗಿಸಿ ಮಾರ್ಲೇನಳ ಜೊತೆಗೆ ಅವಳ ಮನೆಗೆ ಹೋಗುತ್ತಿದ್ದೆ. ಆಗ ಈಡಾ ಇನ್ನೂ ಹುಟ್ಟಿರಲಿಲ್ಲ. ಮಾರ್ಲೇನ ಮತ್ತು ಅವಳ ಮನೆಯವರ ಜೊತೆಗೆ ನಾನು ವಾರಾಂತ್ಯಗಳಂದು ಗುಡ್ಡಗಾಡುಗಳನ್ನು ಸುತ್ತಲು ಹೋಗುತ್ತಿದ್ದೆ. ಚಳಿ ಹೆಚ್ಚಿದ್ದ ವಿಂಟರ್ ಕಾಲವನ್ನು ಹೊರತುಪಡಿಸಿ ಮಿಕ್ಕ ಮೂರು ಋತುಗಳಾದ ಮರಗಳು ಚಿಗುರುವ ಫ್ರೂಲಿಂಗ್, ತಾಪಮಾನ ಹೆಚ್ಚುವ ಸೋಮರ್, ಎಲೆಗಳು ಉದುರುವ ಹೆರ್ಬ್‌ಸ್ಟ್ ಕಾಲಗಳಲ್ಲಿ ಎರಡು ವಾರಗಳಿಗೆ ಒಮ್ಮೆಯಾದರೂ ಹೋಗುತ್ತಿದ್ದೆ. ಆ ತಿರುಗಾಟಗಳು ನನಗೆ ಮುದ ನೀಡುತ್ತಿದ್ದವು. ಆದರೆ ನಾನು ಆ ಕೂಡು ಕುಟುಂಬಕ್ಕೆ ಹೊರಗಿನವಳು ಎಂಬ ಒಂಟಿ ಭಾವ ಆಗಾಗ ಕಾಡುತ್ತಿತ್ತು. ಮಾರ್ಲೇನಳ ಅಪ್ಪ ಮಾರ್ಕುಸ್‌ರನ್ನು ಅಣಕಿಸಲು ನಾವು ಕಾಯಿ ಕಡ್ಡಿಗಳನ್ನು ಅವರತ್ತ ಎಸೆದರೆ ಅವರು

ಲೆಯೋನ್, ಮಾರ್ಲೇನ ಮತ್ತು ನನ್ನನ್ನು ಹಿಡಿಯಲು ಅಟ್ಟಿಸಿಕೊಂಡು ಬರುತ್ತಿದ್ದರು. ಸುತ್ತಾಟ ಮುಗಿದ ಮೇಲೆ ರೆಸ್ಟೋರೆಂಟ್‌ನಲ್ಲಿ ನನ್ನ ಮುಂದೆ ತಟ್ಟೆಯಲ್ಲಿ ದೊಡ್ಡದೊಂದು ಶ್ನಿಟ್‌ಸ್ಸೆಲ್ ತಂದಿಟ್ಟರೆ ಅದನ್ನು ಸಂತೋಷದಿಂದ ತಿನ್ನುತ್ತಿದ್ದೆ. ಮಾರ್ಕುಸ್ ಮತ್ತು ಲೀಸಾ ಯಾವಾಗಲೂ ಕೈಕೈ ಹಿಡಿದುಕೊಂಡೇ ನಡೆದಾಡುತ್ತಿದ್ದುದನ್ನು ಕಂಡು ನನಗೆ ಇರಿಸುಮುರಿಸಾಗುತ್ತಿತ್ತು. ಅವರಿಬ್ಬರೂ ಕೈಹಿಡಿದುಕೊಂಡಿದ್ದಾರೆಯೇ ಇಲ್ಲವೇ ಎಂದು ಆಗಾಗ ಇಣುಕಿ ನೋಡುತ್ತಿದ್ದೆ.

ಅಂದು ಮುಂಜಾನೆ ಎಚ್ಚರವಾದ ಕೂಡಲೇ ಈಡಾಳ ಜೊತೆಗೆ ಗುಡ್ಡಗಾಡು ಸುತ್ತುವ ಕಾರ್ಯಕ್ರಮ ಎಷ್ಟು ವಿಚಿತ್ರವೆನಿಸಿತು. ಎಷ್ಟೋ ವರ್ಷಗಳ ನಂತರ ನಾನು ಅಲ್ಲಿಗೆ ಹೋಗುತ್ತಿದ್ದೆ. ನಾವಿಬ್ಬರೂ ಪಕ್ಕಪಕ್ಕದಲ್ಲೇ ಏದುಸಿರು ಬಿಡುತ್ತಾ, ಬೆವರುತ್ತಾ ಬೆಟ್ಟ ಹತ್ತಿದೆವು. ಮಾರ್ಲೇನಳ ಕೂಡುಕುಟುಂಬದೊಂದಿಗೆ ಪರಕೀಯಳಂತೆ ಬೆಟ್ಟ ಹತ್ತಿದ್ದಕ್ಕಿಂತ ನಮ್ಮಿಬ್ಬರ ಗಟ್ಟಿ ಬಾಂಧವ್ಯ ಹಿತವಾಗಿತ್ತು. ನಮ್ಮಿಬ್ಬರದೇ ಒಂದು ಪುಟ್ಟ ಕುಟುಂಬ. ನಾವಿಬ್ಬರೂ ಅದರ ಒಂದೊಂದು ಕಣ್ಣುಗಳು. ನಾವಿಬ್ಬರೂ ಜೀವಿಯೊಂದರ ಬೇರ್ಪಡಿಸಲಾಗದ ಭಾಗಗಳು. ಇಬ್ಬರೂ ಸೇರಿ ಕೆಲಸ ನಿರ್ವಹಿಸುತ್ತೇವೆ. ಆ ಬೇರ್ಪಡಿಸಲಾಗದ ಜೀವಿಯ ಮೂರನೆಯ ಭಾಗವೊಂದು ನಮ್ಮನ್ನು ವಿನಾಶದತ್ತ ಕೊಂಡೊಯ್ಯುತ್ತಿದೆ. ಹಾಗಾಗಿ ನಾವು ಬಹುಪಾಲು, ಅಂದರೆ ಶೇ. 66.67ರಷ್ಟು ಬೇರ್ಪಡಿಸಲಾಗದ ಕುಟುಂಬ. ನಾವು ಶೇ. 100ರಷ್ಟು ಬೇರ್ಪಡಿಸಲಾಗದ ಅಕ್ಕ-ತಂಗಿ.

ಈಡಾ: ಅವಳ ಅರೋಗ್ಯ ಸುಧಾರಿಸುತ್ತದೆ ಎಂದು ನಿನಗೆ ಅನ್ನಿಸುತ್ತಾ?

ನಾನು ಸುಳ್ಳು ಹೇಳದಿರಲು ನಿರ್ಧರಿಸಿ "ಇಲ್ಲ" ಎಂದೆ.

ಅವಳು ತಲೆದೂಗಿದಳು.

ಈಡಾ: ನನಗೂ ಹಾಗೇ ಅನ್ನಿಸುತ್ತದೆ.

ನಾನು: ನಮ್ಮ ಕೈಯಲ್ಲಿ ಅವಳಿಗೆ ಸಹಾಯ ಮಾಡಲು ಸಾಧ್ಯವಿಲ್ಲ. ಅದನ್ನು ನಾವು ಆದಷ್ಟು ಬೇಗ ಒಪ್ಪಿಕೊಂಡರೆ ನಮಗೇ ಒಳ್ಳೆಯದು.

ಈಡಾ ತಲೆದೂಗಿದಳು.

ನಾನು ಕೆಲವು ದಿನಗಳಿಂದ ತಲೆಯಲ್ಲಿ ಯೋಚಿಸುತ್ತಿದ್ದುದನ್ನು ಪದಗಳಲ್ಲಿ ಜೋಡಿಸಿ, ಮನನ ಮಾಡಿಕೊಂಡು ಈಡಾಳಿಗೆ ಹೇಳತೊಡಗಿದೆ.

ನಾನು: ಈಡಾ, ಇನ್ನುಮೇಲೆ ನೀನು ಭಯಪಡಬಾರದು. ನಿನ್ನ ಬಗ್ಗೆ ಯೋಚಿಸಿ ನನಗೂ ಸಾಕಾಗಿದೆ. ನೀನು ಬುದ್ಧಿವಂತೆಯೂ ಹೌದು, ಶಕ್ತಿವಂತೆಯೂ ಹೌದು. ನಿನ್ನ ಮನಸ್ಸಿನಲ್ಲಿ ಏನಿದೆಯೋ ಅದನ್ನು ಹಿಡಿದಿಟ್ಟುಕೊಳ್ಳದೆ ಹೇಳಿಬಿಡು. ಮಾಮಾಳೊಂದಿಗೆ ಮತ್ತು ಬೇರೆ ಹೊರಗಿನವರೊಂದಿಗೆ ನೇರವಾಗಿ ಮಾತನಾಡುವುದನ್ನು ಕಲಿ. ಹೊರಗಿನವರನ್ನು ಕಂಡು ಭಯ, ಆತಂಕ ಪಡುವ ಆವಶ್ಯಕತೆಯಿಲ್ಲ. ನಿನ್ನನ್ನು ಕಂಡರೆ ಯಾರಿಗೂ ಕೋಪ ಬರದು. ನಿನಗನ್ನಿಸುವುದನ್ನು ಬಾಯಿಬಿಟ್ಟು ಹೇಳು. ನೀನು

ಹೋಗಲಿರುವ ಹೊಸ ಶಾಲೆಯ ನಿನ್ನ ಸಹಪಾಠಿಗಳಲ್ಲಿ ಇಷ್ಟವಾದವರನ್ನು ನೀನೇ ಮಾತನಾಡಿಸು. ನಿನಗೆ ತೊಂದರೆ ಕೊಡುವವರ ಮೇಲೆ ಕೂಗಾಡು. ಅಗತ್ಯ ಬಿದ್ದಾಗ ಅವರಿಗೆ ಒಂದು ಗೂಸಾ ಕೊಡು. ಉರ್ಸುಲಾ ತೊಟ್ಟ ಬಟ್ಟೆ ನಿನಗೆ ಇಷ್ಟವಾದರೆ ಅವಳ ಬಟ್ಟೆ ಚೆಂದವಿದೆ ಎಂದು ಅವಳಿಗೆ ಹೇಳು. ಐಸ್‌ಕ್ರೀಮ್ ಅಂಗಡಿಯಲ್ಲಿ ಎರಡು ಸ್ಕೂಪ್ ಕೊಂಡರೆ ಮತ್ತೊಂದು ಉಚಿತವಾಗಿ ಸಿಗುಬಹುದೇ ಎಂದು ಧೈರ್ಯವಾಗಿ ಕೇಳು.

ಅಷ್ಟೂ ಹೊತ್ತು ನೆಲವನ್ನೇ ನೋಡುತ್ತಿದ್ದ ಈಡಾ ಕತ್ತು ಮೇಲೆತ್ತಿ ದೊಡ್ಡದೊಡ್ಡ ಕಣ್ಣುಗಳಿಂದ ನನ್ನನ್ನು ದಿಟ್ಟಿಸಿದಳು.

ನಾನು: ನಾಳೆ ಈಜುಕೊಳಕ್ಕೆ ಹೋಗಿ ಸ್ಪರ್ಧಾತ್ಮಕ ತರಬೇತಿಗೆ ಸೇರಿಕೋ.

ಈಡಾ ನಾಲ್ಕು ನಿಮಿಷಗಳ ಕಾಲ ಏನೂ ಹೇಳಲಿಲ್ಲ. ಅವಳಿಗೆ ಕಷ್ಟವೆನಿಸುವ ಬಹಳಷ್ಟು ವಿಷಯಗಳನ್ನು ಒಮ್ಮೆಲೇ ಹೇಳಿಬಿಟ್ಟೆನೇನೋ ಎಂದು ನನಗೆ ಚಿಂತೆಯಾಯಿತು. ಅವಳ ಬಳಿ ಹೇಳಲು ನನಗೆ ಅದಕ್ಕಿಂತ ಮುಖ್ಯ ವಿಷಯವೊಂದಿತ್ತು. ಇನ್ನು ತಡಮಾಡಲು ಸಾಧ್ಯವಿರಲಿಲ್ಲ.

ನಾನು: ಪ್ರೊಫೆಸರ್ ಕ್ಲೈನ್ ನನಗೆ ಬರ್ಲಿನ್‌ನಲ್ಲಿ ಪಿಎಚ್‌ಡಿ ಹುದ್ದೆಯೊಂದಕ್ಕೆ ಶಿಫಾರಸ್ಸು ಮಾಡುತ್ತೇನೆ ಎಂದು ಹೇಳಿದ್ದಾರೆ.

ಈಡಾ: ಅದರ ಅರ್ಥ?

ನಾನು: ಅಂದರೆ ನನಗೂ ಆ ಹುದ್ದೆಗೆ ಅರ್ಜಿಯನ್ನು ಸಲ್ಲಿಸುವ ಆಸಕ್ತಿಯಿದೆ. ನಿನ್ನ ಒಪ್ಪಿಗೆಯಿದ್ದರೆ ಮಾತ್ರ ಮುಂದಿನದು.

ಈಡಾ: ಯಾವಾಗ?

ನಾನು: ಮುಂದಿನ ವರ್ಷದಿಂದ ಪಿಎಚ್‌ಡಿ ಪ್ರಾರಂಭವಾಗುತ್ತದೆ.

ಈಡಾ 125 ಸೆಕೆಂಡುಗಳ ಕಾಲ ಏನೂ ಹೇಳಲಿಲ್ಲ.

ಈಡಾ: ಪಿಎಚ್‌ಡಿ ಮುಗಿಸಿದ ಮೇಲೆ ನಿನ್ನ ಹೆಸರಿನ ಮುಂದೆ ಒಂದು 'ಡಾ.' ಸೇರಿಕೊಳ್ಳುತ್ತದೆ, ಹೌದಲ್ವಾ?

ನಾನು: ಹೂಂ.

ಈಡಾ: ನೀನು ಇಷ್ಟೊಂದು ಬುದ್ಧಿವಂತೆ ಎಂದು ನನಗೆ ತಿಳಿದೇ ಇರಲಿಲ್ಲ.

ನಾನು ಹೆಗಲು ಹಾರಿಸಿದೆ.

ನಾನು: ನನಗೆ ಗಣಿತ ಇಷ್ಟ.

ಈಡಾ: ನನಗೆ ಗಣಿತ ಇಷ್ಟವಿಲ್ಲ.

ನಾನು: ಹೂಂ, ಸರಿ.

ನಾನು: ಹಾಗಾದರೆ, ನಾನು ಅರ್ಜಿ ಸಲ್ಲಿಸುವುದು ಬೇಡವಾ?

47 ಸೆಕೆಂಡುಗಳು.

ಈಡಾ: ನಿನಗೇನು ತಲೆ ಕೆಟ್ಟಿದೆಯಾ? ನೀನು ಅರ್ಜಿ ಸಲ್ಲಿಸಲೇಬೇಕು.

83 ಸೆಕೆಂಡುಗಳು.

ಈಡಾ: ಡಾ. ಟಿಲ್ಡಾ ಶ್ಮಿಟ್. ಕೇಳಲು ವಿಚಿತ್ರವಾಗಿದೆ.

ಈಡಾ ಕಿಸಕ್ಕನೆ ನಕ್ಕಳು. ನಾನು ಗದ್ಗದಿತವಾದ ಗಂಟಲೊಂದಿಗೆ ದೊಡ್ಡದೊಂದು ಉಗುಳು ನುಂಗಿ ಒತ್ತರಿಸಿ ಬರುತ್ತಿದ್ದ ಕಣ್ಣೀರನ್ನು ಹಿಡಿದಿಡುವ ಶತಪ್ರಯತ್ನ ಮಾಡಿದೆ.

ಈಡಾಳ ಪುಟ್ಟ ಕೈ ನನ್ನ ಕೈಯನ್ನು ಹಿಡಿದುಕೊಂಡಿತು. ಮಾತಿಲ್ಲದೆ ಕೈ ಕೈ ಹಿಡಿದುಕೊಂಡು ಕೊನೆಯ ಬೆಟ್ಟವನ್ನು ಹತ್ತಿ ಗಾರ್ಡನ್ ರೆಸ್ಟೋರೆಂಟ್‌ನ ಮುಂದೆ ಬಂದು ನಿಂತೆವು. ನಾವು ಹತ್ತಿದ ವೇಗಕ್ಕೆ ಭರ್ಜರಿ ಸಂಜೆಯೂಟ ಮಾಡುವಂತಹ ಮೂರು ಕುಟುಂಬಗಳು ಮತ್ತು ನಾಲ್ಕು ಉತ್ಸಾಹಿ ವೃದ್ಧದಂಪತಿಗಳನ್ನು ಹಿಂದಿಕ್ಕಿದ್ದೆವು. ನನಗೆ ಒಮ್ಮೆಲೇ ದುಃಖ ಸಂತೋಷಗಳ ಅನುಭವವಾಯಿತು, ಯಾವುದು ಹೆಚ್ಚು ಯಾವುದು ಕಮ್ಮಿ ಎಂದು ಹೇಳಲಾಗಲಿಲ್ಲ. ಎರಡೂ ಭಾವನೆಗಳು ಸುಮಧುರವಾದ, ನೋವುಣಿಸುವಂತಹ ಶಕ್ತಿಯುತ ಕಾಕ್‌ಟೇಲ್‌ನ ಮಾದರಿಯಲ್ಲಿ ಬೆರೆತು ನನ್ನ ಇಡೀ ದೇಹವನ್ನು ತುಂಬಿಕೊಂಡವು. ನಾವು ರೆಸ್ಟೋರೆಂಟ್‌ನಲ್ಲಿ ಒಂದು ಜಾಗ ಹಿಡಿದು ಕುಳಿತು ಸದ್ದಿಲ್ಲದೆ ಮೆನುವನ್ನು ಓದತೊಡಗಿದೆವು. ಚಿಕ್ಕ ಮೆನುವಿನಲ್ಲಿ ಮೂರು ಮತ್ತೊಂದು ತಿಂಡಿಗಳಿದ್ದವು. ಶ್ನಿಟ್‌ಸೆಲ್ ಜೊತೆ ನಂಜಿಕೊಳ್ಳಲು ಥರಾವರಿ ಸಾಸ್‌ಗಳು, ಜೊತೆಗೆ ತಿನ್ನಲು ಮಿಶ್ರಿತ ಸಲಾಡ್, ಹುರಿದ ಆಲೂಗಡ್ಡೆ, ಅಷ್ಟೇ. ಆ ಮೂರು ಪುಟದ ಮೆನುವನ್ನು ನಾವು ಕಾದಂಬರಿ ಓದುವ ರೀತಿ ಓದಿ ಮುಗಿಸಿದೆವು.

ಈಡಾ: ಸಲಹೆಯನ್ನು ಸ್ವೀಕರಿಸಲಾಗಿದೆ.

ನಾನು ಈಡಾಳನ್ನು ನೋಡಿದಾಗ ಅವಳು ಮತ್ತೆ ಮೆನುವನ್ನು ತಿರುವಿಹಾಕುತ್ತಿದ್ದಳು.

ನಾನು: ಯಾವ ಸಲಹೆ?

ಈಡಾ: ಸೋಮವಾರದಿಂದ ವಿಶೇಷ ತರಬೇತಿಗಾಗಿ ಈಜುಕೊಳಕ್ಕೆ ಹೋಗುವೆ.

ರೆಸ್ಟೋರೆಂಟ್‌ನಲ್ಲಿ ಮರುಘಳಿಗೆಯೇ ನನ್ನ ಕಣ್ಣ ಮುಂದೆ ಒಂದು ನಾಟಕೀಯ ದೃಶ್ಯ ನಡೆಯಿತು. ಅದನ್ನು ನಾನು ಎಂದಿಗೂ ಮರೆಯಲಾರೆ. ಗುಲಾಬಿ ಬಣ್ಣದ ಬೆಕ್ಕಿನ ಕಣ್ಣಿನ ಕನ್ನಡಕವನ್ನು ತೊಟ್ಟಿದ್ದ ಈಡಾ ಒಂದು ಕೈಯನ್ನು ಮೇಲೆತ್ತಿ ರೆಸ್ಟೋರೆಂಟ್‌ನ ಮೇಲ್ವಿಚಾರಕಿಯನ್ನು ಕರೆದಳು. ಅವಳು ನಮ್ಮತ್ತ ಬಂದದ್ದೇ ಈಡಾ ಸ್ಪಷ್ಟವಾಗಿ ಜೋರುದನಿಯಲ್ಲಿ "ಎರಡು ಶ್ನಿಟ್‌ಸೆಲ್ ಮತ್ತು ಎರಡು ದೊಡ್ಡ ಕೋಲಾ" ಎಂದಳು.

ಮೇಲ್ವಿಚಾರಕಿ: ಜೊತೆಗೆ ಸಲಾಡ್ ಬೇಕಾ?

ಈಡಾ: ಹೂಂ, ಜೊತೆಗೆ ಸಲಾಡ್ ಬೇಕು.

■

ಒಂದು ಬಾಟಲಿ ಅಗ್ಗದ ವೋಡ್ಕಾ, ಎರಡು ಬಾಟಲಿ ರೋಸೆ ವೈನ್, ಒಂದು ಬಾಟಲಿ ಶಾಂಪೇನ್. ಹೊಸ ದಾಖಲೆ. ಮಾಮಾ ದಿನದಿಂದ ದಿನಕ್ಕೆ ಹೆಚ್ಚುಹೆಚ್ಚು ಕುಡಿಯತೊಡಗಿದ್ದಳು. ನಮ್ಮ ಮನೆಯಲ್ಲಿ "ಕ್ಲಾರಾಳ ಪುಸ್ತಕದಂಗಡಿ" ಗುರುತಿನ ಬಟ್ಟೆಚೀಲ ಯಾವಾಗಲೂ ಖಾಲಿ ಬಾಟಲಿಗಳಿಂದ ತುಂಬಿರುತ್ತಿತ್ತು. ದಿನ ಬಿಟ್ಟು ದಿನ ನಾನೇ ಅದನ್ನು ಹೊರಗೆ ಕೊಂಡೊಯ್ದು, ಗಾಜಿನ ಬಾಟಲಿಗಳನ್ನು ಎಸೆಯಲೆಂದೇ ಪ್ರತ್ಯೇಕವಾಗಿ ಇದ್ದ ಗಾಜುತೊಟ್ಟಿಯಲ್ಲಿ ಹಾಕಿಬರುತ್ತಿದ್ದೆ. ಒಳ್ಳೆಯ ಕಾಲದಲ್ಲಿ ವಾರಕ್ಕೆ ಒಂದು ದಿನ ಗಾಜುತೊಟ್ಟಿಗೆ ಹೋಗಿಬರುತ್ತಿದ್ದೆ. ಇನ್ನಷ್ಟು ಚೆನ್ನಾಗಿದ್ದ ಕಾಲದಲ್ಲಿ, ಅಂದರೆ ಅವಳು ಕುಡಿಯಲು ಶುರುಮಾಡಿದ ಮೊದಲ ದಿನಗಳಲ್ಲಿ, ಪುಸ್ತಕದಂಗಡಿಯ ಬಟ್ಟೆಚೀಲವನ್ನು ಅವಳೇ ಗಾಜುತೊಟ್ಟಿಗೆ ಕೊಂಡೊಯ್ಯುತ್ತಿದ್ದಳು; ಅತ್ಯುತ್ತಮ ಕಾಲದಲ್ಲಿ, ಅಂದರೆ ಅವಳ ಹೊಟ್ಟೆಯಲ್ಲಿ ಈಡಾಳನ್ನು ಹೊತ್ತಾಗಿನಿಂದ ಹಿಡಿದು ಅವಳಿಗೆ ಎದೆಹಾಲನ್ನು ಬಿಡಿಸುವವರೆಗೂ, ಆ ಚೀಲದೊಳಗೆ ಒಂದೇ ಒಂದು ಬಾಟಲಿಯೂ ಸುಳಿಯಲಿಲ್ಲ.

ಮೊದಲನೆಯ ಬಾರಿ ಅವಳು "ಕ್ಲಾರಾಳ ಪುಸ್ತಕದಂಗಡಿ" ಚೀಲದಲ್ಲಿ ಖಾಲಿ ಬಾಟಲುಗಳನ್ನು ತುಂಬಿಸಿ ನೀಡಿದಾಗ ನನಗೆ 13 ವರ್ಷ ವಯಸ್ಸು. ಶಾಲೆಗೆ ಹೋಗುವ ದಾರಿಯಲ್ಲಿ ಸಿಗುವ ಯಾವುದಾದರೂ ಗಾಜುತೊಟ್ಟಿಯಲ್ಲಿ ಹಾಕಿಬಿಡು ಎಂದು ಕೊಟ್ಟಿದ್ದಳು. ಆದರೆ ಶಾಲೆಯ ದಾರಿಯಲ್ಲಿ ಒಂದೂ ಗಾಜುತೊಟ್ಟಿ ಇರಲಿಲ್ಲ. ನನ್ನ ಕೈಗೆ ಅವಳು ಬಾಟಲಿ ಚೀಲವನ್ನು ಕೊಡಲು ಆರಂಭಿಸುವುದಕ್ಕೂ ಮೊದಲೇ ನಾನು ಅವಳಲ್ಲಿ ಸಂಜೆಯ ಹೊತ್ತು ಆಗುತ್ತಿದ್ದ ಬದಲಾವಣೆಗಳನ್ನು ಗಮನಿಸಿದ್ದೆ. ಅವಳ ಮಾತುಗಳು ಕೆಲವೊಮ್ಮೆ ಅಸ್ಪಷ್ಟವಾಗಿರುತ್ತಿದ್ದವು, ಇನ್ನೊಮ್ಮೆ ಅತ್ಯುತ್ಸಾಹದ ಮಾತನ್ನಾಡುತ್ತಿದ್ದಳು, ಮತ್ತೊಮ್ಮೆ ಸುಖಾಸುಮ್ಮನೆ ಕಾಲು ಕೆರೆದುಕೊಂಡು ಜಗಳಕ್ಕೆ ಬರುತ್ತಿದ್ದಳು. ಇವೆಲ್ಲ ಕುಡಿತದ ಪ್ರಭಾವ ಎಂದು ಮನಗಾಣಲು ನನಗೆ ಹಲವಾರು ದಿನಗಳೇ ಹಿಡಿದವು. ಚಳಿಗಾಲದಲ್ಲಿ ಒಮ್ಮೆ ನನ್ನ ಸಹಪಾಠಿಗಳೊಂದಿಗೆ ಐಸ್ ಸ್ಕೇಟಿಂಗ್ ಮಾಡಲು ಹೋಗಿದ್ದಾಗ ಮೊತ್ತಮೊದಲ ಬಾರಿಗೆ ನಾನು ವೋಡ್ಕಾದ ರುಚಿ ನೋಡಿದೆ. ಮಾರ್ಲೇನ ಕೈಯಲ್ಲಿ ಗೋಧಿಯಿಂದ ಭಟ್ಟಿಯಿಳಿಸಿದ ಶ್ನಾಪ್ಸ್‌ನ ಒಂದು ಬಾಟಲಿಯನ್ನು ಹಿಡಿದು ಅಸಂಬದ್ಧವಾಗಿ ಏನೇನೋ ವಟಗುಟ್ಟುತ್ತಿದ್ದಳು, ಸುಮ್ಮಸುಮ್ಮನೆ ನಗುತ್ತಿದ್ದಳು. ಅವಳ ಕಣ್ಣುಗಳಲ್ಲಿದ್ದ ಹೊಳಪನ್ನು ನೋಡಿ ಮಾಮಾಳೂ ಮನೆಯಲ್ಲಿ ಇದನ್ನೇ ಕುಡಿಯುತ್ತಿರಬೇಕು ಎಂದು ಊಹಿಸಿದ್ದೆ.

ಅಡುಗೆಮನೆಯ ಬಾಗಿಲ ಹಿಂದೆ ನನ್ನ ಶಾಲೆಯ ಆಟದ ಚೀಲದ ಪಕ್ಕದಲ್ಲೇ 'ಕ್ಲಾರಾಳ ಪುಸ್ತಕದಂಗಡಿ'ಯ ಚೀಲವನ್ನು ನೇತುಹಾಕುತ್ತಿದ್ದುದು. ಯಾವಾಗಲೋ ಒಮ್ಮೆ ಆ ಚೀಲ ಮತ್ತು ಮಾಮಾಳ ಕುಡಿತಗಳು ನನ್ನ ಜೀವನದ ಅವಿಭಾಜ್ಯ ಅಂಗಗಳಾಗಿಹೋದವು. ಆ ಚೀಲ ಹೊರುವ ಖಾಲಿ ಬಾಟಲಿಗಳ ಸಂಖ್ಯೆಗೂ, ನನ್ನ ಮನಸ್ಸಿನ ನೆಮ್ಮದಿಗೂ ಒಂದು ರೀತಿಯ ವಿಚಿತ್ರ ಸಂಬಂಧ ಏರ್ಪಟ್ಟಿತ್ತು. ಚೀಲ ಖಾಲಿಯಿದ್ದರೆ ನನಗೆ ಸಂತೋಷ. ಚೀಲ ತುಂಬಿದಾಗ ನನ್ನ ಆಟದ ಚೀಲವನ್ನು ಹೊರುವುದರ ಜೊತೆಗೆ ಬಾಟಲಿ ಚೀಲವನ್ನೂ ಎತ್ತಿಕೊಂಡು ಹೋಗಬೇಕಾಗಿ ಬರುತ್ತಿತ್ತು. ಅದು ನನಗೆ ವಿಪರೀತ ಸಿಟ್ಟು ತರಿಸುತ್ತಿತ್ತು. ತಮಾಷೆಯ ವಿಷಯವೆಂದರೆ ಆ

ಚೀಲವನ್ನು ಇಂದಿಗೂ ನಾವು "ಕ್ಲಾರಾಳ ಪುಸ್ತಕದಂಗಡಿಯ ಚೀಲ" ಎಂದೇ ಕರೆಯುತ್ತೇವೆ. ಆ ಚೀಲ ಒಂದು ದಶಕಕ್ಕೂ ಮೀರಿ ದಣಿವರಿಯದೆ ದುಡಿದಿದೆ, ಲೆಕ್ಕವಿಲ್ಲದಷ್ಟು ಬಾಟಲಿಗಳನ್ನು ಹೊತ್ತಿದೆ. ಮನೆಯಲ್ಲಿ ಅದಕ್ಕೊಂದು ಗೌರವಯುತ ಸ್ಥಾನವಿದೆ. ಮಾಮಾಳ ಕುಡಿತದ ಚಾಳಿ ಮುಂದೆ ಹೇಗೆ ಬದಲಾಗುವುದು ಎಂದು ನೋಡಿಕೊಂಡು ಬಟ್ಟೆಚೀಲದ ಸಂಪ್ರದಾಯವನ್ನು ಮುರಿದು ದೊಡ್ಡದೊಂದು ಪ್ಲಾಸ್ಟಿಕ್ ಚೀಲವನ್ನು ಅಡುಗೆಮನೆಯಲ್ಲಿ ನೇತುಹಾಕಬೇಕು ಅಂದುಕೊಂಡೆ.

ಪುಸ್ತಕದಂಗಡಿಯ ಚೀಲದ ದೀರ್ಘ ಬಾಳಿಕೆ ಸೋಜಿಗದ ಸಂಗತಿ. ಅದರಷ್ಟೇ ಸೋಜಿಗ ಗಾಜುತೊಟ್ಟಿಯ ಸುತ್ತ ನೆರೆಯುವ ವ್ಯಕ್ತಿಗಳು ಮತ್ತು ಆಸುಪಾಸು ನಡೆವ ಚಟುವಟಿಕೆಗಳು. ಗಾಜುತೊಟ್ಟಿಯ ಮಾಮೂಲಿ ಗಿರಾಕಿಗಳು ಅದರ ಪಕ್ಕದಲ್ಲೇ ಕಾರನ್ನು ನಿಲ್ಲಿಸಿಕೊಂಡು, ಮೋಟಾರನ್ನೂ ಆರಿಸದೆ, ಅವಸರ ಅವಸರವಾಗಿ ಕಾರಿನಿಂದ ಹೊರಗೆ ಜಿಗಿದು, ತೊಟ್ಟಿಯ ಎರಡು 'ಬಿಳಿ ಗಾಜು' ಮತ್ತು 'ಬಣ್ಣದ ಗಾಜು' ಕಿಂಡಿಗಳ ಮೂಲಕ ಒಂದೊಂದೇ ಬಾಟಲಿಯನ್ನು ಬೇರ್ಪಡಿಸಿ ಎಸೆದು ಆದಷ್ಟು ಬೇಗ ಅಲ್ಲಿಂದ ಕಾಲು ಕೀಳುತ್ತಿದ್ದರು. ಕಣ್ಣಲ್ಲಿ ಕಣ್ಣಿಟ್ಟು ನೋಡುವುದು, ಶುಭ ಕೋರುವುದು, ದೇಶಾವರಿ ಮಾತನಾಡುವುದು ಮಾಡಲೇ ಬಾರದೆಂಬುದು ಅಲ್ಲಿನ ಅಲಿಖಿತ ನಿಯಮವಾಗಿತ್ತು. ಅದೊಂದು ಅನಾಮಿಕ ಸ್ಥಳ. ನಿಮ್ಮ ಪಕ್ಕದ ಮನೆಯವರಾದರೂ ಸರಿ, ನಿಮಗೆ ಶಾಲೆಯಲ್ಲಿ ಭೂಗೋಳಶಾಸ್ತ್ರವನ್ನು ಪಾಠಮಾಡಿದ ಶಿಕ್ಷಕರಾದರೂ ಸರಿ, ಗಾಜುತೊಟ್ಟಿಯ ಸೀಮೆಯಲ್ಲಿ ಅವರೆಲ್ಲರೂ ಅನಾಮಧೇಯರು. ನಾನು ಬಟ್ಟೆಯ ಚೀಲವನ್ನು ಮಡಚಿ ನನ್ನ ಬ್ಯಾಗಿನೊಳಗೆ ತುರುಕಿಕೊಳ್ಳುತ್ತಲೇ ನನ್ನ ತಲೆಯಲ್ಲಿ ಚಿಂತೆಯೊಂದು ಮೊಳಕೆಯೊಡೆಯಿತು. ಬಟ್ಟೆಯ ಚೀಲ, ಬಾಟಲಿಗಳು ಮತ್ತು ಮಾಮಾ- ಇವುಗಳೊಂದಿಗೆ ಈಡಾ ಒಬ್ಬಳನ್ನೇ ನಾನು ಬಿಟ್ಟುಹೋಗಬಹುದೇ?

ನಾನು ಅಡುಗೆಮನೆಯಲ್ಲಿ ಕುಳಿತು 'ಸ್ಟೋಕಾಸ್ಟಿಕ್ ಈಕ್ವೇಶನ್ಸ್ ಇನ್ ಇನ್‌ಫೈನೈಟ್ ಡೈಮೆನ್ಷನ್ಸ್' ಪುಸ್ತಕವನ್ನು ತಿರುವಿಹಾಕುತ್ತಿದ್ದೆ. ಮಾಮಾ ಒಳಗೆ ಬಂದಳು. ಅವಳಿಗೆ ಅಂದು ಕೆಲಸದ ರಜೆಯಿತ್ತು. ನನಗೇನೋ ಕಸಿವಿಸಿ. ಸಂಜೆ 6:30 ಆಗಿತ್ತು. ಈಡಾಳ ಈಜು ತರಬೇತಿ ಆಗಷ್ಟೇ ಪ್ರಾರಂಭವಾಗಿದ್ದಿರಬೇಕು. ಈಡಾಳನ್ನು ಅಂದು ನಾನೇ ಈಜುಕೊಳಕ್ಕೆ ಕರೆದೊಯ್ಯಬೇಕು ಅಂದುಕೊಂಡಿದ್ದೆ. ಆದರೆ ಅವಳು ಒಬ್ಬಳೇ ಹೋಗುವುದಾಗಿ ಹೇಳಿದಳು. "ಮಾಡುವುದೇ ಆದರೆ ಎಲ್ಲವನ್ನೂ ಸರಿಯಾಗಿ ಮಾಡಬೇಕು" ಎಂದಿದ್ದಳು. ಗಡಿಯಾರ 6:31 ತೋರಿಸಿತು. ತರಬೇತಿಯ ಮೊದಲ ದಿನ ಎಲ್ಲವೂ ಸರಿಯಾಗಿ ನಡೆಯಬೇಕು ಎಂದು ಆಶಿಸಿದೆ. ಆದರೆ ಮನಸ್ಸಿನ ಮೂಲೆಯಲ್ಲಿ ಕಹಿ ಭಾವನೆಯೊಂದು ಮನೆಮಾಡಿತ್ತು. ಮಾಮಾ ಊಟದ ಮೇಜಿನ ಎದುರುಬದಿಯಲ್ಲಿ ಕುಳಿತುಕೊಂಡಳು. ಬರ್ಲಿನ್ ಅವಕಾಶವನ್ನು ಅವಳ ಬಳಿ ಹೇಗೆ ಪ್ರಸ್ತಾಪಿಸುವುದು ಎಂದು ನಾನು ಇನ್ನೂ ಯೋಚಿಸುತ್ತಲೇ ಇದ್ದೆ. ನಾನು ಹೋಗುತ್ತೇನೋ ಬಿಡುತ್ತೇನೋ ಗೊತ್ತಿಲ್ಲ, ಆದರೆ ಮನೆಯ ಪರಿಸ್ಥಿತಿಯನ್ನು ಸರಿಮಾಡಿಯೇ ತೀರಬೇಕು ಎಂದು ನಿಶ್ಚಯಿಸಿಕೊಂಡೆ. ಪುಸ್ತಕವನ್ನು ಮುಚ್ಚಿಟ್ಟು, ಮಾಮಾಳಿಗೆ ಹೇಳಲು ಸರಿಯಾದ ಪದಗಳನ್ನು ತಲೆಯಲ್ಲಿ ಜೋಡಿಸಿಕೊಂಡೆ. ಅವಳು ಯಾವುದೋ ಸೂಪರ್‌ಮಾರ್ಕೆಟ್‌ನ ಹೊಸ ಕೊಡುಗೆಗಳ ಕೈಪಿಡಿಯನ್ನು ನೋಡುತ್ತಿದ್ದಳು. ಪುಟಗಳನ್ನು ಸರಸರನೆ ತಿರುವಿ ಹಾಕಿ ಆಕರ್ಷಕ ಕೊಡುಗೆಗಳಿಗಾಗಿ ಹುಡುಕುತ್ತಿದ್ದಳು. ನಾನು

ಮಾತನಾಡುವ ಮುನ್ನ ಅವಳೇ ಮೊದಲು ನುಡಿದಳು: "ನನ್ನ ಜೀವನದಲ್ಲಿ ಹೊಸಬನೊಬ್ಬನ ಪ್ರವೇಶವಾಗಿದೆ."

ನಾನು ಉಗುಳು ನುಂಗಿದೆ. ಈ ರೀತಿಯದ್ದು ಏನೋ ನಡೆಯುತ್ತಿರಬೇಕು ಎಂದು ನನಗೆ ಸುಳಿವು ಇತ್ತು. ಏರುತ್ತಿದ್ದ ಬಾಟಲಿಗಳ ಸಂಖ್ಯೆ, ಅತೀ ಸಂತೋಷ, ಅತ್ಯುತ್ಸಾಹ, ಶೃಂಗಾರ, ಸುಗಂಧದ್ರವ್ಯಗಳು- ಇವೆಲ್ಲವನ್ನೂ ಗಮನಿಸಿಯೇ ನಾನು ಇದನ್ನು ಊಹಿಸಿದ್ದೆ. ಮುಂದೇನು ನಡೆಯುವುದು ಎಂದು ನನಗೂ ಮಾಮಾಳಿಗೂ ತಿಳಿದೇ ಇತ್ತು.

ನಾನು: ಎಲ್ಲಿ ಸಿಕ್ಕಿದ ಅವನು?

ಮಾಮಾ: ಕೆಫ್ಲೆಯಲ್ಲಿ, ಕಾಫಿ ಕುಡಿಯಲು ಬಂದಿದ್ದ.

ಗಂಡಸರೆಂದರೆ ಗೂಳಿಯನ್ನು ಕೆರಳಿಸಲು ಬಳಸುವ ಕೆಂಪು ಬಟ್ಟೆಯ ಹಾಗೆ.

ಮಾಮಾ: ಇವನೇ ಬೇರೆಯ ರೀತಿ.

ನಾನು: ಇವನು ಎಂಟನೆಯವನು.

ಮಾಮಾ: ಅಯ್ಯೋ ಟಿಲ್ಡಾ.

ನಾನು: ಅಯ್ಯೋ ಮಾಮಾ. ಸಾಕು ನಿಲ್ಲಿಸು. ಇದು ಹೇಗೆ ಕೊನೆಗೊಳ್ಳುವುದು ಎಂದು ನಮ್ಮಿಬ್ಬರಿಗೂ ಗೊತ್ತಿದೆ. ಮೊದಮೊದಲು ಎಲ್ಲಾ ಚೆನ್ನ. ಈ ಸಂಬಂಧ ಹಿಂದಿನದರಂತೆ ಅಲ್ಲವೆಂಬ ಭಾವನೆ. ಮುಂದೊಂದು ದಿನ ನಿಮ್ಮಿಬ್ಬರ ನಡುವೆ ಬಿರುಕು ಮೂಡಿ ಅವನು ಹೊರಟುಹೋಗುತ್ತಾನೆ. ಆಮೇಲೆ ನೀನು ಖಿನ್ನತೆಯನ್ನು ಸರಿದೂಗಿಸಲು ಮಾತ್ರೆಗಳನ್ನು ನುಂಗುವೆ. ಕೊನೆಗೆ ಇವುಗಳಿಗೆ ಬೆಲೆ ತೆರಬೇಕಾದವರು ನಾನು ಮತ್ತು ಈಡಾ.

ಮಾಮಾ: ಇದು ಅನ್ಯಾಯ.

ನಾನು: ಹೌದು ಮಾಮಾ, ನಾನು ಆಡುತ್ತಿರುವುದು ಅನ್ಯಾಯದ ಮಾತುಗಳೇ.

ನಾನು ಮೇಲೆದ್ದು, ಅಡುಗೆಮನೆಯಿಂದ ಹೊರನಡೆದು ಓಡುವ ಶೂಗಳನ್ನು ತೊಟ್ಟು ಮನೆಯ ಹೊರಗೋಡಿದೆ.

ನನ್ನೊಳಗೆ ಉಕ್ಕುತ್ತಿದ್ದ ಕೋಪವನ್ನು ಹೊರಬಿಡದಿದ್ದರೆ ಅದು ನನ್ನನ್ನೇ ತಿಂದುಬಿಡುತ್ತಿತ್ತು. ಅದಕ್ಕೊಂದು ಮಾರ್ಗವೆಂದರೆ ಓಡುವುದು. ಕಾಲುಗಳಿಗೆ ಸಾಧ್ಯವಾದಷ್ಟು ವೇಗವಾಗಿ ಓಡಿದೆ. ದೇಹದಲ್ಲಿ ಶಕ್ತಿ ಇಲ್ಲದಿದ್ದರೂ ಖುಷಿಯ ರಸ್ತೆಯನ್ನು ದಾಟಿ ಕಾಡಿನ ಅಂಚಿನ ಕಡೆಗೆ ಓಡಿದೆ. ನನಗೆ ಶಕ್ತಿ ಇಲ್ಲದಿದ್ದುದು ಸಮಸ್ಯೆಯೇ ಆಗಲಿಲ್ಲ, ನನ್ನೊಳಗೆ ಇದ್ದ ರೋಷವೇ ಸಾಕಾಯಿತು. ಸುರಿಯುತ್ತಿದ್ದ ಬೆವರು ಹರಿಯುತ್ತಿದ್ದ ಕಣ್ಣೀರಿನೊಂದಿಗೆ ಬೆರೆತು ಕಣ್ಣಿನೊಳಗೆ ಹೋಗಿ ಕಣ್ಣುಗಳನ್ನು ಉರಿಸಿದವು. ಕಾಡಿನ ಹಸಿರು ನನ್ನನ್ನು ಸಂಪೂರ್ಣ ಸುತ್ತುವರೆದ ಕ್ಷಣದಲ್ಲಿ ನನ್ನಲ್ಲಿದ್ದ ಕೋಪ ಸ್ವಲ್ಪ ತಣ್ಣಗಾಗಿ ಕೊಂಚ ಹಗುರವೆನಿಸಿತು. ಕಾಡಿನ ದಾರಿಯಲ್ಲೇ ಮೇಲಕ್ಕೆ

ಓಡಿದೆ. ಎದುರಿನಿಂದ ಬರುತ್ತಿದ್ದ ವ್ಯಕ್ತಿಯೊಬ್ಬ ಅಗಲವಾಗಿ ನಕ್ಕು ಹೆಬ್ಬೆರಳನ್ನು ಮೇಲೆಕ್ಕೆತ್ತಿ ತೋರಿಸಿದ. ನಾನವನಿಗೆ ನನ್ನ ಮಧ್ಯದ ಬೆರಳನ್ನೆತ್ತಿ ತೋರಿಸಿದೆ. ಶ್ವಾಸಕೋಶಗಳಲ್ಲಿ ಬೆಂಕಿ, ತೊಡೆಗಳಲ್ಲಿ ಉರಿ. ನನ್ನ ಗುರಿ ಕೊನೆಗೂ ನನಗೆ ಗೋಚರವಾಯಿತು. ಕಾಡಿನ ಮಧ್ಯದ ಅದೇ ಬಯಲು. ಸೋತ ಕಾಲುಗಳನ್ನು ಬಲವಂತವಾಗಿ ಎಳೆದುಕೊಂಡು ಕೊನೆಯ ಹೆಜ್ಜೆಗಳನ್ನು ಇಟ್ಟೆ. ಗುಡ್ಡದ ಮೇಲಿನ ಬಯಲನ್ನು ತಲುಪಿದ್ದೇ ನನ್ನ ಎರಡೂ ಕೈಗಳನ್ನು ಅಗಲವಾಗಿ ಹೊರಚಾಚಿ ಕಣ್ಣುಮುಚ್ಚಿಕೊಂಡು ಗಿರಗಿರನೆ ತಿರುಗಿದೆ. ಜೋರಾಗಿ ಕಿರುಚಿದೆ, ಚೀರಿದೆ, ಅರಚಾಡಿದೆ. ನನ್ನ ಕೊಳಕು ದೇಹದಿಂದ ಕೊಳಕು ಕೋಪವನ್ನು ಹೊರಹಾಕಿದೆ. ಹಾಳು ಕೊಂಪೆಯಂತಿದ್ದ ಸಣ್ಣ ಊರಿನ ಮೇಲೆ ಕೋಪ, ಆ ಸಣ್ಣ ಊರಿನ ಸಣ್ಣ ಮನಸ್ಸಿನ ನಿವಾಸಿಗಳ ಮೇಲೆ ಕೋಪ, ನನ್ನಲ್ಲಿದ್ದ ಕೋಪವನ್ನಷ್ಟೂ ಹೊರಹಾಕಿದೆ. ಮತ್ತು ಮಾಮಾ, ಮಾಮಾ ಮೂರು ಹೊತ್ತೂ ಕುಡಿಯುತ್ತಿದ್ದಳು, ಯಾವಯಾವುದೋ ಗಂಡಸರ ಜೊತೆ ಹೊಸ ಸಂಬಂಧ ಬೆಳೆಸುತ್ತಿದ್ದಳು. ಒಬ್ಬ ತಾಯಿಯಾಗಿ ಒಮ್ಮೆಯಾದರೂ ನಮಗಾಗಿ ಚಾಕೊಲೇಟ್ ಪುಡ್ಡಿಂಗ್ ತಂದುಕೊಟ್ಟಿರಲಿಲ್ಲ. ಸರಿಯಾಗಿ ಬಾಯಿಬಿಟ್ಟು ಮಾತನಾಡದ ಈಡಾಳ ಮೇಲೆ ಸಹ ಕೋಪ ಬಂತು. ಅವಳೊಬ್ಬಳನ್ನು ಈ ಹಾಳು ಕೊಂಪೆಯಲ್ಲಿ, ಅದೂ ಮಾಮಾಳ ಸುಪರ್ದಿಯಲ್ಲಿ ಬಿಟ್ಟು ನಾನೊಬ್ಬಳೇ ಹೋಗುವುದು ಅಸಾಧ್ಯದ ಮಾತು. ಒಂದು ಪದವನ್ನೂ ಉಸುರದೆ ನಾಪತ್ತೆಯಾಗಿದ್ದ ವಿಕ್ಟೋರ್‌ನ ಮೇಲೆ ಕೋಪ ಬಂತು. ಎಲ್ಲ ಕೋಪಗಳೂ ಒಟ್ಟಾಗಿ ಬೆರೆತವು. ಆ ಮನಮೋಹಕ ಹಸಿರು ಕಾಡು ಮತ್ತು ಎಲೆ ಬೀಳುವ ಕಾಲದ ಸುವಾಸನೆಯ ಮೇಲೂ ಕೋಪ ಬಂತು. ನಾನು ಬಂದ ದಾರಿಯಲ್ಲೇ ಹಿಂತಿರುಗಿ ಕಾಡಿನಿಂದ ಹೊರಕ್ಕೆ ಓಡಿದೆ. ಖುಷಿಯ ರಸ್ತೆಯ ಮುಖಾಂತರ ಓಡಿ, ಖುಷಿಯಿಲ್ಲದ ನಮ್ಮ ಮನೆಯ ಮುಂದೆ ನಿಲ್ಲದೆ, ನೇರ ಹೊಸ ಬಡಾವಣೆಗಳ ಕಡೆಗೆ, ಅಂದರೆ ಸುಖೀ ಕುಟುಂಬಗಳು ವಾಸಿಸುತ್ತಿದ್ದ ಕಡೆಗೆ ಓಡಿದೆ. ಆದರೆ ನಾನು ಹೋಗುತ್ತಿದ್ದ ಮನೆಯಲ್ಲಿ ಮಾತ್ರ ಯಾವುದೇ ಸುಖೀ ಕುಟುಂಬವೂ ವಾಸವಾಗಿರಲಿಲ್ಲ, ಮನೆಯೊಳಗೆ ದೀಪ ಹಾಕಿರಲಿಲ್ಲ, ಮನೆಯ ಮುಂದೆ ಕಪ್ಪು ಮರ್ಸಿಡಿಸ್ ಜಿ-ಕ್ಲಾಸ್ ಕಾರು ಸಹ ಇರಲಿಲ್ಲ. ಕರೆಗಂಟೆಯನ್ನು ಬಾರಿಸಿ ಕಾಯುತ್ತಾ ನಿಂತೆ. ಮರುಘಳಿಗೆ ನನ್ನೊಳಗೆ ಬಿರುಗಾಳಿಯೊಂದು ಎದ್ದಿತು, ನನ್ನ ಕಣ್ಣೀರ ಕಟ್ಟೆ ಒಡೆಯಿತು, ಬಾಗಿಲ ಮುಂದೆ ಮೆಟ್ಟಿಲುಗಳ ಮೇಲೆ ಅಳುತ್ತಾ ಕುಸಿದು ಕುಳಿತೆ.

ಸುಮಾರು ಒಂದು ಗಂಟೆ ಕಳೆದು ನೀರಸ ಹೆಜ್ಜೆಗಳನ್ನಿಡುತ್ತಾ ನಮ್ಮ ಮನೆಯ ಕಟ್ಟಡದ ಬಳಿ ಬಂದಾಗ ಬಾಗಿಲ ಬಳಿ ಈಡಾ ಕುಳಿತಿದ್ದಳು. ನಾನು ಅವಳ ಪಕ್ಕ ಹೋಗಿ ಕುಳಿತೆ.

ನಾನು: ನೀನು ಈಜು ತರಬೇತಿಗೆ ಹೋಗಿರಲಿಲ್ಲ, ಅಲ್ವಾ?

ಅವಳು ತಲೆದೂಗಿದಳು.

ಈಡಾ: ನಿನಗೇನಾಯ್ತು?

ನಾನೂ ತಲೆದೂಗಿದೆ.

ನಾನು: ಏನೂ ಇಲ್ಲ.

ಈಡಾ:	ಎಲ್ಲಾ ಸರಿ ಹೋಗುತ್ತದೆ.

ನನ್ನ ಭುಜದ ಮೇಲೆ ಅವಳು ಒರಗಿಕೊಂಡಳು.

■

ಕೌಂಟರ್‌ನ ಮೇಲೆ ಮೈಕಾ ಮಿನಿವಿನಿ ಸಾಸೇಜ್ ಬಾಟಲಿಯೊಂದೇ, ಬೇರೇನೂ ಇಲ್ಲ. ಸಾಲಾಗಿ ಜಡೆಯಂತೆ ಹೆಣೆದ ಸಾಸೇಜ್‌ಗಳನ್ನು ತುಂಬಿಸಿದ ಗಾಜಿನ ಬಾಟಲಿಯನ್ನು ನಾನು ಬಾಲ್ಯದಲ್ಲಿ ಮೊದಲ ಬಾರಿಗೆ ನೋಡಿದ್ದು ಮಿನಿವಿನಿ ಟಿವಿ ಜಾಹೀರಾತಿನಲ್ಲಿ. ಅದರಲ್ಲಿ ಬರುವ ಮಕ್ಕಳೆಲ್ಲರಿಗೂ ಒಂದೊಂದು ಬಾಟಲಿ ಮಿನಿವಿನಿ ಸಾಸೇಜ್ ಸಿಗುವ ಹಾಗೆ ನನಗೂ ಒಂದು ಬಾಟಲಿ ಸಿಕ್ಕಿಬಿಟ್ಟರೆ ಅದಕ್ಕಿಂತ ದೊಡ್ಡದು ಬೇರೇನೂ ಇಲ್ಲ ಎಂದು ಕಲ್ಪಿಸಿಕೊಂಡಿದ್ದೆ. ಜಾಹೀರಾತಿನಲ್ಲಿ ಒಂದೊಂದು ಮಗುವಿಗೂ ಒಂದೊಂದು ಬಾಟಲಿ ಸಿಗುತ್ತಿತ್ತು. ಮಿನಿವಿನಿ ಸಾಸೇಜನ್ನು ಮೊದಲ ಬಾರಿ ತಿಂದ ದಿನವೂ ಚೆನ್ನಾಗಿ ನೆನಪಿದೆ. ಅದೇ ಕೊನೆಯ ಬಾರಿಯೂ ಹೌದು. ಮಾರ್ಲೇನಳ ಏಳನೇ ವರ್ಷದ ಹುಟ್ಟುಹಬ್ಬಕ್ಕೆ ಅವಳ ಮನೆಯ ಗಾರ್ಡನ್ನಿನಲ್ಲಿ ಎಲ್ಲರೂ ಸೇರಿದ್ದೆವು. ಅಂದು ನಾನು ಕುಳಿತುಕೊಳ್ಳಲೂ ಕಷ್ಟವಾಗುವಷ್ಟು ಮಿತಿಮೀರಿ ಸಾಸೇಜ್‌ಗಳನ್ನು ತಿಂದಿದ್ದೆ. ನೆನಪಿನ ಮೂಲೆಯಲ್ಲಿ ಹುದುಗಿಹೋಗಿದ್ದ ತಿಂಡಿಯೊಂದು ಇನ್ನೂ ಸೂಪರ್‌ಮಾರ್ಕೆಟ್‌ನಲ್ಲಿ ಸಿಗುತ್ತದೆ ಎಂದು ತಿಳಿದು ಆಶ್ಚರ್ಯವಾಯಿತು. ಈ ಯೋಚನೆಗಳ ನಡುವೆ ಎದುರಿಗಿದ್ದ ವ್ಯಕ್ತಿ ಯಾರೆಂದು ಊಹಿಸುವುದನ್ನೇ ಮರೆತೆ. “3 ಯೂರೋ 99 ಸೆಂಟ್” ಎಂದು ತಲೆಯೆತ್ತಿದಾಗ ಫ಼ೆರ್ಡಿನಾಂಡ್‌ನ ಮುಖ ಕಂಡಿತು. ಫ಼ೆರ್ಡಿನಾಂಡ್ ನನ್ನ ಮಾಸ್ಟರ್ ಪ್ರಬಂಧದ ಗುಂಪಿನ ಗಣಿತದ ಮೇಧಾವಿ. ಅವನನ್ನು ಕಂಡು “ಹಾಯ್” ಎಂದೆ. ಫ಼ೆರ್ಡಿನಾಂಡ್ ತಲೆದೂಗಿ ಮಿನಿವಿನಿ ಬಾಟಲಿಯನ್ನು ಬ್ಯಾಗಿನೊಳಗೆ ಹಾಕಿಕೊಂಡ. ಅವನು ಹೆಚ್ಚು ಮಾತನಾಡುವುದಿಲ್ಲ, ಹಾಗೊಮ್ಮೆ ಮಾತನಾಡಿದರೂ ಪದಗಳನ್ನು ಅಳೆದು ತೂಗಿ ಬಳಸುತ್ತಾನೆ. ಸಾಧು ಸ್ವಭಾವದವನು.

ಫ಼ೆರ್ಡಿನಾಂಡ್:	ಶುಕ್ರವಾರಕ್ಕೆ ಸಿದ್ಧವಾ?

ಶುಕ್ರವಾರ ದಿನವಿಡೀ ನಡೆಯಲಿದ್ದ ಸೆಮಿನಾರ್‌ನಲ್ಲಿ ನಮ್ಮ ನಮ್ಮ ಮಾಸ್ಟರ್ ಪ್ರಬಂಧಗಳ ವಿಷಯಗಳ ಸ್ಥೂಲ ಪರಿಚಯ ಮಾಡಿಕೊಡುವ ಕಾರ್ಯಕ್ರಮವಿತ್ತು.

ನಾನು:	ಹೂಂ, ಪರವಾಗಿಲ್ಲ. ನೀನು?

ಫ಼ೆರ್ಡಿನಾಂಡ್:	ನಾನೂ ಅಷ್ಟೇ, ಪರವಾಗಿಲ್ಲ. ಆಮೇಲೆ ಹೈ ಫ಼ೈವ್?

ನಾನು ಅವನನ್ನು ಪ್ರಶ್ನಾರ್ಥಕವಾಗಿ ನೋಡಿದೆ. ಅವನನ್ನು ನೋಯಿಸುವುದು ನನಗೆ ಇಷ್ಟವಿರಲಿಲ್ಲ. ಆದರೂ ಅವನು ಕೇಳಿದ ಪ್ರಶ್ನೆ ನನಗೆ ಅಧಿಕಪ್ರಸಂಗ ಎನಿಸಿತು.

ನಾನು:	ಓಕೆ, ನಿನಗೆ ಬೇಕೇ ಬೇಕು ಅಂದರೆ ಹೈ ಫ಼ೈವ್ ನೀಡುವೆ.

ಹಸ್ತವನ್ನು ಅವನೆಡೆ ತೋರುತ್ತಾ ಕೈ ಮುಂದಕ್ಕೆ ಚಾಚಿದೆ.

ನನ್ನ ಮುಖದ ಮೇಲಿನ ಗೊಂದಲ ಕಂಡರೂ ಅವನ ಮುಖಭಾವ ಬದಲಾಗಲಿಲ್ಲ.

ಫ್ಲೆರ್ಡಿನಾಂಡ್: ಹೈ ಫ್ಲೈವ್ ಎಂಬುದು ಹೊಸ ಪಬ್ ಒಂದರ ಹೆಸರು.

ನಾನು ಕೈ ಹಿಂದೆಳೆದುಕೊಂಡು ನಕ್ಕೆ. ಅವನು ನಗಲಿಲ್ಲ.

ನಾನು: ಒಹ್ ಹೌದಾ? ಸರಿ.

ಫ್ಲೆರ್ಡಿನಾಂಡ್: ಓಕೆ, ಚೂಸ್.

"ಮಧ್ಯಾಹ್ನದ ಊಟದೊಂದಿಗೆ ಸ್ವಾದಿಸು, ಮೈಕಾ ಮಿನಿವಿನಿಯನ್ನು" ಎಂದು ಜಾಹೀರಾತಿನಲ್ಲಿ ಬರುವ ಸಾಲೊಂದನ್ನು ಅವನು ಹೋದ ದಿಕ್ಕಿನಲ್ಲಿ ರಾಗವಾಗಿ ಹೇಳಿದೆ. ನಾನು ಊಹಿಸಿದಂತೆ ಅವನಿಂದ ಯಾವುದೇ ಪ್ರತಿಕ್ರಿಯೆ ಬರಲಿಲ್ಲ.

■

ಈಜುಕೊಳದ ಹತ್ತಿರ ಬಸ್ಸು ಇಳಿಯಲು ನಾನು ಮೇಲೆದ್ದಾಗ ಈಡಾ ಇನ್ನೂ ಕುಳಿತೇ ಇದ್ದಳು. ಅಂತಹ ಅಸಾಧ್ಯ ಸೆಕೆಯ ದಿನಗಳಲ್ಲಿ ನೀರಿನಲ್ಲಿ ಮಿಂದೆದ್ದರೆ ಮಾತ್ರ ನನಗೆ ಕೊಂಚ ಆರಾಮವಾಗುತ್ತಿತ್ತು. ಮುಂಜಾನೆಯ ಅಲಾರ್ಮ್ ಬಡಿದುಕೊಂಡು ನನಗೆ ಎಚ್ಚರವಾದೊಡನೆ ಸೆಕೆಯ ವಾಸನೆ ಮೂಗಿಗೆ ಬಡಿಯಿತು. ಸಂಜೆ ಯಾವಾಗ ನೀರಿಗೆ ಧುಮುಕುತ್ತೇನೋ ಎಂದುಕೊಂಡೇ ಹಾಸಿಗೆಯಿಂದ ಮೇಲೆದ್ದೆ. ದಿನವೂ ಈಡಾಳಿಗೆ ಈಜು ಕೊಳಕ್ಕೆ ಬಾ ಎಂದು ಪೂಸಿ ಹೊಡೆಯುವ ಪ್ರಯತ್ನಗಳೆಲ್ಲವೂ ವಿಫಲವಾದವು.

ನಾನು: ಇಂದು ನಿನ್ನೆ ಇದ್ದಷ್ಟು ಕಾರುಗಳು ಇಲ್ಲ. ಜನ ಕಡಿಮೆಯಿದ್ದಾರೆ.

ಈಡಾ ಕಾದಂಬರಿಯಲ್ಲಿ ಮುಳುಗಿದವಳಂತೆ ತೋರಿದಳು. ಮಾತಿಲ್ಲದೆ ತಲೆ ಅಲ್ಲಾಡಿಸಿ ಅಸಮ್ಮತಿ ಸೂಚಿಸಿದಳು.

ಆಗಲೇ ಸೆಕೆಯಿಂದ ಬೆವೆತು ಸುಸ್ತಾಗಿದ್ದ ನಾನು ಬಸ್ಸಿನಿಂದ ಇಳಿದು ಕ್ಲೋರಿನಾ ವಾಸನೆಯನ್ನು ಒಂದು ಕ್ಷಣ ಆಸ್ವಾದಿಸುತ್ತಾ ನಿಂತೆ. ಒಳನಡೆದು ಬ್ಯಾಗನ್ನು ಉರ್ಸುಲಾಳ ಬೆಂಚಿನ ಮೇಲೆ, ಅವಳ ಬಣ್ಣದ ಬುಟ್ಟಿಯ ಪಕ್ಕಕ್ಕೆ ಎಸೆದು, ಈಜುಡುಗೆಯನ್ನು ಧರಿಸಿ ತಲೆ ಮುಂದಾಗಿ ನೀರಿಗೆ ಧುಮುಕಿದೆ. 23ರ ಬದಲು 22 ಸುತ್ತುಗಳನ್ನು ಹೊಡೆದು ನಿಲ್ಲಿಸಿ, ಆಳವಿದ್ದ ಕಡೆಗೆ ಹೋಗಿ ಕೊಳದ ತಳದಲ್ಲಿ ಕುಳಿತು ಮೇಲೆ ನಡೆಯುತ್ತಿದ್ದ ಆಟವನ್ನು ವೀಕ್ಷಿಸಿದೆ. ಅಡ್ಡಾದಿಡ್ಡಿ ಬಡಿಯುತ್ತಿದ್ದ ಎಳೆಯ ಕಾಲುಗಳೇ ಹೆಚ್ಚಿದ್ದವು, ಶಿಸ್ತುಬದ್ಧವಾಗಿ ಬಡಿಯುವ ಮುದಿ ಕಾಲುಗಳು ಕಡಿಮೆಯಿದ್ದವು. ನಡುನಡುವೆ ಮುಳುಗೇಳುತ್ತಿದ್ದ ಮಕ್ಕಳ ಶರೀರಗಳು, ಕೊಳದ ಅಂಚಿನಲ್ಲಿ ಎಂದಿನಂತೆ ಎಳೆ ಮುದಿ ಮಿಶ್ರಿತ ಕಾಲುಗಳು ಇದ್ದವು. ಸೆಕೆಗಾಲದಲ್ಲಿ ನೀರಿನಾಟ ಎಲ್ಲರಿಗೂ ಪ್ರಿಯವಾದಂತಿತ್ತು. ಹಠಾತ್ತನೆ ನೀರಿನೊಳಗೆ ಒಂದು ರಾಕೆಟ್ಟು ಧುಮುಕಿತು. ನನಗೆ ಅದರ ಪರಿಚಯವಿತ್ತು. ನನ್ನ ಮುಗುಳ್ನಗೆಯನ್ನು ನನಗೆ ಹತ್ತಿಕ್ಕಲಾಗಲಿಲ್ಲ. ಲಗುಬಗೆಯಿಂದ ನೆಲಕ್ಕೆ ಕಾಲೂರಿ ನೀರಿನ ಮೇಲಕ್ಕೆ ಬಂದು ಉರ್ಸುಲಾಳ ಪಕ್ಕ ಹೋಗಿ ಕೂತೆ. 15 ದಿನಗಳು ಕಳೆದ ಅವನು ಮತ್ತೆ ಬಂದಿದ್ದ.

ನಾನು: ನನ್ನ ಮಾಸ್ಟರ್ ಪ್ರಬಂಧಕ್ಕೆ ವಿಷಯ ಕೊನೆಗೂ ಸಿಕ್ಕಿತು.

ಉರ್ಸುಲಾ: ಯಾವ ವಿಷಯವದು?

ನಾನು: ನೇವಿಯರ್ ಸ್ಟೋಕ್ಸ್ ಸಂಭವನೀಯ ಸಮೀಕರಣಕ್ಕೆ ಮೂಲಾಧಾರ ಪರಿಮಿತಿಗಳ ಶೋಧ.

ಅವಳು ಮರುನುಡಿಯಲು ಸುಮಾರು ಒಂದು ನಿಮಿಷ ತೆಗೆದುಕೊಂಡಳು.

ಉರ್ಸುಲಾ: ನನ್ನ ಮಗಳಿಗೆ ಎಮ್ಮಾ ಎಂದು ಹೆಸರಿಡುವುದಾಗಿ ನನ್ನ ಅಜ್ಜಿಗೆ ಹಿಂದೊಮ್ಮೆ ಹೇಳಿದ್ದೆ. ಅದಕ್ಕವಳು "ಹೆಸರು ಏನಾದರೂ ಇರಲಿ, ಮಗು ಆರೋಗ್ಯವಾಗಿದ್ದರೆ ಸಾಕು" ಎಂದಿದ್ದಳು.

ನಾನು: ನಿನಗೊಬ್ಬ ಮಗಳಿದ್ದಾಳೆ ಎಂದು ನನಗೆ ಗೊತ್ತೇ ಇರಲಿಲ್ಲ.

ಉರ್ಸುಲಾ: ನನಗೆ ಇಬ್ಬರು ಮೊಮ್ಮಕ್ಕಳು ಸಹ ಇದ್ದಾರೆ. ಸಾರಾ ಮತ್ತು ಯೊಹಾನ್ನೆಸ್.

ನಾನು: ಅಳಿಯನೂ ಇದ್ದಾನೆಯೇ?

ಉರ್ಸುಲಾ ನನ್ನ ಆ ಪ್ರಶ್ನೆಗೆ ಹುಬ್ಬು ಗಂಟಿಕ್ಕಿದಳು.

ಉರ್ಸುಲಾ: ಅಳಿಯನಿಲ್ಲದೆ ಮೊಮ್ಮಕ್ಕಳು ಹೇಗೆ ಬರಬೇಕು?

ನಾನು: ಅವನಿನ್ನೂ ತನ್ನ ಹೆಂಡತಿ ಮಕ್ಕಳೊಂದಿಗೆ ವಾಸಿಸುತ್ತಾನೆಯೇ?

ಉರ್ಸುಲಾಳಿಗೆ ನನ್ನ ಪ್ರಶ್ನೆ ಆಗ ಅರ್ಥವಾಯಿತು.

ಉರ್ಸುಲಾ: ಹೂಂ.

ಉರ್ಸುಲಾ: ಅವನೇನಾದರೂ ಎಮ್ಮಾಳನ್ನು ಬಿಟ್ಟುಹೋದರೆ ನಾನು ಅವನನ್ನು ಸುಮ್ಮನೆ ಬಿಡಬೇಕಲ್ಲ.

ನಾವು ತಲೆದೂಗಿದೆವು.

ವಿಕ್ಟೋರ್ 17ನೇ ಸುತ್ತನ್ನು ಹೊಡೆಯುತ್ತಿರಬೇಕಾದರೆ ನನ್ನ ಬ್ಯಾಗು ಮೂರು ಬಾರಿ ಸದ್ದು ಮಾಡಿತು. ನನ್ನ ಮೊಬೈಲನ್ನು ಹುಡುಕಿ ಹೊರತೆಗೆದೆ.

ಈಡಾ: ಅವಳು ಅಡುಗೆ ಮಾಡಿದ್ದಾಳೆ. ಅವಳ ಹೊಸ ಗೆಳೆಯ ಬಂದಿದ್ದಾನೆ. ಅವರು ತುಂಬಾ ಸದ್ದು ಮಾಡುತ್ತಿದ್ದಾರೆ.

ನಾನು ಕೂಡಲೇ ಎದ್ದು ಒದ್ದೆ ಈಜುಡುಗೆಯ ಮೇಲೆಯೇ ಬಟ್ಟೆ ಹಾಕಿಕೊಂಡು, ಉರ್ಸುಲಾಳಿಗೆ "ನಾನು ಹೊರಡಬೇಕು" ಎಂದು ಹೇಳಿ ಹೊರಗೋಡಿದೆ. ಖುಷಿಯ ರಸ್ತೆಯನ್ನು ತಲುಪುವ ಮೊದಲೇ ನನಗೆ ನಮ್ಮ ಮನೆಯಿಂದ ಬರುತ್ತಿದ್ದ ಜೋರಾದ ಸಂಗೀತ ಕೇಳಿಸಿತು. ಜರ್ಮನ್ ರಾಪ್ ಕಲಾವಿದ ಹಾಫ್ಟ್‌ಬೆಫ್ಲೇಲ್‌ನ 'ಇಶ್ ಉಂಡ್ ಮೈನ ಸೊನ್ನೆನ್‌ಬ್ರಿಲ್ಲೆ' ಹಾಡನ್ನು

ಜೋರಾಗಿ ಹಾಕಿದ್ದರು. ಅವರು ಏಕೆ ಆ ಹಾಡನ್ನು ಕೇಳುತ್ತಿದ್ದರು? ಅಡುಗೆಮನೆಯ ಕಿಟಿಕಿಗಳು ಮುಚ್ಚಿದ್ದವು. ನಾನು ಯುದ್ಧಭೂಮಿಗೆ ಧಾವಿಸಿದೆ. ಪ್ರೇಮಪಕ್ಷಿಗಳು ಜೋರಾಗಿ ರಾಪ್ ಸಂಗೀತ ಕೇಳುತ್ತಾ ಅಲ್ಲೇ ಕುಳಿತಿದ್ದವು.

ಮಾಮಾ: ಟಿಲ್ಡಾ, ನಿನ್ನ ಬಟ್ಟೆ ಒದ್ದೆಯಾಗಿದೆ. ಇವನ ಹೆಸರು ಯಾನ್.

ಅವನನ್ನು ನೋಡುತ್ತಿದ್ದಂತೆಯೇ ನನಗೆ ಮೈಯೆಲ್ಲಾ ಉರಿದುಹೋಯಿತು. ಅವನು ಕೆಟ್ಟ ಕಣ್ಣುಗಳಿಂದ ನನ್ನನ್ನು ಮೇಲಿಂದ ಕೆಳಗಿನವರೆಗೂ ಅಳೆದ. ತಿಳಿಗುಲಾಬಿ ಬಣ್ಣದ ಬಿಗಿಯಾದ ಕಾಲರ್ ಟೀಶರ್ಟು ಅವನ ಕುಡುಕ ಡೊಳ್ಳುಹೊಟ್ಟೆಯನ್ನು ಬಿಗಿಯಾಗಿ ತಬ್ಬಿಹಿಡಿದಿತ್ತು. ಅವನು ಬಲಗೈಯಲ್ಲಿ ವೈನ್ ಲೋಟವನ್ನು ಹಿಡಿದು, ಎಡಗೈಯನ್ನು ನನ್ನ ತಾಯಿಯ ಶರ್ಟಿನೊಳಗೆ ಕುತ್ತಿಗೆಯ ಬಳಿ ಇಳಿಬಿಟ್ಟಿದ್ದ.

ಮಾಮಾ: ಪಾಲಕ್ ಸೊಪ್ಪು ಹಾಕಿ ಪ್ಯಾನ್‌ಕೇಕ್ ಮಾಡಿದ್ದೇನೆ. ನೀನು ಸಣ್ಣವಳಾಗಿದ್ದಾಗ ಅದನ್ನು ಎಷ್ಟು ಇಷ್ಟಪಟ್ಟು ತಿನ್ನುತ್ತಿದ್ದೆ.

ನಾನು: ಇಲ್ಲ. ನನ್ನ ಇಷ್ಟದ್ದು ಚಕ್ಕೆಪುಡಿ ಮತ್ತು ಸಕ್ಕರೆ. ನನಗೆ ಮೊದಲಿನಿಂದಲೂ ಪಾಲಕ್ ಸೊಪ್ಪು ಕಂಡರಾಗುವುದಿಲ್ಲ.

ಮಾಮಾ: ನನ್ನ ಟಿಲ್ಡಾ ಸಕ್ಕರೆಯಂತೆಯೇ ಸಿಹಿ, ಅಲ್ಲವೇನೋ ಯಾನ್?

ಯಾನ್: ಕ್ಯಾರಾಮೆಲ್‌ನಂತೆ.

"ನೀನೊಬ್ಬ ಆರ್ಶ್‌ಲೋಖ್" ಎಂದು ನಾನು ಅವನ ಮುಖಕ್ಕೆ ಹೇಳಿ, ಅಡುಗೆಮನೆಯ ಬಾಗಿಲನ್ನು ಜೋರಾಗಿ ಹಾಕಿಕೊಂಡು ಹೊರನಡೆದೆ. ಅಲ್ಲಿಯವರೆಗೂ ಕೂರುಕೋಣೆಯಲ್ಲಿ ಇದ್ದ ಈಡಾ ತನ್ನ ಕೋಣೆಗೆ ಓಡಿದಳು. ನಾನು ಅವಳ ಹಿಂದೆಯೇ ಹೋದೆ. ಅವಳ ಪಕ್ಕ ಹೋಗಿ ಹಾಸಿಗೆಯ ಮೇಲೆ ಕುಳಿತೆ. ನಾವು ಎದುರಿಗಿದ್ದ ಕಲಾಕೃತಿಗಳ ಗೋಡೆಯನ್ನು ನೋಡಿದೆವು. ಕೆಲವು ಕಲಾಕೃತಿಗಳು ಅವಳ ಸ್ವಚ್ಛತಾ ಅಭಿಯಾನಕ್ಕೆ ಬಲಿಯಾಗಿದ್ದವು. ಪುಣ್ಯಕ್ಕೆ ಗುಲಾಬಿ ಬಣ್ಣದ ಹಂದಿ ಅಲ್ಲೇ ಇತ್ತು. ಸ್ನೋವೈಟ್ ಮತ್ತು ರಾಪುಂಝೆಲ್ ಸಹ ಅಲ್ಲೇ ಇದ್ದರು. ಅದರ ಪಕ್ಕಕ್ಕೊಂದು ಹೊಸ ದೊಡ್ಡ ಚಿತ್ರ ಬಂದಿತ್ತು. ಜಲವರ್ಣದ ಚಿತ್ರ. ಅದು ಕಾಡಿನ ನಡುವೆ ಹಸಿರು ಮೊಳೆಯುವ ಕಾಲದಲ್ಲಿ ಕ್ಲಿಕ್ಕಿಸಿದ ಫೋಟೋವಿನಂತಿತ್ತು. ಹಸಿರಿನ ನಡುವೆ ಒಂದು ಕೆಂಪು ಅಣಬೆ, ಅದರ ಹಿಂದೆ ನೀಲಿ ಕೂದಲ ಯಕ್ಷಿಣಿ, ಮರದ ಮೇಲೆ ಚೂಪು ಕಿವಿಗಳ ಜೀವಿ ಕೋಬೋಲ್ಡ್. ಕಟ್ಟುಕತೆಗಳ ಪಾತ್ರಧಾರಿಗಳನ್ನು ಬೇಕಂತಲೇ ಅಲ್ಲಲ್ಲಿ ಹುದುಗಿಸಿ, ಹುಡುಕು ನೋಡೋಣ ಎಂದು ಆ ಚಿತ್ರ ನನಗೆ ಸವಾಲು ಒಡ್ಡಿತು. ಕಣ್ಣುಗಳಿದ್ದ ಮರದ ಕಾಂಡವೊಂದು ಸಂತೋಷದ ನಗೆ ಬೀರುತ್ತಿತ್ತು. ಮರದ ಎಲೆಗಳ ನಡುವೆ ಮತ್ತಷ್ಟು ನಗುವ ಯಕ್ಷಯಕ್ಷಿಣಿಯರು ಹಾಗೂ ಅವರುಗಳ ಬಣ್ಣಬಣ್ಣದ ಕೇಶರಾಶಿ ಕಂಡವು. ನಮ್ಮ ನೆಚ್ಚಿನ ಕಾಡಿನ ಬಯಲಿಗೆ ತಕ್ಷಣ ಓಡಿಹೋಗುವ ಬಯಕೆಯಾಯಿತು. ಈಗಲೇ ಅಲ್ಲಿಗೆ ಹೋಗಿ ಯಕ್ಷಯಕ್ಷಿಣಿಯರನ್ನು ಹುಡುಕುವ ತವಕವಾಯಿತು. ಎಷ್ಟು ಬಾರಿ ಕಾಡಿಗೆ ಹೋದರೂ ಒಮ್ಮೆಯಾದರೂ ಕಣ್ಣುಬಿಟ್ಟು ಯಕ್ಷಯಕ್ಷಿಣಿಯರನ್ನು ಹುಡುಕಿರಲಿಲ್ಲ. ಅದೇ ನಮ್ಮ ಸಮಸ್ಯೆ.

ನಾನು: ಸಾರಿ.

ಈಡಾ: ನನ್ನ ಅಭಿಪ್ರಾಯವೂ ಅದೇ. ಅವನೊಬ್ಬ ಆರ್ಶ್‌ಲೋಖ್.

ನಾನು ನಕ್ಕೆ.

ನಿದ್ರಾಸುಂದರಿಯ ಚಿತ್ರವಿದ್ದ ಜಾಗದಲ್ಲಿ ಹೊಸದೊಂದು ಚಿತ್ರ ಬಂದಿತ್ತು. ಅದೂ ಜಲವರ್ಣದ ಚಿತ್ರವೇ. ಜೋರು ಹರಿವಿನ ಕಪ್ಪು ನದಿ, ಅದರ ಮೇಲೆ ತೇಲುವ ತೆಪ್ಪ, ತೆಪ್ಪದ ಮೇಲೆ ಕುಳಿತ ಹುಡುಗನೊಬ್ಬ ಬಾಣಸಿಗರ ಟೋಪಿಯನ್ನು ಧರಿಸಿದ್ದ. ಪಕ್ಕದಲ್ಲಿ ಮೊಲದ ಕಿವಿಗಳ ರಾಜಕುಮಾರಿ ಇದ್ದಳು.

ನಾನು: ಅವನು ವಾಪಸ್ಸು ಬಂದ.

ಈಡಾ ಮಗುಳ್ನಕ್ಕಳು, ಅದನ್ನು ಕಂಡು ನಾನೂ ಮುಗುಳ್ನಕ್ಕೆ.

ಈಡಾ: ಸದ್ಯ.

ಹೆಗ್ಗಣತಿಯ ಚಿತ್ರ ಕಸದ ಚೀಲದೊಂದಿಗೆ ಹೊರಹೋಗಿತ್ತು. ಒಳ್ಳೆಯದು. ನನಗೆ ಆ ಚಿತ್ರ ಇಷ್ಟವೇ ಇರಲಿಲ್ಲ.

ನಾನು: ಏನಾದರೂ ತಿಂದೆಯಾ?

ಈಡಾ ತಲೆಯಲ್ಲಾಡಿಸಿದಳು.

ಈಡಾ: ನಾನು ಸಂಜೆಯೂಟಕ್ಕೆ ಮೇಜನ್ನು ಸಿದ್ಧಪಡಿಸಬೇಕು ಎನ್ನುವಷ್ಟರಲ್ಲಿ..

"ಇಶ್ ನೇನ್ ಡಿಶ್ ಲೀಬರ್ ಸನ್ನಿ, ಆ, ಆ, ಆ, ಆ, ಆ. ಅಬ್ ಯೆಟ್ಸ್‌ಟ್ ವಿರ್ಡ್ ಆಲೆಸ್ ಈಸಿ. ದೆನ್ ದು ಬಿಸ್ಟ್ ನಿಶ್ಟ್ ಮೇರ್ ದಾ, ಆ, ಆ, ಆ, ಆ, ಆ" ಎಂದು ಜರ್ಮನ್ ರಾಪ್ ಗಾಯಕ ಕ್ರೋ ಅಡುಗೆಮನೆಯಿಂದ ಹಾಡುತ್ತಿದ್ದ.

ನಾನು: ಡೋನರ್ ತಿನ್ನೋಣ?

ಈಡಾ ಉತ್ಸಾಹದಿಂದ ತಲೆದೂಗಿ ಛಂಗನೆ ಮೇಲೆದ್ದಳು.

ನಾನು ಮೇಲೆದ್ದಾಗ ಈಡಾಳ ಹಾಸಿಗೆಯ ಮೇಲಾಗಿದ್ದ ಕಪ್ಪುಕಲೆ ಕಂಡಿತು. ನಾನು ಇನ್ನೂ ಒದ್ದೆ ಈಜುಡುಗೆಯಲ್ಲೇ ಇದ್ದೆ.

ನಾನು: ಫ಼ಕ್, ಸಾರಿ.

ಈಡಾ: ಪರವಾಗಿಲ್ಲ. ನನ್ನ ಹಾಸಿಗೆ ಈಗ ಈಜುಕೊಳದ ಪರಿಮಳ ಸೂಸುವುದು.

ದಣಿವಿನಿಂದಾಗಿ ನನ್ನ ಕಣ್ಣುಗಳು ನನ್ನ ಹತೋಟಿಗೆ ಸಿಗದಂತೆ ಅದುರುತ್ತಿದ್ದವು. ಅಸಾಧ್ಯ ದಣಿವು. ಹಾಸಿಗೆಯ ಮೇಲೆ ಮಲಗಿದರೂ ನಿದ್ದೆ ಬರಲಿಲ್ಲ. ನನ್ನ ಚಿಂತೆಯ ಸಾಲುಗಳು ನಿದ್ದೆಯನ್ನು ಹೊಡೆದೋಡಿಸಿದವು. ಸಾಲದ್ದಕ್ಕೆ ಅಡುಗೆಮನೆಯಿಂದ ಜೋರುದನಿಯಲ್ಲಿ

ಒಂದಾದರಮೇಲೆ ಒಂದು ಜರ್ಮನ್ ರಾಪ್ ಹಾಡುಗಳು ತೇಲಿ ಬರುತ್ತಿದ್ದವು. ಉರಿಬೇಸಿಗೆಯಲ್ಲಿ ತಂಗಾಳಿ ಎಲ್ಲಿಂದ ಬರಬೇಕು? ಕೋಣೆಯೊಳಗೆ ಸ್ಥಿರವಾಗಿ ನಿಂತ ಬಿಸಿ ಗಾಳಿಯಷ್ಟೇ ಇತ್ತು. ಮಾಸ್ಟರ್ ಪ್ರಬಂಧಕ್ಕೆ ಏನು ಮಾಡಬೇಕು ಎಂದು ನಿರ್ಧರಿಸಿ ಆಗಿತ್ತು. ಆದರೆ ಈಡಾಳ ಜೊತೆ ಏನು ಮಾಡಬೇಕೆಂದು ನಿರ್ಧರಿಸಲಾಗದೆ ಸಿಕ್ಕಿಹಾಕಿಕೊಂಡಿದ್ದೆ. ಸ್ವೀಕೃತವಾದ ನನ್ನ ಸಲಹೆಗಳನ್ನು ಅವಳು ತಕ್ಕಮಟ್ಟಿಗೆ ಪಾಲಿಸುತ್ತಿದ್ದಳು. ಆದರೆ ಅವು ನಾನು ಅಂದುಕೊಂಡಷ್ಟು ಬದಲಾವಣೆಗಳನ್ನು ತರಲಿಲ್ಲ. ನನ್ನೊಂದಿಗೆ ಕಾಲೇಜಿಗೆ ಬಂದು ಬಹಳಷ್ಟು ಪುಸ್ತಕಗಳನ್ನು ಓದಿದಳು. ಆದರೆ, ಜನರೊಂದಿಗೆ ಬೆರೆಯುವುದರಲ್ಲಿ ಮತ್ತು ಮಾತನಾಡುವುದರಲ್ಲಿ ಯಾವುದೇ ಮುನ್ನಡೆ ಸಾಧಿಸಲಿಲ್ಲ. ಅವಳು ಈಜುಕೊಳಕ್ಕೆ ಬರದೆ ಬಹಳಷ್ಟು ದಿನಗಳು ಕಳೆದಿದ್ದವು. ಸೆಕೆ ಹೆಚ್ಚಿದ್ದ ದಿನಗಳಂದು ಅವಳು ಮನೆಯಲ್ಲೇ ಕೂತು ಓದುವುದು, ಚಿತ್ರ ಬಿಡಿಸುವುದನ್ನು ಮಾಡುತ್ತಿದ್ದಳು. ಅವಳ ವಾರಿಗೆಯ ಮಕ್ಕಳು ಈಜುಕೊಳಕ್ಕೆ ಹೋಗುತ್ತಿದ್ದರೂ ಅವಳು ತನ್ನ ಹಾಸಿಗೆಯಲ್ಲೇ ಈಜುಕೊಳದ ವಾಸನೆಯನ್ನು ಮೂಸಿ ಸಂತೋಷಪಟ್ಟದ್ದನ್ನು ನೋಡಿ ನನಗೆ ಬೇಸರವಾಯಿತು. ಆದರೆ ಅವಳಲ್ಲಿ ದುಃಖದುಮ್ಮಾನಗಳ ಛಾಯೆಗಳೇನೂ ಇರಲಿಲ್ಲ, ಬದಲಿಗೆ ಗೆಲುವಾಗಿ ಕಂಡಳು. ಶಾಲೆ ಮುಗಿದ ದಿನದಿಂದಲೇ ಸಂತೋಷದಿಂದ ಇದ್ದಳು. ಹಲವಾರು ಸಂಜೆಗಳು ನಾನು ಮನೆಗೆ ಬರುವ ಮುನ್ನವೇ ಸಿದ್ಧವಾಗಿರುತ್ತಿದ್ದ ಮೇಜುಗಳು, ಜೊತೆಗೆ ನುಜ್ಜುಗುಜ್ಜಾದ ಕೆಂಪು ಗುಂಡುಮೂಲಂಗಿಗಳು ನೆನಪಾದವು. ಅವಳು ಕೋಣೆಯ ಹೊರಗೆ ಜೋಡಿಸಿಟ್ಟಿದ್ದ ನಾಲ್ಕು ಕಸದ ಕವರುಗಳು ನೆನಪಾದವು. ಮೀನಿನ ರೆಕ್ಕೆಗಳಿದ್ದ ಹೊಸ ಚಿತ್ರ, ಅಡುಗೆ ಸಹಾಯಕ, ಮೊಲದ ಕಿವಿಯ ರಾಜಕುಮಾರಿ, "ಬೇಡ" ಎಂದು ಚೀರುತ್ತಿದ್ದ ಮೊಲ ಕ್ರಮೇಣ ರಾಜಕುಮಾರಿಯಾಗಿ ಬದಲಾಗುವ ಚಿತ್ರಗಳು ಕಣ್ಣ ಮುಂದೆ ಬಂದವು. ಈಡಾ ನನ್ನ ಪಕ್ಕದಲ್ಲಿ ಕುಳಿತು "ಎಲ್ಲಾ ಸರಿಹೋಗುತ್ತದೆ" ಎಂದಿದ್ದಳು. ಅದು ಹೇಗೆ ಸರಿಹೋಗುವುದೋ ನನಗಂತೂ ಗೊತ್ತಿಲ್ಲ.

ನಾನು ಮನೆಬಿಟ್ಟು ಹೋದಮೇಲೆ ಅವಳೊಬ್ಬಳೇ ಮಾಮಾಳ ಅವನತಿಯನ್ನು ನಿಭಾಯಿಸಬೇಕು ಎಂಬ ಆತಂಕ ನನಗಿತ್ತು. ಅದಕ್ಕೆ ಈಡಾ ಸಿದ್ಧವಾಗಿರಲಾರಳು. ನಾನು ಬರ್ಲಿನ್‌ಗೆ ಹೋಗುವೆನೋ ಬಿಡುವೆನೋ ಗೊತ್ತಿಲ್ಲ, ಆದರೆ ಮಾಮಾಳ ಅವನತಿಯಂತೂ ಖಂಡಿತಾ. ಅದಕ್ಕೆ ಹೆಚ್ಚು ಸಮಯ ಬೇಕಿರಲಿಲ್ಲ. "ವಿಯರ್ ಬ್ಲೈಬೆನ್ ವಾಖ್, ಬಿಸ್ ಡೀ ವೋಲ್ಕೆನ್ ವೀಡರ್ ಲೀಲಾ ಸಿಂಡ್" ಎಂಬ ಹಾಡು ಅಡುಗೆಮನೆಯಿಂದ ಹೊಮ್ಮುತ್ತಿತ್ತು.

■

ಹೈ ಫೈವ್. ಕ್ಲಾಸಿನಲ್ಲಿದ್ದ ಎಲ್ಲರಿಗೂ ಕ್ರಮಬದ್ಧವಾಗಿ ಒಂದೊಂದು ಹೈ ಫೈವ್ ಕೊಟ್ಟು ಅಲ್ಲಿಂದ ಈಜುಕೊಳಕ್ಕೆ ಹೋಗಿಬಿಟ್ಟಿದ್ದರೆ ಎಷ್ಟೋ ಚೆನ್ನಾಗಿರುತ್ತಿತ್ತು. ಪ್ರೊಫೆಸರ್ ಕ್ಲೈನ್ ನನ್ನ ಮಾತುಗಳಿಗೆ ಪ್ರತಿಕ್ರಿಯೆಯಂತೆ ತಲೆದೂಗುತ್ತಾ "ಸೇರ್ ಗೂಟ್, ಫ್ರೌ ಶ್ಮಿಟ್" ಎಂದು ಪ್ರಶಂಸಿಸಿದ್ದು ಕೇಳಿ ಸಂತೋಷದಿಂದ ನೀರಿಗೆ ಧುಮುಕುವ ತವಕವಾಯಿತು. ಆದರೆ ಈಡಾಳಿಗೆ ಇತರರೊಂದಿಗೆ ಬೆರೆಯಬೇಕೆಂಬ ಪ್ರವಚನ ನೀಡಿದ ನಾನೇ ಸಮಾಜದಿಂದ ವಿಮುಖಳಾದರೆ ಹೇಗೆ ಎಂದು ಯೋಚಿಸಿ ಹೈ ಫೈವ್ ಪಬ್ಬಿಗೆ ಹೋಗಲು ನಿರ್ಧರಿಸಿದೆ.

ಜೀವನಕ್ಕೆ ವಿರಾಮ ನೀಡು, ಇದಕ್ಕೂ ಒಂದು ಅವಕಾಶ ಕೊಟ್ಟುನೋಡು ಎಂದು ನನಗೆ ನಾನೇ ಹೇಳಿಕೊಂಡು, ಕಣ್ಣು ಅದುರುವುದನ್ನು ನಿಲ್ಲಿಸುವ ಪ್ರಯತ್ನವಾಗಿ ಕಣ್ಣುಗಳನ್ನು ಬಿಗಿಯಾಗಿ ಮುಚ್ಚಿ ತೆಗೆದು ಮಾಡಿದೆ. ಪಬ್ಬಿನೊಳಗೆ ಕಾಲಿಟ್ಟದ್ದೇ ಹಳೆಯ ಕಾಲದ ರೆಟ್ರೋ ಶೈಲಿಯ ಪೀಠೋಪಕರಣಗಳನ್ನು ಕಂಡು, ಅಲ್ಲಿಗೆ ನಾನು ಬಂದದ್ದೇ ತಪ್ಪಾಯಿತು ಎಂದು ಅನ್ನಿಸಿಬಿಟ್ಟಿತು.

ಆನ್ನಾ ತನ್ನ ಮನೆಯಲ್ಲಿ ವಾಸಿಸುವ ಒಬ್ಬ ವ್ಯಕ್ತಿಯ ವಿಚಿತ್ರ ವರ್ತನೆಗಳನ್ನು ವರ್ಣಿಸುತ್ತಿದ್ದಳು. ಅವನಿಗೆ ಹಠಾತ್ತನೆ ಆರೋಗ್ಯ ವ್ಯಾಯಾಮಗಳ ಗೀಳು ಹಿಡಿದು ಸ್ಮೂತಿ ತಯಾರಿಸಲೆಂದು ದಿನಕ್ಕೆ ಹತ್ತು ಬಾರಿ ಜೋರಾಗಿ ಮಿಕ್ಸಿ ತಿರುಗಿಸುತ್ತಾನಂತೆ. ಯಾವುದೋ ಬೊಜ್ಜು ಕರಗಿಸುವ ಸೊಪ್ಪುಗಳನ್ನು ಮನೆಯಲ್ಲೇ ಬೆಳೆಸುತ್ತಾನಂತೆ. ಫ್ರಿಜ್ಜಿನ ಒಳಗೆ ಅವನು ಸೇವಿಸುವ ಆರೋಗ್ಯಕರ ಹಣ್ಣು ತರಕಾರಿ ಇತ್ಯಾದಿಗಳನ್ನು ಅವಳು ಸೇವಿಸುವ ಹಾಳು ಮೂಳುಗಳಿಂದ ಬೇರ್ಪಡಿಸಲು ಮಧ್ಯದಲ್ಲಿ ಕೆಂಪು ನೂಲಿನ ಸೀಮೆ ಎಳೆದಿದ್ದಾನಂತೆ.

ಆನ್ನಾ: ಮೊನ್ನೆ ಅಡುಗೆಮನೆಯಲ್ಲಿ ಪಾತ್ರೆ ತೊಳೆಯುವ ಸ್ಪಂಜಿನಿಂದ ಯಾವುದೋ ಬೀಜಗಳು ಮೊಳಕೆಯೊಡೆದು ಎಳೆಯ ಹಸಿರು ಸೊಪ್ಪುಗಳು ಬೆಳೆದಿದ್ದವು. ನನಗೆ ನನ್ನ ಕಣ್ಣುಗಳನ್ನೇ ನಂಬಲಾಗಲಿಲ್ಲ. ಅದು ಹೇಗೋ ಆ ಬೀಜಗಳು ಸ್ಪಂಜಿನೊಳಗೆ ಸೇರಿಕೊಂಡುಬಿಟ್ಟಿದ್ದವು.

ಎಲ್ಲರೂ ನಕ್ಕರು. ಮಾಮಾಳ ಜೊತೆಯಲ್ಲಿ ನಾನು ಸೂಪರ್‌ಮಾರ್ಕೆಟ್‌ಗೆ ಹೋಗುತ್ತಿದ್ದ ದಿನಗಳಂದು ನನಗೆ ಬೇಕಾದ ಒಂದು ವಸ್ತುವನ್ನು ಕೊಂಡುಕೊಳ್ಳಲು ಅನುಮತಿಯಿತ್ತು. ಮಿಕ್ಕಿಮೌಸ್ ಪಾಕ್ಷಿಕ, ಕುದುರೆಪ್ರಿಯರಿಗಾಗಿ ಬರುತ್ತಿದ್ದ ವೆಂಡಿ ಪಾಕ್ಷಿಕ, ಕುತೂಹಲಕಾರಿ ಮಾಹಿತಿಗಳನ್ನೊಳಗೊಂಡ ಫ್ರಾಗ್ ಡೋಖ್ ಮಾಲ್ ಡಿ ಮೌಸ್, 'ಇಲಿಯನ್ನು ಕೇಳಿ ನೋಡು' ಪಾಕ್ಷಿಕಗಳನ್ನು ಕೊಂಡಾಗ ರಾಗಿಯ ಕಾಳಿನಂತಹ ಬೀಜಗಳು ಉಚಿತವಾಗಿ ಸಿಗುತ್ತಿದ್ದವು. ಅವನ್ನು ಒಂದು ಹತ್ತಿಯೊಳಗೆ ಬಿತ್ತಿ ಬಟ್ಟಲಿನಲ್ಲಿ ಇಟ್ಟು ನೀರು ಚಿಮುಕಿಸಿದರೆ ಒಂದು ವಾರದ ಬಳಿಕ ಬೀಜಗಳು ಮೊಳಕೆಯೊಡೆದು ಸಣ್ಣಸಣ್ಣ ಗಿಡಗಳು ಹೊರಬರುತ್ತಿದ್ದವು. ಅವನ್ನು ಕಿತ್ತು ಮಾಮಾ ಆಲೂಗಡ್ಡೆ ಸಲಾಡ್‌ನ ಮೇಲೆ ಉದುರಿಸಿ ಊಟದ ಮೇಜಿನ ಮೇಲೆ ಇಡುತ್ತಾ ನನ್ನ ತಂದೆಗೆ "ಇದನ್ನು ನಾವೇ ಬೆಳೆದದ್ದು" ಎಂದು ತೋರಿಸುತ್ತಿದ್ದಳು. ನಾನು ಕುರ್ಚಿಯಿಂದ ಛಂಗನೆ ಎದ್ದು ಹತ್ತಿಯ ಬಟ್ಟಲನ್ನು ಅವರಿಗೆ ತಂದು ತೋರಿಸುತ್ತಿದ್ದೆ. ಅಂದಿನ ಆಲೂಗಡ್ಡೆ ಸಲಾಡ್‌ನ ರುಚಿ ಎಂದಿಗಿಂತಲೂ ಹೆಚ್ಚು. ನಂತರದ ದಿನಗಳಲ್ಲಿ ನಾನು ಒಬ್ಬಳೇ ಸೂಪರ್‌ಮಾರ್ಕೆಟ್‌ಗೆ ಹೋಗುವುದು ರೂಢಿಯಾದಾಗ ಒಮ್ಮೊಮ್ಮೆ ನಾನೇ ಪತ್ರಿಕೆಗಳನ್ನು ಕೊಳ್ಳುತ್ತಿದ್ದೆ. ಆಗ ಒಮ್ಮೆ ಮಿಕ್ಕಿಮೌಸ್ ಪಾಕ್ಷಿಕದ ಜೊತೆಗೆ ಮನೆಯಲ್ಲಿ ಬೆಳೆಸಿ ಸಾಕಬಹುದಾದ ಕಪ್ಪೆಮರಿಗಳನ್ನು ಹೋಲುವ ಜೀವಿಗಳ ಮೊಟ್ಟೆಗಳು ಉಚಿತವಾಗಿ ದೊರೆತಿದ್ದವು. ಒಂದು ಚಿಕ್ಕ ಪ್ಯಾಕೆಟ್ಟಿನಲ್ಲಿ ಮೊಟ್ಟೆಗಳು, ಮತ್ತೊಂದರಲ್ಲಿ ಅದಕ್ಕೆ ಬೇಕಾದ ಆಹಾರ ಇತ್ತು. ಮೊಟ್ಟೆಗಳ ಪ್ಯಾಕೆಟ್ಟನ್ನು ಮೊದಲು ನೀರಿಗೆ ಹಾಕುವ ಬದಲು ನಾನು ಆಹಾರದ ಪ್ಯಾಕೆಟ್ಟನ್ನು ಸುರಿದುಬಿಟ್ಟಿದ್ದೆ. ಒಂದೇ ಒಂದು ಕಪ್ಪೆಮರಿಯೂ ಬದುಕುಳಿಯಲಿಲ್ಲ, ಅಥವಾ ಅವು ಮೊಟ್ಟೆಯೊಡೆದು ಹೊರಗೇ ಬರಲಿಲ್ಲವೇನೋ, ಆಗ ನನಗದು ತಿಳಿಯಲಿಲ್ಲ. ಆ ಘಟನೆ ನನ್ನನ್ನು ಹತಾಶೆಗೊಳಿಸಿದ್ದಂತೂ ನಿಜ.

ಕಪ್ಪೆಮರಿಗಳು ಮೊಟ್ಟೆಯೊಡೆದು ಹೊರಬಂದಿದ್ದವೋ ಇಲ್ಲವೋ ನೆನೆಪಿಸಿಕೊಳ್ಳುವ ಪ್ರಯತ್ನದಲ್ಲಿದ್ದಾಗಲೇ ಹೈ ಫೈವ್ ಪಬ್ಬಿನೊಳಗೆ ಅವನ ಆಗಮನವಾಯಿತು. ವಿಕ್ಟೋರ್. ಕೆನೆಬಣ್ಣದ ದೊಗಲೆಯಾದ ಪ್ಯಾಂಟು, ಬಿಳಿ ದೊಗಲೆ ಟೀಶರ್ಟು ಮತ್ತು ಕಾಲಿಗೆ ನ್ಯೂ ಬ್ಯಾಲೆನ್ಸ್ ಸ್ನೀಕರ್ಸ್ ಹಾಕಿದ್ದ. ಅವನಿಗೆ ನಾನು ಕಾಣಿಸಲಿಲ್ಲ. ಬಾರಿನ ಬಳಿ ಎತ್ತರದ ಸ್ಟೂಲಿನ ಮೇಲೆ ಕುಳಿತು ಬಾರ್ ಪರಿಚಾರಕನಿಗೆ ಏನೋ ಹೇಳಿದ, ಅವನು ಒಂದು ಗ್ಲಾಸ್ ಬಿಯರ್ ತಂದು ಇವನ ಮುಂದಿಟ್ಟ. ಆ ಪಬ್ಬಿನಲ್ಲಿ ನನ್ನನ್ನು ಹೊರತುಪಡಿಸಿ ಇನ್ನೂ ಕೆಲವರು ಅವನನ್ನು ಗಮನಿಸುತ್ತಿದ್ದರು. ಮೂವರು ಯುವತಿಯರು ಬಾರಿನ ಪಕ್ಕವಿದ್ದ ಮೇಜಿನ ಬಳಿ ಕುಳಿತಿದ್ದರು. ಅವರ ಉಡುಗೆ ತೊಡುಗೆಗಳನ್ನು ನೋಡಿದರೆ ಅವರು ಕಾನೂನು ಇಲ್ಲವೇ ಬಿಸಿನೆಸ್ ವಿದ್ಯಾರ್ಥಿನಿಯರೆಂದು ಹೇಳಬಹುದಿತ್ತು, ಗಣಿತದ ವಿದ್ಯಾರ್ಥಿನಿಯರಂತೂ ಖಂಡಿತ ಅಲ್ಲ. ನಾನು ಕುಳಿತ ಜಾಗದಿಂದ ಅವರು ಜೊತೆಗಾರನನ್ನು ಆಕರ್ಷಿಸುವ ತಯಾರಿ ಮಾಡಿಕೊಳ್ಳುತ್ತಿದ್ದರೆಂಬುದು ಸ್ಪಷ್ಟವಾಗಿ ತಿಳಿಯುತ್ತಿತ್ತು. ಆ ಮೂವರಲ್ಲಿ ಒಬ್ಬಳು ಕತ್ತು ಮುಚ್ಚುವ ಕಾಲರ್ ಇರುವಂತಹ ಕಪ್ಪು ಬಣ್ಣದ ಡ್ರೆಸ್ ತೊಟ್ಟಿದ್ದಳು. ಅವಳಿಗೆ ಅಂದು ಜೊತೆಗಾರನನ್ನು ಕೂಡುವ ಬಯಕೆಯಿದ್ದಂತಿತ್ತು. ಅವಳಿಗೆ ಜಾಕಲೀನ್ ಎಂದು ನಾಮಕರಣ ಮಾಡಿದೆ. ಜಾಕಲೀನ್ ತನ್ನ ಗೆಳತಿಯರೊಂದಿಗೆ ಮಾತನಾಡುವಾಗಲೂ ವಿಕ್ಟೋರ್‌ನ ಕಡೆಯೇ ನೋಡುತ್ತಿದ್ದಳು. ಅವಳೊಮ್ಮೆ ಜೋರಾಗಿ ನಕ್ಕಿದ್ದಕ್ಕೆ ಪಬ್ಬಿನಲ್ಲಿದ್ದ ಇತರರೂ ಅವಳನ್ನೇ ತಿರುಗಿ ನೋಡಿದರು. ಪಾಪ, ಜಾಕಲೀನ್‌ಗೆ ಹೇಗೆ ಗೊತ್ತಾಗಬೇಕು, ಅವಳು ಕಣ್ಣು ಹಾಯಿಸುತ್ತಿದ್ದ ವ್ಯಕ್ತಿ ಮಂಜುಗಡ್ಡೆಯಂತಹ ಸ್ವಭಾವದವನು ಎಂದು. ಅವನು ಅವಳನ್ನು ಕಂಡು ಸಿಡುಕಬಹುದು, ಅವಳ ಕಡೆ ತಿರುಗಿಯೂ ನೋಡದೆ ಇದ್ದುಬಿಡಬಹುದು ಎಂದು ಮುಂದೆ ನಡೆಯಬಹುದಾದ್ದನ್ನು ಊಹಿಸಿಕೊಂಡು ಒಳಗೊಳಗೇ ನಕ್ಕೆ. ನನ್ನ ನಗು ಮರುಕ್ಷಣವೇ ಬಾಡಿಹೋಯಿತು. ಅವನು ಆ ಬಿಸಿನೆಸ್ ವಿದ್ಯಾರ್ಥಿನಿಯ ಬೆದೆಯ ನೋಟವನ್ನು ಗಮನಿಸಿ ಅವಳೆಡೆ ಸಿಹಿಯಾದ ಮುಗುಳ್ನಗೆಯನ್ನು ಬೀರಿದ. ಏನು ಎಂದು ಕೇಳುವಂತೆ ಹುಬ್ಬೇರಿಸಿದ. ಅವನು ಜಾಕಲೀನ್‌ಳೊಂದಿಗೆ ಫ್ಲರ್ಟ್ ಮಾಡುತ್ತಿದ್ದನೇ? ಅವಳು ಮೇಲೆದ್ದು ಅವನ ಪಕ್ಕಕ್ಕೆ ಬಂದು ಕುಳಿತಳು.

ಫರ್ಡಿನಾಂಡ್: ಆಲೆಸ್ ಕ್ಲಾರ್, ಟಿಲ್ಡಾ? ಎಲ್ಲಾ ಓಕೆ?

ನಾನು: ಆಲೆಸ್ ಸೂಪರ್. ಏಕೆ?

ಫೇಲಿಕ್ಸ್: ನೀನೇನೋ ಸಿಟ್ಟು ಮಾಡಿಕೊಂಡ ಹಾಗೆ ಇದೆ.

ಅನ್ನಾ: ಅದು ಪಾರ್ಟಿಯನ್ನು ಕಳೆಗಟ್ಟಿಸುತ್ತಿದೆ.

ಅಲ್ಲಿ ನಡೆಯುತ್ತಿದ್ದ ಎಲ್ಲವನ್ನೂ ಕಂಡು ನನಗೆ ಅಸಹ್ಯವಾಗುತ್ತಿತ್ತು. ಹಳಸಲು ಬಿಯರ್, ಹಣ, ಆ ಹಳಸಲು ಬಿಯರಿಗೆ ನಾನು ತೆರಬೇಕಾಗಿ ಬಂದ ಹಣ, ಮತ್ತು ಅವನು. ಎಲ್ಲಾ ಅಸಹ್ಯ. ಬಾರ್ ಕೌಂಟರ್‌ನ ಮೇಲೆ ಹೇಗೆ ಧಿಮಾಕಿನಿಂದ ಒರಗಿಕೊಂಡು ನಿಂತಿದ್ದ. ಬಿಳಿಯ ಶರ್ಟು ಮತ್ತು ಕೆನೆಬಣ್ಣದ ಪ್ಯಾಂಟು ಅವನಿಗೆ ಚೆನ್ನಾಗಿ ಹೊಂದುತ್ತಿತ್ತು. ತುಂಬಾ ಚೆನ್ನಾಗಿಯೇ ಹೊಂದುತ್ತಿತ್ತು. ಅವನ ಪಕ್ಕ ನಿಂತ ಆ ಮೊದ್ದು ಗೂಬೆ ತನ್ನ ಮ್ಯಾನಿಕ್ಯೂರ್ ಮಾಡಿಸಿದ

ಒತ್ತಿಕೇತದಂತಹ ಕೈಬೆರಳುಗಳನ್ನು ಅವನ ಭುಜದ ಮೇಲೆ ಹಗುರವಾಗಿ ಆಡಿಸುತ್ತಿದ್ದಳು. ಅಸಹ್ಯ. ನನಗೆ ಜಾಕಲೀನ್‌ನ ಮೇಲೆ ಸಿಟ್ಟು ಬಂತು. ಜಾಕಲೀನ್ ಹೆಸರಿನ ಮೇಲೆಯೂ ಸಿಟ್ಟು ಬಂತು. ಅವನ ಮೇಲೆ ಇನ್ನಷ್ಟು ಸಿಟ್ಟು ಬಂತು. ಅವನೇಕೆ ಅವಳನ್ನು ನೋಡಿ ಹಲ್ಲು ಕಿರಿಯುತ್ತಿದ್ದಾನೆ? ಅವನು ತನ್ನ ಕುಟುಂಬದ ಎಲ್ಲರನ್ನೂ ಕಳೆದುಕೊಂಡು ಶೋಕದಲ್ಲಿ ಮುಳುಗಿಹೋಗಿದ್ದಾನೆ ಅಂದುಕೊಂಡಿದ್ದೆ. ಅಷ್ಟೆಲ್ಲಾ ನಡೆದಿದ್ದರೂ ಅವನು ಈ ರೀತಿ ನಗುತ್ತಾನೆ ಎಂದರೆ ಏನರ್ಥ? ಅವರಿಬ್ಬರೂ ಕಣ್ಣಲ್ಲಿ ಕಣ್ಣಿಟ್ಟು ನೋಡಿದರು. ಮರುಕ್ಷಣವೇ ನನ್ನ ಮತ್ತು ಅವನ ನೋಟಗಳು ಸಂಧಿಸಿದವು. ಅವನ ತುಟಿಗಳು ಇನ್ನಷ್ಟು ಅಗಲವಾಗಿ ಬಿರಿದವು. ಆರ್ಶ್‌ಲೋಖ್. ನನ್ನ ಪೌಚಿನಿಂದ 10 ಯೂರೋ ನೋಟೊಂದನ್ನು ತೆಗೆದೆ. ಕುರ್ಚಿಯಿಂದ ಮೇಲೆದ್ದೆ, "ನಾನು ಹೊರಡುತ್ತೇನೆ" ಎಂದು ಹೇಳಿ ಹೊರಟುಬಿಟ್ಟೆ. ಹೈ ಫ್ಲೈವ್ ಅಂತೆ. ಪಬ್ಬಿನ ಹೆಸರು ಕೇಳಿದಾಗಲೇ ನಾನು ಬರುವುದಿಲ್ಲ ಎಂದು ಹೇಳಿಬಿಡಬೇಕಿತ್ತು. ನಿಲ್ದಾಣಕ್ಕೆ ಇನ್ನೇನು ಹತ್ತು ಹೆಜ್ಜೆಯಿದೆ ಎನ್ನುವಷ್ಟರಲ್ಲಿ ನನ್ನ ಕಣ್ಣೆದುರಿಗೇ ಟ್ರಾಮ್ ಹೊರಟುಹೋಯಿತು. ಮೈಕೈ ಪರಚಿಕೊಳ್ಳುವ ಹಾಗಾಯಿತು.

"ಹೇಯ್!"

ಅವನ ಧ್ವನಿ ನನ್ನನ್ನು ಹಿಂಬಾಲಿಸಿತು. ನನ್ನ ನಡಿಗೆಯ ವೇಗವನ್ನು ಹೆಚ್ಚಿಸಿದೆ.

ವಿಕ್ಟೋರ್: ಈ ಸರಿಹೊತ್ತಿನಲ್ಲಿ ಒಬ್ಬಳೇ ಮನೆಗೆ ನಡೆದು ಹೋಗುವುದು ನಿನ್ನ ಇಷ್ಟದ ಹವ್ಯಾಸವೋ?

ನನಗೆ ನಿಂತು ಕಾಯುವುದು ಇಷ್ಟವಿರಲಿಲ್ಲ. ಹಾಗಾಗಿ ಮುಂದಿನ ನಿಲ್ದಾಣದವರೆಗೂ ನಡೆದುಹೋಗುವ ಎಂದು ನಡೆಯಲಾರಂಭಿಸಿದ್ದೆ. ಆದರೆ ಅವನಿಗೆ ಅದನ್ನು ವಿವರಿಸುವ ಸಹನೆ ನನ್ನಲ್ಲಿ ಇರಲಿಲ್ಲ.

ವಿಕ್ಟೋರ್: ಇರು, ಟ್ಯಾಕ್ಸಿಗೆ ಫೋನ್ ಮಾಡುತ್ತೇನೆ.

ನಾನು: ಬೇಕಾಗಿಲ್ಲ.

ವಿಕ್ಟೋರ್: ಇಲ್ಲಿಂದ ನಿಮ್ಮ ಮನೆಗೆ 10 ಕಿಲೋಮೀಟರ್ ಆಗುತ್ತೆ.

ನಾನು: 11.

ಅವನು ನನ್ನ ವೇಗಕ್ಕೆ ಸಮನಾಗಿ ನಡೆದ. ನಾವು ಪಕ್ಕಪಕ್ಕದಲ್ಲಿ ನಡೆಯತೊಡಗಿದೆವು. ನಮ್ಮ ನಡುವೆ ಸುಮಾರು 130 ಸೆಂಟಿಮೀಟರ್‌ಗಳಷ್ಟು ಅಂತರವಿತ್ತು. ಇಬ್ಬರ ನೋಟವೂ ನೇರ ರಸ್ತೆಯ ಮೇಲೆ ನೆಟ್ಟಿತ್ತು, ಇಬ್ಬರ ಬಾಯಿಗಳೂ ಮುಚ್ಚಿದ್ದವು. ನಾನಾಗಿಯೇ ಅವನೊಂದಿಗೆ ಮಾತು ಆರಂಭಿಸುವ ಪ್ರಶ್ನೆಯೇ ಇರಲಿಲ್ಲ. ಅವನು ನಮ್ಮನ್ನು ಮನೆಯಿಂದ ಹೊರಹಾಕಿದ್ದಕ್ಕೆ, ಒಂದು ಮಾತೂ ಹೇಳದೆ ಊರು ಬಿಟ್ಟು ಹೋಗಿದ್ದಕ್ಕೆ, ಮತ್ತು ಈಗಷ್ಟೇ ಆ ಜಾಕಲೀನ್‌ಳೊಂದಿಗೆ ಫ್ಲರ್ಟ್ ಮಾಡುತ್ತಿದ್ದುದಕ್ಕೆ, ಎಲ್ಲದಕ್ಕೂ ಸಮಜಾಯಿಷಿ ನೀಡಬೇಕಾದದ್ದು ಅವನು, ನಾನಲ್ಲ. ಕಳೆದ ಎರಡು ವಾರಗಳಿಂದ ಎಲ್ಲಿ ಹಾಳಾಗಿಹೋಗಿದ್ದನೋ, ಈಗ ಎಷ್ಟು ದಿನ ಇರುತ್ತಾನೋ ಎಂಬೆಲ್ಲಾ ಪ್ರಶ್ನೆಗಳು ಕಾಡುತ್ತಿದ್ದರೂ ನಾನು ಮುಚ್ಚಿದ ತುಟಿಗಳನ್ನು ಬಿಚ್ಚಲಿಲ್ಲ. ಅವನ ಮೇಲೆ

ನನಗೆ ಸಿಟ್ಟು ಬಂದಿತ್ತು. ಅವನ ಮೇಲೆ ಸಿಟ್ಟಾಗಲು ನನಗೆ ಸರಿಯಾದ ಕಾರಣವೇನೂ ಇರಲಿಲ್ಲ. ನಾವೇನೂ ಹೇಳಿಕೊಳ್ಳುವಷ್ಟು ಸ್ನೇಹಿತರಲ್ಲ, ಮೇಲಾಗಿ ಅವನಿಗೆ ನನ್ನ ಹಂಗು ಇರಲಿಲ್ಲ. ಆದರೆ ಸಿಟ್ಟಿನ ಕೈಗೆ ಬುದ್ಧಿ ಕೊಟ್ಟಾಗ ತಪ್ಪು ಕಾರಣಗಳೇ ಸರಿಯೆಂದು ತೋರುತ್ತವೆ.

ಅದೊಂದು ಮನೋಹರವಾದ ರಾತ್ರಿ. ತಿಳಿ ಆಕಾಶದ ತುಂಬಾ ನಕ್ಷತ್ರಗಳು. ಮೈಗೆ ಹಿತವೆನಿಸುವ ಬೆಚ್ಚನೆ ಹವಾಮಾನ, ದಿನದ ಬಿರುಬಿಸಿಲಿನಂತಲ್ಲ. ಗಾಳಿಯಲ್ಲಿ ಬೆರೆತ ಸುಗಂಧಗಳು ಮೂಗಿಗೆ ಬಡಿದವು. ಇಂತಹ ಅಪರೂಪದ ರಾತ್ರಿಗಳನ್ನು ಪ್ರತಿಯೊಬ್ಬರೂ ಜೀವನದಲ್ಲೊಮ್ಮೆ ಅನುಭವಿಸಬೇಕು. ಎಲ್ಲವೂ, ಎಲ್ಲರೂ ಬಾಯಿಮುಚ್ಚಿಕೊಂಡು ಮಲಗಿದ್ದರು. ಮಿಡತೆಗಳ ಸದ್ದು ಬಿಟ್ಟರೆ ಎಲ್ಲೆಡೆ ನಿಶ್ಚಲವಾದ ಮೌನ. ಸುತ್ತಲಿನ ಹವೆಯಲ್ಲಿ ಭರವಸೆ ತುಂಬಿತ್ತು.

ವಿಕ್ಟೋರ್: ಟಿಲ್ಡಾ, ಇದು ಸರಿಯಲ್ಲ. ಈ ಸರಿರಾತ್ರಿಯಲ್ಲಿ ತುಂಡುಡುಗೆಯನ್ನು ತೊಟ್ಟು ದೀಪವಿರದ ಹಳ್ಳಿ ರಸ್ತೆಯಲ್ಲಿ ಒಬ್ಬಳೇ ಕಿಲೋಮೀಟರ್‌ಗಟ್ಟಲೆ ನಡೆದು ಮನೆಗೆ ಹೋಗುವುದು. ಮೇಲಾಗಿ ಕುಡಿದಿದ್ದೀಯ ಬೇರೆ. ಜೊತೆಗೆ ಈ ರಸ್ತೆಗಳಲ್ಲಿ ಈ ಹೊತ್ತು ಒಬ್ಬರೂ ಓಡಾಡುವುದಿಲ್ಲ.

ನಾನು: ನಿನ್ನ ಬಾಯಲ್ಲಿ ಇಷ್ಟುದ್ದದ ವಾಕ್ಯವನ್ನು ನಾನು ಇದೇ ಮೊದಲ ಬಾರಿಗೆ ಕೇಳಿದ್ದು. ನೀನು ಪ್ರವಚನದಲ್ಲಿ ಪ್ರವೀಣನೆಂದು ನನಗೆ ಗೊತ್ತೇ ಇರಲಿಲ್ಲ.

ವಿಕ್ಟೋರ್: ಈ ಅತಿಬುದ್ಧಿವಂತಿಕೆಯ ಮಾತುಗಳು ರಾತ್ರಿಯ ಹೊತ್ತು ರಸ್ತೆಯಲ್ಲಿ ಅಡ್ಡಾಡುವ ತಲೆಕೆಟ್ಟ ವ್ಯಕ್ತಿಗಳ ಮುಂದೆ ಕೆಲಸಕ್ಕೆ ಬರುವುದಿಲ್ಲ.

ನಾನು: ನಿನಗಿಂತ ತಲೆಕೆಟ್ಟವನು ಈ ಊರಿನಲ್ಲಿ ಇದ್ದಾನಾ? ರಾತ್ರಿಯ ಹೊತ್ತು ಎಲ್ಲೆಂದರೆ ಅಲ್ಲಿ ಸಿಗುವವನು ನೀನೇ, ನನ್ನನ್ನು ಕಾರಿಗೆ ಹತ್ತಿಸಿಕೊಳ್ಳಲು ಪ್ರಯತ್ನಿಸುವವನು ಸಹ ನೀನೇ. ಬೇರೆ ಯಾರೂ ಅಲ್ಲ. ಮೇಲಾಗಿ ನಾನು ಕರಾಟೆ ಕಲಿತಿದ್ದೇನೆ.

ಉತ್ತರವಿಲ್ಲ. ಅವನು ಮೌನವಾಗಿ ನನ್ನ ಪಕ್ಕದಲ್ಲೇ ನಡೆದ. ನಾನು ಹಾರಿಸಿದ ಹಾಸ್ಯಚಟಾಕಿಗೆ ಅವನು ನಗಲಿಲ್ಲವೆಂದು ನನಗೆ ಕೊಂಚ ಸಿಟ್ಟು ಬಂತು. ಅವನನ್ನು ತಲೆಕೆಟ್ಟವನು ಎಂದು ನಾನು ಕರೆಯಬಾರದಿತ್ತು. ಆದರೆ ನಾನಾಗಿಯೇ ಮೊದಲು ಮಾತನಾಡಬಾರದು ಎಂದು ನಿರ್ಧರಿಸಿದ್ದೆ. ಮುಂದಿನ ಟ್ರಾಮ್ ನಿಲ್ದಾಣವನ್ನು ತಲುಪಲು ಮುಕ್ಕಾಲು ಗಂಟೆ ಹಿಡಿಯಿತು. ಅಷ್ಟರಲ್ಲಿ ಮುಂದಿನ ಟ್ರಾಮ್ ಮೂರು ನಿಮಿಷಗಳಲ್ಲಿ ಬರಲಿದೆ ಎಂದು ಫಲಕ ಹೇಳಿತು. ನನಗೆ ಮನೆಗೆ ನಡೆದುಕೊಂಡು ಹೋಗಬೇಕೆಂಬ ಇರಾದೆಯೇನೂ ಇರಲಿಲ್ಲ, ಆದರೂ ಫಲಕವನ್ನು ನಿರ್ಲಕ್ಷಿಸಿ ಟ್ರಾಮ್ ನಿಲ್ದಾಣವನ್ನು ದಾಟಿಕೊಂಡು ಮೌನವಾಗಿ ಮುನ್ನಡೆದೆ. ನಮ್ಮಿಬ್ಬರ ನಡುವಿನ ಅಂತರ ಈಗ ಕೇವಲ 40 ಸೆಂಟಿಮೀಟರ್‌ನಷ್ಟು ಇತ್ತು. ಇಬ್ಬರ ನೋಟವೂ ನೇರ ರಸ್ತೆಯ ಮೇಲೆ ನೆಟ್ಟಿತ್ತು, ಇಬ್ಬರ ಬಾಯಿಗಳೂ ಭದ್ರವಾಗಿ ಮುಚ್ಚಿದ್ದವು. ನಡೆಯುತ್ತಾ ನಡೆಯುತ್ತಾ ನಾನೇ ಏನಾದರೂ ಅವನ ಹತ್ತಿರಕ್ಕೆ ಹೋದೆನೇ, ಅಥವಾ ಅವನೇ ಹತ್ತಿರ ಬಂದನೇ, ಅಥವಾ ಇಬ್ಬರೂ ಹತ್ತಿರ ಹತ್ತಿರಕ್ಕೆ ಬಂದೆವೇ? ಹೊರಟಾಗ ನಡೆಹಾದಿಯ

ಅಗಲ ಎಷ್ಟು ಇತ್ತೋ ಈಗಲೂ ಅಷ್ಟೇ ಇತ್ತು. ನನ್ನ ತಲೆಯಲ್ಲಿ ಲೆಕ್ಕವಿಲ್ಲದಷ್ಟು ಪ್ರಶ್ನೆಗಳು ಎದ್ದವು. ಎಲ್ಲಿಗೆ ಹೋಗಿದ್ದೆ? ನಿನ್ನ ಅಪ್ಪ-ಅಮ್ಮ, ತಮ್ಮ-ತಂಗಿಯರ ಕೋಣೆಗಳನ್ನು ಖಾಲಿ ಮಾಡಿದೆಯಾ? ಆ ರೈಸೆನ್‌ಫೆಲ್ ಬುಟ್ಟಿ ನಿನ್ನ ಅಮ್ಮನಿಗೆ ಸೇರಿದ್ದಾ? ನಿನಗೆ ಯಾವ ಸ್ವಾದದ ಪುಡ್ಡಿಂಗ್ ಇಷ್ಟ? ಅಲ್ಲಿ ಏರ್ಪಟ್ಟಿದ್ದ ಒಂದು ರೀತಿಯ ಆಪ್ತ ನೀರವತೆಯನ್ನು ಕದಡಲು ಮನಸ್ಸು ಬಾರದೆ ನನ್ನ ಎಲ್ಲಾ ಪ್ರಶ್ನೆಗಳನ್ನು ಸುಮ್ಮನೆ ನುಂಗಿಕೊಂಡೆ. ರಾತ್ರಿಯ ಹೊತ್ತು ಒಟ್ಟಿಗೆ ಪಕ್ಕಪಕ್ಕದಲ್ಲಿ ಮೌನವಾಗಿ ನಡೆಯುವುದು ಹಿತವಾಗಿತ್ತು. ಅವನಿಗೂ ರಾತ್ರಿಯ ವಾಯುವಿಹಾರ ಹಿಡಿಸಿರಬಹುದು.

ನಾವು ಖುಷಿಯ ರಸ್ತೆ ತಲುಪಿದೆವು. ನಮ್ಮ ಮನೆಯನ್ನೂ ದಾಟಿ ಕಾಡಿನೊಳಗೆ ಹೋಗಿಬಿಡುವ ತವಕ ನನಗಾಯಿತು. ಅಲ್ಲಿ ಸರಿಯಾಗಿ ಹುಡುಕಿದರೆ ಕೆಲವು ಯಕ್ಷ ಯಕ್ಷಿಣಿಯರನ್ನು ಕಾಣಬಹುದೇನೋ. ಆದರೆ ವಿಕ್ಟೋರ್ ನಮ್ಮ ಮನೆಯ ಕಟ್ಟಡ ಬಂದೊಡನೆ ಥಟ್ಟನೆ ನಿಂತುಬಿಟ್ಟ. ನಾನು ಬಾಗಿಲನ್ನು ತೆಗೆದು ಒಳಗೆ ಹೋಗುವವರೆಗೂ ಅಲ್ಲಿಯೇ ಕಾದ. ನಾನು ಬೀಗದ ಕೈಯನ್ನು ಒಳಗೆ ಹಾಕಿ ತಿರುಗಿಸುವ ಮುನ್ನ ಹಿಂದಕ್ಕೆ ತಿರುಗಿ ಅವನಿಗೆ ಕೈ ಬೀಸಿ ವಿದಾಯ ಹೇಳಿ ಹಗುರವಾಗಿ ಮುಗುಳ್ನಕ್ಕೆ. ಅವನೂ ಕೈ ಬೀಸಿ ಹಗುರವಾಗಿಯೇ ಮುಗುಳ್ನಕ್ಕು ಮಾತಿಲ್ಲದೆ ಹೊರಟುಬಿಟ್ಟ. ಅವನು ಕಣ್ಮರೆಯಾಗುವವರೆಗೂ ನಾನು ಅವನು ಹೋದ ದಿಕ್ಕಿನತ್ತ ನೋಡುತ್ತಲೇ ಇದ್ದೆ. ಅವನು ಒಮ್ಮೆಯೂ ಹಿಂದಿರುಗಿ ನೋಡಲಿಲ್ಲ.

■

ಭಾನುವಾರ ಮುಂಜಾನೆ ಕಪ್ಪು ಮಳೆಯ ಮೋಡಗಳು ಆಕಾಶವನ್ನು ಆವರಿಸಿದ್ದವು. ಅಡುಗೆಮನೆಯಲ್ಲಿ ದೀಪ ಉರಿಸಬೇಕಾಗಿ ಬರುವಷ್ಟು ಕತ್ತಲೆಯಿತ್ತು. ನಾನು ಮತ್ತು ಈಡಾ ಊಟದ ಮೇಜಿನ ಬಳಿ ಕುಳಿತಿದ್ದೆವು. ಅವಳು ಪುಸ್ತಕ ಓದುತ್ತಿದ್ದಳು, ನಾನು ಮಾಸ್ಟರ್ ಪ್ರಬಂಧದ ಕೆಲಸ ಮಾಡಿಕೊಳ್ಳುತ್ತಿದ್ದೆ. ಮಾಮಾ ಕೂರುಕೋಣೆಯಲ್ಲಿ ಟಿವಿ ನೋಡುತ್ತಿದ್ದಳು, ಅಥವಾ ಟಿವಿಯನ್ನು ಹಿನ್ನೆಲೆಯಲ್ಲಿ ಓಡಿಸುತ್ತಾ ಮಂಕಾಗಿ ಕುಳಿತಿದ್ದಳು. ಅವಳ ಹೊಸ ಗೆಳೆಯ ಯಾನ್ ಇರಲಿಲ್ಲ. ಹಿಂದಿನ ಸಂಜೆ ಅವರಿಬ್ಬರೂ ಜೋರುಜೋರಾಗಿ ಜಗಳವಾಡಿಕೊಂಡಿದ್ದರು. ಅದು ಒಳ್ಳೆಯದೋ ಕೆಟ್ಟದೋ ನನಗೆ ತಿಳಿಯಲಿಲ್ಲ. ಪ್ಯಾನ್‌ಕೇಕ್ ಮಾಡಿದ ದಿನದಿಂದ ಹಿಡಿದು ಆ ಆರ್ಶ್‌ಲೋಖ್ ದಿನವೂ ಸಂಜೆ ನಮ್ಮ ಮನೆಗೆ ಬರುತ್ತಿದ್ದ. ಯಾನ್ ಮತ್ತು ಮಾಮಾ ಬಾಲ್ಕನಿಯಲ್ಲಿ ಒಟ್ಟಿಗೇ ಕುಳಿತು ಕುಡಿದು, ಕೂರುಕೋಣೆಯ ಸೋಫಾಗೋ ಅಥವಾ ಅವಳ ಮಲಗುವ ಕೋಣೆಗೋ ಹೋಗಿಬಿಡುತ್ತಿದ್ದರು. ನಾನು, ಅಥವಾ ನಾವು, ಮುಂಜಾನೆ ಮನೆಬಿಡುವ ಸಮಯಕ್ಕೆ ಅವರಿಬ್ಬರೂ ಇನ್ನೂ ಮಲಗಿರುತ್ತಿದ್ದರು. ಅಡುಗೆಮನೆ ನನ್ನ ಮತ್ತು ಈಡಾಳ ಸಾಮ್ರಾಜ್ಯ. ಬಾಲ್ಕನಿ ಮತ್ತು ಕೂರುಕೋಣೆ ಯಾನ್ ಮತ್ತು ಮಾಮಾರದ್ದು. ಬುಧವಾರ ಮುಂಜಾನೆ ಈ ನಿಯಮವನ್ನು ಮಾಮಾಳಿಗೆ ಸ್ಪಷ್ಟಪಡಿಸಿದೆ. ಅವಳು ಏನನ್ನೂ ಹೇಳದೆ ಹೆಗಲು ಹಾರಿಸಿದಳು. ಆದರೆ ಅದಕ್ಕೆ ಬದ್ಧವಾಗಿ ನಡೆದುಕೊಂಡಳು. ಫ್ರಿಜ್ಜಿನಿಂದ ಪಾನೀಯಗಳನ್ನು ಗ್ಲಾಸಿಗೆ ತುಂಬಿಸಿಕೊಳ್ಳಲು, ಚಿಪ್ಸ್ ಮತ್ತು ಇನ್ನಿತರ ಕುರುಕಲುಗಳನ್ನು ತೆಗೆದುಕೊಂಡು ಹೋಗಲು ಮಾತ್ರ ಆಗಾಗ ಅಡುಗೆಮನೆಗೆ ಬರುತ್ತಿದ್ದಳು. ನಿನ್ನೆ ಸಂಜೆ ಅಡುಗೆಮನೆಗೆ ಬಂದು ನನ್ನನ್ನು ಆಲಿವ್ ಅಥವಾ ಇನ್ನಿತರ ಆಂಟಿ-ಪಾಸ್ಟಿ ಇದೆಯೇ ಎಂದು ಕೇಳಿದಳು. ಆ ಪ್ರಶ್ನೆಗೆ ನಾನು ಜೋರಾಗಿ ನಕ್ಕಿದ್ದೆ. ನಾನು ಮಲಗಲು ಹೋಗುವಷ್ಟರಲ್ಲಿ

ಅವರ ಜಗಳ ತಾರಕಕ್ಕೆ ಏರಿತ್ತು. ಬಾಲ್ಕನಿಯಲ್ಲಿ ಕಿತ್ತಾಡುತ್ತಿದ್ದರು. ಯಾರೋ ಮರಿಯಾನ್ನ ಎಂಬ ಹೆಂಗಸಂತೆ, ಅವಳ ಮನೆಗೆ ಅವನು ತೊಲಗಬೇಕಂತೆ. ಮರಿಯಾನ್ನ ಎಂಬ ಹೆಸರು ಮತ್ತೆ ಮತ್ತೆ ಪ್ರಸ್ತಾಪವಾಗುತ್ತಿತ್ತು. ಕೆಲವೊಮ್ಮೆ ಪರ್ಯಾಯವಾಗಿ ಸೂಳೆ, ರಂಡೆ ಇತ್ಯಾದಿ. ಮನೆಯ ಬಾಗಿಲು ಧಡ್ಡನೆ ಹಾಕಿಕೊಳ್ಳುವವರೆಗೂ ಇದು ನಡೆದಿತ್ತು. ಆ ಆರ್ಶ್‌ಲೋಖ್‌ನ ಜೊತೆಗಿನ ಸಂಬಂಧ ನಿಜವಾಗಿಯೂ ಮುಗಿಯಿತೋ ಅಥವಾ ಕುಡಿದ ಮತ್ತಿನಲ್ಲಿ ಆಡಿದ ಜಗಳವೋ ಎಂಬ ಸಂಶಯ ನನ್ನಲ್ಲಿ ಎದ್ದಿತು. ಮಾಮಾಳ ಸಂಬಂಧಗಳು ಸರಾಸರಿ ಮೂರು ವಾರಗಳ ಕಾಲ ಬಾಳುತ್ತವೆ. ಆದರೆ ಅದಕ್ಕೆ ಅಪವಾದಗಳೂ ಇವೆ. ಆಲಿವರ್ ಹೆಸರಿನ ಒಬ್ಬ ಗೆಳೆಯನಂತೂ ಮೂರು ತಿಂಗಳ ಕಾಲ ಮಾಮಾಳ ಜೊತೆಗಿದ್ದ. ಅವನು ಇದ್ದುದರಲ್ಲಿ ವಾಸಿ, ಆದರೆ ಅವನೂ ಮದ್ಯವ್ಯಸನಿಯೇ. ಯಾನ್ ಅಂದು ಸಂಜೆಯೇ ಮರಳುತ್ತಾನೆ ಎಂದು ನನಗೆ ಅನ್ನಿಸಿತು.

10:55ಕ್ಕೆ ಗುಡುಗಿತು, 11:23ಕ್ಕೆ ಮಳೆ ಹನಿಯತೊಡಗಿತು, 11:24ಕ್ಕೆ ಧಾರಾಕಾರವಾಗಿ ಮಳೆ ಸುರಿಯಿತು. ಆಕಾಶ ಬಾಯಿಬಿಟ್ಟಿತು. ಬಿರುಗಾಳಿ, ಆಲಿಕಲ್ಲು, ಗುಡುಗು, ಮಿಂಚು ಎಲ್ಲವೂ ಒಟ್ಟೊಟ್ಟಿಗೇ ಸಂಭವಿಸಿದವು. ಎಷ್ಟು ಹೊತ್ತಾದರೂ ನಿಲ್ಲಲೇ ಇಲ್ಲ. ಹೊರಗೆ ನಿಜವಾಗಿ ಪ್ರಳಯವೇ ನಡೆಯಿತೇನೋ ಎನ್ನುವ ಹಾಗಿತ್ತು. ಕಸದ ಚೀಲಗಳು, ಹೂಕುಂಡಗಳು, ಮರದಿಂದ ಬೇರ್ಪಟ್ಟ ರೆಂಬೆಕೊಂಬೆಗಳು ಅತ್ತಿಂದಿತ್ತ ಹಾರಾಡಿದವು. ಖುಷಿಯ ರಸ್ತೆಯ ಉದ್ದಕ್ಕೂ ನೀರು ತೊರೆಯಾಗಿ ಹರಿಯಿತು. ನಾವು ಅಡುಗೆಮನೆಯಲ್ಲಿ ಬೆಚ್ಚಗೆ ಕುಳಿತಿದ್ದಾಗ ಹೊರಗೆ ತುರ್ತುಕರೆಗಳಿಗೆ ಸ್ಪಂದಿಸುವ ಸೈರನ್ನುಗಳು ದನಿಯನ್ನು ಏರಿಸುತ್ತಲೇ ಹೋದವು.

ನಾನು: ನಿನಗೆ ಭಯವಾಗುತ್ತಾ?

ಈಡಾ: ಇಲ್ಲ. ನಿನಗೆ?

ನಾನು: ಇಲ್ಲ.

ಈಡಾ: ಒಂಥರಾ ಚೆನ್ನಾಗಿದೆ, ಅಲ್ವಾ?

ನಾನು: ಹೌದು, ಹಿತವಾಗಿದೆ.

12:49ಕ್ಕೆ ಪ್ರಳಯ ಕೊನೆಗೊಂಡು ಕೇವಲ ಜಡಿಮಳೆ ಸುರಿಯುತ್ತಿತ್ತು. ವಾತಾವರಣ ತಿಳಿಯಾದ ನಂತರ ಅಡುಗೆಮನೆಯ ಕಿಟಕಿಗಳನ್ನು ತೆರೆದು ತಾಜಾ ಗಾಳಿಯನ್ನು ಒಳಗೆ ಬರಮಾಡಿಕೊಂಡೆ.

ನಾನು: ಆಹ್ಲಾದಕರವಾಗಿದೆ.

ನಾನು: ನಾಳೆ ಈಜುಕೊಳಕ್ಕೆ ಬರುವೆಯಾ?

ಈಡಾ ಸರಿಯೆಂದು ತಲೆದೂಗಿದಳು.

ಈಡಾ: ನಾವು ಪಾರಾದೆವು ಎಂದು ತೋರುತ್ತದೆ.

ನಾನು: ಯಾವುದರಿಂದ?

ಈಡಾ: ಅದೇ, ಸುಡು ಬೇಸಿಗೆಯಿಂದ.

ಬಾಗಿಲ ಬಳಿ ನಿಂತಿದ್ದ ಮಾಮಾ ನೇರ ಫ್ರಿಜ್ಜಿನ ಕಡೆಗೆ ನಡೆದಳು. ಅವಳ ಕಣ್ಣುಗಳು ಊದಿಕೊಂಡಿದ್ದವು.

ನಾನು: ಇರಬಹುದು.

ರಾತ್ರಿ ಮತ್ತಷ್ಟು ತಂಪಾಯಿತು. ಮಳೆಯ ಪರಿಮಳವನ್ನು ಹೊತ್ತ ಗಾಳಿ ಸೋಕಿದ್ದು ನನಗೆ ಕಚಗುಳಿ ಇಟ್ಟಂತಾಗಿ ಸಂತೋಷದಿಂದ ಗಟ್ಟಿಯಾಗಿ ನಕ್ಕೆ. ಆದರೆ ಕೆಲ ಕ್ಷಣಗಳ ನಂತರ ಒಳಗೆ ಇರಚಲು ಬಡಿದು ಕಿಟಿಕಿಗಳನ್ನು ಮುಚ್ಚಬೇಕಾಯಿತು.

■

ಸೋಮವಾರ ಮುಂಜಾನೆ ಖುಷಿಯ ರಸ್ತೆಯಲ್ಲಿ ಕೊಡೆಯನ್ನು ಹಿಡಿದು ಎದುರಿಗೆ ಬಂದ ಈಡಾ ಖುಷಿಖುಷಿಯಾಗಿ ಕಂಡಳು. ನಾನು ನೋಡದ ಹಾಗೆ ನಟಿಸಿ, ಅವಳನ್ನು ದಾಟಿ ನಡೆದು, 180 ಡಿಗ್ರಿ ತಿರುಗಿ, ಈಜುಕೊಳದ ಕಡೆಗೆ ವೇಗವಾಗಿ ಹೆಜ್ಜೆಹಾಕಿದೆ. ಅವಳ ಪುಟ್ಟ ಪುಟ್ಟ ಹೆಜ್ಜೆಗಳು ಆದಷ್ಟು ವೇಗವಾಗಿ ಹತ್ತಿರ ಬರತೊಡಗಿದವು. 10 ಸೆಕೆಂಡುಗಳ ಬಳಿಕ ಜಾಗಿಂಗ್‌ನ ಗತಿಯಲ್ಲಿ ನನ್ನ ಸಮಕ್ಕೆ ನಡೆಯುವ ಪ್ರಯತ್ನ ಮಾಡಿದಳು.

ನಾನು: ಎಲ್ಲಿಗೆ ಹೊರಟಿರುವೆ ಸೊನ್ನೆನ್‌ಶೈನ್?

ಅವಳು ನಾಲಗೆಯನ್ನು ಹೊರಚಾಚಿದಳು.

ಕಾರು ನಿಲ್ದಾಣದಲ್ಲಿ ಒಂದೂ ಕಾರು ಇಲ್ಲದ್ದು ಅಪಶಕುನ ನುಡಿಯುವಂತಿತ್ತು. “ಬಿರುಗಾಳಿಯಿಂದಾಗಿ ಈಜುಕೊಳವನ್ನು ಇಂದು ತೆರೆಯಲಾಗುವುದಿಲ್ಲ” ಎಂಬ ಫಲಕ ಗೇಟಿನ ಮೇಲೆ ನೇತಾಡುತ್ತಿತ್ತು. ಅದೇ ಫಲಕದ ಮೇಲೆ ದಿನವೂ ಹವೆ ಮತ್ತು ಕೊಳದ ತಾಪಮಾನಗಳನ್ನು ಸೀಮೆಸುಣ್ಣದಲ್ಲಿ ಬರೆಯಲಾಗುತ್ತಿತ್ತು.

ನಾನು: ಥೂ! ಇದೇನು ಹೀಗೆ. ಗುಡುಗು, ಮಿಂಚು, ಬಿರುಗಾಳಿಗಳು ಎಲ್ಲಾ ಇದ್ದದ್ದು ನಿನ್ನೆ, ಇಂದು ಕೇವಲ ಮಳೆಯಷ್ಟೇ.

ಈಡಾ: ಹೀಗೇ ನಡೆದರೆ ಮುಂದಿನ ವಾರ ಈಜುಕೊಳವನ್ನು ಮುಚ್ಚಿಯೇ ಬಿಡುವರು.

ಅಲ್ಲಿಯವರೆಗೂ ಗೆಲುವಾಗಿದ್ದ ಈಡಾಳ ಮುಖದ ಮೇಲೆ ಬೇಸರದ ಛಾಯೆ ಕಂಡಿತು. ಬಂದ ದಾರಿಯಲ್ಲೇ ಹಿಂದಿರುಗಿ ನಡೆಯತೊಡಗಿದಳು.

ನಾನು: ಹಾಗಾಗಲು ನಾವು ಬಿಡಬಾರದು. ನಾವೇ ಒಳನುಗ್ಗಬೇಕು.

ವರ್ಷಗಳ ಹಿಂದಿನ ಬೇಸಿಗೆ ರಾತ್ರಿಗಳ ನೆನಪು. ಕುಡಿದ ಮತ್ತಿನಲ್ಲಿ ನಾನು, ಲೆಯೋನ್,

ಮಾರ್ಲೇನ, ಮತ್ತು ಇನ್ನೂ ಕೆಲವರು ಸೇರಿ ಹಲವಾರು ಸಲ ಬೇಲಿಯನ್ನು ಹಾರಿ ಒಳನುಗ್ಗಿದ್ದೆವು. ಇಡಿಯ ವಿಶ್ವವೇ ನಮ್ಮ ಕೈಯಲ್ಲಿತ್ತು ಎಂದು ಆಗ ನಮಗೆ ಅನ್ನಿಸುತ್ತಿತ್ತು. ನಮ್ಮ ಭವಿಷ್ಯ ಉಜ್ವಲವಾಗಿರುತ್ತದೆ, ದೊಡ್ಡ ದೊಡ್ಡ ಕೆಲಸಗಳನ್ನು ಮಾಡುತ್ತೇವೆ ಎಂಬ ಗಟ್ಟಿ ನಂಬಿಕೆಯಿತ್ತು. ನನ್ನ ಭವಿಷ್ಯ ನನ್ನ ಗೆಳೆಯ ಗೆಳತಿಯರ ಭವಿಷ್ಯದಷ್ಟು ಉಜ್ವಲವಾಗಿರಲಾರದು ಎಂದು ನನಗೆ ಆಗಲೇ ಸ್ವಲ್ಪಮಟ್ಟಿಗೆ ಅರಿವಾಗಿತ್ತು. ಆ ಅರಿವು ಮೂಡುವುದಕ್ಕೂ ಮುನ್ನ ಮಾರ್ಲೇನ ಮತ್ತು ಈವಾನ್‌ರೊಂದಿಗೆ ಇನ್ನೂ ಮೂರು ಬಾರಿ ಬೇಲಿ ಹಾರಿ ಒಳನುಗ್ಗಿದ್ದೆ.

ಬೇಲಿ ಹಾರಿ ಒಳನುಗ್ಗುವ ಚಮತ್ಕಾರ ಒಂದೇ ಕ್ಷಣದಲ್ಲಿ ನಡೆದುಹೋಯಿತು. ಈಜುಕೊಳದ ಒಳಗೆ ಹಾಗೂ ಹುಲ್ಲುಗಾವಲಿನ ಮೇಲೆ ಒಂದು ನರಪಿಳ್ಳೆಯೂ ಇಲ್ಲದ್ದನ್ನು ನೋಡಿ ಭಾವಪರವಶಳಾದ ಈಡಾ 198 ಸೆಕೆಂಡುಗಳ ಕಾಲ ಸುಮ್ಮನೆ ನೋಡುತ್ತಾ ನಿಂತುಬಿಟ್ಟಳು. ಅವಳಿಗಾಗಿಯೇ ಮೀಸಲಿದ್ದ ಈಜುಕೊಳದ ಒಳಗೆ ಧುಮುಕಿದಳು. ನಾನು ಕ್ಲೋರಿನ್‌ನೊಂದಿಗೆ ಬೆರೆತ ಮಳೆಯ ಸುವಾಸನೆಯನ್ನು ದೀರ್ಘವಾಗಿ ಒಳಗೆಳೆದುಕೊಂಡೆ. ಬೆಂಚಿನ ಮೇಲೆ ಬ್ಯಾಗನ್ನು ಒಗೆದು, ಬಟ್ಟೆಯನ್ನು ಕಳಚಿ, ಈಜುಡುಗೆ ಧರಿಸಿ ತಲೆಮುಂದಾಗಿ ನೀರಿಗೆ ಧುಮುಕಿದೆ. ಕೊಳದ ಆಳಕ್ಕೆ ಇಳಿದು ಅಲ್ಲಿಯೇ ಕುಳಿತು, ಮೇಲೆ ನಡೆಯುವುದನ್ನು ಗಮನಿಸಿದೆ. ಇಂದು ಅಡ್ಡಾದಿಡ್ಡಿ ಬಡಿಯುವ ಎಳೆಯ ಕಾಲುಗಳು ಇರಲಿಲ್ಲ, ಶಿಸ್ತುಬದ್ಧವಾಗಿ ಬಡಿಯುವ ಮುದಿಕಾಲುಗಳೂ ಇರಲಿಲ್ಲ, ನಡುನಡುವೆ ಮುಳುಗೇಳುವ ಮಕ್ಕಳ ಶರೀರಗಳೂ ಇರಲಿಲ್ಲ, ಕೊಳದ ಅಂಚಿನಲ್ಲಿ ಎಳೆ ಮುದಿ ಕಾಲುಗಳ ಮಿಶ್ರಣವೂ ಇರಲಿಲ್ಲ. ಕೇವಲ ಸಂತೋಷದಿಂದ ಈಜುತ್ತಿದ್ದ ಈಡಾ ಇದ್ದಳು. ನೀರಿನ ಮೇಲ್ಮೈಯ ಮೇಲೆ ಸಾವಿರಾರು ಮಳೆಹನಿಗಳು ಪಟಪಟನೆ ಬಡಿದವು. ನೆಮ್ಮದಿ. ಸಾಯುವ ಭೀತಿಯಿಲ್ಲದಿದ್ದರೆ ಅಲ್ಲೇ ಕೆಲಹೊತ್ತು ಕುಳಿತುಕೊಳ್ಳಬಹುದಿತ್ತು. ನೆಲದಿಂದ ಜಿಗಿದು ಆ ದಿನದ 22 ಸುತ್ತುಗಳನ್ನು ಈಜಿದೆ. ನೀರಿನಿಂದ ಎದ್ದು ಉರ್ಸುಲಾಳ ಬೆಂಚಿನ ಮೇಲೆ ಸುಮಾರು ಒಂದು ಗಂಟೆಗೂ ಮೀರಿ ನಡುಗುತ್ತಾ ಕುಳಿತು ಈಡಾಳ ಆಟವನ್ನು ನೋಡಿದೆ. ಪ್ರತೀ ಬಾರಿ ಅವಳು ವಿರಾಮ ತೆಗೆದುಕೊಂಡಾಗಲೆಲ್ಲಾ ನನ್ನ ಕಡೆ ನೋಡಿ ನಗುತ್ತಿದ್ದಳು, ನಾನೂ ನಗುತ್ತಿದ್ದೆ. ನನಗೆ ವಿಪರೀತ ಚಳಿಯಾಗಿ ನಖಶಿಖಾಂತ ನಡುಗುತ್ತಿದ್ದೆ. ಆದರೂ ಈಡಾ ಇನ್ನೂ ಸ್ವಲ್ಪ ಹೊತ್ತು ಇರೋಣವೆಂದು ಹೇಳಿದಾಗಲೆಲ್ಲಾ ಅದಕ್ಕೆ ತಲೆದೂಗುತ್ತಿದ್ದೆ. ನನಗೆ ಕುಳಿತಲ್ಲಿಂದ ಏಳುವುದು ಕಷ್ಟವಾಯಿತು. ಮೊದಲನೆಯ ದಿನವೇ ಈಡಾಳಿಗೆ ಕ್ರೆಡಿಟ್ ಕಾರ್ಡನ್ನು ಬಳಸಿ ಶವರ್ ಕ್ಯಾಬಿನ್‌ನ ಬಾಗಿಲನ್ನು ತೆರೆಯುವ ವಿಧಾನವನ್ನು ತೋರಿಸಲು ಇಷ್ಟವಿರಲಿಲ್ಲ. ಹಾಗಾಗಿ ಅಂದು ಬಿಸಿನೀರಿನ ಸ್ನಾನವನ್ನು ಮಾಡದಿರುವ ಕಠಿಣ ನಿರ್ಧಾರವನ್ನು ಕೈಗೊಂಡೆ. ಬೇಲಿ ಹಾರಿ ಒಳಕ್ಕೆ ನುಗ್ಗಿಬರುವುದು ಮಾತ್ರ ಮೊದಲ ಪಾಠ. ಅಂದಿಗೆ ಅಷ್ಟು ಸಾಕಿತ್ತು.

ಮನೆಗೆ ಹೋಗುವ ದಾರಿಯಲ್ಲಿ ಡೋನರ್ ಅಂಗಡಿಯ ಮುಂದೆ ನಿಂತೆ.

ನಾನು: ಪಿಜ್ಜಾ?

ಈಡಾ ತಲೆದೂಗಿದಳು.

10 ಯೂರೋದ ನೋಟೊಂದನ್ನು ನಾನು ಕೈಗಿಡಲು ಹೋದಾಗ ಅವಳು ಹಿಂಜರಿದಳು.

ನಾನು: ಈಗಷ್ಟೇ ಈಜುಕೊಳದ ಬೇಲಿ ಹಾರುವ ಅನುಭವವನ್ನು ಪಡೆದುಕೊಂಡಿದ್ದೀಯ. ಒಂದು ದೊಡ್ಡ ಫ್ಯಾಮಿಲಿ ಪಿಜ್ಜಾವನ್ನು ಕೊಂಡುತರುವಷ್ಟು ಧೈರ್ಯ ನಿನ್ನಲ್ಲಿ ಖಂಡಿತ ಇದೆ.

ಅವಳು ಮುನಿಸಿಕೊಂಡಂತೆ ತೋರಿತು. ನನ್ನ ಕೈನಿಂದ ನೋಟನ್ನು ಕಸಿದುಕೊಂಡು, ಅದನ್ನು ಮುದುಡುತ್ತಾ ಡೋನರ್ ಅಂಗಡಿಯ ಒಳನಡೆದಳು.

"ಒಂದು ದೊಡ್ಡ ಪಿಜ್ಜಾದ ಕಾಲು ಭಾಗ ನನಗೆ ಅನಾನಸ್ ಹಾಕಿದ ಹವಾಯಿ, ನಿನಗೆ ಕಾಲು ಭಾಗ ಮಶ್ರೂಮ್ ಹಾಕಿದ ಫ಼ುಂಗಿ, ಮತ್ತು ಎಲ್ಲರಿಗೂ ಸೇರಿ ಅರ್ಧ ಭಾಗ ಸಲಾಮಿ ಮಾಡಿಕೊಡಬಹುದಾ ಕೇಳು" ಎಂದು ಅವಳು ಹೋದ ದಿಕ್ಕಿನಲ್ಲಿ ಹೇಳಿದೆ.

10 ನಿಮಿಷದ ಬಳಿಕ ವಿಜಯೋತ್ಸಾಹದ ಮುಗುಳ್ನಗೆಯೊಂದಿಗೆ ಪಿಜ್ಜಾದ ಡಬ್ಬ ಹಿಡಿದು ಹೊರಬಂದಳು.

ಈಡಾ: ಕಾಲು ಭಾಗ ಹವಾಯಿ ನಿನಗೆ, ಕಾಲು ಭಾಗ ನಾಲ್ಕು ಬೇರೆ ಬೇರೆ ಚೀಸ್ ಹಾಕಿದ 'ನಾಲ್ಕು ಋತುಗಳು' ಪಿಜ್ಜಾ ಮಾಮಾಳಿಗೆ ಮತ್ತು ಅರ್ಧ ಭಾಗ ಫ಼ುಂಗಿ ನನಗೆ.

ಅವಳ ಲೆಕ್ಕ ಸರಿಯಾಗಿತ್ತು.

ಈಡಾ ಪಿಜ್ಜಾ ಡಬ್ಬವನ್ನು ಸಂತೋಷದಿಂದ ಹೊತ್ತು ನಡೆಹಾದಿಯ ಅಂಚಿನ ತಡೆಗಲ್ಲುಗಳ ಮೇಲೆ ಕುಪ್ಪಳಿಸುತ್ತ ಮುನ್ನಡೆದಳು. ಅವಳ ಪಕ್ಕ ಚಳಿಗೆ ಮರಗಟ್ಟಿಹೋದ ನಾನು ಕಷ್ಟದ ಹೆಜ್ಜೆಗಳನ್ನು ಇಟ್ಟೆ. ತುದಿಗಣ್ಣಿನಿಂದ ನೋಡಿದಾಗ ಅವಳು ತನ್ನ ಸಂತೋಷವನ್ನು ಮರೆಮಾಚಲು ಪ್ರಯತ್ನಿಸುತ್ತಿದ್ದುದು ತಿಳಿಯಿತು. ತುಟಿಯಂಚುಗಳು ತಮ್ಮಷ್ಟಕ್ಕೆ ತಾವೇ ಬಿರಿಯುವುದನ್ನು ತಡೆಹಿಡಿಯಲು ಶತಪ್ರಯತ್ನ ಮಾಡುತ್ತಿದ್ದಳು. ನನಗೂ ನನ್ನ ನಗೆಯನ್ನು ಹಿಡಿದಿಡಲಾಗಲಿಲ್ಲ. ಆ ಮುದ್ದು ಮುಖದ ಮೇಲಿನ ಆನಂದವನ್ನು ಗಮನಿಸುತ್ತಲೇ, ನಮ್ಮ ಮನೆಯಲ್ಲಿ ಒಂದೂ ದೀಪ ಉರಿಯದಿದ್ದುದು ತುದಿಗಣ್ಣಿನಲ್ಲಿ ಕಂಡಿತು. ಮಾಮಾ ಯಾವಾಗಲೂ ಎರಡು ದೀಪಗಳನ್ನಾದರೂ ಉರಿಸುತ್ತಾಳೆ. ಕತ್ತಲ ಭಯ ಹಾಗೂ ಕಳ್ಳಕಾಕರ ಭಯದಿಂದಾಗಿ ಅವಳು ಮನೆಯಿಂದ ಹೊರಹೋಗುವಾಗಲೂ ದೀಪಗಳನ್ನು ಆರಿಸದೆ ಹೋಗುತ್ತಾಳೆ. ಬಾಗಿಲು ತೆರೆದು ಮನೆಯೊಳಗೆ ಕಾಲಿಟ್ಟಾಗ ಭಯಂಕರ ಮೌನ ನಮ್ಮನ್ನು ಸ್ವಾಗತಿಸಿತು. ಗಾಬರಿಯಿಂದ ಕೂರುಕೋಣೆಗೆ ಓಡಿದೆ. ಗಾಜಿನ ಮೇಜಿನ ಮೇಲೆ ಯಾವಾಗಲೂ ಇರುತ್ತಿದ್ದ ಒಂದು ವೋಡ್ಕಾದ ಬಾಟಲಿ ಕಂಡಿತು. ಪಕ್ಕದಲ್ಲಿ ಟಿಕ್-ಟಾಕ್ ಗುಳಿಗೆಗಳಂತೆ ಕಾಣುವ ಝನಾಕ್ಸ್ ಮಾತ್ರೆಗಳು ಇದ್ದವು, ಅವು ಮಾಮಾಳದ್ದೇ. ತಲ್ಲಣವನ್ನು ಶಮನ ಮಾಡುವ ಝನಾಕ್ಸ್ ಮಾತ್ರೆಗಳನ್ನು ಅವಳು ಕಡಿಮೆ ಕುಡಿದ ದಿನಗಳಂದು ಬೇಗ ನಿದ್ದೆ ಬರಲಿ ಎಂದೋ, ಅಥವಾ ನಿದ್ದೆ ಬಾರದೆ ಕುಡಿಯಲು ತೊಡಗಬಾರದು ಎಂದೋ ಒಮ್ಮೊಮ್ಮೆ ತೆಗೆದುಕೊಳ್ಳುತ್ತಾಳೆ. ಆ ಮಾತ್ರೆಯ ಪ್ರಮುಖ ಅಂಶವಾದ ಬೆನ್‌ಝೋಡಯಾಪೀನ್ ಆಲ್ಕೋಹಾಲ್‌ನೊಂದಿಗೆ ಬೆರೆತರೆ ಅದು ಜೀವಕ್ಕೆ ಅಪಾಯಕರ. ಆ ವಿಷಯ ಅವಳಿಗೆ ಗೊತ್ತಿತ್ತು.

ಒಂದು ಸಣ್ಣ ಗೀಟುಗೀಟಿನ ಕಾಗದ, ಅದರ ಪಕ್ಕ ಫ್ಹಾಬರ್-ಕಾಸ್ಟೆಲ್ ಎಚ್‌ಬಿ ಪೆನ್ಸಿಲ್ಲು. ಅದು ನನ್ನದೇ ಪೆನ್ಸಿಲ್ಲು. ನನ್ನ ಕಾಲೇಜಿನ ಪುಸ್ತಕದಿಂದ ಹರಿದುಕೊಂಡ ಕಾಗದದ ಮೇಲೆ ದೊಡ್ಡ ದೊಡ್ಡ ಅಕ್ಷರಗಳಲ್ಲಿ "ಕ್ಷಮಿಸಿಬಿಡಿ" ಎಂದು ಬರೆಯಲಾಗಿತ್ತು. "ಡಿ" ಮಾತ್ರ ಗೀಟುಗಳಿಲ್ಲದ ಮಾರ್ಜಿನ್ನಿನ ಹೊರಗೆ, "ಕ್ಷಮಿಸಿಬಿ" ಗೀಟುಗಳ ಮೇಲೆ. ಅವಳು ಶಾಂತಭಾವದಿಂದ ಸೋಫಾದ ಮೇಲೆ ಮಲಗಿದ್ದಳು. ನಾನು ಮತ್ತು ಈಡಾ ಅವಳಿಗೆ ಕಳೆದ ವರ್ಷ ಕ್ರಿಸ್ಮಸ್ ಹಬ್ಬಕ್ಕೆಂದು ಕೊಟ್ಟಿದ್ದ ನಿದ್ರಾಸುಂದರಿಯ ವಿಶಿಷ್ಟ ಅವತರಣಿಕೆ, ಡಿಸ್ನಿಯ ಮೆಲಫ್ಲಿಸೆಂಟ್ ಚಿತ್ರದ ರಾತ್ರಿಯುಡುಗೆಯನ್ನು ತೊಟ್ಟಿದ್ದಳು. ತಾಳ್ಮೆ, ಟಿಲ್ಡಾ, ತಾಳ್ಮೆ. ಉಸಿರು ಎಳೆದುಕೋ, ಉಸಿರು ಬಿಡು. ಈ ಪರಿಸ್ಥಿತಿಯನ್ನು ಸಾವಧಾನವಾಗಿ ಆದಷ್ಟು ಬೇಗ ಬಗೆಹರಿಸಬೇಕು. ನೀನು ಇದಕ್ಕೆ ತಯಾರಾಗಿದ್ದೀಯ. ಈಗಲೇ ಆಗಬೇಕು. ಈಗಲೇ, ಈ ಕೂಡಲೇ. ಆದರೆ, ನನ್ನಿಂದ ಅದು ಸಾಧ್ಯವಾಗುತ್ತಿಲ್ಲ. ನನ್ನ ಕೈಕಾಲುಗಳೇ ಆಡುತ್ತಿಲ್ಲ. ಈಡಾಳ ಕಡೆ ನೋಡಿದೆ. ಅವಳೂ ಉಸಿರು ಬಿಗಿಹಿಡಿದು ನಿಂತಿದ್ದಳು, ಅವಳಿಗೂ ಕೈಕಾಲುಗಳು ಆಡುತ್ತಿಲ್ಲ. ನಿಧಾನವಾಗಿ ನನ್ನ ಮೈ ಸಡಿಲವಾಯಿತು. ಈಗೇನು ಮಾಡುವುದು?- ರೆಡ್‌ಕ್ರಾಸ್‌ನ ಪ್ರಥಮಚಿಕಿತ್ಸಾ ಕೈಪಿಡಿಯ ಸೂಚನೆಗಳನ್ನು ನೆನಪಿಸಿಕೊಳ್ಳಲಾರಂಭಿಸಿದೆ.

ಮೊದಲಿಗೆ- 'ಬಾಯಿಯಲ್ಲಿ ಮಾತ್ರೆಗಳ ಅಂಶ ಉಳಿದಿದ್ದರೆ ಅದನ್ನು ಹೊರತೆಗೆಯಬೇಕು'. ಮಾಮಾಳ ಬಾಯಿಯನ್ನು ಎರಡೂ ಕೈಗಳಿಂದ ಅಗಲಿಸಿದೆ.

ಅಲ್ಲಿ ಏನೂ ಉಳಿದಿರಲಿಲ್ಲ.

ನಂತರ- 'ಪ್ರಜ್ಞೆಯಿದೆಯೇ ಎಂದು ಪರೀಕ್ಷಿಸಿ, ಆಪತ್ತಿನಲ್ಲಿರುವ ವ್ಯಕ್ತಿಯನ್ನು ಜೋರುದನಿಯಲ್ಲಿ ಮಾತನಾಡಿಸಬೇಕು'.

"ಮಾಮಾ, ಮಾಮಾ" ಎಂದು ಕಿವಿಯ ಬಳಿ ಗಟ್ಟಿಯಾಗಿ ಕೂಗಿದೆ. ಅವಳು ಅಲುಗಾಡಲಿಲ್ಲ.

ನಾನು: ಈಡಾ, ತುರ್ತುವೈದ್ಯರಿಗೆ ಕರೆ ಮಾಡು- 112.

ನಂತರ- 'ಉಸಿರಾಟವನ್ನು ಪರೀಕ್ಷಿಸಬೇಕು'.

ಆಪತ್ತಿನಲ್ಲಿರುವ ವ್ಯಕ್ತಿಯ, ಅಂದರೆ ಮಾಮಾಳ ತಲೆಯನ್ನು ಎರಡೂ ಕೈಗಳಿಂದ ಎತ್ತಿ ಹಿಡಿದು, ಒಂದು ಕೈಯನ್ನು ಹಣೆಯ ಮೇಲೆ, ಇನ್ನೊಂದನ್ನು ಗಲ್ಲದ ಮೇಲೆ ಎಳೆದು ಹಿಡಿದು ಅವಳ ಎದೆಯನ್ನು ಗಮನಿಸಿದೆ. ಎದೆಯ ಏರಿಳಿತ ಕಂಡಿತು, ಉಸಿರಾಟದ ಸದ್ದು ಕೇಳಿತು. ನನ್ನ ಕೆನ್ನೆಯ ಮೇಲೆ ಬಿದ್ದ ಮಾಮಾಳ ಉಸಿರಿನೊಂದಿಗೆ ನನ್ನ ಕಣ್ಣೀರಿನ ಹನಿ ಬೆರೆತುಕೊಂಡಿತು.

ಈಡಾ ಫೋನಿನಲ್ಲಿ ಹೇಳಿದ ಕೆಲವು ಪದಗಳು ನನ್ನ ಕಿವಿಗೆ ಬಿದ್ದವು. ಒಬ್ಬ ಪುಟ್ಟ ಹುಡುಗಿಯ ಬಾಯಿಂದ ಬರಲೇಬಾರದಂತಹ ಪದಗಳು ಅವು. ಈ ವಿಪರೀತದ ಪರಿಸ್ಥಿತಿಗೆ ತಯಾರಾಗಿದ್ದವರು ಈ ಮನೆಯಲ್ಲಿ ನಾನೊಬ್ಬಳೇ ಅಲ್ಲ.

"ಈಡಾ ಶ್ಮಿಟ್, ಫ್ಲೋರಲಿಶ್ ರಸ್ತೆ 37, ನನ್ನ ಅಮ್ಮ ಪ್ರಜ್ಞೆ ತಪ್ಪಿದ್ದಾಳೆ. ಓವರ್‌ಡೋಸ್. ಝನಾಕ್ಸ್ ಆಲ್ಕೋಹಾಲ್, ವೋಡ್ಕಾ."

ಈಡಾ: ಉಸಿರಾಡುತ್ತಿದ್ದಾಳಾ?

ನಾನು ಹೌದೆಂದು ತಲೆದೂಗಿದೆ.

ಈಗ- 'ವ್ಯಕ್ತಿಯನ್ನು ಅಲ್ಲಾಡದಂತೆ ಒಂದು ಪಕ್ಕಕ್ಕೆ ತಿರುಗಿಸಿ ಮಲಗಿಸಬೇಕು'.

ಆಪತ್ತಿನಲ್ಲಿರುವ ವ್ಯಕ್ತಿಯನ್ನು, ಅಂದರೆ ನನ್ನ ತಾಯಿಯನ್ನೇ, ಸೋಫಾದಿಂದ ಎಳೆದು ನೆಲಗಂಬಳಿಯ ಮೇಲೆ ಅಂಗಾತ ಮಲಗಿಸಿದೆ. ಅವಳ ಎಡಗೈಯನ್ನು 90 ಡಿಗ್ರಿ ಕೋನದಲ್ಲಿ ಬರುವಂತೆ ಜೋಡಿಸಿ, ಬಲಗಾಲಿನ ಮಂಡಿಯನ್ನು ಮೇಲಕ್ಕೆತ್ತಿ ನನ್ನ ಎಡಗೈ ಬಳಸಿ ಹಿಡಿದುಕೊಂಡೆ. ಅವಳ ಬಲಗೈ ಮಣಿಕಟ್ಟನ್ನು ಅವಳ ಎಡ ಭುಜದ ಮೇಲೆ ಇಟ್ಟು, ನನ್ನ ಬಲಗೈ ಬಳಸಿ ಹಿಡಿದುಕೊಂಡೆ. ನನ್ನ ಎರಡೂ ಕೈಗಳಿಂದ ಅವಳನ್ನು ಅವಳ ಎಡಭಾಗಕ್ಕೆ ತಿರುಗಿಸಿ ಮಲಗಿಸಿದೆ. ಕೊನೆಗೆ ಕತ್ತನ್ನು ಮೇಲಕ್ಕೆ ಮಾಡಿ ರಕ್ತ, ವಾಂತಿ, ಸಿಂಬಳ ಇತ್ಯಾದಿಗಳು ಹೊರಹೋಗಲು ಅನುವು ಮಾಡಿಕೊಟ್ಟೆ.

ಈಗ- 'ಆಪತ್ತಿನಲ್ಲಿರುವ ವ್ಯಕ್ತಿಯು ಆರಾಮವಾಗಿ ಉಸಿರಾಡುವಂತೆ ಮಾಡಬೇಕು'.

ಕಿಟಕಿಗಳನ್ನು ತೆಗೆದು ಮಾಮಾಳ ಮೇಲೆ ಕಂಬಳಿ ತಂದು ಹೊದೆಸಿದೆ. ಪ್ರಜ್ಞೆಯಿದೆಯೇ ಎಂದು ಪರೀಕ್ಷಿಸಿದ್ದಾಯಿತು, ಉಸಿರಾಡುತ್ತಿದ್ದಾಳೆ ಎಂದು ಖಾತ್ರಿಪಡಿಸಿಕೊಂಡದ್ದಾಯಿತು, ಅವಳನ್ನು ಅಲ್ಲಾಡದಂತೆ ಒಂದು ಪಕ್ಕಕ್ಕೆ ತಿರುಗಿಸಿ ಮಲಗಿಸಿದ್ದಾಯಿತು. ಇಷ್ಟು ಮಾಡಿ ನಾವಿಬ್ಬರೂ ಅವಳ ಪಕ್ಕ ಮಂಡಿಯೂರಿ ಕುಳಿತೆವು, ವಿಷಯುಕ್ತ ಸೇಬನ್ನು ತಿಂದ ಸ್ನೋವೈಟ್‌ನ ಪಕ್ಕ ಇಬ್ಬರು ಕುಳ್ಳರು ಕುಳಿತಂತೆ. ಡಿಸ್ನಿ ಚಿತ್ರವೊಂದರ ಕ್ರೂರ ಅಪ್ಸರೆಯ ಚಿತ್ರದ ರಾತ್ರಿಯುಡುಗೆ ತೊಟ್ಟ ಮಾಮಾಳನ್ನು ನೋಡಿದಾಗ ಏನೂ ಅರಿಯದ ಮುಗ್ಧ ಮಗುವೊಂದು ನಿದ್ರಿಸುತ್ತಿದ್ದಂತೆ ಕಂಡಿತು. ಈಡಾಳ ಬಲಗೈ ನನ್ನ ಎಡಗೈಯಲ್ಲಿ, ಮಾಮಾಳ ಬಲಗೈ ಈಡಾಳ ಎಡಗೈಯಲ್ಲಿ ಮತ್ತು ನನ್ನ ಬಲಗೈ ಮಾಮಾಳ ಕೆನ್ನೆಯ ಮೇಲೆ. ಮೂವರೂ ಸೈರನ್ನಿನ ಸದ್ದಿಗಾಗಿ ಕಾದೆವು.

ಭಾಗ ಮೂರು

ಸೈರನ್‌ಗಳ ಸದ್ದು. ಆಸ್ಪತ್ರೆ. ನನ್ನ ಬುದ್ಧಿಗೆ ಮಂಕು ಕವಿದು ಏನು ನಡೆಯುತ್ತಿದೆ ಎಂಬುದೇ ತಿಳಿಯದಾಯಿತು. ಕಣ್ಣು ಕುಕ್ಕುವಂತಹ ಬೆಳಕು, ಕಿವಿ ಗಡಚಿಕ್ಕುವ ಶಬ್ದಗಳ ನಡುವೆ ಓಡಾಟ, ಗಲಿಬಿಲಿ. ನನ್ನ ಬಳಿ ಉತ್ತರವಿರದ ಪ್ರಶ್ನೆಗಳು, ನನಗೆ ಅರ್ಥವಾಗದ ಪದಗಳು- 'ಇಂಟಾಕ್ಸಿಕೇಷನ್, ಡಿಟಾಕ್ಸಿಫ಼ಿಕೇಶನ್, ನೀವು ಪೇಶಂಟ್‌ನ ಮಕ್ಕಳಾ? ನಿಮ್ಮ ತಂದೆ ಎಲ್ಲಿ? ನಿಮ್ಮ ತಾಯಿಗೆ ಯಾವಾಗ ಪ್ರಜ್ಞೆ ತಪ್ಪಿತು?' ನನಗೆ ಚಳಿ ಸೆಕೆಗಳು ಒಟ್ಟೊಟ್ಟಿಗೆ ಅನುಭವವಾದವು, ಮಲಗಬೇಕೆನಿಸಿತು. ಮಾಮಾಳನ್ನು ಹಾಸಿಗೆಯಲ್ಲಿ ಮಲಗಿಸಿದಂತೆ ನನ್ನನ್ನೂ ಮಲಗಿಸಬಾರದೇಕೆ? ಅವಳನ್ನು ಉಪಚರಿಸುತ್ತಿರುವವರು ನನ್ನನ್ನೂ ಉಪಚರಿಸಬಾರದೇ? ಅವಳಂತೆ ನನ್ನೊಳಗೂ ಎಷ್ಟೊಂದು ವಿಷ ತುಂಬಿಕೊಂಡಿದೆ. ಅದನ್ನು ಯಾರಾದರೂ ಹೊರತೆಗೆಯಬಾರದೇಕೆ? ವಿಷವೆಲ್ಲಾ ಹೊರಬಂದರೆ ಮೈ ಮನಸುಗಳು ಹಗುರವಾಗಬಹುದು.

ನಾನು ಯಾವುದಕ್ಕೂ ಪ್ರತಿಕ್ರಿಯಿಸದೆ ಮೂಕಳಾಗಿ ನಿಂತುಬಿಟ್ಟೆ. ಈಡಾಳೇ ನನ್ನ ಕೈ ಹಿಡಿದು ಆಸ್ಪತ್ರೆಯ ಕಟ್ಟಡದಿಂದ ಹೊರಗೆ ಕರೆತಂದಳು. ಬಸ್ಸು ಬಂತು, ಹತ್ತಿ ಕೂತೆವು. ಅಸಾಧ್ಯವಾದ ನಿದ್ದೆ.

ಈಡಾ: ಮನೆ ಬಂತು, ಎದ್ದೇಳು.

ಕೂತಲ್ಲಿಂದ ಮೇಲೆ ಏಳಲು ನನಗೆ ಮಾನಸಿಕವಾಗಿಯೂ ದೈಹಿಕವಾಗಿಯೂ ಸಾಧ್ಯವಾಗಲಿಲ್ಲ. ನನ್ನ ಕಾಲುಗಳಲ್ಲಿ ಬಲವಿರಲಿಲ್ಲ. ಈಡಾ ತನ್ನ ಶಕ್ತಿಯನ್ನೆಲ್ಲಾ ಬಿಟ್ಟು ದಬ್ಬಿ ನನ್ನನ್ನು ಬಸ್ಸಿನಿಂದ ಇಳಿಸಿದಳು.

ಈಡಾ: ಟಿಲ್ಡಾ, ಇನ್ನು ಕೇವಲ 500 ಮೀಟರ್ ನಡೆಯಬೇಕು ಅಷ್ಟೇ. ಅದೋ, ಮನೆ ಅಲ್ಲೇ ಕಾಣುತ್ತಿದೆ. ಮನೆಗೆ ಹೋಗಿ ಮಲಗಿ ನಿದ್ದೆ ಮಾಡಬಹುದು.

ನನ್ನ ಸೋತ ಕಾಲುಗಳನ್ನು ಬಲವಂತವಾಗಿ ಹೊತ್ತುಕೊಂಡು ನಡೆದೆ, ಅಥವಾ ಈಡಾಳೇ ನನ್ನನ್ನು ಹೊತ್ತುಕೊಂಡು ನಡೆದಳೇನೋ. ಒಂದೊಂದು ಹೆಜ್ಜೆ ಇಡುವಾಗಲೂ ನೋಯುತ್ತಿತ್ತು. ಮನೆಗೆ ಬಂದದ್ದೇ ನೇರ ಕೋಣೆಗೆ ಹೋಗಿ ಹಾಸಿಗೆಯ ಮೇಲೆ ಬಿದ್ದುಬಿಟ್ಟೆ.

■

ಈಡಾ: ನಿನ್ನ ಮೈ ಸುಡುತ್ತಿದೆ. 103.8 ಡಿಗ್ರಿ ಜ್ವರ.

ಅಲ್ಲೊಂದು ಕುದುರೆ ನಿಂತಿದೆ. ವ್ಯಕ್ತಿಯೊಬ್ಬ ಅದರ ಮೇಲೆ ಕುಳಿತಿದ್ದಾನೆ. ದೊಡ್ಡ ಕಾಯದ ಗಂಡಸು, ಕಂದು ಬಣ್ಣದ ಗುಂಗುರು ಕೂದಲು. ಕಡುಹಸಿರು ನಿಲುವಂಗಿ ತೊಟ್ಟಿದ್ದಾನೆ. ವೀರಯೋಧನಿರಬಹುದೇ? ಅವನು ನನ್ನ ಕಡೆ ತಿರುಗಿ ನೋಡಿದ, ಆಗ ಅವನ ಮುಖ ಸ್ಪಷ್ಟವಾಗಿ ಕಂಡಿತು. ಅದು ನನ್ನ ತಂದೆಯ ಮುಖ. ಕುದುರೆಯ ಮೇಲೆ ಕುಳಿತೇ ಕತ್ತನ್ನು ಕೆಳಗೆ ಬಗ್ಗಿಸಿ ನನ್ನನ್ನು ದಿಟ್ಟಿಸಿದ. ಅವನಿಗೆ ನನ್ನ ಗುರುತು ಸಿಗಲಿಲ್ಲವೆಂದು ತೋರುತ್ತದೆ; ಅಥವಾ ಗುರುತು ಸಿಗದ ಹಾಗೆ ನಟಿಸಿದನೇ? ತನ್ನ ಕಂದುಬಣ್ಣದ ಕಣ್ಣುಗಳನ್ನು - ನನ್ನದೂ ಅವೇ ಕಣ್ಣುಗಳು - ಒಬ್ಬ ಹೆಂಗಸಿನ ಕಡೆಗೆ ತಿರುಗಿಸಿದ. ಅವಳು ಅವನೆಡೆಗೆ ನಡೆದು ಬರುತ್ತಿದ್ದಳು. ನೀಳ ಹೊಂಗೂದಲು ಇಳಿಬಿಟ್ಟಿದ್ದ ಆ ಹೆಂಗಸು ಕೆಂಪು ನಿಲುವಂಗಿಯನ್ನು ತೊಟ್ಟಿದ್ದಳು. ಅವರಿಬ್ಬರೂ ಒಬ್ಬರನ್ನೊಬ್ಬರು ನೋಡಿ ಮುಗುಳ್ನಕ್ಕರು.

ಅವರ ನಡುವೆ ಬೆಚ್ಚನೆಯ ನಂಟು ಇದ್ದಂತಿತ್ತು, ಆ ನಂಟಿನ ಬಿಸಿ ನನ್ನನ್ನೂ ತಟ್ಟಿತು. ಅವಳೂ ಅದೇ ಕುದುರೆಯನ್ನೇರಿ ಹಿಂದಕ್ಕೆ ಕೂತು ತೋಳುಗಳಿಂದ ಅವನನ್ನು ಬಳಸಿದಳು. ನನ್ನ ಮೈ ಸುಡುತ್ತಿತ್ತು, ಎಲ್ಲೆಡೆ ನೋಯುತ್ತಿತ್ತು. ಇಬ್ಬರು ಹುಡುಗಿಯರು ನನ್ನ ತಂದೆ ಮತ್ತು ಆ ಹೆಂಗಸಿನ ಕಡೆಗೆ ನಡೆದು ಬರುತ್ತಿದ್ದರು. ಕುದುರೆಯ ಮೇಲೆ ಕುಳಿತ ಇಬ್ಬರೂ ಆ ಹುಡುಗಿಯರ ಕಡೆ ನೋಡಿದರು. ಒಬ್ಬಳಿಗೆ ಆ ಹೆಂಗಸಿನಂತೆಯೇ ನೀಳ ಹೊಂಗೂದಲು ಇತ್ತು, ಇನ್ನೊಬ್ಬಳಿಗೆ ನನ್ನ ತಂದೆಯಂತೆಯೇ ಕಂದು ಗುಂಗುರು ಕೂದಲಿತ್ತು. ಆ ಹುಡುಗಿಯರೂ ಅದೇ ಕುದುರೆಯನ್ನು ಹತ್ತುವರೇ? ಇಲ್ಲ, ಅದು ಸಾಧ್ಯವಿಲ್ಲ. ಕುದುರೆಯ ಮೇಲೆ ಅಷ್ಟೂ ಜನ ಸವಾರಿ ಮಾಡುವುದು ಕಷ್ಟ. ಕುದುರೆ ಅಷ್ಟೊಂದು ಭಾರವನ್ನು ಹೊರಲಾರದು. ಆ ಹುಡುಗಿಯರಿಗೆ ಬೇರೊಂದು ಕುದುರೆ ಬೇಕಾಗಬಹುದು. ಅವರಿಬ್ಬರು ಮತ್ತು ಆ ಹೆಂಗಸು ಆ ಇನ್ನೊಂದು ಕುದುರೆಯ ಮೇಲೆ ಕೂರಬಹುದು. ಮೂವರೂ ಸೇರಿ 140 ಕೆಜಿಗಿಂತ ಹೆಚ್ಚು ತೂಗಲಾರರು, ಸುಮಾರು ಒಬ್ಬ ದಪ್ಪನೆ ಗಂಡಸಿನಷ್ಟು. ನಾನು "ನಿಲ್ಲಿಸಿ! ಅದು ಪ್ರಾಣಿಹಿಂಸೆ!" ಎಂದು ಕೂಗಿಕೊಂಡೆ. ಅವರು ನನ್ನ ಮಾತಿಗೆ ಕಿವಿಗೊಡಲಿಲ್ಲ. ನನ್ನ ಶಕ್ತಿಯನ್ನೆಲ್ಲಾ ಬಿಟ್ಟು "ಬೇಡ, ಬೇಡ!" ಎಂದು ಕೂಗಿದೆ.

ನನ್ನ ಕೂಗು ಅವರಿಗೆ ಕೇಳಿಸಲೇ ಇಲ್ಲವೆಂಬಂತೆ ನಾಲ್ವರೂ ಒಂದೇ ಕುದುರೆಯ ಮೇಲೆ ಹತ್ತಿ ಕುಳಿತರು. ನನಗೆ ವಾಕರಿಕೆ ಬಂದ ಹಾಗಾಯಿತು, ನನ್ನ ಮೈ ನಡುಗುತ್ತಿತ್ತು.

ಕೊನೆಯ ಪ್ರಯತ್ನವೆಂದು ಸ್ಪಷ್ಟವಾಗಿ "ಪಾಪಾ" ಎಂದು ಕರೆದೆ, ಕರ್ಕಶ ಧ್ವನಿಯೊಂದು ನನ್ನಿಂದ ಹೊರಬಂತು. ಅವನಿಗೆ ನಾನು ಹೇಳಿದ್ದು ಕೇಳಿಸಲಿಲ್ಲವೋ, ಅಥವಾ ಕೇಳಿಸದ ಹಾಗೆ ನಟಿಸಿದನೋ, ಆ ಮೂವರು ಹೆಂಗಸರನ್ನು ಕೂರಿಸಿಕೊಂಡು ಹಾರುನಡಿಗೆಯಲ್ಲಿ ಹೊರಟೇಬಿಟ್ಟ. ನನಗೆ ವಾಂತಿ ಬಂದಿತು. ಹೊಟ್ಟೆಯಲ್ಲಿ ಏನೂ ಇಲ್ಲದಿದ್ದರೂ ವಾಂತಿ ಬಂದಿತು. ನೋವಿನಿಂದಾಗಿ ಆಗಾಗ ವಾಕರಿಕೆ ಬರುತ್ತಲೇ ಇತ್ತು. ಒಳಗಿರುವ ನೋವು ಹೊರಕ್ಕೆ ಬರಬೇಕು. ನನ್ನ ಹಣೆಯ ಮೇಲೆ ಒಂದು ಕೈ. ತಂಪಾದ ಪುಟ್ಟ ಕೈ. ಆ ಪುಟ್ಟ ಕೈ ಬೆವೆತ ಮುಖದ ಮೇಲೆ ಹರಡಿಕೊಂಡಿದ್ದ ಕೂದಲನ್ನು ಬದಿಗೆ ಸರಿಸಿತು.

104.4 ಡಿಗ್ರಿ.

ಹುಡುಗಿಯ ಧ್ವನಿ: ಟಿಲ್ಡಾ, ನಾನು ಇಲ್ಲೇ ಇದ್ದೇನೆ. ಎಲ್ಲಾ ಸರಿಹೋಗುತ್ತದೆ.

ಬೇರೊಬ್ಬ ಹುಡುಗಿ ಡಾಲ್ಫಿನ್ ಚಿತ್ತಾರದ ಬ್ಯಾಗನ್ನು ಹೆಗಲೇರಿಸಿಕೊಂಡು ಖುಷಿಯ ರಸ್ತೆಯಲ್ಲಿ ನಡೆದು ಬರುತ್ತಿದ್ದಾಳೆ. ಎರಡು ಉದ್ದ ಕಂದುಗೂದಲ ಜಡೆಗಳು, ಮೊನ್ನೆ ತಾನೇ ಹೆಣೆದುಕೊಂಡದ್ದು. ಅವಳ ಮುಖದಲ್ಲಿ ನಗುವಿಲ್ಲ, ಕೇವಲ ದುಗುಡ. ನಡೆಹಾದಿಗೂ ರಸ್ತೆಗೂ ಸೀಮೆಯಂತೆ ನೆಟ್ಟಿದ್ದ ತಡೆಗಲ್ಲುಗಳ ಸಾಲಿನ ಮೇಲೆ ಕಲ್ಲಿಗೆ ಎರಡೆರಡು ಹೆಜ್ಜೆಗಳನ್ನಿಡುತ್ತಾ ನಡೆಯುತ್ತಿದ್ದಾಳೆ. ಅವಳ ಮನೆಯ ಕಟ್ಟಡದ ಮುಂದೆ ಬಂದು ನಿಂತಳು. ನಿಂತು ಒಂದು ಕ್ಷಣ ಏನನ್ನೋ ಯೋಚಿಸಿದಳು. ರಸ್ತೆಬದಿಯ ಪೊದೆಯಿಂದ ಲ್ಯಾವೆಂಡರ್ ಗಿಡದ ಕಡ್ಡಿಯನ್ನು ಮುರಿದುಕೊಂಡು, ಅದನ್ನು ಮೂಸಿ, ನೆಲಕ್ಕೆ ಒಗೆದು, ಶೂನಿಂದ ಹೊಸಕಿದಳು. ನಡೆಹಾದಿಯು ಲ್ಯಾವೆಂಡರ್‌ನ ಪರಿಮಳ ಸೂಸಲಾರಂಭಿಸಿತು. ಮನೆಯ ಮುಂದಿನ ಕಾರು ನಿಲುಗಡೆಯ ಸ್ಥಳವನ್ನು ನೋಡಿದಳು. ಅಲ್ಲಿ ಇರಬೇಕಾದ ಕಾರು ಇರಲಿಲ್ಲ. ಕಳೆದ ಭಾನುವಾರದಂದು ಅವಳ ತಂದೆ "ನಾನು ಹೋಗುತ್ತಿದ್ದೇನೆ" ಎಂದು ಹೇಳಿ, ತನ್ನ ವೋಲ್ವೋ ಕಾರನ್ನು ಹತ್ತಿ ಹೊರಟುಹೋಗಿದ್ದ. ಅಂದು ಶುಕ್ರವಾರ. ಅವಳ ತಾಯಿ ಇನ್ನೂ ಅಳುತ್ತಲೇ ಇದ್ದಳು, ರಾತ್ರಿ ಹಗಲೆನ್ನದೆ ಅಳುತ್ತಿದ್ದಳು.

ಅವಳ ತಾಯಿ ರಾತ್ರಿ ನಿದ್ದೆ ಮಾಡುತ್ತಿರುವಳೋ ಇಲ್ಲವೋ ಎಂಬ ಚಿಂತೆ ಆ ಹುಡುಗಿಯನ್ನು ಕಾಡುತ್ತಿದೆ. ಅವಳು ದಿನವೂ ಶಾಲೆಯಿಂದ ಮನೆಗೆ ಮರಳಿದಾಗ ಅವಳ ತಾಯಿ ಸೋಫಾ ಅಥವಾ ಹಾಸಿಗೆಯ ಮೇಲೆ ಅಳುತ್ತಾ ಮಲಗಿರುತ್ತಿದ್ದಳು. ಅವಳು ಮೆಲುದನಿಯಲ್ಲಿ ಅಳುತ್ತಿದ್ದಳು. ಅವಳ ತಾಯಿ ಉಸಿರಾಡುವುದನ್ನೇ ಮರೆತು ಕೇವಲ ಅಳುತ್ತಿದ್ದಾಳೆ ಎಂದು ಆ ಹುಡುಗಿಗೆ ಅನ್ನಿಸಿತು. ಯಾವಾಗಲಾದರೂ ಒಮ್ಮೆ ಅವಳ ತಾಯಿ ಜೋರಾಗಿ ಅತ್ತಾಗ ಆ ಹುಡುಗಿಗೆ ಗಾಬರಿಯಾಗುತ್ತಿತ್ತು. ಎಡೆಬಿಡದೆ ಅಳುವುದು ಹೇಗೆ ಸಾಧ್ಯ, ಅವಳ ದೇಹದಲ್ಲಿ ಅಷ್ಟೊಂದು ಕಣ್ಣೀರು ಇರಲು ಹೇಗೆ ಸಾಧ್ಯ ಎಂದು ಹುಡುಗಿಗೆ ಆಶ್ಚರ್ಯವಾಗುತ್ತಿತ್ತು. ಆ ಹುಡುಗಿ ಅಳುತ್ತಲೇ ಇರಲಿಲ್ಲ, ಹಾಗೂ ಅತ್ತರೆ ಕೇವಲ ಎರಡು ಕ್ಷಣ ಸದ್ದಿಲ್ಲದೆ ಅತ್ತು ಸುಮ್ಮನಾಗುತ್ತಿದ್ದಳು. ಅಷ್ಟು ದೊಡ್ಡ ಪ್ರಮಾಣದಲ್ಲಿ ಕಣ್ಣೀರು ಉತ್ಪತ್ತಿ ಮಾಡಬೇಕಾದರೆ ಅವಳ ತಾಯಿ ಹೇರಳವಾಗಿ ದ್ರವಪದಾರ್ಥಗಳನ್ನು ಸೇವಿಸಿರಬೇಕು ಎಂದು ಆ ಹುಡುಗಿಗೆ ಅನ್ನಿಸಿತು. ಆದರೆ ಅವಳ ತಾಯಿ ಭಾನುವಾರದಿಂದ ತೊಟ್ಟು ನೀರನ್ನೂ ಮುಟ್ಟಿರಲಿಲ್ಲ, ಏನನ್ನೂ ತಿಂದಿರಲಿಲ್ಲ. ಹುಡುಗಿ ಮನೆಯ ಬಾಗಿಲನ್ನು ತೆರೆದು ಒಳಗೆ ಕಾಲಿಟ್ಟಾಗ

ಕಣ್ಣೀರಿನ ಮಬ್ಬು ವಾಸನೆ ಅವಳ ಮೂಗಿಗೆ ಬಡಿಯಿತು. ಅವಳು ಅಡುಗೆಮನೆಗೆ ಹೋಗಿ, ಕಪಾಟನ್ನು ತೆರೆದು, ಹಳದಿ ನಗುಮುಖಗಳ ಚಿತ್ತಾರವಿದ್ದ ನೀಲಿ ಬಟ್ಟಲನ್ನು ತೆಗೆದುಕೊಂಡಳು. ಅದರೊಳಗೆ ಒಂದಿಷ್ಟು ಕಾರ್ನ್‌ಫ್ಲೇಕ್ಸ್ ತುಂಬಿಸಿದಳು. ಫ್ರಿಜ್ಜಿನಲ್ಲಿ ಒಂದು ಚಮಚದಷ್ಟು ಹಾಲು ಮಾತ್ರ ಉಳಿದಿತ್ತು. ಅಷ್ಟನ್ನೇ ಬಟ್ಟಲಿಗೆ ಬಗ್ಗಿಸಿಕೊಂಡು ಕೂರುಕೋಣೆಗೆ ಹೋದಳು. ಸೋಫಾದ ಮೇಲೆ ಕುಳಿತಿದ್ದ ಅವಳ ತಾಯಿ ಹುಡುಗಿಯನ್ನು ನೋಡಿ ವಿಷಾದದ ನಗೆ ನಕ್ಕು ಎದ್ದು ಕುಳಿತಳು, ಹುಡುಗಿಯ ಭುಜವನ್ನು ನೇವರಿಸಿದಳು.

ತಾಯಿ: ಡಾಂಕೆ. ನನ್ನ ಪುಟ್ಟ ಏಂಜಲ್ ನೀನು.

ಅಮ್ಮ ಮತ್ತು ಹುಡುಗಿ ಸಪ್ಪೆ ಖಾದ್ಯವನ್ನು ಚಮಚದಲ್ಲಿ ಎತ್ತಿ ಎತ್ತಿ ತಿನ್ನತೊಡಗಿದರು.

ಹಾಲು ಇಲ್ಲದೆ ಒಣಕಲು ಕಾರ್ನ್‌ಫ್ಲೇಕ್ಸ್ ಅಗಿದು ನುಂಗಲು ಹುಡುಗಿಗೆ ಕಷ್ಟವಾಗುತ್ತಿತ್ತು. ಆ ಹುಡುಗಿಯನ್ನು ಒಂದು ಪ್ರಶ್ನೆ ಕಾಡುತ್ತಿತ್ತು. ಐದು ದಿನಗಳಿಂದ ಸತತವಾಗಿ ಅಳುತ್ತಿರುವ ತಾಯಿಯ ಬಳಿ ಅದನ್ನು ಕೇಳುವುದೋ ಬೇಡವೋ ಎಂಬ ದ್ವಂದ್ವದಲ್ಲಿ ಆ ಹುಡುಗಿ ಬಿದ್ದಿದ್ದಳು. ಅವಳ ತಾಯಿ ನೀಡಬಹುದಾದ ಉತ್ತರ ಆ ಒಣಕಲು ಕಾರ್ನ್‌ಫ್ಲೇಕ್ಸ್‌ನಂತೆಯೇ ನುಂಗಲಾರದ ತುತ್ತಾಗಿ ಪರಿಣಮಿಸಬಹುದು ಎಂದು ಹೆದರಿ ಆ ಪ್ರಶ್ನೆಯನ್ನು ತನ್ನಲ್ಲೇ ಅದುಮಿಟ್ಟುಕೊಂಡು, ಮತ್ತಷ್ಟು ಹಾಲಿಲ್ಲದ ಕಾರ್ನ್‌ಫ್ಲೇಕ್ಸ್‌ಅನ್ನು ಬಾಯಿಗೆ ತುರುಕಿಕೊಂಡಳು.

ಬಾಯಿ ತುಂಬಿಹೋಗಿ ಇನ್ನೇನು ಉಸಿರುಗಟ್ಟಬೇಕು, ಅಷ್ಟರಲ್ಲಿ ಉಳಿದಷ್ಟು ಉಸಿರು ಬಳಸಿ ಪ್ರಶ್ನೆಯನ್ನು ಹೊರಹಾಕಿದಳು, "ಪಾಪಾ ಮರಳಿ ಬರುತ್ತಾರಾ?"

ಆ ಪ್ರಶ್ನೆಗೆ ತಾಯಿ ಬೆಚ್ಚಿಬಿದ್ದಳು. ಅವಳಿಗೆ ಪಟಾರನೆ ಕೆನ್ನೆಗೊಂದು ಕೊಟ್ಟಂತಾಗಿತ್ತು.

ಮಾಮಾ: ಬರುವುದಿಲ್ಲ. ಮಾನ್ಯ ಪ್ರೊಫೆಸರ್‌ರಿಗೆ ನಮ್ಮಿಂದ ಸುಖವಿಲ್ಲವಂತೆ. ಅವರ ಅಂತಸ್ತಿಗೆ ನಾವು ಸರಿಹೊಂದುವುದಿಲ್ಲವಂತೆ.

ಮುಖದ ಮೇಲೆ ತಣ್ಣನೆಯ ನೀರು. ಹಿತವಾಗಿತ್ತು.

ನಾನು: ಇನ್ನಷ್ಟು ತಣ್ಣೀರು ಸುರಿ. ನನ್ನ ರಕ್ತ ಕುದ್ದುಹೋಗುತ್ತಿದೆ.

106.3 ಡಿಗ್ರಿ.

ಹುಡುಗಿಯ ಧ್ವನಿ: ಸ್ನಾನದ ಮನೆ, ಬಾತ್‌ಟಬ್, ತಣ್ಣೀರು.

ಮೈಮೇಲೆ ಎಲ್ಲೆಡೆ ತಣ್ಣೀರಿನ ಸಿಂಚನ. ನನ್ನೊಳಗಿನ ಬೆಂಕಿಯನ್ನು ನಂದಿಸಲು ಯಾರೋ ಪ್ರಯತ್ನಿಸುತ್ತಿದ್ದರು. ಅವರಿಗೆ ಕೃತಜ್ಞತೆಗಳನ್ನು ಅರ್ಪಿಸುವಷ್ಟು ಶಕ್ತಿ ಕೂಡ ನನ್ನಲ್ಲಿ ಇರಲಿಲ್ಲ.

ನನ್ನ ತಂದೆ, ಈಡಾ ಹಾಗೂ ನಾನು ಹೊರಾಂಗಣ ಈಜುಕೊಳದಲ್ಲಿ ಇದ್ದೆವು. ಮಳೆ ಸುರಿಯುತ್ತಿತ್ತು. ಕೊಳದಲ್ಲಿ ನಾವು ಮೂವರಷ್ಟೇ ಇದ್ದುದು. ಶ್ವಾಯಿನ್‌ಶೆನ್ ಆಟ ಆಡುತ್ತಿದ್ದೆವು. ನಾನೇ ಆಟದಲ್ಲಿ ಇಬ್ಬರ ನಡುವೆ ನಿಂತ ಶ್ವಾಯಿನ್‌ಶೆನ್, ಹಂದಿಮರಿ. ಚೆಂಡನ್ನು ಇಬ್ಬರು ಆ ಬದಿಯಿಂದ ಈ ಬದಿಗೆ ಎಸೆಯುವಾಗ ಮಧ್ಯ ನಿಂತ ಹಂದಿಮರಿ, ಅಂದರೆ ನಾನು,

ಅಡ್ಡಗಟ್ಟಿ ಚೆಂಡನ್ನು ಹಿಡಿಯಬೇಕು. ನನಗದು ಸಾಧ್ಯವಾಗುತ್ತಿಲ್ಲ. ಈಡಾಳ ಮುಖದಲ್ಲಿ ನಗುವಿತ್ತು. ಅವಳು ನನ್ನ ಪಾಪಾರನ್ನು 'ಪಾಪಾ' ಎಂದೇ ಕರೆಯುತ್ತಾಳೆ. ಇದರಿಂದ ನನಗಾಗಲೀ ನನ್ನ ಪಾಪಾರಿಗಾಗಲೀ ಬೇಸರವಿಲ್ಲ. ನ್ಯಾಯವಾಗಿ ಅವಳಿಗೂ ಒಬ್ಬ ತಂದೆ ಇರಬೇಕಿತ್ತು. ಹಾಗೆ ನೋಡಿದರೆ ಈಡಾಳಿಗೆ ಸರಿಯಾದ ಮಾಮಾ ಸಹ ಇಲ್ಲ. ಇದ್ದಕ್ಕಿದ್ದಂತೆ ಮಳೆ ನಿಂತುಹೋಯಿತು. ನಮ್ಮ ಸುತ್ತಲಿನ ನೀರು ಕಪ್ಪುಗಟ್ಟಿತು, ಕಾಲಕೆಳಗಿನ ಗಟ್ಟಿ ನೆಲ ಕೊರೆಯತೊಡಗಿತು. ನಾವು ಈಗ ದೊಡ್ಡ ನೀರಿನ ಹೊಂಡದಲ್ಲಿ ಇದ್ದೆವು. ನಾಲ್ಕು ಪೆಡಲ್ ದೋಣಿಗಳು ನಮ್ಮ ಸುತ್ತ ತೇಲುತ್ತಿದ್ದವು. ಆ ನಾಲ್ಕರಲ್ಲಿ ಒಂದು ಪೆಡಲ್ ದೋಣಿಯ ಹಿಂಭಾಗಕ್ಕೆ ಚಿಕ್ಕ ಜಾರುಬಂಡೆಯನ್ನು ಅಳವಡಿಸಲಾಗಿತ್ತು. ನಾವು ಮೂವರೂ ಆ ಜಾರುಬಂಡೆ ದೋಣಿಯ ಕಡೆಗೆ ಈಜಿಕೊಂಡು ಹೋಗಿ ಹತ್ತಿ ಕುಳಿತೆವು.

ಈಡಾ ಮತ್ತು ನಾನು ಪೆಡಲ್ ತುಳಿಯುತ್ತಾ ಹೊಂಡದಲ್ಲಿ ದೋಣಿ ವಿಹಾರ ಮಾಡುವಾಗ ನನ್ನ ತಂದೆ ಪುಸ್ತಕವನ್ನು ಓದುತ್ತಿದ್ದರು. ಇದ್ದಕ್ಕಿದ್ದಂತೆ ಹೊಂಡದ ನೀರಿನಲ್ಲಿ ಅಲೆಗಳು ಎದ್ದವು, ರಾಕ್ಷಸ ಗಾತ್ರಕ್ಕೆ ಬೆಳೆಯತೊಡಗಿದವು. ಕಪ್ಪುನೀರು ನೀಲಿಬಣ್ಣಕ್ಕೆ ತಿರುಗಿತು, ಸುತ್ತಲಿನ ಹವಾಮಾನ ಹಠಾತ್ತನೆ ಬದಲಾಯಿತು. ಸೀಗಲ್ ಪಕ್ಷಿಗಳು ಆಕಾಶದಲ್ಲಿ ಸದ್ದು ಮಾಡುತ್ತಾ ಹಾರಾಡತೊಡಗಿದವು. ನಾವು ಸಮುದ್ರಕ್ಕೆ ಬಂದುಬಿಟ್ಟಿದ್ದೆವು. ಈಗಲೂ ಅಲ್ಲಿ ಇದ್ದುದು ನಾವು ಮೂವರಷ್ಟೇ. ಒಳ್ಳೆಯ ಬಿಸಿಲು. ಈಡಾ ಮತ್ತು ನಾನು ದೋಣಿಯ ಹಿಂಭಾಗದಲ್ಲಿದ್ದ ಜಾರುಬಂಡೆಯಿಂದ ಉಪ್ಪುನೀರಿಗೆ ಜಾರಿ ಆಟವಾಡತೊಡಗಿದೆವು.

ದೋಣಿಯ ಮೇಲಿಂದ ನಮ್ಮ ತಂದೆ ಕೂಗಿ ಹೇಳಿದರು: ಮಕ್ಕಳೇ, ನಾವು ಸಮುದ್ರ ತೀರದಲ್ಲಿ ಹೊಸದೊಂದು ಮನೆ ಮಾಡೋಣ. ಏನಂತೀರಿ?

ನಮಗೆ ದಿಗ್ಭ್ರಮೆಯಾಯಿತು.

ನಾನು: ಮಾಮಾಳ ಗತಿ?

ತಂದೆ: ಅವಳು ಬದಲಾಗುವುದಿಲ್ಲ. ನಂಬಿ ನನ್ನನ್ನು. ಅವಳನ್ನು ಬಿಟ್ಟು ನನ್ನೊಂದಿಗೆ ಬಂದುಬಿಡಿ.

ಈಡಾ: ನಿಮ್ಮ ಹೊಸ ಕುಟುಂಬದ ಗತಿ ಏನು?

ತಂದೆ: ಅವರನ್ನು ಬಿಟ್ಟುಬಿಡುತ್ತೇನೆ.

ನಾನು: ಉಹೂಂ! ಹೀಗೆ ನಿಮ್ಮ ಎಲ್ಲಾ ಕುಟುಂಬಗಳನ್ನೂ ನಿಮಗೆ ಬೇಕಾದಾಗ ಬಿಟ್ಟುಹೋಗುವುದು ಸರಿಯಲ್ಲ.

ತಂದೆ: ತಪ್ಪು ಸರಿಗಳ ತರ್ಕ ಈಗ ಬೇಡ. ನಿಮ್ಮ ನಿರ್ಧಾರವನ್ನು ಈ ಕೂಡಲೇ ತಿಳಿಸಿ.

ನಾನು ಮತ್ತು ಈಡಾ ಮುಖಮುಖ ನೋಡಿಕೊಂಡೆವು. ನಮ್ಮಿಬ್ಬರ ತಲೆಯಲ್ಲೂ ಒಮ್ಮತದ ಅಭಿಪ್ರಾಯವಿತ್ತು. ನಾನು ಬಾಯಿಬಿಟ್ಟು ಹೇಳಿದೆ.

ನಾನು: ಅದು ಸಾಧ್ಯವಿಲ್ಲ.

ಈಡಾ: ನಾವು ಮಾಮಾಳನ್ನು ಬಿಟ್ಟು ಬರುವುದಿಲ್ಲ.

ಅವರು ಏನೂ ಮಾತನಾಡದೆ ಹೆಗಲು ಹಾರಿಸಿ ಮುಂದೆ ಮುಖ ಮಾಡಿಕೊಂಡು ದೋಣಿಯನ್ನು ಮುನ್ನಡೆಸತೊಡಗಿದರು. ನಮ್ಮನ್ನು ನಡುನೀರಿನಲ್ಲಿ ಕೈಬಿಟ್ಟು, ವಿಧಿಯ ಕೈಗೆ ನಮ್ಮ ಜೀವಗಳನ್ನು ಕೊಟ್ಟು ಹೊರಟೇಹೋದರು.

"ನಿಲ್ಲಿ!", "ಪಾಪಾ!", "ನಾವು ಮುಳುಗುತ್ತಿದ್ದೇವೆ!" ಎಂದು ಏನೇ ಕೂಗಿದರೂ ಕೇಳಿಸದವರಂತೆ ದೋಣಿಯ ಪೆಡಲ್ಲುಗಳನ್ನು ತುಳಿಯುತ್ತಾ ದೂರದೂರಕ್ಕೆ ಹೊರಟುಹೋದರು. ಅವರು ಕಣ್ಮರೆಯಾಗುತ್ತಿದ್ದಂತೆ "ಆರ್ಶ್‌ಲೋಖ್!", "ಕೊಲೆಗಾರ!" ಎಂದು ಚೀರಿದೆ. ಅವನನ್ನು ಬಿಳಿಯ ಶಾರ್ಕ್ ಮೀನು ಕೊಂದುಹಾಕಲಿ ಎಂದು ಶಪಿಸಿದೆ.

ಈಡಾ ಸಾಯಬಾರದು. ಅವಳು ಇನ್ನೂ ಸಣ್ಣವಳು, ಬದುಕಿ ಬಾಳಬೇಕಾದವಳು. "ಕಾಪಾಡಿ" ಎಂದು ಗಂಟಲು ಹರಿದುಕೊಳ್ಳುವಂತೆ ಕೂಗಿದೆ, ಏನೂ ಪ್ರಯೋಜನವಾಗಲಿಲ್ಲ.

ನಾನು: ನಾವು ಈ ಕಷ್ಟದ ಪರಿಸ್ಥಿತಿಯಿಂದ ಹೊರಗೆ ಬಂದೇ ಬರುತ್ತೇವೆ. ನಮ್ಮಿಬ್ಬರಿಗೆ ಅಸಾಧ್ಯವಾದುದು ಯಾವುದೂ ಇಲ್ಲ. ಒಗ್ಗಟ್ಟಾಗಿರೋಣ.

ಈಡಾ: ಇಶ್ ಹಾಬ್ ಡಿಶ್ ಲೀಬ್, ನೀನೆಂದರೆ ನನಗೆ ಇಷ್ಟ.

ನಾನು: ಇಶ್ ಹಾಬ್ ಡಿಶ್ ಔಖ್ ಲೀಬ್, ಈಡಾ. ನನ್ನನ್ನು ಹಿಂದಿನಿಂದ ಭದ್ರವಾಗಿ ಹಿಡಿದುಕೋ.

ಅವಳು ನನ್ನ ಕತ್ತನ್ನು ಬಳಸಿ ಹಿಡಿದುಕೊಂಡಳು. ನನಗೆ ಹೆಚ್ಚು ಸಮಯ ಉಳಿದಿರಲಿಲ್ಲ.

ಅದೇ ಸಮಯಕ್ಕೆ ಇಬ್ಬರಿಗೂ ಆ ದೃಶ್ಯ ಕಂಡಿತು. ಒಂದು ಹಡಗು, ದಿಗಂತದಾಚೆಯಿಂದ ನಮ್ಮ ಕಡೆಗೇ ಬರುತ್ತಿತ್ತು.

ಹುಡುಗಿಯ ಧ್ವನಿ: 104.2 ಡಿಗ್ರಿ, ನಿನ್ನೆ 106.3 ಇತ್ತು.

ಗಂಡುಧ್ವನಿ: ಫ಼ಕ್.

ಹಿಂದೆ ಕಂಡ ಕಂದುಗೂದಲ ಹುಡುಗಿ ಮತ್ತೆ ಕಂಡಳು. ತನ್ನ ಕೋಣೆಯೊಳಗೆ ಮೇಜಿನ ಬಳಿ ಕುಳಿತಿದ್ದಳು. ಈಗ ಕೊಂಚ ದೊಡ್ಡವಳಾಗಿದ್ದಳು. ಉದ್ದ ಜಡೆಗಳು ಇರಲಿಲ್ಲ, ಕೂದಲು ಭುಜದವರೆಗೆ ಇಳಿಬಿದ್ದಿತ್ತು. ಜೇನುಮೇಣದಿಂದ ಅವಳೇ ತಯಾರಿಸಿದ ಮೋಂಬತ್ತಿಯೊಂದು ಮೇಜಿನ ಮೇಲೆ ಉರಿಯುತ್ತಿತ್ತು. ಅದರೊಳಗೆ ಒಂದು ಪುಟ್ಟ ಪ್ಲಾಸ್ಟಿಕ್ ಜೇನೊಂದು ಸಿಕ್ಕಿಹಾಕಿಕೊಂಡಿತ್ತು. ಆ ಹುಡುಗಿ ಮೋಂಬತ್ತಿ ಉರಿಯುವುದನ್ನು ಕಣ್ಣಲುಗಿಸದೆ ನೋಡುತ್ತಿದ್ದಳು. ಮಕ್ಕಳು ಬೆಂಕಿಯೊಂದಿಗೆ ಆಟವಾಡಬಾರದು ಎಂಬ ನಿಯಮವಿದ್ದುದರಿಂದ ಮೋಂಬತ್ತಿಯನ್ನು ಅವಳ ತಂದೆ ತಾಯಿಯರಿಗೆ ಅಥವಾ ಅಜ್ಜ ಅಜ್ಜಿಯರಿಗೆ ಉಡುಗೊರೆಯಾಗಿ ಕೊಡಬೇಕೆಂದು ಶಿಕ್ಷಕಿ ಫ್ರೌ ಬಾವ್‌ಮನ್ ಅವಳಿಗೆ ಶಾಲೆಯಲ್ಲಿ ಹೇಳಿದ್ದರು. ಅವಳ ಉಡುಗೊರೆಯನ್ನು ಸ್ವೀಕರಿಸಲು ಆ ಹುಡುಗಿಗೆ ಅಜ್ಜ ಅಜ್ಜಿಯರು ಇರಲಿಲ್ಲ, ಅಪ್ಪನೂ ಇರಲಿಲ್ಲ. ಅವಳಿಗೆ ಒಬ್ಬ ತಾಯಿ ಇದ್ದಳು, ಆದರೆ ಅವಳಿಗೆ

ಮೋಂಬತ್ತಿಯನ್ನು ಕೊಡಲು ಆ ಹುಡುಗಿಗೆ ಇಷ್ಟವಿರಲಿಲ್ಲ. ಹುಡುಗಿಯ ಲೆಕ್ಕದಲ್ಲಿ ಆ ತಾಯಿಯು ಉಡುಗೊರೆ ಸ್ವೀಕರಿಸಲು ಅನರ್ಹಳು. ಅವಳ ತಾಯಿ ದಿನಗಟ್ಟಲೆ ಹುಡುಗಿಯ ಮೇಲೆ ಕೂಗಾಡಿ, ಅವಳಿಗೆ ಹೊಡೆದು ಬಡಿದು ಮಾಡಿದ್ದಳು.

ಕೂಗಾಟದ ಸದ್ದು ಜೋರಾಯಿತು. ಅವಳ ಕೋಣೆಯ ಬಾಗಿಲನ್ನು ಯಾರೋ ತೆರೆದರು.

ತಾಯಿ ಕೂಗಿದಳು: ನಿನಗೇನು ತಲೆ ಕೆಟ್ಟಿದೆಯಾ? ಮನೆಯೊಳಗೆ ಕುಳಿತು ಯಾರಾದರೂ ಬೆಂಕಿಯೊಂದಿಗೆ ಸರಸವಾಡುತ್ತಾರಾ? ನನ್ನನ್ನು ಸಾಯಿಸಬೇಕು ಎಂದು ಮಾಡಿದ್ದೀಯೋ ಹೇಗೆ?

ತಾಯಿ ಮೋಂಬತ್ತಿಯನ್ನು ಗಾಳಿ ಊದಿ ಆರಿಸಿ ಆ ಹುಡುಗಿಯ ಕೆನ್ನೆಗೆ ಏಟು ಕೊಟ್ಟಳು. ಆ ಹುಡುಗಿ ಕುರ್ಚಿಯಿಂದ ಮೇಲೆದ್ದು ನಿಂತಳು. ಮೋಂಬತ್ತಿಯನ್ನು ಕೈಗೆ ತೆಗೆದುಕೊಂಡು ಕರಗಿದ ಬಿಸಿ ಮೇಣವನ್ನು ತಾಯಿಯ ಮುಖದ ಮೇಲೆ ಎರಚಿದಳು.

ಹುಡುಗಿ: ಇದೇ ಕೊನೆ. ಇನ್ನೆಂದೂ ನೀನು ನನ್ನನ್ನು ಹೊಡೆಯಕೂಡದು.

102.6 ಡಿಗ್ರಿ.

ನಾನು ಹಾಸಿಗೆಯ ಮೇಲೆ ಮಲಗಿದ್ದೆ, ಈಡಾ ನೆಲದ ಮೇಲೆ ಕುಳಿತಿದ್ದಳು, ಅವಳ ತೊಡೆಯ ಮೇಲೆ ತೆರೆದ ಪುಸ್ತಕವಿತ್ತು. ವಿಕ್ಟೋರ್ ನನ್ನ ಮೇಜಿನ ಮೇಲೆ ಲ್ಯಾಪ್‌ಟಾಪ್‌ನ ಪರದೆಯನ್ನು ನೋಡುತ್ತಿದ್ದ. ಮಂಚದ ಪಕ್ಕ ಒಂದು ಬಕೀಟು ನೀರಿನಲ್ಲಿ ನೆನೆಹಾಕಿದ್ದ ಬಟ್ಟೆಗಳು, ಪೀಕದಾನಿಯಾಗಿ ಉಪಯೋಗಿಸಲ್ಪಟ್ಟ ಒಂದು ಪ್ಲಾಸ್ಟಿಕ್ ಬಟ್ಟಲು, ಬಾಟಲಿ ನೀರು, ಒಂದು ಕೆಟಲ್‌ನಲ್ಲಿ ಟೀ, ಒಂದು ಹಾಳೆ ಐಬುಪ್ರೊಫೇನ್ ಮಾತ್ರೆಗಳು ಕಂಡವು. ತಲೆ ತಿರುಗಿದಂತಾಗಿ ಮತ್ತೆ ಕಣ್ಣುಮುಚ್ಚಿಕೊಂಡೆ.

ಈಡಾ, ನಾನು ಮತ್ತು ನಾವಿಕ ಕಡಲ ತೀರದ ಮರಳ ಮೇಲೆ ಕುಳಿತು ನೀರಿನ ಹೊಂಗಸ್ಟಾಟ ಏರಿಳಿತಗಳನ್ನು ಗಮನಿಸುತ್ತಿದ್ದೆವು. ನಮ್ಮನ್ನು ಬಿಟ್ಟರೆ ಅಲ್ಲಿ ಬೇರೆ ಯಾರೂ ಇರಲಿಲ್ಲ. ಸುಂದರ, ಶಾಂತ ವಾತಾವರಣ. ಅಲ್ಲೊಬ್ಬ ಹೆಂಗಸು, ದಂಡೆಯ ಉದ್ದಕ್ಕೆ ಓಡುತ್ತಿದ್ದವಳು ಒಮ್ಮೆಲೇ ನಿಂತು ಅಲೆಗಳ ಕಡೆಗೆ ತಿರುಗಿ ನಿಧಾನವಾಗಿ ಹೆಜ್ಜೆಯಿಡುತ್ತಾ ನೀರಿನ ಕಡೆಗೆ ನಡೆಯತೊಡಗಿದಳು. ಅವಳ ಕಂದುಬಣ್ಣದ ನಯವಾದ ಕೂದಲು ಮತ್ತು ಅಡ್ಡಾದಿಡ್ಡಿ ನಡಿಗೆಯನ್ನು ಹಿಂಬದಿಯಿಂದಲೇ ನೋಡಿ ಅದು ಮಾಮಾ ಎಂದು ಗುರುತಿಸಿದೆ. ಅವಳು ನೀರಿನ ಒಳಒಳಗೆ ನಡೆಯುತ್ತಾ ಹೋದಳು. ಅಲೆಗಳ ಎತ್ತರ ಹೆಚ್ಚಾದಂತೆ ಅವುಗಳ ವಿರುದ್ಧ ಹೋರಾಡುತ್ತಾ, ಕೈಕಾಲು ಬಡಿದು ಈಜತೊಡಗಿದಳು. ನಾನು ನೀರಿಗೆ ಧುಮುಕಿ ಅವಳನ್ನು ದಡಕ್ಕೆ ಕರೆತರಬೇಕೆಂದು ಪ್ರಯತ್ನಿಸಿದೆ. ಆದರೆ ನನ್ನ ಕೈಕಾಲುಗಳು ಅಲುಗಾಡಲಿಲ್ಲ, ನನ್ನ ಧ್ವನಿ ಹೊರಡಲಿಲ್ಲ, ಕಿವಿ ಮೂಗುಗಳು ಸಹ ಕೆಲಸ ಮಾಡಲಿಲ್ಲ. ನಾವಿಕನು ಛಂಗನೆ ಎದ್ದು ನೀರಿನತ್ತ ಓಡಿದ, ಅಲೆಗಳ ನಡುವೆ ಮಾಮಾಳು ಹೋದ ದಿಕ್ಕಿನಲ್ಲಿ ಈಜಿದ. ಅಷ್ಟೇ ನನಗೆ ಕಂಡದ್ದು. ಮುಖದ ಮೇಲೆ ರಾಶಿರಾಶಿ ನೀರು ಬಡಿಯಿತು. ಯಾವುದು ಮೇಲೆ ಯಾವುದು ಕೆಳಗೆ ಎಂದು ತಿಳಿಯಲಿಲ್ಲ. ಅಲೆಗಳು ನನ್ನನ್ನು ಬಾಚಿ ಹಿಡಿದು ಬಲವಂತವಾಗಿ ಸಮುದ್ರದೊಳಗೆ

ಎಳೆದುಕೊಂಡು ಹೋದವು. ನನ್ನ ಶ್ವಾಸಕೋಶದೊಳಗೆ ಉಪ್ಪುನೀರು ತುಂಬಿಕೊಂಡು ಅವು ಉರಿಯಲಾರಂಭಿಸಿದವು. ಮೇಲಕ್ಕೆ ಈಜಲು ಪ್ರಯತ್ನಿಸಿದೆ. ಆದರೆ ಯಾವುದು ಮೇಲೆ ಎಂದು ತಿಳಿಯಲಿಲ್ಲ. ಒಂದು ಕೈ ನನ್ನನ್ನು ಹಿಡಿದು ನೀರಿನಿಂದ ಮೇಲೆತ್ತಿತು. ಕಣ್ಣು ತೆರೆದಾಗ ನಾವಿಕನ ಮುಖ ಕಂಡಿತು. ಅದು ವಿಕ್ಟೋರ್‌ನದ್ದೇ ಮುಖ.

ವಿಕ್ಟೋರ್: ಇನ್ನೇನು ಮುಗಿಯಿತು ಟಿಲ್ಡಾ. ಗಟ್ಟಿಗಿತ್ತಿ ನೀನು.

ಅವನು ನೆನೆಹಾಕಿದ ಬಟ್ಟೆಯನ್ನು ಬಕೀಟಿನಿಂದ ತೆಗೆದು ನನ್ನ ಮುಖ ಕೈಕಾಲುಗಳ ಮೇಲೆ ಹಗುರವಾಗಿ ಒತ್ತಿದ. ಹಳೆಯ ಹೊದಿಕೆಯನ್ನು ತೆಗೆದ. ನನ್ನನ್ನು ಎಬ್ಬಿಸಿ ಕೂರಿಸಿ, ಅವನ ಮೇಲೆಯೇ ಒರಗಿಸಿಕೊಂಡು ಒದ್ದೆಮುದ್ದೆಯಾಗಿದ್ದ ನನ್ನ ಟೀಶರ್ಟನ್ನು ಬಿಚ್ಚಿ, ನನ್ನ ಶರೀರದ ಮೇಲ್ಭಾಗವನ್ನು ಒದ್ದೆಬಟ್ಟೆಯಿಂದ ತಂಪು ಮಾಡಿ, ಒಣಗಿದ ಬಟ್ಟೆಯಿಂದ ಒರೆಸಿ, ಹೊಸ ಟೀಶರ್ಟನ್ನು ತೊಡಿಸಿದ. ನನ್ನನ್ನು ಮತ್ತೆ ದಿಂಬಿನ ಮೇಲೆ ಮಲಗಿಸಿ ತಾಜಾ ಹೊದಿಕೆಯನ್ನು ಹೊದೆಸಿದ.

"ಡಾಂಕ್" ಎಂದು ಪಿಸುದನಿಯಲ್ಲಿ ಹೇಳಿದೆ. ಅವನು ತನ್ನ ದೊಡ್ಡ ಕೈಯಿಂದ ನನ್ನ ಕೆನ್ನೆಯ ಮೇಲೆ ಮೂಡಿದ್ದ ಕಣ್ಣೀರಿನ ಹನಿಯನ್ನು ಒರೆಸಿದ.

102.1 ಡಿಗ್ರಿ.

ಕತ್ತಲು. ರಾತ್ರಿ. ನೆಲದ ಮೇಲೆ ಎರಡು ಹಾಸಿಗೆಗಳಿದ್ದವು. ಈಡಾ ಮತ್ತು ವಿಕ್ಟೋರ್ ಮಲಗಿದ್ದರು. ಇದು ಕನಸಾಗದಿರಲಿ ಎಂದು ಹಾರೈಸಿದೆ.

100.8 ಡಿಗ್ರಿ.

ನನಗೆ ಎಚ್ಚರವಾದಾಗ ವಿಕ್ಟೋರ್ ಮೇಜಿನ ಮೇಲೆ ಲ್ಯಾಪ್‌ಟಾಪ್ ಇಟ್ಟುಕೊಂಡು ಏನೋ ಮಾಡುತ್ತಿದ್ದ. ನೆಲದ ಮೇಲೆ ಹಾಸಿದ್ದ ಎರಡು ಹಾಸಿಗೆಗಳು ಹಾಗೆಯೇ ಇದ್ದವು. ಅದರರ್ಥ ನಾನು ಆಗ ಕಂಡದ್ದು ಕನಸಾಗಿರದೆ ನಿಜವಾಗಿತ್ತು.

ನಾನು: ಹಾಯ್.

ವಿಕ್ಟೋರ್ ತಿರುಗಿ ನೋಡಿ ಮುಗುಳ್ನಕ್ಕ.

ವಿಕ್ಟೋರ್: ವಾಪಸ್ಸು ಬಂದೆಯಾ?

ನಾನು: ಗೊತ್ತಿಲ್ಲ.

ನಾನು: ಈಡಾ ಎಲ್ಲಿ?

ವಿಕ್ಟೋರ್: ಶಾಲೆಗೆ ಹೋಗಿದ್ದಾಳೆ.

ನಾನು: ಮಾಮಾ ಹೇಗಿದ್ದಾಳೆ?

ವಿಕ್ಟೋರ್: ಪರವಾಗಿಲ್ಲ. ಡಿಟಾಕ್ಸಿಫಿಕೇಶನ್ ಪ್ರಕ್ರಿಯೆ ನಾಳೆಗೆ ಮುಗಿಯುತ್ತದೆ.

ನಾನು ಮತ್ತೆ ಕಣ್ಣು ಮುಚ್ಚಿದೆ. ಯಾವುದೋ ಫೋನ್ ಸದ್ದು ಮಾಡಿತು.

ವಿಕ್ಟೋರ್: ಈಡಾ?

ವಿಕ್ಟೋರ್: ಹೂಂ, ಅದೇ.

ವಿಕ್ಟೋರ್: ಅಲ್ಲ, ಕಪ್ಪೆಚಿಪ್ಪಿನಂತೆ ಕಾಣುವ ಪಾಸ್ತಾ ಬೇಡ, ಅಕ್ಷರಗಳ ತರಹದ್ದನ್ನು ಖರೀದಿಸು.

ಅದು ಕನಸೋ ನನಸೋ ತಿಳಿಯಲಿಲ್ಲ. ಪರೀಕ್ಷಿಸಲೆಂದೇ ತೋಳನ್ನು ಗಿಲ್ಲಿಕೊಂಡಾಗ ನೋವಾಯಿತು. ವಿಚಿತ್ರ.

98.9 ಡಿಗ್ರಿ.

■

ಸ್ನಾನದ ಮನೆಗೆ ಹೋಗಿ ಶವರಿನ ಕೆಳಗೆ ನಿಂತೆ.

ಮಂಪರನ್ನು ಓಡಿಸಲು ನಲ್ಲಿಯನ್ನು ತಣ್ಣೀರಿನ ಕಡೆಗೆ ತಿರುಗಿಸಿದೆ. ಬಿಸಿನೀರಿನ ಕಡೆಗೆ ನಲ್ಲಿಯನ್ನು ಕ್ರಮೇಣ ತಿರುಗಿಸುತ್ತಾ ನೀರಿನ ತಾಪಮಾನವನ್ನು ಹೆಚ್ಚಿಸಿದೆ. ಮೈ ಸುಡುವ ಬಿಸಿನೀರು. ಕುದಿಕುದಿ ಬಿಸಿನೀರಿನಿಂದ ಮೈಯ ಬೆವರು, ಕಣ್ಣೀರು, ಕೆಟ್ಟ ಕನಸುಗಳು ಹಾಗೂ ಕಳೆದ ದಿನಗಳಿಂದ ಅನುಭವಿಸಿದ ನೋವನ್ನು ತೊಳೆದುಹಾಕಿದೆ. ಚಿಕ್ಕ ಕಣದಷ್ಟು ಕೊಳೆಯನ್ನೂ ಬಿಡಬಾರದು ಎಂದು ಕಾಫಿ-ಕ್ಯಾರಮೆಲ್ ಸುಗಂಧದ "ನೋ ಮೋರ್ ಡ್ರಾಮ ಸ್ಕ್ರಬ್" ಹಾಕಿ ಗಸಗಸನೆ ಮೈ ಉಜ್ಜಿಕೊಂಡೆ. ಜಡ್ಡುಗಟ್ಟಿದ ಕೂದಲನ್ನು ಎರಡೆರಡು ಬಾರಿ ಶಾಂಪೂ ಹಾಕಿ ತೊಳೆದು, ಆಕರ್ಷಕ ಹೆಸರಿನ "ಶ್ವಾರ್ಟ್ಸ್‌ಕೋಪ್‌ಫ್ ರೀಜನರೇಷನ್ 2 ಇನ್ 1 ಸ್ಪಾ" ಕೂದಲು ರಿಪೇರಿ ಮಾಡುವ ಲೋಶನ್ ಹಚ್ಚಿಕೊಂಡೆ. ಒಂದೈದು ನಿಮಿಷ ಲೋಶನ್ ತನ್ನ ಪಾಡಿಗೆ ಕೆಲಸ ಮಾಡಲು ಬಿಟ್ಟು ಹಲ್ಲುಜ್ಜಿ ಮುಗಿಸಿದೆ. "ಲಿಸ್ಟರೀನ್ ಕ್ಲೀನ್ ಅಂಡ್ ಫ್ರೆಶ್" ಮೌತ್‌ವಾಶ್‌ನೊಂದಿಗೆ ಬಾಯಿ ಮುಕ್ಕಳಿಸಿ, ಖಾಯಿಲೆಯ ಬಾಯಿ ಮತ್ತು ವಾಂತಿಯ ನಾತಗಳನ್ನು ತೊಡೆದುಹಾಕಿದೆ. ಕೈಕಾಲುಗಳ ಉಗುರು ಕತ್ತರಿಸಿದೆ. ಮೈಮೇಲಿದ್ದ ಒಂದೇ ಒಂದು ಕೂದಲನ್ನೂ ಬಿಡದಂತೆ ರೇಜರ್‌ನಿಂದ ಶರೀರದ ಮೂಲೆಮೂಲೆಯನ್ನೂ ಬೋಳಿಸಿದೆ. ಮೈಗೂದಲನ್ನು ನಾನು ಸಾಮಾನ್ಯವಾಗಿ ಬೋಳಿಸುವುದಿಲ್ಲ. ಆದರೆ ಸ್ವಚ್ಛತಾ ಪ್ರವಾಹವನ್ನು ಹತ್ತಿಕ್ಕಲು ಆಗದೆ ಎಲ್ಲವನ್ನೂ ಮಾಡಿ ಮುಗಿಸಿದೆ. ತಲೆಗೂದಲನ್ನೂ ಬೋಳಿಸಿಬಿಡುವ ಆಸೆಯಾದರೂ "ರೀಜನರೇಷನ್ 2 ಇನ್ 1 ಸ್ಪಾ" ಮಾಡಿದ ಮೂರು ನಿಮಿಷ ಮರುಹುಟ್ಟು ನೀಡುವ ಕೆಲಸ ವ್ಯರ್ಥವಾಗಿಬಿಡುವುದು ಎಂದು ಕೂದಲನ್ನು ಹಾಗೆಯೇ ಉಳಿಸಿದೆ. ತಲೆ ಮೈಗಳನ್ನು ನೀರಿನಲ್ಲಿ ತೊಳೆದುಕೊಂಡು, ಟವಲಿನಿಂದ ಮೈ ಒಣಗಿಸಿಕೊಂಡೆ. ಮೈಗೆ ನೀವಿಯಾ ಲ್ಯಾವೆಂಡರ್ ಬಾಡಿ ಲೋಶನ್ ಲೇಪಿಸಿ, ನನ್ನ ಕೂದಲು ಪಡೆದಂತೆ ನಾನೂ ರೀಜನರೇಷನ್ ಪಡೆದುಕೊಂಡೆ. ಬಿಳಿಯ ಬಾತ್‌ರೋಬನ್ನು ಧರಿಸಿದಾಗ ಆಗಷ್ಟೇ ಹುಟ್ಟಿದ ಮಗುವಿನಂತಾಗಿದ್ದೆ. ನನ್ನ ತಲೆಯನ್ನೂ ಬೋಳಿಸಿಕೊಂಡುಬಿಟ್ಟಿದ್ದರೆ ಅದು ಸಂಪೂರ್ಣವಾಗುತ್ತಿತ್ತು.

ಸ್ನಾನದ ಮನೆಯಲ್ಲಿ ನನ್ನ ಮರುಹುಟ್ಟು ನಡೆದ ಸಮಯದಲ್ಲಿ ಈಡಾ ಮತ್ತು ವಿಕ್ಟೋರ್ ನಮ್ಮ ಮನೆಗೆ ಮರುಜೀವ ನೀಡಿದ್ದರು. ಎಲ್ಲಾ ಕಿಟಕಿಗಳು ತೆರೆದಿದ್ದವು, ತರಗೆಲೆಗಳ ಪರಿಮಳ ಮನೆಯನ್ನು ತುಂಬಿತ್ತು. ಪಾತ್ರೆ ಮತ್ತು ಬಟ್ಟೆಗಳನ್ನು ತೊಳೆಯುವ ಮಷೀನುಗಳು ಓಡುತ್ತಿದ್ದವು. ನಾನು ಸ್ನಾನ ಮುಗಿಸಿ ಕೋಣೆಗೆ ಬಟ್ಟೆಗಳನ್ನು ತೆಗೆದುಕೊಳ್ಳಲು ಹೋದಾಗ ಈಡಾ ನೆಲವನ್ನು ಒರೆಸುತ್ತಿದ್ದಳು. ವಿಕ್ಟೋರ್ ನನ್ನ ಹಾಸಿಗೆಗೆ ಹೊಸ ಬಿಳಿಯ ಹೊದಿಕೆಯನ್ನು ಹೊದೆಸುತ್ತಿದ್ದ. ನನ್ನ ತಾಯಿಗೆ ಸೇರಿದ ವಿಚಿತ್ರ ಹೆಸರುಗಳ ಸ್ನಾನದ ಪದಾರ್ಥಗಳನ್ನು ಬಳಸಿ ಸೌಂದರ್ಯವರ್ಧನೆಯಲ್ಲಿ ನಾನು ತೊಡಗಿರಬೇಕಾದರೆ, ಸುಮಾರು ಅಪರಿಚಿತನೆಂದೇ ಹೇಳಬಹುದಾದ ವ್ಯಕ್ತಿಯೊಬ್ಬ ಬೆವರು ವಾಂತಿಗಳಿಂದ ನಾರುತ್ತಿದ್ದ ನನ್ನ ಕೋಣೆಯನ್ನು ಸ್ವಚ್ಛ ಮಾಡುತ್ತಿದ್ದ. ಇಷ್ಟು ಸಾಲದೆಂಬಂತೆ ಆ ಅಪರಿಚಿತನಲ್ಲದ ಅಪರಿಚಿತನು ನನ್ನನ್ನು ನೋಡಿ ಅಮೋಘವಾದ ಸುಂದರ ಮುಗುಳ್ನಗೆಯನ್ನು ಬೀರಿದ.

ನಾವು ಮನೆ ಬಿಟ್ಟಾಗ ಹೊರಗೆ ದಟ್ಟ ಮಂಜು ಕವಿದಿತ್ತು. ಮಂಜನ್ನು ತೂರಿ ಹೊರಬರುತ್ತಿದ್ದ ಮಂದ ಬೆಳಕು ಹಿಂದೆ ಬಚ್ಚಿಟ್ಟುಕೊಂಡ ಸೂರ್ಯನ ಇರವನ್ನು ಸೂಚಿಸುತ್ತಿತ್ತು. ಎಷ್ಟೋ ವರ್ಷಗಳಿಂದ ಮನೆಯೊಳಗೇ ಇದ್ದವಳು ಅಂದು ಹೊರಗೆ ಬಂದಿದ್ದೇನೆ ಅನ್ನಿಸಿತು. ಮನೆಯ ಹೊರಗಿನ ನೋಟ ಸುವಾಸನೆಗಳು ಎಷ್ಟು ಚೆನ್ನ ಎಂದು ಮರೆತೇಹೋಗಿತ್ತು. ನಾನು ಮನೆಯಿಂದ ಹೊರಬಂದ ಕಡೆಯ ದಿನ ಬಿಸಿಯ ಸೋಮರ್ ಕಾಲಕ್ಕೂ ಎಲೆಗಳನ್ನು ಉದುರಿಸುವ ಹೆರ್ಬ್‌ಸ್ಟ್ ಕಾಲಕ್ಕೂ ಜಗಳವೇ ನಡೆದುಹೋಗಿತ್ತು. ಹೋಗುವುದಿಲ್ಲವೆಂದು ಹಠ ಹಿಡಿದು ಕೂತಿದ್ದ ಬೇಸಿಗೆಯನ್ನು ಮಳೆ ಮಿಂಚು ಬಿರುಗಾಳಿ ಸಿಡಿಲುಗಳ ಆರ್ಭಟದೊಂದಿಗೆ ಹೆರ್ಬ್‌ಸ್ಟ್ ಕಾಲವು ಹೊಡೆದೋಡಿಸಿತ್ತು. ಈಗ ನೋಡಿದರೆ ಎಲ್ಲೆಡೆ ಉದುರುವ ತರಗೆಲೆಗಳು ಮತ್ತು ಎಳೆಯ ಬಿಸಿಲು. ಹೆರ್ಬ್‌ಸ್ಟ್ ಮತ್ತು ಸೋಮರ್ ಕಾಲಗಳು ರಾಜಿ ಮಾಡಿಕೊಂಡು ತಮ್ಮ ತಮ್ಮ ಉತ್ತಮ ಗುಣಗಳನ್ನು ಪ್ರದರ್ಶನಕ್ಕೆ ಇಟ್ಟಂತಿತ್ತು. ಹೆರ್ಬ್‌ಸ್ಟ್ ನನ್ನ ಅತ್ಯಂತ ಇಷ್ಟದ ಕಾಲ. ಚಳಿಯ ವಿಂಟರ್, ಚಿಗುರೆಲೆಯ ಫ್ರೂಲಿಂಗ್ ಮತ್ತು ಸೋಮರ್‌ಗಳು ನನಗೆ ಇಷ್ಟವಿಲ್ಲದಿಲ್ಲ. ಆದರೆ ಹೆರ್ಬ್‌ಸ್ಟ್ ಕಾಲದ ವಾತಾವರಣದಲ್ಲಿ ಎಲ್ಲಿಲ್ಲೂ ಒಂದು ರೀತಿಯ ಮೋಹಕತೆ ಆವರಿಸುತ್ತದೆ. ಹೆರ್ಬ್‌ಸ್ಟ್ ಕಾಲ ಎಲ್ಲವನ್ನೂ ಮಂತ್ರಮುಗ್ಧಗೊಳಿಸುವ ಜಾದೂಗಾರನಂತೆ. ಸುತ್ತಲ ಜಗತ್ತನ್ನು ಬಿರುಗಾಳಿ ಮಂಜು ಮಳೆಗಳ ಪರದೆಯಿಂದ ಮುಚ್ಚಿ, ಅದನ್ನು ತಿಳಿಗೊಳಿಸಿ ಅನಾವರಣ ಮಾಡುವಷ್ಟರಲ್ಲಿ ಹಸಿರು ಎಲೆಗಳು ಬೆಂಕಿಯ ಬಣ್ಣಕ್ಕೆ ತಿರುಗಿರುತ್ತವೆ. ಅದೇ ಬೆಂಕಿಯ ಬಣ್ಣ ಮಳೆ ಸುರಿದಾಗ ಬೂದು ಅಥವಾ ಕಂದುಬಣ್ಣವಾಗಿ ಗೋಚರಿಸುತ್ತದೆ. ಸಂಜೆ ಮಳೆ ನಿಂತು ಸೂರ್ಯನು ಹೊರಬಂದು ಬಂಗಾರದ ಬೆಳಕನ್ನು ಬೀರಿ ಎಲ್ಲವನ್ನೂ ಥಳಥಳ ಮಿರುಗಿಸುತ್ತಾನೆ. ಹೆರ್ಬ್‌ಸ್ಟ್‌ನ ಗಾಳಿಯ ಪರಿಮಳದಲ್ಲೂ ಜಾದು ಅಡಗಿರುತ್ತದೆ.

ತಂಪು ಮಂಜು ಬೆರೆತ ಹವೆಯನ್ನು ದೀರ್ಘವಾಗಿ ಒಳಗೆಳೆದುಕೊಂಡೆ. ವಿಕ್ಟೋರ್‌ನ ಹಡಗನ್ನು ಹತ್ತಿ ಕುಳಿತೆ. ಹೋಗಬೇಕಾದ ಜಾಗ ಬಿಟ್ಟು ಬೇರೆ ಎಲ್ಲಾದರೂ ಹೋಗಿಬಿಡುವ ಬಯಕೆಯಾಯಿತು. ಈ ವಾತಾವರಣದಲ್ಲಿ ಒಂದು ಲಾಂಗ್ ಡ್ರೈವ್ ಹೋಗುವ ಹಾಗಿದ್ದರೆ ಎಷ್ಟು ಚೆನ್ನಾಗಿರುತ್ತಿತ್ತು. ಸುರಿಯುವ ಮಳೆ, ಬೆಚ್ಚಗೆ ಮಾಡಿದ ಕಾರುಸೀಟು, ಕೆಟ್ಟ ರೇಡಿಯೋ ಸಂಗೀತ, ಪುಸ್ತಕಗಳು, ಮೆಕ್‌ಡೊನಾಲ್ಡ್ಸ್, ಎಂದು ನಾನು ಇನ್ನೂ ಕನಸು

ಕಾಣುತ್ತಿರುವಾಗಲೇ ಕಾರು ಆಸ್ಪತ್ರೆಯ ಮುಂದೆ ಬಂದು ನಿಂತಿತು. ಈಡಾ ಇಳಿದಳು, ನಾನು ಮತ್ತು ವಿಕ್ಟೋರ್ ಕುಳಿತೇ ಇದ್ದೆವು. ಅವಳೇ ಇಳಿದುಬಂದು ನನ್ನ ಬಾಗಿಲನ್ನು ತೆರೆದಳು.

ಈಡಾ: ಬರುತ್ತೀರಾ?

ನಾನು ಕಾರಿಳಿದು ಹೊರಬಂದೆ.

ವಿಕ್ಟೋರ್ ತಲೆಯಾಡಿಸಿದ: ನಾನು ಇಲ್ಲೇ ಇರುತ್ತೇನೆ.

ಛೇ, ನನಗೆ ಪರಿಸ್ಥಿತಿಯ ಸೂಕ್ಷ್ಮವೇ ಅರ್ಥವಾಗಲಿಲ್ಲ.

ನಾನು: ನಮಗಾಗಿ ನೀನು ಕಾಯುವುದು ಬೇಡ. ನಾವು ಬಸ್ಸಿನಲ್ಲಿ ಮನೆಗೆ ಮರಳುತ್ತೇವೆ.

ವಿಕ್ಟೋರ್: ಪರವಾಗಿಲ್ಲ, ಆಸ್ಪತ್ರೆಯ ಹೊರಗೆ ಇರುತ್ತೇನೆ. ಒಳಗೆ ಬರಲು ಇಷ್ಟವಿಲ್ಲವಷ್ಟೇ.

ಈಡಾ ಮುನ್ನಡೆದಳು, ನಾನು ಹಿಂಬಾಲಿಸಿದೆ. ಎದುರಿಗೆ ಸಿಕ್ಕ ವೈದ್ಯರು ನರ್ಸುಗಳನ್ನು ಅವಳಾಗಿಯೇ ಮಾತನಾಡಿಸುವುದನ್ನು ನೋಡಿ ನನಗೆ ನನ್ನ ಕಣ್ಣುಗಳನ್ನೇ ನಂಬಲಾಗಲಿಲ್ಲ. ಒಮ್ಮಿಂದೊಮ್ಮೆಲೇ ಜ್ಞಾನೋದಯ ಹೊಂದಿದ ಆ ಪುಟ್ಟ ಜೀವದ ಹಿಂದೆ ನಡೆಯುತ್ತಾ ಮುಂದೆ ಸಾಗಿದೆ. ಹೊರಗೆ ನಿಂತಿದ್ದ ವಿಕ್ಟೋರ್‌ಗೆ ಮನಸ್ಸಿನಲ್ಲೇ ಕೃತಜ್ಞತೆ ಅರ್ಪಿಸಿದೆ. ಪಾಪ, ಅವನು ಆಸ್ಪತ್ರೆಯ ಮುಂದೆ ನಿಂತು ತನ್ನ ಕುಟುಂಬದ ಬಗ್ಗೆ ಯೋಚಿಸುತ್ತಿರಬೇಕು. ಅವನನ್ನು ಇಂತಹ ಪರಿಸ್ಥಿತಿಗೆ ಕರೆತಂದದ್ದಕ್ಕೆ, ಇಷ್ಟು ದಿನಗಳು ಅವನೊಟ್ಟಿಗೆ ಕಳೆದರೂ ಈವಾನ್‌ನ ವಿಷಯವನ್ನು ಅವನಿಗೆ ಹೇಳದಿದ್ದುದಕ್ಕೆ ನನ್ನ ಬಗ್ಗೆ ನನಗೇ ರೇಜಿಗೆಯಾಯಿತು. ಈಡಾ 329ರ ಸಂಖ್ಯೆಯ ಕೋಣೆಯ ಬಳಿ ಹೋಗಿ ನಿಂತಳು. ನನಗೆ ಆಸ್ಪತ್ರೆಗೆ ಹೋಗುವುದು ಇಷ್ಟವಿಲ್ಲ, ರೋಗಿಗಳನ್ನು ಕಾಣಲು ಹೋಗುವುದು ಇಷ್ಟವೇ ಇಲ್ಲ. ಮಾಮಾ ಇಲ್ಲಿಗೆ ಬಂದಿರುವುದು ಇದು ಒಟ್ಟು ಮೂರನೇ ಬಾರಿ. ಎರಡು ಬಾರಿ ಓವರ್‌ಡೋಸ್‌ನಿಂದಾಗಿ, ಇನ್ನೊಂದು ಬಾರಿ ಕುಡಿದ ಮತ್ತಿನಲ್ಲಿ ಒಡೆದ ಗಾಜಿನ ಬಾಟಲಿಯ ಮೇಲೆ ಬಿದ್ದುದರಿಂದ ಬರಬೇಕಾಯಿತು.

ಆಸ್ಪತ್ರೆಯ ಕೋಣೆಯ ಬಾಗಿಲನ್ನು ತೆರೆಯುವ ಕ್ಷಣದಲ್ಲಿ ನನಗೆ ಉಂಟಾಗುವ ಕಸಿವಿಸಿ ತಳಮಳ ಹೇಳತೀರದು. ಬಾಗಿಲ ಆಚೆ ಬದಿಯಲ್ಲಿ ಭಯಂಕರವಾದದ್ದು ಏನು ಕಾದಿದೆಯೋ? ದೇಹದ ತುಂಬಾ ಸಿಕ್ಕಿಸಿದ ಕೊಳವೆಗಳಲ್ಲಿ ಏನೇನೋ ದ್ರವಗಳು ಹೋಗಿಬಂದು ಮಾಡುತ್ತಿರುತ್ತವೆ. ವಾಕರಿಕೆ ಬರಿಸುವಂತಹ ಕ್ರಿಮಿನಾಶಕ, ಬೆವರು, ಆಸ್ಪತ್ರೆಯ ಊಟ, ಉಚ್ಚೆ, ಕಕ್ಕಸ್ಸು ವಾಸನೆಗಳ ಮಿಶ್ರಣ. ಮೇಲಾಗಿ ವ್ಯಕ್ತಿಯೊಬ್ಬನನ್ನು ಆ ಸ್ಥಿತಿಯಲ್ಲಿ ಯಾರೂ ನೋಡಬಾರದು. ಆಸ್ಪತ್ರೆಯ ಗೌನಿನ ಕೆಳಗೆ ಸಂಪೂರ್ಣ ಬೆತ್ತಲೆ. ಸತ್ವವಿಲ್ಲದ ದೇಹ, ಸ್ನಾನವಿಲ್ಲದೆ ನಾರುವ ಮೈ ಮತ್ತು ಬಳಲಿಕೆಯಿಂದ ಬರುವ ತೂಕಡಿಕೆ. ಬಾಗಿಲು ತೆರೆದಾಗ ಇದಾವುದೂ ಇರಲಿಲ್ಲ. ಮಾಮಾ ಜೀನ್ಸ್ ಮತ್ತು ಗುಲಾಬಿ ಬಣ್ಣದ ಸ್ವೆಟರ್ ಧರಿಸಿ ಹಾಸಿಗೆಯ ಮೇಲೆ ಕುಳಿತು ಟಿವಿಯಲ್ಲಿ ಕ್ಯೂಶೆನ್‌ಶ್ಲಾಖ್ಟ್ ಅಡುಗೆಸ್ಪರ್ಧೆ ನೋಡುತ್ತಿದ್ದಳು. ಅವಳ ಮುಖದಲ್ಲಿ ತಾಜಾತನವಿತ್ತು, 'ಶ್ವಾರ್ತ್ಸ್‌ಕೋಪ್‌ಫ್ ರೀಜನರೇಷನ್

2 ಇನ್ 1 ಸ್ಹಾವನ್ನು' ಹಾಕಿ ಸ್ನಾನ ಮಾಡಿದಂತೆ ಅವಳ ಕೂದಲು ಹೊಳೆಯುತ್ತಿತ್ತು. ಜೊತೆಗೆ ಕಣ್ಣುಗಳನ್ನು ಸಿಂಗರಿಸಿಕೊಂಡಿದ್ದಳು.

ಮಾಮಾ: ಬನ್ನಿ, ನನ್ನ ಮುದ್ದು ಕಂದಮ್ಮಗಳೇ.

ಅವಳಿಗೆ ಇವೆಲ್ಲಾ ತಮಾಷೆಯೇ?

ಈಡಾ: ಈಗ ಹೇಗಿದ್ದೀಯಾ?

ಮಾಮಾ: ಹೂಂ, ಚೆನ್ನಾಗಿದ್ದೀನಿ. ಈಗಷ್ಟೇ ಹುಟ್ಟಿದ ಮಗುವಿನಂತೆ ಒಳಗೂ ಹೊರಗೂ ಸ್ವಚ್ಛವಾಗಿದ್ದೇನೆ. ಮನೆಗೆ ಹೋಗಬೇಕು ಅನ್ನಿಸುತ್ತಿದೆ. ನಿಮ್ಮನ್ನು ಬಿಟ್ಟು ಇನ್ನೆಷ್ಟು ದಿನ ದೂರವಿರುವುದು?

ಅವಳ ಮಾತುಗಳು ಮೊದಲೇ ಅಭ್ಯಾಸ ಮಾಡಿಕೊಂಡು ನಮ್ಮ ಮುಂದೆ ಒಪ್ಪಿಸಿದಂತಿದ್ದವು.

ನಾನು: ಮಾಮಾ, ಕೆಲವೇ ದಿನಗಳ ಹಿಂದೆ ನೀನು ಆತ್ಮಹತ್ಯೆಗೆ ಪ್ರಯತ್ನಪಟ್ಟಿದ್ದೆ, ನೆನಪಿದೆಯೇ?

ಮಾಮಾ: ಹೋಗೇ, ಏನೇನೋ ಹೇಳಬೇಡ.

ನಾನು ಹುಬ್ಬೇರಿಸಿದೆ.

ನಾನು: ಜ಼ನಾಕ್ಸ್ ಮಾತ್ರೆಗಳು?

ಮಾಮಾ: ಏನೋ ಅಂದು ಸ್ವಲ್ಪ ಮನಸ್ಸಿಗೆ ಬೇಜಾರಾಗಿತ್ತು. ಆ ಆರ್ಶ್‌ಲೋಖ್ ಅಂದೇ ನನ್ನನ್ನು ಬಿಟ್ಟುಹೋಗಿದ್ದ. ನಿದ್ದೆ ಬರಲೆಂದು ಮಾತ್ರೆ ತೆಗೆದುಕೊಂಡೆ, ಅಷ್ಟೇ.

ಈಡಾಳ ಸಮ್ಮುಖದಲ್ಲಿ ಮಾತು ಬೆಳೆಸುವುದು ಬೇಡವೆಂದುಕೊಂಡು ನಾಲಗೆಯನ್ನು ಬಿಗಿಹಿಡಿದು ನಿಂತೆ.

ಮಾಮಾ: ಮನೆಗೆ ಹೋದ ಕೂಡಲೇ ಶ್ನಿಟ್‌ತ್ಸೆಲ್ ಮಾಡಿಕೊಡುವೆ. ಟಿವಿಯಲ್ಲಿ ಒಳ್ಳೆಯ ರೆಸಿಪಿ ನೋಡಿದೆ.

ಬಾಗಿಲು ಬಡಿವ ಸದ್ದು.

ವೈದ್ಯೆಯೊಬ್ಬರು ಒಳಗೆ ಬಂದರು. ಲೋಕಾಭಿರಾಮಾದ ಮಾತುಗಳನ್ನು ಆಡದೆ ನೇರ ವಿಷಯಕ್ಕೆ ಬಂದರು.

ವೈದ್ಯೆ: ಫ್ರೌ ಶ್ಮಿಟ್, ಇಂದಿಗೆ ನಿಮ್ಮ ದೇಹದಿಂದ ನಂಜನ್ನು ಹೊರತೆಗೆಯುವ ಡಿಟಾಕ್ಸಿಫಿಕೇಶನ್ ಪ್ರಕ್ರಿಯೆ ಮುಗಿದಿದೆ. ಇನ್ನು ನೀವು ಮುಂದಿನ ಶುಶ್ರೂಷೆಗಾಗಿ ಪುನರ್ವಸತಿ ಕೇಂದ್ರದಲ್ಲಿ ಥೆರಪಿ ಪಡೆದುಕೊಂಡು, ನಂತರ ಮನೆಗೆ ಹೋಗುವುದು ಒಳ್ಳೆಯದು ಎಂದು ನನ್ನ ಸಲಹೆ. ಆದರೆ ಅಲ್ಲಿಗೆ

ಹೋಗುವುದು ಬಿಡುವುದು ನಿಮ್ಮ ಆಯ್ಕೆ. ನಿಮಗೆ ಒಪ್ಪಿಗೆಯಾದರೆ ಒಳ್ಳೆಯ ಪುನರ್ವಸತಿ ಕೇಂದ್ರಗಳ ಪಟ್ಟಿಯನ್ನು ಕೊಡುತ್ತೇವೆ. ಅದರ ಆಯ್ಕೆ ನಿಮ್ಮದೇ.

ಮಾಮಾಳಿಗೆ ಅವನ್ನೆಲ್ಲಾ ಕೇಳಲು ಇಷ್ಟವೇ ಇರಲಿಲ್ಲ. ವೈದ್ಯೆಯ ಮಾತು ಮುಗಿಯುವ ಮುನ್ನವೇ ಅವಳು ರಭಸವಾಗಿ ತಲೆಯನ್ನು ಅಲ್ಲಾಡಿಸಿ ಅಸಮ್ಮತಿ ಸೂಚಿಸಿದಳು. ಅವಳಿಗೆ ಭಯವಾಗಿತ್ತು.

ವೈದ್ಯೆ: ನಿಮ್ಮ ಮಕ್ಕಳ ಜೊತೆಗೆ ಚರ್ಚಿಸಿ ನಿರ್ಧಾರಕ್ಕೆ ಬನ್ನಿ.

ವೈದ್ಯೆ ಕೋಣೆಯ ಹೊರಗೆ ನಡೆದ ಮರುಕ್ಷಣವೇ ಈಡಾ ಮಾಮಾಳ ಹತ್ತಿರಕ್ಕೆ ಹೋದಳು. ಅವಳನ್ನೇ ದಿಟ್ಟಿಸಿ ನೋಡುತ್ತಾ ಗಟ್ಟಿದನಿಯಲ್ಲಿ ಸ್ಪಷ್ಟವಾಗಿ ಹೇಳಿದಳು.

ಈಡಾ: ಸರಿಯಾಗಿ ಯೋಚಿಸು. ಪುನರ್ವಸತಿ ಕೇಂದ್ರಕ್ಕೆ ಹೋಗುವುದು ಬಿಡುವುದು ನಿನ್ನೊಬ್ಬಳದೇ ನಿರ್ಧಾರ. ವೃತ್ತಿಪರ ತಜ್ಞರ ಸಹಾಯ ಇಲ್ಲದೆ ಸದ್ಯದ ಪರಿಸ್ಥಿತಿಯಿಂದ ನೀನು ಹೊರಬರಲು ಸಾಧ್ಯವೇ ಇಲ್ಲ. ನೀನು ನಮ್ಮೊಂದಿಗೆ ಇದ್ದರೂ ಇಲ್ಲದಿದ್ದರೂ ನಮ್ಮ ಬದುಕು ಮುಂದೆ ಸಾಗುತ್ತದೆ.

ಈ ಮಾತುಗಳನ್ನು ಈಡಾ ಮೊದಲೇ ಬರೆದುಕೊಂಡು ಬಾಯಿಪಾಠ ಮಾಡಿ ಒಪ್ಪಿಸುತ್ತಿದ್ದ ರೀತಿ ಇತ್ತು. ಅವಳ ಭಾಷಣ ಮಾಮಾಳ ಮೇಲೆ ಯಾವ ಪ್ರಭಾವವನ್ನೂ ಬೀರಲಿಲ್ಲ. ಆದರೆ ನನ್ನ ಮೇಲೆ ಅವು ಅಷ್ಟೇ ಗಾಢವಾದ ಪ್ರಭಾವವನ್ನು ಬೀರಿದವು.

ಮಾಮಾ: ನನಗೀಗ ಮನೆಗೆ ಹೋಗಬೇಕು.

ನಾನು: ಸರಿ, ನಡೆ ಹೋಗೋಣ.

ಅವನು ಕಾರಿನ ಮೇಲೆ ಒರಗಿಕೊಂಡು ಸಿಗರೇಟು ಸೇದುತ್ತಿದ್ದ.

ಮಾಮಾ: ಇವನೇನಾ ನಿಮ್ಮ ಗೆಳೆಯ ವಿಕ್ಟೋರ್? ಸರಿಯಾದವನನ್ನೇ ಹಿಡಿದಿದ್ದೀಯ, ಟಿಲ್ಡಾ.

ಆ ಮಾತುಗಳನ್ನು ಕೇಳಿ ಅವಳ ತಲೆಯನ್ನು ಅಲ್ಲೇ ಇದ್ದ ಲೋಹದ ಕಸದಬುಟ್ಟಿಗೆ ಜಜ್ಜಿಬಿಡುವಷ್ಟು ಕೋಪ ಉಕ್ಕಿಬಂತು. ಆದರೆ ಅವಳ ನಿಶ್ಶಕ್ತಿಯನ್ನು ನೋಡಿ ಸುಮ್ಮನಾದೆ.

ಅವನು ಮಾಮಾಳ ಕೈಕುಲುಕಿ ಪರಿಚಯಿಸಿಕೊಂಡ. ನನ್ನ ಕೈಲಿದ್ದ ಬ್ಯಾಗನ್ನು ತೆಗೆದುಕೊಂಡು ಕಾರಿನ ಡಿಕ್ಕಿಯಲ್ಲಿ ಇಟ್ಟ.

ಅವನು ನಮ್ಮನ್ನು ಬಿಟ್ಟುಹೋಗುವುದು ಈಡಾಳಿಗೂ ನನಗೂ ಇಷ್ಟವಿರಲಿಲ್ಲ. ಆದರೆ ಅವನನ್ನು ಯಾವ ಕಾರಣಕ್ಕಾಗಿ ತಡೆಯುವುದು? ನನ್ನ ಜ್ವರ ಬಿಟ್ಟಿತ್ತು, ಮಾಮಾ ಮನೆಗೆ ವಾಪಸ್ಸು ಬಂದಿದ್ದಳು.

ಈಡಾ ಅವನನ್ನು ಅಪ್ಪಿ ವಿದಾಯ ಹೇಳಿದಳು. ನಾನು ಮತ್ತು ಅವನು ಎದುರುಬದುರು ನಿಂತೆವು. ನನ್ನ ಕಡೆಗೆ ಒಂದು ಹೆಜ್ಜೆ ಮುಂದಿಟ್ಟು ಬಂದು ನನ್ನನ್ನು ತನ್ನ ತೆಕ್ಕೆಗೆ ತೆಗೆದುಕೊಂಡ. ನಾನು "ಡಾಂಕೆ" ಎಂದು ಪಿಸುದನಿಯಲ್ಲಿ ಹೇಳಿದೆ. ಅವನು ಅದಕ್ಕೆ ಪ್ರತಿಯಾಗಿ ಏನನ್ನೂ ಪಿಸುಗುಡಲಿಲ್ಲ. ಬದಲಿಗೆ ನನ್ನ ಕೆನ್ನೆಯ ಮೇಲೆ ಹಗುರವಾಗಿ ಬೆರಳಾಡಿಸಿ ನನ್ನ ಕಣ್ಣಿನ ಕೆಳಗಿನ ಗಾಯವನ್ನು ಹೆಬ್ಬೆರಳಿನಿಂದ ಹಗುರವಾಗಿ ಸವರಿದ. ಹೊರಟುಹೋದ. ಅವನು ಹೋದ ದಿಕ್ಕಿನತ್ತ ನೋಡಿದೆ. ಹೊಟ್ಟೆಯಲ್ಲಿ ಒಂದೂ ಚಿಟ್ಟೆ ಹಾರಾಡಲಿಲ್ಲ. ಆದರೆ ಒಂದು ಏರೋಪ್ಲೇನ್ ಚಿಟ್ಟೆ ತೀವ್ರಗತಿಯಲ್ಲಿ ನನ್ನ ಅಂತರಂಗವನ್ನು ಅನ್ವೇಷಿಸುತ್ತಿತ್ತು. ಅದು ನನ್ನಲ್ಲಿ ಮೂಡಿಸಿದ ಭಾವನೆಗಳು ಗಾಬರಿಯಾಗುವಂತಹವು.

ಸಂಜೆಯೂಟದ ವೇಳೆ ಮಾಮಾ ಉತ್ಸಾಹದಿಂದ ಪುಟಿಯುತ್ತಿದ್ದಳು. ಬೇಕಾದ್ದು ಬೇಡದ್ದು ಎಲ್ಲವನ್ನೂ ಒಂದೇ ಸಮನೆ ಮಾತನಾಡುತ್ತಿದ್ದಳು. ಆಸ್ಪತ್ರೆಯಲ್ಲಿ ಸಿಗುತ್ತಿದ್ದ ರುಚಿಕರವಾದ ಪ್ರೊಟೀನ್ ಬ್ರೆಡ್, ಅವಳಿಗೆ ರುಚಿಸದ ಕಪ್ಪು ಬ್ರೆಡ್, ಅವಳಿಷ್ಟದ ನರ್ಸ್ ಕಾರ್ಮೆನ್, ಅವಳಿಗೆ ಹಿಡಿಸದ ನರ್ಸ್ ಲೀಸಾ, ಮತ್ತು ಅವಳಿಗೆ ಹಿಡಿಸದ ವೈದ್ಯೆ. ಅವಳಿಗೆ ಆ ವೈದ್ಯೆ ನೀಡಿದ ಸಲಹೆ ಕಹಿಯಾಗಿತ್ತು, ಹಾಗಾಗಿ ಅವಳಿಗೆ ವೈದ್ಯೆ ಹಿಡಿಸಲಿಲ್ಲ ಎಂದು ನನ್ನ ನಂಬಿಕೆ. ಮಾಮಾಳ ಮಾತು ಕೇಳಿ ನನಗೆ ಮೈಮೇಲೆ ಮುಳ್ಳು ನಿಲ್ಲುತ್ತಿತ್ತು, ಆದರೆ ಅವಳ ಸ್ಥಿತಿ ಮರುಕ ಹುಟ್ಟಿಸುವಂತಿತ್ತು. ಅವಳಲ್ಲಿದ್ದ ಅಭದ್ರತೆಯೇ ಅವಳನ್ನು ಎಡೆಬಿಡದೆ ಮಾತನಾಡುವಂತೆ ಮಾಡುತ್ತಿದೆ ಎಂದು ನನಗೆ ಗೊತ್ತಿತ್ತು. ಆದರೆ ಈ ನಾಟಕವನ್ನು ನೋಡಿ ಸಹಿಸಿಕೊಳ್ಳಲು ನನಗಾಗಲೀ ಈಡಾಳಿಗಾಗಲೀ ತಾಳ್ಮೆಯಿರಲಿಲ್ಲ. ಓವರ್‌ಡೋಸ್ ಪ್ರಕರಣ ಮತ್ತು "ಕ್ಷಮಿಸಿಬಿಡಿ" ಎಂದು ಚೀಟಿ ಬರೆದದ್ದನ್ನು ಬದಿಗೆ ಸರಿಸಿ ಮನೆಯಲ್ಲಿ ಏನೂ ನಡೆದೇ ಇಲ್ಲವೆಂಬಂತೆ ನಟಿಸಲು ನಾವು ಸಿದ್ಧರಿರಲಿಲ್ಲ.

ಈಡಾ: ಮತ್ತೆ ಯಾವಾಗ ಕುಡಿಯಲು ಶುರು ಮಾಡುವುದು ನೀನು?

ಆ ಪ್ರಶ್ನೆ ಮಾಮಾಳಿಗಿಂತ ನನ್ನನ್ನು ಹೆಚ್ಚು ಬೆಚ್ಚಿಬೀಳಿಸಿತೆಂದು ಕಾಣುತ್ತದೆ.

ಮಾಮಾ: ಈಡಾ, ನೀನು ಆಡುವ ಮಾತಾ ಇದು?

ಈಡಾ: ನಿನ್ನ ಮನಸ್ಸಿನಲ್ಲಿ ಏನಿದೆ ಎಂದು ತಿಳಿದುಕೊಳ್ಳಬೇಕು. ನಿನಗೆ ಕುಡಿತ ಬಿಡುವ ಇರಾದೆಯಂತೂ ಇಲ್ಲ, ಅಂದರೆ ಮತ್ತೆ ಕುಡಿಯಲು ತೊಡಗುತ್ತೀಯ ಎಂದರ್ಥ, ಅಲ್ಲವೇ?

ಬಾಯಿ ಹರಿಯುವಂತೆ ಮಾತನಾಡುತ್ತಿದ್ದ ಮಾಮಾ ಈಗ ತೆಪ್ಪಗೆ ಕುಳಿತುಬಿಟ್ಟಳು. ಸಹಾಯಕ್ಕಾಗಿ ನನ್ನ ಕಡೆ ನೋಡಿದಳು. ಈಡಾಳಂತೆ ನಾನೂ ಅವಳ ಉತ್ತರದ ನಿರೀಕ್ಷೆಯಲ್ಲಿ ಅವಳನ್ನೇ ನೋಡಿದೆ.

ಮಾಮಾ: ನಾನು ಸದ್ಯಕ್ಕೆ ಕುಡಿಯುವುದಿಲ್ಲ. ಆರೋಗ್ಯವಾಗಿದ್ದೇನೆ. ಪುನರ್ವಸತಿ ಕೇಂದ್ರದ ನೆರವು ಇಲ್ಲದೆಯೇ ನಾನು ಕುಡಿತವನ್ನು ಬಿಡುತ್ತೇನೆ.

ಅಪ್ರಾಮಾಣಿಕ ನಗೆಯೊಂದನ್ನು ಅವಳ ತುಟಿಗಳ ಮೇಲೆ ಮೂಡಿಸಿ ತಲೆ ಅಲ್ಲಾಡಿಸಿದಳು.

ಮಾಮಾ: ಏನೋ ಬಾಯಿತಪ್ಪಿ ಬಂದುಬಿಟ್ಟಿತು. ನಾನೇನೋ ಮದ್ಯವ್ಯಸನಿ ಎಂಬ ಧಾಟಿಯಲ್ಲಿ ನನ್ನನ್ನು ನೀವು ಪ್ರಶ್ನಿಸುವಿರಿ.

ಈಡಾ ಮತ್ತು ನಾನು ಗೊಳ್ಳನೆ ನಕ್ಕುಬಿಟ್ಟೆವು. "ಬಾಯಿತಪ್ಪಿ" ಮಾತನಾಡುವ ಮಾಮಾಳಲ್ಲಿ ಬದಲಾವಣೆಗಳು ಇದ್ದವೋ ಇಲ್ಲವೋ ಗೊತ್ತಿಲ್ಲ. ಆದರೆ ಈಡಾಳಲ್ಲಿ ದೊಡ್ಡದೊಂದು ಬದಲಾವಣೆ ಇದ್ದದ್ದಂತೂ ನಿಜ.

ತಾಜಾ ಬಿಳಿಯ ಹೊದಿಕೆಯ ಮೇಲೆ ಮಲಗಿ ದಿಂಬಿನ ಮೇಲೆ ಮೂಗನ್ನು ಒತ್ತಿದಾಗ ಅಲ್ಲಿ ವಿಕ್ಟೋರ್‌ನ ಮಂದ ಪರಿಮಳವಿತ್ತು. ತರಗೆಲೆಗಳ ಮೇಲೆ ಬಿದ್ದ ಮಳೆಯ ವಾಸನೆ ಕಿಟಕಿಯ ಮೂಲಕ ಕೋಣೆಯನ್ನು ಹೊಕ್ಕಿತು. ಎದೆಯಲ್ಲಿ ಹಗುರ, ನಿರಾಳ ಭಾವ. ಜ್ವರ ಬಂದು ಹೋಗುವಾಗ ಭಾರವಾದ ಏನನ್ನೋ ಅದು ಜೊತೆಯಲ್ಲಿ ಹೊತ್ತುಕೊಂಡು ಹೋದಹಾಗಿತ್ತು. ಎದೆಯಲ್ಲಿ ಯಾವಾಗಲೂ ಇರುತ್ತಿದ್ದ ಕಲ್ಲು ಈಗ ಇಲ್ಲ. ಎದೆಯ ಭಾರ ಹೇಗಿತ್ತು ಎಂಬುದೇ ಮರೆತುಹೋಗಿದೆ. ಆ ಭಾವನೆ ಹೇಳಹೆಸರಿಲ್ಲದಂತೆ ಹೊರಟುಹೋಗಿದೆ. ಹೆರ್ಬ್‌ಸ್ಟ್‌ನ ಹವೆಯನ್ನು ದೀರ್ಘವಾಗಿ ಒಳಗೆಳೆದುಕೊಂಡೆ. ಅದಕ್ಕೀಗ ಎದೆಯಲ್ಲಿ ಹೆಚ್ಚಿನ ಸ್ಥಳವಿತ್ತು.

ಮೆಲ್ಲಗೆ ಬಾಗಿಲು ತಟ್ಟಿದ ಸದ್ದು.

ಈಡಾ ಬಾಗಿಲು ತೆರೆದು ಒಳಬಂದಳು. ತನ್ನ ಹಾಸಿಗೆಯನ್ನು ಎಳೆದು ತಂದಿದ್ದಳು.

ಈಡಾ: ನೀನು ಇಂದು ರಾತ್ರಿ ಒಬ್ಬಳೇ ಮಲಗಬಾರದು. ಮತ್ತೆ ಜ್ವರ ಗಿರ ಬಂದರೆ?

ನಾನು: ಸರಿ.

ಹಿಂದೆಲ್ಲಾ ನಾವಿಬ್ಬರೂ ಇದೇ ರೀತಿ ಒಂದೇ ಕೋಣೆಯಲ್ಲಿ ಮಲಗುತ್ತಿದ್ದೆವು. ಯಾವಾಗ ನಾವು ಬೇರೆಬೇರೆಯಾಗಿ ಮಲಗಲಾರಂಭಿಸಿದೆವೋ ನನಗೆ ಮರೆತುಹೋಗಿದೆ. ಆಗಲೂ ಅಷ್ಟೇ, ಈಡಾ ತನ್ನ ಹಾಸಿಗೆಯನ್ನು ನನ್ನ ಕೋಣೆಯ ಒಳಗೆ ರಾತ್ರಿ ಎಳೆದು ತರುತ್ತಿದ್ದಳು.

ನಾನು: ಹಿಂದಿನ ದಿನಗಳಂತೆ.

ಈಡಾ: ಹೂಂ, ಹಿಂದಿನ ದಿನಗಳಂತೆ.

ನಾವು ಅಂಗಾತ ಮಲಗಿದೆವು. ಇಬ್ಬರೂ ಮಾತನಾಡಲಿಲ್ಲ. ಅಂಗಾತ ಮಲಗಿದರೆ ನಿದ್ದೆ ಬರುವುದಿಲ್ಲ ಎಂದು ನಮ್ಮಿಬ್ಬರಿಗೂ ಗೊತ್ತಿತ್ತು.

ಈಡಾ: ಟಿಲ್ಡಾ, ನಿದ್ದೆ ಬಂತಾ?

ನಾನು: ಇಲ್ಲ. ನಿನಗೆ?

ಈಡಾ: ಇಲ್ಲ.

ಈಡಾ: ಯೂಗೆಂಡ್ ಆಮ್ಟ್, ಮಕ್ಕಳ ಕಲ್ಯಾಣ ಇಲಾಖೆಯವರು ಮನೆಗೆ ಬಂದರೂ ಬರಬಹುದು ಎಂದು ವಿಕ್ಟೋರ್ ಹೇಳಿದ.

ನಾನು: ನಿನಗೆ ಭಯವಾಗುತ್ತಾ?

ಈಡಾ: ಹೂಂ, ಸ್ವಲ್ಪ. ನಿನಗೆ?

ನಾನು: ಸ್ವಲ್ಪ.

ಈಡಾ: ಅವರು ಬಂದರೆ ನಾವು ಮನೆಯಲ್ಲಿ ದಿನವೂ ಹೇಗೆ ಇರುತ್ತೀವೋ ಹಾಗೇ ಇರಬೇಕು ಎಂದು ವಿಕ್ಟೋರ್ ಹೇಳಿದ.

ನಾನು: ಹೂಂ.

ಈಡಾ: ನಮಗೆ ಆತಂಕ ಪಡಬೇಕಾದ ಅಗತ್ಯ ಇಲ್ಲ ಎಂದು ಅವನ ಅಭಿಪ್ರಾಯ.

ನಾನು: ವಿಕ್ಟೋರ್ ಹಾಗೆ ಹೇಳಿದನೇ?

ಈಡಾ: ಹೂಂ, ಏನೂ ಹೆದರಬಾರದು, ಅವರು ಏನಾದರೂ ಕೇಳಿದರೆ ನಿನ್ನ ಬಗ್ಗೆ ಹೇಳಬೇಕು ಎಂದು ಹೇಳಿದ.

ನಾನು: ನನ್ನ ಬಗ್ಗೆಯೇ?

ಈಡಾ: ನೀನು ನನ್ನ ಅಕ್ಕ, ನನ್ನನ್ನು ಮನೆಯಲ್ಲಿ ನೀನೇ ನೋಡಿಕೊಳ್ಳುವುದು. ನೀನು ನನಗಾಗಿ ಅಡುಗೆ ಮಾಡುತ್ತೀಯ, ಈಜುಕೊಳಕ್ಕೆ ಕರೆದುಕೊಂಡು ಹೋಗುತ್ತೀಯ, ಹೊರಗೆ ಸುತ್ತಾಡಿಸುತ್ತೀಯ, ನನ್ನ ಎಲ್ಲಾ ಬೇಕು ಬೇಡಗಳನ್ನು ಪೂರೈಸುತ್ತೀಯ ಎಂದು ಅವರಿಗೆ ನಾನು ಹೇಳಬೇಕು. ಬೇಕಾದರೆ ಅವನು ನಮ್ಮ ಪರವಾಗಿ ಸಾಕ್ಷಿ ಹೇಳಲು ಸಿದ್ಧನಿದ್ದಾನೆ.

ನಾನು: ನಿನ್ನ ಬಳಿ ಅದೆಷ್ಟು ಮಾತನಾಡುತ್ತಾನೆ ಅವನು.

ಇಬ್ಬರೂ ಮೌನವಾದೆವು. ಅವಳು ಮಲಗಿರಬೇಕು ಅಂದುಕೊಂಡೆ, ಅಷ್ಟರಲ್ಲಿ ಮತ್ತೆ ಮಾತು ಶುರು ಮಾಡಿದಳು.

ಈಡಾ: ಅಂದು ನಾನು ಶಾಲೆಯಿಂದ ಮನೆಗೆ ಬಂದಾಗ ಅವನು ನಿನ್ನ ಪಕ್ಕ ಮಂಚದ ಮೇಲೆ ಹೇಗೆ ಕುಳಿತಿದ್ದ ಗೊತ್ತಾ? ಅದನ್ನು ನೋಡಬೇಕಿತ್ತು.

ಛೆ, ಅದನ್ನು ನೋಡಬೇಕಿತ್ತು ನಾನು.

ಈಡಾ: ವಿಷ ನುಂಗಿದ ಜೂಲಿಯೆಟ್‌ನ ಪಕ್ಕ ರೋಮಿಯೋ ಕುಳಿತ ರೀತಿ ನಿನ್ನ ಕೈ ಹಿಡಿದುಕೊಂಡಿದ್ದ. ನಿದ್ದೆಯಲ್ಲಿ ನೀನು ಕನವರಿಸಿದರೆ ಅಥವಾ ಚೀರಿದರೆ ನಿನ್ನ ಕೆನ್ನೆಯನ್ನು ಹಗುರವಾಗಿ ನೇವರಿಸಿ, "ನಾನು ಇಲ್ಲೇ ಇದ್ದೇನೆ" ಎಂದು ನಿನ್ನ ಕಿವಿಯಲ್ಲಿ ಹೇಳುತ್ತಿದ್ದ.

ನಾನು: ನೀನೇನು ವಯಸ್ಸಿಗೆ ಬಂದ ಹುಡುಗಿಯ ತರಹ ಯಾವಾಗಲೂ ಪ್ರೀತಿ ಗೀತಿ ಎನ್ನುತ್ತೀಯ. ನೀನು ಈಗಷ್ಟೇ ಐದನೇ ಕ್ಲಾಸಿಗೆ ಬಂದಿದ್ದೀಯ.

ಅಲ್ಲಿಯವರೆಗೂ ನನಗದು ಹೊಳೆದಿರಲೇ ಇಲ್ಲ. ಅವಳು ಐದನೇ ಕ್ಲಾಸಿಗೆ ಬಂದಿದ್ದಳು. ಶಾಲೆ ಎಂದು ಶುರುವಾಯಿತೋ? ನನಗೆ ಜ್ವರ ಬಂದಿದ್ದಾಗಲೇ ಇರಬೇಕು. ಎಂತಹ ಬೇಜವಾಬ್ದಾರಿ ಅಕ್ಕ ನಾನು. ಅವಳ ಬಳಿ ಹೊಸ ಶಾಲೆಯ ಬಗ್ಗೆ ವಿಚಾರಿಸಲೇ ಇಲ್ಲ.

ಈಡಾ: ಅವನು ನಿನ್ನನ್ನು ಪ್ರೀತಿಸುತ್ತಾನೆ. ನನಗೆ ಖಂಡಿತ ಗೊತ್ತು.

ಈಡಾ: ನನಗೆ ಸ್ವತಃ ಪ್ರೀತಿಯ ಅನುಭವವಿಲ್ಲ, ಆದರೆ ಆಸ್ಪತ್ರೆಯಿಂದ ಕಾರಿಗೆ ನಾವು ನಡೆಯುವಾಗ ಅವನು ನಿನ್ನನ್ನು ನೋಡಿದ ರೀತಿ, ನೀನು ಸ್ನಾನ ಮುಗಿಸಿ ಬಾತ್‌ರೋಬಿನಲ್ಲಿ ಬಂದಾಗ ಅವನು ನಿನ್ನನ್ನು ನೋಡಿದ ರೀತಿಯಲ್ಲೇ ನನಗೆ ಗೊತ್ತಾಯಿತು. ಹಾಗೆ ನೋಡುವುದು ಪ್ರೀತಿಸುವವರು ಮಾತ್ರ.

ನಾನು: ಅಯ್ಯೋ ಈಡಾ, ಪ್ರೀತಿ ಗೀತಿ ಎಲ್ಲಾ ಪುಸ್ತಕದ ಬದನೇಕಾಯಿ, ಅಷ್ಟೇ.

■

ಬಿಕ್ಷಿ ಬಾಲ್ ಪೆನ್ ಮೂರರ ಪ್ಯಾಕ್, ಬಿಕ್ಷಿ ಬಾಲ್ ಪೆನ್ ಮೂರರ ಪ್ಯಾಕ್, ಬಿಕ್ಷಿ ಬಾಲ್ ಪೆನ್ ಮೂರರ ಪ್ಯಾಕ್, ಅಷ್ಟೇ, ಬೇರೇನಿಲ್ಲ. ಫ್ಲೆರ್ಡಿನಾಂಡ್ ಎಂದು ಸುಲಭವಾಗಿ ಊಹಿಸಿ, “7 ಯೂರೋ 47 ಸೆಂಟ್” ಎಂದಾಗ ಫ್ಲೆರ್ಡಿನಾಂಡ್‌ನ ಭಾವರಹಿತ ಮುಖ ಕಂಡಿತು.

ನಾನು: ಹಾಯ್.

ಫ್ಲೆರ್ಡಿನಾಂಡ್: ಆಲೆಸ್ ಇನ್ ಆರ್ಡ್‌ನುಂಗ್? ಎಲ್ಲಾ ಓಕೆ?

ನಾನು: ಹೂಂ. ಏಕೆ?

ಫ್ಲೆರ್ಡಿನಾಂಡ್: ಕಳೆದ ಎರಡು ಕ್ಲಾಸುಗಳಲ್ಲಿ ನೀನು ಕಾಣಲೇ ಇಲ್ಲ. ಕ್ಲಾಸು ತಪ್ಪಿಸಿದ್ದಕ್ಕಾಗಿ ಶಿಕ್ಷಕರಿಗೆ ಸಬೂಬು ನೀಡಿಲ್ಲ, ಇಲ್ಲಿ ಸೂಪರ್‌ಮಾರ್ಕೆಟ್‌ನಲ್ಲೂ ನೀನು ಕಾಣಲಿಲ್ಲ, ನಮ್ಮ ಮೆಸೇಜುಗಳಿಗೆ ಸಹ ನೀನು ಉತ್ತರಿಸಲಿಲ್ಲ.

ನಾನು: ನನಗೆ ಹುಷಾರಿರಲಿಲ್ಲ.

ಫ್ಲೆರ್ಡಿನಾಂಡ್: ಸರಿ. ಬಿಸ್ ಮೋರ್ಗನ್, ನಾಳೆ ಸಿಗೋಣ.

ನಾನು: ಬಿಸ್ ಮೋರ್ಗನ್.

ನಾನೇನಾದರೂ ಒಂದು ದಿನ ಇಲ್ಲದೆ ಹೋದರೆ ಯಾರೂ ಗಮನಿಸುವುದಿಲ್ಲ ಅಂದುಕೊಂಡಿದ್ದೆ.

■

ಈಡಾ ಮತ್ತೆ ಸಂಜೆಯೂಟಕ್ಕೆ ಮೇಜನ್ನು ಸಿದ್ಧಪಡಿಸಿದ್ದಳು– ಅವಳ ಸಿಗ್ನೇಚರ್ ಡಿಶ್ ನುಜ್ಜುಗುಜ್ಜು ಕೆಂಪು ಗುಂಡುಮೂಲಂಗಿ ಕೂಡ ಇತ್ತು. ದಿನೇದಿನೇ ಅವುಗಳ ಆಕೃತಿ ಸ್ವಲ್ಪ

ಕಡಿಮೆ ನುಜ್ಜುಗುಜ್ಜಾಗಿ ಕಾಣತೊಡಗಿತು. ಮಾಮಾ ಆಸ್ಪತ್ರೆಯಿಂದ ಬಂದ ದಿನದಿಂದ ಕಳೆದ ಐದು ಸಂಜೆಗಳಂದು ನಮ್ಮೊಟ್ಟಿಗೆ ಸಂಜೆಯೂಟಕ್ಕೆ ಕುಳಿತಿದ್ದಳು. ಆದರೆ ನಾಲ್ಕು ದಿನಗಳಿಂದ ವಿಚಿತ್ರವಾಗಿ ವರ್ತಿಸುತ್ತಿದ್ದಳು. ಮೊದಲನೆಯ ದಿನ ಅಷ್ಟು ಮಾತನಾಡಿದ್ದು ಬಿಟ್ಟರೆ ನಂತರದ ನಾಲ್ಕು ದಿನಗಳು ನಮ್ಮೊಂದಿಗೆ ಊಟಕ್ಕೆ ಕೂರುವ ದಯೆ ತೋರಿದಳಾದರೂ ಒಂದೂ ಮಾತು ಆಡಲಿಲ್ಲ. ಜಿಗುಪ್ಸೆ ಬಂದವರಂತೆ ಕುಳಿತಿದ್ದಳು. ನಮ್ಮ ಸಂಭಾಷಣೆಯಲ್ಲಿ ಪಾಲ್ಗೊಳ್ಳಲು ಅವಳಿಗೆ ಎಳ್ಳಷ್ಟೂ ಆಸಕ್ತಿ ಇರಲಿಲ್ಲ ಹಾಗೂ ನಮ್ಮೊಂದಿಗೆ ಮಾತನಾಡುವ ಪ್ರಯತ್ನವನ್ನೂ ಮಾಡಲಿಲ್ಲ. ತನ್ನ ಪಾಡಿಗೆ ತಾನು ಕುಳಿತು ಎರಡು ತುಂಡು ಬ್ರೆಡ್ಡು-ಒಂದನ್ನು ಚೀಸ್‌ನ ಜೊತೆಗೆ, ಇನ್ನೊಂದನ್ನು ಹ್ಯಾಮ್‌ನ ಜೊತೆಗೆ-ತಿಂದು, ಒಂದು ಕಪ್ ಗಿಡಮೂಲಿಕೆಗಳ ಟೀ ಕುಡಿದು ಮೌನವಾಗಿ ದಿಗಂತದಾಚೆಗೆ ನೋಡುತ್ತಿದ್ದಳು. ಏನಾದರೂ ಕೇಳಿದರೆ ಒಂದೇ ಪದದಲ್ಲಿ ಉತ್ತರಿಸಿ ಸುಮ್ಮನಾಗುತ್ತಿದ್ದಳು: “ಹೇಗಿದ್ದೀಯ?” – “ಪರವಾಗಿಲ್ಲ.” “ಕೆಲಸಕ್ಕೆ ಮತ್ತೆ ಹೋಗುವೆಯಾ?” – ಹೆಗಲು ಹಾರಿಕೆ. ದಿನಾ ಸಂಜೆ ಇದೇ ನಡೆದಿತ್ತು. ಡಿಟಾಕ್ಸಿಫಿಕೇಶನ್‌ನ ಗೌಣ ಪರಿಣಾಮಗಳು ಮುಗಿದು ಅವಳು ಕ್ರಮೇಣ ಖಿನ್ನತೆಗೆ ಒಳಗಾಗುತ್ತಿದ್ದಾಳೆ ಎಂದು ಅವಳ ನಡವಳಿಕೆಯಿಂದ ಅಂದಾಜಿಸಿದೆ. ಫ್ರೌ ಮಾಯರ್‌ರಿಗೆ ನಿನ್ನೆ ಕರೆಮಾಡಿ ಅವಳಿಗಾಗಿ ಸಮಯ ಗೊತ್ತುಮಾಡಿಕೊಂಡು ಬಂದಿದ್ದೆ. ಅವರು ಅವಳನ್ನು ಪರೀಕ್ಷಿಸಿ ಅಗತ್ಯ ಬಿದ್ದರೆ ಆಂಟಿ-ಡಿಪ್ರೆಸೆಂಟ್ ಮಾತ್ರೆಗಳನ್ನು ಮತ್ತೆ ಕೊಡಬಹುದು. ಅವಳ ಉದಾಸೀನತೆ ಮತ್ತು ಅವಳು ಹೀಗೆ ಕೈಚೆಲ್ಲಿ ಕೂರುವುದನ್ನು ಕಂಡು ನನಗೆ ಕಿರಿಕಿರಿಯಾಗತೊಡಗಿತು. ಏನೂ ಮಾಡದೆ ಸುಮ್ಮನೆ ಕುಳಿತು ಅಥವಾ ಮಲಗಿರುತ್ತಿದ್ದಳು. ಸರಿಯಾಗಿ ತಿನ್ನದಿರುವುದು, ರೋಬೋಟ್‌ನ ರೀತಿ ಯಾಂತ್ರಿಕವಾಗಿ ವರ್ತಿಸುವುದು, ಸುಮ್ಮನೆ ಯಾವುದೋ ದಿಕ್ಕಿಗೆ ಖಾಲಿ ಕಣ್ಣುಗಳಿಂದ ನೋಡುತ್ತಾ ಕುಳಿತುಬಿಡುವುದು. ಇವನ್ನು ನೋಡಿ ನನಗೆ ಆತಂಕವಾಯಿತು.

ನಾನು: ಆಲೆಸ್ ಗೂಟ್, ಮಾಮಾ?

ಮಾಮಾ: ಹೂಂ.

ನುಜ್ಜುಗುಜ್ಜು ಮೂಲಂಗಿಯೊಂದನ್ನು ಜಗಿಯುತ್ತಾ ಮಾಮಾಳಿಗೆ ಹೇಳಬೇಕಾದ ವಿಷಯವನ್ನು ಪದಗಳಲ್ಲಿ ಜೋಡಿಸಿಕೊಂಡೆ.

ನಾನು: ಮಾಮಾ, ಬರ್ಲಿನ್‌ನಲ್ಲಿ ಪಿಎಚ್‌ಡಿ ಮಾಡುವ ಅವಕಾಶವೊಂದು ನನ್ನನ್ನು ಅರಸಿ ಬಂದಿದೆ. ಅದಕ್ಕೆ ಅರ್ಜಿ ಸಲ್ಲಿಸಬೇಕು ಅಂದುಕೊಂಡಿದ್ದೇನೆ.

ಮಾಮಾ ಏನೂ ಹೇಳಲಿಲ್ಲ. ಮತ್ತೊಂದು ಬ್ರೆಡ್ ತುಂಡನ್ನು ತೆಗೆದುಕೊಂಡು, ಅದರ ಮೇಲೆ ಹ್ಯಾಮ್‌ನ ತುಂಡು ಇಟ್ಟು 21 ಬಾರಿ ಚೂರುಚೂರೇ ಕಡಿಯುತ್ತಾ ತಿಂದಳು. ಅವಳ ನೋಟ ಮೇಜಿನ ಮೇಲೆ ನೆಟ್ಟಿತ್ತು. ಅದೇ ಖಾಲಿ ಕಣ್ಣುಗಳು.

ನಾನು: ಮಾಮಾ?

ಮಾಮಾ: ಹೂಂ?

ನಾನು: ಅರ್ಜಿ ಸಲ್ಲಿಸಲು ನಿನ್ನದೇನೂ ಅಡ್ಡಿಯಿಲ್ಲ, ಅಲ್ಲವೇ?

ಮಾಮಾಳ ಖಾಲಿ ನೋಟ ಇನ್ನೂ ಮೇಜಿನ ಮೇಲೆಯೇ ಇತ್ತು. ಅವಳು ಮೂರನೆಯ ತುಂಡು ಬ್ರೆಡ್ಡನ್ನು ಕೈಗೆತ್ತಿಕೊಂಡು, ಚೀಸ್‌ನ ಬಿಲ್ಲೆಯನ್ನು ಅದರ ಮೇಲೆ ಇಟ್ಟು, ಮಷೀನಿನಂತೆ ಚೂರು ಚೂರೇ ಕಡಿದು ತಿನ್ನುವ ಯಾಂತ್ರಿಕ ಕ್ರಿಯೆಯನ್ನು ಮುಂದುವರೆಸಿದಳು.

ನಾನು: ಮಾಮಾ?

11 ಬಾರಿ ಕಡಿದ ನಂತರ ವಿರಾಮ. ಖಾಲಿ ನೋಟ. ಆದರೆ ಮೆಲ್ಲಗೆ ಧ್ವನಿ ಹೊರಬಂತು; "ಹೋಗು ಬರ್ಲಿನ್‌ಗೆ. ಮನೆಯಿಂದ ಹೊರಹೋಗುವಷ್ಟು ವಯಸ್ಸಾಗಿದೆ ನಿನಗೆ."

ನಾನು: ಇಲ್ಲಿ ಈಡಾಳನ್ನು ನೀನು ಒಬ್ಬಳೇ ನಿಭಾಯಿಸುವೆಯಾ?

ಆ ಪ್ರಶ್ನೆ ಅವಳನ್ನು ವರ್ತಮಾನಕ್ಕೆ ಎಳೆದುತಂದಿತು. ನನ್ನ ಕಣ್ಣಲ್ಲಿ ಕಣ್ಣಿಟ್ಟು ನೋಡಿದಳು. ಕಣ್ಣುಗಳಲ್ಲಿ ಖಾಲಿತನದ ಬದಲಿಗೆ ಬೆಂಕಿ ಕಂಡಿತು. ಆ ಬೆಂಕಿ ಕೆನ್ನಾಲಿಗೆಯನ್ನು ನನ್ನತ್ತ ಚಾಚುತ್ತಿತ್ತು.

ಮಾಮಾ: ಇಲ್ಲಿಯವರೆಗೂ ಎಲ್ಲವನ್ನೂ ನಾನು ಒಬ್ಬಳೇ ನಿಭಾಯಿಸಿರುವುದು.

ಥೂ! ಹೊಲಸು.

ಈಡಾ: ಸುಳ್ಳು. ಟಿಲ್ಡಾ ಒಬ್ಬಳೇ ಎಲ್ಲವನ್ನೂ ನಿಭಾಯಿಸಿರುವುದು.

ಮಾಮಾ: ಬಾಯಿ ಮುಚ್ಚಿಕೊಂಡು ಬರ್ಲಿನ್‌ಗೆ ತೊಲಗು. ನಿನ್ನ ದರ್ದು ಏನೆಂದೇ ನನಗೆ ತಿಳಿಯುತ್ತಿಲ್ಲ.

ನಾನು: ಈಡಾಳ ಗತಿ?

ಮಾಮಾ: ಈಡಾಳಿಗೆ ಈಗ 10 ವರ್ಷ ತುಂಬಿದೆ. ಹಿಂದೆಲ್ಲಾ 10 ವರ್ಷದ ಹುಡುಗಿಯರು ಅವರಿಗಿಂತ ಚಿಕ್ಕ ಮಕ್ಕಳ ಜವಾಬ್ದಾರಿಯನ್ನು ಹೊರುತ್ತಿದ್ದರು.

ನಾನು: ತಪ್ಪು, ಮಾಮಾ. 10 ವರ್ಷಕ್ಕೆ ಯಾರೂ ಮಕ್ಕಳ ಜವಾಬ್ದಾರಿಯನ್ನು ಹೊರುತ್ತಿರಲಿಲ್ಲ. ಮೇಲಾಗಿ ಒಬ್ಬ ಚಿಕ್ಕ ಮಗುವನ್ನು ನೋಡಿಕೊಳ್ಳುವುದಕ್ಕೂ ಒಬ್ಬ ಮದ್ಯವ್ಯಸನಿ ತಾಯಿಯನ್ನು ನೋಡಿಕೊಳ್ಳುವುದಕ್ಕೂ ವ್ಯತ್ಯಾಸವಿದೆ. ನನ್ನ ಆಯ್ಕೆ ಮೊದಲನೆಯದು. ಅದೇ ಲೇಸು.

ಮಾಮಾ: ನಮ್ಮ ಆಯ್ಕೆಯಂತೆ ಎಲ್ಲವೂ ಆಗಿದ್ದಿದ್ದರೆ ಎಷ್ಟೋ ಚೆನ್ನಾಗಿರುತ್ತಿತ್ತು. ನನ್ನ ಅನುಭವವನ್ನೇ ಕೇಳು. ಮಕ್ಕಳನ್ನು ಸಾಕಿ ಬೆಳೆಸುವುದು ಹೊಲಸು ಕೆಲಸ.

ನಾನು: ಆದರೆ ನೀನು ಒಂದು ದಿನಕ್ಕೂ ಮಕ್ಕಳನ್ನು ಸಾಕಿ ಬೆಳೆಸಲಿಲ್ಲ, ಕೇವಲ ಹಡೆದೆಯಷ್ಟೇ.

ನನ್ನನ್ನು ದುರುಗುಟ್ಟಿ ನೋಡಿದಳು. ನಾನೂ ಅವಳನ್ನು ದುರುಗುಟ್ಟಿ ನೋಡಿದೆ. ಮಾಮಾ ಎದ್ದು ಕೋಣೆಯಿಂದ ಹೊರನಡೆದು ಬಾಗಿಲನ್ನು ಧಡಾರನೆ ಹಾಕಿಕೊಂಡಳು.

ಈಡಾ ಬೆಚ್ಚಿದಳು. ಬಾಗಿಲ ಕಡೆಗೆ ನೋಡಿ ಬಳಿಕ ನನ್ನನ್ನು ನೋಡಿದಳು.

ನಾನು: ಕನಿಷ್ಠಪಕ್ಷ ಆ ಮಾತಿನ ಚಕಮಕಿಯು ಅವಳ ಮೊಂಡುತನಕ್ಕೆ ಬಿಸಿ ಮುಟ್ಟಿಸಿದಂತಿದೆ.

ಈಡಾ: ಅವಳು ಮತ್ತೆ ಮಾತ್ರೆ ತೆಗೆದುಕೊಳ್ಳಬೇಕು, ಅಲ್ವಾ?

ನಾನು: ಫ್ರೌ ಮಾಯರ್‌ರ ಬಳಿ ಸಮಯ ಗೊತ್ತುಮಾಡಿಕೊಂಡೇ ಬಂದಿದ್ದೇನೆ.

ಈಡಾಳ ದೃಷ್ಟಿಯಲ್ಲಿ ಮಾಮಾಳ ಖಿನ್ನತೆ, ಆಂಟಿ-ಡಿಪ್ರೆಸೆಂಟ್ ಮಾತ್ರೆ, ಫ್ರೌ ಮಾಯರ್ ಇವುಗಳೆಲ್ಲಾ ಮಾಮಾಳ ವೋಡ್ಕಾದ ಬಾಟಲಿಯಷ್ಟೇ ಸಹಜವಾದ ಜೀವನದ ಅಂಗಗಳು. ಹಳೆಯ ಮಾಮಾ ಅವಳಿಗೆ ಗೊತ್ತೇ ಇಲ್ಲ. ಹಳೆಯ ಮಾಮಾ ನನಗೂ ಮರೆತುಹೋಗುತ್ತಿದ್ದಾಳೆ. ಮಾಮಾಳ ಕಣ್ಣುಗಳಲ್ಲಿ ಖಾಲಿತನ ಕಂಡರೆ, ಅವಳು ಸರಿಯಾಗಿ ತಿನ್ನದೆ ಸುಮ್ಮನೆ ಮಲಗಿದ್ದರೆ ಈಡಾಳಿಗೆ ಅದರ ಅರ್ಥ ಥಟ್ಟನೆ ಹೊಳೆಯುತ್ತದೆ. ಮಾಮಾ ಫ್ರೌ ಮಾಯರ್‌ರನ್ನು ಭೇಟಿ ಮಾಡಿ ಮಾತ್ರೆಗಳನ್ನು ಬರೆಸಿಕೊಂಡು ತರಬೇಕು ಎಂದು ಅವಳಿಗೆ ಅರ್ಥವಾಗುತ್ತದೆ. ನನ್ನ ತಂದೆ ನಮ್ಮನ್ನು ಬಿಟ್ಟುಹೋದ ಹೊಸತರಲ್ಲಿ ಅವಳ ಕಣ್ಣುಗಳಲ್ಲಿ ಈ ರೀತಿಯ ಖಾಲಿತನ ಕಾಣುತ್ತಿತ್ತು. ಆಗಲೂ ಅವಳು ಏನನ್ನೂ ಹೇಳದೆ ಮಾಡದೆ ತಿನ್ನದೆ ಸುಮ್ಮನೆ ಮಲಗಿಬಿಡುತ್ತಿದ್ದಳು. ಆಗ ಏನು ಮಾಡಬೇಕು ಎಂದು ನನಗೆ ತಿಳಿಯುತ್ತಲೇ ಇರಲಿಲ್ಲ.

ಅವಳ ಮೈ ದಿನದಿನಕ್ಕೂ ಬಡಕಲಾಗಿ ಅವಳ ಮುಖ ಕಳೆಗುಂದುತ್ತಿತ್ತು. ಅವಳಿಗಾಗಿ ಮೇಜಿನ ಮೇಲೆ ತಟ್ಟೆಯಲ್ಲಿ ಊಟ ಇಟ್ಟರೆ ಅದು ಹಾಗೇ ಇರುತ್ತಿತ್ತು. ಅವಳಿಷ್ಟದ ಡಿಸ್ನಿ ಸಿನಿಮಾಗಳನ್ನು ನೋಡುವುದನ್ನೇ ಬಿಟ್ಟುಬಿಟ್ಟಿದ್ದಳು. ಅವಳಿಗೆ ನೆರವಾಗಲು ನನ್ನಿಂದ ಸಾಧ್ಯವಿಲ್ಲವೆಂದೂ, ಬೇರೆ ಯಾರಾದರೂ ಬರಬೇಕು ಎಂದೂ ನನಗೆ ಮನವರಿಕೆಯಾಯಿತು. ಹಾಗೆ ಯೋಚಿಸಿ ನಾನೇ ಟೆಲಿಫೋನ್ ಡೈರೆಕ್ಟರಿಯಲ್ಲಿ ಫ್ರೌ ಮಾಯರ್‌ರ ನಂಬರನ್ನು ಹುಡುಕಿ ತೆಗೆದಿದ್ದೆ. ಫ್ರೌ ಮಾಯರ್‌ರ ಕ್ಲಿನಿಕ್ ನನ್ನ ಪ್ರೈಮರಿ ಶಾಲೆಯ ಪಕ್ಕವೇ ಇತ್ತು, ಚುಚ್ಚುಮದ್ದು ಹಾಕಿಸಿಕೊಳ್ಳಲು ಅವರಲ್ಲಿಗೆ ನಾನು ಒಂದೆರಡು ಬಾರಿ ಶಾಲೆಯಿಂದಲೇ ಹೋಗಿದ್ದೆ. ಫ್ರೌ ಮಾಯರ್‌ರಿಗೆ ಕರೆ ಮಾಡಿ ನನ್ನ ತಾಯಿಯ ಪರಿಸ್ಥಿತಿಯನ್ನು ವಿವರಿಸಿದಾಗ ಆ ವೈದ್ಯೆಯು ಅರ್ಧ ಘಂಟೆಯಲ್ಲಿ ಖುಷಿಯ ರಸ್ತೆಗೆ ಬಂದಿದ್ದರು. ಪೇಷಂಟ್ ಮಾಮಾಳನ್ನು ಸೋಫಾದ ಮೇಲೆ ಕೂರಿಸಿ ಮಾತು ಶುರುಮಾಡುವ ಮುನ್ನ ನನ್ನನ್ನು ನನ್ನ ಕೋಣೆಗೆ ಹೋಗುವಂತೆ ಕೇಳಿಕೊಂಡಿದ್ದರು. ಮಾಮಾ ಮಾತ್ರೆಗಳನ್ನು ಒಂದು ವಾರ ತೆಗೆದುಕೊಂಡ ಮೇಲೆ ಸ್ವಲ್ಪ ಗೆಲುವಾಗಿ ಕಂಡಿದ್ದಳು.

ಅಂದಿನಿಂದ ಮಾಮಾಳ ಪರಿಸ್ಥಿತಿ ಕೈಮೀರಿ ಹೋಗುತ್ತಿದೆ ಅನ್ನಿಸಿದಾಗಲೆಲ್ಲಾ ಫ್ರೌ ಮಾಯರ್‌ರ ಕ್ಲಿನಿಕ್‌ಗೆ ಕರೆಮಾಡಿ ಭೇಟಿಯ ಸಮಯ ನಿಗದಿಪಡಿಸುತ್ತೇನೆ. ಫ್ರೌ ಮಾಯರ್ ಮನಃಶಾಸ್ತ್ರಜ್ಞರನ್ನು ಕಾಣಲು ಪದೇಪದೇ ಸಲಹೆಯಿತ್ತಿದ್ದರೂ ಮಾಮಾ ಸುತಾರಾಂ ಒಪ್ಪಿರಲಿಲ್ಲ.

ಉಳಿದ ಒಂದು ನಜ್ಜುಗುಜ್ಜು ಮೂಲಂಗಿಗೆ ನಾನು ಮತ್ತು ಈಡಾ ಇಬ್ಬರೂ ಒಮ್ಮೆಗೇ ಕೈ ಹಾಕಿದೆವು. ಇಬ್ಬರಿಗೂ ನಗೆ ಬಂತು. ಅದನ್ನು ಅಲ್ಲೇ ಬಿಟ್ಟೆವು.

ನಾನು: ನನಗೆ ಇವುಗಳ ರುಚಿ ಹಿಡಿಸುವುದಿಲ್ಲ. ಕಹಿ, ಖಾರ. ನಿನಗೆ?

ಈಡಾ ತಲೆದೂಗಿದಳು.

ಈಡಾ: ಬರ್ಲಿನ್‌ಗೆ ಹೋಗಲು ಮಾಮಾಳ ಅನುಮತಿಯನ್ನು ಏಕೆ ಕೇಳಿದೆ?

ನಾನು: ಏಕೆ, ಏನಾಯಿತು?

ಈಡಾ: ಏನು ಮಾಡುವುದಕ್ಕೂ ನಾವು ಮಾಮಾಳ ಅನುಮತಿ ಕೇಳಿದ್ದೇ ಇಲ್ಲ.

ಅವಳ ನಿಲುವನ್ನು ಅಭಿನಯಿಸಿ ತೋರಿಸಲೆಂಬಂತೆ ಎದ್ದು ಕಪಾಟಿನಿಂದ ನುಟೆಲ್ಲಾ ಬಾಟಲಿಯನ್ನು ಹೊರತೆಗೆದಳು.

ನಾನು: ಹಾಗಾದರೆ, ನಿನ್ನ ಅನುಮತಿಯನ್ನು ಕೇಳಬೇಕೇ ನಾನು?

ಈಡಾ ಒಂದು ಬ್ರೆಡ್ಡಿನ ತುಂಡಿಗೆ ಹೇರಳವಾಗಿ ನುಟೆಲ್ಲಾ ಬಳಿದು, ನನ್ನ ಕಡೆಗೆ ಒಮ್ಮೆಯೂ ದೃಷ್ಟಿಸದೆ, ಅದನ್ನು ಮೈಕ್ರೋವೇವ್ ಓವನ್ನಿನಲ್ಲಿ ಇಟ್ಟಳು. ನನಗೆ ಬೆನ್ನುಮಾಡಿ ಮೆಲ್ಲಗೆ, "ನೀನು ಹೋಗಬಹುದು" ಎಂದು ಓವನ್ನಿನ ಕಡೆ ನೋಡಿಕೊಂಡು ಹೇಳಿದಳು. ಅವಳ ಸ್ವಂತದ ಆವಿಷ್ಕಾರವಾದ ನುಟೆಲ್ಲಾ-ಬ್ರೆಡ್ಡನ್ನು ಸಂಜೆಯೂಟದ ಸಮಯದಲ್ಲಿ ಅವಳು ತಿನ್ನುವುದಕ್ಕೆ ನನ್ನ ನಿಷೇಧವಿತ್ತು. ಆದರೆ ಇನ್ನು ಮುಂದೆ ನನ್ನ ನಿರ್ಬಂಧಗಳಿಗೆ ಮಹತ್ವವೇ ಇರುವುದಿಲ್ಲವೆಂದು ತೋರುತ್ತದೆ. ನನ್ನ ಮುಂದೆ ಮತ್ತೆ ಬಂದು ಕುಳಿತು ತಟ್ಟೆಯಿಂದ ನುಟೆಲ್ಲಾ-ಬ್ರೆಡ್ಡಿನ ದೊಡ್ಡ ತುಂಡೊಂದನ್ನು ಕಚ್ಚಿ ಜಗಿದ ನಂತರವಷ್ಟೇ ಅವಳು ನನ್ನನ್ನು ನೋಡಿದ್ದು. ತುಂಟ ನಗೆ, ಬಿಸಿ ಮಾಡಿದ ದ್ರವರೂಪದ ನುಟೆಲ್ಲಾ ಅವಳ ನಗೆಯ ಮೂಲೆಯಿಂದ ಹೊರಗೆ ಜಿನುಗಿತು.

ನಾನು: ಮಾಮಾಳೊಂದಿಗೆ ನೀನೊಬ್ಬಳೇ ಇದ್ದು ನಿಭಾಯಿಸುವ ಧೈರ್ಯ ನಿನಗಿದೆಯೇ?

ಮತ್ತೆ ಬ್ರೆಡ್ಡು ತುರುಕಿಕೊಂಡು, ಬಾಯಿಯ ಸುತ್ತ ನುಟೆಲ್ಲಾ ಮೆತ್ತಿಕೊಂಡು, ಸಾವಕಾಶವಾಗಿ ಕತ್ತನ್ನು ಮೇಲೆ ಕೆಳಗೆ ಮಾಡುತ್ತಾ ಜಗಿದಳು. ಜಗಿದದ್ದನ್ನು ನುಂಗಿ, ತಲೆದೂಗಿ "ಹೂಂ" ಎಂದಳು.

ಅವಳ ಮಾತಿನಲ್ಲಿ ನಂಬಿಕೆ ಹುಟ್ಟಿ ನಾನು ತಲೆದೂಗಿದೆ. ಈಡಾ ಖಂಡಿತಾ ನಿಭಾಯಿಸುತ್ತಾಳೆ. ಅವಳು ಈಗ ಮೊದಲಿನಂತೆ ಇಲ್ಲ. ಯಾವಾಗ ಅವಳಲ್ಲಿ ಈ ರೀತಿಯ ಬದಲಾವಣೆಗಳು ಬಂದವೋ ನನಗೆ ಗೊತ್ತಿಲ್ಲ. ಹೊಸ ಶಾಲೆಯ ಪ್ರಭಾವವಿರಬಹುದೇ? ಇಲ್ಲ, ಅದಕ್ಕೂ ಮುಂಚೆಯೇ ಅವಳು ಬದಲಾಗಿದ್ದಳು. ತನ್ನ ಕೋಣೆಯನ್ನು ತಾನೇ ಸ್ವಚ್ಛ ಮಾಡಿಕೊಳ್ಳುವುದು, ಸಂಜೆಯೂಟಕ್ಕೆ ಮೇಜನ್ನು ಸಿದ್ಧಪಡಿಸುವುದು ಇವೆಲ್ಲಾ ಬದಲಾವಣೆಯ ಸಂಕೇತಗಳು. ಆಸ್ಪತ್ರೆಯಲ್ಲಿ ಅವಳು ನಡೆದುಕೊಂಡ ರೀತಿ, ವೈದ್ಯರೊಂದಿಗೆ ನಿರ್ಭಿಡೆಯಿಂದ ಮಾತನಾಡಿದ್ದು, ಮಾಮಾಳಿಗೆ ಬುದ್ಧಿ ಹೇಳಿದ್ದು, ನಾನು ಹುಷಾರು ತಪ್ಪಿದಾಗ ನನ್ನನ್ನು ನೋಡಿಕೊಂಡದ್ದು, ಸರಿಯಾದ ಸಮಯಕ್ಕೆ ವಿಕ್ಟೋರ್‌ನನ್ನು ಸಹಾಯಕ್ಕಾಗಿ

ಕರೆದದ್ದು ಇವೆಲ್ಲಾ ಅವಳಲ್ಲಿನ ಬದಲಾವಣೆಯ ಲಕ್ಷಣಗಳು. ಅಂತಹ ವಿಷಮ ಪರಿಸ್ಥಿತಿಗಳಲ್ಲಿ ಈಡಾಳ ನಡವಳಿಕೆಯನ್ನು ಗಮನಿಸಿ ನಾನು ಸಂತೋಷಪಟ್ಟಿದ್ದು ನಿಜ. ಆದರೆ ಅವನ್ನು ಅಪರೂಪದ ಘಟನೆಗಳು ಎಂದು ಬಗೆದು ಹೆಚ್ಚು ಮಹತ್ವ ನೀಡಿರಲಿಲ್ಲ. ಒಳ್ಳೆಯ ದಿಕ್ಕಿನಲ್ಲಿ ಇಟ್ಟ ಹೆಜ್ಜೆಯೊಂದು ಎಷ್ಟು ಬೇಗ, ಎಷ್ಟು ಸುಲಭವಾಗಿ ನಮ್ಮನ್ನು ಹಿಂದಕ್ಕೆಸೆಯಬಹುದು ಎಂದು ನಾನು ಹಿಂದೆ ಕಂಡಿದ್ದೆ. ಆದರೆ ಈಡಾ ಮಾಮಾಳಂತೆ ಅಲ್ಲ. ನಿಜವಾಗಿಯೂ ಆ ಘಟನೆಗಳು ಅವಳ ವ್ಯಕ್ತಿತ್ವದಲ್ಲಿ ಆದ ಗುರುತರ ಬದಲಾವಣೆಗಳಿಗೆ ಕನ್ನಡಿ ಹಿಡಿದಿದ್ದವು.

ಈಡಾ: ಬರ್ಲಿನ್‌ನಲ್ಲಿ ಮುಂದಿನ ವರ್ಷ ಯಾವಾಗ ಶುರು?

ನಾನು: ಜನವರಿಯಲ್ಲಿ.

ಈಡಾ ತಲೆದೂಗಿದಳು. ಅವಳು ಎಂಜಲು ನುಂಗಿದ್ದು, ಕಣ್ಣುಗಳನ್ನು ಪಟಪಟನೆ ಮಿಟುಕಿಸಿದ್ದು ಕಂಡಿತು. ಅವಳಿಗೆ ನಾನು ಹೋಗುವುದು ಇಷ್ಟವಿಲ್ಲದಿದ್ದರೂ, ಮುಂಬರುವ ದಿನಗಳ ಬಗ್ಗೆ ಭಯವಿದ್ದರೂ, ತನ್ನ ಭಾವನೆಗಳನ್ನು ಅದುಮಿಟ್ಟುಕೊಂಡು ನನಗೆ ಧೈರ್ಯ ತುಂಬುವ ಪ್ರಯತ್ನ ನಡೆಸಿದ್ದನ್ನು ನೋಡಿ ಕಣ್ಣು ತುಂಬಿ ಬಂತು. ನಾನು ಹೋದ ನಂತರ ಈಡಾಳಿಗೆ ಶಾಲೆಯನ್ನು ಬಿಟ್ಟರೆ ಮನೆಯಲ್ಲಿ ಮಾಮಾ- ಇಷ್ಟೇ ಗತಿ. ಹೊಸ ಶಾಲೆ ಅವಳಿಗೆ ಇಷ್ಟವಾಯಿತೋ ಇಲ್ಲವೋ ಎಂದು ನನಗೆ ಇನ್ನೂ ಗೊತ್ತಿರಲಿಲ್ಲ, ಅವಳೂ ಹೆಚ್ಚು ಹೇಳಿರಲಿಲ್ಲ. ಸಂಜೆಯೂಟದ ವೇಳೆಯಲ್ಲಿ ಹೊಸ ಶಾಲೆಯ ಬಗ್ಗೆ ಕೇಳಿದರೆ “ಚೆನ್ನಾಗಿದೆ” ಎಂದಷ್ಟೇ ಉತ್ತರಿಸುತ್ತಿದ್ದಳು.

ನಾನು: ಹೊಸ ಶಾಲೆ ಹೇಗಿದೆ?

ಈಡಾ: ಚೆನ್ನಾಗಿದೆ.

ನಾನು: ಚೆನ್ನಾಗಿದೆ?

ಈಡಾ ತಲೆದೂಗಿದಳು.

ನಾನು: ಹೊಸ ಗೆಳೆಯ ಗೆಳತಿಯರ ಪರಿಚಯವಾಯಿತೇ?

ಈಡಾ: ಹೂಂ, ನನಗೊಬ್ಬಳು ಗೆಳತಿ ಸಿಕ್ಕಿದ್ದಾಳೆ.

ನಾನು: ಏನು ಅವಳ ಹೆಸರು?

ಈಡಾ: ಸಮಾರಾ. ನಾವು ಚಿತ್ರಕಲೆಯ ಕ್ಲಾಸಿಗೆ ಒಟ್ಟಿಗೇ ಹೋಗುತ್ತೇವೆ.

ನಾನು: ಒಳ್ಳೆಯದು.

ಅವಳಿಗೆ ಪ್ರೈಮರಿ ಶಾಲೆಗಿಂತ ಮಿಡ್ಲ್ ಶಾಲೆ ಹಿಡಿಸಬಹುದು ಎಂಬ ಅಂದಾಜು ನನಗೆ ಮುಂಚೆಯೇ ಇತ್ತು.

ಈಡಾ: ವಿಕ್ಟೋರ್ ಹೇಗಿದ್ದಾನೆ?

ಕೊನೆಯ ನಜ್ಜುಗುಜ್ಜು ಮೂಲಂಗಿಯನ್ನು ತಿಂದೆ. ಅದು ಮೊದಲು ತಿಂದ ಮೂಲಂಗಿಗಳಷ್ಟೇ ಕಹಿಯಾಗಿತ್ತು. ಅವಳ ಪ್ರಶ್ನೆಗೆ ಹೆಗಲು ಹಾರಿಸಿ "ಗೊತ್ತಿಲ್ಲ, ಆ ದಿನದಿಂದ ಅವನನ್ನು ನೋಡಿಯೇ ಇಲ್ಲ" ಎಂದೆ.

ನಾವು ಫ಼ೋನ್ ನಂಬರುಗಳನ್ನು ಬದಲಾಯಿಸಿಕೊಂಡೇ ಇರಲಿಲ್ಲ. ಅದೇಕೋ ಆ ಪ್ರಮೇಯವೇ ಬಂದಿರಲಿಲ್ಲ. ಈಡಾಳ ಬಳಿ ಅವನ ನಂಬರ್ ಕೇಳಿ ಪಡೆಯಲು ಮುಜುಗರವಾಯಿತು. ಅವನೇ ಅವಳ ಬಳಿ ನನ್ನ ನಂಬರನ್ನು ಕೇಳಿ ಪಡೆಯಬಹುದಿತ್ತು. ಅವನ ಬಡಾವಣೆಯ ಬಳಿ ಸುಮ್ಮನೆ ನಡೆದುಹೋದರೆ ಹೇಗೆ ಎಂದು ಒಮ್ಮೊಮ್ಮೆ ಅನ್ನಿಸುತ್ತದೆ. ಅಂತೆಯೇ ನಿನ್ನೆ ಕಾಡಿನ ಕಡೆಗೆ ಹೋಗಲು ಮನೆಬಿಟ್ಟವಳು ಅವನ ಮನೆಯ ರಸ್ತೆಯನ್ನು ಹೋಗಿ ಮುಟ್ಟಿದ್ದೆ. ಕಪ್ಪು ಮರ್ಸಿಡೀಸ್ ಜಿ-ಕ್ಲಾಸ್ ಕಾರು ಮನೆಯ ಮುಂದೆ ನಿಂತಿತ್ತು. ಆದರೆ ನಾನು ಅಲ್ಲಿ ನಿಲ್ಲಲಿಲ್ಲ. ಅವನಿಂದ ನನಗೆ ಬೇಕಾದದ್ದು ಏನು ಎಂಬ ಸ್ಪಷ್ಟತೆ ನನಗೆ ಇರಲಿಲ್ಲ. ಹಾಗೊಮ್ಮೆ ನನಗೆ ಸ್ಪಷ್ಟತೆ ಇದ್ದರೂ ಅವನು ಮತ್ತೊಮ್ಮೆ ನನ್ನನ್ನು ತನ್ನ ಜೀವನದಿಂದ ಹೊರಗಟ್ಟಿಬಿಡಬಹುದಾದ ಸಂಭವ ಇರುವುದನ್ನು ನೆನೆದು ನಿಲ್ಲದೆ ಮುನ್ನಡೆದಿದ್ದೆ.

ಈಡಾ: ಈ ನಡುವೆ ಅವನು ಒಳಾಂಗಣ ಈಜುಕೊಳಕ್ಕೆ ಹೋಗುತ್ತಾನೆ. ಅವನು ನಿನಗೆ ಅಲ್ಲಿ ಸಿಗಬಹುದು.

■

ಈಡಾ ಇಂದು ಸಂಜೆ ಈಜು ತರಬೇತಿಗೆ ಹೋಗಲಿದ್ದಾಳೆ. ಅವಳ ಎರಡನೆಯ ಪ್ರಯತ್ನವಿದು. ನಾನಿನ್ನೂ ಸಂಪೂರ್ಣ ಚೇತರಿಸಿಕೊಂಡಿಲ್ಲವಾದರೂ ಅವಳ ಜೊತೆಗೆ ಹೋಗಿ ಒಂದಿಷ್ಟು ಸುತ್ತುಗಳನ್ನು ಹೊಡೆದುಬರಲು ನಿರ್ಧರಿಸಿದೆ. ಒಳಾಂಗಣ ಈಜುಕೊಳದ ಬಳಿ ಅವನ ಕಾರು ಇರಲಿಲ್ಲ. ಗಾಜಿನ ಗೋಡೆಯ ಮೂಲಕ ವಿಶೇಷ ತರಬೇತಿಯ ಕೊಳ ನನಗೆ ಕಾಣುತ್ತಿತ್ತು. ಕೊಳದ ಬಳಿ ತಮ್ಮ ಸರತಿಗಾಗಿ ಕಾಯುತ್ತಿದ್ದ ಮಕ್ಕಳ ಸಾಲಿನ ಕೊನೆಯಲ್ಲಿ ಈಡಾ ಹೋಗಿ ನಿಂತಳು. ಅವಳ ಮುಖಭಾವ ಹಾಗೂ ಅವಳು ಅತ್ಯಂತ ಜಾಗರೂಕವಾಗಿ ಕೈಕಾಲು ಆಡಿಸುವ ರೀತಿ ಅವಳಲ್ಲಿದ್ದ ತಳಮಳ ಅಭದ್ರತೆಗಳ ಪ್ರತೀಕ. ಅದನ್ನು ಕಂಡು ನನ್ನ ಮನಸ್ಸು ಮುದುಡಿತು. ನನ್ನ ಕೆನ್ನೆಯ ಮೇಲೆ ಮಳೆಹನಿಯೊಂದು ಹರಿದು ಕೆಳಗೆ ಬಿತ್ತು. ಈಡಾ ಬಿಳಿ ಚುಕ್ಕೆಚುಕ್ಕೆಯ ಕೆಂಪು ಈಜುಡುಗೆ ತೊಟ್ಟಿದ್ದಳು. ಇತರೆ ಮಕ್ಕಳು ದುಬಾರಿ ಈಜುಡುಗೆಗಳನ್ನು ತೊಟ್ಟಿದ್ದರು, ಜೊತೆಗೆ ತಲೆಗೆ ಈಜುಟೊಪ್ಪಿಗೆಯನ್ನು ಧರಿಸಿದ್ದರು. ಈ ಬಾರಿ ಅವಳ ತರಬೇತಿ ಯಶಸ್ವಿಯಾಗುತ್ತದೆ ಎಂಬ ವಿಶ್ವಾಸ ನನ್ನಲ್ಲಿ ಮೂಡಿತು. ನಾನು ಒಂದಿಷ್ಟು ಸುತ್ತುಗಳನ್ನು ಈಜಿದೆ. ಸುತ್ತುಗಳ ನಡುವೆ ದೀರ್ಘ ವಿರಾಮಗಳನ್ನೇ ತೆಗೆದುಕೊಳ್ಳಬೇಕಾಯಿತು. ಕೊಳದ ಅಂಚಿನಲ್ಲಿ ಕೂತು ವಿರಮಿಸುತ್ತಿರುವಾಗ ವಿಕ್ಟೋರ್ ಪ್ರತ್ಯಕ್ಷನಾದ. ಅವನು ಜಿಗಿಹಲಗೆಯ ಮೇಲೆ ನಿಂತು ಯಾರನ್ನೋ ಹುಡುಕುತ್ತಿದ್ದಂತಿತ್ತು. ನಾನು ಅಡಗಿಕೊಳ್ಳಲೆಂದು ಥಟ್ಟನೆ ನೀರಿನ ಒಳಗೆ ಮುಳುಗಿ ಕೊಳದ ಅಡಿಗೆ ಹೋಗಿ ಕೂತೆ. ನಾನು ಕೂತಿದ್ದ ಜಾಗಕ್ಕೆ ಅವನು ಕರಾರುವಾಕ್ಕಾಗಿ ನೆಗೆದು, ನಸುನಗುತ್ತಾ ನನ್ನ ಕೆನ್ನೆಯನ್ನು ನೇವರಿಸಿ ಮತ್ತೆ ಮೇಲಕ್ಕೆ ಈಜಿದ. ನಾನು ಆದಷ್ಟು ಹೊತ್ತು ಉಸಿರು ಬಿಗಿಹಿಡಿದು ಕುಳಿತೇ ಇದ್ದೆ. ಆಗದಿದ್ದಾಗ ನೆಲದಿಂದ

ಜಿಗಿದು, ಕೊಳದ ಅಂಚಿನ ಕಡೆಗೆ ಈಜಿ ಹತ್ತಿ ಕುಳಿತುಕೊಂಡೆ. ನನ್ನ ಪಕ್ಕದಲ್ಲಿ ಹೆಲಿಕಾಪ್ಟರ್ ತಾಯಂದಿರಿಬ್ಬರು–ಮಕ್ಕಳನ್ನು ಅತಿ ಜೋಪಾನ ಮಾಡಿ ಕಾಪಾಡುವಂತಹ ತಾಯಂದಿರು–ಕುಳಿತು ಅವರ ಮಕ್ಕಳು ಈಜುವುದನ್ನು ಎವೆಯಿಕ್ಕದೆ ನೋಡುತ್ತಿದ್ದರು. ನಾನು ಆಗಾಗ ಈಡಾಳ ಕೊಳದ ಕಡೆಗೆ ನೋಡುತ್ತಿದ್ದೆನಾದರೂ ನನ್ನ ಗಮನವೆಲ್ಲಾ ವಿಕ್ಟೋರ್‌ನ ಕಡೆಗೆ ಇತ್ತು. ಅವನು 22 ಸುತ್ತುಗಳನ್ನು ಮುಗಿಸಿ ಕೊಳದಿಂದ ಹೊರಬಂದ. ನಮ್ಮ ಕಣ್ಣುಗಳು ಸಂಧಿಸಿದವು. ನನ್ನ ಪಕ್ಕ ಬಂದು ಕೂತ. ನನಗೆ ಜ್ವರ ಬಿಟ್ಟ ದಿನದಿಂದ ನಾವು ಮಾತನಾಡಿಯೇ ಇರಲಿಲ್ಲ.

ನಾನು: ನಿನ್ನನ್ನು ಗಾಬರಿ ಪಡಿಸಿ ನಾನೇ ಮತ್ತೆ ಓಡಿಸಿಬಿಟ್ಟೆನೇನೋ ಅಂದುಕೊಂಡೆ.

ಅವನು ಶುಷ್ಕನಗೆಯೊಂದನ್ನು ನಕ್ಕು, ಗೋಡೆಯ ಮೇಲಿದ್ದ ಡಿಜಿಟಲ್ ಗಡಿಯಾರವನ್ನು ನೋಡಿದ. ಸಂಜೆ 6:46, 26 ಡಿಗ್ರಿ ಸೆಲ್ಸಿಯಸ್. "ನೀನು ಇಲ್ಲದಿದ್ದರೆ ನಾನು ಇಲ್ಲಿಂದ ಎಂದೋ ಹೋಗಿಬಿಡುತ್ತಿದ್ದೆ" ಎಂದು ಮೆಲ್ಲಗೆ ಗೊಣಗುಟ್ಟಿದ. ಮುಂದುವರೆದು ನನಗೆ ಕೇಳುವ ಹಾಗೆ "ಅಂದು ನೀನು ನನ್ನ ಹೆಸರನ್ನು ಬಾರಿಬಾರಿ ಕರೆಯುತ್ತಿದ್ದೆ" ಎಂದು ನಾಚಿಕೆ ಬಿಟ್ಟು ದೊಡ್ಡದಾಗಿ ನಕ್ಕ.

ನಾನು ಅವನಿಗೆ ಹೇಳಬೇಕಾದದ್ದನ್ನು ಮನನ ಮಾಡಿಕೊಂಡು ಮನಸ್ಸಿನಲ್ಲಿ ಇಟ್ಟುಕೊಂಡಿದ್ದೆ. ಆದರೆ ಅದಕ್ಕೆ ಹೊರಬರಲು ಇಷ್ಟವಿರಲಿಲ್ಲ. ಅದು ಒಂದು ಪದವಷ್ಟೇ.

ನಾನು: ಡಾಂಕೆ.

ಅವನೇನಾದರೂ ಅಧಿಕಪ್ರಸಂಗಿಯಂತೆ "ಏಕೆ?" ಎಂದು ಕೇಳಿದ್ದರೆ ಅದಕ್ಕೂ ನನ್ನಲ್ಲಿ ಉತ್ತರ ಸಿದ್ಧವಿತ್ತು.

ವಿಕ್ಟೋರ್: ಪರವಾಗಿಲ್ಲ.

ಸಂಜೆ 6:51, 26 ಡಿಗ್ರಿ ಸೆಲ್ಸಿಯಸ್.

ಮುಟ್ಟಿದರೆ ಕರೆಂಟು ಹೊಡೆಯುವುದೇನೋ ಎಂಬಷ್ಟು ಹಗುರವಾಗಿ ನನ್ನ ಹೆಗಲನ್ನು ತೋಳಿನಿಂದ ಬಳಸಿದ. ಅವನ ಬಲಗೈ ನನ್ನ ಬಲಭುಜದ ಮೇಲಿತ್ತು, ಅವನ ಬಲಭುಜದ ಮೇಲೆ ನಾನು ತಲೆಯಿಟ್ಟೆ. ಅದೇ ಭಂಗಿಯಲ್ಲಿ ನಾವು 23 ನಿಮಿಷಗಳು ಕುಳಿತು ಈಡಾಳ ಈಜು ತರಬೇತಿಯನ್ನು ನೋಡಿದೆವು. ಮಕ್ಕಳು ನೀರಿನಲ್ಲಿ ತೇವಳುವುದನ್ನೂ ಅಂಗಾತವಾಗಿ ಈಜುವುದನ್ನೂ ಕಲಿಯುತ್ತಿದ್ದರು. ಮಕ್ಕಳೆಲ್ಲರೂ ಸೇರಿ ತರಬೇತಿಯ ನಂತರ ಕೊಳದ ಬದಿಯಲ್ಲಿ ರಬ್ಬರ್ ನೆಲಹಾಸಿನ ಮೇಲೆ ಜೂಟಾಟ ಆಡುತ್ತಿದ್ದರು. ಈಡಾ ಕಿಲಕಿಲನೆ ನಗುತ್ತಾ ಓಡುತ್ತಿದ್ದಳು. ಆಟದ ನಂತರ ಮಕ್ಕಳು ಒಬ್ಬರಿಗೊಬ್ಬರು ಮುಷ್ಟಿಗೆ ಮುಷ್ಟಿ ತಾಗಿಸಿ ವಿದಾಯ ಹೇಳಿದರು. ಮರುಕ್ಷಣವೇ ಕೆಂಪು-ಬಿಳಿ ಚುಕ್ಕೆಚುಕ್ಕೆಯ ಈಜುಡುಗೆಯನ್ನು ತೊಟ್ಟ ಈಡಾ ಅವಳ ಬ್ಯಾಗಿಗೆ ಕೈ ಹಾಕಿ ತನ್ನಿಷ್ಟದ ರಬ್ಬರ್ ರಿಂಗುಗಳನ್ನು ಹೊರತೆಗೆದುಕೊಂಡು ನಮ್ಮ ಕಡೆಗೆ ಓಡಿಬಂದಳು.

ಈಡಾ: ಹಾಯ್ ವಿಕ್ಟೋರ್.

ವಿಕ್ಟೋರ್: ಹಾಯ್ ಈಡಾ.

ಈಡಾ: ಇನ್ನೂ ಸ್ವಲ್ಪ ಹೊತ್ತು ಇಲ್ಲೇ ಇರೋಣವೇ?

ನಾನು: 10 ನಿಮಿಷ.

ಅವಳ ಮುಳುಗೇಳುವ ಆಟದ ಆರಂಭಕ್ಕೆ ಅದೇ ಆಜ್ಞೆ.

ಹೆಲಿಕಾಪ್ಟರ್ ಪೋಷಕರಂತೆ ನಾನು ಮತ್ತು ವಿಕ್ಟೋರ್ ಕೂಡ ಈಡಾ ಮುಳುಗಿ ಏಳುವುದನ್ನೇ ನೋಡಿದೆವು.

ವಿಕ್ಟೋರ್: ಅವಳು ಸಮುದ್ರವನ್ನು ನೋಡಿದ್ದಾಳಾ?

ನಾನು: ಇಲ್ಲ.

ಮತ್ತೆ ಮೌನವಾಗಿ ಈಡಾಳ ಆಟವನ್ನು ನೋಡಿದೆವು.

ವಿಕ್ಟೋರ್: ಸಮುದ್ರವನ್ನು ನೋಡಿದಾಗ ಅವಳ ಮೈಮೇಲೆ ಯಾವ ರೀತಿ ಆವೇಶ ಬರಬಹುದು ಎಂದು ಕಲ್ಪಿಸಿಕೊಂಡಿದ್ದೀಯಾ?

ನಾನು: ದಿನವೂ.

ಕ್ಷಣ ಮೌನ.

ವಿಕ್ಟೋರ್: ನಾವೇ ಅವಳನ್ನು ಕಡಲತೀರಕ್ಕೆ ಕರೆದುಕೊಂಡು ಹೋದರೆ?

ಅವನೆಡೆ ತಿರುಗಿ ನೋಡಿದೆ. ಅವನ ತಮ್ಮನೂ ಇದೇ ಮಾತುಗಳನ್ನಾಡಿದ್ದ. ದೊಡ್ಡ ಕಾರಿನಲ್ಲಿ ಸ್ಲೋವೇನಿಯಾ ದಾಟಿ ಕ್ರೊಯೇಷಿಯಾಗೆ ಹೋಗುವ ಯೋಜನೆ. ಲ್ಯೂಬ್ಲಿಯಾನಾ ತಲುಪಿ ಸಮುದ್ರತಟದ ಪಿರಾನ್ ನಗರವನ್ನು ನೋಡಿಕೊಂಡು, ಅಲ್ಲಿಂದ ಕ್ರೊಯೇಷಿಯಾದ ಕರಾವಳಿ ರಸ್ತೆಯುದ್ದಕ್ಕೂ ಇರುವ ಪುಲಾ, ಮೆದುಲಿನ್ ಮತ್ತು ರಿಯೆಕಾ ನಗರಗಳಿಗೆ ಹೋಗುವುದು ಎಂದು. ಈವಾನ್ ಮತ್ತು ಮನೆಯವರು ಅಪಘಾತದಲ್ಲಿ ಸತ್ತರೆಂಬ ಸುದ್ದಿ ಕೇಳಿ ನಾನು ಒಂದು ದಿನವಿಡೀ ಅಲುಗಾಡದೆ ಹಾಸಿಗೆಯ ಮೇಲೆ ಕುಳಿತುಬಿಟ್ಟಿದ್ದೆ. ಆ ಊರುಗಳ ಹೆಸರುಗಳನ್ನು ಕಪಾಟಿನ ಒಳಗೆ ಬಿಳಿ ಪರ್ಮನೆಂಟ್ ಮಾರ್ಕರ್ ಬಳಸಿ ಬರೆದಿದ್ದೆ. ಅವನ ಮಾತುಗಳನ್ನು ಮತ್ತು ಆ ಊರುಗಳನ್ನು ಶಾಶ್ವತವಾಗಿ ನೆನಪಿನಲ್ಲಿ ಇಟ್ಟುಕೊಳ್ಳಬೇಕೆಂಬುದು ನನ್ನ ಇಚ್ಛೆಯಾಗಿತ್ತು. ಲ್ಯೂಬ್ಲಿಯಾನಾ, ಪಿರಾನ್, ಪುಲಾ, ಮೆದುಲಿನ್, ರಿಯೆಕಾ. ಈವಾನ್‌ನೊಂದಿಗೆ ಸೇರಿ ರಚಿಸಿದ ಯೋಜನೆಯನ್ನು ಅವನ ಅಣ್ಣನೊಂದಿಗೆ ಕಾರ್ಯರೂಪಕ್ಕೆ ತರುವುದು ಎಷ್ಟು ಸರಿ? ಆದರೆ, ಆ ಯೋಜನೆಯೇ ಬೇರೆ, ಈ ಯೋಜನೆಯೇ ಬೇರೆ. ಈವಾನ್ ತಯಾರಿಸಿದ ಮಾರ್ಗವನ್ನು ಮುಂದೊಂದು ದಿನಕ್ಕಾಗಿ ಕಾಯ್ದಿರಿಸುವೆ. ಹಾಗೂ ಒಮ್ಮೆ ನಾನು ಮತ್ತು ನನ್ನ ತಂಗಿ, ಅವನ ಅಣ್ಣನೊಂದಿಗೆ ಕಡಲತೀರಕ್ಕೆ ಹೋಗುವ ವಿಷಯ ಈವಾನ್‌ಗೆ ಗೊತ್ತಾಗಿದ್ದರೆ ಅದಕ್ಕೆ ಅವನ ಅಭ್ಯಂತರ ಇರುತ್ತಿರಲಿಲ್ಲವೆಂಬ ನಂಬಿಕೆ ನನಗಿದೆ. ನನಗೂ ಇವನೊಂದಿಗೆ ಹೋಗಲು ಇಷ್ಟವೇ.

ನಾನು ಕೂತಲ್ಲಿಂದ ನೆಗೆದು "ನಡೆ ಹೋಗೋಣ" ಎನ್ನುವ ಬಯಕೆಯಾದರೂ ಹಾಗೆ ಮಾಡದೆ ತಲೆದೂಗಿ ಒಪ್ಪಿಗೆಯಿತ್ತೆ. ನಾನು ತಲೆದೂಗಿದ್ದನ್ನು ಅವನು ನೋಡಲಿಲ್ಲ. ಅವನ ಗಮನ ತಾಪಮಾನದ ಫಲಕದ ಕಡೆ ಇತ್ತು. "ನಡೆ ಹೋಗೋಣ" ಎಂದು ಹೇಳಲು ನನಗೆ ಬಾಯಿ ಕಟ್ಟಿಹೋಗಿತ್ತು. ಬಲವಂತ ಮಾಡಿದರೆ ನನ್ನ ಧ್ವನಿ ಬಿರಿಯುವುದರಲ್ಲಿ ಸಂಶಯವಿರಲಿಲ್ಲ. "ಹಾಗಾದರೆ, ಹೋಗುವುದು ಬೇಡವಾ?" ಎಂದು ಕೇಳಿ ವಿಕ್ಟೋರ್ ನನ್ನ ಕಡೆಗೆ ನೋಡಿದ.

ಮೇಲೆ ಕೆಳಗೆ ತಲೆದೂಗುತ್ತಿದ್ದವಳು ಈಗ ತಲೆಯನ್ನು ಅಡ್ಡಡ್ಡ ಅಲ್ಲಾಡಿಸತೊಡಗಿದೆ. ಅವನೆಲ್ಲಿ ನನ್ನನ್ನು ಅಪಾರ್ಥ ಮಾಡಿಕೊಂಡುಬಿಡುತ್ತಾನೋ ಎಂದು ಆತಂಕವಾಗಿ, ಬಾಯಿ ಬಿಟ್ಟು ಹೇಳಿಯೇಬಿಡುವುದು ಎಂದು ನಿರ್ಧರಿಸಿ, "ನಾನು ಮತ್ತು ಈಡಾ ನಿನ್ನೊಂದಿಗೆ ಕಡಲತೀರಕ್ಕೆ ಬರುತ್ತೇವೆ" ಎಂದೆ.

ನನ್ನ ಧ್ವನಿ ಬಿರಿಯಿತು, ನಾನು ಊಹಿಸಿದಂತೆಯೇ.

■

ಅನಾನಸ್ ಬಿಲ್ಲೆಗಳ ಒಂದು ಬಾಟಲಿ, 'ಚೀಪ್ ಅಂಡ್ ಬೆಸ್ಟ್' ಚಿಪ್ಸ್ 'ಚೀಪ್ ಅಂಡ್ ಬೆಸ್ಟ್' ಬಿಳಿಯ ಚೀಸ್ ಬೆರೆಸಿದ ಫ಼ಾರ್‌ಫ಼ಾಲ್ಲೆ ಪಾಸ್ತಾ, ಬ್ರೆಡ್ಡು, ಗಟ್ಟಿ ಹಾಲು, ಜೆಲ್ಲಿ ಪುಡ್ಡಿಂಗ್ ಮಿಶ್ರಣ, ಡಾ. ಓಟ್‌ಕರ್ ವೆನಿಲಾ ಸಾಸ್, ಟೋಸ್ಟ್ ಚೀಸ್ ಬಿಲ್ಲೆಗಳು, ಹ್ಯಾಮ್ ಬಿಲ್ಲೆಗಳು, ಒಂದು ಕಟ್ಟು ಕೆಂಪು ಗುಂಡು ಮೂಲಂಗಿ. ಈಡಾ. "13 ಯೂರೋ 1 ಸೆಂಟ್" ಎಂದು ಕತ್ತೆತ್ತಿದಾಗ ಕಂಡವಳು ನಗುಮುಖದ ಈಡಾ. ನೋಡಿದೊಡನೆ ಮೆಚ್ಚುಗೆಯಾಗುವ ಮುಖವದು. ಎಂದಿನಂತೆ ಇಂದು ಸಹ ಸರಿಯಾದ ಚಿಲ್ಲರೆಯನ್ನು ನೀಡಿ ಒಂದೂ ಮಾತನ್ನಾಡದೆ ಸಾಮಾನುಗಳನ್ನು ಜೋಪಾನವಾಗಿ ತಳ್ಳುಗಾಡಿಯಲ್ಲಿ ಜೋಡಿಸಿಕೊಂಡಳು.

ನಾನು: ನೀನು ಸೂಪರ್‌ಮಾರ್ಕೆಟ್‌ಗೆ ಬರುವೆಯೆಂದು ಗೊತ್ತಿದ್ದರೆ ನಾನೇ ಸಾಮಾನು ಪಟ್ಟಿಯನ್ನು ಬರೆದು ನಿನಗೆ ಕೊಡುತ್ತಿದ್ದೆ.

ಈಡಾ: ನಾನು ಸಾಮಾನು ಕೊಳ್ಳಲು ಹೋದಾಗ ನಾನೇ ಪಟ್ಟಿಯನ್ನು ತಯಾರಿಸುತ್ತೇನೆ.

A5 ಗಾತ್ರದ ಗೆರೆಗೆರೆಯ ಕಾಗದವನ್ನು ತಳ್ಳುಗಾಡಿಯ ಹಿಡಿಗೆ ಸಿಕ್ಕಿಸಿದ್ದಳು, ಅದನ್ನು ಹೊರಗೆಳೆದು ನನ್ನ ಮುಂದೆ ಹಿಡಿದಳು. ತಳ್ಳುಗಾಡಿಯ ಹಿಡಿಯಲ್ಲಿ ಸಾಮಾನು ಪಟ್ಟಿಯನ್ನು ಸಿಕ್ಕಿಸಲೆಂದೇ ಚಿಕ್ಕದೊಂದು ಸೀಳು ಇರುತ್ತದೆ. ನಾನು ನೋಡಿದಂತೆ ಅದನ್ನು ಸರಿಯಾದ ರೀತಿಯಲ್ಲಿ ಉಪಯೋಗಿಸಿದ ಮೊದಲನೆಯ ಗ್ರಾಹಕಿ ಈಡಾಳೇ. ಈಡಾ ತಿಳಿನೇರಳೆ ಬಣ್ಣದ ಅಡ್ಡಡ್ಡ ಗೀಟಿನ ಜಾಕೆಟ್ಟನ್ನು ಧರಿಸಿದ್ದಳು. ಅದು ನನ್ನದೇ ಜಾಕೆಟ್ಟು. ಎಡ ಜೇಬಿನಲ್ಲಿ ವೈದ್ಯೆಯರು ಸಿಕ್ಕಿಸುವಂತೆ ಒಂದು ಬಾಲ್ ಪೆನ್ ಸಿಕ್ಕಿಸಿದ್ದಳು. ಜೊತೆಗೆ ಸಣ್ಣದೊಂದು ಕ್ಯಾಲ್ಕುಲೇಟರ್ ಅಲ್ಲಿ ಇರಲೇಬೇಕು.

ಈಡಾ: ನನಗೆ ಸ್ಪಗೆಟ್ಟಿ ಮತ್ತು ಟೊಮೇಟೊ ಸಾಸ್ ತಿಂದುತಿಂದು ಸಾಕಾಗಿದೆ. 'ಚೀಪ್ ಅಂಡ್ ಬೆಸ್ಟ್' ಗುರುತಿನ ಬೇರೆಬೇರೆ ದೇಶದ ಸಿದ್ಧಖಾದ್ಯಗಳು ಇವೆ. ಉದಾಹರಣೆಗೆ...

ಪಟ್ಟಿಯನ್ನು ಓದತೊಡಗಿದಳು.

ಈಡಾ: ... ಶಾಂಘಾಯ್ ಚಿಕನ್, ಕೆನೆ ಮತ್ತು ಚೀಸ್ ಬೆರೆಸಿದ ಫ್ಲೆಟ್ಟುಚಿನೆ ಪಾಸ್ತಾ, ಬಾಮಿ ಗೋರೆಂಗ್, ಪಯೇಯಾ ಇವೆಲ್ಲವೂ ಇವೆ. ಇವನ್ನೆಲ್ಲ ಏಕೆ ನೀನು ಒಂದು ದಿನವೂ ಮನೆಗೆ ತಂದಿಲ್ಲ?

ನಾನು: ಆ ಖಾದ್ಯಗಳ ಪರಿಚಯ ನನಗೆ ಇಲ್ಲ.

ಈಡಾ: ಮುಂದಿನ ಬಾರಿ ನಾನು ಬಂದಾಗ ಕೊಳ್ಳಬಹುದಾ?

ನಾನು: ಹೂಂ. ಅದು ನಿನ್ನ ಪಟ್ಟಿಯಲ್ಲಿ ಇದ್ದರಾಯಿತು.

ಈಡಾ ಸಂತೋಷದಿಂದ ನಗುತ್ತಾ ಪಟ್ಟಿಯನ್ನು ಮತ್ತೆ ತಳ್ಳುಗಾಡಿಗೆ ಸಿಕ್ಕಿಸಿದಳು.

ಈಡಾ: ಆಮೇಲೆ ಸಿಗೋಣ.

ನಾನು: ಚೂಸ್.

ಅವಳ ಹಿಂದೆ ಬಂದ ಗ್ರಾಹಕರ ಸಾಮಾನುಗಳನ್ನು ಚಲಿಸುವ ಪಟ್ಟಿಯಿಂದ ತೆಗೆದು ಸ್ಕ್ಯಾನ್ ಮಾಡತೊಡಗಿದೆ. ನನ್ನ ದೃಷ್ಟಿ ಇನ್ನೂ ಈಡಾಳನ್ನೇ ಹಿಂಬಾಲಿಸುತ್ತಿತ್ತು. ಸಾಮಾನುಗಳನ್ನು ಅವಳು ಸ್ನೂಪಿ ನಾಯಿಯ ಚಿತ್ರವಿದ್ದ ಬ್ಯಾಗಿಗೆ ತುಂಬಿಕೊಂಡು ಸಾಮಾನು ಪಟ್ಟಿಯನ್ನು ತಳ್ಳುಗಾಡಿಯಿಂದ ತೆಗೆದು ಜೋಪಾನವಾಗಿ ಮಡಚಿ ಜಾಕೆಟ್ಟಿನ ಬಲ ಜೇಬಿನಲ್ಲಿ ಇಟ್ಟುಕೊಂಡಳು. ತಳ್ಳುಗಾಡಿಯನ್ನು ಅದರ ಜಾಗದಲ್ಲಿ ನಿಲ್ಲಿಸಿದಳು. ತೊಳೆದು ಸ್ವಚ್ಛಮಾಡಿದ ಬಿಳಿಯ ಚಕ್ಸ್ ಚಪ್ಪಲಿ ಹಾಕಿಕೊಂಡಿದ್ದಳು. ನನ್ನ ಜಾಕೆಟ್ಟು ಅವಳ ಮಂಡಿಯನ್ನು ಮುಚ್ಚುವಷ್ಟು ಉದ್ದವಿತ್ತು. ಸಾಮಾನುಗಳಿಂದ ಉಬ್ಬಿಹೋದ ಬ್ಯಾಗನ್ನು ಹೆಗಲ ಮೇಲೇರಿಸಿ ಮನೆಗೆ ನಡೆದಳು. ಅವಳು ಹೋದ ದಿಕ್ಕಿನಲ್ಲೇ ನೋಡುತ್ತಾ ಶಾಂಘಾಯ್ ಚಿಕನ್ ಹೇಗಿರಬಹುದು ಎಂದು ಯೋಚಿಸಿದೆ. ಅದೇ ಘಳಿಗೆಯಲ್ಲಿ ಒಂದು ನಿರ್ಧಾರಕ್ಕೆ ಬಂದೆ. ಮನಸ್ಸು ಹಗುರವಾಯಿತು.

■

ಪ್ರೊ. ಕ್ಲೈನ್: ಮತ್ತೆ, ಏನು ನಿಮ್ಮ ನಿರ್ಧಾರ?

ನನ್ನ ತಲೆಯಲ್ಲಿ ಆಲೋಚನೆಗಳ ಮೆರವಣಿಗೆ ಹೊರಟಿತು. ಈಡಾ, ಶಾಂಘಾಯ್ ಚಿಕನ್, ಅವಳ ಸಾಮಾನು ಪಟ್ಟಿಯಲ್ಲಿದ್ದ ಕಿತ್ತಳೆ ಹಣ್ಣು, ಬರ್ಲಿನ್, ಗಣಿತ, ಕಾಲೇಜಿನ ಲೈಬ್ರರಿಗಳು, ದೊಡ್ಡ ಊರಿನಲ್ಲಿ ನನ್ನ ಪುಟ್ಟ ಸ್ಟುಡಿಯೋ ಅಪಾರ್ಟ್‌ಮೆಂಟ್, ಅದಕ್ಕೆ ಹೊಂದಿಕೊಂಡ ಚಿಕ್ಕ ಬಾಲ್ಕನಿ... ಕೊನೆಗೆ ನಾನು "ಹೂಂ" ಎಂದೆ.

ಪ್ರೊ. ಕ್ಲೈನ್: ಹಾಂ?

ನಾನು: ಹೂಂ.

ಪ್ರೊ. ಕ್ಲೈನ್: ಒಳ್ಳೆಯದು.

ನಾನು: ಹೂಂ.

■

ಖುಷಿಯ ರಸ್ತೆಯಲ್ಲಿ ಮನೆಯನ್ನು ಸಮೀಪಿಸುತ್ತಲೇ ಈಡಾಳ ಗುಂಗುರು ಕೂದಲಿನ ತಲೆ ಕಿಟಕಿಯಲ್ಲಿ ಕಂಡಿತು. ನಾನು ಕೈಯೆತ್ತಿ ಕರೆಯುವಷ್ಟರಲ್ಲಿ ಅದು ಮಾಯವಾಯಿತು. ಅಡುಗೆಮನೆಯಲ್ಲಿ ಸಂಜೆಯೂಟದ ಸಿದ್ಧತೆಯ ಬದಲಿಗೆ ಮೂರು ತಟ್ಟೆಗಳು ಇದ್ದವು. ಪ್ರತಿಯೊಂದರ ಮೇಲೆ ಹವಾಯಿ ಟೋಸ್ಟ್ ಮತ್ತು ಒಂದು ನಜ್ಜುಗುಜ್ಜು ಮೂಲಂಗಿಯನ್ನು ಅಲಂಕಾರಿಕವಾಗಿ ಕತ್ತರಿಸಿ ಜೋಡಿಸಲಾಗಿತ್ತು. ಪಾಕಪ್ರವೀಣೆ ಮೇಜಿನ ಬಳಿ ಕುಳಿತು ನನಗಾಗಿ ಕಾಯುತ್ತಿದ್ದಳು. ಅದನ್ನು ಅಡುಗೆ ಎಂದು ಕರೆಯಬಹುದಾದರೆ ಅದು ಈಡಾ ಮಾಡಿದ ಮೊದಲ ಅಡುಗೆ. ಮಾಮಾ ಸಂಜೆಯೂಟದ ಮೇಜಿಗೆ ಬರದೆ ಐದು ದಿನಗಳಾಗಿದ್ದವು. ಅದೂ ಮೊದಲನೆಯ ಬಾರಿಯೇ.

ಈಡಾ: ಅವಳನ್ನು ಕರೆಯುವೆಯಾ?

ನಾನು ಕೂರುಕೋಣೆಗೆ ಹೋಗಿ ಸೋಫಾದ ಮೇಲೆ ಮಲಗಿದ್ದ ಮಾಮಾಳ ಪಕ್ಕ ಕುಳಿತೆ. ಟಿವಿಯಲ್ಲಿ "ದ ಪರ್ಫೆಕ್ಟ್ ಡಿನ್ನರ್" ಕಾರ್ಯಕ್ರಮ ನಡೆಯುತ್ತಿತ್ತು. ಈ ವಾರದ ಕಾರ್ಯಕ್ರಮ ಕೊಲೋನ್ ನಗರದ ಫ್ಲಿಲಿಪಾಳ (ವಯಸ್ಸು 27) ಮನೆಯಲ್ಲಿ. ಅವಳ ಮನೆಗೂ ನಾನು ಕಲ್ಪಿಸಿಕೊಂಡ 27 ವರ್ಷದವರ ಮನೆಗೂ ಹೋಲಿಕೆಯೇ ಇರಲಿಲ್ಲ. ಎತ್ತರದ ಗೋಡೆಗಳು ಮತ್ತು ದೊಡ್ಡ ಕಿಟಕಿಗಳು ಒಂದಕ್ಕೊಂದು ಚೆನ್ನಾಗಿ ಹೊಂದುತ್ತಿದ್ದವು. ಅಲ್ಟ್ರಾ ಮಾಡರ್ನ್, ಮಿನಿಮಲಿಸ್ಟ್, ಎಲ್ಲ ಪೀಠೋಪಕರಣಗಳೂ ಬಿಸ್ಕತ್ತಿನ ಬಣ್ಣದವು. ಒಂದೇ ಪದದಲ್ಲಿ ಹೇಳುವುದಾದರೆ ಎಲ್ಲವೂ ನಿರ್ಜೀವ.

ನಾನು: ಎಂಟ್‌ಶುಲ್‌ಡಿಗುಂಗ್, ಎಕ್ಸ್‌ಕ್ಯೂಸ್ ಮಿ.

ಫ್ಲಿಲಿಪಾ ಬಿ.ಎಡ್. ವಿದ್ಯಾರ್ಥಿನಿ. ಅವಳಿಗೆ ತರಕಾರಿ ಹೆಚ್ಚಲು ಸಹಾಯ ಮಾಡುತ್ತಿದ್ದವನು ಅವಳ ಭಾವಿ ಗಂಡ ಮಾರ್ಕ್. ಮಾರ್ಕ್ ಫ್ಲಿಲಿಪಾಳಿಗಿಂತ ಹಲವಾರು ವರ್ಷ ದೊಡ್ಡವನಂತೆ ಕಾಣುತ್ತಿದ್ದ. ಅವನನ್ನು ಅವಳ ಮನೆಯ ಒಳಾಂಗಣ ವಿನ್ಯಾಸಕ್ಕೆ ಹೋಲಿಸಬಹುದಿತ್ತು. ನಿರ್ಜೀವ.

ಮಾಮಾ: ಎಂಟ್‌ಶುಲ್‌ಡಿಗುಂಗ್, ನೀನು ಬಂದದ್ದು ತಿಳಿಯಲಿಲ್ಲ.

ಫ್ಲಿಲಿಪಾಳು ಬಾಲ್ಕನಿಯಿಂದ ಅವಳೇ ಬೆಳೆದ ಕೊತ್ತಂಬರಿ ಸೊಪ್ಪು ಮತ್ತು ಮೆಣಸಿನಕಾಯಿಗಳನ್ನು ಕೊಯ್ದುಕೊಂಡು ತಂದಳು. ಫ್ಲಿಲಿಪಾಳ ಬಾಲ್ಕನಿಯಿಂದ ಕೊಲೋನ್

ನಗರದ ಸುಪ್ರಸಿದ್ಧ ಚರ್ಚು ಕಾಣುತ್ತಿತ್ತು. ಅವಳಿಗೆ ಜಪಾನ್ ದೇಶ ಇಷ್ಟವಂತೆ.

ನಾನು: ನೀನು ನಾಳೆ ಹತ್ತು ಗಂಟೆಗೆ ಫ್ರೌ ಮಾಯರ್‌ರ ಬಳಿ ಹೋಗಬೇಕು. ನಿನಗೆ ಮತ್ತೆ ಮಾತ್ರೆಗಳು ಬೇಕು, ಅಲ್ವಾ?

ಮಾಮಾ ತಲೆದೂಗಿದಳು.

ಮಾಮಾ: ಡಾಂಕೆ.

ಫ್ಲಿಲಿಪಾಳ ಅಡುಗೆಯ ಧ್ಯೇಯ- 'ಉಮಾಮಿ'

ಸ್ಟಾರ್ಟರ್- ಮೀಸೊ ಸಾಸ್ ಮತ್ತು ಬೆಣ್ಣೆಯಲ್ಲಿ ಬಾಡಿಸಿದ ಈರುಳ್ಳಿ, ಕಪ್ಪು ಗಜ್ಜರಿ, ಯಾಕಿಟೋರಿ ಶೈಲಿಯಲ್ಲಿ ತಯಾರಿಸಿದ ಗೋಲ್ಡನ್ ಆಯ್‌ಸ್ಟರ್ ಮಶ್ರೂಮ್.

ಮೇನ್‌ಕೋರ್ಸ್- ಟಾನ್‌ಟಾನ್‌ಮೆನ್ ರಾಮೆನ್, ಸಹಕಾರ ಕೃಷಿಯಲ್ಲಿ ಬೆಳೆದ ತರಕಾರಿಗಳು, ಜಪಾನಿ ಶೈಲಿಯ ಟಮಾಗೋ ಆಮ್ಲೆಟ್, ಕ್ರಿಸ್ಪಿ ಚಿಲ್ಲಿ ಆಯಿಲ್.

ಡೆಸರ್ಟ್- ಫ್ರೆಂಚ್ ಆಲ್‌ಮಂಡ್ ಕೇಕ್, ಉಪ್ಪು ಬೆರೆಸಿದ ಕ್ಯಾರಾಮೆಲ್ ಐಸ್ ಕ್ರೀಮ್.

ನಾನು: ಈಡಾ ಅಡುಗೆ ಮಾಡಿದ್ದಾಳೆ. ಹವಾಯಿ ಟೋಸ್ಟ್.

ಮಾಮಾ ನಕ್ಕು ಸುಮ್ಮನಾದಳು.

ನಾನು: ಬರುವೆಯಾ?

ಮಾಮಾ: ನನಗೆ ಒಂದನ್ನು ಎತ್ತಿಡು.

■

ಭಾನುವಾರದಂದು ನಾನು ಮತ್ತು ಈಡಾ ಅಡುಗೆಮನೆಯಲ್ಲಿ ಕುಳಿತಿದ್ದೆವು, ಮಾಮಾ ಸೋಫಾದ ಮೇಲೆ ಮಲಗಿದ್ದಳು, ಟಿವಿ ಓಡುತ್ತಿತ್ತು. ನಿನ್ನೆ ಸಂಜೆಯಿಂದ ಈಡಾ ಯಾವುದೋ ಹೊಸ ಕಾದಂಬರಿಯ ಒಳಗೆ ಮುಳುಗಿದ್ದಳು, ನಾನು ಮಾಸ್ಟರ್ ಪ್ರಬಂಧ ಬರೆಯುತ್ತಿದ್ದೆ. ಅವಳಿಗಾಗಿ ಎರವಲು ಪಡೆದು ತಂದ ಎಲ್ಲಾ ಪುಸ್ತಕಗಳನ್ನೂ ಓದಿ ಮುಗಿಸಿ, ಶುಕ್ರವಾರದಂದು ಅವಳೇ ನಗರ ಕೇಂದ್ರ ಗ್ರಂಥಾಲಯಕ್ಕೆ ಹೋಗಿ ಪುಸ್ತಕಗಳನ್ನು ಹಿಂದಿರುಗಿಸಿ ಹೊಸ ಪುಸ್ತಕಗಳ ಕಟ್ಟೊಂದನ್ನು ಹೊತ್ತು ತಂದಿದ್ದಳು. ಅಂದು ಅವಳು ತುಂಬಿದ ಪುಸ್ತಕದ ಚೀಲವನ್ನು ಹಿಡಿದು ನಡೆಹಾದಿಯ ಅಂಚಿನ ತಡೆಗಲ್ಲುಗಳ ಮೇಲೆ ಎರಡೆರಡು ಹೆಜ್ಜೆಯಿಡುತ್ತಾ, ಕುಪ್ಪಳಿಸುತ್ತಾ ಬರುತ್ತಿದ್ದುದನ್ನು ಮನೆಯ ಕಿಟಕಿಯಿಂದ ನೋಡಿ ನಾನು ನಿಂತಲ್ಲಿಯೇ ಕುಪ್ಪಳಿಸಿದ್ದೆ.

ನಾನು: ಪುಸ್ತಕ ಚೆನ್ನಾಗಿದೆಯಾ?

ಈಡಾ ಕತ್ತನ್ನು ಬಗ್ಗಿಸಿಕೊಂಡೇ ತಲೆದೂಗಿದಳು.

ವಿಕ್ಟೋರ್‌ನ ಹಡಗು ನಮ್ಮ ಮನೆಯ ಮುಂದೆ ಬಂದು ನಿಂತಾಗಲೂ ಈಡಾ ಕತ್ತೆತ್ತಿ ನೋಡಲಿಲ್ಲ.

ನಾನು: ಅವನೇನು ಮಾಡುತ್ತಿದ್ದಾನೆ ಇಲ್ಲಿ?

ಈಗ ಅವಳು ಕತ್ತೆತ್ತಿ, ಕಿಟಕಿಯ ಹೊರಗೆ ನೋಡಿದಳು. ನನ್ನ ಕಡೆಗೆ ನೋಡಿ ಹಲ್ಲುಕಿರಿದು ಮತ್ತೆ ಪುಸ್ತಕದೊಳಗೆ ಮಾಯವಾದಳು.

ತಳಮಳದಿಂದಲೇ ಬಾಗಿಲು ತೆಗೆಯಲು ಹೋದೆ.

ಅವನು ಕಡುನೀಲಿ ಬಣ್ಣದ ಜೀನ್ಸ್ ಮತ್ತು ತಿಳಿನೇರಳೆ ಬಣ್ಣದ ಹುಡೀ ತೊಟ್ಟು ನಿಂತಿದ್ದ. ಅವನ ಕೂದಲು ಇನ್ನೂ ಒದ್ದೆಯಾಗಿ ಕೆದರಿಕೊಂಡಿತ್ತು. ಅವನು ದೊಡ್ಡದಾಗಿ ನಕ್ಕರೂ, ಆ ನಗೆಯ ಹಿಂದೆ ಏನೋ ತೊಂದರೆ ಅಡಗಿದೆಯೆಂಬ ಸಂಶಯ ನನಗಾಯಿತು. ಅವನು ಎಲ್ಲಿಂದಲೋ ಗಾಬರಿಯಿಂದ ಓಡಿಬಂದಂತಿತ್ತು.

ನಾನು: ಹಾಯ್.

ವಿಕ್ಟೋರ್: ಹೊರಗೆ ಹೋಗೋಣವೇ?

ನಾನು: ಎಲ್ಲಿಗೆ?

ವಿಕ್ಟೋರ್: ನಿನಗೇ ತಿಳಿಯುತ್ತೆ.

ನನಗೆ ಸರ್‌ಪ್ರೈಸ್‌ಗಳು ಇಷ್ಟವಿಲ್ಲ.

ನಾನು: ಸರಿ.

ಈಡಾ ಪುಸ್ತಕದಿಂದ ಹೊರಬರಲಿಲ್ಲ.

ಸೂರ್ಯನ ಎಳೆ ಬಿಸಿಲು, ಮೋಡ ಮುಸುಕಿಲ್ಲದ ಅಚ್ಚನೀಲಿ ಆಕಾಶ, ತರಗೆಲೆಗಳ ಪರಿಮಳವನ್ನು ಸೂಸುವ ಹೆರ್ಬ್‌ಸ್ಟ್‌ನ ತಂಪು ತಿಳಿಗಾಳಿ. ನಾವು ಎಲ್ಲಿಗೆ ಹೋಗುತ್ತಿರಬಹುದು? ಕೆರೆಯ ಬಳಿ? ಊರಿನ ಮಧ್ಯೆ ಯಾವುದಾದರೂ ಕೆಫ಼ೆಗೆ? ಉಹೂಂ, ಅವನು ಊರ ಕಡೆಗೆ ಹೋಗಲಿಲ್ಲ, ಬದಲಿಗೆ ಕೈಗಾರಿಕಾ ಪ್ರದೇಶದ ಕಡೆಗೆ ಕಾರನ್ನು ಚಲಾಯಿಸಿದ. ಆ ದಿಕ್ಕಿನಲ್ಲಿ ಇರುವ ಪ್ರೇಕ್ಷಣೀಯ ಸ್ಥಳವೆಂದರೆ ಅದು ಆಟೋಬಾನ್ ಬದಿಯ ಮೆಕ್‌ಡೊನಾಲ್ಡ್ಸ್ ಮಾತ್ರ.

ನಾನು: ಮೆಕ್‌ಡೊನಾಲ್ಡ್ಸ್‌ಗೆ ಹೋಗುತ್ತಿದ್ದೇವಾ?

ವಿಕ್ಟೋರ್ ನಕ್ಕ.

ಆಗ ನನಗೆ ಹೊಳೆಯಿತು.

ಲಾರ್ಡ್ ಆಫ಼್ ದ ರಿಂಗ್ಸ್ ಸರಣಿಯ ಸೌರೋನ್ ದೊರೆಯ ಭದ್ರಕೋಟೆ ಬರಾದ್-ದೂರ್‌ನ ಗೋಪುರದಂತೆ ಕೈಗಾರಿಕಾ ಪ್ರದೇಶದ ಮಧ್ಯದಲ್ಲಿ ಬೂದುಗಟ್ಟಿದ ಕಟ್ಟಡವೊಂದು ಆಕಾಶದತ್ತ ಹೊರಚಾಚುತ್ತಿತ್ತು. ಆ ಕಟ್ಟಡವನ್ನು ನಾವು ರಷ್ಯಾ ಗೋಪುರ ಅಥವಾ ರಷ್ಯಾ ಸ್ತಂಭ

ಎಂದು ಆಡಿಕೊಳ್ಳುತ್ತಿದ್ದೆವು. ನಾನು ಅದರ ಹತ್ತಿರ ಹೋಗುತ್ತಿದ್ದುದು ಇದೇ ಮೊದಲ ಬಾರಿ. ನನ್ನ ಪ್ರೈಮರಿ ಶಾಲೆಯ ಶಿಕ್ಷಕಿ ಫ್ರೌ ಹೋಫ್ಷ್‌ಮಾನ್ ಆ ಬಡಾವಣೆಯ ಕಡೆ ನಾವು ಯಾರೂ ಸುಳಿಯಕೂಡದೆಂದೂ, ವಿಶೇಷವಾಗಿ ಆ ಕಟ್ಟಡದ ಬಳಿ ಹೋಗಬಾರದೆಂದು ಎಚ್ಚರಿಸಿದ್ದರು.

ನಮ್ಮದೇ ಕ್ಲಾಸಿನ ನತಾಶಾಳ ಮನೆ ಅದೇ ಕಟ್ಟಡದಲ್ಲಿ ಇತ್ತು. ಮೇಲಾಗಿ ಆ ಕಟ್ಟಡವಿದ್ದ ಕೈಗಾರಿಕಾ ಪ್ರದೇಶವು ಆಟೋಬಾನ್‌ನ ಬದಿಯಲ್ಲೇ ಇದ್ದುದರಿಂದ ಅಲ್ಲಿ ಹಾದುಹೋಗದೆ ಬೇರೆ ವಿಧಿಯಿರಲಿಲ್ಲ. ಈ ವಿಷಯಗಳು ಗೊತ್ತಿದ್ದೂ ಅವರು ಹಾಗೆ ಹೇಳಿದ್ದರು. ನತಾಶಾ, ವಿಕ್ಟೋರ್ ಮತ್ತು ಈವಾನ್‌ರನ್ನು ಹೊರತುಪಡಿಸಿ ಆ ಕಟ್ಟಡದ ನಿವಾಸಿಗಳ ಪರಿಚಯ ನನಗೆ ಇರಲಿಲ್ಲ. ಆದರೆ ಆ ಕಟ್ಟಡದ ಜನರ ಬಗೆಗಿನ ಬೇಕಾದಷ್ಟು ಅಂತೆಕಂತೆಗಳು ಕಿವಿಗೆ ಬಿದ್ದಿದ್ದವು.

ಅಲ್ಲಿ ಕೇವಲ ರಷ್ಯನ್ ಭಾಷೆ ನಡೆಯುತ್ತದಂತೆ, ಜರ್ಮನ್ ಭಾಷೆ ಮಾತನಾಡುವುದೇ ಇಲ್ಲವಂತೆ, ಅಲ್ಲಿ ಬೇಟೆನಾಯಿಗಳನ್ನು ಛೂ ಬಿಟ್ಟು ಜಗಳವಾಡಿಸುತ್ತಾರಂತೆ, ಆ ಕಟ್ಟಡದ ಎದುರಿಗಿರುವ ಪಾರ್ಕಿನಲ್ಲಿ ಜನರು ಸೂಜಿಯಿಂದ ಹೆರೋಯಿನ್ ಚುಚ್ಚಿಕೊಳ್ಳುತ್ತಾರಂತೆ. ಮಾರ್ಲೇನಳಿಗೆ ಅಲ್ಲಿಗೆ ಹೋಗಿ ಅಲ್ಲಿನ ಜನರ ಜೀವನವನ್ನು ನೋಡುವ ಕುತೂಹಲವೆದ್ದಿತ್ತು; ಆದರೆ ಅದಕ್ಕೆ ನನ್ನ ವಿರೋಧವಿತ್ತು. ಖುಷಿಯ ರಸ್ತೆಗೆ ಯಾರುಯಾರೋ ಬಂದು ನಮ್ಮ ನೀರಸ ಮನೆಯನ್ನು, ಅದರಲ್ಲಿ ವಾಸಿಸುವ ಕುಡುಕಿ ತಾಯಿಯನ್ನು, ತಂದೆಯಿಲ್ಲದ ಮಗಳನ್ನು ನೋಡಲು ಇಚ್ಛಿಸಿದರೆ ಹೇಗಿರುತ್ತದೆ? ಜೊತೆಗೆ ನಾನು ಸಣ್ಣವಳಿದ್ದಾಗ ಜರ್ಮನಿಯ ಯಾವುದೋ ನಗರದಲ್ಲಿ ಬೇಟೆನಾಯಿಯೊಂದು ಮಗುವನ್ನು ಕಚ್ಚಿ ಕೊಂದ ಸುದ್ದಿ ಕೇಳಿ ನಡುಗಿಹೋಗಿದ್ದೆ. ಅಲ್ಲಿಗೆ ಹೋಗದಿದ್ದುದಕ್ಕೆ ಇದು ಮತ್ತೊಂದು ಕಾರಣ.

ಇವನಿಗಲ್ಲೇನು ಕೆಲಸ?

ಮೆಕ್‌ಡೊನಾಲ್ಡ್ಸ್‌ನ ಬಳಿ ಕಾರು ನಿಂತಿತು.

ನಾನು: ನಾವು ಆ ಅಪಾರ್ಟ್‌ಮೆಂಟ್ ಕಟ್ಟಡಕ್ಕೆ ಹೋಗುವುದಿಲ್ಲವೇ?

ವಿಕ್ಟೋರ್: ಹೂಂ, ಆದರೆ ಕಾರನ್ನು ಇಲ್ಲೇ ನಿಲ್ಲಿಸುತ್ತೇನೆ. ನಿನಗೂ ಕಾಫಿ ಬೇಕಾ?

ನಾನು: ಮೆಕ್‌ಸಂಡೇ ಕ್ಯಾರಾಮೆಲ್ ಐಸ್‌ಕ್ರೀಮ್.

ಕಾರಿನಿಂದ ಇಳಿದೆವು.

ನಾನು: ಯಾಕೆ, ಕಟ್ಟಡದ ಬಳಿ ಕಾರು ನಿಲ್ಲಿಸಿದರೆ ನಿನ್ನ ಕಾರಿಗೆ ಹಾನಿಯಾಗುವುದು ಎಂಬ ಭಯವೇ?

ವಿಕ್ಟೋರ್ ಜೋರಾಗಿ ನಕ್ಕು ತಲೆಯಲ್ಲಾಡಿಸಿದ.

ವಿಕ್ಟೋರ್: ನೀವೋ, ನಿಮ್ಮ ಪೂರ್ವಗ್ರಹಗಳೋ.

ನಾನು: ಹಾಗಾದರೆ ಕಾರನ್ನು ಇಲ್ಲಿ ಏಕೆ ನಿಲ್ಲಿಸಿದೆ?

ಅವನು ಹೆಗಲು ಹಾರಿಸಿದ.

ವಿಕ್ಟೋರ್: ಎಷ್ಟೋ ಸಮಯ ಕಳೆದು ಹಠಾತ್ತನೆ ದೊಡ್ಡ ಕಾರಿನಲ್ಲಿ ಪ್ರತ್ಯಕ್ಷವಾದರೆ ಅದು ಅಲ್ಲಿ ವಾಸಮಾಡುವ ಜನರಿಗೆ ಅಗೌರವ ಉಂಟುಮಾಡಿದಂತಾಗುತ್ತದೆ.

ನಾವು ಕಾಫಿ ಮತ್ತು ಐಸ್‌ಕ್ರೀಮ್‌ಗಳನ್ನು ಕೈಲಿ ಹಿಡಿದು ಕಟ್ಟಡದ ಕಡೆಗೆ ನಡೆದೆವು. ನನಗೆ ಮಾತು ಬೇಕಿರಲಿಲ್ಲ, ಮೇಲಾಗಿ ಮತ್ತೆ ನಾನು ಏನನ್ನಾದರೂ ಹೇಳಿ ಎಡವಟ್ಟು ಮಾಡುವ ಸಂಭವವೇ ಹೆಚ್ಚು ಇದ್ದುದರಿಂದ ಮೌನವಾಗಿ ನಡೆದೆ. ದಾರಿಯಲ್ಲಿ ಒಂದು ಪಾರ್ಕಿನ ಮೂಲಕ ಹಾದುಹೋದೆವು. ಆ ಪಾರ್ಕು ನಾನು ನೋಡಿದ ಇನ್ನಿತರ ಪಾರ್ಕುಗಳಂತೆಯೇ ಇತ್ತು. ಗಿಡಮರಗಳನ್ನು ಮತ್ತು ಹುಲ್ಲನ್ನು ನೀಟಾಗಿ ಕತ್ತರಿಸಿ ಚೆನ್ನಾಗಿಯೇ ನೋಡಿಕೊಳ್ಳಲಾಗಿತ್ತು. ಟೇಬಲ್ ಟೆನಿಸ್ ಮೇಜಿನ ಬಳಿ ಹದಿವಯಸ್ಸಿನ ಹುಡುಗರು ಗಾಂಜಾ ಸೇದುತ್ತಾ ಸಂಗೀತ ಕೇಳುತ್ತಿದ್ದರು. ಕಟ್ಟಡದ ಮುಂದೆ ಮಕ್ಕಳು ಚೆಂಡಾಟ ಆಡುತ್ತಿದ್ದರು. ಬೇಟೆಯಾಡುವ ನಾಯಿಗಳಾವುವೂ ಕಣ್ಣಿಗೆ ಬೀಳಲಿಲ್ಲ. ಬೂದು ಕಟ್ಟಡವು ಹತ್ತಿರದಿಂದ ಇನ್ನಷ್ಟು ದೊಡ್ಡದಾಗಿ ಕಂಡಿತು, ಕತ್ತನ್ನು ಎತ್ತಿ ಮೇಲೆ ಮೇಲೆ ನೋಡಿದೆ. ಬಹುಪಾಲು ಬಾಲ್ಕನಿಗಳಲ್ಲಿ ಹೂಗಳನ್ನು ಬೆಳೆಸಿದ್ದರು, ಅವು ದೂರದಿಂದ ಕಂಡಿರಲಿಲ್ಲ. ಒಳಗೆ ಕತ್ತಲೆ, ಮಂಕು ಕವಿದ ವಾತಾವರಣ, ಯಾವುದೋ ಸುರಂಗದ ಒಳಗೆ ಕಾಲಿಟ್ಟ ಹಾಗೆ ಭಾಸವಾಯಿತು. ಈ ಕತ್ತಲ ಕಟ್ಟಡದಿಂದ ಆ ದೊಡ್ಡ ಮನೆಗೆ ಹೋದಾಗ ಇವನ ಮನೆಯವರಿಗೆ ಅದೆಷ್ಟು ಸಂತೋಷವಾಗಿರಬಹುದು. ಮಕ್ಕಳಿಗಂತೂ ಅದೊಂದು ಮಹತ್ತರ ಬದಲಾವಣೆಯಾಗಿದ್ದಿರಬೇಕು. ಅವನ ಹಿಂದೆ ನಡೆಯುತ್ತಾ ಲಿಫ್ಟ್‌ನ ಒಳಗೆ ಹೋದೆ. ಒಳಗೆ ಕಣ್ಣು ಕುಕ್ಕುವಂತಹ ಹಳದಿ ಬಣ್ಣ. ಎಲ್ಲಾ 32 ಮಹಡಿಗಳಿಗೆ ಒಂದೊಂದು ಪ್ರಾಣಿ ಅಥವಾ ಪಕ್ಷಿಯನ್ನು ನೇಮಿಸಲಾಗಿತ್ತು. ಕಿಂಡರ್‌ಗಾರ್ಟನ್ ನೆನಪಿಸುವಂತೆ ಲಿಫ್ಟ್‌ನ ಗುಂಡಿಗಳ ಪಕ್ಕ ಪ್ರಾಣಿಪಕ್ಷಿಗಳ ಚಿತ್ರಗಳನ್ನು ಅಂಟಿಸಲಾಗಿತ್ತು. ಅಲ್ಲಿನ ವಾತಾವರಣಕ್ಕೂ ಆ ಚಿತ್ರಗಳಿಗೂ ಹೊಂದಾಣಿಕೆಯಾಗಲೇ ಇಲ್ಲ.

ನಾನು: ನೀವು ಯಾವ ಮಹಡಿಯಲ್ಲಿ ವಾಸಿಸುತ್ತಿದ್ದಿರಿ?

ವಿಕ್ಟೋರ್: ಗುಬ್ಬಚ್ಚಿ.

ನಾನು: ಚೆಂದ.

32ನೇ 'ನರಿ'ಯ ಮಹಡಿಯಲ್ಲಿ ಲಿಫ್ಟ್‌ನಿಂದ ಹೊರಬಂದೆವು. ಬೂದುಬಣ್ಣದ ಓಣಿಯಲ್ಲಿ ನಾಲ್ಕಾರು ಹೆಜ್ಜೆಗಳು ನಡೆದು ಅವನು ಒಂದು ಬಾಗಿಲನ್ನು ತೆಗೆದ. ಆ ಮನೆಯ ಬೀಗದ ಕೈ ಅವನ ಬಳಿ ಇನ್ನೂ ಏಕೆ ಇದೆ ಎಂದು ನಾನು ಕೇಳಲಿಲ್ಲ. ಒಳಗೆ ಒಂದು ಸಣ್ಣ ಕೋಣೆಯಲ್ಲಿ ಒಂದಿಷ್ಟು ಸಲಕರಣೆಗಳು, ಪೊರಕೆ, ಒರಸುಬಟ್ಟೆ ಇತ್ಯಾದಿಗಳು ತುಂಬಿದ್ದವು. ನಾವು ಎದುರುಬದುರಿಗೆ ನಿಂತೆವು. ನಮ್ಮ ನಡುವೆ 60 ಸೆಂಟಿಮೀಟರ್‌ಗೂ ಕಡಿಮೆ ಅಂತರವಿತ್ತು. ಮುಂದೇನು? ಇವನ ಯೋಜನೆಯೇನು? ಸಾಮಾನುಗಳಿಂದ ತುಂಬಿಹೋದ ಕೋಣೆಯಲ್ಲಿ ನನ್ನ ಜೊತೆ ಕೂತು ಕಾಫಿ ಕುಡಿದು ಐಸ್‌ಕ್ರೀಮ್ ತಿನ್ನುವುದೇ? ಅಥವಾ, ಅವನು ನನ್ನನ್ನು ಚುಂಬಿಸುವನೇ? ಈ ಕೋಣೆಯಲ್ಲಿ ವಿಶೇಷವಾದುದು ಏನಾದರೂ ಇದೆಯೇ? ಇಷ್ಟು ದಿನದ ಬಳಿಕವಾದರೂ ತನ್ನ ಬಗ್ಗೆ ಏನಾದರೂ ಬಹಿರಂಗಪಡಿಸುವನೇ? ಅವನ ಇತರೆ ಗೆಳತಿಯರನ್ನೂ ಇದೇ ರೀತಿ ತನ್ನ ಮಂಜುನೀಲಿ ಕಣ್ಣುಗಳಿಂದ ಆಕರ್ಷಿಸಿ, ಮೋಹಕ ನಗೆಯಿಂದ ಮರುಳು

ಮಾಡಿ ಇಲ್ಲಿಗೆ ಕರೆತರುತ್ತಿದ್ದನೇ? ಸಂದರ್ಭವನ್ನು ಹರಿತವಾಗಿ ಟೀಕೆ ಮಾಡಲು ಪದಗಳಿಗಾಗಿ ತಿಣುಕಾಡಿದೆ. ಆದರೆ ಆ ಕ್ಷಣಕ್ಕೆ ಏನೂ ಹೊಳೆಯಲಿಲ್ಲ. ನಾವು ಕೆಲಕಾಲ ಸುಮ್ಮನೆ ನಿಂತೆವು, ಏಕೆ ಎಂದು ತಿಳಿಯಲಿಲ್ಲ. ಅವನು ನಸುನಗುತ್ತಲೇ ಹಿಂದಕ್ಕೆ ತಿರುಗಿ, ಗೋಡೆಗೆ ಒರಗಿಸಿದ್ದ ಒಂದು ಕೋಲನ್ನು ಕೈಗೆತ್ತಿಕೊಂಡು, ಸೂರಿನಲ್ಲಿ ಇದ್ದ ಒಂದು ಕಿಂಡಿಗೆ ಅದನ್ನು ತೂರಿಸಿ ಕೆಳಗೆಳೆದ. ಮಾಳಿಗೆಯ ಬಾಗಿಲು ತೆರೆದುಕೊಂಡು ಒಂದು ನಿಚ್ಚಣಿಕೆ ಕೆಳಗೆ ಬಂತು, ಅದನ್ನು ಹತ್ತತೊಡಗಿದ. ಕೋಣೆಯ ಒಳಗೆ ತಣ್ಣನೆಯ ಗಾಳಿ ತುಂಬಿಕೊಂಡಿತು. ನಾನು ಅವನನ್ನು ಹಿಂಬಾಲಿಸಿದೆ.

ನಾವು ಮೇಲ್ಛಾವಣಿಯ ಮೇಲೆ ನೆಲದಿಂದ ಸುಮಾರು ನೂರು ಮೀಟರ್ ಎತ್ತರದಲ್ಲಿ ಇದ್ದೆವು. ನಾನು ಉಸಿರು ಬಿಗಿಹಿಡಿದು ನಿಂತೆ.

ವಿಕ್ಟೋರ್: ಇಲ್ಲಿಂದ ನೋಡಿದರೆ ಎಲ್ಲವೂ ಎಷ್ಟು ಚೆಂದ ಕಾಣುತ್ತದೆ, ಅಲ್ವಾ?

ನಾನು ತಲೆದೂಗಿದೆ.

ಕೆಳಗಿನ ಚಟುವಟಿಕೆಗಳನ್ನು ನೋಡುತ್ತಾ ಭಾವಪರವಶಳಾದೆ. ಮುಂದಿನ ಜೀವನ ಉಜ್ವಲವಾಗಿರುತ್ತದೆ ಎಂಬ ಭರವಸೆ ಮೂಡಿತು. ಆಕಾಶ ತಿಳಿನೀಲಿ-ಗುಲಾಬಿ ಬಣ್ಣಗಳನ್ನು ಧರಿಸಿತ್ತು.

ವಿಕ್ಟೋರ್: ನಮ್ಮ ತಂದೆ ನಮ್ಮಿಬ್ಬರನ್ನು ಮೊದಲ ಬಾರಿ ಮೇಲ್ಛಾವಣಿಯ ಮೇಲೆ ಕರೆತಂದಾಗ ಈವಾನ್‌ಗೆ 10 ವರ್ಷ, ನನಗೆ 14 ವರ್ಷ ವಯಸ್ಸು. ಅವರು, "ಅಲ್ಲಿ ಕೆಳಗಿರುವವರಿಗೆ ದೊರಕದ ಈ ವಿಹಂಗಮ ನೋಟ ನಮ್ಮಂಥವರಿಗೆ ದೊರಕಿದೆ ಎಂದು ಗೊತ್ತಾದರೆ ಅವರು ಸಹಿಸುವುದಿಲ್ಲ" ಎಂದಿದ್ದರು.

ಅವನು ಮೆಲ್ಲಗೆ ಮಾತನಾಡುತ್ತಿದ್ದ. ನಾನು ಗಮನವಿಟ್ಟು ಕೇಳದಿದ್ದರೆ ಅವನ ಮಾತುಗಳು ತಣ್ಣಗೆ ಬೀಸುತ್ತಿದ್ದ ಹೆರ್ಬ್‌ಸ್ಟ್ ಗಾಳಿಯ ಜೊತೆ ಬೆರೆತು ಹಾರಿಹೋಗಿಬಿಡುತ್ತಿತ್ತು. ಅವನ ದೃಷ್ಟಿ ಆಕಾಶದತ್ತ, ನನ್ನ ದೃಷ್ಟಿ ಅವನತ್ತ.

ವಿಕ್ಟೋರ್: ಈವಾನ್‌ನ ಪ್ರೈಮರಿ ಶಾಲೆಯ ದಿನಗಳು ಅವನಿಗೆ ಸುಲಭದ್ದಾಗಿರಲಿಲ್ಲ. ಅದಕ್ಕೆ ಪ್ರತಿಕ್ರಿಯೆಯಾಗಿಯೇ ನಮ್ಮ ತಂದೆ ನಮ್ಮನ್ನು 'ನರಿ'ಯ ಮಹಡಿಗೆ ಕರೆತಂದಿದ್ದರು.

ನನಗೆ ಲಯನ್ ಕಿಂಗ್ ಚಿತ್ರದ ಮುಫ಼ಾಸಾ ಮತ್ತು ಸಿಂಬಾ ನೆನಪಿಗೆ ಬಂದರು. ಅವನ ತಂದೆ ಅವರಿಬ್ಬರನ್ನೂ ಇಲ್ಲಿಗೆ ಕರೆತಂದು ಏನು ಹೇಳಿರಬಹುದು ಎಂದು ಊಹಿಸತೊಡಗಿದೆ.

ನಾನು: ನಿಮ್ಮ ತಂದೆ ಏನು ಹೇಳಿದರು?

ಕ್ಷಣ ಮೌನ. ಆ ಪ್ರಶ್ನೆಗೆ ಅವನು ಉತ್ತರಿಸುವುದಿಲ್ಲವೆಂದು ಊಹಿಸಿ ಸುಮ್ಮನಾದೆ, ಅಷ್ಟರಲ್ಲಿ ಅವನು ಮಾತನಾಡತೊಡಗಿದ.

ವಿಕ್ಟೋರ್: "ಎಲ್ಲವನ್ನೂ ಹೊರಗೆ ನಿಂತು ನೋಡುವ ದೃಷ್ಟಿಕೋನ ನಿಮಗೆ ಲಭಿಸಿದೆ. ಅದನ್ನೇ ನಿಮ್ಮ ಶಕ್ತಿಯೆಂದು ತಿಳಿದುಕೊಳ್ಳಿ. ಬೇರೆಯವರ ಹಾಗೆ ಒಳ್ಳೆಯ ಮನೆ, ಸುಂದರ ಕೋಣೆಗಳು ನಿಮಗೆ ಇಲ್ಲದಿರಬಹುದು. ಆದರೆ ಅದನ್ನೇ ಸ್ಫೂರ್ತಿಯಾಗಿ ಪಡೆದು, ಸಿಗುವ ಪ್ರತಿಯೊಂದು ಅವಕಾಶವನ್ನೂ ಬಳಸಿಕೊಂಡು, ನಿಮ್ಮ ಸ್ವಂತ ನೆಲೆಯನ್ನು ನೀವೇ ಕಂಡುಕೊಳ್ಳಬೇಕು" ಎಂದು ಹೇಳಿದರು.

ಈವಾನ್ ತಾನು ಹುಟ್ಟಿ ಬೆಳೆದ ಊರಿನ ಬಗ್ಗೆಯಾಗಲೀ ಅವನು ರಷ್ಯಾದಿಂದ ಈ ದೇಶಕ್ಕೆ ವಲಸೆ ಬಂದ ಹಿನ್ನೆಲೆಯಾಗಲೀ ನನ್ನೊಂದಿಗೆ ಎಂದಿಗೂ ಹಂಚಿಕೊಂಡಿರಲಿಲ್ಲ. ಒಂದೇ ಒಂದು ಬಾರಿ ಅವನನ್ನು ಕೇಳಲು ಪ್ರಯತ್ನಿಸಿದ್ದೆ. ನನ್ನ ಪ್ರಶ್ನೆಗೆ ಅವನು ಹೆಗಲು ಹಾರಿಸಿ ಸುಮ್ಮನಾಗಿದ್ದ. ನಾನು ಮತ್ತೆ ಆ ವಿಷಯವನ್ನು ಕೆದಕಿರಲಿಲ್ಲ.

ನಾನು: ನೀವು ಈ ದೇಶಕ್ಕೆ ಯಾವಾಗ ವಲಸೆ ಬಂದದ್ದು?

ವಿಕ್ಟೋರ್: ಈವಾನ್‌ಗೆ ಐದು, ನನಗೆ ಒಂಬತ್ತು ವರ್ಷವಿದ್ದಾಗ.

ಇವನು ಇಷ್ಟೊಂದು ಮಾತನಾಡುವುದೇ ಅಪರೂಪ. ನನ್ನಲ್ಲಿ ಎಷ್ಟೆಲ್ಲಾ ಪ್ರಶ್ನೆಗಳಿದ್ದವು. ಆದರೆ ಅಷ್ಟನ್ನೂ ಒಮ್ಮೆಲೇ ಕೇಳಲು ಹಿಂಜರಿಕೆಯಾಯಿತು.

ನಾನು: ಏಕೆ ವಲಸೆ ಬಂದದ್ದು?

ವಿಕ್ಟೋರ್: ನಮಗಾಗಿಯೇ ಅನ್ನಿಸುತ್ತದೆ. ನಮಗೆ ಉತ್ತಮ ಭವಿಷ್ಯವನ್ನು ರೂಪಿಸುವ ಸಲುವಾಗಿ.

ಈವಾನ್‌ನ ಜೊತೆ ನಾನು ಕಳೆದ ಕಡೆಯ ಸಂಜೆಯ ಬಗ್ಗೆ ಇವನಿಗೆ ಹೇಳಲು ಇದೇ ಸರಿಯಾದ ಸಮಯ ಎಂದು ಯೋಚಿಸುತ್ತಿರುವಾಗ ಆಕಾಶದಲ್ಲಿ ಹಕ್ಕಿಗಳ ಎರಡು ದೊಡ್ಡ ಹಿಂಡುಗಳು ಕಂಡವು. ಆ ಎರಡು ಗುಂಪುಗಳು ಹತ್ತಿರ ಹತ್ತಿರಕ್ಕೆ ಬಂದು ಒಂದುಗೂಡಿ ದಕ್ಷಿಣ ದಿಕ್ಕಿಗೆ ಹಾರುತ್ತಿದ್ದವು. ಯಾವ ದೇಶಕ್ಕೆ ಹೋಗುತ್ತಿದ್ದವೋ ಅವು. ನಾನು ವಿಕ್ಟೋರ್‌ನ ಕೈ ಹಿಡಿದು ಮೆಲ್ಲಗೆ ಒತ್ತಿದೆ. ಆ ಕ್ಷಣಕ್ಕೆ ಹಾಗೆ ಮಾಡಬೇಕು ಅನ್ನಿಸಿತು.

ಕೆಲ ವರ್ಷಗಳ ಹಿಂದೆ ನಾನು 'ಫ್ಲೈ ಅವೇ ಹೋಮ್' ಚಿತ್ರವನ್ನು ನೋಡಿ ಮೋಹಗೊಂಡಿದ್ದೆ. ಅದು ಏಮಿ ಎಂಬ ಹುಡುಗಿ ಬಾತುಕೋಳಿಗಳಿಗೆ ಹಾರುವುದನ್ನು ಕಲಿಸುವ ಕತೆ. ಆ ಚಿತ್ರವನ್ನು ನೋಡಿದ ಮೇಲೆ ನನಗೂ ಆ ಬಾತುಕೋಳಿಗಳು ಬೇಕೆನ್ನಿಸಿತ್ತು. ಜೊತೆಗೆ ಅವಳ ತಂದೆ ಥಾಮಸ್ ಸಹ ಬೇಕೆನ್ನಿಸಿತ್ತು.

ನಾನು: ಆ ಹಕ್ಕಿಗಳು ದಕ್ಷಿಣಕ್ಕೆ ಹೋಗಿ ಸಂತೋಷವಾಗಿ ಇರುತ್ತವೆ ಎಂದು ನಿನಗೆ ಅನ್ನಿಸುತ್ತಾ?

ವಿಕ್ಟೋರ್: ಖಂಡಿತ. ಅವುಗಳಿಗೆ ಅದು ಬೇಸಿಗೆ ರಜೆ ಇದ್ದಂತೆ.

ನಾನು: ಹಾಗಾದರೆ ಅವು ಪ್ರತಿವರ್ಷ ಮರಳಿ ಬರುವುದು ಏಕೆ?

ಅವನು ಹೆಗಲು ಹಾರಿಸಿದ.

ವಿಕ್ಟೋರ್: ಇಲ್ಲೂ ಸಹ ಸುಂದರ ಜೀವನ ನಡೆಸಬಹುದು, ಅಲ್ವಾ?

ನಾನು ತಲೆದೂಗಿದೆ.

ನಾವು ಮೇಲ್ಛಾವಣಿಯ ಅಂಚಿನಲ್ಲಿ ಕೂತು ಹಕ್ಕಿಗಳನ್ನು ನೋಡಿದೆವು.

ಹೆಚ್ಚುಹೆಚ್ಚು ಹಕ್ಕಿಗಳು ಒಂದಕ್ಕೊಂದು ಡಿಕ್ಕಿ ಹೊಡೆಯುವಷ್ಟು ಹತ್ತಿರ ಬಂದು, ಗುಂಪಿನಲ್ಲಿ ಸೇರಿಕೊಂಡು ವಿಚಿತ್ರ 3ಡಿ ಆಕೃತಿಗಳನ್ನು ಸೃಷ್ಟಿಸಿದವು. ಅವು ನಮಗೋಸ್ಕರವೇ ಹಾಗೆ ಮಾಡುತ್ತಿದ್ದವೇನೋ ಎಂದೆನಿಸಿತು. ಸುತ್ತ ಗಾಳಿಯಲ್ಲಿ ಭರವಸೆಯ ಮಾಯಾಚೈತನ್ಯ ತುಂಬಿತ್ತು.

ನನ್ನ ಕೈ ಅವನ ಕೈಯನ್ನು ಹಿಡಿದುಕೊಂಡಿತ್ತು, ಹಾಗಾಗಿ ನನಗೆ ಐಸ್‌ಕ್ರೀಮ್ ತಿನ್ನಲು ಆಗಲಿಲ್ಲ. ಕೆಲವೊಮ್ಮೆ ನಾವು ನಿರ್ಧಾರಗಳನ್ನು ತೆಗೆದುಕೊಳ್ಳಲೇಬೇಕು. ನಾನು ಐಸ್‌ಕ್ರೀಮ್ ಕೆಳಗಿಟ್ಟೆ.

ನಾನು: ಬರ್ಲಿನ್‌ನಲ್ಲಿ ಒಂದು ಹುದ್ದೆಗೆ ಅರ್ಜಿ ಸಲ್ಲಿಸಲಿದ್ದೇನೆ.

ವಿಕ್ಟೋರ್: ಎಂತಹಾ ಹುದ್ದೆ?

ನಾನು: ಪಿಎಚ್‌ಡಿ ಹುದ್ದೆ. ವಿಷಯ ಸಂಭವನೀಯ ಸಿದ್ಧಾಂತ.

ವಿಕ್ಟೋರ್: ಕೂಲ್.

ಮೌನ.

ವಿಕ್ಟೋರ್: ನಮ್ಮ ಮನೆಯನ್ನು ಖಾಲಿ ಮಾಡುತ್ತಿದ್ದೇನೆ. ಇಂದು ಕೆಲಸ ಶುರು ಮಾಡಿದೆ.

ನಾನು: ಕೂಲ್.

ಕೂಲ್? ನಾನೆಷ್ಟು ಪೆದ್ದಿ.

ನಾನು: ಅಲ್ಲ, ಕೂಲ್ ಎಂದದ್ದು ತಪ್ಪಾಯಿತು. ಆದರೆ, ಒಳ್ಳೆಯದು. ಸರಿಯಾದ ಕೆಲಸ.

ನಾನು: ನಾನೂ ಸಹಾಯ ಮಾಡಲೇ?

ವಿಕ್ಟೋರ್ ಹೆಗಲು ಹಾರಿಸಿದ.

ಸೂರ್ಯಮುಳುಗುತ್ತಿದ್ದ. ಗುಲಾಬಿ ರಂಗಿನ ಆಕಾಶದ ರಮಣೀಯತೆ ಉಸಿರಾಡುವುದನ್ನೇ ಮರೆಸಿಬಿಡುವಂತಿತ್ತು. ಅದು ಮರೆಯದಂತೆ ಎಚ್ಚರವಾಗಿದ್ದೆ. ಸೂರ್ಯನ ತಾಪವಿಲ್ಲದೆ ಚಳಿಯಾಗತೊಡಗಿತು. ನನ್ನ ಹೊಟ್ಟೆಯಲ್ಲಿದ್ದ ಐಸ್‌ಕ್ರೀಮ್ ಚಳಿಯನ್ನು ಹೆಚ್ಚಿಸಿತು. ತಾಳಲಾರದಷ್ಟು ಚಳಿ, ಆದರೆ ಕೆಳಗೆ ಹೋಗುವ ಮನಸ್ಸಿಲ್ಲ, ಅಲ್ಲೇ ಮೇಲೆ ಇದ್ದುಬಿಡಬೇಕು

ಎಂಬ ಬಯಕೆ. ಅಲ್ಲಿ ಕೂತು ನೋಡಿದಾಗ ಕೆಳಗಿನದೆಲ್ಲಾ ಅತ್ಯಂತ ಚಿಕ್ಕದಾಗಿ ತೋರುತ್ತದೆ. ಮಾಮಾಳು ಕಾಣದ ಚಿಕ್ಕದೊಂದು ಬಿಂದುವಷ್ಟೆ. ಕೆಂಗುಲಾಬಿ ಆಕಾಶದಲ್ಲಿ ವಲಸಿಗ ಹಕ್ಕಿಗಳು ದಕ್ಷಿಣದ ಕಡೆಗೆ ಹಾರಲಾರಂಭಿಸಿದಾಗಲಂತೂ ಭೂಮಿಯ ಮೇಲಿನ ಹಲವಾರು ಬಿಂದುಗಳ ನಡುವೆ ಇರುವ ಅದೊಂದು ಬಿಂದು ಕೇವಲವಾಗಿಬಿಡುತ್ತದೆ. ಮೇಲಿನಿಂದ ನೋಡಿದಾಗ ಆ ಬಿಂದು ಕುಡಿಯುತ್ತಿರುವುದು ಆಲ್ಕೋಹಾಲೋ ಅಥವಾ ಹಣ್ಣಿನ ರಸವೋ ತಿಳಿಯುವುದಿಲ್ಲ. ಅಷ್ಟೇ ಏಕೆ, ಆ ಬಿಂದು ಕುಡಿಯುತ್ತಿದೆಯೋ ಇಲ್ಲವೋ ಎಂದು ಸಹ ತಿಳಿಯುವುದಿಲ್ಲ, ಆ ಬಿಂದು ಹೇಳುವ ಮಾತು ಸಹ ಕೇಳುವುದಿಲ್ಲ. ಅವಳು ಕೇವಲ ಒಂದು ಚುಕ್ಕಿ.

ವಿಕ್ಟೋರ್ ನನ್ನ ಹೆಗಲ ಮೇಲೆ ಕೈಹಾಕಿದ. ನಾನು ಕೆಳಗೆ ಹೋಗದೆ ಅಲ್ಲೇ ಮೇಲೆ ಇರಲು ನಿರ್ಧರಿಸಿದೆ. ಅವನಿಗೆ ಇನ್ನಷ್ಟು ಹತ್ತಿರ ಹೋಗಿ ಅವನ ಹೆಗಲ ಮೇಲೆ ನನ್ನ ತಲೆಯನ್ನು ಇಟ್ಟೆ. ಅವನನ್ನು ಚುಂಬಿಸಿಬಿಡಲೇ ಎಂದು ಯೋಚಿಸಿದೆ. ಅವನನ್ನು ಚುಂಬಿಸುವ ಬಯಕೆ ನನ್ನಲ್ಲಿ ಇದ್ದೇ ಇತ್ತು.

ಇನ್ನು ತಡಮಾಡುವುದರಲ್ಲಿ ಅರ್ಥವಿಲ್ಲ.

ಅವನ ತೋಳಿನಿಂದ ನನ್ನನ್ನು ಬಿಡಿಸಿಕೊಂಡು, ಅವನ ಮುಖವನ್ನು ನನ್ನ ಎರಡೂ ಕೈಗಳಲ್ಲಿ ಹಿಡಿದುಕೊಂಡೆ. ಅವನು ಹಿಂಜರಿದ. ಅವನ ಕೆನ್ನೆ ತರಿತರಿಯಾಗಿ ಬೆಚ್ಚಗಿತ್ತು.

ವಿಕ್ಟೋರ್: ನಿನ್ನ ಕೈ ಮಂಜಿನಂತೆ ಕೊರೆಯುತ್ತಿದೆ.

ಅವನ ಕಣ್ಣುಗಳನ್ನು ನಾನು ಅದೇ ಮೊದಲ ಬಾರಿಗೆ ಅಷ್ಟು ಹತ್ತಿರದಿಂದ ನೋಡಿದ್ದು.

ನಾನು: ನೀನೇ ಮಂಜಿನಂತೆ ತಣ್ಣಗಿರುವೆ.

ಅವನು ನನ್ನ ಕೆನ್ನೆಯ ಮೇಲೆ ತನ್ನ ಕೈಯನ್ನು ಇಟ್ಟ. ಬೆಚ್ಚಗಿತ್ತು. ನಾನು ಅವನ ಮುಖದ ಮೇಲಿನಿಂದ ನನ್ನ ಕೈಗಳನ್ನು ಹಿಂತೆಗೆದುಕೊಂಡು, ಪ್ರತಿಭಟನೆಯ ಸಂಕೇತದಂತೆ ಕೈ ಕಟ್ಟಿಕೊಂಡೆ. ಅವನ ಕೈ ಇನ್ನೂ ನನ್ನ ಕೆನ್ನೆಯ ಮೇಲೆ ಇತ್ತು. ಅವನು ನನ್ನ ತುಟಿಗಳನ್ನು ನೋಡದೆ ನನ್ನ ಕಣ್ಣುಗಳನ್ನು ನೋಡುತ್ತಿದ್ದ. ಅವನಿಗೆ ನನ್ನನ್ನು ಚುಂಬಿಸಲು ಇಷ್ಟವಿರಲಿಲ್ಲ. ನಾನು ಅವನನ್ನು ದಿಟ್ಟಿಸುತ್ತಾ ಹುಬ್ಬೇರಿಸಿದೆ.

ನಾನು: ಸರಿ, ಕೆಳಗೆ ಹೋಗೋಣವೇ?

ಅವನ ಹೆಬ್ಬೆರಳು ನನ್ನ ಕಣ್ಣಿನ ಕೆಳಗಿನ ಗಾಯವನ್ನು ನೇವರಿಸಿತು. ಅವನು ಮುಗುಳ್ನಕ್ಕು ನಿಧಾನವಾಗಿ ಮುಖವನ್ನು ಇನ್ನೂ ಹತ್ತಿರಕ್ಕೆ ತಂದ. ಮೂಗಿಗೆ ಮೂಗು ತಾಕಿಸಿ 'ಎಸ್ಕಿಮೋ ಮುತ್ತು' ನೀಡಿದ. ಇನ್ನು ಸಾಕು. ನಾನು ಅವನ ಮುಖವನ್ನು ಭದ್ರವಾಗಿ ಎರಡೂ ಕೈಗಳಿಂದ ಹಿಡಿದುಕೊಂಡು ತುಟಿಗೆ ತುಟಿಯಿಟ್ಟು ಚುಂಬಿಸಿದೆ. ನನ್ನ ಎದೆಯಲ್ಲಿ ಕಂಪನ. ನನಗೆ ಗೊತ್ತಿತ್ತು ಹೀಗೇ ಆಗುತ್ತದೆ ಎಂದು. ಅವನು ಪ್ರತಿಯಾಗಿ ಚುಂಬಿಸಿ ನನ್ನನ್ನು ತಬ್ಬಿಕೊಂಡ. ಮೂಗಿಗೆ ಮೂಗು ತಾಕಿಸಿ ಒಬ್ಬರನ್ನೊಬ್ಬರು ನೋಡಿದೆವು. ಅವನ ಕಣ್ಣುಗಳ ನಡುವೆ ಬೇಸಿಗೆಯಲ್ಲಿ ಬಿಸಿಲಿಗೆ ಒಡ್ಡಿಕೊಂಡಿದ್ದರ ಪರಿಣಾಮವಾಗಿ ಕಂದುಬಣ್ಣದ ಚುಕ್ಕಿಗಳು ಮೂಡಿದ್ದವು. ಅವು ದೂರದಿಂದ ಕಾಣದಷ್ಟು ಚಿಕ್ಕವು.

ವಿಕ್ಟೋರ್: ನಿನ್ನ ಕಣ್ಣಿನ ಕೆಳಗಿನ ಗಾಯ ನಿಜವಾಗಿಯೂ ಸೈಕಲ್ಲಿನಿಂದ ಬಿದ್ದು ಆದದ್ದೇ?

ನಾನು ಅಲ್ಲವೆಂದು ತಲೆಯಲ್ಲಾಡಿಸಿದೆ.

ನಾನು: ನನ್ನ ತಾಯಿ ನನ್ನ ಕಡೆಗೆ ಪಿಂಗಾಣಿಯ ಬಟ್ಟಲನ್ನು ಎಸೆದಾಗ ಆದದ್ದು.

ಹೆಬ್ಬೆರಳಿನಿಂದ ಗಾಯವನ್ನು ಹಗುರವಾಗಿ ನೇವರಿಸಿದ. ಅಷ್ಟರಲ್ಲಿ ಕತ್ತಲಾಗಿತ್ತು. ನನ್ನ ಚಳಿ ಮಾಯವಾಗಿತ್ತು. ನನಗೆ ಸಂತೋಷವಾಗಿತ್ತು. ನನ್ನ ಎದೆ ಭಾರವಾಗಿತ್ತು.

ರಾತ್ರಿ ಹಾಸಿಗೆಯ ಮೇಲೆ ಮಲಗಿದಾಗ ಹೆರ್ಬ್‌ಸ್ಟ್ ಗಾಳಿ ಮಂದವಾಗಿ ಬೀಸಿತು. ಆ ಸಂಜೆ ನಡೆದ ಘಟನೆಗಳು ಕಣ್ಣ ಮುಂದೆ ಬಂದವು. ಉದ್ದನೆಯ ಬೂದು ಕಟ್ಟಡ, ಮೇಲಿನಿಂದ ಕಂಡ ದೃಶ್ಯಗಳು, ಕೆಂಗುಲಾಬಿ ಆಕಾಶ, ದಕ್ಷಿಣಕ್ಕೆ ಹಾರುತ್ತಿದ್ದ ವಲಸಿಗ ಹಕ್ಕಿಹಿಂಡುಗಳು, ಮುಫ಼ಾಸಾ, ಸಿಂಬಾ, ವಿಕ್ಟೋರ್, ಚುಂಬನ. ಕಡಲ ತೀರದ ಹವೆಯ ಪರಿಮಳವನ್ನು ಕಲ್ಪಿಸಿಕೊಳ್ಳಲು ಪ್ರಯತ್ನಿಸಿದೆ. ಉಪ್ಪುಪ್ಪು, ಪಾಚಿಗಟ್ಟಿದ ವಾಸನೆ, ಕಣ್ಣಿನೊಳಗೆ ತೂರುವ ಮರಳಿನ ಕಣಗಳು.

ನನ್ನ ಅಪ್ಪ ನಮ್ಮನ್ನು ಬಿಟ್ಟುಹೋದ ಹೊಸತರಲ್ಲಿ ನನಗೆ ಸರಿಯಾಗಿ ನಿದ್ದೆ ಬರುತ್ತಿರಲಿಲ್ಲ. ನಿದ್ದೆ ಬಂದರೂ ಕೆಟ್ಟ ಕನಸುಗಳಿಂದ ಎಚ್ಚರವಾಗಿಬಿಡುತ್ತಿತ್ತು. ಆಗ ನಾನು ಮಲಗುವ ಮುನ್ನ ನನ್ನಿಷ್ಟದ ಸಂಗತಿಗಳ ಬಗ್ಗೆ ಯೋಚಿಸುತ್ತಾ ಕನಸುಗಳ ಮೇಲೆ ಹಿಡಿತ ಸಾಧಿಸಲು ಪ್ರಯತ್ನಿಸಿದ್ದೆ. ಮಾಮಾಳ ಜೊತೆ ರೋಪ್ಸ್ ಕೋರ್ಸ್ ಕೇಂದ್ರಕ್ಕೆ ಹೋಗಿ ಒಂದು ಮರದಿಂದ ಇನ್ನೊಂದು ಮರಕ್ಕೆ ಹಗ್ಗದ ಮೇಲೆ ನಡೆದ ಹಾಗೆ, ವಿಮಾನದಲ್ಲಿ ಮಯೋರ್ಕಾಗೆ ಹೋಗಿ, ಅಲ್ಲಿನ ವಿಶಿಷ್ಟ 'ಫ಼ಿಂಕಾ' ಮನೆಯಲ್ಲಿ ಉಳಿದುಕೊಂಡ ಹಾಗೆ ಕಲ್ಪನೆ ಮಾಡಿಕೊಳ್ಳುತ್ತಿದ್ದೆ. ಮಯೋರ್ಕಾ ಒಂದು ದ್ವೀಪ, ನಮ್ಮ ಫ಼ಿಂಕಾ ಮನೆ ನೇರ ಸಮುದ್ರದ ತಟದಲ್ಲೇ ಇದ್ದರೂ ಆ ಮನೆಯಲ್ಲಿ ಈಜುಕೊಳವೇಕೆ ಇದೆ ಎಂಬ ಪ್ರಶ್ನೆ ನನ್ನಲ್ಲಿ ಏಳುತ್ತಿತ್ತು. ಈ ಕಲ್ಪನಾತಂತ್ರ ಬಹುಮಟ್ಟಿಗೆ ಕೆಲಸ ಮಾಡುತ್ತಿತ್ತು. ನನಗೆ ಸುಂದರ ಕನಸುಗಳು ಬೀಳಲಾರಂಭಿಸಿದವು. ಆದರೆ ಕೆಲವೊಮ್ಮೆ ಆ ಸುಂದರ ಕನಸುಗಳೇ ಕೆಟ್ಟ ಕನಸುಗಳಾಗಿ ಪರಿಣಮಿಸುತ್ತಿದ್ದವು. ಮಾಮಾಳನ್ನು ವಿಮಾನ ನಿಲ್ದಾಣದಲ್ಲಿ ಕಳೆದುಕೊಂಡ ಹಾಗೆ, ನಾನು ತಪ್ಪು ವಿಮಾನವನ್ನು ಹತ್ತಿಬಿಟ್ಟ ಹಾಗೆ, ಅಥವಾ ಜೋರಾಗುತ್ತಿರುವ ಹಿಮಪಾತ ಬಿರುಗಾಳಿಗಳ ವಾತಾವರಣದಲ್ಲಿ ಎವರೆಸ್ಟ್ ಪರ್ವತವನ್ನು ಏರಬೇಕಾದ ಹಾಗೆ, ಇತ್ಯಾದಿ ಹೊಲಸು ಕನಸುಗಳು. ಈಡಾ ಹುಟ್ಟಿದ ಮೇಲೆ ಅವಳ ಕನಸುಗಳ ಮೇಲೆಯೂ ಪರಿಣಾಮ ಬೀರಲು ಪ್ರಯತ್ನಿಸಿದ್ದೆ. ಅವಳಿಗೆ ಈಗಲೂ ಕೆಲವೊಮ್ಮೆ ಮಲಗುವ ಮುನ್ನ ಯಾವುದೋ ಪುಸ್ತಕದಲ್ಲಿರುವ ಕತೆಯನ್ನು ಓದಿ ಹೇಳುವ ಬದಲು ಅವಳೇ ನಾಯಕಿಯಾಗಿರುವ ಕತೆಯನ್ನು ಹೇಳುತ್ತೇನೆ. ಉದಾಹರಣೆಗೆ, ಒಂದು ಕತೆಯಲ್ಲಿ ಅವಳು ಅಪ್ರತಿಮ ಮಾಯಾಶಕ್ತಿಯುಳ್ಳ ಯಕ್ಷಿಣಿ. ಆ ಕಾರಣದಿಂದಾಗಿ ಅವಳನ್ನು ಒಬ್ಬ ರಾಕ್ಷಸ ಅಪಹರಿಸಿಕೊಂಡು ಹೋಗುತ್ತಾನೆ. ತರುಣ ಗಾರುಡಿಗನೊಬ್ಬ ಅವಳನ್ನು ರಾಕ್ಷಸನಿಂದ ಬಿಡಿಸಿಕೊಂಡು ತನ್ನ ಮಾಯಾ ಕಾಡಿಗೆ ಕರೆದುಕೊಂಡು ಹೋಗುತ್ತಾನೆ. ಅವಳು, ಅವನು ಮತ್ತು ಅವನ ಜೊತೆ ಕಾಡಿನಲ್ಲಿ ವಾಸವಿದ್ದ ದೈತ್ಯರೆಲ್ಲರೂ ಸೇರಿ ಕಳೆದುಹೋದ ಅವಳ ಯಕ್ಷ ಪರಿವಾರದವರನ್ನು ಕಾಡಿನಲ್ಲಿ ಹುಡುಕುತ್ತಾರೆ. ಈ ರೀತಿಯ ಕಥಾತಂತ್ರ ಅವಳ ಮೇಲೆ ಅದೆಷ್ಟು ಪ್ರಭಾವ ಬೀರುತ್ತಿತ್ತೋ ಗೊತ್ತಿಲ್ಲ. ಹಲವಾರು ದಿನಗಳ ಕಾಲ ಈಡಾ 'ಕಥೆ' ಎಂದು ಮಲಗುವ

ಮುನ್ನ ಬೇಡಿಕೆಯಿಡುತ್ತಿದ್ದಳು. ನಾನು ಕತೆಯನ್ನು ಮುಗಿಸುವ ಮುನ್ನವೇ ಅವಳು ಮಲಗಿ ನಿದ್ದೆಹೋಗುತ್ತಿದ್ದಳು. ಆದರೆ ಅವಳು ಮಲಗಿದ ಮೇಲಷ್ಟೇ ನಾನು ಕತೆ ಹೆಣೆಯುವುದನ್ನು ನಿಲ್ಲಿಸುತ್ತಿದ್ದೆ.

ನನಗೆ ನಿದ್ದೆ ಹತ್ತಲಾರಂಭಿಸಿತು. ವಿಕ್ಟೋರ್ ಮತ್ತು ಈಡಾರೊಂದಿಗೆ ಕಡಲತೀರಕ್ಕೆ ಹೋದಂತೆ ಕಲ್ಪನೆ ಮಾಡಿಕೊಂಡೆ.

ಈಡಾ ನೀರನ್ನು ಪಟಪಟ ಬಡಿಯುತ್ತ ಆಟವಾಡುತ್ತಿದ್ದಳು, ನಾನು ನೀರಿನಲ್ಲಿ ಕುಳಿತು ಅಲೆಗಳ ಜೊತೆಗೆ ಜೀಕಾಡುತ್ತಿದ್ದೆ. ವಿಕ್ಟೋರ್ ಸಮುದ್ರಕ್ಕೆ ಜಿಗಿದು ಈಜತೊಡಗಿದ. ಅವನ ಈಜುವ ಶೈಲಿಯು ಬೂದುಬಣ್ಣದ ಅಲೆಗಳ ರಭಸದ ನಡುವೆ ಮತ್ತಷ್ಟು ಮೋಹಕವಾಗಿ ಕಂಡಿತು. ಶಾರ್ಕ್ ಮೀನಿನಂತೆ ಭೋರ್ಗರೆಯುವ ಅಲೆಗಳ ನಡುವೆ ಸರಾಗವಾಗಿ ತೆವಳಿಕೊಂಡು ಈಜಿದ. ಅವನು ಹಠಾತ್ತನೆ ನೀರಿನಿಂದ ಎದ್ದು ಮರಳಿನ ಗುಡ್ಡೆಯೊಂದರ ಮೇಲೆ ನಿಂತ. ಗುಡ್ಡೆಯ ಮೇಲೆ ನಿಂತು ಮುಂದಿದ್ದ ಅಗಾಧ ಜಲರಾಶಿಯನ್ನು ನೋಡಿದ, ನಾನು ಅವನನ್ನು ನೋಡುತ್ತಿದ್ದೆ. ದಪ್ಪನೆಯ ಏರೋಪ್ಲೇನ್ ಚಿಟ್ಟೆಗಳು ನನ್ನ ಹೊಟ್ಟೆಯ ಒಳಗೋಡೆಗಳಿಗೆ ಬಡಿಯತೊಡಗಿದವು, ಕ್ರಮೇಣ ದೇಹದ ಎಲ್ಲಾ ಭಾಗಗಳಿಗೂ ಬಡಿದವು. ನನ್ನ ನಾಡಿಗಳ ಒಳಗೆ ಹಾರಾಡಿ, ಎದೆಯ ಬಡಿತ ಹೆಚ್ಚಿಸಿ ನನ್ನ ತಲೆಯ ಒಳಗೆ ಹೊಕ್ಕವು. ತಲೆ ತಿರುಗಿದ ಹಾಗೆ ಆಯಿತು. ಅವು ಗಂಟಲನ್ನು ಹೊಕ್ಕಾಗ ನನ್ನ ಉಸಿರು ಕಟ್ಟಿತು. ಕಾಲುಗಳ ಮೂಲಕ ಪಾದಗಳಿಗೆ ಹೋಗಿ ನನ್ನ ಅಂಗಾಲುಗಳಿಗೆ ಒಳಗಿನಿಂದಲೇ ಕಚಗುಳಿ ಇಟ್ಟವು. ಮುನ್ಸೂಚನೆಯೇ ಇಲ್ಲದೆ ನಡೆದ ಈ ಮಾಯಾಚಿಟ್ಟೆಗಳ ಆಟದಿಂದ ನನ್ನ ಮುಖದ ಮೇಲೆ ಮೂಡಿದ ಮಂದಹಾಸವನ್ನು ನನ್ನಿಂದ ಹತ್ತಿಕ್ಕಲು ಆಗಲಿಲ್ಲ. ಅವನ್ನು ತಡೆಯುವ ಶಕ್ತಿ ನನ್ನಲ್ಲಿ ಇರಲಿಲ್ಲ. ದೇಹಕ್ಕೆ ಕರೆಂಟು ಹೊಡೆದಂತಾಗಿ ನಿಯಂತ್ರಣ ತಪ್ಪಿತು. ಗಲಿಬಿಲಿಗೊಂಡು ಏರೋಪ್ಲೇನ್ ಚಿಟ್ಟೆಗಳನ್ನು ಎಣಿಸತೊಡಗಿದೆ. ಆದರೆ ಅದು ಸಾಧ್ಯವಾಗದ ಕೆಲಸ. ಎಣಿಸಲಾಗದಷ್ಟು ಸಂಖ್ಯೆಯಲ್ಲಿ ಅವು ಜಮಾಯಿಸಿಬಿಟ್ಟವು. ಅಷ್ಟೊಂದು ಭಯಂಕರ ಮತ್ತು ಸುಂದರ ಅನುಭೂತಿಯನ್ನು ನಾನು ಎಂದಿಗೂ ಅನುಭವಿಸಿರಲಿಲ್ಲ. ಅವುಗಳ ಆಟ ವಿಪರೀತವೆನಿಸಿದರೂ ಅದು ನಿಲ್ಲಬಾರದು ಎಂದು ಆಶಿಸಿದೆ. ವಿಕ್ಟೋರ್ ನನ್ನೆಡೆ ತಿರುಗಿ ಮುಗುಳ್ನಕ್ಕ.

ಕಣ್ಣು ಮುಚ್ಚಿದೆ. ನಾಳೆ ಅವನಿಗೆ ಈವಾನ್‌ನ ವಿಷಯ ಹೇಳುವುದು ಎಂದು ನಿರ್ಧರಿಸಿದೆ. ತುಡಿತ ಹೆಚ್ಚಾಯಿತು, ಆತಂಕ ನೂರ್ಮಡಿಯಾಗಿ ಹೊಟ್ಟೆ ತೊಳೆಸಿತು.

■

ಮೂರು ತಿಂಗಳುಗಳಿಂದ ಕರಡುಗಳ ಫ಼ೋಲ್ಡರ್‌ನಲ್ಲಿ ತಯಾರಾಗಿ ಕಾಯುತ್ತಿದ್ದ ಅರ್ಜಿಯು ಕೊನೆಗೂ ಅಂದು ಕಳುಹಿಸಲಾದ ಇಮೇಲ್‌ಗಳ ಫ಼ೋಲ್ಡರ್‌ಗೆ ವರ್ಗಾವಣೆಯಾಯಿತು. ಎಲ್ಲ ಸಿದ್ಧವಿದ್ದರೂ ಆ ಒಂದು ಮೌಸ್‌ಕ್ಲಿಕ್ ಮಾಡಲು ನನಗೆ ಸಾಧ್ಯವಾಗಿರಲಿಲ್ಲ. ಅದು ನೆರವೇರಿದ್ದರಿಂದ ಹೊಸ ಉಲ್ಲಾಸ ಬಂದಂತಾಗಿ ಶೋಕದ ಮನೆಯ ಕಡೆಗೆ ಹೋದೆ. ಸಾಮಾನು ಸಾಗಿಸುವ ಹಿಂಗಾಡಿ- ಕಾರಿನ ಹಿಂದಕ್ಕೆ ಸಿಕ್ಕಿಸಿ ಎಳೆದುಕೊಂಡು

ಹೋಗುವಂಥದ್ದು–ಮನೆಯ ಮುಂದೆ ನಿಂತಿತ್ತು. ಮಕ್ಕಳ ಕಡುಹಸಿರು ಬಣ್ಣದ ಸೈಕಲ್, ಅದಕ್ಕಿಂತಲೂ ಪುಟ್ಟ ಗುಲಾಬಿ ಬಣ್ಣದ ಸೈಕಲ್–ಆ ಸೈಕಲ್‌ನ ಹಿಂದೆ ಚಿಕ್ಕ ಮಗು ಅಥವಾ ಬೊಂಬೆ ಕೂರಬಹುದಾದಂತಹ ಸೀಟು ಇತ್ತು–ಇವನ್ನು ಹಿಂಗಾಡಿಯ ಮೇಲೆ ಆಗಲೇ ಪೇರಿಸಲಾಗಿತ್ತು. ಹಿಂದಿರುಗಿ ಹೋಗಿಬಿಡಲೇ ಎಂದು ಯೋಚಿಸಿದೆ. ಮೂರು ನಿಮಿಷಗಳ ಕಾಲ ಕರೆಗಂಟೆಯ ಮುಂದೆ ನಿಂತು 'ವೋಲ್‌ಕೋವ್ ಕುಟುಂಬ' ಎಂದು ಬರೆದ ಫಲಕ ಇನ್ನೂ ಏಕೆ ಅಲ್ಲೇ ಇದೆ ಎಂದು ಯೋಚಿಸಿದೆ.

ಅವನು ಬಾಗಿಲು ತೆರೆದ. ಬಾಕ್ಸರ್ ಚಡ್ಡಿ, ಬಿಳಿಯ ಕೊಳಕು ಟೀಶರ್ಟ್, ಬರಿಗಾಲು, ಕೆದರಿದ ಕೂದಲು, ಕಣ್ಣಿನ ಕೆಳಗೆ ಕಪ್ಪು ಕಲೆಗಳು. ತಲೆಗೂದಲ ಒಳಗೆ ಬೆರಳುಗಳನ್ನು ಓಡಿಸಿದ.

ನಾನು: ಸಹಾಯ ಮಾಡಲು ಬಂದಿದ್ದೇನೆ.

ವಿಕ್ಟೋರ್: ಮಾಡಲೇಬೇಕೆಂದೇನೂ ಇಲ್ಲ.

ನಾನು: ಗೊತ್ತು. ನಾನಾಗಿಯೇ ಬಂದಿದ್ದೇನೆ.

ನನ್ನಂತಹ ಹೊರಗಿನವರಿಂದ ಮನೆಯನ್ನು ಕಾಯುವವನಂತೆ ಬಾಗಿಲಿಗೆ ಅಡ್ಡವಾಗಿ ನಿಂತೇ ಇದ್ದ.

ನಾನು: ನಾನು ಹಿಂದಿರುಗಿ ಹೋಗಲೇ?

ಅವನು ಹೋಗು ಎಂದರೆ ಒಳ್ಳೆಯದೇ ಎಂದು ನನ್ನ ಮನಸ್ಸಿನ ಧ್ವನಿ ಹೇಳಿತು.

ವಿಕ್ಟೋರ್: ಗೊತ್ತಿಲ್ಲ.

ನಾನು ನುಸುಳಿಕೊಂಡು ಒಳಗೆ ಹೋದೆ. "ಹಾಗಾದರೆ ಗೊತ್ತುಮಾಡಿಕೊಳ್ಳೋಣ. ನೀನು ಯಾವಾಗ ಬೇಕಾದರೂ ನನ್ನನ್ನು ಹೊರಗಟ್ಟಬಹುದು" ಎಂದೆ.

ಬಾಗಿಲನ್ನು ದಾಟಿದಾಗ ಸಿಗುವ ಓಣಿಯ ಎರಡೂ ಬದಿಗಳಲ್ಲಿ ಅಂದು ನೋಡಿದ ಚಿತ್ರಗಳು ಈಗ ಇರಲಿಲ್ಲ. ವೋಲ್‌ಕೋವ್ ಕುಟುಂಬದ ಚಿತ್ರಗಳು ಇದ್ದ ಕಡೆ ಈಗ ಮೊಳೆ ಹೊಡೆದಿದ್ದ ಅತಿಸಣ್ಣ – ಹೆಚ್ಚು ಕಡಿಮೆ ಅದೃಶ್ಯ – ಕುರುಹುಗಳು ಮಾತ್ರ ಇದ್ದವು. ನಾನು ಮತ್ತು ಈಡಾ ಕಳೆದ ಬಾರಿ ಇಲ್ಲಿಗೆ ಬಂದಾಗ ನೋಡಿದ್ದಕ್ಕಿಂತ ಕೂರುಕೋಣೆ ಮತ್ತು ಊಟದ ಕೋಣೆಗಳು ಮತ್ತಷ್ಟು ಖಾಲಿಯಾಗಿ ಕಂಡವು. ಸೋಫಾ, ಟಿವಿ, ಕಪಾಟು, ಊಟದ ಮೇಜು, ಕುರ್ಚಿಗಳು ಅಲ್ಲೇ ಇದ್ದವು. ಆದರೆ ಅವುಗಳ ಮೇಲೆ ಅಥವಾ ಒಳಗೆ ಜೋಡಿಸಿದ್ದ ಯಾವುದೇ ವಸ್ತುಗಳೂ ಇರಲಿಲ್ಲ. ಭಾವಚಿತ್ರಗಳು, ಪುಸ್ತಕಗಳು, ಡಿವಿಡಿ ಮತ್ತು ಆ ಮನೆಯಲ್ಲಿ ಮನುಷ್ಯರ ಇರವಿಗೆ ಸಾಕ್ಷಿಯಾಗಿದ್ದ ಇನ್ನಿತರ ವಸ್ತುಗಳಾವುವೂ ಇರಲಿಲ್ಲ. ಕಿಟಕಿ ಬಾಗಿಲುಗಳು ತೆರೆದಿದ್ದವು, ತಣ್ಣನೆ ಹರ್ಬ್‌ಸ್ಟ್ ಗಾಳಿ ಮನೆಯ ತುಂಬಾ ಪಸರಿಸಿತ್ತು. ಹಿಂದಿನ ರಾತ್ರಿಯಷ್ಟೇ ಮೊದಲ ಬಾರಿಗೆ ಇಬ್ಬನಿ ಬಿದ್ದಿತ್ತು. ಮನೆಯ ಒಳಗೆ ಕೊರೆಯುವ ಚಳಿ.

ವಿಕ್ಟೋರ್: ಮಾಡುವುದು ಹೆಚ್ಚೇನಿಲ್ಲ. ಎಲ್ಲವನ್ನೂ ಹಿಂಗಾಡಿಗೆ ಸಾಗಿಸುವುದು. ಅದನ್ನು ನಾನು ರಿಸೈಕ್ಲಿಂಗ್ ಕೇಂದ್ರಕ್ಕೆ ಕೊಂಡೊಯ್ಯುವೆ. ಪೀಠೋಪಕರಣಗಳನ್ನು

ಇದಾಗಲೇ ಈಬೇ ಜಾಲತಾಣದಲ್ಲಿ ಮಾರಾಟಕ್ಕೆ ಇಟ್ಟಿರುವೆ. ಮಾಡುವುದು ಹೆಚ್ಚೇನಿಲ್ಲ.

ವಿಕ್ಟೋರ್: ಪುಣ್ಯಕ್ಕೆ ಅವರಿಲ್ಲಿ ಅಷ್ಟೊಂದು ಸಾಮಾನುಗಳನ್ನು ಶೇಖರಿಸಿಲ್ಲ. ಅವರು ಈ ಮನೆಗೆ ಬಂದು ವರ್ಷವಾಗಿತ್ತಷ್ಟೇ. ಈ ಮನೆಗೆ ಬರುವ ಮುನ್ನ ಅವರಿಗೆ ಸಾಮಾನು ಶೇಖರಿಸಿಡಲು ಜಾಗವೇ ಇರಲಿಲ್ಲ, ಪುಣ್ಯಕ್ಕೆ.

ನಾನು: ನೀನು ಇಟ್ಟುಕೊಳ್ಳಬಯಸುವ ಸಾಮಾನುಗಳನ್ನು ಎಲ್ಲಿ ಎತ್ತಿಡಲಿ?

ವಿಕ್ಟೋರ್: ಅದೋ, ಆ ದೊಡ್ಡ ರಟ್ಟಿನ ಬಾಕ್ಸಿನಲ್ಲಿ.

ದೊಡ್ಡ ರಟ್ಟಿನ ಬಾಕ್ಸು ಕೂರುಕೋಣೆಯ ಮಧ್ಯದಲ್ಲಿ ಶವಪೆಟ್ಟಿಗೆಯ ರೀತಿ ವಿರಾಜಮಾನವಾಗಿತ್ತು. ನಾನು ಅದರ ಬಳಿಗೆ ಹೋಗುವಾಗ ಯಾವುದೋ ಭೀಕರ ಪ್ರಾಣಿಯೊಂದು ನನಗಾಗಿ ಅದರೊಳಗೆ ಹೊಂಚು ಹಾಕುತ್ತಾ ಕುಳಿತಿದೆಯೇನೋ ಎಂಬಂತೆ ಎಚ್ಚರ ವಹಿಸಿ ಅದರೊಳಗೆ ಇಣುಕಿ ನೋಡಿದೆ. ಆ ಗೋಡೆಯ ಮೇಲೆ ಅಂದು ನೇತುಹಾಕಿದ್ದ ಭಾವಚಿತ್ರಗಳೇ ಈಗ ಬಾಕ್ಸಿನಲ್ಲಿ ಇದ್ದವು. ಮೇಲೆ ನೀಕಾಳ ಶಾಲೆಯ ಮೊದಲ ದಿನದ ಚಿತ್ರ ಕಂಡಿತು. ನೀಕಾ ಕೆಂಪು ಚೌಕಳಿಯ ಡ್ರೆಸ್ ತೊಟ್ಟು ಚಿಕ್ಕಚಿಕ್ಕ ಗುಲಾಬಿಗಳ ಚಿತ್ತಾರವಿದ್ದ ತಿಳಿಗುಲಾಬಿ ಬಣ್ಣದ ಬ್ಯಾಗನ್ನು ಹೆಗಲಿಗೇರಿಸಿದ್ದಳು. ಅವಳ ತಿಳಿ ಹೊಂಗೂದಲನ್ನು ಎರಡು ಜಡೆಗಳಲ್ಲಿ ಹೆಣೆಯಲಾಗಿತ್ತು. ಅವಳ ನೀಲಿ ಕಣ್ಣುಗಳು ಕ್ಯಾಮರಾದ ಕಣ್ಣನ್ನು ತಿವಿಯುತ್ತಿದ್ದವು. ಮೊದಲ ಬಾರಿಗೆ ಶಾಲೆಗೆ ಹೊರಡಲು ಅಣಿಯಾದ ನೀಕಾಳ ಚಿತ್ರದ ಪಕ್ಕ ಬಾಕ್ಸಿನಲ್ಲಿ 'ವಿಂಡೋ ಕಲರ್' ಬಣ್ಣಗಳಿಂದ ಮಾಡಿದ ಒಂದು ಸೂರ್ಯ, ಒಂದು ಅಡುಗೆಯ ಪುಸ್ತಕ ಮತ್ತು ಸೀಲ್ ಪ್ರಾಣಿಯ ಮೆತ್ತನೆಯ ಬೊಂಬೆಯಿತ್ತು.

ಆ ಕ್ಷಣದಲ್ಲಿ ನಾನು ಏನು ಹೇಳಿದರೂ ಅದು ಅವನನ್ನು ಘಾಸಿಗೊಳಿಸಬಹುದಿತ್ತು. ಮಾತು ಶುರುಮಾಡಲು ವಾಕ್ಯವೊಂದಕ್ಕಾಗಿ ತಿಣುಕಿದೆ. “ಎಲ್ಲಿಂದ ಶುರು ಮಾಡೋಣ?” ಅಥವಾ “ಸಣ್ಣವಳಿದ್ದಾಗ ನಾನೂ ವಿಂಡೋ ಕಲರ್ ಬಣ್ಣಗಳಿಂದ ಚಿತ್ರ ಬಿಡಿಸುತ್ತಿದ್ದೆ” ಎನ್ನಬಹುದು. ಆದರೆ ಅದು ಸರಿಹೋಗುವುದೋ ಇಲ್ಲವೋ? ಈ ಸೂಕ್ಷ್ಮ ಪರಿಸ್ಥಿತಿಯಲ್ಲಿ ಅದು ಅವನ ಮೇಲೆ ಯಾವ ರೀತಿಯ ಪ್ರಭಾವ ಬೀರಬಹುದೋ ನನಗೆ ತಿಳಿದಿಲ್ಲ. ತೆರೆದ ಕಿಟಕಿಗಳಿಂದ ಗಾಳಿಯಾಡುತ್ತಿದ್ದ ಮನೆಯೊಳಗೆ, ಮಡುಗಟ್ಟಿದ ಶೋಕದ ನಡುವೆ, ರಟ್ಟಿನ ಬಾಕ್ಸಿನ ಮುಂದೆ ಇಬ್ಬರೂ ಮೌನವಾಗಿ ನಿಂತೆವು. ಕೋಣೆಯಲ್ಲಿ ಅಕ್ಟೋಬರ್ ಸೂರ್ಯನ ತಾಜಾ ಪರಿಮಳವಿತ್ತು. ಚಿಕ್ಕಂದಿನಲ್ಲಿ ನನಗೆ ವಿಂಡೋ ಕಲರ್‌ನ ವಾಸನೆ ಇಷ್ಟವಿತ್ತು. ಮರೆತುಹೋದ ಆ ವಾಸನೆಯನ್ನು ನೆನಪಿಸಿಕೊಳ್ಳಲು ಯತ್ನಿಸಿದೆ.

ಏನಾದರೂ ಧೈರ್ಯ ತುಂಬುವ ಮಾತನ್ನಾಡಿದರೆ ಸರಿಯಾಗಬಹುದು ಅನ್ನಿಸಿತು. “ಎಲ್ಲ ಸರಿಹೋಗುತ್ತದೆ” ಎಂದೋ “ನೋವು ಕ್ರಮೇಣ ಕಡಿಮೆಯಾಗುವುದು” ಎಂದೋ ಹೇಳಬಹುದು. ಆದರೆ ಅದು ಮತ್ತಷ್ಟು ಅಸಮಂಜಸವಾಗಿ ತೋರಿತು. ಮೇಲಾಗಿ, ಅದು ಹಾಗೆಯೇ ನಡೆಯುತ್ತದೆ ಎಂದು ನನಗಾದರೂ ಹೇಗೆ ತಿಳಿಯಬೇಕು?

ನಾನು: ಸಣ್ಣವಳಿದ್ದಾಗ ನಾನೂ ವಿಂಡೋ ಕಲರ್ ಬಣ್ಣಗಳಿಂದ ಚಿತ್ರ ಬಿಡಿಸುತ್ತಿದ್ದೆ.

ಅದರ ವಾಸನೆ ನನ್ನ ನೆನಪಿಗೆ ಬರಲೇ ಇಲ್ಲ. ವಿಂಡೋ ಕಲರ್ ಬಣ್ಣಗಳಿಂದ ಕಿಟಕಿ ಗಾಜಿನ ಮೇಲೆ ಕಲಾಕೃತಿಗಳನ್ನು ರಚಿಸಬಹುದು. ನೇರವಾಗಿ ಗಾಜಿನ ಮೇಲೆ ಚಿತ್ರ ಬಿಡಿಸಲು ಕಷ್ಟವಾದ್ದರಿಂದ ಪಾರದರ್ಶಕ ಪ್ಲಾಸ್ಟಿಕ್ ಹಾಳೆಯ ಮೇಲೆ ಬಿಡಿಸಿ, ಬಣ್ಣ ಆರಿದ ನಂತರ ಅವನ್ನು ಸ್ಟಿಕ್ಕರ್‌ನಂತೆ ಬೇರ್ಪಡಿಸಿ ಯಾವುದೇ ಚಪ್ಪಟೆ ಮೇಲ್ಮೈಯ ಮೇಲೆ ಅಂಟಿಸಬಹುದಿತ್ತು, ಬೇಡವಾದಾಗ ತೆಗೆದಿಡಬಹುದಿತ್ತು. ಆ ಬಣ್ಣಗಳು ಟ್ಯೂಬುಗಳಲ್ಲಿ ಬರುತ್ತಿದ್ದವು. ಕೆಲದಿನಗಳ ನಂತರ ಉಗುರಿಗೆ ಹಚ್ಚುವ ಬಣ್ಣದಂತೆಯೇ ಅವೂ ಒಣಗಿಹೋಗಿ ಉಪಯೋಗಕ್ಕೆ ಬರುತ್ತಿರಲಿಲ್ಲ. ಸಣ್ಣವಳಿದ್ದಾಗ ನನಗೆ ನನ್ನ ತಂದೆ ಇದೇ ರೀತಿಯ ವಿಂಡೋ ಕಲರ್ ಬಣ್ಣದ ಸೆಟ್ಟನ್ನು ಕ್ರಿಸ್ಮಸ್ ಹಬ್ಬಕ್ಕೆ ಉಡುಗೊರೆಯಾಗಿ ಕೊಟ್ಟಿದ್ದರು. ನನಗೂ ಬಣ್ಣಗಳಿಗೂ ಸಂಬಂಧ ಅಷ್ಟಕ್ಕಷ್ಟೆ. ಆದರೂ ವಿಂಡೋ ಕಲರ್ ನನ್ನನ್ನು ಆಕರ್ಷಿಸಿತ್ತು. ನನ್ನ ತಂದೆ ನಮ್ಮನ್ನು ಬಿಟ್ಟುಹೋದ ಮೇಲೆ ವಿಂಡೋ ಕಲರ್ ಸೆಟ್ಟನ್ನು ನಾನು ಮುಟ್ಟಿರಲಿಲ್ಲ. ಅವರು ಇನ್ನೊಂದು ಮಗುವಿನ ತಂದೆಯಾದ ಸುದ್ದಿ ಕೇಳಿದ ದಿನವೇ ವಿಂಡೋ ಕಲರ್ ಟ್ಯೂಬುಗಳನ್ನು ಹಾಗೂ ಅದನ್ನುಪಯೋಗಿಸಿ ಬಿಡಿಸಿದ ಚಿತ್ರಗಳನ್ನು ಮತ್ತು ಅವರು ನನಗೆ ನೀಡಿದ್ದ ಎಲ್ಲಾ ಉಡುಗೊರೆಗಳನ್ನು ಹೊರಗೆಸೆದಿದ್ದೆ.

ನಾನು: ಈ ಮನೆಯಲ್ಲಿ ವಿಂಡೋ ಕಲರ್ ಬಳಸಿ ರಚಿಸಿದ ಇತರೆ ಕಲಾಕೃತಿಗಳು ಇವೆಯೇ?

ವಿಕ್ಟೋರ್ ನನ್ನನ್ನು ಕೊಂಚ ಅನುಮಾನದಿಂದ ನೋಡಿದ.

ವಿಕ್ಟೋರ್: ಹೂಂ, ನೀಕಾಳ ಕೋಣೆಯಲ್ಲಿ ಇರಬೇಕು.

ಮಕ್ಕಳ ಕೋಣೆಯನ್ನು ಖಾಲಿಮಾಡುವ ಕೆಲಸ ನನಗೆ ಬೇಡವಾಗಿತ್ತು. ಈವಾನ್‌ನ ಮತ್ತು ಅವನ ತಮ್ಮ-ತಂಗಿಯರ ಕೋಣೆಗೆ ಹೋಗುವುದೇ ಬೇಡ ಎಂದುಕೊಂಡಿದ್ದೆ. ಹಾಗೆ ಹೋಗಬೇಕಾಗಿ ಬಂದರೂ ಮನಸ್ಸನ್ನು ಗಟ್ಟಿ ಮಾಡಿಕೊಂಡ ನಂತರವಷ್ಟೇ ಪ್ರವೇಶಿಸಬೇಕು ಎಂದು ನಿರ್ಧರಿಸಿದ್ದೆ. ಮೊದಲಿಗೆ ನೀಕಾಳ ಕೋಣೆಯನ್ನೇ ಪ್ರವೇಶಿಸಬೇಕಾಯಿತು.

ಆಘಾತ. ನೀಕಾಳ ಕೋಣೆಯಲ್ಲಿ ಎಲ್ಲವೂ ಇಟ್ಟ ಹಾಗೇ ಇತ್ತು. ಆ ಕೋಣೆಯನ್ನು ನೋಡಿದರೆ ನೀಕಾ ದಿನವೂ ಅಲ್ಲಿ ವಾಸಿಸುತ್ತಾಳೆ, ಅವಳು ಶಾಲೆ ಮುಗಿಸಿ ಅಂದು ಮನೆಗೆ ಬರುತ್ತಾಳೆ ಎಂಬ ಭ್ರಮೆ ಹುಟ್ಟಿಸುವಂತಿತ್ತು. ರತ್ನಗಂಬಳಿಯ ಮೇಲೆ ನಾಲ್ಕಾರು ಬಾರ್ಬಿ ಬೊಂಬೆಗಳು ಬಿದ್ದಿದ್ದವು. ಅವಳ ಹಾಸಿಗೆಯ ಮೇಲೆ ಲಿಲಿಫೀ ರಾಜಕುಮಾರಿಯ ಚಿತ್ರವಿದ್ದ ಹೊದಿಕೆಯನ್ನು ನೀಟಾಗಿ ಮಡಚಿ ಇಡಲಾಗಿತ್ತು. ಅದರ ಮೇಲೆ ಮಲಗಲು ಜಾಗವಿಲ್ಲದಂತೆ ಹಲವಾರು ಮೆತ್ತನೆಯ ಬೊಂಬೆಗಳನ್ನು ಜೋಡಿಸಲಾಗಿತ್ತು. ತಿಳಿಗುಲಾಬಿ ಬಣ್ಣದ ಬ್ಯಾಗು ಮೇಜಿನ ಕಾಲಿಗೆ ಒರಗಿಕೊಂಡಿತ್ತು, ಅದರ ಬಾಯಿ ತೆರೆದಿತ್ತು. ಪಕ್ಕದಲ್ಲಿ ಆಟದ ಬ್ಯಾಗು, ನೆಲದ ಮೇಲೆ ಆಟದ ಶೂಗಳು. ಕಸದಬುಟ್ಟಿಯು ಮುದುಡಿದ ಕಾಗದಗಳಿಂದ ತುಂಬಿತ್ತು. ವಿಕ್ಟೋರ್ ಆ ಕೋಣೆಯ ಯಾವೊಂದು ವಸ್ತುವನ್ನೂ ಮುಟ್ಟಿರಲಿಲ್ಲ. ಮೇಜು ಕಪಾಟುಗಳ ಮೇಲೆ ಶೇಖರವಾಗಿದ್ದ ಧೂಳಿನ ದಪ್ಪ ಪದರವು ಮಾತ್ರ ನೀಕಾ ಇಂದು ಶಾಲೆಯಿಂದ ಮನೆಗೆ

ಬರುವುದಿಲ್ಲ ಎಂದು ಸಾರಿ ಹೇಳುತ್ತಿತ್ತು. ಅವಳು ನಾಳೆಯೂ ಬರುವುದಿಲ್ಲ.

ಕಿಟಕಿ ಗಾಜುಗಳು ವಿಂಡೋ ಕಲರ್ ಕಲಾಕೃತಿಗಳಿಂದ ತುಂಬಿಹೋಗಿದ್ದವು. ಬಟ್ಟೆಯ ಕಪಾಟಿನ ಮೇಲೆ ನೂರಾರು ಸ್ಟಿಕ್ಕರುಗಳನ್ನು ಅಂಟಿಸಲಾಗಿತ್ತು. ಮೇಜಿನ ಮೇಲೆ ಬಣ್ಣದ ಪೆನ್ನುಗಳಿಂದ ಚಿತ್ತಾರಗಳನ್ನು ಬಿಡಿಸಲಾಗಿತ್ತು. ಕೋಣೆಯ ಇಂಚುಇಂಚಿನಲ್ಲೂ ತನ್ನ ಕುರುಹುಗಳನ್ನು ಬಿಟ್ಟುಹೋಗಿದ್ದಳು ನೀಕಾ.

ವಿಕ್ಟೋರ್ ಮೇಜಿನ ಕೆಳಗಿನಿಂದ ಒಂದು ಸೆಳೆಖಾನೆಯನ್ನು ಹೊರಗೆಳೆದ. ರಾಶಿರಾಶಿ ವಿಂಡೋ ಕಲರ್ ಟ್ಯೂಬುಗಳ ಸಂಗ್ರಹ. ಒಂದು ಟ್ಯೂಬನ್ನು ಕೈಗೆತ್ತಿಕೊಂಡು ಅದರ ಮುಚ್ಚಳ ತೆಗೆದು ಮೂಗಿಗಿಟ್ಟು ಮೂಸಿದೆ. ರಸವತ್ತಾಗಿತ್ತು. ಉಗುರ ಬಣ್ಣ ತೆಗೆಯುವ ದ್ರಾವಣ, ಪೆಟ್ರೋಲ್, ಟರ್‌ಪೆನ್‌ಟೈನ್ ಮತ್ತು ವಿಂಡೋ ಕಲರ್, ಎಲ್ಲವೂ ಹಾಗೇ. ವಿಷಕಾರಿ ಘಾಟು ವಾಸನೆಗಳಿಗೆ ನನ್ನ ಮೂಗು ಆಗಾಗ ಪರಿತಪಿಸುತ್ತದೆ.

ವಿಕ್ಟೋರ್: ನಿನಗೆ ಅವು ಬೇಕಾ? ಈಡಾಳಿಗೆ ಕೊಡು.

ನಾನು: ಹೂಂ.

ಕೈಗೆ ತೊಟ್ಟು ಆಡಿಸಬಹುದಾದ ದೊಡ್ಡ ಕೈಗೊಂಬೆಯೊಂದು ಕುರ್ಚಿಯ ಮೇಲೆ ಕುಳಿತಿತ್ತು. ಅದಕ್ಕೆ ಬಿಳಿ-ಕೆಂಪು ಚೌಕಳಿ ಟೀಶರ್ಟು, ನೀಲಿ ಪ್ಯಾಂಟು, ಕೆಂಪು ಕೂದಲು.

ವಿಕ್ಟೋರ್: ಅವಳ ಹೆಸರು ಲೋಟ್ಟಾ.

ಆ ಕ್ಷಣಕ್ಕೆ ನನಗೆ ಆ ಗೊಂಬೆಗೆ ಶುಭ ಕೋರಿ ಮಾತನಾಡಿಸಬೇಕು ಅನ್ನಿಸಿತು.

ಲೋಟ್ಟಾಳ ಕಣ್ಣಿನ ಕೆಳಗೆ ಹರಿದ ಜಾಗವನ್ನು ಮುಚ್ಚಿ ಹೊಲಿಗೆ ಹಾಕಲಾಗಿತ್ತು. ಕಣ್ಣಿನ ಕೆಳಗೆ ಗಾಯ.

ನಾನು: ಹಲೋ ಲೋಟ್ಟಾ.

ಅವಳಿಂದ ಉತ್ತರ ಬರಲಿಲ್ಲ.

ವಿಕ್ಟೋರ್: ನೀಕಾಳ ಐದನೆಯ ಹುಟ್ಟುಹಬ್ಬಕ್ಕೆ ಅವಳಿಗೆ ಲೋಟ್ಟಾ ಉಡುಗೊರೆಯಾಗಿ ಬಂದಳು. ಅವಳು ನಮ್ಮೆಲ್ಲರ ಕಣ್ಣಿನಲ್ಲೂ ನಮ್ಮ ಕುಟುಂಬದ ಸದಸ್ಯೆ ಆಗಿಹೋದಳು, ನೀಕಾ ಒಬ್ಬಳಿಗೆ ಮಾತ್ರವಲ್ಲ.

ಲೋಟ್ಟಾ ಮಂದಹಾಸ ಬೀರುತ್ತಿದ್ದಳು, ನಾನೂ ಮುಗುಳ್ನಕ್ಕೆ.

ವಿಕ್ಟೋರ್: ನೀಕಾ ಹೋದ ಕಡೆಗೆಲ್ಲಾ ಲೋಟ್ಟಾಳನ್ನು ಎಳೆದುಕೊಂಡು ಹೋಗುತ್ತಿದ್ದಳು. ಕುಟುಂಬ ಸಮಾರಂಭಗಳಿಗೆ ಲೋಟ್ಟಾ ಗೈರುಹಾಜರಾದರೆ ಯಾರಾದರೂ ಒಬ್ಬರು "ಲೋಟ್ಟಾ ಎಲ್ಲಿ?" ಎಂದು ಕೇಳಿಯೇ ಕೇಳುತ್ತಿದ್ದರು. ಆ ಪ್ರಶ್ನೆಗೆ ನೀಕಾ ನಮ್ಮ ತಂದೆಯ ಕಡೆಗೆ ಕೋಪದ ನೋಟ ಬೀರುತ್ತಿದ್ದಳು. ಅವರಿಗೆ ಈ ಗೊಂಬೆ ಇಷ್ಟವಿರಲಿಲ್ಲ, ಅವರ ಕಣ್ಣಿಗೆ ಅದು ವಿಲಕ್ಷಣವಾಗಿ

ಕಾಣುತ್ತಿತ್ತಂತೆ. ಮೇಲಾಗಿ ನೀಕಾ ಗೊಂಬೆಯನ್ನು ಹೊತ್ತುಕೊಂಡು ಎಲ್ಲೆಡೆ ಸುತ್ತಿದರೆ ಅವಳು ಇತರೆ ಮಕ್ಕಳಿಂದ ತಿರಸ್ಕಾರಕ್ಕೆ ಒಳಗಾಗಬಹುದು ಎಂಬ ಭಯವಿತ್ತು ಅವರಿಗೆ.

ನನಗೆ ನೀಕಾ ಇಷ್ಟವಾದಳು. ಅವಳ ಪರಿಚಯವಾಗಿದ್ದಿದ್ದರೆ ಚೆನ್ನಾಗಿರುತ್ತಿತ್ತು.

ನಾನು: ಅಲ್ಲಿ ಏನಾಯಿತು?

ಕ್ಷಣ ಮೌನ. ನಾನಿದನ್ನು ನಿರೀಕ್ಷಿಸಿದ್ದೆ.

ವಿಕ್ಟೋರ್: ಒಂದು ಗಾಯದೊಂದಿಗೆ ಬಚಾವಾದಳು.

ಲೋಟ್ಟಾ ಶೋಕದ ರಟ್ಟಿನ ಬಾಕ್ಸಿಗೆ ಹೋದಳು, ಬೇರೆಲ್ಲವೂ ಹೊರಗೆ ಹೋಯಿತು. ದಾಖಲೆ ಸಮಯದಲ್ಲಿ ಆ ಕೋಣೆಯನ್ನು ಖಾಲಿ ಮಾಡಿದೆವು. ಪ್ಲಾಸ್ಟಿಕ್ ಬುಟ್ಟಿಗಳಲ್ಲಿ ಎಲ್ಲವನ್ನೂ ತುಂಬಿ ತುಂಬಿ ಮೌನವಾಗಿ ಹೊರಗೆ ಕೊಂಡೊಯ್ದೆವು.

ಸಾಶಾನ ಕೋಣೆಯಲ್ಲಿ ಮತ್ತು ಅವರ ತಂದೆತಾಯಿಯ ಕೋಣೆಯಲ್ಲಿ ಸಹ ಅದನ್ನೇ ಮಾಡಿದೆವು. ಇಬ್ಬರೂ ಭಾವಾವೇಶಕ್ಕೆ ಒಳಗಾದವರಂತೆ, ಯಂತ್ರಗಳಂತೆ ಕೆಲಸ ಮಾಡಿದೆವು. ಎತ್ತು, ಇಳಿಸು, ಎಸೆ, ಎತ್ತು, ಇಳಿಸು, ಎಸೆ. ಕೊನೆಗೆ ಉಳಿದಿದ್ದುದು ಈವಾನ್‌ನ ಕೋಣೆಯೊಂದೇ. ನೀಕಾ ಮತ್ತು ಸಾಶಾರ ಕೋಣೆಗಳಿಗೆ ಹೋಲಿಸಿದರೆ ಈವಾನ್‌ನ ಕೋಣೆ ಖಾಲಿಖಾಲಿ. ವಸ್ತುಗಳು ಅಲ್ಲಿ ಇಲ್ಲಿ ಹರಡಿಕೊಂಡಿರದೆ ಓರಣವಾಗಿತ್ತು. ಒಂದು ಮಂಚ, ತಿಳಿನೀಲಿ ಹೊದಿಕೆಯ ಹಾಸಿಗೆ, ಮೇಜು, ಬಟ್ಟೆಗೂಡು, ಕಪಾಟು. ಕಪಾಟಿನಲ್ಲಿ ನಾಲ್ಕಾರು ಟೋಪಿಗಳು, ಒಂದಿಷ್ಟು ಪುಸ್ತಕಗಳು, ಎರಡು ಹಳೆಯ ಶೂ ಡಬ್ಬಗಳು.

ನಾನು ಕಪಾಟಿನ ಬಳಿ ಹೋದೆ. ಬಹಳಷ್ಟು ದೋಸ್ತೋಯೆವ್‌ಸ್ಕಿ ಪುಸ್ತಕಗಳು, ಹೆರ್ಮಾನ್ ಹೆಸ್ಸೆ ಬರೆದ 'ಡೆಮಿಯಾನ್', ಕಾಫ್ಕಾನ ಒಂದಿಷ್ಟು ಪುಸ್ತಕಗಳು–ಆಶ್ಚರ್ಯವಿಲ್ಲ. ಮಿಲಾನ್ ಕುಂದೇರಾ ಬರೆದ 'ಫೇರ್‌ವೆಲ್ ಪಾರ್ಟಿ', ಆಲ್‌ಫ್ರೆಡ್ ಡೋಬ್ಲಿನ್ ಬರೆದ 'ಬರ್ಲಿನ್ ಅಲೆಕ್ಸಾಂಡರ್ ಪ್ಲಾಟ್ಜ್', ಫ್ರೀಡ್‌ರಿಕ್ ನೀಚೆ ಬರೆದ 'ದಸ್ ಸ್ಪೋಕ್ ಝಾರತುಸ್‌ಶ್ಟ್ರಾ' ಹಾಗೂ 'ಹ್ಯೂಮನ್, ಆಲ್ ಟೂ ಹ್ಯೂಮನ್', ರೈನರ್ ಮರಿಯಾ ರಿಲ್ಕೆ ಬರೆದ 'ದ ನೋಟ್‌ಬುಕ್ಸ್ ಆಫ್ ಮಾಲ್ಟ ಲೌರಿಡ್ಸ್ ಬ್ರಿಗ್ಗೆ', ಟಾಲ್‌ಸ್ಟಾಯ್‌ನ 'ವಾರ್ ಅಂಡ್ ಪೀಸ್' ಹಾಗೂ 'ಅನಾ ಕರೆನೀನಾ', ವಿಲ್‌ಹೆಲ್ಮ್ ರಾಬೆ ಬರೆದ 'ದ ಬರ್ಡ್ ಸಾಂಗ್ ಪೇಪರ್ಸ್', ಆರ್ಥುರ್ ಶ್ನಿಟ್‌ತ್ಸಲರ್ ಬರೆದ 'ಲೆಫ್ಟಿನೆಂಟ್ ಗುಸ್ಟ್‌ಲ್' ಮತ್ತು ಪೇಟರ್ ವೈಸ್ ಬರೆದ 'ಫ್ಲುಖ್ಟ್ ಪುಂಕ್ಟ್'. ಒಂದು ಪುಸ್ತಕವನ್ನು ಹೊರತುಪಡಿಸಿ ಬೇರೆಲ್ಲವನ್ನೂ ಲೇಖಕರ ಹೆಸರಿನ ಪ್ರಕಾರ ಅಕಾರಾದಿಯಾಗಿ ಜೋಡಿಸಲಾಗಿತ್ತು. ಪೇಟರ್ ವೈಸ್‌ನ ನಂತರ ಕಾಠರೀನಾ ಹಾಕರ್ ಬರೆದ 'ದ ಹ್ಯಾವ್ ನಾಟ್ಸ್' ಪುಸ್ತಕವಿತ್ತು, ಅದನ್ನು ಕೈಗೆತ್ತಿಕೊಂಡೆ.

ಅವನು ಯಾವಾಗಲೂ ಹಳೆಯ ಪುಸ್ತಕಗಳನ್ನೇ ಓದುತ್ತಿದ್ದನಾದ್ದರಿಂದ ಹೊಸತೊಂದನ್ನು ಓದು ಎಂದು ನಾನೇ ಆ ಪುಸ್ತಕವನ್ನು ಅವನಿಗೆ ಕೊಟ್ಟಿದ್ದೆ. ಕೆರೆಯ ಬಳಿ ಕಾಲ ಕಳೆಯಲು ಹೋದಾಗ ನಾನು ಮತ್ತು ಈವಾನ್ ಓದಲು ಪುಸ್ತಕವೊಂದನ್ನು

ತಪ್ಪದೆ ಕೊಂಡೊಯ್ಯುತ್ತಿದ್ದೆವು. ಅವನು ಗುರುತು ಹಾಕಿಕೊಳ್ಳಲೆಂದು ಒಂದು ಪೆನ್ಸಿಲ್ಲನ್ನು ಸಹ ಜೊತೆಗಿಟ್ಟುಕೊಂಡಿರುತ್ತಿದ್ದ. ರಷ್ಯಾ ಮೂಲದ ಲೇಖಕರು ಹಾಗೂ 19-20ನೆಯ ಶತಮಾನದ ಸಾಹಿತ್ಯವನ್ನು ಅವನು ಓದುತ್ತಿದ್ದ, ನಾನು ಹೆಚ್ಚಿಗೆ ಸಮಕಾಲೀನ ಸಾಹಿತ್ಯವನ್ನು ಓದುತ್ತಿದ್ದೆ. ನಾವಿಬ್ಬರೂ ಅವಳಿಗೆ ಬೋರು ಹೊಡೆಸುತ್ತೇವೆ ಎಂದು ಮಾರ್ಲೇನ ಪದೇಪದೇ ದೂರುತ್ತಿದ್ದಳು. ಕೆಲವೊಮ್ಮೆ ನಾವಿಬ್ಬರೂ ಪುಸ್ತಕಗಳನ್ನು ಬದಲಾಯಿಸಿಕೊಳ್ಳುತ್ತಿದ್ದೆವು. ಈ ಪುಸ್ತಕಕ್ಕೆ ನನಗೆ ದೋಸ್ತೋಯೆವ್‌ಸ್ಕಿಯ 'ದ ಗ್ಯಾಂಬ್ಲರ್' ಸಿಕ್ಕಿತ್ತು. ಪುಸ್ತಕವನ್ನು ತೆರೆದೆ, ಕೆಲವು ಸಾಲುಗಳ ಕೆಳಗೆ ಪೆನ್ಸಿಲ್ಲಿನಲ್ಲಿ ಗುರುತು ಹಾಕಿರುವುದು ಕಂಡಿತು. ಅವನು ಈ ಪುಸ್ತಕವನ್ನು ಓದಿದ ಸಂಗತಿ ನನಗೆ ಗೊತ್ತೇ ಇರಲಿಲ್ಲ. ಪುಟ 36ರಲ್ಲಿ ಒಂದಿಷ್ಟು ಸಾಲುಗಳ ಕೆಳಗೆ ದಪ್ಪ ಗೆರೆಗಳನ್ನು ಎಳೆದಿದ್ದನು, ಅದರ ಪಕ್ಕದಲ್ಲೇ "ಟಿಲ್ಡಾಳ ಜೊತೆ ಚರ್ಚಿಸಬೇಕು" ಎಂಬ ಟಿಪ್ಪಣಿ. ನನ್ನ ಕೆನ್ನೆಗಳ ಮೇಲೆ ಕಣ್ಣೀರು ಧಾರಾಕಾರವಾಗಿ ಸುರಿಯಲಾರಂಭಿಸಿತು, ಅದನ್ನು ತಡೆಹಿಡಿಯಲು ಆಗಲಿಲ್ಲ.

ಈವಾನ್ ಈಗಿಲ್ಲ, ಸತ್ತಿದ್ದಾನೆ ಎಂದು ನೆನಪಾಗಿ ಕೋಪ ಉಕ್ಕಿ ಉಕ್ಕಿ ಬಂತು. ಅನ್ಯಾಯ. ಎಷ್ಟು ಒಳ್ಳೆಯ ವ್ಯಕ್ತಿ ಅವನು. ಥೂ! ಥೂ! ಥೂ! ನಾನು ಮಂಚದ ಮೇಲೆ ಕುಸಿದು ಕುಳಿತೆ, ವಿಕ್ಟೋರ್ ನನ್ನ ಪಕ್ಕ ಕುಳಿತು ನನ್ನನ್ನು ತೋಳಿನಿಂದ ಬಳಸಿದ, ನನ್ನ ದುಃಖದ ಕಟ್ಟೆ ಒಡೆಯಿತು.

ವಿಕ್ಟೋರ್: ಎಲ್ಲ ಸರಿಹೋಗುತ್ತದೆ.

ನಿಜವಾಗಿ ನಾನು ಅವನಿಗೆ ಸಮಾಧಾನದ ಮಾತುಗಳನ್ನು ಹೇಳಬೇಕು. ನನ್ನ ತಲೆಯನ್ನು ಅವನ ಹೆಗಲಿಗೆ ಆನಿಸಿದೆ. ನನ್ನ ಕಣ್ಣೀರು ಅವನ ಶರ್ಟನ್ನು ತೋಯಿಸಿತು, ಅವನು ಮೌನವಾಗಿ ನನ್ನ ತಲೆಯನ್ನು ನೇವರಿಸಿದ.

ವಿಕ್ಟೋರ್: ಈ ಹಿಂದೆ ನಾನು ನನ್ನ ತಾಯಿಗೆ ಯಾವಾಗ ಫ್ಲೋನ್ ಮಾಡಿದರೂ ಅವರು ಈವಾನ್ ತನ್ನ ಇಬ್ಬರು ಹೊಸ ಗೆಳತಿಯರೊಂದಿಗೆ ಹೊರಗೆ ಹೋಗಿದ್ದಾನೆ ಎಂದು ಹೇಳುತ್ತಿದ್ದರು.

ನಾನು: ಅದರಲ್ಲಿ ಒಬ್ಬ ಗೆಳತಿ ನಾನೇ ಎಂದು ನಿನಗೆ ತಿಳಿದಿತ್ತೇ?

ವಿಕ್ಟೋರ್: ಹೂಂ. ಒಮ್ಮೆ ಅವನು ನಿನ್ನ ಬಗ್ಗೆ ಹೇಳುವಾಗ ಟಿಲ್ಡಾ ಸಹ ನನ್ನಂತೆಯೇ ಹುಚ್ಚಿ ಎಂದಿದ್ದ. ಆಗಲೇ ನನಗೆ ಆ ಟಿಲ್ಡಾ ಬೇರೆ ಯಾರೂ ಅಲ್ಲ, ಅವಳು ಹೆರ್ ವೇಬರ್ ನನಗೆ ಶಾಲೆಯಲ್ಲಿ ಪರಿಚಯ ಮಾಡಿಕೊಟ್ಟ ಹುಡುಗಿ, ಯಾರನ್ನಾದರೂ ನಡುಗಿಸಬಲ್ಲ ಎಂಟನೇ ಕ್ಲಾಸಿನ ಟಿಲ್ಡಾ ಶ್ಮಿಟ್ ಇರಬೇಕು ಎಂದು ಅಂದಾಜು ಆಗಿತ್ತು.

ನಾನು ಮುಗುಳ್ನಕ್ಕೆ. ಹಾಗಾದರೆ ನಮ್ಮಿಬ್ಬರ ಮೊದಲ ಭೇಟಿ ಅವನಿಗೂ ನೆನಪಿದೆ ಎಂದಾಯಿತು.

ಈಗ ಸರಿಯಾದ ಸಮಯ. ಅವನ ಹಗುರ ಹಿಡಿತದಿಂದ ಬಿಡಿಸಿಕೊಂಡು ಅವನ ಕಣ್ಣಲ್ಲಿ ಕಣ್ಣಿಟ್ಟು ನೋಡುವ ಸಲುವಾಗಿ ನೇರವಾಗಿ ಕುಳಿತೆ. ಅವನ ಪ್ರತಿಕ್ರಿಯೆ ಹೇಗಿರುತ್ತದೋ

ಎಂಬ ಆತಂಕ ನನ್ನಲ್ಲಿತ್ತು. ಆದರೆ, ಅವನಿಗೆ ಇರುವ ವಿಷಯವನ್ನು ಹೇಳದೆ ಅದನ್ನು ಆಳದಲ್ಲಿ ಹುದುಗಿಸಿ ಇಟ್ಟುಬಿಡುತ್ತೇನೋ ಎಂಬ ಆತಂಕವೇ ಹೆಚ್ಚು ಇತ್ತು. ಅವನಿಗೆ ವಿಷಯವನ್ನು ಹೇಳಿಯೇಬಿಡಬೇಕು, ಸಮಯ ಮೀರುತ್ತಿದೆ ಎಂಬ ತುಡಿತ ಹೆಚ್ಚಾಗತೊಡಗಿತು. ಆ ಕಡೆಯ ಸಂಜೆಯ ನೆನಪು ನನ್ನ ಹೊಟ್ಟೆಯೊಳಗೆ–ಹಾಗೂ ನಮ್ಮಿಬ್ಬರ ನಡುವೆ–ಗುಂಡುಕಲ್ಲಿನಂತೆ ಕುಳಿತುಬಿಟ್ಟಿತ್ತು. ಆ ಕಲ್ಲು ದಿನೇದಿನೇ ಭಾರವಾಗುತ್ತಾ, ಕಠಿಣವಾಗುತ್ತಾ ಹೋಯಿತು.

ನಾನು: ಈವಾನ್ ಹೊರಡುವ ಹಿಂದಿನ ರಾತ್ರಿ ನಾನು ಮತ್ತು ಮಾರ್ಲೇನ ಅವನ ಜೊತೆ ಇದ್ದೆವು. ಅವನಿಗೆ ಇಷ್ಟವಿಲ್ಲದಿದ್ದರೂ ನಾವೇ ಅವನನ್ನು ಬಲವಂತ ಮಾಡಿದೆವು.

ಮೌನ. ವಿಷಯ ಕೊನೆಗೂ ಹೊರಬಂತು.

ನಾನು: ಡ್ರಗ್ ಸೇವನೆಗೆ ಕೂಡ ಬಲವಂತ ಮಾಡಿದೆವು.

ಈವಾನ್ ಆ ದಿನ ಕಾರು ಓಡಿಸುತ್ತಿದ್ದನೇ ಎಂದು ನನಗೂ ಮಾರ್ಲೇನಳಿಗೂ ಇನ್ನೂ ಗೊತ್ತಿರಲಿಲ್ಲ. ಬೇಕೆಂದೇ ನಾವು ಆ ವಿಷಯವನ್ನು ಕೆದಕಲು ಹೋಗಿರಲಿಲ್ಲ. ಒಂದು ಪಕ್ಷ ಅಪಘಾತ ನಡೆದಾಗ ಅವನೇ ಕಾರು ಓಡಿಸುತ್ತಿದ್ದ ಎಂದಾದರೆ ನಮ್ಮನ್ನು ನಾವು ಕ್ಷಮಿಸಿಕೊಳ್ಳಲು ಸಾಧ್ಯವಾಗುತ್ತಿರಲಿಲ್ಲ.

ವಿಕ್ಟೋರ್: ಅಂದು ರಾತ್ರಿ ಪಾರ್ಟಿ ಚೆನ್ನಾಗಿತ್ತಾ?

ಅವನ ತುಟಿಗಳ ಮೇಲೆ ಮಂದನಗೆ ನಲಿದಾಡುತ್ತಿತ್ತು. ಅದನ್ನು ಕಂಡು ನನ್ನ ಎದೆ ಕೊಂಚ ಹಗುರವಾಯಿತು.

ನಾನು: ಪರವಾಗಿಲ್ಲ. ಆದರೆ ಅದೊಂದು ಬ್ಯಾಡ್ ಟ್ರಿಪ್. ಅವರಿಬ್ಬರೂ ನನ್ನನ್ನು ನೋಡಿಕೊಳ್ಳಬೇಕಾಗಿ ಬಂತು.

ಅವನು ಸಾವಧಾನವಾಗಿ ತಲೆದೂಗಿದ. ಅವನಿಗೆ ಬ್ಯಾಡ್ ಟ್ರಿಪ್‌ಗಳ ಅನುಭವ ಚೆನ್ನಾಗಿಯೇ ಇದ್ದಂತಿತ್ತು.

ಪ್ರಶ್ನೆ, ಈಗ.

ನಾನು: ಈವಾನ್ ಅಂದು ಕಾರು ಓಡಿಸುತ್ತಿದ್ದನೇ?

ವಿಕ್ಟೋರ್: ಇಲ್ಲ.

ಗುಂಡುಕಲ್ಲು ಕರಗಲಾರಂಭಿಸಿತು. ದೊಡ್ಡ ಕಲ್ಲಿನ ಹಿಂದೆ ಚಿಕ್ಕದೊಂದು ಕಲ್ಲು ಅಡಗಿಕೊಂಡಿತ್ತು.

ನಾನು: ಅವನ ಜೊತೆಗೆ ರಷ್ಯಾಗೆ ಹೊರಟುಬರಲು ಹಿಂದಿನ ರಾತ್ರಿ ನನಗೆ ಆಮಂತ್ರಣ ನೀಡಿದ್ದ.

ನನ್ನ ಮೈ ನಡುಗಿತು.

ವಿಕ್ಟೋರ್ ನನ್ನನ್ನು ಗಟ್ಟಿಯಾಗಿ ಹಿಡಿದುಕೊಂಡ.

ವಿಕ್ಟೋರ್: ಈವಾನ್ ನನಗಿಂತಲೂ ಧೈರ್ಯಶಾಲಿ.

ನಾವು ಸುಮಾರು ಕಾಲ ಅಲ್ಲೇ ಹಾಗೇ ಕುಳಿತೆವು. ಎಷ್ಟು ಹೊತ್ತು ಕಳೆಯಿತೋ ಗೊತ್ತಿಲ್ಲ, ಯಾವಾಗಲೋ ಸೂರ್ಯ ಮುಳುಗಿ ಕತ್ತಲು ಕವಿದಿತ್ತು.

ಈವಾನ್‌ನ ಕೋಣೆಯನ್ನು ಯಶಸ್ವಿಯಾಗಿ ಖಾಲಿ ಮಾಡಿದೆವು. ರೀಸೈಕ್ಲಿಂಗ್ ಕೇಂದ್ರಕ್ಕೆ ಹೋಗಿ ನಿರ್ಜೀವ ಯಂತ್ರಗಳಂತೆ ಸಾಮಾನುಗಳನ್ನು ಹಾಕಿ ಬಂದೆವು. ಎತ್ತು, ಎಸೆ, ಎತ್ತು, ಎಸೆ. ಕಾರಿನಲ್ಲಿ ಕುಳಿತಾಗ ನನ್ನ ಎದೆ ಹಗುರವಾಗಿತ್ತು, ಆದರೆ ಅಸಾಧ್ಯ ದಣಿವು. ದೂರ ಎಲ್ಲಾದರೂ ಲಾಂಗ್ ಡ್ರೈವ್ ಹೋಗುವ ಮನಸ್ಸಾಯಿತು.

ವಿಕ್ಟೋರ್: ನಿನ್ನನ್ನು ಮನೆಗೆ ಬಿಟ್ಟು ನಂತರ ಹಿಂಗಾಡಿಯನ್ನು ಅಂಗಡಿಗೆ ವಾಪಸ್ಸು ಮಾಡಲು ಹೋಗುವೆ. ಸರಿಯಾ?

ಅವನನ್ನು ಇಂದು ಒಂಟಿಯಾಗಿ ಬಿಟ್ಟಿರಬಾರದು.

ನಾನು: ಬೇಡ. ನಾನು ಇಂದು ನಿನ್ನೊಂದಿಗೆ ಇರುತ್ತೇನೆ.

ಅವನು ಉತ್ತರಿಸಲಿಲ್ಲ.

ಅವನು ಹಿಂಗಾಡಿಯನ್ನು ಹಿಂದಿರುಗಿಸಲು ಹೋದಾಗ ನಾನು ಎಡೆಕಾ ಸೂಪರ್‌ಮಾರ್ಕೆಟ್‌ಗೆ ಹೋಗಿ ಚಿಕನ್, ಫ್ರೆಂಚ್ ಫ್ರೈಸ್ ಮತ್ತು ಸಲಾಡ್ ಕೊಂಡು ತಂದೆ. ಆ ಖಾದ್ಯಗಳ ಮೇಲೆ ಅಂದು ಗುರುವಾರದ ವಿಶೇಷ ರಿಯಾಯಿತಿ ಇತ್ತು. ಮನೆಯಲ್ಲಿ ಊಟ ಮಾಡಲು ಕುಳಿತಾಗ ಅವನು ಹೆಚ್ಚು ಮಾತನಾಡಲಿಲ್ಲ. ನನ್ನ ಪ್ರಶ್ನೆಗಳಿಗೆ ಉತ್ತರಿಸಿ, ನನ್ನ ಜೋಕುಗಳಿಗೆ ನಕ್ಕು ಸುಮ್ಮನಾದ. ಆ ದಿನದ ಘಟನೆಗಳು ಅವನನ್ನು ಒಳಗಿನಿಂದಲೇ ತಿನ್ನುತ್ತಿವೆ ಎಂದು ತಿಳಿಯುವಂತಿತ್ತು. ಅವನ ಕಣ್ಣುಗಳು ಊದಿಕೊಂಡಿದ್ದವು, ಕಣ್ಣುಗಳ ಕೆಳಗೆ ಕಪ್ಪು ಕಲೆಗಳು ಮೂಡಿದ್ದವು. ಅವನ ಒಳಗೆ ನಡೆಯುತ್ತಿದ್ದ ತಲ್ಲಣಗಳನ್ನು ಇಣುಕಿ ನೋಡಲು ನನಗೆ ಧೈರ್ಯ ಸಾಲಲಿಲ್ಲ. ಅವನ ಜಾಗದಲ್ಲಿ ನಾನು ಇದ್ದಿದ್ದರೆ, ಮಾಮಾ ಮತ್ತು ಈಡಾಳ ವಸ್ತುಗಳನ್ನು ರೀಸೈಕ್ಲಿಂಗ್ ಕೇಂದ್ರಕ್ಕೆ ತೆಗೆದುಕೊಂಡು ಹೋಗಬೇಕಾದ ಪರಿಸ್ಥಿತಿ ಬಂದಿದ್ದರೆ... ನೆನೆಯುತ್ತಲೇ ತಿಂದದ್ದೆಲ್ಲವನ್ನೂ ಕಾರಿಕೊಳ್ಳುವಂತಾಗಿ, ಜೋರಾಗಿ ಕೂಗಿಕೊಂಡು ಚಾಕುವಿನಿಂದ ತೋಳಿಗೆ ಚುಚ್ಚಿಕೊಳ್ಳಬೇಕೆನಿಸಿತು.

ವಿಕ್ಟೋರ್: ನೀನು ಮೇಲೆ ಹೋಗಿರು, ನಾನು ಇಲ್ಲಿ ಸ್ವಲ್ಪ ಸ್ವಚ್ಛ ಮಾಡಿ ಬರುತ್ತೇನೆ.

ನಾನು ಪ್ರತಿಭಟಿಸದೆ ಹಲ್ಲುಜ್ಜಲು ಎದ್ದುಹೋದೆ. ನನ್ನ ಮೈ "ನಿದ್ದೆ" ಎಂದು ಚೀರುತ್ತಿತ್ತು. ಅವನ ಕೋಣೆಯೊಳಗೆ ನಾನು ಕಾಲಿಟ್ಟದ್ದು ಅದೇ ಮೊದಲ ಬಾರಿ. ನೆಲದ ಮೇಲೆ ಹಾಸಿದ ಹಾಸಿಗೆ, ಮೇಜು, ಅದರ ಮೇಲೆ ಒಂಟಿಯಾಗಿ ನಿಂತ ಅವನ ಲ್ಯಾಪ್‌ಟಾಪ್, ಅಟ್ಟಣಿಗೆಯ ಮೇಲೆ ನೇತುಬಿದ್ದ ಒಂದಿಷ್ಟು ವಸ್ತುಗಳು, ಅದರ ಪಕ್ಕದಲ್ಲಿ ನಿಂತ ಅವನ ಸೂಟ್‌ಕೇಸ್. ನಾನು ಹೋಗಿ ಹಾಸಿಗೆಯ ಮೇಲೆ ಬಿದ್ದ ಮರುಕ್ಷಣವೇ ನಿದ್ದೆ ಸಂಪೂರ್ಣವಾಗಿ ಆವರಿಸಿತು.

ಬಿಕ್ಕಳಿಸುವ ಸದ್ದು. ನಾನು ಎಲ್ಲಿರುವೆನೆಂದು ಮನಗಾಣಲು ಒಂದು ನಿಮಿಷ ಹಿಡಿಯಿತು. ನನ್ನ ಪಕ್ಕ ವಿಕ್ಟೋರ್, ಅವನ ಕಣ್ಣುಗಳು ತೆರೆದೇ ಇದ್ದವು.

ಅವನು ಅಳುತ್ತಿರುವನೇ? ಅವನು ಅಳುತ್ತಿದ್ದಾನೆ.

ನಾನು ಅವನ ಕಡೆಗೆ ಹೊರಳಿ ಕೈಯನ್ನು ಅವನ ಎದೆಯ ಮೇಲೆ ಇಟ್ಟೆ. ಅವನ ಎದೆ ನಡುಗುತ್ತಿತ್ತು. ಅವನ ಕಣ್ಣೊರೆಸಿದೆ.

ನಾನು: ವಿಕ್ಟೋರ್, ನಾನಿದ್ದೇನೆ.

ಕೆಲ ಕ್ಷಣಗಳ ಬಳಿಕ ಅವನು ನನ್ನ ಕಡೆಗೆ ಹೊರಳಿಕೊಂಡು ನನ್ನನ್ನು ತನ್ನ ತೆಕ್ಕೆಗೆ ತೆಗೆದುಕೊಂಡು ನನ್ನ ಹಣೆಗೆ ಮುತ್ತಿಟ್ಟ. ಇಬ್ಬರೂ ಗಟ್ಟಿಯಾಗಿ ತಬ್ಬಿಕೊಂಡೆವು, ನಿದ್ದೆ ಮಾಡದೆ ಹಾಗೇ ಇದ್ದುಬಿಡುವಷ್ಟು ಹಿತವಾಗಿತ್ತು ಆ ಕ್ಷಣ. ನಾನು ಮತ್ತೆ ನಿದ್ರೆಗೆ ಜಾರುವ ಮುನ್ನ ನನಗೆ ಕೇಳಿಸಿದ್ದು ಇಷ್ಟು, "ಟಿಲ್ಡಾ, ನಾನಿದ್ದೇನೆ."

■

ಅಲಾರ್ಮ್ ಹೊಡೆದಾಗ ನಾವಿಬ್ಬರೂ ಇನ್ನೂ ತಬ್ಬಿಕೊಂಡೇ ಮಲಗಿದ್ದೆವು. ಏಳಲು ಮನಸ್ಸಾಗಲಿಲ್ಲ. ಈಡಾ ಶಾಲೆಗೆ ಹೊರಡುವ ಮುನ್ನ ಅವಳಿಗೆ ಫ್ಲೋನ್ ಮಾಡಬೇಕು ಎಂದು ಅವನ ಅಪ್ಪುಗೆಯಿಂದ ಬಿಡಿಸಿಕೊಂಡು ಮೇಲೆದ್ದೆ. ಬೆಳಗಾಗುತ್ತಿತ್ತು. ಮುಂಜಾವಿನ ಬೆಳಕಿನಲ್ಲಿ ಏನೂ ಅರಿಯದ ಪುಟ್ಟ ಹುಡುಗನ ಮುಖದಂತೆ ವಿಕ್ಟೋರ್‌ನ ಮುಖ ಕಂಡಿತು. ಅವನ ಕೆನ್ನೆಯ ಮೇಲೆ ಒಂದು ಮುತ್ತನ್ನಿಟ್ಟು ಮೆಟ್ಟಿಲಿಳಿದು ಹೋದೆ.

ಮನೆಯಿಂದ ಹೊರಬಿದ್ದು ಕೆಲಸಕ್ಕೆ ಹೋಗುವ ದಾರಿಯಲ್ಲಿ ಈಡಾಳಿಗೆ ಕರೆ ಮಾಡಿದೆ. ಅವಳಿಗೆ ನಿನ್ನೆ ಕರೆ ಮಾಡಿ, ಅಂದು ರಾತ್ರಿ ವಿಕ್ಟೋರ್‌ನ ಮನೆಯಲ್ಲಿ ಉಳಿಯುವೆನೆಂದು ತಿಳಿಸಿ, ಮನೆಯಲ್ಲಿ ಅವಳೊಬ್ಬಳೇ ಮಾಮಾಳ ಜೊತೆ ಇರಲು ಅಡ್ಡಿಯಿಲ್ಲವೇ ಎಂದು ಕೇಳಿದ್ದೆ. ಅದಕ್ಕವಳು ನಾಟಕೀಯವಾಗಿ "ಓಹೋಹೋ" ಎಂದು ಅಣಕಿಸಿ ಮತ್ತು "ಉಯಿ ಮ್ಯಾಡೆಮ್ವಸೆಲ್" ಎಂದು ಫ್ರೆಂಚ್ ಭಾಷೆಯಲ್ಲಿ ಒಪ್ಪಿಗೆ ಸೂಚಿಸಿದ್ದಳು.

ಈಡಾ: ಹಲೋ ಟಿಲ್ಡಾ.

ನಾನು: ಹೇಯ್ ಈಡಾ, ವೀ ಗೇಟ್ ಎಸ್, ಹೇಗಿದ್ದೀಯ?

ಈಡಾ: ಗೂಟ್. ನೀನು? ನೀವು?

ಅವಳ ಧ್ವನಿಯಲ್ಲಿ ನಗೆಯಿತ್ತು. ಅವಳು ನಗುನಗುತ್ತಾ ಇದ್ದಾಳೆ ಎಂದು ತಿಳಿದು ನೆಮ್ಮದಿಯಾಯಿತು.

ನಾನು: ಚೆನ್ನಾಗಿದ್ದೇವೆ ಅಂದುಕೊಂಡಿದ್ದೇನೆ.

ನಾನು: ನಿನ್ನೆ ಸಂಜೆ ಏನು ಮಾಡಿದೆ?

ಈಡಾ: ಊಟ ಮಾಡಿ ಚಿತ್ರಕಲೆಯ ಕ್ಲಾಸಿಗಾಗಿ ಒಂದು ಚಿತ್ರ ಬಿಡಿಸಿದೆ.

ನಾನು: ಮಾಮಾ ನಿನ್ನ ಜೊತೆ ಉಂಡಳಾ?

ಈಡಾ: ಇಲ್ಲ. ಅವಳು ಟಿವಿಯ ಮುಂದೆ ಮಲಗಿದ್ದಳು.

ಟ್ವೀಟಿ-ವಿನ್ಯಾಸದ ರಾತ್ರಿಯುಡುಗೆಯನ್ನು ತೊಟ್ಟು ಅಡುಗೆಮನೆಯಲ್ಲಿ ಮೇಜಿನ ಬಳಿ ಈಡಾ ಒಬ್ಬಳೇ ಕುಳಿತು ಬ್ರೆಡ್ಡಿನ ತುಂಡಿಗೆ ನುಟೆಲ್ಲಾ ಬಳಿದುಕೊಂಡು ತಿನ್ನುವ ದೃಶ್ಯವು ಕಣ್ಣಮುಂದೆ ಸುಳಿದು ಹೊಟ್ಟೆ ತೊಳೆಸಿದಂತಾಯಿತು. ಅವಳೊಬ್ಬಳನ್ನೇ ಬಿಟ್ಟು ಬಂದದ್ದಕ್ಕಾಗಿ ನನ್ನನ್ನು ನಾನೇ ಶಪಿಸಿಕೊಂಡೆ. ಈಗಲೇ ಹೀಗಾದರೆ ಇನ್ನು ಬರ್ಲಿನ್‌ಗೆ ಹೋದಮೇಲೆ ಹೇಗೋ.

ನಾನು: ನಿನ್ನೆ ನಜ್ಜುಗುಜ್ಜು ಮೂಲಂಗಿಯ ವಿಶೇಷವೂ ಇತ್ತೇ?

ಈಡಾ: ಅದಿಲ್ಲದೆ ಹೇಗೆ? ನುಟೆಲ್ಲಾ ಟೋಸ್ಟ್ ಇರಲೇ ಇಲ್ಲ.

ನಾನು: ಸರಿ ಸರಿ. ಇಂದು ಸಂಜೆ ಮನೆಗೆ ಮತ್ತೆ ಬರುತ್ತೇನೆ.

ಈಡಾ: ಬರಲೇಬೇಕೆಂಬ ಒತ್ತಾಯವೇನೂ ಇಲ್ಲ. ಬೇಕಿದ್ದರೆ ಇಂದೂ ನೀನು ವಿಕ್ಟೋರ್‌ನ ಜೊತೆ ಉಳಿಯಬಹುದು. ಸಂಜೆ ಫೋನಿನಲ್ಲಿ ಯೂಟ್ಯೂಬ್ ವಿಡಿಯೋಗಳನ್ನು ನೋಡಿಕೊಂಡು ಊಟ ಮಾಡುತ್ತೇನೆ.

ಈಡಾ: ನೀವಿಬ್ಬರೂ ಚುಂಬಿಸಿದಿರಾ?

ನಾನು: ಈಡಾ.

ಈಡಾ: ಹೂಂ ಅಥವಾ ಉಹೂಂ.

ನಾನು: ಈಡಾ, ನಿನಗಾಗಲೇ ಹಲವಾರು ಬಾರಿ ಹೇಳಿದ್ದೇನೆ. ಇದು ಪ್ರೇಮಕಥೆ ಅಲ್ಲ. ಸರಿ, ಈಗ ಶಾಲೆಗೆ ಹೊರಡು.

ಈಡಾ: ಅದು ಪ್ರೇಮಕಥೆಯೋ ಅಲ್ಲವೋ ನಿರ್ಧಾರ ಮಾಡಬೇಕಾದವಳು ನೀನಲ್ಲ.

ನಾನು: ಈಡಾ.

ಈಡಾ: ಟಾಟ್‌ಓರ್ಟ್ ಪತ್ತೇದಾರಿ ಧಾರಾವಾಹಿಯಲ್ಲಿ ಕೊಲೆಯಾಗುವ ವ್ಯಕ್ತಿಯು ಪ್ರತೀ ಬಾರಿ "ಇದು ಪತ್ತೇದಾರಿ ಧಾರಾವಾಹಿ ಅಲ್ಲ" ಎಂದೇ ಹೇಳುತ್ತಾನೆ. ಆದರೂ ಅವನ ಕೊಲೆಯಾಗುತ್ತದೆ.

ನಾನು: ಎಂತಹಾ ಹೋಲಿಕೆ.

ನಿಜವಾಗಿಯೂ ಒಳ್ಳೆಯ ಹೋಲಿಕೆ.

ಈಡಾ: ಗೊತ್ತು ನನಗೆ. ಚೂಸ್.

ಈಡಾ ಫೋನು ಇಟ್ಟಳು. ಪುಟ್ಟ ಮ್ಯಾಡೆಮ್ವಸೆಲ್ ತುಂಬಾ ಹೆಚ್ಚಿಕೊಂಡಿದ್ದಾಳೆ.

■

ಕೌಂಟರ್‌ನಲ್ಲಿ ಕುಳಿತು ಸಾಮಾನುಗಳನ್ನು ಸ್ಕ್ಯಾನರ್‌ನ ಮೇಲೆ ಲಕ್ಷ್ಯವಿಲ್ಲದೆ ಎಳೆದೆಳೆದು ಹಾಕಿದೆ. ಮುಂದಿರುವ ವ್ಯಕ್ತಿಯನ್ನು ಗುರುತಿಸುವ ಆಟ ಆಡಲಿಲ್ಲ. ವಿಕ್ಟೋರ್ ಯಾವಾಗ ರಾತ್ರೋರಾತ್ರಿ ಊರು ಬಿಟ್ಟು ಹೊರಟುಬಿಡುವನೋ ಎಂಬ ಆತಂಕ ನನ್ನಲ್ಲಿ ಮನೆಮಾಡಿತ್ತು. ನಾಳೆಯೋ ನಾಡಿದ್ದೋ ನಾನೊಬ್ಬಳೇ ಆ ಖಾಲಿ ಮನೆಯ ಮುಂದೆ ನಿಲ್ಲುವುದನ್ನು ಕಲ್ಪಿಸಿಕೊಂಡು ಕಳವಳ ಪಡುತ್ತಿದ್ದೆ. ಕಳೆದ ಎರಡು ವರ್ಷಗಳಿಂದ ಹಾಮ್‌ಬುರ್ಗ್ ನಗರದಲ್ಲಿ ವಾಸವಿರುವುದಾಗಿ ನಿನ್ನೆಯಷ್ಟೇ ಹೇಳಿದ. ಅವನೊಬ್ಬ ಫ್ರೀಲಾನ್ಸ್ ಪ್ರೋಗ್ರಾಮರ್ ಅಂತೆ. ಮತ್ತೆ ಯಾವಾಗ ಹಾಮ್‌ಬುರ್ಗ್‌ಗೆ ಮರಳುತ್ತಾನೆಂದು ಕೇಳಿದ್ದಕ್ಕೆ "ಇನ್ನೇನು ಕೆಲವೇ ದಿನಗಳಲ್ಲಿ" ಎಂದು ಹೇಳಿದ್ದ. ಈ "ಕೆಲವು ದಿನಗಳು" ಎಷ್ಟು ದಿನಗಳು ಎಂದು ಊಹಿಸಲು ಪ್ರಯತ್ನಿಸಿ ನನಗೆ ತಲೆಕೆಟ್ಟುಹೋಗಿತ್ತು. ಅವನು ಮತ್ತೆ ಹೇಳದೆ ಕೇಳದೆ ಹೊರಟುಬಿಡುವನೆಂಬ ನಿರೀಕ್ಷೆಯಲ್ಲಿ ನನ್ನೊಳಗೆ ಆಗಾಗ ಗೊಂದಲ ಆತಂಕಗಳ ಬಿರುಗಾಳಿ ಏಳುತ್ತಿತ್ತು. ಅವನು ಮರಳಿ ಹೋದ ಮೇಲೆ ನನ್ನ ಜೀವನ ಹೇಗೆ? ಅವನು ಬರುವ ಮುನ್ನ ನಾನು ಹೇಗಿದ್ದೇನೋ ಹಾಗೇ ಇದ್ದುಬಿಡುವುದೇ? ಇಂತಹ ಚಿಂತೆಗಳು ಹೆಚ್ಚಾಗಿ ಹೊಟ್ಟೆ ತೊಳೆಸಿತು. ಗಮನವನ್ನು ಬೇರೆಡೆ ಸೆಳೆಯಲು ಅವನೊಂದಿಗೆ ಕಳೆದ ಮಧುರ ಕ್ಷಣಗಳ ಬಗ್ಗೆ ಯೋಚಿಸತೊಡಗಿದೆ. ಅವನಿಗೆ ನಾನು ಅರ್ಜಿ ಸಲ್ಲಿಸಿದ ವಿಚಾರ ಹೇಳಿದಾಗ ಸಿಹಿಯಾಗಿ ಮುಗುಳ್ನಕ್ಕಿದ್ದು, ಅಂದು ಬಾಗಿಲು ತೆಗೆದಾಗ ಬಾಕ್ಸರ್ ಚಡ್ಡಿ ಮತ್ತು ಕೊಳೆಯಾದ ಟೀಶರ್ಟ್ ತೊಟ್ಟು ಮುದ್ದಾಗಿ ಕಂಡಿದ್ದು, ನನ್ನನ್ನು ಕಂಡು ಅವನಿಗೆ ಪದಗಳು ಹೊರಡದೆ ಮೌನವಾಗಿ ನಿಂತದ್ದು, ಎಲ್ಲವೂ ನೆನಪಿಗೆ ಬಂದವು.

ಹಿಂದಿನ ದಿನಗಳಲ್ಲಿ ಮಾರ್ಲೇನ ಪ್ರೀತಿಯಲ್ಲಿ ಬಿದ್ದಾಗ ಅವಳ ಮೇಲೆ ನನಗೆ ತೀವ್ರವಾದ ಕೋಪ ಬರುತ್ತಿತ್ತು. ಅವಳಿಗೆ ಅವನ ಅಮಲೇರುತ್ತಿತ್ತು. ಮಾತೆತ್ತಿದರೆ ಹೊಸ ಪ್ರಿಯಕರನ ಗುಣಾವಗುಣಗಳ ವಿಶ್ಲೇಷಣೆ. ಅವನು ಹೋದಲ್ಲೆಲ್ಲಾ ಇವಳೂ ಹೋಗುತ್ತಿದ್ದಳು. ಆ ಹೊಸಬ ಇವಳನ್ನು ಅಷ್ಟೇ ಪ್ರೀತಿಸುವನೋ ಇಲ್ಲವೋ ಎಂಬ ಅನುಮಾನ ಕಳವಳಗಳು ನನಗೆ. ಅವಳು ಪ್ರೀತಿಯ ಅಮಲೇರಿ ಸಮ್ಮೋಹನ ಸ್ಥಿತಿಯನ್ನು ತಲುಪಿದ್ದಾಳೆಂದು ಅವಳ ಕಣ್ಣುಗಳನ್ನು ನೋಡಿದರೆ ನನಗೆ ಗೊತ್ತಾಗುತ್ತಿತ್ತು. ನಾನು ಏನೇ ಹೇಳಿದರೂ ಅವಳ ಮನಸ್ಸನ್ನು ಬದಲಿಸಲು ಸಾಧ್ಯವಾಗುತ್ತಿರಲಿಲ್ಲ.

"ಮಾರ್ಲೇನ, ಅವನು ಶತದಡ್ಡ. ನಿನಗದು ಕಾಣುವುದೇ ಇಲ್ಲವೇ?"

ಈಗ ಅದೇ ತರಹದ ಒಂದು ಪ್ರೇಮಕಥೆಗೆ ಸ್ವತಃ ನಾನೇ ಬಲಿಪಶುವಾಗಿದ್ದೇನೆ. ಜೀವನದಲ್ಲಿ ಬೇರೆ ಸಮಸ್ಯೆಗಳು ಯಥೇಚ್ಛವಾಗಿ ಇದ್ದರೂ ನನ್ನ ತಲೆಯಲ್ಲಿ ಅವನೇ ಗಿರಕಿ ಹೊಡೆಯುತ್ತಿದ್ದಾನೆ. ಉಹೂಂ, ಇದು ಪ್ರೇಮಕಥೆ ಆಗಲೇಕೂಡದು. ಇದು ಈಡಾಳ ಸಾಹಸಗಾಥೆಯಾಗಬೇಕು, ಅದರ ಅಂತ್ಯದಲ್ಲಿ ಈಡಾ ಮಾಮಾಳಿಂದ ಬಿಡುಗಡೆ ಹೊಂದಬೇಕು. ಆದರೆ, ಪ್ರೇಮವಿಲ್ಲದ್ದೂ ಒಂದು ಸಾಹಸಗಾಥೆಯೇ? ನೀಬ್ಲುಂಗೆನ್ ಲೀಡ್ ಮಹಾಕಾವ್ಯವು ರಾಜಕುಮಾರ ಸೀಗ್‌ಫ್ರೀಡ್ ಮತ್ತು ರಾಜಕುಮಾರಿ ಕ್ರೀಮ್‌ಹಿಲ್ಡ್‌ರ ಪ್ರೇಮಕಥೆ

ಇಲ್ಲದೆ ಸಾಹಸಗಾಥೆಯಾಗುತ್ತಿತ್ತೇ? ಪರ್ಸಿವಾಲ್‌ಮಹಾಕಾವ್ಯದಲ್ಲಿ ರಾಣಿ ಕಾಂಡ್‌ವಿರಾಮರ್ಸ್ ಇಲ್ಲದಿದ್ದರೆ ವೀರ ಪರ್ಸಿವಾಲ್‌ನ ಸಾಹಸಗಳಿಗೆ ಅರ್ಥ ಇರುತ್ತಿತ್ತೇ? ಏನೇ ಆಗಲಿ, ಮಧ್ಯಕಾಲೀನ ಜರ್ಮನ್ ಮಹಾಕಾವ್ಯಗಳಂತೆ ನನ್ನದು ದುರಂತ ಪ್ರೇಮಕಥೆಯಾಗುವುದಿಲ್ಲ. ಆ ಭಾರವನ್ನು ಹೊರಲು ನನ್ನಲ್ಲಿ ಮಾನಸಿಕ ಸಾಮರ್ಥ್ಯ ಇಲ್ಲ. ಅವನೇನಾದರೂ ನಾಳೆಯೋ ನಾಡಿದ್ದೋ ಹೇಳದೆ ಕೇಳದೆ ಹೊರಟುಹೋದರೆ ಅದೂ ಒಂದು ರೀತಿ ಒಳ್ಳೆಯದೇ. ಆಗ ನಾನು ದೈನಂದಿನ ಜೀವನದ ಕಡೆಗೆ ಮತ್ತೆ ಗಮನ ಹರಿಸಬಹುದು.

ರೆಡ್ ಬುಲ್, ರೆಡ್ ಬುಲ್, ಟೊಮೇಟೊ ಕೆಚಪ್ ಸ್ವಾದದ ಚಿಪ್ಸ್. ಹುಡುಗರು ಎಂದು ಊಹಿಸಿ “3 ಯೂರೋ 89 ಸೆಂಟ್” ಎಂದು ತಲೆಯೆತ್ತಿದರೆ ಕಂಡದ್ದು ಇಬ್ಬರು ಐದನೇ ಕ್ಲಾಸಿನ ಹುಡುಗಿಯರು. ಈಡಾ ಮತ್ತು ಇನ್ನೊಬ್ಬಳು. ಆ ಹುಡುಗಿಗೆ ಉದ್ದನೆಯ ಕಪ್ಪು ಕೂದಲು, ಕಡುಗಂದು ಕಣ್ಣುಗಳು ಇದ್ದವು, ಈಡಾಳಷ್ಟೇ ಎತ್ತರವಿದ್ದಳು.

ಈಡಾ: ಇವಳು ಸಮಾರ.

ಓಹೋ, ಇವಳೇ ಸಮಾರ.

ನಾನು: ಹಲೋ ಸಮಾರಾ.

ಈಡಾ: ಇವಳು ನನ್ನ ಅಕ್ಕ, ಟಿಲ್ಡಾ.

ಸಮಾರಾ: ಹಲೋ ಟಿಲ್ಡಾ.

ನಾನು: ಶಾಲೆಯ ಸಮಯದಲ್ಲಿ ನೀವು ಶಾಲೆಯ ಆವರಣ ಬಿಟ್ಟು ಹೊರಗೆ ಬರಬಾರದು, ಅಲ್ವಾ?

ಈಡಾಳ ತುಂಟ ನಗೆ.

ನಾನು: ಸಿಕ್ಕಿಹಾಕಿಕೊಳ್ಳಬೇಡಿ ತರಲೆಗಳಾ.

ಅವರಿಬ್ಬರೂ ಪಕ್ಕಪಕ್ಕದಲ್ಲಿ ತಮಾಷೆಯ ಜೋಡಿಯಂತೆ ಕಂಡರು. ಸಮಾರಾಳದ್ದು ಚಪ್ಪಟೆ ಕಪ್ಪು ಕೂದಲು, ಈಡಾಳದ್ದು ಗುಂಗುರು ಹೊಂಗೂದಲು. ಅವಳದ್ದು ಬೂದುಬಣ್ಣದ ಉಣ್ಣೆಯ ಡ್ರೆಸ್, ಇವಳು ತನ್ನ – ಅಲ್ಲ, ನನ್ನ – ನಿಯಾನ್-ಪಿಂಕ್ ಬಣ್ಣದ ಉಣ್ಣೆಯ ಸ್ವೆಟರ್ ಮತ್ತು ಹೊಸ ಓವರಾಲ್ಸ್ ಧರಿಸಿದ್ದಳು. ಆ ಹೊಸ ಓವರಾಲ್ಸ್ ಬೇಸಿಗೆ ರಜೆಯ ಮೊದಲ ದಿನದಂದು ನಾವು ಎಚ್&ಎಮ್ ಅಂಗಡಿಗೆ ಹೋಗಿ ಕೊಂಡದ್ದು. ಅವರಿಬ್ಬರೂ ಯಿನ್ ಮತ್ತು ಯಾಂಗ್‌ನ ಹಾಗೆ ಕಂಡರು. ಯಾವುದೋ ಕಮಿಂಗ್-ಆಫ್-ಏಜ್ ಸಿನಿಮಾದ ಎರಡು ಮುಖ್ಯಪಾತ್ರಗಳಂತೆ ಕಂಡರು.

ಈಡಾ: ಇಂದು ಶಾಲೆ ಮುಗಿದ ಮೇಲೆ ನಾನು ಸಮಾರಾಳ ಮನೆಗೆ ಹೋಗಿ ರಾತ್ರಿ ಅಲ್ಲೇ ಉಳಿಯಬಹುದಾ?

ಅವಳು ಇಲ್ಲಿಯವರೆಗೆ ಶಾಲೆಯ ನಂತರ ಯಾವುದೇ ಗೆಳೆಯ ಗೆಳತಿಯರ ಮನೆಗೆ ಹೋಗಿರಲಿಲ್ಲ. ಅವಳಿಗೆ ಗೆಳೆಯ ಗೆಳತಿಯರು ಇದ್ದರೇ? ಅವಳ ಪ್ರೈಮರಿ ಶಾಲೆಯ ಶಿಕ್ಷಕಿ ಫ್ರೌ ಶ್ಪೋಬೆಲ್ ಒಮ್ಮೆ ನನಗೆ ಈಡಾಳ ಬಗ್ಗೆ ಹೇಳುತ್ತಾ, ದೊಡ್ಡ ವಿರಾಮದಲ್ಲಿ ಅವಳು ಗೆಳತಿಯರಾದ ಕಾರ್ಲೋಟ್ಟಾ ಮತ್ತು ಫ್ಲಿನ್ಯಾರೊಂದಿಗೆ ಇರುತ್ತಾಳೆ ಎಂದು ಹೇಳಿದ್ದರು. ಆಗ ಈಡಾ, ಅವರು ತನ್ನ ಗೆಳತಿಯರಲ್ಲ, ಕೇವಲ ಸಹಪಾಠಿಗಳು ಎಂದು ಸ್ಪಷ್ಟಪಡಿಸಿದ್ದಳು. ನಾನು ಈಡಾಳಿಂದ ಸಮಾರಾಳ ಕಡೆಗೆ, ಸಮಾರಾಳಿಂದ ಈಡಾಳ ಕಡೆಗೆ ನೋಡಿದೆ, ನನಗೆ ಮಾರ್ಲೇನಳ ನೆನಪು ಕಾಡಿತು. ಆ ವಯಸ್ಸಿನಲ್ಲಿ ನಮ್ಮಿಬ್ಬರನ್ನು ಬೇರ್ಪಡಿಸಲು ಯಾರಿಗೂ ಸಾಧ್ಯ ಇರಲಿಲ್ಲ. ನನಗೆ ಮಾರ್ಲೇನಳ ಬಗ್ಗೆ ಆಳವಾದ ಕೃತಜ್ಞತಾಭಾವ ಮೂಡಿತು. ಅವಳು ಇಲ್ಲದಿದ್ದರೆ ನನ್ನ ಬಾಲ್ಯ ಮತ್ತು ಯೌವನಗಳು ಯಾವಯಾವ ತಿರುವುಗಳನ್ನು ಪಡೆಯುತ್ತಿದ್ದವೋ ಗೊತ್ತಿಲ್ಲ. ಈಗ ನಮ್ಮಿಬ್ಬರ ಸಂಬಂಧ ಮುಂಚಿನ ಹಾಗೆ ಇಲ್ಲವೆಂದು ಸ್ವಲ್ಪ ನೋವು ಸಹ ಆಯಿತು.

ಸಮಾರಾ: ಇದಕ್ಕೆ ನನ್ನ ಮಾಮಾಳ ಒಪ್ಪಿಗೆ ಇದೆ. ಅವಳಿಂದು ನಮಗಾಗಿ ಲಸಾನ್ಯಾ ತಯಾರಿಸುತ್ತಾಳೆ.

ಸಮಾರಾಳ ಧ್ವನಿ ಸೌಮ್ಯವಾಗಿದ್ದರೂ ಅವಳ ಮಾತುಗಳು ನೇರವಾಗಿ ಸ್ಪಷ್ಟವಾಗಿದ್ದವು. ಅವಳು ಮಾತನಾಡಿದಾಗ ನನ್ನನ್ನು ತನ್ನ ಕಡುಗಂದು ಕಣ್ಣುಗಳಿಂದ ನೇರವಾಗಿ ನೋಡುತ್ತಿದ್ದಳು. ಅವಳು ನನಗೆ ಹಿಡಿಸಿಬಿಟ್ಟಳು. ಮಾರ್ಲೇನಳ ತಾಯಿ ಸಹ ನಮಗಾಗಿ ಲಸಾನ್ಯಾ ತಯಾರಿಸುತ್ತಿದ್ದರು. ಆದರದು ತೀರಾ ಅಪರೂಪ. ಇದುವರೆಗೂ ನಾಲ್ಕು ಬಾರಿ ಮಾಡಿರಬಹುದು. ನನಗಾಗ ಅದೇ ದೊಡ್ಡ ವಿಶೇಷವಾಗಿ ತೋರುತ್ತಿತ್ತು.

ಈಡಾ: ಟಿಲ್ಡಾ? ನಾನು ಸಮಾರಾಳ ಮನೆಗೆ ಹೋದರೆ ನೀನು ವಿಕ್ಟೋರ್‌ನ ಮನೆಗೆ ಹೋಗಬಹುದು.

ಅವರಿಬ್ಬರ ಪ್ರಶ್ನೆಗೆ ಪ್ರತ್ಯುತ್ತರ ನೀಡದೆ ಅವರನ್ನು ನೋಡುತ್ತಲೇ ಇದ್ದೆ ಎಂದು ನನಗೆ ಆಗಲೇ ಅರಿವಿಗೆ ಬಂದದ್ದು.

ನಾನು: ಸರಿ, ನೀನು ಸಮಾರಾಳ ಮನೆಗೆ ಹೋಗಬಹುದು.

ಈಡಾ: ವಿಕ್ಟೋರ್ ಟಿಲ್ಡಾಳ ಬಾಯ್‌ಫ್ರೆಂಡ್.

ಅವನನ್ನು ನಾನು ಬಾಯ್‌ಫ್ರೆಂಡ್ ಎಂದು ಪರಿಗಣಿಸಿಯೇ ಇರಲಿಲ್ಲ. ಆದರೆ ಐದನೇ ಕ್ಲಾಸಿನ ಇಬ್ಬರು ಪೋರಿಯರಿಗೆ ಸಮಜಾಯಿಷಿ ನೀಡುವ ಅಗತ್ಯವಿಲ್ಲ. ಯಿನ್ ಮತ್ತು ಯಾಂಗ್ ಸೂಪರ್‌ಮಾರ್ಕೆಟ್‌ನ ಅಂಗಳದಲ್ಲಿ ರೆಡ್ ಬುಲ್ ಕ್ಯಾನುಗಳನ್ನು ತೆರೆದು ಒಂದಕ್ಕೊಂದಕ್ಕೆ ಆನಿಸಿ ಪೇಯವನ್ನು ಹೀರತೊಡಗಿದರು. ಶಾಲೆಯ ದೊಡ್ಡ ವಿರಾಮದ ನಡುವೆ ನಾನು ಮತ್ತು ಮಾರ್ಲೇನ ಸೂಪರ್‌ಮಾರ್ಕೆಟ್‌ಗೆ ಆಗಾಗ ಹೋಗಿ ಐಸ್ ಕ್ಯಾಂಡಿ ಕೊಳ್ಳುತ್ತಿದ್ದೆವು. ನನಗೆ ಹಸಿರು ಅಥವಾ ನೀಲಿಬಣ್ಣದ್ದು ಇಷ್ಟ, ಅವಳಿಗೆ ಕೆಂಪು ಅಥವಾ ಕಂದುಬಣ್ಣದ್ದು. ಜೋಕಾಲಿಯ ಮೇಲೆ ಕುಳಿತು ಅದನ್ನು ಚೀಪುತ್ತಿದ್ದೆವು. ಬೆಲ್ ಹೊಡೆದ ಕೂಡಲೇ ಕ್ಲಾಸಿಗೆ ಓಡುತ್ತಿದ್ದೆವು.

■

ಮೂರು ಗಂಟೆಗಳ ನಂತರ ನನ್ನ ಶಿಫ್ಟ್ ಮುಗಿಯಿತು. ನಾನು ಕೌಂಟರ್‌ನ ಮೇಲೆ ಸ್ಪಗೆಟ್ಟಿ, ಕೊಚ್ಚಿದ ದನದ ಮಾಂಸದ ಪ್ಯಾಕೆಟ್, ರುಬ್ಬಿದ ಟೊಮೆಟೋನ ಪ್ಯಾಕೆಟ್ಟನ್ನು ಇಟ್ಟೆ. ಅಲ್ಲಿ ಕೂತಿದ್ದ ನಾಡ್ಯಾ "4 ಯೂರೋ 46 ಸೆಂಟ್" ಎಂದಳು. ಅವಳಿಗೆ ಹಣ ತೆತ್ತು, ಸಾಮಾನುಗಳನ್ನು ಬ್ಯಾಗಿನಲ್ಲಿ ತುಂಬಿಕೊಂಡು ಶೋಕದ ಮನೆಯ ಕಡೆಗೆ ನಡೆದೆ. ನಾನು ಹೋಗಬೇಕಿದ್ದುದು ಕಾಲೇಜಿಗೆ, ಮಾಸ್ಟರ್ ಪ್ರಬಂಧವನ್ನು ಬರೆದು ಮುಗಿಸಲು. ಆದರೆ ಅವನು ಇಲ್ಲಿ ಎಷ್ಟು ದಿನ ಇರುತ್ತಾನೋ ಅಷ್ಟು ದಿನವಾದರೂ ಅವನ ಬಳಿ ಇರಬಹುದು. ಮೇಲಾಗಿ, ನಾನಿದ್ದ ಮನಃಸ್ಥಿತಿಯಲ್ಲಿ ಹೊಸತೇನನ್ನೋ ಯೋಚಿಸಿ ಬರೆಯುವುದು ದೂರದ ಮಾತು.

ಅವನ ಹಡಗು ಮನೆಯ ಮುಂದೆ ನಿಂತಿತ್ತು. ಕರೆಗಂಟೆಯನ್ನು ಬಾರಿಸಿದೆ. ಆದರೆ ಅವನು ಮನೆಯಲ್ಲಿ ಇದ್ದಂತಿರಲಿಲ್ಲ. ಬಾಗಿಲು ತೆರೆದೇ ಇತ್ತು. ಅದನ್ನು ತಳ್ಳಿ ಒಳನಡೆದೆ. ಶೋಕ, ಖಾಲಿತನಗಳು ಮನೆಯನ್ನು ತುಂಬಿದ್ದವು. ಸಾಮಾನಿನ ಹೊರೆಯನ್ನು ಊಟದ ಮೇಜಿನ ಮೇಲೆ ನ್ಯಾಪ್ಕಿನ್‌ಗಳ ಕಟ್ಟಿನ ಪಕ್ಕ ಇರಿಸಿದೆ.

ಅದೊಂದು ಸುಂದರ ಹೆರ್ಬ್‌ಸ್ಟ್ ದಿನ, ಹೊರಗೆ ಹೊಂಬಿಸಿಲು. ಮನೆಯೊಳಗಿನ ಮೌನ ಮತ್ತು ನೀರವತೆಗಳಿಂದ ತಪ್ಪಿಸಿಕೊಳ್ಳಲು ಮನೆಯ ಹಿಂದಿನ ಗಾರ್ಡನ್ನಿಗೆ ಹೋಗಿ ಹುಲ್ಲಿನ ಮೇಲೆ ಕುಳಿತು ಬಿಸಿಲಿಗೆ ಮೈಯೊಡ್ಡಿ ಮಲಗಿಕೊಂಡೆ, ಮಂಪರು ಹತ್ತಿತು. ನಾನು ಮತ್ತೆ ಕಣ್ಣು ಬಿಟ್ಟಾಗ ವಿಕ್ಟೋರ್ ನನ್ನನ್ನು ಮೇಲಿನಿಂದ ನೋಡುತ್ತಿದ್ದ. ಅವನು ಬೆವೆತಿದ್ದ. ಕಪ್ಪು ಚಡ್ಡಿ, ಬಿಳಿ ಟೀಶರ್ಟ್, ಓಡುವ ಶೂ ಮತ್ತು ಕೂದಲನ್ನು ಹಣೆಯ ಮೇಲಕ್ಕೆ ಬಾರದಂತೆ ಹಿಡಿದಿಡಲು ನೈಕಿ ಹಣೆಪಟ್ಟಿ ಧರಿಸಿದ್ದ.

ವಿಕ್ಟೋರ್: ಏಯ್ ಸ್ಟಾಕರ್, ನನ್ನನ್ನು ಬಿಟ್ಟಿರಲು ಆಗುವುದಿಲ್ಲವೇ ನಿನಗೆ?

ನನ್ನ ಪಕ್ಕ ಕೂತು ಹಣೆಗೆ ಮುತ್ತಿಕ್ಕಿದ. ಎರಡು ಏರೋಪ್ಲೇನ್ ಚಿಟ್ಟೆಗಳು ಹೊಟ್ಟೆಯೊಳಗೆ ಪಟಪಟನೆ ರೆಕ್ಕೆ ಬಡಿದವು.

ನಾನು: ನಿನ್ನ ಮನಃಸ್ಥಿತಿ ಸದ್ಯಕ್ಕೆ ಸರಿಯಿಲ್ಲ, ಮಾನಸಿಕವಾಗಿ ಕುಂದಿದ್ದೀಯ. ನಿನ್ನನ್ನು ನೋಡಿಕೊಳ್ಳುವವರು ಯಾರೂ ಇಲ್ಲ.

ಹೆಗಲು ಹಾರಿಸಿದ. ನನ್ನ ಪಕ್ಕಕ್ಕೆ ಬಂದು ಮಲಗಿದ.

ನನ್ನ ತಲೆಯನ್ನು ಅವನ ಹೊಟ್ಟೆಯ ಮೇಲೆ ಇಟ್ಟು ಅವನ ಉಸಿರಾಟವನ್ನು ಆಲಿಸಿದೆ. ಅವನ ಹೃದಯದ ಬಡಿತದ ಅನುಭವವಾಯಿತು. ಹೊರಗೆ ತರಗೆಲೆ ಮತ್ತು ನೀಲಿ ಆಕಾಶದ ಪರಿಮಳ. ಹತ್ತಿರದಲ್ಲಿ ಎಲ್ಲೋ ಯಾರೋ ಬಾರ್‌ಬೆಕ್ಯೂ ಗ್ರಿಲ್ ಮಾಡುತ್ತಿದ್ದರು. ನನಗೆ ಗ್ರಿಲ್‌ನ ವಾಸನೆ ಇಷ್ಟ. ನಾನು ತಾಯಿಯಾದಾಗ ಹೊರಗೆ ಹವಾಮಾನ ಚೆನ್ನಾಗಿದ್ದ ದಿನಗಳಲ್ಲಿ ನನ್ನ ಮಕ್ಕಳೊಂದಿಗೆ ಗಾರ್ಡನ್ನಿನಲ್ಲಿ ಕೂತು ಗ್ರಿಲ್ ಮಾಡುವುದು ನನ್ನ ಬಾಲ್ಯದ ಕನಸುಗಳಲ್ಲಿ ಒಂದಾಗಿತ್ತು. ಅವನು ನನ್ನ ತಲೆಯನ್ನು ನೇವರಿಸುತ್ತಿದ್ದರೆ ನನಗೆ ಅಲ್ಲಿಂದ ಏಳುವುದೇ

ಬೇಡವೆನ್ನಿಸಿತು. ಅಕ್ಟೋಬರ್‌ನಲ್ಲಿ ಸುಮಾರು 6:30ಕ್ಕೆ ಸೂರ್ಯಾಸ್ತವಾಗುತ್ತದೆ. ಅಂದರೆ, ನಾವು ಇನ್ನೂ ಮೂರು ಗಂಟೆಗಳು ಹಾಗೇ ಮಲಗಿರಬಹುದು. ಚಳಿ ಶುರುವಾದ ಮೇಲೆ ಏಳಬಹುದು. ಅಚ್ಚನೀಲಿ ಆಕಾಶವನ್ನು ನೋಡುತ್ತಿದ್ದಾಗ ಮಾರ್ಲೇನ ಮತ್ತು ಈವಾನ್‌ರೊಂದಿಗೆ ಆಗಸ್ಟ್ 8ರಂದು ಕೆರೆಯ ಬಳಿ ನೋಡಿದ ಕಾರ್ಮೋಡಗಳ ಗುದ್ದಾಟ ನೆನಪಾಯಿತು.

ನಾನು: ನಮ್ಮನ್ನು ಮತ್ತು ಈಡಾಳನ್ನು ಸ್ಲೋವೇನಿಯಾದ ಮೂಲಕ ಕ್ರೊಯೇಷಿಯಾಗೆ ಕರೆದುಕೊಂಡು ಹೋಗುವುದಾಗಿ ಇಲ್ಲಿಂದ ಹೊರಡುವ ಹಿಂದಿನ ದಿನ ಅವನು ನನಗೆ ಮತ್ತು ಮಾರ್ಲೇನಳಿಗೆ ಮಾತು ಕೊಟ್ಟಿದ್ದ. ಲ್ಯೂಬ್ಲಿಯಾನಾ ತಲುಪಿ ಸಮುದ್ರತಟದಲ್ಲಿ ಇರುವ ಪಿರಾನ್ ನಗರದಿಂದ ಕ್ರೊಯೇಷಿಯಾದ ಕರಾವಳಿ ರಸ್ತೆಯುದ್ದಕ್ಕೂ ಪುಲಾ, ಮೆದುಲಿನ್ ಮತ್ತು ರಿಯೆಕಾ ನಗರಗಳಿಗೆ ಹೋಗುವುದು ಎಂದು ಯೋಜನೆ ಸಿದ್ಧಪಡಿಸಿದ್ದೆವು.

ಅವನು ಮೌನವಾಗಿ ನನ್ನ ತಲೆಯನ್ನು ನೇವರಿಸಿದ. ಅವನಿಗೆ ನಾನು ಈ ವಿಷಯವನ್ನು ಹೇಳಬಾರದಿತ್ತೇ?

ವಿಕ್ಟೋರ್: ಅವನ ನೆನಪಿನಲ್ಲಿ ನೀನೇ ಅದನ್ನು ನೆರವೇರಿಸಬಹುದು.

ಅದು ಸರಿ, ನಾನೇ ಮಾಡಬಹುದು. ದಕ್ಷಿಣ ದಿಕ್ಕಿಗೆ ಹಾರುವ ಪಕ್ಷಿಗಳು ಆಕಾಶದಲ್ಲಿ ಮತ್ತೆ ಗುಂಪುಗೂಡತೊಡಗಿದವು.

ವಿಕ್ಟೋರ್: ನಮ್ಮ ಮನೆಯವರು ವರ್ಷಕ್ಕೊಮ್ಮೆ ರಷ್ಯಾ ಪ್ರವಾಸ ಬಿಟ್ಟರೆ ರಜೆಗೆಂದು ಹೊರಗೆ ಹೋಗಿದ್ದೇ ಇಲ್ಲ.

ಅವನ ಕೈಯನ್ನು ತೆಗೆದುಕೊಂಡು ಹೆಬ್ಬೆರಳಿಂದ ಅದನ್ನು ನೇವರಿಸತೊಡಗಿದೆ.

ವಿಕ್ಟೋರ್: ಈವಾನ್‌ಗೆ 16 ವರ್ಷವಿದ್ದಾಗ ಮೊತ್ತಮೊದಲ ಬಾರಿಗೆ ಅವನ ಗೆಳೆಯ ಗೆಳತಿಯರ ಜೊತೆ ರೈಲಿನಲ್ಲಿ ದಕ್ಷಿಣ ಫ್ರಾನ್ಸ್‌ಗೆ ಹೋಗಿದ್ದ. ಅಂದಿನಿಂದ ಅವನು ರಜಾದಿನಗಳಲ್ಲಿ ಇಂಟೆರ್‌ರೈಲ್ ಪಾಸ್ ಕೊಂಡುಕೊಂಡು ಯೂರೋಪಿನ ತುಂಬಾ ಅಡ್ಡಾಡುತ್ತಿದ್ದ. ಇದೇ ಸಮಯದಲ್ಲಿ ಅವನ ಅತಿಯಾದ ಡ್ರಗ್ ಸಮಸ್ಯೆ ಶುರುವಾಗಿದ್ದಿರಬಹುದು.

ಈ ವಿಷಯ ನನಗೂ ಗೊತ್ತಿರಲಿಲ್ಲ. ನನಗೆ ಈವಾನ್‌ನ ಬಗ್ಗೆ ಹೆಚ್ಚೆಂದರೆ ಏನು ಗೊತ್ತಿತ್ತು? ಆ 1ನೇ ಜೂನ್‌ನ ಬೇಸಿಗೆ ಸಂಜೆ, ಅವನ ದರ್ಪದ ನಗೆ, ಐದು ಮಾತ್ರೆಗಳಿಗೆ ನೂರು ಯೂರೋ ಬೇಡಿಕೆಯಿಟ್ಟಿದ್ದು ನೆನಪಾದವು.

ವಿಕ್ಟೋರ್: ಯೂರೋಪಿನ ಉತ್ತಮ ರೈಲು ಮಾರ್ಗಗಳು ಅವನಿಗೆ ಗೊತ್ತಿದ್ದವು. ಜರ್ಮನಿಯಿಂದ ಗ್ರೀಸ್ ದೇಶಕ್ಕೆ 60-80ರ ದಶಕದಲ್ಲಿ ಸಂಪರ್ಕ ಕಲ್ಪಿಸುತ್ತಿದ್ದ ಹೆಲ್ಲಾಸ್ ಎಕ್ಸ್‌ಪ್ರೆಸ್‌ನ ಮಾರ್ಗ ಅವನಿಗೆ ಅಚ್ಚುಮೆಚ್ಚು. ಆ ರೈಲು ಡೋರ್ಟ್‌ಮುಂಡ್ ನಗರದಿಂದ ರಾತ್ರಿ ಹೊರಟು ಬೆಲ್‌ಗ್ರೇಡ್, ಸ್ಕೋಪ್ಯೆ ಮತ್ತು ಥೆಸ್ಸಲೋನಿಕಿ ಮಾರ್ಗವಾಗಿ ಎಥೆನ್ಸ್ ನಗರ ಸೇರುತ್ತಿತ್ತು.

ರಾತ್ರಿರೈಲಿನಲ್ಲಿ ಪಯಣಿಸಿದ ಅನುಭವ ನನಗಿಲ್ಲವಾದರೂ ರೈಲಿನಲ್ಲಿ ಮಲಗಿಕೊಂಡು ಸ್ಕೋಪ್ಯೆ ನಗರವನ್ನು ಕಿಟಕಿಯಿಂದ ನೋಡಿದ ಹಾಗೆ ಕಲ್ಪಿಸಿಕೊಂಡೆ. ಅದು ನಾರ್ತ್ ಮೆಸಿಡೋನಿಯಾದಲ್ಲಿದೆ ಅನ್ನಿಸುತ್ತೆ. ನನಗೆ ಸ್ಕೋಪ್ಯೆ ನಗರದ ಬಗ್ಗೆ ಏನೇನೂ ಗೊತ್ತಿಲ್ಲದಿದ್ದರೂ ಆ ಊರು ನನಗೆ ಹಿಡಿಸಿಬಿಟ್ಟಿತು. ನನ್ನ ಕಲ್ಪನೆಯಲ್ಲಿ ಅಲ್ಲಿ ಗಾಢನೀಲಿ ನದಿಗಳ ಮೇಲೆ ಕಡುಹಳದಿ ಸೇತುವೆಗಳಿದ್ದವು. ನನ್ನ ಕಲ್ಪನೆಯ ರೈಲು ಡಬ್ಬಿಯಲ್ಲಿ ನನ್ನೊಬ್ಬಳಿಗೇ ಒಂದು ಕ್ಯಾಬಿನ್ ಇತ್ತು. ಆ ಕ್ಯಾಬಿನ್‌ನ ಬಾಗಿಲು ತೆರೆದುಕೊಂಡಿತು. ಅಲ್ಲಿ ರೈಲ್ವೆ ಟಿಸಿ ಇರಲಿಲ್ಲ, ಬದಲಿಗೆ ಈಡಾ ಮತ್ತು ವಿಕ್ಟೋರ್ ಮೂರು ಲೋಟಗಳನ್ನು ಕೈಯಲ್ಲಿ ಹಿಡಿದು ನಿಂತಿದ್ದರು.

ನನ್ನ ಕಲ್ಪನೆಯ ಹೆಲ್ಲಾಸ್ ಎಕ್ಸ್‌ಪ್ರೆಸ್ ತಟಕ್ಕನೆ ನಿಂತುಹೋಯಿತು. ವಿಕ್ಟೋರ್ ನನ್ನ ತಲೆಯನ್ನು ಅವನ ಹೊಟ್ಟೆಯ ಮೇಲಿಂದ ತೆಗೆದು ಕೆಳಗೆ ಹುಲ್ಲುಗಾವಲಿನ ಮೇಲಿರಿಸಿದ್ದ. ಉಸಿರಿನ ಏರಿಳಿತದಿಂದ ಹೊಟ್ಟೆ ಮೆತ್ತನೆ ದಿಂಬಿನಂತೆ ಬೆಚ್ಚಗಿತ್ತು, ಆದರೆ ಗಟ್ಟಿ ನೆಲ ತಣ್ಣಗಿತ್ತು. ನಾನು ಕಣ್ಣು ತೆರೆದಾಗ ಅವನು ಎದ್ದು ಪಕ್ಕದಲ್ಲಿ ಕುಳಿತಿದ್ದ. ವೈದ್ಯನೊಬ್ಬನು ರೋಗಿಯನ್ನು ಮಲಗಿಸಿ ಪರೀಕ್ಷಿಸುವಂತೆ ನನ್ನನ್ನು ನೋಡುತ್ತಿದ್ದ. ನನ್ನ ಎಡಗೆನ್ನೆಯ ಮೇಲೆ ತನ್ನ ಬಲಗೈಯನ್ನು ಇಟ್ಟ. ಏನನ್ನೋ ಹುಡುಕುವಂತೆ-ನನಗೂ ತಿಳಿಯದ ಯಾವುದೋ ಪ್ರಶ್ನೆಗೆ ಉತ್ತರ ಹುಡುಕುವಂತೆ-ನನ್ನ ಮುಖವನ್ನು ಸಮಗ್ರವಾಗಿ ನೋಡಿದ. ಅವನ ಕಣ್ಣುಗಳು ಮತ್ತೆ ನನ್ನ ಕಣ್ಣುಗಳನ್ನು ಸಂಧಿಸಿದವು. ಏನನ್ನೋ ಯೋಚಿಸಿ ತಲೆಯಲ್ಲಾಡಿಸಿದ.

ವಿಕ್ಟೋರ್: ಹೀಗಾಗುತ್ತೆ ಎಂದು ನಾನು ಎಣಿಸಿಯೇ ಇರಲಿಲ್ಲ.

ನಾನು: ಹೇಗಾಗುತ್ತೆ ಎಂದು?

ಒಂದೆರಡು ಕ್ಷಣ ಮೌನ.

ವಿಕ್ಟೋರ್: ನಿನ್ನ ಜೊತೆ.

ಮತ್ತೆ ಪಕ್ಕಪಕ್ಕದಲ್ಲಿ ಹುಲ್ಲಿನ ಮೇಲೆ ಸ್ವಲ್ಪಹೊತ್ತು ಮಲಗಿದೆವು. ಕತ್ತಲು ಕವಿಯಿತು. ಅವನು ಕ್ಲಬ್‌ಗೆ ಹೋಗಿ ನೃತ್ಯ ಮಾಡೋಣ ಎಂದ. ಆ ದಿನ ನಾನು ಈವಾನ್ ಮತ್ತು ಮಾರ್ಲೇನರ ಜೊತೆ ಹೋದದ್ದು ಅದೇ ಕ್ಲಬ್‌ಗೆ. ಇಂದಿನ ಡಿಜೆ ಅವನ ಹಾಮ್‌ಬುರ್ಗ್‌ನ ಗೆಳೆಯನಂತೆ. ನನಗೆ ಹೋಗಲು ಇಷ್ಟವೇ ಇರಲಿಲ್ಲ. ಆದರೆ ಮನೆಯಿಂದ ಹೊರಗೆ ಹೋಗುವುದು ವಿಕ್ಟೋರ್‌ನ ಮನಸ್ಸಿಗೆ ಮುದ ನೀಡಬಹುದು ಎಂಬ ಕಾರಣಕ್ಕೆ, ಮೇಲಾಗಿ ಅಲ್ಲಿಗೆ ಒಮ್ಮೆ ಹೋಗಿಬರುವುದು ನನಗೂ ಒಳ್ಳೆಯದು ಎಂದು ನಿರ್ಧರಿಸಿ ಹೋಗಲು ಒಪ್ಪಿದೆ.

ನಾನು: ಸರಿ, ನೀನು ಸ್ನಾನ ಮಾಡಿ ಬಾ. ಅಷ್ಟರಲ್ಲಿ ತಿನ್ನಲು ಏನಾದರೂ ಮಾಡುತ್ತೇನೆ.

ಹೊಲಗಳ ನಡುವಿನ ಕಾಲ್ದಾರಿಯ ದಾರಿಯಲ್ಲಿ ಕ್ಲಬ್‌ನ ಕಡೆಗೆ ನಡೆದೆವು. ಕೆಲ ವಾರಗಳ ಹಿಂದೆಯಷ್ಟೇ ಅದೇ ದಾರಿಯಲ್ಲಿ-ಆದರೆ ವಿರುದ್ಧ ದಿಕ್ಕಿನಲ್ಲಿ-ಜೊತೆಗೆ ನಡೆದು ಬಂದಿದ್ದೆವು. ಅಂದು ಇದ್ದಂತೆ ಇಂದು ನಮ್ಮ ನಡುವೆ 40 ಸೆಂಟಿಮೀಟರ್ ಅಂತರವಿರಲಿಲ್ಲ. ಒಂದು ಸೆಂಟಿಮೀಟರ್ ಕೂಡ ಇರಲಿಲ್ಲ. ಅವನ ಕೈ ನನ್ನ ಹೆಗಲ ಮೇಲಿತ್ತು. ಅವನು ಇಟ್ಟ ಕೈಯನ್ನು ಹಿಂದಕ್ಕೆ ತೆಗೆಯಬಾರದೆಂದು ನಾನು ಅವನ ಕೈಯನ್ನು ಭದ್ರವಾಗಿ ಹಿಡಿದುಕೊಂಡಿದ್ದೆ.

ಈ ದಾರಿಯೇ ಇನ್ನಷ್ಟು ಉದ್ದವಾಗಿ ನೇರ ಕಡಲತೀರವನ್ನು ಮುಟ್ಟುವಂತಿದ್ದರೆ ಎಷ್ಟು ಚೆನ್ನಾಗಿರುತ್ತಿತ್ತು. ಜರ್ಮನಿಯ ಉತ್ತರ ಸಮುದ್ರತೀರಕ್ಕೆ ನಡೆದು ಹೋಗಲು ಸುಮಾರು 100 ಗಂಟೆಗಳು ಬೇಕಾಗಬಹುದು. ಹೀಗೇ ನಡೆದರೆ ಅದು ಅಸಾಧ್ಯವಲ್ಲ. ನಡುನಡುವೆ ವಿರಾಮಗಳು ಬೇಕಾಗಬಹುದು.

ಕ್ಲಬ್‌ಗೆ ಅನತಿ ದೂರದಲ್ಲಿದ್ದಾಗಲೇ ಅಲ್ಲಿನ ಸಂಗೀತ ಮತ್ತು ಬೇಸ್‌ನ ತರಂಗಗಳು ನಮ್ಮನ್ನು ತಟ್ಟಿದವು. ಕ್ಲಬ್‌ನ ಬಾಗಿಲ ಬಳಿ ದ್ವಾರಪಾಲಕರಿಂದ ತಿರಸ್ಕೃತರಾದ ಒಂದಿಷ್ಟು ಜನ ತಮ್ಮನ್ನು ಒಳಗೆ ಬಿಡಲಿಲ್ಲವೆಂದು ಕೋಪಗೊಂಡು, ನಮಗೂ ಹಿಂತಿರುಗಿ ಹೋಗುವಂತೆ ಸಲಹೆ ನೀಡಿ, “ಗಬ್ಬು ಕ್ಲಬ್ಬು” ಎಂದು ಬೈದುಕೊಳ್ಳುತ್ತಾ ಹಿಂದಿರುಗುತ್ತಿದ್ದರು. ಸರತಿಸಾಲು ಸುಮಾರು 80 ಮೀಟರ್‌ಗಳಿಗಿಂತಲೂ ಉದ್ದವಿತ್ತು. ಆದರೆ ನಾವು ಅಲ್ಲಿ ನಿಂತು ಕಾಯಬೇಕಿರಲಿಲ್ಲ. ನೇರವಾಗಿ ದ್ವಾರಪಾಲಕನ ಬಳಿಗೆ ನಡೆದೆವು.

ವಿಕ್ಟೋರ್: ವಿಕ್ಟೋರ್ ವೋಲ್‌ಕೋವ್. ಗೆಸ್ಟ್‌ಲಿಸ್ಟ್‌ನಲ್ಲಿ ನನ್ನ ಹೆಸರಿದೆ. ಇವಳು ನನ್ನ ಗರ್ಲ್‌ಫ್ರೆಂಡ್.

ಕ್ಲಬ್‌ನ ಒಳಗೆ ನಾನು ಯಾವಾಗ ಕಾಲಿಟ್ಟರೂ ಒಂದೈದು ನಿಮಿಷ ಅಲ್ಲಿ ನಡೆಯುವುದೆಲ್ಲಾ ವಿಚಿತ್ರ ಅನ್ನಿಸುತ್ತದೆ. ಹೊರಪ್ರಪಂಚದ ರೀತಿನೀತಿಗಳೆಲ್ಲಾ ಅಲ್ಲಿ ತಲೆಕೆಳಗಾಗಿರುತ್ತವೆ. ಕುಡಿದು ತೂರಾಡುವ ದೇಹಗಳು, ಎವೆಯಿಕ್ಕದೆ ನೋಡುವ ಕಣ್ಣುಗಳು, ಇಕ್ಕಟ್ಟಾದ ಜಾಗದಲ್ಲಿ ಮೈಗೆ ಮೈ ತಾಗಿಸಿ ಕುಣಿಯುವ ಶರೀರಗಳು. ಅದು ನನ್ನ ಜಾಗವಲ್ಲ, ಅಲ್ಲಿ ನಡೆಯುವ ವಿಚಿತ್ರಗಳಿಗೆ ನಾನು ಪಾಲುದಾರಳೂ ಆಗುವುದಿಲ್ಲ. ಬೆಚ್ಚನೆಯ ಹಾಸಿಗೆ ನನ್ನ ಜಾಗ. ಯಾವುದೋ ಪರಸ್ಥಳಕ್ಕೆ ಬಂದಂತೆ ಅನ್ನಿಸಿ ಒಡನೆಯೇ ಅಲ್ಲಿಂದ ಕಾಲುಕೀಳುವ ತವಕವಾಯಿತು. ಆದರೆ ಸಂಗೀತ ಕಿವಿಗೆ ಬಿದ್ದೊಡನೆ ಅವೆಲ್ಲವೂ ಮರೆತುಹೋದವು. ನನಗೆ ರುಚಿಸದ ಎಲ್ಲಾ ಸಂಗತಿಗಳನ್ನೂ ಸಂಗೀತ ಮರೆಮಾಚಿತು. ಕಣ್ಣು ಮುಚ್ಚಿ ಬೆರಳ ತುದಿಗಳಲ್ಲಿ ಸಂಗೀತದ ಬಡಿತವನ್ನು ಆಸ್ವಾದಿಸಿದೆ. ಅದು ಕ್ರಮೇಣ ಕೈ, ತೋಳು, ಹೊಟ್ಟೆ, ಎದೆಗಳಿಗೆ ಹಬ್ಬಿತು, ನೆತ್ತಿಯಿಂದ ಕಾಲಿನ ಹೆಬ್ಬೆರಳ ತುದಿಯವರೆಗೂ ಸಂಪೂರ್ಣವಾಗಿ ಹಬ್ಬಿತು. ಮೈ ಹಗುರವಾಗಿ ಸಡಿಲವಾಯಿತು. ನಾನು ಮತ್ತು ಸಂಗೀತ, ಸಂಗೀತ ಮತ್ತು ನಾನು. ಮತ್ತು ಅವನು. ವಿಕ್ಟೋರ್ ವೋಲ್‌ಕೋವ್. ನನ್ನ ಪಕ್ಕದಲ್ಲಿ ನಿಂತು ಕಣ್ಣುಮುಚ್ಚಿ ಸಂಗೀತವನ್ನು ಆಸ್ವಾದಿಸುತ್ತಿದ್ದ. ಅವನ ಕೆನ್ನೆಗಳು ಕೆಂಪಾಗಿದ್ದವು. ನಾವು ಎದುರುಬದುರು ನಿಂತೆವು, ಸಮಯವೂ ನಿಂತಿತು. ಕಣ್ಣಲ್ಲಿ ಕಣ್ಣಿಟ್ಟು ನೋಡಿದೆವು. ಝಗಮಗಿಸುವ ಬೆಳಕು ಪಟಪಟನೆ ಮುಖದ ಮೇಲೆ ಬಡಿಯುತ್ತಿತ್ತು. ನಮ್ಮ ಸುತ್ತಲೂ ಸಂಗೀತಕ್ಕೆ ತಕ್ಕಂತೆ ಮೈ ಕುಣಿಸುವ ಶರೀರಗಳು.

ಸಂಗೀತ ಹಿನ್ನೆಲೆಗೆ ಸರಿಯಿತು.

ಅವನ ಮಂಜುನೀಲಿ ಕಣ್ಣುಗಳನ್ನು ದಿಟ್ಟಿಸಿದೆ. ನಿಯರ್ ಡೆತ್ ಎಕ್ಸ್‌ಪಿರಿಯೆನ್ಸ್ ಸಾವಿನಂಚಿನ ಅನುಭವದ ರೀತಿ ಒಂದರ ಹಿಂದೆ ಒಂದರಂತೆ ಚಿತ್ರಗಳು ಕಣ್ಣ ಮುಂದೆ ಸುಳಿಯತೊಡಗಿದವು. ಜುಲೈ ತಿಂಗಳ ಆ ಸಂಜೆ ವಿಕ್ಟೋರ್ ಈಜುಕೊಳದ ಬದಿಯಲ್ಲಿ ನಿಂತದ್ದು, ಅಂದು ಈಡಾ ಮತ್ತು ನಾನು ಅವನ ಮನೆಯಲ್ಲಿ ಉಳಿಯಲು ಹೋದಾಗ

ಅವನು ಗಲಿಬಿಲಿಗೊಂಡದ್ದು, ನನಗೆ ವಿಪರೀತ ಜ್ವರವಿದ್ದಾಗ ನನ್ನ ಪಕ್ಕದಲ್ಲೇ ಇದ್ದು ನನ್ನನ್ನು ನೋಡಿಕೊಂಡದ್ದು, ಹಕ್ಕಿಗಳ ಹಿಂಡು, ನಮ್ಮ ಮೊದಲ ಚುಂಬನ, ಕೆಂಪುವೈನ್ ಬಣ್ಣದ ಅವನ ಕೆನ್ನೆಗಳು, ನಾನು ತಯಾರಿಸಿದ ಪಾಸ್ತಾ ಬೊಲೊನ್ಯೇಸವನ್ನು ತಿನ್ನುವುದಕ್ಕೆ ಮೊದಲೇ ತುಂಟ ನಗೆಯನ್ನು ನಕ್ಕು ಅದು ರುಚಿಯಾಗಿಯೇ ಇರುತ್ತದೆ ಎಂದು ಘೋಷಿಸಿದ್ದು, ಆ ನಗೆಗೆ ಅವನ ಕಣ್ಣ ನೀಲಿಯು ಮಂಜಿನಂತೆ ಕರಗಿದ್ದು, ಎಲ್ಲವೂ ಕಂಡವು. ನನಗೆ ಅವನ ಕಣ್ಣಿನಲ್ಲಿ ಕಂಡ ಚಿತ್ರಗಳೆಲ್ಲವೂ ನನ್ನ ಕಣ್ಣಿನಲ್ಲಿಯೂ ಅವನಿಗೆ ಕಂಡವೇ? ಹಾಗಾಗಿರದಿದ್ದರೆ ಸಾಕು. ಆ ದೃಶ್ಯಗಳಿಂದ ನನಗೆ ಮುಜುಗರವಾಗಿತ್ತು. ಊರು ಬಿಡುವ ಮುನ್ನ ಮನಸ್ಸಿನಲ್ಲಿ ಅಚ್ಚೊತ್ತಿಕೊಳ್ಳಲೆಂಬಂತೆ ನನ್ನ ಮುಖವನ್ನು ದಿಟ್ಟಿಸಿ ನೋಡಿದ.

ನಾನು: ಹಾಗಾದರೆ ಇದು ವಿದಾಯವೇ?

ವಿಕ್ಟೋರ್ ಅಲ್ಲವೆಂದು ತಲೆಯಲ್ಲಾಡಿಸಿದ.

ವಿಕ್ಟೋರ್: ಅದಕ್ಕೆ ವಿರುದ್ಧ.

ನಾನು: ವಿದಾಯದ ವಿರುದ್ಧಾರ್ಥಕ ಪದವೇನು?

ಒಂದು ಕ್ಷಣ ಯೋಚಿಸಿದ.

ವಿಕ್ಟೋರ್: ಆಗಮನ?

ನಾನು: ಪ್ರಶ್ನಾರ್ಥಕ ಚಿಹ್ನೆಯೇಕೆ?

ವಿಕ್ಟೋರ್: ಗೊತ್ತಿಲ್ಲ.

ವಿಕ್ಟೋರ್: ಸರಿಯಾದ ಪದ ಸಿಗುತ್ತಿಲ್ಲ. ಅಥವಾ, ಇದು ನಾನು ನಿನಗೆ ಕೇಳುವ ಪ್ರಶ್ನೆ ಇರಬಹುದು.

ನಾನು: ಒಂದುವೇಳೆ ಅದು ಪ್ರಶ್ನೆಯಾಗಿದ್ದರೆ ಅದಕ್ಕೆ ನನ್ನ ಒಪ್ಪಿಗೆ ಇದೆ.

ನಾನು: ಆಗಮನ. ಚೆನ್ನಾಗಿದೆ.

ವಿಕ್ಟೋರ್ ಮುಗುಳ್ನಕ್ಕ.

ವಿಕ್ಟೋರ್: ಸರಿ.

ನಾನು ಅವನನ್ನು ಚುಂಬಿಸಿದೆ. ಅದು ವಿದಾಯವಲ್ಲ, ಆಗಮನ ಎಂದು ತಿಳಿದು ನನ್ನೆದೆಯ ಭಾರವೆಲ್ಲಾ ಇಳಿದುಹೋಯಿತು.

ನಸುಕಿನಲ್ಲಿ ಹೊಲದ ದಾರಿಯಲ್ಲಿ ಕಡಲತೀರಕ್ಕೆ ಹೋಗದೆ ಮನೆಯ ಕಡೆಗೆ ನಡೆದೆವು. ಪರವಾಗಿಲ್ಲ, ಅದಕ್ಕೆ ಇನ್ನೂ ಸಮಯವಿದೆ. ಈಗಷ್ಟೇ ಒಬ್ಬರ ಜೀವನದಲ್ಲಿ ಇನ್ನೊಬ್ಬರ ಆಗಮನವಾಗಿದೆ.

■

ಸೂಪರ್‌ಮಾರ್ಕೆಟ್‌ನ ಕೌಂಟರ್‌ನಲ್ಲಿ ಕುಳಿತು ಒಂದಾದ ಮೇಲೆ ಒಂದರಂತೆ ವಸ್ತುಗಳನ್ನು ಸ್ಕ್ಯಾನರ್‌ನ ಮುಂದೆ ಹಿಡಿದು ಪಕ್ಕಕ್ಕೆ ಹಾಕಿದೆ. ಊಹಿಸುವ ಆಟಕ್ಕೆ ಅವಕಾಶವೇ ಕೊಡದಂತೆ ವಿಕ್ಟೋರ್ ಮನಸ್ಸಿನಲ್ಲಿ ತುಂಬಿಹೋಗಿದ್ದ. ಅವನ ಜೊತೆ ಕಳೆದ ದಿನಗಳು, ಅವನ ಜೊತೆ ಕಳೆದ ಹಿಂದಿನ ರಾತ್ರಿ, ಅಲಾರ್ಮ್ ಹೊಡೆಯುವವರೆಗೂ ಅವನನ್ನು ಅಪ್ಪಿಕೊಂಡು ಮಲಗಿದ್ದು. ಅವನು ನನ್ನ ಹೊಟ್ಟೆಯ ಮೇಲೆ ಹೂಮುತ್ತಿಟ್ಟದ್ದನ್ನು ನೆನೆದಾಗ ಹೊಟ್ಟೆಯೊಳಗೆ ಏರೋಪ್ಲೇನ್ ಚಿಟ್ಟೆಗಳು ರೆಕ್ಕೆ ಬಡಿಯತೊಡಗಿದವು. "ಸಾಕು ನಿಲ್ಲಿಸಿ, ನಾನೇನೂ ಹದಿವಯಸ್ಸಿನವಳು ಅಲ್ಲ" ಎಂದು ಚೀರಬೇಕೆನಿಸಿತು. ಹಾಗೆ ಮಾಡದೆ ಬ್ರೌನಿಯನ್ ಮೋಷನ್ ಮತ್ತು ಸ್ಟೋಕ್ಯಾಸ್ಟಿಕ್ ಕ್ಯಾಲ್ಕುಲಸ್‌ನ ಬಗ್ಗೆ ಬಲವಂತವಾಗಿ ಯೋಚಿಸತೊಡಗಿದೆ. ನಾನು ಅರ್ಜಿ ಸಲ್ಲಿಸಿದ್ದ ಪಿಎಚ್‌ಡಿ ಹುದ್ದೆಗೆ ಆ ವಿಷಯಗಳ ಅಭ್ಯಾಸ ಸಹಕಾರವಾದೀತು ಎಂದು ಕೆಲದಿನಗಳಿಂದ ಅವುಗಳ ಬಗ್ಗೆ ಓದುತ್ತಿದ್ದೆ. ಉಹೂಂ, ಏರೋಪ್ಲೇನ್ ಚಿಟ್ಟೆಗಳ ಕಚಗುಳಿಯನ್ನು ತಡೆದು ನಿಲ್ಲಿಸಲು ನನ್ನಿಂದ ಸಾಧ್ಯವಾಗಲಿಲ್ಲ. ನನ್ನೊಳಗಿನಿಂದ ಒಂದೊಂದೇ ಏರೋಪ್ಲೇನ್ ಚಿಟ್ಟೆಯನ್ನು ಹೊರತೆಗೆದು ಸ್ಕ್ಯಾನರ್‌ನ ಮುಂದೆ ಹಿಡಿದು ಪಕ್ಕಕ್ಕೆ ಹಾಕುತ್ತಿರುವ ಹಾಗೆ ಕಲ್ಪಿಸಿಕೊಂಡೆ. ಅವು ದೊಡ್ಡ, ಬಲಿಷ್ಠ ಚಿಟ್ಟೆಗಳು. ಅವುಗಳ ಕೊಳವೆಯಂತಹ ಹೊರಮೈಯನ್ನು ಕೈಯಲ್ಲಿ ಹಿಡಿದಾಗ ಅದರ ದೃಢತೆಯಿಂದ ನನಗೆ ಆಶ್ಚರ್ಯವಾಯಿತು. ಅವು ವಿಸ್ಮಯಕಾರಿ ಜೀವಿಗಳು. ತಿಳಿನೇರಳೆ, ರಕ್ತಗೆಂಪು, ಕಡಲನೀಲಿ ಸೇರಿದಂತೆ ಮೈಮೇಲೆ ಎಷ್ಟೊಂದು ಬಣ್ಣಗಳು.

ಅವುಗಳ ಪಾರದರ್ಶಕ ರೆಕ್ಕೆಗಳ ಮೇಲಿನ ಅತಿಸೂಕ್ಷ್ಮ ನರಜಾಲವನ್ನು ಯಾವುದೋ ಮಾಯಾಲೋಕದಲ್ಲಿಯೇ ಹೆಣೆದಿರಬೇಕು. ಇಂಗ್ಲೀಷಿನಲ್ಲಿ ಅವಕ್ಕೆ ಡ್ರಾಗನ್ ಫ್ಲೈ ಎಂದು ಹೆಸರು. ನಾನು ಹೆಚ್ಚುಹೆಚ್ಚು ಡ್ರಾಗನ್ ಚಿಟ್ಟೆಗಳನ್ನು ಸ್ಕ್ಯಾನರ್‌ನ ಮುಂದೆ ಎಳೆದು ಹಿಡಿದು ಬದಿಗೆ ಹಾಕಿದಂತೆಲ್ಲಾ ಅವುಗಳು ಒಟ್ಟಿಗೆ ಸೇರಿಕೊಂಡು ನನ್ನನ್ನು ಅಣಕಿಸಿ ನಗತೊಡಗಿದವು. ಅವುಗಳ ಸಂಕೀರ್ಣ ಕಣ್ಣುಗಳಿಗೆ ಎಲ್ಲವೂ ಕಾಣುತ್ತವೆ. ತಮ್ಮ ಸಹಸ್ರಾರು ನೀಲಿ ಕಣ್ಣುಗಳಿಂದ ನನ್ನನ್ನೇ ನೋಡುತ್ತಾ "ನಿನಗೆ ನಮ್ಮಿಂದ ಮುಕ್ತಿ ಇಲ್ಲ" ಎಂದು ಕಣ್ಣಿನಲ್ಲೇ ಸೂಚಿಸಿದವು. "ನಮ್ಮ ಸಂಖ್ಯೆ, ಗಾತ್ರ ಮತ್ತು ಬಲಗಳು 'ಇನ್ನಷ್ಟು ಹೆಚ್ಚಾಗಲಿವೆ" ಎಂದು ಹೆದರಿಸಿದವು.

ಬೇರೆ ಯಾವ ಕೀಟಕ್ಕೂ ಇಲ್ಲದ ಹಿಂದಕ್ಕೆ ಹಾರುವ ಸಾಮರ್ಥ್ಯ ಈ ಕೀಟಗಳಿಗೆ ಇವೆ ಎಂದ ಮಾತ್ರಕ್ಕೆ ಎಷ್ಟು ಕೊಬ್ಬು ಇವಕ್ಕೆ! "ನಿಮ್ಮಗಳ ಜೀವಿತಾವಧಿ ಕೇವಲ ಎರಡರಿಂದ ಎಂಟು ವಾರಗಳಷ್ಟೇ" ಎಂದು ಕೂಗಿ ಹೇಳುವ ಬಯಕೆಯನ್ನು ತಡೆದುಕೊಂಡು, ಮುಂದೆ ನಿಂತ ವ್ಯಕ್ತಿಗೆ "63 ಯೂರೋ 98 ಸೆಂಟ್" ಎಂದೆ.

ನಾಲ್ಕು ಗಂಟೆಗಳ ಬಳಿಕ ನನ್ನ ಶಿಫ್ಟ್ ಮುಗಿಯಿತು. ನಾನು ಪಾಪ್‌ಕಾರ್ನ್ ಮತ್ತು ಶಾಂಘೈ ಚಿಕನ್ ಅನ್ನು ಕೌಂಟರ್‌ನ ಮೇಲೆ ಇಟ್ಟೆ. "3 ಯೂರೋ 30 ಸೆಂಟ್" ಎಂದರು ಫ್ರೌ ಬಾಖ್. ಅವರಿಗೆ ಹಣ ತೆತ್ತು, ಸಾಮಾನನ್ನು ಬ್ಯಾಗಿಗೆ ತುಂಬಿಕೊಂಡು ಮನೆಗೆ ನಡೆದೆ.

ಈಡಾ ಮತ್ತು ಮಾಮಾರನ್ನು ಕೆಲವು ದಿನಗಳಿಂದ ಮರೆತೇಬಿಟ್ಟಿದ್ದೆ. ಅಲ್ಲ, ಈಡಾಳನ್ನು ಮರೆತಿರಲಿಲ್ಲ, ಮಾಮಾಳನ್ನು ಬಲವಂತವಾಗಿಯೇ ಮರೆತಿದ್ದೆ. ಈಡಾ ಮನೆಯಲ್ಲಿರಲಿಲ್ಲ. ಆತಂಕ ಶುರುವಾಯಿತು. ಮಾಮಾ ಸೋಫಾದ ಮೇಲೆ ಮಲಗಿದ್ದಳು. ಅವಳ ಆಂಟಿ-ಡಿಪ್ರೆಸೆಂಟ್ ಮಾತ್ರೆಗಳು ಪರಿಣಾಮ ಬೀರಲು ಇನ್ನೊಂದೆರಡು ವಾರಗಳ ಸಮಯವಿತ್ತು.

ನಾನು: ಈಡಾ ಎಲ್ಲಿ?

ಮಾಮಾ: ಸಮೀರಾಳ ಮನೆಯಲ್ಲಿ.

ನಾನು: ಸಮಾರಾ.

ನಾನು: ನೀನು ಹೇಗಿದ್ದೀಯ?

ಮಾಮಾ: ಓಕೆ.

ಅಡುಗೆಮನೆ ಸ್ವಚ್ಛವಾಗಿತ್ತು, ಫ್ರಿಜ್ಜು ತುಂಬಿತ್ತು. ತಾಜಾ ಕಾಮಕಸ್ತೂರಿ ಗಿಡವೊಂದು ಊಟದ ಮೇಜಿನ ಮೇಲೆ ನಿಂತಿತ್ತು. ಅಷ್ಟು ದಿನಗಳ ಬಳಿಕ ಮನೆಗೆ ಬಂದ ನಾನು ಏನಾದರೂ ಉಪಯುಕ್ತ ಕೆಲಸ ಮಾಡಬೇಕೆಂದು ಸುತ್ತಲೂ ನೋಡಿದೆ. ಆದರೆ ಮಾಡಲು ಏನೂ ಉಳಿದಿರಲಿಲ್ಲ. ಫ್ರಿಜ್ಜಿನಲ್ಲಿ ಸಾಮಾನುಗಳು ತುಂಬಿದ್ದವು, ಗಿಡಗಳಿಗೆ ನೀರುಣಿಸಲಾಗಿತ್ತು, ಕಾಗದಪತ್ರಗಳನ್ನು ಅಂಚೆಪೆಟ್ಟಿಗೆಯಿಂದ ಹೊರತೆಗೆಯಲಾಗಿತ್ತು, ಒಗೆಯಲು ಬಟ್ಟೆಗಳು ಇರಲಿಲ್ಲ, ಸ್ನಾನದ ಮನೆ ಸ್ವಚ್ಛವಾಗಿ ಹೊಳೆಯುತ್ತಿತ್ತು. ಈಡಾಳನ್ನು ಮೆಚ್ಚಲೇಬೇಕು. ಅವಳ ಸಾಮರ್ಥ್ಯವನ್ನು ಸರಿಯಾಗಿ ಅರಿತುಕೊಳ್ಳದೆ, ನನ್ನನ್ನು ಬಿಟ್ಟು ಅವಳ ಜೀವನ ನಡೆಯುವುದೇ ಇಲ್ಲವೆಂದು ಭಾವಿಸಿದ ನನ್ನ ಬಗ್ಗೆ ನನಗೇ ನಾಚಿಕೆಯಾಯಿತು. ಅವಳ ಕಾರ್ಯವನ್ನು ಕಂಡು ಹೆಮ್ಮೆಯಾದರೂ ಅವಳಿಗೆ ನನ್ನ ಆವಶ್ಯಕತೆ ಇರಲೇ ಇಲ್ಲವೆಂದು ಮನಗಂಡು ಕೊಂಚ ಬೇಸರವಾಯಿತು.

ಅಡುಗೆಮನೆಗೆ ಹೋಗಿ ಅವಳ ಇಷ್ಟದ ಯಾವ ತಿಂಡಿಯನ್ನು ತಯಾರಿಸಬಹುದು ಎಂದು ವಿಚಾರ ಮಾಡಿದೆ.

ಫ್ರೆಂಚ್ ಟೋಸ್ಟ್, ಸಿಹಿ ಬನ್ನು, ಸಿಹಿ ಹಾಲನ್ನ ಅಥವಾ ಆಪಲ್ ಪ್ಯಾನ್‌ಕೇಕ್ ಯಾವುದಾದರೂ ಆಗಬಹುದು, ಆದರೆ ಮುಖ್ಯವಾಗಿ ಅದರ ಜೊತೆ ವೆನಿಲಾ ಸಾಸ್ ಇರಲೇಬೇಕು. ಈಡಾಳಿಗೆ ವೆನಿಲಾ ಸಾಸ್ ಅಚ್ಚುಮೆಚ್ಚು. ಡಾ. ಓಟ್ಕರ್ ಗುರುತಿನ ವೆನಿಲಾ ಸಾಸ್ ಮಿಶ್ರಣವನ್ನು ಅಡುಗೆಮನೆಯಲ್ಲಿ ಕಂಡರೆ ಸಾಕು, ಇಡಿಯ ಪ್ಯಾಕೆಟ್ಟನ್ನು ಒಂದು ಬಟ್ಟಲಲ್ಲಿ ಸುರಿದುಕೊಂಡು, ಅದಕ್ಕೆ ಹಾಲು ಬೆರೆಸಿಕೊಂಡು ಆಸ್ವಾದಿಸುತ್ತಾ ತಿನ್ನುತ್ತಾಳೆ. ಬೆನ್-ಅಂಡ್-ಜೆರಿಸ್ ಐಸ್‌ಕ್ರೀಮ್ ಮತ್ತು ಡಾ. ಓಟ್ಕರ್ ವೆನಿಲಾ ಸಾಸ್, ಇವೆರಡು ಖಾದ್ಯಗಳು ಮಾತ್ರ ಇವೇ ಗುರುತಿನವು ಆಗಬೇಕು. ಇವೆರಡರ ಅಗ್ಗದ 'ಚೀಪ್ ಅಂಡ್ ಬೆಸ್ಟ್' ಅವತಾರಗಳನ್ನು ಈಡಾ ಬಿಲ್‌ಕುಲ್ ಒಪ್ಪುವುದಿಲ್ಲ.

ಟೋಸ್ಟ್ ಮಾಡಲು ಬ್ರೆಡ್ಡಿನ ತುಂಡನ್ನು ಕಾವಲಿಯ ಮೇಲೆ ಹಾಕಿದೆ. ಈಡಾ ಬರುವುದು ಕಿಟಕಿಯಿಂದ ಕಂಡಿತು. ಓವರಾಲ್ಸ್ ಹಾಗೂ ನನ್ನದೊಂದು ಜಾಕೆಟ್ ಧರಿಸಿ, ಫಿಶ್‌ಬೋನ್ ಮಾದರಿಯಲ್ಲಿ ಜಡೆ ಹೆಣೆದುಕೊಂಡು, ಸ್ಕೂಪಿ ಬ್ಯಾಗಿನ ಪಟ್ಟಿಗಳ ನಡುವೆ ಕೈಸಿಕ್ಕಿಸಿ ಖುಷಿಯ ರಸ್ತೆಯಲ್ಲಿ ನಡೆದು ಬರುತ್ತಿದ್ದಳು. ಒಪ್ಪಂದದಂತೆ ಸರಿಯಾದ ಸಮಯಕ್ಕೆ–ಕತ್ತಲಾಗುವ ಮೊದಲೇ–ಮನೆ ಸೇರಿಕೊಳ್ಳುತ್ತಿದ್ದಳು. ನಡೆಹಾದಿಯಂಚಿನ ಒಂದೊಂದು ತಡೆಗಲ್ಲಿನ ಮೇಲೆ ಎರಡೆರಡು ಹೆಜ್ಜೆಯಿಟ್ಟು ಏಕಾಗ್ರತೆಯಿಂದ ನಡೆಯುತ್ತಿದ್ದಳು. ನಡೆಯುವ ಶೈಲಿ ಮೊದಲು

ಹೇಗಿತ್ತೋ ಇಂದೂ ಹಾಗೇ ಇದೆ. ನಾನು ಒಳಗಿನಿಂದ ಕಿಟಕಿಯ ಗಾಜನ್ನು ಬಡಿದೆ. ಅವಳು ಮೇಲೆ ನೋಡಿ ನಸುನಕ್ಕು ಕೈಬೀಸಿದಳು.

ಈಡಾ: ಡಾ. ಓಟ್ಕರ್ ವೆನಿಲಾ ಸಾಸ್‌ಗಿಂತ ರುಚಿಕರವಾದದ್ದು ಯಾವುದು ಗೊತ್ತಾ?

ನಾನು: ಮನೆಯಲ್ಲೇ ಮಾಡಿದ ಬಿಸಿಬಿಸಿ ವೆನಿಲಾ ಸಾಸ್.

ಈಡಾ: ಮೇಲೆ ಚಕ್ಕೆ ಪುಡಿ ಮತ್ತು ಸಕ್ಕರೆ ಉದುರಿಸಬೇಕು.

ನಾನು: ಹೊಸದೊಂದು ವೆನಿಲಾ ಸೂಪ್‌ನ ಆವಿಷ್ಕಾರವನ್ನು ನೀನೇ ಮಾಡಬಹುದು. ನಂಜಿಕೊಳ್ಳುವ ಸಿಹಿ ಸಾಸ್ ಅನ್ನು ಸೂಪ್‌ನಂತೆ ಬಟ್ಟಲು ತುಂಬಾ ತಿನ್ನುವವಳು ನೀನೊಬ್ಬಳೇ.

ಈಡಾ ಫೋನನ್ನು ಹೊರತೆಗೆದಳು.

ಈಡಾ: ಅದು ಆಗಲೇ ಇದೆ. ಸೇಬಿನ ಹೋಳುಗಳು ಬೆರೆಸಿದ ವೆನಿಲಾ ಸೂಪ್.

ಈಡಾ: ನೀನು ಬರ್ಲಿನ್‌ಗೆ ಹೋದಮೇಲೆ ನನಗೆ ಬೇಕಾದಾಗಲೆಲ್ಲಾ ವೆನಿಲಾ ಸೂಪ್ ತಿನ್ನುವೆ. ನಿನ್ನಿಂದ ಅದನ್ನು ತಡೆಯಲು ಆಗುವುದಿಲ್ಲ.

ನಾನು: ನಾನು ಮನೆಯಿಂದ ಹೋಗುವುದನ್ನೇ ನೀನು ಕಾಯುತ್ತಿರುವಂತಿದೆ.

ನಾನು ಸಲ್ಲಿಸಿದ ಅರ್ಜಿಗೆ ಪ್ರತ್ಯುತ್ತರವಾಗಲೀ ಸಂದರ್ಶನಕ್ಕೆ ಕರೆಯಾಗಲೀ ಇನ್ನೂ ಬಂದೇ ಇರಲಿಲ್ಲ.

ಈಡಾ: ಹಾಗೇನಿಲ್ಲ. ಒಮ್ಮೊಮ್ಮೆ ವೆನಿಲಾ ಸೂಪ್ ತಿನ್ನುವ ಆಸೆಯಾಗುತ್ತದೆ. ಮಾಡಿದರೆ ಸರಿಯಾಗಿ ಮಾಡಬೇಕು.

ನಾನು: ನಾನು ಮನೆಯಲ್ಲಿ ಇಲ್ಲದಿದ್ದಾಗ ಮಾಮಾ ಹೇಗಿದ್ದಳು?

ಈಡಾ: ತೊಂದರೆಯಿಲ್ಲ. ಸುಮ್ಮನೆ ಮಲಗಿದ್ದಳು. ಮಾತ್ರೆಗಳು ಕೆಲಸ ಮಾಡಲು ಇನ್ನಷ್ಟು ದಿನಗಳು ಬೇಕು.

ನಾನು: ಊಟ ತಿಂಡಿ ಮಾಡಿದಳಾ?

ಈಡಾ: ನಾನು ಕೊಟ್ಟ ಬ್ರೆಡ್ಡಿನ ತುಂಡುಗಳನ್ನು ತಿಂದಳು. ನಿನ್ನೆ ಅವಳಿಗೂ ನುಟೆಲ್ಲಾ ಟೋಸ್ಟ್ ಮಾಡಿಕೊಟ್ಟೆ.

ನಾನು: ತಿಂದಳಾ?

ಈಡಾ ತಲೆದೂಗುತ್ತಾ: ಹೂಂ, ಅದನ್ನು ತಿಂದು, “ಇದೆಂತಹ ವಿಕೃತಿ” ಎಂದಳು.

ನಾನು: ಪಾಪ್‌ಕಾರ್ನ್ ಇದೆ, ಒಂದು ಡಿವಿಡಿ ಎರವಲು ಪಡೆದು ತಂದಿದ್ದೇನೆ. ನಿನಗೆ ‘ಫ್ಲೈ ಅವೇ ಹೋಮ್’ ಸಿನಿಮಾ ಗೊತ್ತಾ?

ಈಡಾ: ಉಹೂಂ. ಏನದು?

ನಾನು: ಏಮಿ ಎಂಬ ಹುಡುಗಿ ಅದರ ನಾಯಕಿ. ಅವಳ ತಾಯಿ ಸಾಯುತ್ತಾಳೆ. ಆಕೆ ತಂದೆಯ ಜೊತೆಗೆ ಇರಲು ಅಮೇರಿಕಾದಿಂದ ಕೆನಡಾಗೆ ಹೋಗುತ್ತಾಳೆ. ಅವಳಿಗೆ ತಾಯಿಯಿಂದ ಬೇರ್ಪಟ್ಟ ಬಾತುಕೋಳಿಮರಿಗಳ ಹಿಂಡೊಂದು ಸಿಗುತ್ತದೆ. ಅವನ್ನು ಅವಳೇ ಬೆಳೆಸುತ್ತಾಳೆ. ಒಂದು ಸಮಸ್ಯೆ ಎದುರಾಗುತ್ತದೆ. ಅವು ಏಮಿಯನ್ನೇ ತಮ್ಮ ತಾಯಿಯೆಂದು ತಿಳಿದುಕೊಳ್ಳುತ್ತವೆ. ಅವಕ್ಕೆ ಮೇಲೆ ಹಾರುವುದನ್ನು ಮತ್ತು ಚಳಿಗಾಲಕ್ಕೆ ದಕ್ಷಿಣಕ್ಕೆ ಹಾರುವುದನ್ನು ಹೇಳಿಕೊಡಲು ಅವುಗಳ ನಿಜವಾದ ತಾಯಿ ಇರುವುದಿಲ್ಲ. ಇದಕ್ಕಿಂತ ಹೆಚ್ಚು ಹೇಳಲಾರೆ.

ಈಡಾ: ಹೂಂ, ಸಿನಿಮಾ ನೋಡೋಣ.

ಈಡಾಳಿಗೆ ಸಿನಿಮಾ ತುಂಬಾ ಹಿಡಿಸಿತು.

■

ಭಾನುವಾರ ಸಂಜೆ ಈಡಾ ಅಡುಗೆಮನೆಯಲ್ಲಿ ಕುಳಿತು ಆಕ್ರಿಲಿಕ್ ಬಣ್ಣಗಳನ್ನು ಬಳಸಿ ಕ್ಯಾನ್ವಾಸ್‌ನ ಮೇಲೆ ಚಿತ್ರ ಬಿಡಿಸುತ್ತಿದ್ದಳು, ನಾನು ರೈನರ್ ಮರಿಯಾ ರಿಲ್ಕೆ ಬರೆದ 'ದ ನೋಟ್‌ಬುಕ್ಸ್ ಆಫ್ ಮಾಲ್ಟ ಲೌರಿಡ್ಸ್ ಬ್ರಿಗ್ಗೆ' ಓದುತ್ತಿದ್ದೆ.

ನಾನು: ವಿಕ್ಟೋರ್ ಸೋಮವಾರ ಅಥವಾ ಮಂಗಳವಾರ ವಾಪಸ್ಸು ಹೋಗುತ್ತಿದ್ದಾನೆ.

ಈಡಾ: ಹೂಂ.

ಅವಳು ಕ್ಯಾನ್ವಾಸ್‌ನಿಂದ ದೃಷ್ಟಿ ಕದಲಿಸಲಿಲ್ಲ.

ಈಡಾ: ಅವನು ಮತ್ತೆ ಬರುತ್ತಾನೆ, ಅಲ್ವಾ?

ನಾನು: ಇನ್ನೆರಡು ವಾರದಲ್ಲಿ ನಾವು ಕಡಲತೀರಕ್ಕೆ ಪ್ರವಾಸ ಹೋಗಲಿದ್ದೇವೆ.

ಈಗ ಕತ್ತೆತ್ತಿ ನೋಡಿದಳು.

ಈಡಾ: ಹೌದಾ?

ನಾನು ತಲೆದೂಗಿದೆ.

ಈಡಾ: ನೀನು ಮತ್ತು ವಿಕ್ಟೋರ್?

ನಾನು: ನೀನು, ನಾನು ಮತ್ತು ವಿಕ್ಟೋರ್.

ಈಡಾ: ನನ್ನನ್ನು ಕರೆದುಕೊಂಡು ಹೋಗುತ್ತೀರಾ?

ನಾನು: ಮತ್ತಿನ್ನೇನು?

ಈಡಾಳ ನಗೆಯರಳಿತು.

ಈಡಾ ತನ್ನ ಕಲೆಯ ಸಾಮಗ್ರಿಗಳನ್ನು ಒಂದು ಚೀಲದಲ್ಲಿ ತುಂಬಿಸಿ ತನ್ನ ಕೋಣೆಯಲ್ಲಿ ಇಡಲು ಹೋದಳು. ಹತ್ತು ನಿಮಿಷ ಕಳೆದ ನಂತರ ಮತ್ತೆ ಬಂದು ಊಟಕ್ಕೆ ಮೇಜನ್ನು ಸಿದ್ಧಪಡಿಸತೊಡಗಿದಳು.

ಅವಳು ಮೂರು ತಟ್ಟೆಗಳನ್ನು ಮೇಜಿನ ಮೇಲೆ ತೆಗೆದಿಟ್ಟದ್ದನ್ನು ಕಂಡು ನನಗೆ ನೋವಾಯಿತು.

ನಾನು: ಎರಡು ತಟ್ಟೆಗಳು ಸಾಕು ಅನ್ನಿಸುತ್ತೆ.

ಈಡಾ: ಉಹೂಂ. ವಿಕ್ಟೋರ್ ನಮ್ಮೊಟ್ಟಿಗೆ ಊಟ ಮಾಡುತ್ತಾನೆ.

ನಾನು: ವಿಕ್ಟೋರ್ ನಮ್ಮೊಟ್ಟಿಗೆ ಊಟ ಮಾಡುತ್ತಾನಾ?

ಈಡಾ: ಹೂಂ, ಅವನನ್ನು ಈಗಷ್ಟೇ ಕೇಳಿದೆ.

ನಾನು: ಹಾಂ? ನೀನು ಅವನನ್ನು ಈಗಷ್ಟೇ ಕೇಳಿದೆಯಾ?

ಅವಳು ಫೋನನ್ನು ಎತ್ತಿ ತೋರಿಸಿದಳು.

ಕಳೆದ ಬಾರಿ ವಿಕ್ಟೋರ್ ಮತ್ತು ಈಡಾ ಫೋನಿನಲ್ಲಿ ಯಾವುದೋ ಪಾಸ್ತಾದ ಬಗ್ಗೆ ಮಾತನಾಡಿದ್ದು ಕೇಳಿ ನನಗೆ ಇರಿಸುಮುರಿಸಾಗಿತ್ತು. ಅಂದಿನಿಂದಲೇ ಅವರಿಬ್ಬರೂ ಫೋನಿನಲ್ಲಿ ಸಂಪರ್ಕ ಇಟ್ಟುಕೊಂಡಂತಿದೆ. ವಿಚಿತ್ರವೆಂದರೆ ನಾನು ಮತ್ತು ವಿಕ್ಟೋರ್ ಇಲ್ಲಿಯವರೆಗೂ ನಮ್ಮ ನಂಬರುಗಳನ್ನು ಬದಲಾಯಿಸಿಕೊಂಡಿಲ್ಲ.

ನಾನು: ಅವನ ನಂಬರು ನನ್ನ ಹತ್ತಿರವೇ ಇಲ್ಲ.

ಈಡಾ: ಎಂತಹ ವಿಚಿತ್ರ ಜೋಡಿ ನೀವು.

ವಿಕ್ಟೋರ್‌ನ ಹಡಗು ದಡ ಸೇರಿತು. ಯಾವಾಗಲೂ ಮುಖ ಸಿಂಡರಿಸಿಕೊಂಡಿರುವ ನಾವಿಕನು ಬಾಗಿಲಿಗೆ ನಡೆದು ಬರುವುದನ್ನು ಕಿಟಕಿಯಿಂದ ಗಮನಿಸಿದೆ. ತಿಳಿನೇರಳೆ ಬಣ್ಣದ ಹುಡೀ, ಕಪ್ಪು ಜೀನ್ಸ್ ಹಾಗೂ ಕಪ್ಪು ಟೋಪಿ ಧರಿಸಿ ಕೈಯಲ್ಲಿ ಬೆನ್-ಅಂಡ್-ಜೆರಿಸ್ ಐಸ್‌ಕ್ರೀಮ್‌ನ ಮೂರು ದೊಡ್ಡ ಡಬ್ಬಗಳನ್ನು ಹಿಡಿದು ಬರುತ್ತಿದ್ದ. ಈಡಾಳಿಗೆ ಖಂಡಿತ ತಲೆತಿರುಗಲಿದೆ. ಒಮ್ಮೆ ಸಿನಿಮಾ ನೋಡಲು ಹೋಗಿದ್ದಾಗ ಅವಳು ಮೊದಲ ಬಾರಿಗೆ ಬೆನ್-ಅಂಡ್-ಜೆರಿಸ್ ಐಸ್‌ಕ್ರೀಮ್‌ನ ಕುಕ್ಕಿ ಡೋ ಸ್ವಾದದ ರುಚಿ ನೋಡಿದ್ದಳು. ಅಂದಿನಿಂದ ಅದಕ್ಕಾಗಿ ಕಾಡಿ ಬೇಡಿ ಮಾಡುತ್ತಿದ್ದಳು. ಆದರೆ ನನ್ನ ಅರ್ಧಘಂಟೆಯ ಸಂಪಾದನೆಯನ್ನು ದುಬಾರಿ ಐಸ್‌ಕ್ರೀಮ್ ಡಬ್ಬದ ಮೇಲೆ ವ್ಯಯಿಸಲು ನನಗೆ ಇಷ್ಟವಿರಲಿಲ್ಲ. ಒಮ್ಮೆ ನಾನು ಈ ಐಸ್‌ಕ್ರೀಮ್‌ನ 'ಚೀಪ್ ಅಂಡ್ ಬೆಸ್ಟ್' ಅವತಾರವನ್ನು ಮನೆಗೆ ಕೊಂಡು ತಂದಾಗ ಒಂದೇ ಒಂದು ಚಮಚದಷ್ಟು ತಿಂದು, ತಲೆಯಲ್ಲಾಡಿಸಿ, ಚಮಚವನ್ನು ಸಿಂಕಿಗೆ ಎಸೆದು ಏನೂ

ಹೇಳದೆ ಅಡುಗೆಮನೆಯಿಂದ ಹೊರಟುಹೋಗಿದ್ದಳು. ಅವಳ ನಾಟಕೀಯತೆಗೆ ನಾನು ಮನಸ್ಸಿನಲ್ಲೇ ಭೇಷ್ ಎಂದಿದ್ದೆ. ನಾನು ಬಾಗಿಲ ಬಳಿಗೆ ಓಡಿಹೋಗಿ ತೆಗೆಯುವಷ್ಟರಲ್ಲಿ ಅವನು ಅಲ್ಲಿ ಬಂದು ನಿಂತಿದ್ದ. ಈಗವನು ಮುಖ ಸಿಂಡರಿಸಿಕೊಂಡ ನಾವಿಕನಾಗಿರಲಿಲ್ಲ.

ನಾನು: ಏಯ್ ಸ್ಟಾಕರ್. ನನ್ನನ್ನು ಬಿಟ್ಟಿರಲು ಆಗುವುದಿಲ್ಲವೇ ನಿನಗೆ?

ಮೂರು ಐಸ್‌ಕ್ರೀಮ್ ಡಬ್ಬಗಳನ್ನು ನೋಡಿ ಈಡಾಳ ಕಣ್ಣುಗಳು ದೊಡ್ಡದಾದವು. ಅವಳಿಗೆ ಸಂತೋಷವನ್ನು ಹತ್ತಿಕ್ಕಲಾಗಲಿಲ್ಲ.

ಈಡಾ: ಬೆನ್-ಅಂಡ್-ಜೆರಿಸ್?

ವಿಕ್ಟೋರ್: ಹೂಂ. ಪೆಟ್ರೋಲ್ ಬಂಕಿನಲ್ಲಿ ಕುಕ್ಕಿ ಡೋ ಸ್ವಾದ ಒಂದೇ ಇದ್ದುದು. ಪರವಾಗಿಲ್ಲವಾ?

ಈಡಾ ತಲೆಯೇ ಉದುರಿಹೋಗುವಷ್ಟು ರಭಸವಾಗಿ ತಲೆದೂಗಿದಳು. ವಿಕ್ಟೋರ್ ನಕ್ಕ.

ಈಡಾ: ಒಬ್ಬೊಬ್ಬರಿಗೆ ಒಂದೊಂದು ದೊಡ್ಡ ಡಬ್ಬವಾ?

ವಿಕ್ಟೋರ್: ನಿನಗೆ ಮುಗಿಸಲು ಸಾಧ್ಯವಾದರೆ ಹಾಗೇ ಮಾಡೋಣ.

ಈಡಾ ಇನ್ನೂ ತಲೆದೂಗುತ್ತಲೇ ಇದ್ದಳು.

ನಾನು: ಆದರೆ ಊಟದ ನಂತರ.

ಈಡಾ ತಲೆದೂಗುತ್ತಲೇ ವಿಕ್ಟೋರ್‌ನ ಕೈಯಿಂದ ಮೂರು ಅತ್ಯಮೂಲ್ಯ ವಸ್ತುಗಳನ್ನು ಜೋಪಾನವಾಗಿ ತೆಗೆದುಕೊಂಡು ಹೋಗಿ ಮಂಜುಪೆಟ್ಟಿಗೆಯಲ್ಲಿ ಇಟ್ಟಳು.

ವಿಕ್ಟೋರ್: ಗುಂಡುಮೂಲಂಗಿಗಳು! ಇವನ್ನು ತಿನ್ನದೆ ತುಂಬಾ ದಿನಗಳಾದವು.

ಅವನು ಮೂರು ನಜ್ಜುಗುಜ್ಜು ಮೂಲಂಗಿಗಳನ್ನು ಕೈಗೆತ್ತಿಕೊಂಡು, ಸಣ್ಣ ಬಿಲ್ಲೆಗಳಾಗಿ ಕತ್ತರಿಸಿ, ಬ್ರೆಡ್ಡಿನ ತುಂಡಿಗೆ ಹೇರಳವಾಗಿ ಬೆಣ್ಣೆ ಸವರಿ, ಅದರ ಮೇಲೆ ಮೂಲಂಗಿಯ ಬಿಲ್ಲೆಗಳನ್ನು ಜೋಡಿಸಿ ನಮ್ಮ ಕಡೆಗೆ ನೋಡಿದ. ನಾವಿಬ್ಬರೂ ಅವನ ಕ್ರಿಯೆಯನ್ನು ಜಾದೂಗಾರನ ಕೈಚಳಕ ನೋಡುವಂತೆ ಮಂತ್ರಮುಗ್ಧರಾಗಿ ನೋಡುತ್ತಿದ್ದೆವು.

ವಿಕ್ಟೋರ್: ವೆಜೀಟಾ ಇದೆಯಾ ಮನೆಯಲ್ಲಿ?

ನಾನು ಮತ್ತು ಈಡಾ: ಏನದು ವೆಜೀಟಾ?

ವಿಕ್ಟೋರ್: ನಿಮಗೆ ವೆಜೀಟಾ ಗೊತ್ತಿಲ್ಲವಾ?

ನಾನು ಮತ್ತು ಈಡಾ ಇಲ್ಲವೆಂದು ತಲೆಯಲ್ಲಾಡಿಸಿದೆವು.

ವಿಕ್ಟೋರ್: ಅದೊಂದು ಮಸಾಲೆಗಳ ಮಿಶ್ರಣ. ಪೂರ್ವ ಯೂರೋಪಿನದ್ದು. ಬಹಳ ಜನಪ್ರಿಯ. ಇಲ್ಲಿನ ಫ್ಲೋನ್‌ಡೋರ್ ಮಸಾಲೆ ಮಿಶ್ರಣಕ್ಕೆ ಸಮನಾದುದು.

ಈಡಾ ಚಂಗನೆ ಎದ್ದು "ನಮ್ಮ ಮನೆಯಲ್ಲಿ ಫ್ಲೋನ್‌ಡೋರ್ ಇದೆ" ಎಂದು ಅಡುಗೆಮನೆಯ ಬದುವಿನ ಮೇಲೆ ಚಕಚಕನೆ ಹತ್ತಿ ಒಂದು ಹಳದಿ ಪ್ಯಾಕೆಟ್ಟನ್ನು ತೆಗೆದುಕೊಟ್ಟಳು. ಅವನು ಅದರಲ್ಲಿನ ಪುಡಿಯನ್ನು ಬ್ರೆಡ್ಡಿನ ಮೇಲೆ ಧಾರಾಳವಾಗಿ ಉದುರಿಸಿಕೊಂಡು ತಿನ್ನತೊಡಗಿದ.

ವಿಕ್ಟೋರ್: ಏನು?

ಈಡಾ: ಚೆನ್ನಾಗಿದೆಯಾ?

ವಿಕ್ಟೋರ್: ತುಂಬಾ ಚೆನ್ನಾಗಿದೆ. ನಿನಗೂ ಒಂದು ತುಂಡು ತಯಾರಿಸಿಕೊಡಲೇ?

ಈಡಾ ತಲೆದೂಗಿದಳು.

ನಾನು: ನನಗೂ ಒಂದು.

ವಿಕ್ಟೋರ್ ಹಲ್ಲುಕಿರಿದ.

ಅವನು ಬ್ರೆಡ್ಡು-ಬೆಣ್ಣೆ-ಮೂಲಂಗಿ-ವೆಜೀಟಾದ ಕ್ರಿಯೆಯಲ್ಲಿ ಮತ್ತೆ ತೊಡಗಿಕೊಂಡ. ಅವನ ತಾಯಿ ಮಾಡಿದ ಅಡುಗೆಯನ್ನು ತಿನ್ನುವ ಮುನ್ನ ಅವನ ತಂದೆ ತಟ್ಟೆಯ ಮೇಲೆ ಅರ್ಧ ಪ್ಯಾಕೆಟ್ ವೆಜೀಟಾ ಸುರಿದುಕೊಂಡು ತಿನ್ನುತ್ತಿದ್ದರಂತೆ.

ವಿಕ್ಟೋರ್: ನನ್ನ ತಂದೆಗೆ ವೆಜೀಟಾ ಬೇಕೇ ಬೇಕಿತ್ತು. ಅವರಿಗೆ ವೆಜೀಟಾ ವ್ಯಸನವಿತ್ತು.

ಈಡಾ: ಅದಕ್ಕಿಂತ ಹಾನಿಕಾರಕ ವ್ಯಸನಗಳೂ ಇವೆ.

ಈಡಾ ಕಿಸಕ್ಕನೆ ನಕ್ಕುಬಿಟ್ಟಳು. ನಾನೂ ನಗುವಿನಲ್ಲಿ ಪಾಲ್ಗೊಂಡೆ. ವಿಕ್ಟೋರ್‌ನ ನಗೆಯೂ ಅದರಲ್ಲಿ ಕೊಂಚ ಬೆರೆಯಿತು. ಅವರಿಬ್ಬರೂ ಪಕ್ಕಪಕ್ಕದಲ್ಲಿ ಕೂತು ನಗುವ ಸುಂದರ ದೃಶ್ಯವನ್ನು ನೋಡಿ ಅಳು ಬರುವಂತಾಯಿತು.

ವಿಕ್ಟೋರ್ ಬ್ರೆಡ್ಡಿನ ತುಂಡನ್ನು ಮಧ್ಯಕ್ಕೆ ಕತ್ತರಿಸಿ ನಮ್ಮಿಬ್ಬರಿಗೆ ಅರ್ಧರ್ಧ ನೀಡಿದ.

"ಈ ಮೂಲಂಗಿಗಳು ಇಷ್ಟು ರುಚಿಯಾಗಿ ಇರಬಹುದು ಎಂದು ನಾನು ಊಹಿಸಿರಲೂ ಇಲ್ಲ. ಹಾಗೇ ತಿಂದರೆ ವಿಪರೀತ ಘಾಟು" ಎಂದು ನಾನು ಮನಸ್ಸಿನಲ್ಲಿ ಅಂದುಕೊಂಡಿದ್ದನ್ನೇ ಈಡಾ ಬಾಯಿಬಿಟ್ಟು ಹೇಳಿದಳು.

ನಾನು: ಮತ್ತು ಕಹಿ.

ನನಗೆ ಸಂತೋಷವಾಗಿತ್ತು. ಸೋಫಾದ ಮೇಲೆ ಕೂತು ಕಿಲ್ ಬಿಲ್ ಸಿನಿಮಾ ನೋಡುತ್ತಾ ಐಸ್‌ಕ್ರೀಮ್ ಮುಗಿಸುವುದು ಎಂಬ ಸಲಹೆಯನ್ನು ಅವರಿಬ್ಬರ ಮುಂದಿಟ್ಟೆ. ಆಗ ನನಗೆ ಅದೇ ಮನೆಯಲ್ಲಿ ಸಂತೋಷವನ್ನೇ ಕಾಣದ ವ್ಯಕ್ತಿಯೊಬ್ಬಳು ಇದ್ದಾಳೆಂಬ ನೆನಪಾಯಿತು. ಭವಿಷ್ಯದಲ್ಲಿ ಅವಳು ನೆಮ್ಮದಿಯಿಂದ ಸಂತೋಷದಿಂದ ಇರುವುದು ಅನುಮಾನವೇ ಆದರೂ ಪರಿಸ್ಥಿತಿ ಇನ್ನಷ್ಟು ಹದಗೆಡದಿದ್ದರೆ ಸಾಕು. ಬೆನ್-ಅಂಡ್-ಜೆರಿಸ್ ಐಸ್‌ಕ್ರೀಮ್‌ನ ಒಂದು ಡಬ್ಬವನ್ನು ಮಂಜುಪೆಟ್ಟಿಗೆಯಿಂದ ಹೊರತೆಗೆದು, ಒಂದಿಷ್ಟನ್ನು ಮೊಗೆದು ಬಟ್ಟಲಿಗೆ

ಹಾಕಿಕೊಂಡು, ಒಂದು ಚಮಚ ಇಟ್ಟುಕೊಂಡು, ಕೂರುಕೋಣೆಗೆ ಹೋಗಿ ಸೋಫಾದ ಮೇಲೆ ಮಲಗಿದ್ದ ಮಾಮಾಳ ಪಕ್ಕ ಕುಳಿತೆ. ಅವಳು ನಿದ್ರಿಸುತ್ತಿದ್ದಳು. ಅವಳ ಕೈ ಸವರಿದೆ, ತಣ್ಣಗಿತ್ತು. ಅವಳ ಮುಖದ ಮೇಲಿನಿಂದ ಕೂದಲನ್ನು ಬದಿಗೆ ಸರಿಸಿ, ಅವಳ ಮೇಲೆ ಹೊದಿಕೆ ಹೊದೆಸಿದೆ. ಅವಳ ಕೆನ್ನೆಯ ಮೇಲೊಂದು ಮುತ್ತು ಕೊಟ್ಟು ಐಸ್‌ಕ್ರೀಮ್‌ನ ಬಟ್ಟಲನ್ನು ಹಿಡಿದುಕೊಂಡು ಈಡಾ ಮತ್ತು ವಿಕ್ಟೋರ್‌ರ ಬಳಿ ಮರಳಿದೆ.

■

15ನೆಯ ಸುತ್ತು ಹೊಡೆಯುವಾಗ ಯಾರೋ ನನ್ನನ್ನು ಬಲಗಡೆಯಿಂದ ಹಿಮ್ಮೆಟ್ಟಿದರು. ಅಷ್ಟು ಕರಾರುವಾಕ್ಕಾಗಿ ಈಜುತ್ತಿದ್ದವನ ಕಾಲನ್ನು ಹಿಡಿದು ಎಳೆಯಲು ಮನಸ್ಸು ಬರಲಿಲ್ಲ. ಆ ಸುತ್ತು ಮುಗಿಸಿ ಅವನು ನನಗಾಗಿ ಕೊಳದ ಅಂಚಿನಲ್ಲಿ ಕಾಯುತ್ತಿದ್ದ. ಒಮ್ಮೆ ತುಟಿಗೆ ತುಟಿ ತಾಗಿಸಿ ಉಳಿದ ಸುತ್ತುಗಳನ್ನು ಪಕ್ಕಪಕ್ಕದಲ್ಲೇ ಈಜತೊಡಗಿದೆವು. ನಾನು 22 ಸುತ್ತುಗಳನ್ನು ಮುಗಿಸಿ ಇಬ್ಬರು ತಾಯಂದಿರು ಕುಳಿತಿದ್ದ ಬೆಂಚಿನ ಪಕ್ಕದ ಬೆಂಚಿನ ಮೇಲೆ ಕುಳಿತು ಅವರ ಮಕ್ಕಳನ್ನೂ ವಿಕ್ಟೋರ್‌ನನ್ನೂ ಗಮನಿಸಿದೆ. ಆ ಇಬ್ಬರು ಅಮ್ಮಂದಿರೂ ಹಾಗೇ ಮಾಡುತ್ತಿದ್ದರು. ವಿಕ್ಟೋರ್ 22 ಸುತ್ತುಗಳನ್ನು ಮುಗಿಸಿ ಬಂದು ನನ್ನ ಪಕ್ಕ ಕುಳಿತ. ನಾವು ಈಡಾ ಈಜುವುದನ್ನು ನೋಡಿದೆವು.

ನಾನು: ಏರೋಪ್ಲೇನ್ ಚಿಟ್ಟೆಯ ಲಾರ್ವಗಳು ಹಲವಾರು ವರ್ಷಗಳ ಕಾಲ ನೀರಿನ ಒಳಗೇ ಜೀವಿಸುತ್ತವೆ. ಅವು ಪ್ರೌಢಾವಸ್ಥೆಗೆ ತಲುಪಿ ನೀರಿನಿಂದ ಹೊರಗೆ ಬಂದಮೇಲೆ ಒಂದು ವರ್ಷವೂ ಜೀವಿಸುವುದಿಲ್ಲ. ನಿನಗೆ ಈ ವಿಷಯ ಗೊತ್ತಿತ್ತೇ?

ವಿಕ್ಟೋರ್ ಇಲ್ಲವೆಂದು ತಲೆಯಾಡಿಸಿದ.

ನಾನು: ಏರೋಪ್ಲೇನ್ ಚಿಟ್ಟೆ ಹುಟ್ಟು ಬೇಟೆಗಾರ.

ವಿಕ್ಟೋರ್ ತಲೆದೂಗಿದ: ಹೌದೇ?

ನಾನು: ಏರೋಪ್ಲೇನ್ ಚಿಟ್ಟೆ ಸರಾಸರಿ 95% ಬೇಟೆಯತ್ನಗಳಲ್ಲಿ ಯಶಸ್ಸು ಸಾಧಿಸುತ್ತದೆ. ಸಿಂಹದ ಯಶಸ್ಸಿನ ಪ್ರಮಾಣ 25%ರಷ್ಟು, ಬಿಳಿಯ ಶಾರ್ಕ್‌ನದು 50%ರಷ್ಟು.

ವಿಕ್ಟೋರ್ ಮೆಲ್ಲಗೆ ನಕ್ಕ: ನಿಜವೇ?

ನಾನು: ಕಣ್ಣು ಮತ್ತು ರೆಕ್ಕೆಗಳ ನಡುವಿನ ಅತ್ಯುನ್ನತವಾದ ಹೊಂದಾಣಿಕೆಯು ಏರೋಪ್ಲೇನ್ ಚಿಟ್ಟೆಗಳಿಗೆ ಬೇಟೆಯಲ್ಲಿ ನೆರವಾಗುತ್ತದೆ. ಶಿಕಾರಿ ಹಾರುವ ಪಥವನ್ನು ಅದರ ಮಿದುಳು ಕರಾರುವಾಕ್ಕಾಗಿ ಊಹಿಸಿ, ಈ ಮಾಹಿತಿಯನ್ನು ಹಾರುವ ಉಪಕರಣ, ಅಂದರೆ ರೆಕ್ಕೆಗೆ ನೇರವಾಗಿ ವರ್ಗಾಯಿಸುತ್ತದೆ. ಅವು

ಗಂಟೆಗೆ 50 ಕಿಲೋಮೀಟರ್ ವೇಗದಲ್ಲಿ ಹಾರಬಲ್ಲವು. ಅಷ್ಟು ವೇಗವಾಗಿ ಹಾರಬಲ್ಲ ಕೀಟಗಳು ಜಗತ್ತಿನಲ್ಲಿ ಕೇವಲ ಬೆರಳೆಣಿಕೆಯಷ್ಟು ಮಾತ್ರ.

ವಿಕ್ಟೋರ್: ವಾವ್.

ನಾನು: ಏರೋಪ್ಲೇನ್ ಚಿಟ್ಟೆಯ ವೇಗ ಮತ್ತು ನಿಯಂತ್ರಣ ಶಕ್ತಿಗಳನ್ನು ನೋಡಿ ವಿಮಾನ ಹಾಗೂ ಹೆಲಿಕಾಪ್ಟರ್ ತಯಾರಕರು ಅಸೂಯೆ ಪಡುತ್ತಾರೆ.

ವಿಕ್ಟೋರ್ ನಕ್ಕ: ನಿಜವೇ?

ನಾನು: ಏರೋಪ್ಲೇನ್ ಚಿಟ್ಟೆಯು ಹಾರುವ ಮಾರ್ಗಮಧ್ಯದಲ್ಲೇ ನಿರಾಯಾಸವಾಗಿ ದಿಕ್ಕು ಬದಲಿಸಬಲ್ಲದು. ಅದಕ್ಕೆ ಈ ತಾಕತ್ತು ಬಂದಿರುವುದು ಅದರ ರೆಕ್ಕೆಯ ವಿಶೇಷ ವಿನ್ಯಾಸದಿಂದ. ಇರುವ ನಾಲ್ಕು ರೆಕ್ಕೆಗಳಲ್ಲಿ ಮುಂದಿನ ಮತ್ತು ಹಿಂದಿನ ಜೋಡಿ ರೆಕ್ಕೆಗಳನ್ನು ಸ್ವತಂತ್ರವಾಗಿ ನಿಯಂತ್ರಿಸುವ ಶಕ್ತಿ ಈ ಚಿಟ್ಟೆಗೆ ಇದೆ. ಇದರಿಂದಾಗಿ ಇವುಗಳಿಗೆ ಹಠಾತ್ತನೆ ದಿಕ್ಕು ಬದಲಾಯಿಸುವ ಮತ್ತು ಹಿಂದಕ್ಕೆ ಹಾರುವ ಕೌಶಲಗಳು ಲಭಿಸಿವೆ.

ವಿಕ್ಟೋರ್ ವಿನೋದದ ನಗೆ ಬೀರಿದ.

ನಾನು: ಇನ್ನೂ ನಂಬಲಸಾಧ್ಯವಾದ ಸಂಗತಿ ಅದರ ಕಣ್ಣಿನ ಬಗ್ಗೆ. ಅದರ ಒಂದು ಸಂಕೀರ್ಣ ಕಣ್ಣು 30 ಸಾವಿರದಷ್ಟು ಚಿಕ್ಕ ಚಿಕ್ಕ ಕಣ್ಣುಗಳಿಂದ ಕೂಡಿರುತ್ತದೆ, ಸುಮಾರು ಅದರ ಇಡಿಯ ತಲೆಯನ್ನೇ ಮುಚ್ಚುವಷ್ಟು. ಇದರಿಂದಾಗಿ ಅದಕ್ಕೆ 360 ಡಿಗ್ರಿ ಸುತ್ತ ಎಲ್ಲವೂ ಕಾಣಿಸುತ್ತವೆ.

ನಾನು: ಅಷ್ಟೇ ಅಲ್ಲ. ಮನುಷ್ಯರಿಗೆ ಗೋಚರವಾಗುವುದಕ್ಕಿಂತ ಹೆಚ್ಚು ಬಣ್ಣಗಳು ಅವಕ್ಕೆ ಗೋಚರವಾಗುತ್ತವೆ. ಇದಕ್ಕೆ ಕಾರಣ ಆಪ್ಸಿನ್‌ಗಳು. ಆಪ್ಸಿನ್‌ಗಳು ಬೆಳಕು ಸಂವೇದಿ ಪ್ರೊಟೀನ್‌ಗಳು. ಮನುಷ್ಯರ ಕಣ್ಣಿನಲ್ಲಿ ನೀಲಿ, ಹಸಿರು ಮತ್ತು ಕೆಂಪು ಆಪ್ಸಿನ್‌ಗಳು ಇರುತ್ತವೆ. ಅದೇ ಏರೋಪ್ಲೇನ್ ಚಿಟ್ಟೆಗಳ ಕಣ್ಣಿನಲ್ಲಿ ಹನ್ನೊಂದಕ್ಕಿಂತ ಹೆಚ್ಚು ಆಪ್ಸಿನ್‌ಗಳು ಇವೆ, ಕೆಲವು ಪ್ರಭೇದಗಳಲ್ಲಿ ಮೂವತ್ತಕ್ಕೂ ಹೆಚ್ಚು ಆಪ್ಸಿನ್‌ಗಳು ಕಂಡುಬಂದಿವೆ.

ವಿಕ್ಟೋರ್: ವಾವ್.

ನಾನು: ಏರೋಪ್ಲೇನ್ ಚಿಟ್ಟೆಗಳ ಬಹಳಷ್ಟು ಪ್ರಭೇದಗಳು ಅಳಿವಿನಂಚಿನಲ್ಲಿ ಇವೆ. ಅವುಗಳ ವಾಸಸ್ಥಳ ನಶಿಸುತ್ತಾ ಬಂದಿದೆ. ಅವುಗಳಿಗೆ ಮೊಟ್ಟೆಯಿಟ್ಟು ಮರಿ ಮಾಡಲು ನಿಂತ ನೀರು ಅಥವಾ ಹರಿಯುವ ನೀರು ಬೇಕು, ನಂತರ ಬೆಳೆದು ದೊಡ್ಡವಾದ ಮೇಲೆ ಬೇಟೆಯಾಡಲು ಪ್ರಶಸ್ತವಾದ ಸ್ಥಳಗಳು ಬೇಕು.

ವಿಕ್ಟೋರ್ ನನ್ನ ಹಣೆಯ ಮೇಲೆ ಮೂಡಿದ್ದ ಬೆವರ ಹನಿಯೊಂದನ್ನು ಒರೆಸಿದ.

ನಾನು:		ನಿನ್ನೆ ಏರೋಪ್ಲೇನ್ ಚಿಟ್ಟೆಗಳ ಬಗ್ಗೆ ಓದುತ್ತಾ ಆ ಲೋಕದಲ್ಲೇ ಮಗ್ನನಾದೆ.

ವಿಕ್ಟೋರ್:	ಹೌದೇ?

ನಾನು:		ಏರೋಪ್ಲೇನ್ ಚಿಟ್ಟೆ ಎಂತಹ ಅದ್ಭುತ ಜೀವಿ.

ವಿಕ್ಟೋರ್ ನನ್ನ ತಲೆಯನ್ನು ನೇವರಿಸಿದ.

ವಿಕ್ಟೋರ್:	ನಿಜ. ಏರೋಪ್ಲೇನ್ ಚಿಟ್ಟೆಯೊಂದಿಗೆ ದ್ವೇಷ ಕಟ್ಟಿಕೊಳ್ಳಬಾರದು.

ಅವನನ್ನು ನೋಡಿದೆ, ಅವನ ಮಾತಿಗೆ ಹೌದೆಂದು ತಲೆದೂಗಿದೆ. ಏರೋಪ್ಲೇನ್ ಚಿಟ್ಟೆಗಳು ನನ್ನ ಶತ್ರುಗಳಲ್ಲ. ಆದರೆ ಅವು ವಿಚಿತ್ರ ಜೀವಿಗಳು. ಅದ್ಭುತ ಜೀವಿಗಳು ಕೂಡ. ಅದು ಹೇಗೋ ಈ ಬೇಟೆಗಾರ ಚಿಟ್ಟೆಗಳು ನನ್ನಲ್ಲೇ ಸೇರಿಕೊಂಡು ಹೊಸಹೊಸ ಅನುಭವಗಳನ್ನು ಮೂಡಿಸುತ್ತಿದ್ದವು. ಈ ಚಿಟ್ಟೆಗಳ ಉಪಟಳವನ್ನು ಇನ್ನು ಮುಂದೆ ನಿರ್ಲಕ್ಷಿಸಬೇಕು ಎಂದು ಗಟ್ಟಿ ಮನಸ್ಸಿನಿಂದ ನಿರ್ಧರಿಸಿದೆ. ಅವುಗಳನ್ನು ಎಣಿಸುವುದು, ನಿಯಂತ್ರಿಸುವುದು ಮೊದಲಾಗಿ ಇನ್ನಿತರ ಪ್ರಯತ್ನಗಳನ್ನು ಕೈಬಿಡಬೇಕು ಎಂದು ನಿರ್ಧರಿಸಿದೆ. ಅವುಗಳ ಬಗ್ಗೆ ಇದ್ದ ಭಯವೆಲ್ಲ ಮಾಯವಾಗಿ ವಿಕ್ಟೋರ್‌ಗೆ "ನೀನು ಹೋಗುವುದು ನನಗೆ ಇಷ್ಟವಿಲ್ಲ" ಎಂದೆ.

ವಿಕ್ಟೋರ್:	ನಾನು ಮತ್ತೆ ಬಂದೇ ಬರುತ್ತೇನೆ.

■

ಮಂಗಳವಾರ ಬೆಳಿಗ್ಗೆ ಅವನ ಹಡಗು ನಮ್ಮ ಮನೆಯ ಮುಂದೆ ಬಂದು ನಿಂತಿತು. ಅದರ ಅರ್ಥ ಏನು ಎಂದು ನನಗೆ ಆಗಲೇ ತಿಳಿದಿತ್ತು. ಈಡಾ ಶಾಲೆಗೆ ಹೊರಟಾಗಿತ್ತು.

ವಿಕ್ಟೋರ್:	ಹೋಗಿಬರುತ್ತೇನೆ.

ನಾನು:		ಹೂಂ.

ಹೇಳುವುದು ಬಹಳಷ್ಟು ಇತ್ತು, ಆದರೆ ಅವೆಲ್ಲಾ ನನ್ನಲ್ಲೇ ಉಳಿದವು. ಮುಂದಿನ ಜೀವನದ ಬಗ್ಗೆ ಚರ್ಚೆ ಮಾಡುವುದು ಬೇಡ ಎಂದು ನಾವು ನಿರ್ಧರಿಸಿದ್ದೆವು. ಇದು ವಿದಾಯ ಅಲ್ಲ ಎಂದು ಇಬ್ಬರಿಗೂ ಗೊತ್ತಿತ್ತು.

ನಾನು:		ಇದು ವಿದಾಯ ಅಲ್ಲ ಎಂದು ಇಬ್ಬರಿಗೂ ಗೊತ್ತಿದೆಯಲ್ಲವೇ?

ವಿಕ್ಟೋರ್ ತಲೆದೂಗಿದ.

ನಾನು:		ಈಡಾ ನಿನಗಾಗಿ ಈ ಕಲಾಕೃತಿಯನ್ನು ತಯಾರಿಸಿದ್ದಾಳೆ.

ಕ್ಯಾನ್ವಾಸ್‌ನ ಮೇಲೆ ಅಕ್ರಿಲಿಕ್ ಬಣ್ಣಗಳಿಂದ ಬಿಡಿಸಿದ ಕಲಾಕೃತಿ. ಈಡಾಳ ಮಟ್ಟಿಗೆ ಅದು ಅಪರೂಪ. ವೀರಯುವತಿಯೊಬ್ಬಳು ಲೋಹದ ಕವಚವನ್ನು ಧರಿಸಿ ಕಡಲತೀರದಲ್ಲಿ ಕುಳಿತು ಸಮುದ್ರದ ಕಡೆಗೆ ನೋಡುತ್ತಿದ್ದಾಳೆ. ದೂರದಲ್ಲಿ ಹಡಗಿನ ಮೇಲೆ ತೋಳದ ಚಿತ್ರದ ಬಾವುಟ ಹಾರಾಡುತ್ತಿದೆ. ಆ ಹಡಗಿನ ತುದಿಯಲ್ಲಿ ನಾವಿಕ ನಿಂತು ಕೈಬೀಸುತ್ತಿದ್ದಾನೆ. ಆ ಹಡಗು

ತೀರದ ಕಡೆಗೆ ಬರುತ್ತಿದೆಯೋ, ದೂರ ಹೋಗುತ್ತಿದೆಯೋ, ಅಥವಾ ಸುಮ್ಮನೆ ಹಾದು ಹೋಗುತ್ತಿದೆಯೋ ನನಗೆ ಈ ಕೂಡಲೇ ತಿಳಿಯಬೇಕೆಂಬ ತವಕವಾಯಿತು.

ವಿಕ್ಟೋರ್: ಹಡಗು ತೀರಕ್ಕೆ ತುಂಬಾ ಹತ್ತಿರದಲ್ಲಿದೆ.

ನಾನು: ಅದು ಕಲಾಕೃತಿ, ಅದರ ಮಾನದಂಡವೇ ಬೇರೆ ಇರುತ್ತದೆ.

ವಿಕ್ಟೋರ್: ಅದು ಸರಿ, ಆದರೆ ಹಡಗು ತೇಲುಡಬ್ಬದಿಂದ ಬಹಳ ದೂರದಲ್ಲಿದೆ.

ಹಳದಿ ತೇಲುಡಬ್ಬವನ್ನು ನಾನು ಗಮನಿಸಿಯೇ ಇರಲಿಲ್ಲ. ಅದೊಂದು ಮೀನು ಎಂದು ಭಾವಿಸಿ ನಿರ್ಲಕ್ಷಿಸಿದ್ದೆ.

ವಿಕ್ಟೋರ್: ಹಡಗು ನಿಂತ ಸ್ಥಳದಲ್ಲೇ ಬೀಡು ಬಿಟ್ಟಿದೆ.

ನಾನು: ಅದು ಹೇಗೆ ಗೊತ್ತಾಯಿತು ನಿನಗೆ?

ನನಗೆ ಪ್ರೈಮರಿ ಶಾಲೆಯಲ್ಲಿ ಚಿತ್ರಕಲೆಯ ಕ್ಲಾಸಿನಲ್ಲಿ ಕುಳಿತ ನೆನಪಾಯಿತು. ಚಿತ್ರಕಲೆಯ ಶಿಕ್ಷಕಿ ಹಣ್ಣಿನ ಬುಟ್ಟಿಯನ್ನು ನೋಡಿ ಕಣ್ಣಿಗೆ ಕಾಣುವುದಕ್ಕಿಂತ ಹೆಚ್ಚು ಅರ್ಥವನ್ನು ಹೆಕ್ಕುತ್ತಿದ್ದರು. ಸೇಬಿನಲ್ಲಿ ನಶ್ವರತೆ, ಪೇರ್ ಹಣ್ಣಿನ ತೊಟ್ಟಿನಲ್ಲಿ ಮರುಹುಟ್ಟು ಇತ್ಯಾದಿ.

ವಿಕ್ಟೋರ್: ಹಡಗಿನ ಮೇಲೆ ಇರುವ ಬಾವುಟದಿಂದ. ಬಿಳಿಯ ಬಾವುಟದ ಮೇಲೆ ಕೆಂಪು ಪ್ಲಸ್ ಚಿಹ್ನೆ ಇದ್ದರೆ ಅದಕ್ಕೆ ಸಹಾಯ ಬೇಕಿದೆ ಎಂದರ್ಥ.

ನಾನು ಅಲ್ಲಿದ್ದ ಎರಡು ಬಾವುಟಗಳನ್ನು ಗಮನಿಸಿಯೇ ಇರಲಿಲ್ಲ. ಅವು ಹಡಗಿನ ಅಲಂಕಾರಕ್ಕೆ ಎಂದು ತಿಳಿದು ಸುಮ್ಮನಾಗಿದ್ದೆ.

ನಾನು: ಆ ಇನ್ನೊಂದು ಹಳದಿ-ನೀಲಿ ಪಟ್ಟಾಪಟ್ಟಿ ಬಾವುಟದ ಅರ್ಥವೇನು?

ವಿಕ್ಟೋರ್: ಮಾರ್ಗಸೂಚಿ ಅಥವಾ ಮ್ಯಾರಿಟೈಮ್ ಪೈಲೆಟ್ ಬೇಕಾಗಿದ್ದಾರೆ ಎಂದರ್ಥ. ಮಾರ್ಗಸೂಚಿಗಳು ಹಡಗನ್ನು ತಾತ್ಕಾಲಿಕವಾಗಿ ನಡೆಸುವ ಪರಿಣಿತ ನಾವಿಕರು. ಅವರಿಗೆ ಆಯಾಯ ಸ್ಥಳಗಳ ನೀರಿನ ಗುಣಸ್ವಭಾವಗಳ ಜ್ಞಾನವಿರುತ್ತದೆ. ಅಗತ್ಯ ಬಿದ್ದಾಗ ಹೆಲಿಕಾಪ್ಟರ್ ಅಥವಾ ಚಿಕ್ಕ ದೋಣಿಯ ಮೂಲಕ ಹಡಗನ್ನು ಏರಿ, ಅಪಾಯಕಾರಿ ಹಾಗೂ ಇಕ್ಕಟ್ಟಿನ ಸ್ಥಳಗಳಲ್ಲಿ ಹಡಗನ್ನು ನಡೆಸಿ ಸುರಕ್ಷಿತವಾಗಿ ದಾಟಿಸುತ್ತಾರೆ.

ಈಡಾ ಮಹಾ ಮೇಧಾವಿ ಎಂದು ಒಮ್ಮೊಮ್ಮೆ ಅನ್ನಿಸುತ್ತದೆ.

ವಿಕ್ಟೋರ್: ವೀರಯುವತಿಯೇ ಮಾರ್ಗಸೂಚಿಯಾಗಿ ಆ ಹಡಗಿಗೆ ಹೋಗಬಹುದು. ನಿನ್ನ ಅಭಿಪ್ರಾಯವೇನು?

ನಾನು ಆ ವೀರಯುವತಿಯನ್ನು ಗಮನವಿಟ್ಟು ನೋಡಿದೆ.

ನಾನು: ಹೂಂ, ನನ್ನ ಅಭಿಪ್ರಾಯವೂ ಅದೇ. ಅವಳು ತನ್ನ ಸಾಮಾನುಗಳನ್ನು ತುಂಬಿಕೊಂಡು ಹೊರಡಲು ಸಿದ್ಧವಾಗಿದ್ದಾಳೆ.

ಅವಳ ಪಕ್ಕ ಒಂದು ತುಂಬಿದ ಚೀಲವಿತ್ತು.

ನಾನು: ಸುಂದರ ಚಿತ್ರ. ಅಲ್ವಾ?

ವಿಕ್ಟೋರ್: ಹೌದು, ಸುಂದರ ಚಿತ್ರ.

ಅವನು ಆ ಚಿತ್ರವನ್ನು ಕಾರಿನ ಮುಂದಿನ ಸೀಟಿನಲ್ಲಿ ಇಟ್ಟುಕೊಂಡ. ಒಂದು ಅಪ್ಪುಗೆ, ಒಂದು ಮುತ್ತು.

ವಿಕ್ಟೋರ್: ಬೇಗ ಬರುತ್ತೇನೆ.

ನಾನು ಆ ಕಪ್ಪು ಹಡಗು ಹೋದ ದಿಕ್ಕಿನಲ್ಲಿ ನೋಡುತ್ತಾ ಕೈಬೀಸಿದೆ. ಅದು ಕಣ್ಮರೆಯಾದ ನಂತರವೂ ಕೈಬೀಸುತ್ತಲೇ ಇದ್ದೆ. ವಿಕ್ಟೋರ್ ಹೊರಟುಹೋದ. ಆದರೆ ಚಿಂತೆಯಿಲ್ಲ. ಅವನು ಮತ್ತೆ ಬರುತ್ತಾನೆ.

ಸಂಜೆ ಅಡುಗೆಮನೆಯಲ್ಲಿ ನಾವಿಬ್ಬರೂ ಕುಳಿತು ಬ್ರೆಡ್ಡಿಗೆ ಬೆಣ್ಣೆ ಸವರಿ, ಮೂಲಂಗಿ ಬಿಲ್ಲೆಗಳನ್ನು ಇಟ್ಟು ಮೇಲೆ ಫ್ಲಾಂಡೋರ್ ಉದುರಿಸಿಕೊಂಡು ತಿಂದೆವು. ಹೊರಗೆ ಮಳೆ ಸುರಿಯುತ್ತಿತ್ತು. ಒಳಾಂಗಣ ಈಜುಕೊಳ ತುಂಬಿರುತ್ತದೆ. ಹೊರಾಂಗಣ ಈಜುಕೊಳ ನಮ್ಮದೇ.

ನಾನು: ಈಜುಕೊಳ?

ಈಡಾ ತಲೆದೂಗಿದಳು.

✠✠✠

ಅನುವಾದದ ಮುಕ್ತಾಯ- 23 ಮಾರ್ಚ್ 2024

ಕೃತಜ್ಞತೆ

ಊಟಾ ವಾಲ್, ಫ್ರಾನ್ಸಿಸ್ಕಾ ವಾಲ್, ಅಂಜೆಲಾ ತ್ಸಾಕಿರಿಸ್ ಮತ್ತು ಸಬೀನ ಕ್ರಾಮರ್.
ವನೆಸ್ಸಾ ಗೊಟೆನ್‌ಕುನ್‌ಸ್ಟ್ ಅವರಿಗೆ ನನ್ನ ವಿಶೇಷ ಧನ್ಯವಾದಗಳು.

✠ ಕಾರೊಲೀನ ವಾಲ್ ✠

ಓದಿ ಓದಿ ಮರುಳಾಗಿ!

ಛಂದ ಪುಸ್ತಕ ಬಹುಮಾನ

ಹೊಸ ಕತೆಗಾರರನ್ನು ಗುರುತಿಸುವ ಸಲುವಾಗಿ ನಮ್ಮ ಪ್ರಕಾಶನ ಸಂಸ್ಥೆಯು ಕಳೆದ ಹದಿಮೂರು ವರ್ಷಗಳಿಂದ ಕತೆಗಳ ಹಸ್ತಪ್ರತಿ ಸ್ಪರ್ಧೆಯನ್ನು ನಡೆಸುತ್ತಾ ಬಂದಿದೆ. ಈವರೆಗೆ ಒಂದೂ ಕಥಾಸಂಕಲನವನ್ನು ಪ್ರಕಟಿಸದವರು ಈ ಸ್ಪರ್ಧೆಯಲ್ಲಿ ಭಾಗವಹಿಸಬಹುದು. ಇತರ ಪ್ರಕಾರಗಳಲ್ಲಿ ಒಂದೆರಡು ಪುಸ್ತಕಗಳನ್ನು ಪ್ರಕಟ ಮಾಡಿದವರೂ ಇದರಲ್ಲಿ ಭಾಗವಹಿಸುವ ಅವಕಾಶವಿರುತ್ತದೆ. ಮೊದಲ ಸುತ್ತಿನ ಆಯ್ಕೆಯನ್ನು ಪ್ರಕಾಶನದ ಸದಸ್ಯರು ಮಾಡಿ, ಕೊನೆಯ ಆಯ್ಕೆಗಾಗಿ ಸುಮಾರು ಹತ್ತು ಹಸ್ತಪ್ರತಿಗಳನ್ನು ನಾಡಿನ ಹಿರಿಯ ಸಾಹಿತಿಗಳಿಗೆ ಒಪ್ಪಿಸುತ್ತಾರೆ. ಆಯ್ಕೆಯಾದ ಹಸ್ತಪ್ರತಿಯನ್ನು ಪುಸ್ತಕ ರೂಪದಲ್ಲಿ ಪ್ರಕಟಿಸಿ, ಪ್ರಶಸ್ತಿ ಪತ್ರ, ಫಲಕ ಹಾಗೂ ಮೂವತ್ತು ಸಾವಿರ ರೂಪಾಯಿ ಬಹುಮಾನವನ್ನು ನೀಡಲಾಗುತ್ತದೆ. ಈವರೆಗೂ ಈ ಪ್ರಶಸ್ತಿಯಲ್ಲಿ ಬಹುಮಾನ ಪಡೆದವರ ವಿವರಗಳ ಪಟ್ಟಿಯನ್ನು ಮುಂದಿನ ಪುಟದಲ್ಲಿ ನೀಡಿದ್ದೇವೆ.

ಇವರಲ್ಲಿ ಮೌನೇಶ ಬಡಿಗೇರ, ಶಾಂತಿ ಕೆ ಅಪ್ಪಣ್ಣ, ಪದ್ಮನಾಭ ಭಟ್ ಶೇವ್ಕಾರ ಮತ್ತು ಸ್ವಾಮಿ ಪೊನ್ನಾಚಿ ಅವರಿಗೆ ಕೇಂದ್ರ ಸಾಹಿತ್ಯ ಅಕಾಡೆಮಿಯ ಯುವ ಪುರಸ್ಕಾರ ದೊರೆತಿದೆ. ವಿನಯಾ, ಶಾಂತಿ ಕೆ ಅಪ್ಪಣ್ಣ ಮತ್ತು ಪದ್ಮನಾಭ ಭಟ್ ಶೇವ್ಕಾರರ ಪುಸ್ತಕಗಳಿಗೆ ಕರ್ನಾಟಕ ಸಾಹಿತ್ಯ ಅಕಾಡೆಮಿಯ ಪುಸ್ತಕ ಬಹುಮಾನ ಅಥವಾ ದತ್ತಿ ಬಹುಮಾನಗಳು ಸಂದಿವೆ. ಇನ್ನೂ ಹಲವಾರು ನಾಡಿನ ಪ್ರಮುಖ ಪ್ರಶಸ್ತಿ ಮತ್ತು ಬಹುಮಾನಗಳೂ ಈ ಕೃತಿಗಳಿಗೆ ಲಭ್ಯವಾಗಿವೆ.

ನೀವು ಈ ಸ್ಪರ್ಧೆಯಲ್ಲಿ ಭಾಗವಹಿಸಬೇಕೆ? ಹಾಗಿದ್ದರೆ ನಮ್ಮ ಮುಂದಿನ ವರ್ಷದ ಸ್ಪರ್ಧೆಯ ಆಹ್ವಾನವನ್ನು ಖ್ಯಾತ ಕನ್ನಡ ನಿಯತಕಾಲಿಕಗಳಲ್ಲಿ ಅಥವಾ ಸಾಮಾಜಿಕ ಜಾಲತಾಣಗಳಲ್ಲಿ ನಿರೀಕ್ಷಿಸಿರಿ. ಹೆಚ್ಚಿನ ವಿವರಗಳಿಗೆ 98444 22782 ಗೆ ಸಂದೇಶ ಕಳುಹಿಸಿರಿ.

ಓದಿ ಓದಿ ಮರುಳಾಗಿ!

ಛಂದ ಪುಸ್ತಕ ಬಹುಮಾನ ಪಡೆದ ಕೃತಿಗಳು

ಕತೆಗಾರರು	ಕಥಾಸಂಕಲನ	ತೀರ್ಪುಗಾರರು
ಸುನಂದಾ ಕಡಮೆ	ಪುಟ್ಟ ಪಾದದ ಗುರುತು	ಅಶೋಕ ಹೆಗಡೆ/ ಸುಮಂಗಲಾ
ಅಲಕ ತೀರ್ಥಹಳ್ಳಿ	ಈ ಕತೆಗಳ ಸಹವಾಸವೇ ಸಾಕು	ಕೇಶವ ಮಳಗಿ/ ಸುಮಂಗಲಾ
ಲೋಕೇಶ ಅಗಸನಕಟ್ಟೆ	ಹಟ್ಟಿಯೆಂಬ ಭೂಮಿಯ ತುಣುಕು	ಬೊಳುವಾರು
ವಿನಯಾ	ಊರ ಒಳಗಣ ಬಯಲು	ನೇಮಿಚಂದ್ರ
ಸಂದೀಪ ನಾಯಕ	ಗೋಡೆಗೆ ಬರೆದ ನವಿಲು	ಅಮರೇಶ ನುಗಡೋಣಿ
ಕಣಾದ ರಾಘವ	ಮೊದಲ ಮಳೆಯ ಮಣ್ಣು	ಕೆ. ಸತ್ಯನಾರಾಯಣ
ಬಸವಣ್ಣೆಪ್ಪಾ ಕಂಬಾರ	ಆಟಿಕೆ	ಕುಂ. ವೀರಭದ್ರಪ್ಪ
ಮೌನೇಶ ಬಡಿಗೇರ	ಮಾಯಾಕೋಲಾಹಲ	ಓ.ಎಲ್.ಎನ್. ಸ್ವಾಮಿ
ಪದ್ಮನಾಭ ಭಟ್	ಕೇಪಿನ ಡಬ್ಬಿ	ಎಂ. ಎಸ್. ಆಶಾದೇವಿ
ಶಾಂತಿ ಕೆ ಅಪ್ಪಣ್ಣ	ಮನಸು ಅಭಿಸಾರಿಕೆ	ಎಚ್.ಎಸ್.ಆರ್
ದಯಾನಂದ	ದೇವರು ಕಚ್ಚಿದ ಸೇಬು	ನಾ. ಡಿಸೋಜಾ
ಸ್ವಾಮಿ ಪೊನ್ನಾಚಿ	ಧೂಪದ ಮಕ್ಕಳು	ಎಂ. ಎಸ್. ಶ್ರೀರಾಮ್
ಶಶಿ ತರೀಕೆರೆ	ಡುಮಿಂಗ	ಲಲಿತಾ ಸಿದ್ಧಬಸವಯ್ಯ
ಛಾಯಾ ಭಟ್	ಬಯಲರಸಿ ಹೊರಟವಳು	ತಾರಿಣಿ ಶುಭದಾಯಿನಿ
ಕಾವ್ಯಾ ಕಡಮೆ	ಮಾಕೋನ ಏಕಾಂತ	ಟಿ.ಪಿ. ಅಶೋಕ

ಛಂದ ಪುಸ್ತಕ ಬಹುಮಾನ

ಪುಟ್ಟ ಪಾದದ ಗುರುತು - ಸುನಂದಾ ಪ್ರಕಾಶ ಕಡಮೆ - ₹ 120
ಈ ಕತೆಗಳ ಸಹವಾಸವೇ ಸಾಕು - ಅಲಕ ತೀರ್ಥಹಳ್ಳಿ - ₹ 60
ಹಟ್ಟಿಯೆಂಬ ಭೂಮಿಯ ತುಣುಕು - ಲೋಕೇಶ ಅಗಸನಕಟ್ಟೆ - ₹ 180
ಗೋಡೆಗೆ ಬರೆದ ನವಿಲು - ಸಂದೀಪ ನಾಯಕ - ₹ 60
ಮೊದಲ ಮಳೆಯ ಮಣ್ಣು - ಕಣಾದ ರಾಘವ - ₹ 140
ಆಟಿಕೆ - ಬಸವಣ್ಣೆಪ್ಪಾ ಕಂಬಾರ - ₹ 100
ಮಾಯಾಕೋಲಾಹಲ - ಮೌನೇಶ ಬಡಿಗೇರ - ₹ 165
ಕೇಪಿನ ಡಬ್ಬಿ - ಪದ್ಮನಾಭ ಭಟ್, ಶೇವ್ಕಾರ - ₹ 150
ಮನಸು ಅಭಿಸಾರಿಕೆ - ಶಾಂತಿ ಕೆ ಅಪ್ಪಣ್ಣ - ₹ 230
ದೇವರು ಕಚ್ಚಿದ ಸೇಬು - ದಯಾನಂದ - ₹ 140
ಧೂಪದ ಮಕ್ಕಳು - ಸ್ವಾಮಿ ಪೊನ್ನಾಚಿ - ₹ 130
ಡುಮಿಂಗ - ಶಶಿ ತರೀಕೆರೆ - ₹ 130
ಬಯಲರಸಿ ಹೊರಟವಳು - ಛಾಯಾ ಭಟ್ - ₹ 120
ಮಾಕೋನ ಏಕಾಂತ - ಕಾವ್ಯಾ ಕಡಮೆ - ₹ 130

ಕಥಾಸಂಕಲನ

ಶಕುಂತಳಾ - ಗುರುಪ್ರಸಾದ್ ಕಾಗಿನೆಲೆ - ₹ 80
ಜುಮುರು ಮಳೆ - ಸುಮಂಗಲಾ - ₹ 220
ಶಾಲಭಂಜಿಕೆ - ಡಾ. ಕೆ. ಎನ್. ಗಣೇಶಯ್ಯ - ₹ 180 (7ನೇ ಮುದ್ರಣ)
ಕಾರಂತಜ್ಜನಿಗೊಂದು ಪತ್ರ - ಸಚ್ಚಿದಾನಂದ ಹೆಗಡೆ - ₹ 150
ಹಕೂನ ಮಟಾಟ - ನಾಗರಾಜ ವಸ್ತಾರೆ - ₹ 80
ಕಾಲಿಟ್ಟಲ್ಲಿ ಕಾಲುದಾರಿ - ಸುಮಂಗಲಾ - ₹ 80
ಹುಲಿರಾಯ - ಕೀರ್ತಿರಾಜ್ - ₹ 80
ನಿರವಯವ - ನಾಗರಾಜ ವಸ್ತಾರೆ - ₹ 125
ಹನ್ನೊಂದನೇ ಅಡ್ಡರಸ್ತೆ - ಸುಮಂಗಲಾ - ₹ 170
ಗಾಳಿಗೆ ಮೆತ್ತಿದ ಬಣ್ಣ - ಕರ್ಕಿ ಕೃಷ್ಣಮೂರ್ತಿ - ₹ 180
ಕನ್ನಡಿ ಹರಳು - ಪದ್ಮನಾಭ ಭಟ್, ಶೇವ್ಕಾರ - ₹ 130
ಒಂದು ಚಿಟಿಕೆ ಮಣ್ಣು - ಲಕ್ಷ್ಮಣ ಬಾದಾಮಿ - ₹ 130
ಬಂಡಲ್ ಕತೆಗಳು - ಎಸ್ ಸುರೇಂದ್ರನಾಥ್ - ₹ 160
ದೇವರ ರಜಾ - ಗುರುಪ್ರಸಾದ್ ಕಾಗಿನೆಲೆ - ₹ 225 (2ನೇ ಮುದ್ರಣ)
ಕಟ್ಟು ಕತೆಗಳು - ಎಸ್ ಸುರೇಂದ್ರನಾಥ್ - ₹ 210
ಮಡಿಲು (ನೀಳ್ಗತೆ) - ನಾಗರಾಜ ವಸ್ತಾರೆ - ₹ 15
ತಿರಾಮಿಸು - ಶಶಿ ತರೀಕೆರೆ - ₹ 210

ತೊಟ್ಟು ಕ್ರಾಂತಿ - ಕಾವ್ಯಾ ಕಡಮೆ - ₹ 180

ಪ್ರಬಂಧ

ಪೂರ್ವ ಪಶ್ಚಿಮ - ಎಂ. ಆರ್. ದತ್ತಾತ್ರಿ - ₹ 80
ರಾಗಿಮುದ್ದೆ - ರಘುನಾಥ ಚ. ಹ. - ₹ 120
ಕುಟ್ಟವಲಕ್ಕಿ / ಗೊಜ್ಜವಲಕ್ಕಿ - ಪ್ರಶಾಂತ ಆಡೂರ - ₹ 170 / ₹ 170
ಕಿಲಿಮಂಜಾರೋ - ಪ್ರಶಾಂತ್ ಬೀಚಿ - ₹ 80
ಮಿಸಳ್ ಭಾಜಿ - ಭಾರತಿ ಬಿ ವಿ - ₹ 190
ನೀ ಮಾಯೆಯೊಳಗೋ... - ವಿಕ್ರಮ ಹತ್ವಾರ - ₹ 150
ಸಾವೆಂಬ ಲಹರಿ - ಗುರುಪ್ರಸಾದ ಕಾಗಿನೆಲೆ - ₹ 140
ವೈದ್ಯ, ಮತ್ತೊಬ್ಬ - ಗುರುಪ್ರಸಾದ ಕಾಗಿನೆಲೆ - ₹ 120
ಅಪ್ಪನ ರ್‍ಯಾಲೀಸ್ ಸೈಕಲ್ - ದರ್ಶನ್ ಜಯಣ್ಣ - ₹ 110
ಇಮೋಜಿ ಭಾಷೆ - ಕರ್ಕಿ ಕೃಷ್ಣಮೂರ್ತಿ - ₹ 150

ಅನುವಾದ

ದಿ ಚಾಯ್ಸ್ - ಈಡಿತ್ ಎವಾ ಎಗರ್ (ಜಯಶ್ರೀ ಭಟ್) - ₹ 280
ದೇಹವೇ ದೇಶ - ಗರಿಮಾ ಶ್ರೀವಾಸ್ತವ (ವಿಕ್ರಮ ವಿಸಾಜಿ) - ₹ 250
ಪರ್ಸೆಪೊಲಿಸ್- ಮಾರ್ಜಾನ್ ಸತ್ರಪಿ (ಪ್ರೀತಿ ನಾಗರಾಜ) - ₹ 395
ಗಾಳಿ ಪಳಗಿಸಿದ ಬಾಲಕ - ವಿಲಿಯಂ ಕಾಂಕ್ವಾಂಬಾ (ಕರುಣಾ ಬಿ ಎಸ್) - ₹ 180
ಅಮೋಸ್ ಫಾರ್ಚೂನ್ - ಎಲಿಝಬೆತ್ ಯೇಟ್ಸ್ (ಜಯಶ್ರೀ ಭಟ್) - ₹ 110
ನವ ಜೀವಗಳು - ವಿಲಿಯಂ ಡಾಲ್ರಿಂಪಲ್ (ನವೀನ ಗಂಗೋತ್ರಿ) - ₹ 250
ಮೈಕೆಲ್ ಕೆ - ಜೆ.ಎಂ. ಕುಟ್‌ಸೀ (ಸುನಿಲ್ ರಾವ್) - ₹ 170
ಲೇರಿಯೊಂಕ - ಹೆನ್ರಿ ಆರ್. ಓಲೆ ಕುಲೆಟ್ (ಪ್ರಶಾಂತ ಬೀಚಿ) - ₹ 140
ಅರೆಶತಮಾನದ ಮೌನ - ಯಾನ್ ರಫ್-ಓ'ಹರ್ನ್ (ಅರುಣ್) - ₹ 310
ಪರ್ವತದಲ್ಲಿ ಪವಾಡ - ನ್ಯಾಂಡೊ ಪರಾಡೊ (ಸಂಯುಕ್ತಾ ಪುಲಿಗಲ್) - ₹ 340
ಚಂದಿರ ಬೇಕೆಂದವನು - ಮಿಮಿ ಬೇರ್ಡ್ (ಪ್ರಜ್ಞಾ ಶಾಸ್ತ್ರಿ) - ₹ 180
ಬಂಡೂಲ - ವಿಕಿ ಕಾನ್‌ಸ್ಟಂಟೀನ್ ಕ್ರುಕ್ (ರಾಜ್ಯಶ್ರೀ ಕುಳಮರ್ವ) - ₹ 425
ರೆಬೆಲ್ ಸುಲ್ತಾನರು - ಮನು ಎಸ್ ಪಿಳ್ಳೈ (ಸಂಯುಕ್ತಾ ಪುಲಿಗಲ್) - ₹ 420
ಫಾಲೋಯಿಂಗ್ ಫಿಶ್ - ಸಮಂತ್ ಸುಬ್ರಮಣಿಯನ್ (ಸಹನಾ ಹೆಗಡೆ) - ₹ 280
ಜಗವ ಚುಂಬಿಸು - ಸುಬ್ರೊತೋ ಬಾಗ್ಚಿ (ವಂದನಾ ಪಿ ಸಿ) - ₹ 240
ಪರ್ದಾ ಅಂಡ್ ಪಾಲಿಗಮಿ - ಇಕ್ಬಾಲುನ್ನೀಸಾ ಹುಸೇನ್ (ದಾದಾಪೀರ್) - ₹ 380
ವಾಡಿವಾಸಲ್ - ಚಿ. ಸು. ಚೆಲ್ಲಪ್ಪ (ಸತ್ಯಕಿ) - ₹ 100
ನಾಲ್ಕನೇ ಎಕರೆ - ಶ್ರೀರಮಣ (ಅಜಯ್ ವರ್ಮಾ ಅಲ್ಲೂರಿ) - ₹ 100
ಮಾವೋನ ಕೊನೆಯ ನರ್ತಕ - ಲೀ ಕ್ಸಿನ್‌ಶಿಂಗ್ (ಜಯಶ್ರೀ ಭಟ್) - ₹ 340

ಕೋಬಾಲ್ಟ್ ಬ್ಲೂ - ಸಚಿನ್ ಕುಂಡಲ್‌ಕರ್ (ಸಪ್ನಾ ಕಟ್ಟಿ) - ₹ 150
ವಿದ್ಯಾವಂತ ವೇಶ್ಯೆಯ ಆತ್ಮಕಥೆ - ಮಾನದಾ ದೇವಿ (ನಾಗ ಹುಬ್ಳಿ) - ₹ 240
ದಿ ಲೈಟ್‌ಹೌಸ್ ಫ್ಯಾಮಿಲಿ - ಫಿರಾತ್ ಸುನೇಲ್ (ಮಾಧುರಿ ಕುಲಕರ್ಣಿ) - ₹ 230
ನನ್ನ ತಂಗಿ ಈಡಾ - ಕಾರೊಲೀನ ವಾಲ್ (ಹರ್ಷ ರಘುರಾಮ್) - ₹ 260
ಸತ್ತವರ ಸೊಲ್ಲು - ಆಶುತೋಷ್ ಭಾರದ್ವಾಜ್ (ಕಾರ್ತಿಕ್ ಆರ್.) - ₹ 380

ವಸುಧೇಂದ್ರ

ಮನೀಷೆ - ಕತೆಗಳು - ₹ 120 (8ನೇ ಮುದ್ರಣ)
ಯುಗಾದಿ - ಕತೆಗಳು - ₹ 190 (9ನೇ ಮುದ್ರಣ)
ಚೇಳು - ಕತೆಗಳು - ₹ 120 (8ನೇ ಮುದ್ರಣ)
ಹಂಪಿ ಎಕ್ಸ್‌ಪ್ರೆಸ್ - ಕತೆಗಳು - ₹ 195 (9ನೇ ಮುದ್ರಣ)
ಮೋಹನಸ್ವಾಮಿ - ಕತೆಗಳು - ₹ 270 (8ನೇ ಮುದ್ರಣ)
ವಿಷಮ ಭಿನ್ನರಾಶಿ - ಕತೆಗಳು - ₹ 280 (4ನೇ ಮುದ್ರಣ)
ಕೋತಿಗಳು - ಪ್ರಬಂಧ - ₹ 120 (8ನೇ ಮುದ್ರಣ)
ನಮ್ಮಮ್ಮ ಅಂದ್ರೆ ನಂಗಿಷ್ಟ - ಪ್ರಬಂಧ - ₹ 80 (26ನೇ ಮುದ್ರಣ)
ರಕ್ಷಕ ಅನಾಥ - ಪ್ರಬಂಧ - ₹ 110 (5ನೇ ಮುದ್ರಣ)
ವರ್ಣಮಯ - ಪ್ರಬಂಧ - ₹ 225 (7ನೇ ಮುದ್ರಣ)
ಐದು ಪೈಸೆ ವರದಕ್ಷಿಣೆ - ಪ್ರಬಂಧ - ₹ 280 (5ನೇ ಮುದ್ರಣ)
ಹರಿಚಿತ್ತ ಸತ್ಯ - ಕಾದಂಬರಿ - ₹ 200 (6ನೇ ಮುದ್ರಣ)
ತೇಜೋ-ತುಂಗಭದ್ರಾ - ಕಾದಂಬರಿ - ಉತ್ತಮ/ಸಾದಾ (₹ 500/₹ 450) (15ನೇ ಮುದ್ರಣ)
ಮಿಥುನ - ಶ್ರೀರಮಣರ ಕತೆಗಳು - ₹ 135 (8ನೇ ಮುದ್ರಣ)
ಎವರೆಸ್ಟ್ - ಜಾನ್ ಕ್ರಾಕೌರ್ - ₹ 420 (4ನೇ ಮುದ್ರಣ)
ರೇಷ್ಮೆ ಬಟ್ಟೆ - ಕಾದಂಬರಿ - ₹ 450

ಕಾದಂಬರಿ

ಎನ್ನ ಭವದ ಕೇಡು - ಎಸ್ ಸುರೇಂದ್ರನಾಥ್ - ₹ 75
ನ್ಯಾಸ - ಹರೀಶ ಹಾಗಲವಾಡಿ - ₹ 250
ಗುಣ - ಗುರುಪ್ರಸಾದ್ ಕಾಗಿನೆಲೆ - ₹ 150
ದ್ವೀಪವ ಬಯಸಿ - ಎಂ. ಆರ್. ದತ್ತಾತ್ರಿ - ₹ 320
ತಾರಾಬಾಯಿಯ ಪತ್ರ - ದತ್ತಾತ್ರಿ ಎಂ ಆರ್ - ₹ 160
ಅಗೆದಷ್ಟೂ ನಕ್ಷತ್ರ - ಸುಮಂಗಲಾ - ₹ 230
ಪ್ರಿಯೇ ಚಾರುಶೀಲೆ - ನಾಗರಾಜ ವಸ್ತಾರೆ - ₹ 380
ಋಷ್ಯಶೃಂಗ - ಹರೀಶ ಹಾಗಲವಾಡಿ - ₹ 125

ಅಂತು - ಪ್ರಕಾಶ ನಾಯಕ್ - ₹ 200
ಚುಕ್ಕಿ ಬೆಳಕಿನ ಜಾಡು - ಕರ್ಕಿ ಕೃಷ್ಣಮೂರ್ತಿ - ₹ 200
ದೀಪವಿರದ ದಾರಿಯಲ್ಲಿ - ಸುಶಾಂತ್ ಕೋಟ್ಯಾನ್ - ₹ 160
ದಾರಿ - ಕುಸುಮಾ ಆಯರಹಳ್ಳಿ - ₹ 395
ಬರೀ ಎರಡು ರೆಕ್ಕೆ - ಸುನಂದಾ ಪ್ರಕಾಶ ಕಡಮೆ - ₹ 260

ಕವಿತೆ

ಮದ್ಯಸಾರ - ಅಪಾರ - ₹ 90
ಪೂರ್ಣನ ಗರಿಗಳು - ಪೂರ್ಣಪ್ರಜ್ಞ - ₹ 70
ಹಲೋ ಹಲೋ ಚಂದಮಾಮ - ರಾಧೇಶ ತೋಳ್ಪಾಡಿ - ₹ 50

ಪದಚರಿತೆ

ಸರಿಗನ್ನಡಂ ಗೆಲ್ಗೆ - ಅಪಾರ - ₹ 390